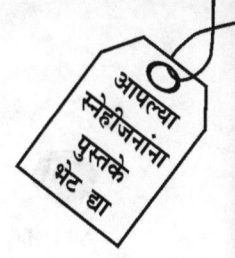

आपल्या स्नेहीजनांना पुस्तके भेट द्या

द टेस्टामेंट

जॉन ग्रिशॅम

अनुवाद
विश्वनाथ केळकर

मेहता पब्लिशिंग हाऊस

THE TESTAMENT by JOHN GRISHAM

Copyright © 1999 by Belfry Holdings, Inc.

Translated into Marathi Language by Vishwanath Kelkar

द टेस्टामेंट / अनुवादित कादंबरी

TBC

अनुवाद : विश्वनाथ केळकर

Email : author@mehtapublishinghouse.com

मराठी अनुवादाचे व प्रकाशनाचे हक्क मेहता पब्लिशिंग हाऊस, पुणे ३०

प्रकाशक : सुनील अनिल मेहता, मेहता पब्लिशिंग हाऊस,
१९४१ सदाशिव पेठ, माडीवाले कॉलनी, पुणे – ४११ ०३०

अक्षरजुळणी : मेहता पब्लिशिंग हाऊस, पुणे – ३०

मुखपृष्ठ : चंद्रमोहन कुलकर्णी

प्रकाशनकाल : एप्रिल, २००८ / पुनर्मुद्रण : जानेवारी, २०२१

P Book ISBN 9788177669596

E Books available on : play.google.com/store/books
www.amazon.in
https://books.apple.com

लेखकाचे निवेदन

पेंटॅनल हा ब्राझील मधला एक भाग आहे. मॅटो ग्रोसो आणि मॅटो ग्रोसो डू सूल या प्रांतात हा भाग मोडतो. त्या भागातले नैसर्गिक सृष्टीसौंदर्य मनाला भुरळ पाडणारं आहे. पर्यावरणाचं संतुलन राखला गेलेला, नैसर्गिक सृष्टीसौंदर्याचा, वन्य पशूपक्षी असलेला, पृथ्वीच्या अंगावरच्या दागिन्यासारखा हा भाग आहे.

सुसरी, मगरी, मोठे मोठे अजगर यांची तर रेलेचेल आहे. काळे वाल, भात आणि फळं हे आदिवासींचं मुख्य अन्न. या भागात ख्रिश्चन मिशनऱ्यांनी जाऊन आदिवासी लोकांना शहाणं करायचा वसा घेतलाय, बरोबरीनं ख्रिश्चन धर्माचा प्रसारही करतायत.

. १ .

माझ्या आयुष्याच्या अगदी शेवटच्या घटकेपर्यंत मला माझं सर्व आयुष्य पूर्णपणे एकाकी अवस्थेत कंठावं लागलेलं आहे आणि सध्या तर मला कोणीही आपलेपणाने जवळ केलेलं नाही. वृद्धावस्थेतलं जिणं मी सध्या जगतोय. तब्येतीची सारखी तक्रार, आजारामुळे बेजार झालेलो आहे. फार क्लेश होतायत. जगणं नकोसं झालंय. ही अवस्था आता बदलायला हवीच आणि त्यासाठी मी आता माझ्या मनाची तयारी केलीय.

मी या ज्या गगनचुंबी इमारतीत बसलोय ती माझ्या मालकीची आहे. या इमारतीत ज्या ज्या कंपन्यांच्या कचेऱ्या आहेत त्या सर्व कंपन्यांमध्ये ९७% माझी मालकी आहे. या इमारतीच्या सभोवतालची चोहोबाजूनं अर्ध्या मैलापर्यंतची जमीन माझ्या मालकीची आहे. या इमारतीमध्ये काम करणारे दोन हजार कर्मचारी व बाहेरच्या भागात काम करणाऱ्या वीस हजार व्यक्ती माझ्या कारखान्यांवर अवलंबून आहेत. टेक्सासमधल्या माझ्या मालकीच्या तेलाच्या विहिरीमधून या इमारतीपर्यंत गॅस आणणारी पाईपलाईन माझ्याच मालकीची आहे.

कित्येक ठिकाणी वीज पुरवठा करणाऱ्या विद्युत वाहिन्या माझ्याच मालकीच्या आहेत. अवकाशात साध्या डोळ्यांना दिसू न शकणाऱ्या अंतरावर माझा एक उपग्रह सुद्धा आहे, अन् त्यावरून जगात अनेक ठिकाणी असलेल्या माझ्या मालकीच्या व्यवसाय केंद्रांवर मी कित्येकदा माझे हुकूम सोडत असतो. माझी स्वत:ची संपत्ती अकरा बिलियन (अब्ज) डॉलर्सच्यावर आहे. नेवाडामध्ये माझ्या चांदीच्या खाणी आहेत. मोंटानामध्ये तांब्याच्या आणि अंगोलामध्ये कोळशाच्या खाणी आहेत. त्याचप्रमाणे केनियामध्ये कॉफीचे व मलेशियामध्ये रबराचे मळे आहेत. टेक्सासमध्ये खनिजतेलाच्या विहिरी आहेत व चीनमध्ये एका पोलाद कारखान्यात भागीदारी आहे. माझ्या मालकीच्या काही कंपन्या विद्युत उत्पादनाचे काम करतात, संगणक तयार करतात, धरणं बांधतात, काही कंपन्या पुस्तक

प्रकाशनाच्या व्यवसायात आहेत आणि काही माझ्या उपग्रहाद्वारे दूरदर्शनवर कार्यक्रम प्रसारित करत असतात. गणती करता येणार नाही इतक्या छोट्या-मोठ्या देशांतून, माझ्या व्यवसायाशी निगडित असलेली, माझ्या मालकीची माझी स्वतःची व्यवसाय केंद्रे जगभर आहेत.

मोठ्या लोकांची खेळणी म्हणून ज्या गोष्टी ओळखल्या जातात त्या म्हणजे क्रीडानौका, जेट विमानं, सुंदर-सुंदर स्त्रिया, युरोपमधल्या प्रसिद्ध-प्रसिद्ध शहरांमधून स्वतःच्या मालकीचे बंगले, अर्जेंटिनामध्ये स्वतःचं असं एक मोठं फार्म हाऊस, पॅसिफिक महासागरात स्वतःच्या मालकीचं एक संपूर्ण बेट, स्वतःच्या मालकीचे रस्ते, अगदी एखादी हॉकी टीमसुद्धा स्वतःची, या सर्वांची माझी हौस आता पूर्ण झालेली आहे आणि या सर्वांचा आस्वाद घ्यायला मी तसा काही तरुण राहिलेलो नाही.

हे सर्व असूनसुद्धा माझ्या सर्व दुःखांचं कारण म्हणजे पैसाच आहे. माझी तीन कुटुंबं होती. त्या तीनही बायकांना मी सोडचिठ्ठी दिलेली आहे. या तीन बायकांबरोबर मी सात मुलांचा बाप झालो. त्यापैकी सहा मुलं अद्याप हयात आहेत आणि जितका जास्तीत जास्त त्रास देऊ शकता येईल तितका ती मला देत आहेत. त्या सात मुलांचा माझ्या कल्पनेप्रमाणे मीच बाप होतो. त्यापैकी एकाला त्याच्या आईनेच मूठमाती दिली, त्यावेळी मी त्या देशाबाहेर होतो. सध्यातरी माझ्या सर्व बायका व मुले यांपासून मी दूर आहे. आज ही सर्व मंडळी इथे जमा झालेली आहेत याचं कारण मी अगदी मरायला टेकलेलो आहे आणि त्यांच्या दृष्टीने, माझ्या संपत्तीची वाटणी करायची वेळ आता आलेली आहे.

मी आजच्या दिवसाची योजना फार पूर्वीपासूनच आखलेली होती. माझी इमारत चौदा मजल्यांची आहे, खूप प्रशस्त आहे. आजूबाजूला भरपूर मोकळी जागा आहे. मागल्या बाजूला जरा जास्तच मोकळी जागा आहे आणि बाजूने उंच उंच वृक्षांची गर्द राई आहे. या मोकळ्या जागेत कधी दिवसा, तर कधी सायंकाळी, जेवणाचे बरेच कार्यक्रम मी घडवून आणलेले आहेत. या इमारतीच्या शेवटच्या मजल्यावर मी राहतो आणि तिथेच माझं ऑफिस आहे. शेवटचा मजला, जवळ-जवळ बारा-हजार चौरस फुटांचा, मोठी अतिविशाल जागा, मार्बल, ग्रॅनाईट, आरसे, काचा यांनी केलेली सजावट अशी की श्रीमंती ओसंडून जाताना दिसते. श्रीमंतीचं ते अति भडक आणि बटबटीत दर्शन आहे असं बऱ्याच लोकांना वाटतं, पण मी ते मनावर घेत नाही. कठोर परिश्रम करून, निढळाचा घाम गाळून, बुद्धिमत्तेचा वापर करून मी माझ्या संपत्तीचा पैसान्-पैसा मिळवलेला आहे, सोबत नशिबाची साथ होती हे नाकारून चालणार नाहीच. आता त्या संपत्तीचा विनियोग कसा करायचा हा माझा वैयक्तिक प्रश्न

आहे आणि मला माझी संपत्ती एखाद्याला जर दान करायची असेल तर तसं मला करता यायला हवं. पण नाही, मला तसं करू द्यायची त्यांची इच्छा नाही.

संपत्तीच्या योगे जे जे काही उपभोगता येतं ते सर्व मी उपभोगलंय, तर आता ही उरलेली संपत्ती कुणालाही मिळाली तर मला काय त्याची फिकीर? मी आता या चाकांच्या खुर्चीत बसलोय, दीनवाणा, एकटाच. मला आता काही विकत घ्यायचंय, एखादी धाडसी कामगिरी हातात घ्यायचीय, जगातली एखादी गोष्ट पाहायचीय असं काही राहिलेलंच नाहीये. मी हे सगळं करून बसलोय आणि आता तर फारच थकून गेलोय.

माझी संपत्ती कोणाला मिळणार आहे याची मला पर्वा नाही. पण कोणाला मिळू नये याची मात्र मी नक्कीच काळजी घेणार आहे. या इमारतीचा प्रत्येक चौरस फूट कशाप्रकारे वापरला जावा हे मी ठरवलं होतं, आणि त्याप्रमाणेच तसं बांधकाम करून घेतलं आहे. आजचा जो समारंभ आहे किंवा जी काही घटना घडणार आहे, त्यासाठी कोणी कुठे थांबावं हे मी ठरवलं होतं. ते सर्वजण आज इथे आलेले आहेत, वाट पाहातायत, थांबू दे त्यांना. त्यांनाही त्याचं काही वाईट वाटत नाहीये, पण मी त्यांना सोडणार नाहीये. त्यांचे किती हाल व्हायचेत ते होऊ दे.

लिलियन ही माझी पहिली बायको. तिच्यापासून मला चार मुलं झाली असं मी समजतो. कारण क्वचितच तिनं मला कधी स्पर्श करू दिला असेल. तरुण वयात आम्ही लग्न केलं. मी चोवीस वर्षांचा होतो आणि ती होती अठराची. आता लिलियन सुद्धा तशी म्हातारीच आहे. कित्येक वर्षांत मी तिला पाहिलंही नाहीये आणि आज सुद्धा मी तिला पाहणार नाहीये. पण मला नक्की माहीत आहे की, ती आता एका दुःखी पत्नीची भूमिका नक्कीच वठवत असेल. दुसऱ्या कुठल्या स्त्रीच्या नादी लागून, कर्तव्यात कुठेही कमी न पडलेल्या तिचा मी अतोनात छळ केला असंच तिने उठवलं होतं. तिने नंतर लग्नही केलेलं नव्हतं. मला नक्की असं वाटतं की, तिचा गेल्या पन्नास वर्षांत कुणाशी शरीरसंबंध सुद्धा आला नसेल. आम्हाला मुलं कशी झाली हे सुद्धा एक कोडंच आहे.

ट्रॉय ज्युनियर हा तिचा मोठा मुलगा. आता तो ४७ वर्षांचा आहे. त्याला अक्कल म्हणून नाही. माझं नाव तो लावतो पण ते एखाद्या शापासारखे त्याच्यामागे लागलं आहे. लहानपणापासूनच तो स्वतःला टीजे म्हणजे ट्रॉय ज्युनियर म्हणून घ्यायला लागला. माझी जी एकूण सहा मुलं इथे जमा झालेली आहेत त्यांपैकी ट्रॉय हा मला तसा जवळचा, पण अति मुखदुर्बळ. एकोणीस वर्षांचा असताना, अमली पदार्थ विकताना त्याला कॉलेजमध्ये पकडलं आणि कॉलेजमधून हाकलून दिलं. इतरांप्रमाणे टीजेला सुद्धा मी पन्नास लक्ष डॉलर्स तो

जेव्हा एकवीस वर्षांचा झाला तेव्हा दिले. आणि ओंजळीच्या बोटांच्या फटीमधून पाणी जसं झिरपून जावं तसं ते निघून गेले.

मी इथे लिलियनच्या कमनशिबी, वाह्यात, बेजबाबदार मुलांच्या आयुष्यातल्या चुका नमूद करू इच्छित नाही. भरपूर मोठा कर्जाचा डोंगर त्यांच्या डोक्यावर आहे, कुणीही काम-धंदा करत नाही. 'बेक्कार कार्टी' एवढं सांगितलं तरी पुरे आणि यात काही बदल होईल अशी सुतराम शक्यता नाही त्यामुळेच आज माझ्या इच्छापत्रावर माझी सही होणे हे त्यांच्या सर्वांच्या दृष्टीने आयुष्यातली अति महत्त्वाची घटना आहे.

आता पुन्हा माझ्या सोडचिठ्ठी दिलेल्या बायकांबद्दल. लिलियनच्या लैंगिक थंडपणाला मी कंटाळलो आणि जेनी सारख्या अतिउत्साही, झणझणीत आव्हान देणारं आकर्षण दाखवणाऱ्या युवतीकडे मी खेचला गेलो. तिला माझ्या ऑफिसमध्ये हिशोब विभागात सेक्रेटरी म्हणून मी नेमलं, तिला बढती दिली, कामासंबंधातल्या दौऱ्यांवर मी तिला माझ्या बरोबर घेऊन जाऊ लागलो.

लिलियनला मी सोडचिठ्ठी दिली आणि जेनीशी लग्न केलं. त्यावेळी ती माझ्यापेक्षा बावीस वर्षांनी लहान होती. तिने मला पूर्णपणे समाधानी ठेवण्याचं वचन दिलेलं होतं. तिला सुद्धा लवकरच दोन मुलं झाली. मला सतत तिच्या जवळ ठेवण्यासाठी किंवा माझ्यावर ताबा ठेवण्यासाठी ती त्या मुलांचा उपयोग करायला लागली. या मुलांपैकी लहान रॉकी– तो एका मोटार अपघातात त्याच्या इतर दोन मित्रांबरोबर मारला गेला आणि त्यामुळे जे झंझट माझ्यामागे लागलं, ते मला कोर्टाच्या बाहेर मिटवावं लागलं आणि त्यात माझे चांगले साठ लक्ष डॉलर्स खर्च झाले.

मी चौसष्ट वर्षांचा असताना टिराशी लग्न केलं, त्यावेळी ती तेवीस वर्षांची होती आणि माझ्यामुळे ती गरोदर होती असं तिचं म्हणणं, पण मला त्यात काहीतरी गडबडच वाटते. तिला मुलगा झाला त्याचं नाव रँबल, तो आता चौदा वर्षांचा आहे. दुकानात केलेल्या एका उचलेगिरीमुळे पोलिसांनी एकदा त्याला पकडलं होतं आणि दुसऱ्यांदा त्याच्याजवळ काही अमली पदार्थ सापडले म्हणून पकडलं होतं. त्याने मागे मानेपर्यंत केस वाढविलेले आहेत, भरपूर तेल लावूनच ते बसविलेले असतात. त्याने कानांत, नाकात-डोळ्यांच्या भुवयांत सुद्धा रिंगा अडकवल्या आहेत. त्याला जेव्हा वाटतं तेव्हा तो शाळेत जातो असं त्याच्या जवळपासचे लोक सांगतात.

रँबलला त्याचे वडील जवळ-जवळ त्र्याऐंशी वर्षांचे आहेत हे सांगण्याची लाज वाटते आणि त्याने आपल्या जिभेला भोक पाडून त्यात चांदीचे मणी अडकविलेले आहेत, त्याची मला शरम वाटतेय. इतरांप्रमाणेच त्यालासुद्धा मी इच्छापत्रावर

सही करून, त्याचे आयुष्य सुखी करावं असं वाटतंय. माझी संपत्ती भले कितीही अवाढव्य असो, या मूर्खांच्या ताब्यात ती काही फार काळ राहणार नाही.

शेवटच्या घटका मोजणाऱ्यानं कुणाचाही तिरस्कार करू नये असं म्हणतात. पण माझा काही इलाजच चालत नाहीये. ही सर्व मुलंच इतकी भयानक आहेत. त्यांच्या आया माझा तिरस्कार करतात आणि मुलांनाही त्यांनी माझा तिरस्कार करायला शिकवलेलं आहे. नख्या काढून आपल्या भक्ष्याभोवती घिरट्या घालत असलेल्या गिधाडांसारखी ही सर्व मंडळी आहेत. त्यांना ही सर्व संपत्ती आपल्याशिवाय कुणालाही मिळू नये असं वाटतंय. अगदीच थोड्या वेळेचा प्रश्न आहे अशा विचारानं, मोठ्या आशाळभूतपणे आणि वखवखलेल्या नजरेने ती वाट पाहात बसलेली आहेत.

माझी मानसिक स्थिती, हा आजचा महत्त्वाचा विषय होता. माझ्या मेंदूमध्ये गाठी झालेल्या आहेत असं काहींचं म्हणणं आणि त्यामुळेच मी काहीच्या काही बरळत असतो. कंपनीच्या चर्चासत्रांतून किंवा फोनवर सुद्धा माझं बोलणं असंबद्ध असतं. माझे मदतनीस आणि माझ्या हाताखालच्या लोकांचंसुद्धा माझ्या डोक्यामध्ये काहीतरी गडबड झालेली आहे असंच मत आहे.

दोन वर्षांपूर्वी मी माझं एक इच्छापत्र केलेलं होतं आणि त्यात माझ्या संबंधात जे-जे कोणी होते त्या सर्वांची दखल मी घेतलेली होती. त्यावेळी वीस-एकवीस वर्षांच्या, यौवनाने टंच भरलेल्या तीन-चार तरुणी माझ्या मागे-पुढे गोंडा घोळत असायच्या, पण नंतर या सर्वांनाच मी कटवलं आणि माझं इच्छापत्र फाडून टाकलं.

तीन वर्षांपूर्वी मी एक इच्छापत्र, त्याला मी आता विल म्हणतो, ते केलं होतं आणि माझं जे काही होतं नव्हतं ते सर्व शंभर एक सेवाभावी संस्थांना देऊ केलं होतं. त्यावेळी ज्युनियर ट्रॉयचे जे काही वागणं होतं ते मला मुळीच पटत नव्हतं. मी तसं त्याला सांगायचो, पण माझ्या वागण्यावरून तो मलाच उलटं सुनवायला सुरुवात करायचा. मी त्याला या विलबद्दल सांगितलं, तेव्हा तो आणि त्याची आई व त्याच्या इतर भावंडांनी मिळून एक वकील नेमला आणि विल करण्याबाबतीतल्या माझ्या मानसिक क्षमतेची तपासणी करण्याच्या मागणीच्या कारणाने ते कोर्टात गेले. त्यांच्या वकिलांनी त्यांना चांगला सल्ला दिला. कोर्टानं जर मला वेडं ठरविलं तर ते विल रद्द झालं असतं.

पण मला सुद्धा माझे वकील आहेतच की! आणि माझ्या मर्जीप्रमाणे निर्णय लागण्यासाठी कोर्टाच्या कामात जी काही फिरवाफिरवी करायला लागते, ते सर्व करण्यासाठी दर तासाच्या हिशोबाने, हजारो डॉलर्सची फी मी मोजली आहे. आणि अशा वेळी नीतिमत्ता, सद्‌सद्‌विवेकबुद्धी या गोष्टी मी बाजूला ठेवतो.

पण ते विल सुद्धा मी माझ्या हातांनीच नष्ट केलेलं आहे. थायलंड मधले धर्मगुरू जसे पांढऱ्या रंगाच्या कापडाचे पायघोळ झगे घालतात तसे अंगरखे मी वापरायचो. डोक्याचा पार चमन केलेला होता. माझं खाणंसुद्धा फार कमी असायचं. मी दुबळा दिसावं, असं मला वाटायचं. बाजूच्या लोकांना मी बौद्ध धर्माच्या विचारांचा आहे असं वाटायचं, पण प्रत्यक्षात मी पारशीधर्माचा अभ्यास करायचो. त्यांना याच्यातला फरक काही कळायचा नाही. माझं मानसिक संतुलन बिघडलेलं आहे असं त्यांना का वाटायचं याचं कारण मला ठाऊक होतं.

खालच्याच म्हणजे तेराव्या मजल्यावर लिलियन आणि तिचा वकील कॉन्फरन्स रूममध्ये बसलेले आहेत. खोली मोठी आहे, संगमरवरी फरशी आणि महोगनी लाकडाच्या भिंती, उंची गालिचे, मधोमध लंबगोलाकार टेबल आणि बाजूच्या खुर्च्यांवर नाराज, काळजीग्रस्त चेहऱ्यांची मंडळी बसलेली आहेत. यामध्ये नातेवाइकांपेक्षा वकिलांचा आकडा जास्त आहे. लिलियनचा स्वत:चा वकील आहेच, त्याखेरीज तिच्या प्रत्येक मुलाचा वेगवेगळा असा एक-एक वकील आहे. याला अपवाद म्हणजे ज्यु. ट्रॉयचा. त्यानं आपलं स्वत:चं महत्त्व सिद्ध करण्यासाठी तीन वकील आणले आहेत. ज्यु. ट्रॉयला स्वत:चे वैयक्तिक असे कोर्टकचेऱ्यांसंबंधातले खूपच प्रश्न आहेत. टेबलाच्या एका टोकाला एक मोठा टेलिव्हिजनचा पडदा आहे त्यावर आता ज्या काही घटना घडणार आहेत, त्या दाखविल्या जाणार आहेत.

ज्यु. ट्रॉयचा धाकटा भाऊ बेचाळीस वर्षांचा आहे. त्याचं नाव आहे रेक्स. सध्या तो एका क्लबमध्ये नाचणाऱ्या बाईचा पती आहे. तिचं नाव आहे अंबर. बिचारीला डोकं हा प्रकार नाहीये, पण पुरुषांना आकर्षित करायला कृत्रिम प्रकाराने फुगविलेला उरोभाग आहे. मला वाटतं ही त्याची तिसरी बायको. दुसरी का तिसरी मला काय त्याचं घेणं-देणं. इतरांप्रमाणे तीही इथे उपस्थित आहे. चेहऱ्यावर उत्सुकता आहे, ती किती लाख डॉलर्स आपल्या वाट्याला येतात याची.

लिलियनची आणि माझी पहिली मुलगी म्हणजे लिब्बिगैल. ती कॉलेजमध्ये जायला लागेपर्यंत मी तिच्यावर मनापासून खूप प्रेम केलेलं होतं. ती कॉलेजमध्ये जायला लागली आणि मला विसरली. नंतर तिने एका आफ्रिकन माणसाशी लग्न केलं आणि मी माझ्या विलमधलं तिचं नाव कमी केलं.

मेरी रॉस हे लिलियनला झालेलं माझं शेवटचं अपत्य. तिने एका डॉक्टरशी लग्न केलं. या डॉक्टरला थोड्या काळातच करोडपती व्हायची इच्छा होती, पण प्रत्यक्षात ही दोघं भल्या मोठ्या कर्जाच्या ओझ्याखाली आली.

जेनी बरोबर माझा दुसरा घरोबा. जेनीचं कुटुंब दहाव्या मजल्यावरच्या एका

खोलीत थांबलं आहे. माझ्याकडून सोडचिठ्ठी घेतल्यानंतर जेनीने दोनदा लग्न केलं. सध्या माझ्या माहितीप्रमाणे ती एकटीच राहात असेल. मी एक माहिती काढणारी यंत्रणा तिच्या मागे लावली होती. किती जणांबरोबर तिनं शय्यासोबत केली असेल याचा तपशील जाणण्यासाठी. इतकी माहिती सरकारी हेरखात्याला सुद्धा काढता येणं शक्य झालं नसतं. मोटार अपघातात माझा एक मुलगा दगावला असा जो एक उल्लेख मी मागे केलेला आहे तो रॉकी– हा जेनीचा मुलगा होता.

गीना ही तिचीच मुलगी. ती आज इथे, तिच्या दुसऱ्या नवऱ्याबरोबर आलेली आहे. तिचा नवरा एम.बी.ए. झालेला आहे पण महाभयानक आहे. त्याने पन्नास कोटी डॉलर्स गेल्या तीन वर्षांत अगदी लीलया उडवलेत.

पाचव्या मजल्यावर एका कोचावर बसून तो जो बोलतोय ना, त्याचं नाव आहे रँबल, त्याच्या ओठाच्या कोपऱ्यात अडकवलेली सोन्याची रिंग तोंडात पकडून तो चोखतोय. मधनं-मधनं आपल्या चिकट केसांमधून बोटं फिरवतोय आणि पलीकडच्या कोचावर आपल्या मित्रांबरोबर बसलेल्या आईकडे तो तिरस्काराने पाहतोय. रँबल माझा मुलगा आहे म्हणूनच त्याला आज बक्कळ संपत्ती मिळणार आहे याची त्याला कल्पना आहे. रँबलने सुद्धा त्याच्या स्वत:च्या वकील बाईला आणलेलं आहे. टिरा तिचं नाव. टेलिव्हिजनवर रँबलला तिनं पाहिलं आणि आपल्या जाळ्यात अडकवलं. मला ही सर्व माणसं कशी आहेत हे माहीत आहे. त्यांच्याकडे माझं बारकाईने लक्ष आहे.

स्नीड माझा हरकाम्या नोकर. मागल्या बाजूने माझ्या खोलीत येतोय. गेली तीस वर्षे तो माझ्या नोकरीत आहे. त्याला पांढरा गणवेश दिलेला आहे. शरीराने लहानखुरा आहे. मी सांगेन ती कामं तो करतो. घरातलाच झाला आहे तो. आदबशीर आहे, नम्र तर इतका की एखादं काम सांगितल्यानंतर जपानी लोकांसारखं पुढे झुकून, 'करतो साहेब' असं म्हणण्याची त्याची सवय आणि अतिनम्रता या गोष्टी त्याच्या रक्तातच भिनलेल्या आहेत. त्यामुळे तो कंबरेत वाकलाय. स्नीड माझ्यापुढं उभा राहतो तो मान झुकलेली, दोन्ही हातांचे पंजे एकावर एक करून पोटाशी धरलेले, चेहऱ्यावर स्मितहास्य आणून त्याने विचारलं, "साहेब कसे आहात तुम्ही?" प्रेमाने ओथंबलेल्या शब्दांसह आणि कित्येक वर्षे तो हे असंच विचारतोय. हा आदबशीरपणा तो आयर्लंडमध्ये शिकलाय. आयर्लंडमध्ये मी असताना माझ्या नोकरीत तो आला.

मी काही बोललो नाही. स्नीडच्या विचारण्यावर मी काही बोलावं अशी अपेक्षाही तो करीत नाही आणि मीही त्याकडे फारसं लक्ष देत नाही.

“साहेब, तुम्हाला थोडी कॉफी आणू?”

“नको जेवणच घेऊन ये.”

स्नीड डोळे क्षणभर मिटतो, थोडासा वाकतो आणि खोलीतून बाहेर पडतो. त्याच्या पँटचा बॉटम फरशीवर घासतोय. मी मेल्यानंतर या स्नीडलासुद्धा माझ्या इस्टेटीतला थोडा फार वाटा हवाय आणि माझ्या इतर नातेवाइकांप्रमाणे तोसुद्धा मी शेवटचा श्वास केव्हा घेतोय याची वाट पाहतोय.

आपल्या जवळ पैसे असण्याचा त्रास म्हणजे, आजूबाजूला असणाऱ्या प्रत्येकाला त्यातले काही ना काही हवे असतात. ज्याच्याजवळ बिलियन्सनी डॉलर्स आहेत, त्याला काही हजार डॉलर्सची अशी काय किंमत? ‘म्हातारबुवा काही हजार आम्हाला द्या, आम्ही तुमचे नाव काढू, तुम्हाला सुद्धा थोडंफार पुण्य मिळेल किंवा तसं काही शक्य नसेल तर काही रक्कम कर्जाऊ द्या, थोड्या काळानंतर आपण दोघेही ते विसरून जाऊ. तुमच्या विलमध्ये (इच्छापत्रात) कोपऱ्यात कुठेतरी माझं नाव घुसवायला माझ्या नावापुरती जागा नक्की सापडेल.’

स्नीड तसा चोरपावलांनी वावरणारा आहे. धुंडाळण्याचा त्याचा स्वभाव आहे. काही वर्षांपूर्वी तो माझ्या टेबलाचे ड्रॉवर उघडून काहीतरी शोधत असताना मी त्याला एकदा पकडलाय. त्यावेळी केलेलं विल त्याला पाहायचं होतं. तो मला धरून राहिला याचं कारण, मी काही लाख डॉलर्स त्याच्यासाठी ठेवेन किंवा ठेवावेत अशी त्याची अपेक्षा आहे.

विलमध्ये त्याला मी काहीतरी द्यावं अशी अपेक्षा करण्याचा त्याचा काय अधिकार? यापूर्वीच मी त्याला हाकलून द्यायला पाहिजे होतं. नव्यानं केलेल्या माझ्या विलमध्ये मी त्याला काहीही ठेवलेलं नाही. रिट्झ बिस्किटांचं न उघडलेलं एक पाकीट तो माझ्या पुढे ठेवतो. मधाची छोटीशी एक बाटली, ज्यूसचा एक कॅन आणि यात जर काही बदल झाला असता ना, तर स्नीडची नोकरीच गेली असती. त्याला मी जायला सांगितलं. मधात बुडवून मी बिस्किटं खाल्ली. हे माझं शेवटचं जेवण.

. २ .

माझ्या खोलीत मी खुर्चीत बसून आहे. खोलीच्या भिंती काचेच्या आहेत. बाहेर ऊन वाढलं की त्या गॉगलच्या काचेसारख्या थोड्या तपकिरी होतात. बाहेर सूर्यप्रकाश भरपूर आणि हवा जर स्वच्छ असेल तर सहा मैलांवरच्या वॉशिंग्टन मॉन्युमेंटचा माथासुद्धा माझ्या खोलीतून चांगला दिसतो. पण आज तो दिसत नाहीये. बाहेर फारच थंडी आहे. गार-गार वारा वाहतोय. आकाशात

मळभ दाटलंय. जीवनाचा शेवट करायला हा काही वाईट दिवस नाहीये. झाडांवर शिल्लक राहिलेली काही पाने त्यांच्या फांद्यांपासून सुटली आणि उडत उडत, खाली गाड्या पार्क करतात ना त्या भागावर पडली.

वेदनांबद्दल मी का काळजी करतोय? थोडासा त्रास झाला तर त्यात काय गैर आहे? किती तरी लोकांना मी सुद्धा अशी दु:खं भोगायला लावली आहेत.

मी बटण दाबलं आणि स्नीड हजर झाला. त्याने आपली मान झुकवली आणि माझी चेअर त्याने ढकलत-ढकलत खोलीबाहेर आणली. पॅसेजमधून हॉलकडे आम्ही निघालो होतो. आता एकमेकांना सामोरे येणार होतो. मला उत्कंठा वगैरे काही वाटत नव्हती किंवा कुठल्याही प्रकारचं मानसिक दडपण माझ्या मनावर वाढत नव्हतं. माझ्या संपत्तीवर डोळा ठेवून असणाऱ्या दीडदमडीच्यांना मी चांगलं दोन तास खोळंबून ठेवलेलं होतं. आम्ही माझ्या ऑफिसच्या दरवाजापुढून गेलो. माझी सध्याची नवीन सेक्रेटरी निकोलेट आत टेबलाशी होती. दिसायला छान आहे, तरुण आहे, मला ती आवडायची. मला जर आणखी वेळ मिळाला असता ना, तर ती माझी नक्की चौथी पत्नी झाली असती. पण आता वेळ राहिलेला नाही, काही मिनिटंच.

हॉलमध्ये बराच मोठा जमाव थांबलेला आहे. त्यात बरेचसे वकील आहेत. काही मानसोपचारतज्ज्ञ आहेत. ते आज माझ्या मनाची स्थिती तपासून, मी शहाणा आहे का वेडा ते ठरविणार आहेत. माझ्या कॉन्फरन्स हॉलमध्ये आडव्या लांबट गोल टेबलाच्या एका टोकाला बसून ते मला विचारण्याच्या प्रश्नांची तयारी करतायत. मी जेव्हा खोलीत आलो तेव्हा सर्वांची कुजबूज थांबली आणि सर्वांच्या नजरा माझ्या दिशेने वळल्या. टेबलाच्या लगतच्या एका खुर्चीवर माझा वकील स्टॅफोर्ड बसलेला होता, त्याच्या शेजारच्या खुर्चीवर स्नीडने मला नेऊन बसवलं.

सर्व बाजूंनी माझ्याकडे व्हिडीओ कॅमेरे रोखलेले आहेत. माझं चित्र त्यात अगदी स्पष्ट येईल अशा प्रयत्नात तंत्रज्ञ आहेत. माझी प्रत्येक हालचाल, माझ्या लकबी, माझं बोलणं, माझा श्वासोच्छ्वासाचा आवाज, सर्व-सर्व त्यांना चित्रित करून घ्यायचंय, कारण फार-फार मोठ्या रकमेचा प्रश्न आहे हा.

माझ्या मागच्या इच्छापत्रात, मी माझ्या मुलांना जे काही थोडंफार दिलेलं होतं, ते या जॉश स्टॅफोर्डनीच नेहमीप्रमाणे तयार केलेलं होतं. आजच सकाळी मी ते फाडून टाकलंय.

आज मी इथे जो बसलोय, ते मला आज जगाला सिद्ध करून दाखवायचंय, की मी माझं नवं इच्छापत्र करायला, मानसिकदृष्ट्या पूर्णपणे सक्षम आहे आणि एकदा का ते सिद्ध झालं की मी माझी मिळकत कोणासही द्यायला मोकळा होईन आणि त्यावर कोणी आक्षेप घेऊ शकणार नाही.

माझ्या अगदी समोर, हे तीन मानसोपचारतज्ज्ञ बसलेले आहेत. माझ्या तीन बायकांच्या तीन कुटुंबांनी, त्यापैकी एक-एक नेमलेला आहे. प्रत्येकाच्या समोर आडव्या त्रिकोणी ठोकळ्यांवर त्यांची नावे लिहिली आहेत. डॉ. झाडेल, डॉ. फ्लोवे आणि डॉ. थेईशन. मी त्या सर्वांचे चेहरे, डोळे अगदी निरखून पाहतोय. मला तर शहाण्यासारखं दिसणं जरूर आहे. त्यांच्या डोळ्याला डोळा तर भिडविलाच पाहिजे.

मी काहीतरी वेड्यासारखे चाळे करावेत अशी अपेक्षा ते करतायत, पण मी त्यांचा आवाज बंद करणार आहे.

या सभेचं सूत्र-संचालन स्टॅफोर्ड करणार आहे. सर्वांनी आपाआपल्या जागांवर बसून घेतल्यानंतर, कॅमेरामन मंडळींनी त्यांचे कॅमेरे चित्रीकरणासाठी सज्ज आहेत असा संकेत दिला आणि नंतर स्टॅफोर्डने निवेदन करायला सुरुवात केली, "माझं नाव जॉश स्टॅफोर्ड. माझ्या उजव्या बाजूला बसलेले श्री. ट्रॉय फेलन हे माझे पक्षकार आहेत, मी येथे त्यांचा वकील म्हणून या सभेचे सूत्रसंचालन करतोय."

मी एक-एक करत त्या तीनही डॉक्टरांकडे डोळ्याला डोळा भिडवून, नजरेला नजर लावून पाहतोय अगदी टक लावून, इतकं की प्रत्येकाने डोळा मिचकावून अगदी नजर बाजूला घेईपर्यंत. तिघांनी गडद रंगाचे सूट घातलेले आहेत. झाडेल व फ्लोवे यांनी त्यांच्या दाढीची निगा नीट राखलेली नाहीये. थेईशननी आडवा बो टाय बांधलाय. वयाने तो तीसपेक्षा मोठा वाटत नाहीये. तीनही कुटुंबांना, त्यांना जो कोणी योग्य वाटेल असा मानसोपचारतज्ज्ञ निवडायची मी मुभा दिलेली होती.

स्टॅफोर्ड बोलतोय, "आज ही जी सभा भरविण्यात आलेली आहे, त्याचा मूळ उद्देश असा आहे की, समोर तीन मानसोपचारतज्ज्ञांची समिती बसलेली आहे त्यांनी श्री. ट्रॉय फेलन यांचे मानसिक स्वास्थ्य, नवीन इच्छापत्र बनविण्यासाठी सक्षम आहे की नाही हे श्री. ट्रॉय यांची परीक्षा घेऊन ठरवायचं आहे आणि त्याबद्दलचं मत त्यांनी द्यायचं आहे, आणि त्यानंतर श्री. फेलन त्यांच्या नवीन इच्छापत्रावर सही करू इच्छितात व त्यात त्यांनी त्यांची मिळकत, त्यांच्या मृत्यूनंतर कशी वाटली जावी हे नमूद केलेलं आहे."

स्टॅफोर्डच्या समोर एक इंच जाड पुस्तकासारखं माझं नव्यानं केलेलं विल आहे, त्यावर आपल्या पेन्सिलचं मागचं टोक तो आपटतोय. मला पूर्ण कल्पना आहे की, आता तर त्या सर्व कॅमेऱ्यांनी, त्या पुस्तकासारख्या दिसणाऱ्या दस्तऐवजाचा क्लोजअप घ्यायला सुरुवात केलेली आहे आणि या डॉक्युमेंटच्या केवळ दिसण्यानेच, या इमारतीच्या वेगवेगळ्या खोल्यांतून बसलेल्या माझ्या

सर्व नातेवाइकांच्या पाठीतून शिरशिरी वाहात असेल. त्यांनी कोणीही हे विल पाहिलेलं नाही आणि त्यांना तसा अधिकारही नाही. विल हे खाजगी दस्त असतं आणि ते केवळ त्या व्यक्तीच्या मृत्यूनंतरच सर्वांनी पाहायचं असतं. वारसांनी त्यांना त्यात काय ठेवलं असेल, याचे फक्त अंदाज बांधायचे. वारसांनी काही तरी अंदाज बांधावेत म्हणून सूचक पण खोटीच अशी काही विधानं मी केलेली आहेत, त्यामुळे त्यांना असं वाटावं की माझ्या वारसदारांना मी बऱ्याच मोठमोठ्या रकमा दिलेल्या आहेत आणि माझ्या पूर्वाश्रमीच्या तीनही पत्नींना उदारपणे भरपूर संपत्ती दिलेली आहे. त्याही तसंच असावं म्हणून गेले कित्येक आठवडे, नव्हे कित्येक महिने देवाकडे प्रार्थना करतायत, त्याची करुणा भाकतायत. त्यांचा जन्म मरणाचाच तो प्रश्न आहे, कारण यांपैकी प्रत्येकजण मोठ-मोठ्या कर्जाच्या ओझ्याखाली दडपले गेलेत. हे जे विल माझ्या समोर आहे ते या सर्वांना श्रीमंत करणार आहे, कर्जाच्या विळख्यातून सोडविणार आहे. त्यांची आपापसातली भांडणं थांबणार आहेत. स्टॅफोर्डनेच ते बनविलं आहे आणि विलमधल्या तपशिलाबाबत, माझ्याच सूचनेनुसार त्याने त्यांच्या वकिलांना तशी ढोबळ कल्पना दिलेली आहे. प्रत्येक मुलाला साधारणपणे तीनशे ते पाचशे मिलियन डॉलर्स व प्रत्येक पत्नीला पन्नास मिलियन डॉलर्स या विलद्वारे मिळतील अशी त्यांना कल्पना दिलेली आहे. माझ्या प्रत्येक पत्नीला काडीमोड देतेवेळी मी भरपूर रक्कम दिलेली होती आणि ते आता त्या सोईस्कररीत्या विसरत आहेत.

सर्व कुटुंबांची मिळून एकत्रित रक्कम होते ३ बिलियन डॉलर. काही रक्कम कर म्हणून सरकारकडे जमा होईल अन् बाकी जी काही रक्कम राहील ती समाजोपयोगी किंवा गोरगरिबांकरिता काम करणाऱ्या संस्थांना मदत म्हणून दिली जाईल.

तर आता तुम्हाला कल्पना आली असेलच की, ही मंडळी एवढी नटून-थटून का आलेली आहेत आणि बराच काळ शुद्धीत पण आहेत. (खरं म्हणजे तसं राहता येणं हे त्यांच्या क्षमतेपलीकडलं आहे.) सगळ्यांच्या नजरा टी.व्ही.च्या पडद्याकडे रोखलेल्या आहेत, सगळे मोठ्या धीराने थांबले आहेत. अपेक्षा आहे की हा म्हातारा नक्कीच आपल्याला काहीतरी देणार आहे. त्यांनी नक्कीच त्यांच्या डॉक्टरांना सांगितलेलं असेल की ''बाबांनो, ह्या म्हाताऱ्याला तुम्ही फार फैलावर घेऊ नका, त्याला भडकवू नका, आम्हाला तो शहाणा असलेला हवाय.''

प्रत्येकजण जर समाधानी आणि आनंदात असेल तर मग कशाला हवेत हे मानसोपचारतज्ज्ञ तरी? नाही, मलाच ते हवेत. मलाच त्यांना एक चांगला धडा

शिकवायचाय. ही शेवटचीच वेळ आहे आणि हे करत असताना मला त्यात कोणतीही चूक, पळवाट नकोय. मानसोपचारतज्ज्ञ आणण्याची कल्पना माझीच आहे. पण माझी मुलं, त्यांचे वकील, यांना त्यामागची कारणं, उद्देश कळणं त्यांच्या बुद्धीपलीकडचं आहे. डॉ. झाडेल यांनी प्रथम सुरुवात केली, "श्री. फेलन, तुम्ही मला आज कोणता वार आहे, कोणती तारीख आहे, आपण कुठे जमलो आहोत हे सांगू शकाल का?"

मला तर आज अगदी बाल वर्गात बसल्यासारखं वाटतंय. मी माझी मान खाली करतो, हनुवटी छातीला टेकवतो आणि वेड्यासारखा उगाचच काहीतरी विचार करत असल्यासारखं करतो. उत्तर द्यायलासुद्धा बराच वेळ लावतो आणि त्यामुळे पाहणाऱ्यांची उत्सुकता शीगेला पोहोचण्याची वेळ येते. 'ए महाचालू माणसा, बोल बोल लवकर बोल. तुला सारं माहीत आहे, उगाच नाटक करू नकोस.'

"सोमवार" मी हलक्या आवाजात सांगतो. "सोमवार, नऊ डिसेंबर १९९६ आणि माझ्याच ऑफिसमध्ये आपण बसलो आहोत."

"आणि वेळ?"

"दुपारचे अडीच वाजले असतील." मी सांगतो. मी घड्याळ असं कधी वापरत नाही.

"आणि तुमचं ऑफिस कुठं आहे?"

"मॅकलिन-व्हर्जिनिया."

फ्लोवे आता मायक्रोफोन पुढे तोंड करून बोलायला लागला होता, "तुम्ही तुमच्या मुलांची नावं आणि जन्मतारखा सांगू शकाल का?"

"नावं सांगू शकीन पण जन्मतारखा लक्षात नाहीत."

"हरकत नाही, नावं तरी सांगा"

मी थोडा वेळ घेतो. अति उत्साहाचं प्रदर्शन करायची जरूर नाहीये. घाम फुटू दे त्यांना जरा.

"ट्रॉय फेलन ज्युनियर, रेक्स लिब्बिगैल, मेरी रॉस, गीना आणि रँबल." ही सर्व नावं मी उच्चारतो पण तसं करताना सुद्धा मनाला क्लेश होत आहेत. पुढे फ्लोवे बोलायला सुरुवात करतात, "आणखीन एक सातवं मूल होतं ना तुम्हाला! बरोबर आहे?"

"होय."

"त्याचं नाव तुम्हाला आठवतंय?"

"रॉकी."

"त्याचं काय झालं?"

"तो एका मोटार अपघातात गेला." मी माझ्या व्हीलचेअरमध्ये ताठ बसतो, डोकं उंच, डोळे त्या मानसोपचारतज्ज्ञांकडे, एकानंतर दुसऱ्याकडे, नंतर तिसऱ्याकडे रोखतो आणि कॅमेऱ्यामध्ये माझ्या मानसिक स्वस्थतेची खात्री देणारं चित्र उमटतंय. माझ्या तिन्ही बायका, माझी मुलं या सर्वांनाच माझ्याबद्दल अभिमान वाटत असेल. आपापल्या सध्याच्या जोडीदाराचे हात हातात घेऊन सर्वजण टीव्हीच्या पडद्याकडे डोळे लावून बसलेले असतील, मधूनच आपल्या वकिलांकडे नजर टाकून स्मित हास्य करीत असतील. आत्तापर्यंत तरी म्हातारबुवांकडून आपल्याला अपेक्षित असंच घडलंय.

माझा आवाज कदाचित दबलेला आणि खोल असेल. अंगावर रेशमी लांब झगा, डोक्यावर हिरवे पागोटे, सुरकुतलेला चेहरा या सर्वांमुळे मी वेडगळ आणि तऱ्हेवाईक दिसत असेन, पण प्रश्नांची उत्तरं बरोबर दिलीयत.

त्यांना आणखीन काही विचारायचंय. आता थेईशन विचारतोय, "तुमची सध्याची शारीरिक स्वास्थ्याची परिस्थिती कशी आहे?"

"बरी आहे."

"असं सांगतात की तुम्हाला कॅन्सरचा आजार आहे."

आता यांना ठणकावलं पाहिजे

मी माझे वकील स्टॅफोर्ड यांच्याकडे पाहत म्हणतो, "माझ्या माहितीप्रमाणे आता ही परीक्षा मी मानसिकदृष्ट्या स्वस्थ आहे की नाही हे पाहण्याची आहे." स्टॅफोर्डला हसू आवरत नव्हतं, पण हे काही कोर्ट नव्हतं, कुठलाही प्रश्न विचारण्याची मुभा इथे होती.

"तुम्ही म्हणता ते बरोबर आहे" थेईशन उत्तरले व पुढे ते म्हणाले, "पण माझा प्रश्न, तो विषय ध्यानात घेऊनच विचारलेला आहे."

"असं आहे काय?"

"माझ्या प्रश्नाचं उत्तर देताय का?"

"कशाबद्दल?"

"कॅन्सरबद्दल."

"आहे. माझ्या डोक्यात डोंगरी आवळ्याच्या आकाराच्या कॅन्सरच्या गाठी आहेत आणि दररोज त्या वाढताहेत, शस्त्रक्रिया करून त्या काढता येणार नाहीत. आणि माझे डॉक्टर म्हणताहेत की मी तीन महिन्यांपेक्षा जास्त जगू शकणार नाही"

खालच्या खोल्यांतून आनंद व्यक्त करण्यासाठी उघडलेल्या शँपेनच्या बाटल्यांच्या बुचांचे फट-फट आवाज मला ऐकू येतायत. बरं झालं कॅन्सर आहे हे तरी नक्की झालं.

''तुम्ही या क्षणाला कुठलेही औषध, गुंगीचे औषध, अमली पदार्थ, मादक पेयाच्या प्रभावाखाली, अंमलाखाली आहात काय?''

''नाही.''

''शारीरिक पीडा किंवा वेदना कमी करणाऱ्या गोळ्या किंवा काही औषधे तुमच्या ताब्यात आहेत का?''

''नाहीत.''

आता पुन्हा डॉ. झाडेल विचारतात, ''आपली एकूण मिळकत आठ बिलियन डॉलर्सच्या आसपास आहे असा अंदाज 'फोर्ब्स' या मासिकात साधारणपणे तीन महिन्यांपूर्वी आलेला होता, तो कितपत बरोबर असेल?''

''फोर्ब्स या मासिकातले अंदाज खरे असतात असं तुम्हाला कोणी सांगितलं?''

''मग तो आकडा बरोबर नाही?''

''बाजारभावातल्या चढ-उतारानुसार तो अकरा बिलियन डॉलर्सच्या घरात आहे.'' हे मी अगदी शांतपणे, सावकाश, आवाजात करारीपणा आणून अधिकारवाणीने सांगतो. कुणालाही माझ्या संपत्तीच्या एकूण आवाक्याबद्दल शंका नाहीये. फ्लोवेला माझ्या संपत्तीच्या तपशिलाबद्दल आणखी काही माहिती हवी आहे. तो विचारतोय, ''फेलनसाहेब तुमच्या एकूण कंपन्यांमध्ये तुमची किती रक्कम आहे आणि टक्क्यांच्या प्रमाणात तुमची त्या कंपन्यांवर किती पकड आहे हे सांगू शकाल का?''

''हो. सांगू शकेन''

''मग सांगितलंत तर बरं होईल''

''मला असं वाटतं'' मी थांबलो. सर्वांची उत्सुकता शीगेला पोचली आहे. माझी स्वत:ची खाजगी माहिती येथे सांगण्याची सक्ती नाहीये असं स्टॅफोर्डनी मला आधीच सांगितलेलं आहे. त्यांना फक्त वर-वरची आणि ढोबळ अशी माहिती द्यायला हरकत नाही.

''फेलन ग्रुप ही खाजगी संस्था आहे आणि या संस्थेच्या सत्तर निरनिराळ्या कंपन्या आहेत. यांपैकी काहींचेच शेअर्स मार्केटमध्ये उपलब्ध असतात.''

''फेलन ग्रुप ही जी संस्था आहे त्या संस्थेचा कितवा भाग तुमच्या मालकीचा आहे?''

''सत्त्याण्णव टक्क्यांच्या आसपास, बाकी टक्के कंपनीतल्या हाताच्या बोटांवर मोजण्याइतक्या काही कर्मचाऱ्यांच्या नावे आहेत.''

शिकारीच्या खेळात आता थेईशन पुढे सरसावतो आणि विचारतो, ''स्पीन कॉम्प्युटर या कंपनीमध्ये तुमचा काही भाग आहे का?''

स्पीन कॉम्प्युटर ही कंपनी आणि त्यात माझा किती भाग आहे हे मी आठवू

लागलो आणि उत्तर दिलं ''होय, ऐंशी टक्के.''

''आणि स्पीन कॉम्प्युटर्स कंपनी सर्वसामान्य लोकांच्या मालकीची आहे, म्हणजे पब्लिक लिमिटेड कंपनी आहे.''

''बरोबर आहे.''

थेईशन त्याच्या पुढ्यात असलेल्या काही अधिकृत फाईली वरखाली करतो. त्यातली एक फाईल उघडून काही कागद पाहतो. मला येथून तो एका कंपनीचा वार्षिक अहवाल आहे हे दिसतं, त्यात तीन-तीन महिन्यांच्या काळातल्या कामगिरीचे वृत्तांत आहेत, कॉलेजमध्ये जायला लागलेल्या कोणत्याही विद्यार्थ्याला ते कळू शकतील. थेईशन विचारतो, ''स्पीन कॉम्प्युटर कंपनी घेऊन किती दिवस झाले?''

''चार वर्ष.''

''त्यावेळी तुम्ही किती पैसे दिले होतेत?''

''एकेका शेअरला २० डॉलर्स, एकूण तीनशे मिलियन डॉलर्स मोजलेत मी.'' यावेळी मला या प्रश्नाचं उत्तर सावकाश द्यायचं होतं पण मला ते जमलं नाही. थेईशनला वाटणारा हेवा मला दिसतोय. तो विचारतो, ''आता त्याची किंमत किती आहे?''

''काल मार्केट बंद झालं त्यावेळी तो शेअर साडेत्रेचाळीस डॉलर्स वर बंद झाला. मी घेतल्यापासून ते दोनदा दुप्पट झाले. त्यामुळे सध्या त्याची किंमत आठशे पन्नास मिलियन डॉलर्स आहे.''

''आठशे पन्नास मिलियन डॉलर्स''

''होय.''

मूलत: परीक्षा इथेच संपलेली होती. काल संध्याकाळची किंमत मी काढू शकतो अशी माझ्या मनाची क्षमता आहे हे माझ्या प्रतिस्पर्ध्यांनी पाहिलं आहे. त्यामुळे त्यांच्याही मनात माझ्या मनाच्या संतुलनाबद्दल शंका राहायचं कारण नाहीये. माझ्या वारसांच्या चेहऱ्यांवरच्या आनंदाची कल्पना मी करू शकतो. झाडेलला आता भूतकाळात जायचंय, माझ्या स्मृतीबद्दल त्याला खात्री करून हवीय.

''फेलनसाहेब तुमचा जन्म कुठे झाला?''

''न्यू जर्सी संस्थानातल्या मॉंटक्लेअर येथे.''

''केव्हा?''

''१२ मे १९१८''

''तुमच्या आईचं माहेरचं नाव काय होतं?''

''शॉ.''

"तुमच्या आईचा मृत्यू कधी झाला?"

"पर्ल हार्बरवर हल्ला झाला त्याच्या आधी दोन दिवस."

"आणि तुमचे वडील?"

"त्यांच्या बद्दल काय?"

"ते कधी निवर्तले?"

"नाही, मला नाही माहीत. मी लहान असतानाच ते घरातून निघून गेले होते."

झाडेलने फ्लोवेकडे पाहिले. विचारायच्या प्रश्नांची एक यादी त्याने एका कागदावर तयार केली होती.

फ्लोवे विचारायला लागला, "तुमची सर्वांत लहान मुलगी कोण?"

"कोणत्या बायकोपासूनची?"

"पहिल्या बायकोपासूनची."

"हं, तिचं नाव - मेरी रॉस"

"बरोबर."

"अर्थातच बरोबर आहे."

"कुठल्या कॉलेजमध्ये ती शिकत होती?"

"न्यू ऑर्लिन्समधलं टूलेन"

"काय शिकत होती?"

"काही तरी, मध्ययुगीन काळातल्या कुठल्यातरी विषयाचा तो अभ्यास होता. इतरांप्रमाणेच तिच्याही लग्नाची एक तऱ्हाच झाली. ही अक्कल तिनं माझ्याकडून घेतलेली आहे."

मला हे मानसोपचारतज्ज्ञ ताठ होऊन मनाशी काहीतरी पुटपुटताना दिसताहेत. माझी मुलं, त्यांचे जोडीदार, त्यांचे वकील, यांच्या चेहऱ्यावर एक प्रकारचं हास्य मला दिसतंय. त्यांना सुद्धा असं वाटतंय की लग्नाच्या बाबतीत माझी एकंदरीत फसगतच झालेली आहे आणि मी जन्म दिला तो सुद्धा अशा अपत्यांना, की मला त्यांची लाज वाटावी.

फ्लोवेनी त्याचे प्रश्न संपविले.

थेईशन माझ्या श्रीमंतीच्या अवाढव्य आकाराने भारला गेलेला होता. त्याने विचारले, "माउंटन कॉम या कंपनीमध्ये तुमचा किती हिस्सा आहे?"

"तुमच्या समोर जे कागद आहेत त्यातच त्याचा तपशील आहे आणि ती सुद्धा एक पब्लिक लिमिटेड कंपनी आहे"

"त्या कंपनीत घातलेली तुमची मुळातली रक्कम किती आहे?"

"त्या कंपनीचे मी एक कोटी शेअर्स विकत घेतलेले आहेत, आणि प्रत्येक शेअर अठरा डॉलर्सला घेतलेला आहे."

"आणि आता त्याची ....."

"काल जेव्हा शेअरबाजार बंद झाला त्यावेळी एका शेअरची किंमत एकवीस डॉलर्स होती आणि वेळोवेळी मिळालेल्या बोनस शेअर्समुळे आता हे सर्व शेअर्स दोन कोटींच्या आसपास आहेत आणि या शेअर्सची किंमत होते चारशे मिलियन डॉलर्स. गेल्या सहा वर्षांत झालेली ही वाढ आहे. मला वाटतं तुमच्या प्रश्नाचं उत्तर तुम्हाला मिळालेलं आहे"

"होय मिळालं आहे – किती पब्लिक लिमिटेड कंपन्यांवर तुमचा ताबा आहे?"

"पाच."

फ्लोवेने झाडेलकडे पाहिले – मला आता अगदी वैताग यायला लागला आहे, किती वेळ हे चालणार आहे?

स्टॅफोर्डने विचारलं, "आणखी काही प्रश्न आहेत का?"

आम्हाला त्यांच्यावर कुठल्याही प्रकारचं दडपण आणायचं नव्हतं, त्यांचं पूर्ण समाधान होणं जरूर होतं. झाडेलनी विचारायला सुरुवात केली,

"आज नवीन विलवर तुम्ही सही करणार आहात काय?"

"होय, माझी तशी इच्छा आहे."

"टेबलवर तुमच्या समोर, जे दिसतंय तेच का ते विल?"

"होय."

"त्या विलप्रमाणे तुम्ही तुमच्या प्रत्येक वारसाला भरीव रक्कम देणार आहात का?"

"होय त्यात तसं आहे."

"तुम्ही विलवर सही करायला तयार आहात का?"

"होय."

झाडेलनी आपलं पेन अल्लदपणे टेबलावर ठेवलं. विचारात असल्यासारखा चेहरा केला, आपल्या हाताची घडी घातली, स्टॅफोर्डकडे नजर टाकली आणि म्हणाले, "फेलनसाहेब त्यांच्या इच्छापत्रावर आज सही करायला आणि त्यांच्या इस्टेटीतला किती भाग कोणास द्यायचा, ही व्यवस्था करायला मानसिकदृष्ट्या पूर्ण सक्षम आहेत असं माझं मत आहे." आणि हे त्यांनी ठामपणे सांगितलं.

इतर दोघांनीसुद्धा, वैयक्तिकरीत्या, "मला त्यांच्या मनाच्या संतुलनाबद्दल कुठलीही शंका नाही आणि त्यांची बुद्धिमत्ता धारदार आहे, विचार करण्याची क्षमता तल्लख आहे." असंच सांगितलं.

"यात काही शंका?" स्टॅफोर्डनी विचारलं.

"नाही आम्हाला काहीही शंका नाही."

"डॉ. थेईशन तुम्हाला?"

"आपण आता हा बालिशपणा इथेच थांबवूया. फेलनसाहेबांना आपण काय करतोय याची पूर्ण जाणीव आहे. त्यांचं मन आपणा सर्वांपेक्षा अधिक जलद गतीनं काम करतंय"

मी माझ्या मनाशीच बोलू लागलो, 'मी तुमचा आभारी आहे. तुम्ही माझ्याकरता चांगलं काम केलंय, अर्थात तुमची किंमत काय आहे ते मी जाणून आहे, तुम्ही काय वर्षाला एक लाख डॉलर्स मिळवत असाल, पण मी आजपर्यंत कित्येक बिलियन डॉलर्सची संपत्ती मिळविलेली आहे आणि तुम्ही माझ्या पाठीवर शाबासकी देताय आणि म्हणताय की, 'वा! छान, या परीक्षेत तू पास झालास हं.'

स्टॅफोर्ड त्या तिघांना विचारतोय, "मग तुम्हा तिघांचं या बाबतीत, एक मत आहे?"

त्या तिघांनी होकारदर्शक माना हलविल्या आणि म्हणाले, "होय, एक मतानं" स्टॅफोर्डनी माझ्या दिशेने तो विलचा दस्त सरकवला. माझ्या हातात पेन दिलं आणि त्या विलमध्ये मी असं म्हणतोय की, 'हे माझे, ट्राय फेलनचे शेवटचे विल आहे आणि यापूर्वीची सर्व विलपत्रे किंवा इच्छापत्रे मी आज रद्दबातल ठरवीत आहे. नव्वद पानांचं हे दस्त, स्टॅफोर्ड आणि त्यांचे सहकारी, यांनी हे विल बनविलेलं आहे. त्यातल्या मजकुराबद्दल मला कल्पना आहे, पण छापलेलं मला वाचवत नाहीये. मी हे विल वाचलेलं नाहीये आणि वाचणार पण नाही. मी एक-एक करून सर्व पानं उलटत जातो. शेवटच्या पानावर मी एक नाव खरडतो, कोणीही ते वाचू शकणार नाहीये,' त्यानंतर मी माझे हात त्या पुस्तकावर ठेवतो, काही थोडा वेळ जाऊ देतो.

ही गिधाडं ते कधीच पाहू शकणार नाहीत. 'आजची ही सभा येथे संपली असं मी जाहीर करतो' असं स्टॅफोर्डने सर्वांना सांगितलं. सर्वांनी आपापले कागद आवरले, बॅगा उचलल्या आणि उठले. तीनही कुटुंबांना, माझ्या आधी दिलेल्या सूचनेनुसार बाहेर जायला सांगितलं गेलं.

एक कॅमेरा माझ्याकडे अद्याप रोखलेल्या स्थितीत ठेवलेला आहे. त्या कॅमेरातली चित्रं आणि आवाज, माझ्या ऑफिसची सर्व महत्त्वाची कागदपत्रं ठेवण्याची जी वेगळी खोली आहे, त्यातल्या एका कॉम्प्युटरमध्ये रेकॉर्ड होत आहे. वकील व मानसोपचारतज्ज्ञ भराभर निघून गेले. मी स्नीडला माझी खुर्ची टेबलाजवळ न्यायला सांगितलं. स्टॅफोर्ड व त्याचा भागीदार डर्बन हे त्या टेबलाजवळच्या खुर्च्यांत बसलेलेच होते. आता आम्ही चौघेच त्या खोलीत होतो. मी माझ्या पायघोळ झग्याच्या एका खिशातनं एक पाकीट काढलं. ते

उघडलं. त्यातून मी पिवळसर रंगाचे कोर्ट कचेऱ्यातून वापरतात तसे तीन कागद काढले व समोरच्या टेबलावर ठेवले.

क्षणभरच माझ्या शरीरातून भीतीची एक झणक निघून जाते. कित्येक आठवड्यांच्या प्रयत्नांनी मी आजच्या या भयंकर भीतिदायक प्रसंगाला सामोरे जाण्यासाठी माझं मन तयार केलंय, पण ते प्रयत्न सुद्धा आज कमी पडतायत की काय याची मला काळजी वाटायला लागलीय.

स्टॅफोर्ड, डर्बन आणि स्नीड हे तिघेही त्या पिवळ्या कागदांकडे जरा गोंधळलेल्या स्थितीतच पाहातायत.

"हे माझं मृत्युपत्र आहे." मी हातात पेन धरून जाहीर करतो, "माझ्या स्वत:च्या हस्ताक्षरात लिहिलेलं हे माझं इच्छापत्र आहे, मृत्युपत्रसुद्धा म्हणायला त्याला हरकत नाहीये. त्यातलं प्रत्येक अक्षर अन् अक्षर मी लिहिलेलं आहे आणि काही तासांपूर्वीच हे मी लिहिलेलं आहे. आणि तुम्हा तिघांसमक्ष मी आज इथे या मृत्युपत्रावर सही करत आहे." मी माझी सही त्या कागदांवर केली. स्टॅफोर्ड कुठलीही प्रतिक्रिया व्यक्त करू शकला नाही, इतका तो दिग्मूढ झालेला होता.

"या माझ्या नव्या मृत्युपत्रामुळे मी यापूर्वी केलेली सर्व मृत्युपत्रे आणि काही मिनिटांपूर्वी केलेले मृत्युपत्रसुद्धा, रद्दबातल होत आहेत." मी नव्याने केलेल्या मृत्युपत्राचे तीनही कागद एकत्र केले. नीट त्याच्या घड्या घातल्या आणि पुन्हा पाकिटात व्यवस्थित ठेवून दिले.

मी दातांवर दात दाबून धरले आणि ज्या भयानक मरणाला मला सामोरे जायचंय त्यासाठी माझी सारी मानसिक, शारीरिक शक्ती एकटवली. मी ते पाकीट स्टॅफोर्डकडे सरकवलं आणि त्याच क्षणाला मी माझ्या चेअरपासून वेगळा होऊन उभा राहिलो. माझे पाय लटपटायला लागले होते, माझ्या हृदयाचे ठोके वाढले, नाही काही क्षणच, जमिनीपर्यंत पोचायच्या आतच माझा मृत्यू होणार आहे अशी मी माझ्या मनाची समजूत घालू लागलो.

"अऽहे," कुणीतरी ओरडले, बहुतेक स्नीडच, मी त्या सर्वांपासून दूर जात होतो.

लंगडा माणूस चालायला लागला, नव्हे तो पळायला लागला, काही खुर्च्यांच्या पुढून मी गेलो, बाजूला भिंतीवर माझं एक तैलचित्र लावलेलं होतं. माझ्या बायकोने मोठ्या हट्टाने एका पेंटरकडून ते काढून घेतलेलं होतं. त्याच्या पुढून मी गेलो. बाल्कनीच्या सरकत्या दरवाज्यापर्यंत मी पोचलो, त्या दाराला कुलूप नव्हतं ते मला माहीत होतं. कारण काही तासांपूर्वीच मी या सर्वांची रंगीत तालीम केलेली होती.

“थांबा-थांबा” कुणीतरी माझ्या मागून ओरडत येत होतं - गेल्या एक वर्षात, कुणीही मला चालताना पाहिलेलं नव्हतं. मी दरवाजाचं हँडल पकडलं- दरवाजा सरकवला आणि उघडला. बाहेरची हवा तुफान गार होती. मी अनवाणी माझ्या खोलीलगतच्या टेरेसवर पाय ठेवले. खाली न पाहता रेलिंगवर चढलो आणि झोकून दिलं.

.३.

तसं पाहिलं असता स्नीड फेलनसाहेबाच्या फक्त दोनच पावलं मागे होता. त्यांनी जर मनात आणलं असतं तर त्यानं फेलनसाहेबाला नक्कीच पकडलं असतं, पण म्हातारा खुर्चीतून उठून उभा राहतो, चालायला लागतो, नव्हे पळतो या सर्वांना स्नीडची मती कुंठित केलेली होती. नेमकं काय करावं हे त्याला सुचलं नाही. स्नीडनं गेल्या कित्येक वर्षांत फेलनसाहेबांनी केलेल्या जलद हालचाली पाहिल्या नव्हत्या.

स्नीड रेलिंगपाशी पोहोचला त्याच क्षणी त्याने एक भयानक किंकाळी फोडली आणि अगतिकतेने, सावकाश खाली पडणाऱ्या फेलनच्या शरीराकडे पाहण्याखेरीज तो काहीच करू शकला नाही. फेलनचं शरीर मध्येच पिळवटलं गेलं होतं, मध्येच हेलकावे खात होतं. खाली जात असताना जमिनीपर्यंत लहान-लहान होत गेलं. स्नीडने रेलिंगचे पाईप घट्ट पकडून धरले. खाली जे काही तो पाहत होता, त्यावर त्याचा विश्वासच बसत नव्हता. त्याच्या डोळ्यांतून टप टप अश्रू गळायला सुरुवात झाली.

स्नीडच्या मागोमाग जॉश स्टॅफोर्ड टेरेसवर रेलिंगशी आला आणि त्यानं सुद्धा फेलनचं खाली पडत जाणारं शरीर पाहिलं होतं. हे सारं झपाट्यानं झालं. त्यातल्या त्यात फेलनचं रेलिंगवरून उडी मारणं. पण त्याचा देह खाली पडण्याचा काळ त्या मानानं फार लांबल्यासारखा वाटला. जवळ-जवळ तासभर ते शरीर खाली पडत होतं असं वाटलं. सत्तर किलोचं शरीर तीनशे फूट खाली पडायला फार-फार तर पाच सेकंदच लागतील, पण स्टॅफोर्डने नंतर त्याबद्दल सांगताना फेलनचे शरीर वाऱ्यावर एखाद्या पिसासारखं तरंगत-तरंगत खाली गेल्याचं सांगितलं.

स्टॅफोर्डच्या मागोमागच टिप डर्बन रेलिंगशी आला. त्याने फेलनचं शरीर, इमारतीचे प्रवेशद्वार व त्यापुढचा डांबरी रस्ता यामधल्या विटांच्या फरसबंदीवर आपटत असताना बघितलं. डर्बनच्या हातात ते मृत्युपत्राचं पाकीट होतं. फेलनला पकडण्याच्या इराद्याने त्याच्या मागोमाग तो जेव्हा पळायला निघाला तेव्हा

पळता पळताच वाटेतल्या टेबलावरचं ते पाकीट त्याने अनवधानाने उचललं होतं. बाहेरच्या गोठलेल्या थंडीत त्याला ते जरा जास्तच जड वाटत होतं. एखाद्या भीषण सिनेमातल्या दृश्यासारखं भयानक दृश्य त्यानं आत्ताच पाहिलं होतं आणि त्याचबरोबर खाली जमिनीवर फेलन पडताना ज्यांनी पाहिलं तो कामगार, फेलनचं शरीर जिथं पडलं होतं त्या दिशेने धावत येताना तो पाहात होता.

फेलनचा मृत्यू ही घटना जितकी नाट्यमय होणं, फेलनला अपेक्षित होतं तितकी नाट्यपूर्ण ती झाली नाही. एखाद्या देवदूतासारखं किंवा हवेत विहार करणाऱ्या गंधर्व किन्नरांसारखं की, ज्याच्या मागं त्याचे रेशमी अंगरखे वाऱ्यावर तरंगतायत किंवा एखादा राजहंस जसा त्याचे रुबाबदार पंख हवेत पसरलेले ठेवून जलाशयाच्या पृष्ठभागावर, पंखांची नाजूक उघडझाप करत जसा अलगदपणे उतरतो, तसं काही तरी त्याचं शरीर जमिनीवर पडेल अशी फेलनची अटकळ होती आणि फेलनचे वारसदार इमारतीतून बाहेर पडतानाच त्याचं शरीर जमिनीवर पडताना त्यांना दिसेल असंही त्याला वाटलं होतं. पण प्रत्यक्षात तसं काही घडलं नव्हतं. त्याउलट अगदी कमी पगारावरचा एक झाडू मारणारा नोकर कारपार्क एरियामधून बाहेर पडून दुपारच्या जेवणासाठी समोरच्या कॅफेटेरियामध्ये निघाला होता. जाता जाता त्याला वरच्या मजल्यावरून कसलातरी आवाज ऐकू आला म्हणून त्याने वरच्या दिशेने पाहिलं, तेव्हा त्याला एक कृश असं नग्न शरीर, त्या शरीराच्या मानेभोवती एक मोठा गादीवरच्या चादरी सारख्या कापडाचा तुकडा अडकलेला खाली पडत असताना दिसलं अन् क्षणातच इमारतीच्या प्रवेशद्वारासमोरच्या विटांच्या फरसबंदीवर 'धडाम्' असा आवाज करून ते पाठीवर आपटलं. तो कामगार धावतच फेलनचं शरीर जिथे पडलं होतं तिथे गेला. दरवाजाशी असलेल्या सिक्युरिटीच्या माणसानीसुद्धा या कामगाराची धावपळ पाहिली आणि तो सुद्धा धावत सुटला. कामगार आणि सिक्युरिटीचा तो माणूस या दोघांनीही फेलनला प्रत्यक्ष असं कधी पाहिलंच नव्हतं, त्यामुळे हे शरीर कोणाचं आहे याची त्यांना काहीच कल्पना नव्हती. ते दोघे त्या शरीराकडे नुसते पाहातच राहिले. शरीर जमिनीवर वाकडं तिकडं होऊन पडलं होतं, त्यातून खूपच रक्त वाहायला लागलं होतं, शरीर पूर्णपणे नग्नच होतं, पायात चपला-सपाता वगैरे काहीच नव्हतं, चादरीसारख्या कापडाचा गोळा होऊन काखेत अडकला होता, शरीरातून प्राण गेलेलाच होता.

फेलननी तीस सेकंद जर उशीर केला असता ना, तर त्याची इच्छा पूर्ण झाली असती. खाली पाचव्या मजल्यावर त्याची वारसदार मंडळी बसली होती. टिरा, रँबल आणि डॉ. थेईशन आणि त्याचे वकील हे सर्व प्रथम इमारतीच्या बाहेर पडले. फेलनचं शरीर जिथे पडलं होतं त्याजागी ते सर्व प्रथम पोचले.

टिरा तर किंचाळलीच. तिची ही किंकाळी तिला अतीव दु:ख झालं किंवा तिचं खूप नुकसान झालं म्हणून नव्हती. त्या म्हाताऱ्या ट्रॉय फेलनचं शरीर त्या फरसबंदीवर अतिशय जोरात आपटल्यामुळे ठिकठिकाणी फाटलं होतं, पार लांब अंतरापर्यंत रक्त फेकलं गेलेलं, रक्ताच्या थारोळ्यात पडलेलं शरीर तिनं पाहिलं. त्या दृश्याचा तिच्या मनावर भयानक आघात झाला. तिनं फोडलेली कर्णकर्कश किंकाळी पार वर चौदाव्या मजल्यावरच्या स्नीड, स्टॅफोर्ड व डर्बन यांना ऐकू गेलेली होती. रँबलला काही विशेष वाटलेलं दिसतं नव्हतं. नेहमीच टीव्हीवर तो असे प्रसंग पाहात होता. किंकाळी फोडणाऱ्या आईपासून तो दूर झाला व आपल्या वडिलांच्या कलेवरानजिक येऊन तो वाकला. वॉचमनने त्याच्या खांद्यावर आश्वासक हात ठेवला.

प्रेताजवळ जमा झालेल्या लोकांमध्ये एक वकील होते. ते ओरडले, 'अरे, हे तर ट्रॉय फेलन आहेत.' 'अहो असं काही म्हणू नका.' तो सिक्युरिटीचा माणूस म्हणत होता. "वॉव" असं म्हणत कामगारानं आश्चर्य व्यक्त केलं. इमारतीमधून आणखी काही लोक पळत आले. जेनी, गीना, कोडी, त्यांचे मानसोपचारतज्ज्ञ फ्लोवे हेही तिथे आले. आता मात्र कोणीही किंकाळ्या फोडत नव्हतं की कोणाला रडू फुटत नव्हतं. अवाक् होऊन या मंडळींनी एक वेगळा ग्रुप केला. आणि टिरा व रँबल यांच्यापासून दूर जाऊन उभे राहिले.

आणखी एक दुसरा ग्रुप तिथे आला. हातातल्या वॉकी-टॉकीवरून एकाने अँब्युलन्स बोलावली.

"आता अँब्युलन्स बोलवून तरी काय उपयोग?" ही घटना सर्व प्रथम पाहणाऱ्या त्या कामगाराचे ते उद्गार होते. त्याने ती घटना सर्वांच्या आधी पाहिली म्हणून त्याला वेगळंच महत्त्व प्राप्त झालेलं होतं.

"मग तू तुझ्या मोटारीतून, हे प्रेत नेणार आहेस का?" वॉचमन त्या कामगाराला विचारत होता. शरीरातून बाहेर पडलेलं रक्त उताराच्या दिशेनं हळू-हळू पुढे वाहात जात होतं, फरसबंदीच्या सांध्यांमध्ये ते मुरत असलेलं रँबल पाहात होता.

इमारतीच्या मागील प्रवेश कक्षामध्ये उघडणाऱ्या लिफ्टमधून लिलियन आणि तिचा कबिला, त्यांचे वकील बाहेर पडले. ट्रॉय ज्युनियर व रेक्स यांनी या इमारतीमध्ये काही काळ काम केलेलं होतं. लिफ्टमधून बाहेर पडल्या-पडल्या सर्वजण डाव्या बाजूच्या बाहेर पडणाऱ्या मुख्य दरवाजाकडे वळले. दरवाजापाशी आल्या-आल्या कोणी तरी एकजण धावत-धावत त्यांच्या जवळ आला आणि 'फेलनसाहेबांनी वरून उडी मारलीय' असं त्यानं धापा टाकत-टाकतच त्यांना सांगितलं. त्या सर्वांनी आपला मोर्चा इमारतीच्या दर्शनी भागाकडे

वळविला, सर्वजण फेलनसाहेबांचं शरीर जिथं पडलं होतं तिथे पोचले. आता या सर्वांना फेलनच्या मेंदूतल्या गाठींची काळजी करायचं काही कारण राहिलेलं नव्हतं.

जॉश स्टॅफोर्डने जे काही पाहिलं होतं, त्याने त्याला चांगलाच धक्का बसलेला होता आणि त्यातून सावरायला आणि वकिलासारखा विचार करायला लागायला, त्याला एखादं मिनिट लागलंच. फेलनचं तिसरं कुटुंब त्याच्या शरीराजवळ येईपर्यंत स्टॅफोर्ड वरच रेलिंगशी थांबला होता. त्यानं स्नीड व डर्बनला आत जायला सांगितलं.

आतला कॅमेरा अजूनही चालूच होता. स्नीड त्या कॅमेऱ्यासमोर गेलेला होता. त्यानं त्याचा उजवा हात वर केला व त्याच्या अश्रूंना आवर घालत, 'आज मी जे इथे काही पाहिलं त्याचा खराखरा वृत्तांत मी सांगेन.' असं शपथेवर सांगितलं आणि जे जे काय त्यानं पाहिलं ते सारं सारं सांगितलं. स्टॅफोर्डने लिफाफा उघडत त्यातले पिवळसर रंगाचे कागद काढले – उघडले आणि कॅमेऱ्यासमोर नीटपणे वाचता येतील असे धरले.

"होय, काही क्षणांपूर्वी या कागदांवर सही करताना मी फेलनसाहेबांना पाहिलं आहे." स्नीड सांगत होता.

"ही सही त्यांची आहे का?" स्टॅफोर्डने विचारले.

"होय."

"हे त्यांचं शेवटचं मृत्युपत्र, इच्छापत्र आहे असं जाहीर केलेलं तुम्ही ऐकलं आहे का?"

"हो. हे त्यांचं मृत्युपत्र आहे असं ते म्हणत होते." स्नीड हे कागद वाचायला लागायच्या आतच स्टॅफोर्डनी त्याला मागे खेचले.

अशा प्रकारची साक्ष स्टॅफोर्डनी डर्बनकडूनसुद्धा घेतली. त्यानंतर स्टॅफोर्ड स्वत: कॅमेऱ्यासमोर उभा राहिला आणि त्यानं काय-काय पाहिलं हे निवेदन केलं. नंतर त्याने कॅमेरा बंद केला आणि ते तिघेजण खाली फेलनला श्रद्धांजली वाहण्यासाठी त्याच्या कलेवरापाशी आले. खाली येणाऱ्या लिफ्ट इमारतीतल्या फेलनच्या नोकरवर्गांनी भरभरून खाली येत होत्या. क्वचितच दिसणाऱ्या त्यांच्या मालकाच्या कलेवराचं अंत्यदर्शन घ्यायला सर्वजण झुरत होते. इमारत मोकळी होत होती. एका कोपऱ्यात उभं राहून स्नीड हुंदक्यांना आवर घालण्याचा प्रयत्न करत होता.

रखवालदारांनी गर्दीला मागे हटविलं, ट्रॉयचं कलेवर रक्ताच्या थारोळ्यातच होतं. दूरवरून जवळ-जवळ येत चाललेला ॲम्ब्युलन्सच्या भोंग्याचा आवाज येत होता. या घटनेची स्मृती बराच काळ राहावी म्हणून कोणीतरी फोटो घेत होते, कोणीतरी काळ्या चादरीने ते कलेवर झाकलं.

ट्रॉयच्या कुटुंबीयांना थोडं फार दु:ख झालं असणारच, पण काही मिनिटांतच त्यातून ते सावरले. सर्वांनी आपल्या माना झुकवून नजरा त्या काळ्या चादरीवर रोखल्या होत्या. भविष्यात कशा प्रकारचे मुद्दे पुढे येतील, त्याला कसं काय सामोरं जायचं अशा उद्देशाने आपल्या विचारांची आखणी मनातल्या मनात प्रत्येकजण करीत होता. त्यावेळी ट्रॉयच्या कलेवराकडे पाहणं सुद्धा अशक्य होत होतं आणि पैशाचे विचार तर मनातून बाजूला करणं तर अत्यंत कठीण होतं. अर्धा बिलियन डॉलर्स या रकमेची अभिलाषा स्वत:च्या पित्याच्या मृत्यूच्या दु:खावर कुरघोडी करीत होती.

ट्रॉयच्या नोकरवर्गाला या घटनेमुळे प्रथम धक्काच बसला. पण काही वेळाने त्याचं रूपांतर गोंधळलेल्या मन:स्थितीत झालं. इमारतीच्या शेवटच्या मजल्यावर ट्रॉयसाहेब राहतात एवढंच बऱ्याच जणांना माहीत होतं, फारच कमी जणांनी प्रत्यक्षात त्यांना पाहिलं होतं. ट्रॉयसाहेब तऱ्हेवाईक होते, चमत्कारिकपणाबद्दल त्यांची ख्याती होती, त्यांच्या वेडेपणाबद्दलसुद्धा खूप बोललं जात होतं. गेले काही दिवस ते आजारी असत असंही कानावर येत होतं. ट्रॉयला माणसं आवडायची नाहीत, एककल्ली स्वभावाचा तो माणूस होता. त्याच्या प्रसिद्ध कंपन्यांच्या अगदी वरून दुसऱ्या दर्जाच्या अधिकाऱ्यांना सुद्धा ट्रॉयचं दर्शन वर्षातून एकदाच होत असे. अगदी वरच्या स्तरावरच्या काही मोजक्याच अधिकाऱ्यांना, वर्षातून एक-दोनदाच ट्रॉयला भेटून त्यांच्याबरोबर चर्चा करायची वेळ येत असे. कंपनी फायद्यात चालतेय, कर्मचाऱ्यांचे पगार वेळच्या वेळी होतायत तर कर्मचाऱ्यांना त्यांच्या मालकाचं दर्शन झालं काय अन् नाही झालं त्यांना काही फरक पडत नव्हता.

काही मिनिटांपूर्वीच झाडेल, फ्लोवे व थेईशन या मानसोपचारतज्ज्ञ त्रिकुटाने एकमताने ट्रॉयचे मानसिक संतुलन अगदी चांगल्या प्रकारचे आहे असा निर्वाळा देऊन तसा दाखला पण दिला होता आणि काही मिनिटांतच तो चौदाव्या मजल्यावरून खाली उडी मारून आत्महत्या करतो? त्या तिघांनाही जबरदस्त काळजी वाटायला लागलेली होती. एखादा वेडा माणूससुद्धा काही थोड्याकाळापुरतं शहाण्यासारखं वागतो असं कायद्याने सुद्धा मान्य केलेलं आहे, याचा ते तिघेजण आपल्या मनाला आधार देत होते. खरोखरच हा माणूस वेडा होता, पण काही मिनिटांपुरताच तो शहाण्यासारखा वागला आणि त्या काळातच तो कायद्याला मान्य होणाऱ्या मृत्युपत्रावर सही करू शकतो. आपण जे काही सांगितलं आहे त्याला आपण ठामपणे चिकटून राहायचं असा निर्णय त्या तिघांनीही केलेला होता. भगवंताची कृपाच म्हणायची, हे सर्व व्हिडीओ टेपवर चित्रित केलेलं आहे. म्हातारा ट्रॉय जे बोलत होता ते पूर्णपणे विचारपूर्वक

बोलत होता, समजण्यासारखे बोलत होता आणि त्याची बुद्धी अगदी तल्लख होती हे त्याच्या बोलण्यातून स्पष्ट होत होतं.

कुटुंबीयांच्या वकिलांना पण धक्का बसला, पण त्याचा परिणाम फार काळ काही राहिला नाही. त्यांना दु:ख वाटायचं काही कारण नव्हतं, तरीपण दु:खी चेहरा दाखवणं जरुरीचं होतं. ते त्यांच्या पक्षकारांच्या दु:खात सहभागी होतायत असं त्यांना दाखवायचं होतं, त्यांच्या बाजूलाच उभे राहून ते करुण दृश्य पाहत होते. त्यांच्या मनात मात्र आनंद होता की यातून आपल्याला नक्कीच खूप प्राप्ती होणार आहे.

रुग्णवाहिका फरसबंदीवर आली व ट्रॉयच्या कलेवरानजिक उभी राहिली. रखवालादारांनी ट्रॉयच्या कलेवराच्या बाजूने एक कडे उभे केले. त्यापैकी एकाला बाजूला करून स्टॅफोर्ड ट्रॉयच्या प्रेतापाशी आला, एका रखवालदाराला जवळ बोलावलं त्याला काही सूचना दिल्या.

ट्रॉयचं शरीर एका स्ट्रेचरवर ठेवण्यात आलं व स्ट्रेचर गाडीतच ठेवून गाडी गेली सुद्धा.

करामध्ये सवलत मिळायची म्हणून ट्रॉय फेलनने आपल्या व्यवसायाचं मुख्यालय न्यूयॉर्कहून उत्तर व्हर्जिनियामध्ये, बावीस वर्षांपूर्वी हलवलं होतं. त्याने या आकाशाला गवसणी घालणाऱ्या इमारतीच्या बांधकामासाठी, इमारतीसाठीच्या आजूबाजूच्या ऐस-पैस मोकळ्या जागेसाठी चाळीस मिलियन डॉलर्स खर्च केलेले होते, पण मुख्य कचेरी व्हर्जिनियात हलविल्यामुळे त्याला करही खूपच कमी द्यायला लागत होता आणि त्यामुळे इमारतीला लागलेल्या खर्चाच्या अनेक पट त्याने करात मिळालेल्या सवलतीमुळे वाचविले होते.

एका हरलेल्या खटल्याच्या वेळी ट्रॉयची व स्टॅफोर्डची गाठ पडली. स्टॅफोर्ड खटला जिंकलेल्या पार्टीचा वकील होता. ट्रॉयला त्याची काम करण्याची पद्धत, चिकाटी, करारीपणा आवडला होता. त्याने वेळ न दवडता स्टॅफोर्डला आपल्या सर्व कायदेशीर सल्ल्यांसाठी व न्यायालयात खटले चालविण्यासाठी वकील म्हणून नेमून टाकलं. गेल्या दहा वर्षांत स्टॅफोर्डच्या कामाचा पसारा दुपटीने वाढला होता आणि तो ट्रॉयचे न्यायालयातले खटले चालवून अमाप संपत्तीचा धनी झालेला होता.

ट्रॉयच्या आयुष्यातल्या शेवटच्या काही वर्षांत, स्टॅफोर्डशिवाय कोणालाही त्याचा एवढा सहवास मिळाला नव्हता. स्टॅफोर्ड आणि डर्बन चौदाव्या मजल्यावरच्या खास सभा परिषद ठरविण्यासाठीच्या खास हॉलमध्ये आले आणि आतून त्यांनी दरवाजा बंद करून घेतला. स्नीडला त्यांनी खाली जाऊन विश्रांती घ्यायला सांगितली.

हॉलमध्ये कॅमेरा चालू केला, स्टॅफोर्डने लिफाफा उघडला आणि आतले

तीन कागद बाहेर काढले. पहिल्या कागदावर स्टॅफोर्डला ट्रॉयने लिहिलेलं एक पत्र होतं. स्टॅफोर्डने कॅमेरासमोर जाऊन बोलायला सुरूवात केली, "ह्या माझ्या हातातल्या पत्रावर आजचीच तारीख आहे, ९ डिसेंबर १९९६– सोमवार – ट्रॉय फेलननीच त्यांच्या स्वतःच्याच हाताने लिहिलेलं हे पत्र आहे. हे पत्र मला उद्देशूनच लिहिलेलं आहे. यात पाच परिच्छेद आहेत. मी आता हे पत्र वाचून दाखवितो.

'श्री. स्टॅफोर्ड यांस,

मी आता या जगात नाही. मी खाली लिहिलेल्या सूचना तुम्ही तंतोतंत पाळाव्यात. यासाठी दावा, मुकदमा, खटला वगैरे न्यायालयीन मार्ग जरी अनुसरावे लागले तरी ते करावे, पण माझ्या शेवटच्या इच्छेनुसारच कार्यवाही व्हायला पाहिजे.

पहिली बाब म्हणजे मृत्युपश्चात होणारी शवविच्छेदन तपासणी, ही लवकरात लवकर करावी. भविष्यकाळात उद्भवणाऱ्या काही प्रश्नांना उत्तरे देणे तुम्हाला सोपे जाईल हे त्याच्या मागचं कारण.

दुसरा मुद्दा, माझ्या प्रेतावर मृत्युपश्चात करतात त्या प्रकारचे कुठलेही अंत्यसंस्कार करू नयेत. माझ्या शरीराचे दहन करावे, अस्थी व रक्षा विमानाने व्योमिंगमधल्या माझ्या शेतांवर पसरावी.

तिसरा महत्त्वाचा मुद्दा म्हणजे माझे मृत्युपत्र १५ जाने १९९७ पर्यंत गुप्त ठेवावे. लगेचच ते सर्वांना उघडे करून दाखवावे असा कुठलाही कायदा अस्तित्वात नाही. महिनाभर काही करू नका, गप्प राहा.

आता रजा घेतो.

ट्रॉय.'

स्टॅफोर्डने पहिला कागद अलगदपणे टेबलावर ठेवला आणि काळजीपूर्वक दुसरा उचलला. क्षणभर विचारपूर्वक त्याचं निरीक्षण केलं आणि कॅमेऱ्याला उद्देशून म्हणाला, "ट्रॉयसाहेबांचे हे शेवटचं मृत्युपत्र आहे, हे एक पानी आहे, ते मी आता वाचतो.

'ट्रॉय एल् फेलनचे हे शेवटचे मृत्युपत्र आहे. मी ट्रॉय फेलन पूर्णपणे शुद्धीत असून माझ्या पूर्ण अक्कलहुषारीने, माझे मत, माझी स्मृती हे चांगल्या स्थितीत असताना, हे मृत्युपत्र करीत आहे. या मृत्युपत्राद्वारे, मी यापूर्वी केलेली सर्व मृत्युपत्रे रद्दबातल झालेली आहेत. मी माझ्या मिळकतीची खालील प्रमाणे व्यवस्था लावत आहे.

माझी अपत्ये ट्रॉय फेलन जुनियर, रेक्स फेलन, लिब्बिगैल जेटर,

मेरी रॉस जॅकमन, गीना स्ट्राँग आणि रँबल फेलन यांना प्रत्येकांना, आजच्या मितीला जे काही देणं असेल ते देणं भागविता येण्याएवढी रक्कम देण्यात यावी असे येथे मी नमूद करीत आहे. आजच्या तारखेनंतर केलेलं देणं भागविण्यासाठी यामधून काहीही द्यायचं नाही आणि या मुद्यावर जर कोणी कोर्टात गेलं तर त्याला काहीच देण्यात येऊ नये.

माझ्या पूर्वाश्रमीच्या पत्नी लिलियन, जेनी आणि टिरा यांना मी काही देणार नाही, कारण त्यांना सोडचिठ्ठी देतेवेळी मी मजबूत रकमा दिलेल्या आहेत.

रॅचेल लेन नावाची माझी आणखी एक मुलगी आहे. तिचा जन्म २ नोव्हेंबर १९५४ रोजी, लुझियाना प्रांतातल्या न्यू ऑर्लिन्समधल्या कॅथॉलिक हॉस्पिटलमध्ये झालेला आहे. एव्हलीन कनिंगहॅम हे तिच्या आईचं नाव होतं. तिची आई आता या जगात नाहीये, त्या रॅचेलला मी माझी उरलेली मिळकत देत आहे.''

स्टॅफोर्डनी ही नावं कधीच ऐकलेली नव्हती. त्यांनीसुद्धा एक आवंढा गिळला व पुढे वाचन चालू ठेवलं. ''माझा विश्वासू वकील मित्र जॉश स्टॅफोर्ड याला मी या मृत्युपत्राचा एकमेव विश्वस्त म्हणून नेमत आहे व या मृत्युपत्रातल्या सूचनांनुसार कार्यवाही करून घेण्यासाठी लागणारे सर्व अधिकार मी त्याला देत आहे. हे हस्तलिखित मृत्युपत्र लेख म्हणून गणला जावा, यामधील प्रत्येक शब्दन् शब्द मी माझ्या स्वत:च्या हाताने लिहिलेला आहे आणि आता येथे खाली मी माझी सही करीत आहे.

सही – ९ डिसेंबर १९९६''

स्टॅफोर्डने तो कागद टेबलावर ठेवला. कॅमेऱ्याकडे पाहून आपले डोळे जरा किलकिले केले. त्याला आता बाहेर मोकळ्या हवेत चक्कर मारून यायला पाहिजे असं वाटायला लागलं होतं, पण त्याच्यामागे हे टाळता न येणारं काम होतं. त्याने तिसरा कागद उचलला आणि म्हणाला, ''या कागदावर एकच परिच्छेद आहे त्यात मलाच उद्देशून लिहिलेला मजकूर आहे आणि हा मी आता वाचतो,

'जागतिक आदिवासी कल्याणसंघ संस्थेची रॅचेल लेन ही एक सभासद आहे. ती सध्या ब्राझील-बोलिव्हिया या सीमा क्षेत्रातल्या आदिवासींच्यात काम करत आहे. त्या क्षेत्राचं नाव आहे पेंटॅनल. त्या भागात जाण्यासाठी कोरूंबा हे अगदी जवळचं शहर आहे. मला तिला काही शोधता आलं नाही. गेल्या वीस वर्षांत माझी तिची गाठ नाही. खाली सही आहे.

ट्रॉय फेलन'

डर्बनने कॅमेरा बंद केला. स्टॅफोर्ड अजूनही दोन-दोनदा, तीन-तीनदा ते मृत्युपत्र वाचत होता, त्यावेळी डर्बनने टेबलाच्याभोवती दोनदा प्रदक्षिणा मारली.

''तुला माहीत होतं की त्यांना एक अनौरस मुलगी होती ते?''

स्टॅफोर्डचं त्याकडे लक्ष नव्हतं, तो निराळ्याच विचारात भिंतीकडे टक लावून पाहात होता. ''नाही, आजपर्यंत त्यांच्यासाठी मी अकरा मृत्युपत्रं केली, पण तिचा उल्लेख त्यांनी कधीच केला नव्हता.''

''पण आपण याबद्दल कुठलंही आश्चर्य सुद्धा व्यक्त करायचं नाही''

ट्रॉय फेलनच्या बाबतीत, त्याच्या कुठल्याही कृत्याचं किंवा त्याच्या बाबतच्या कुठल्याही घटनेचं त्याला आश्चर्यच वाटेनासं झालेलं आहे, असं स्टॅफोर्डनं यापूर्वी बऱ्याच वेळा सांगितलेलं होतं. व्यवहारात किंवा त्यांच्या खाजगी जीवनात तो कमालीचा तऱ्हेवाईक किंवा विचित्र वागायचा, गोंधळलेल्या मन:स्थितीत असल्या-सारखा वाटायचा. फेलनच्या सगळ्या भानगडी, लफडी स्टॅफोर्डच निस्तरत असे व असं करताना स्टॅफोर्डने सुद्धा कित्येक मिलियन डॉलर्सची माया जमविली होती.

पण आज मात्र त्याची मती गुंग झाली होती. एखाद्या नाट्यमय प्रसंगात शोभेल अशी आत्महत्या त्यानं आज पाहिली होती. एक व्हीलचेअरला जखडली गेलेली अपंग व्यक्ती एकदम उठून उभी राहते काय आणि पळत-पळत जाऊन कठड्यावरून खाली उडी घेते काय, सारे आश्चर्यकारकच! त्याच्या हातात एक कायदेशीर मृत्युपत्र होतं स्वत:च्या हाताने घाई-घाईत लिहिलेलं, दोन-तीन परिच्छेदांचा मजकूर लिहिताना त्यामागे काही सलग विचार होता असंही नाही, कोणालाही माहीत नाही अशा अपरिचित वारसाला प्रचंड मिळकत देऊन टाकलेली. विचित्रपणाचा कळस होता आणि आता ही मिळकत या नव्या वारसाच्या नावावर करताना भराव्या लागणाऱ्या कराची रक्कम सुद्धा भयानकच असेल.

''टिप, मला आता एखादा पेग घेणं जरुरीचं वाटतंय.'' तो म्हणाला.

''हे फार लवकर होतंय.''

ते दोघेजण शेजारच्याच खोलीमध्ये असलेल्या फेलनच्या ऑफिसमध्ये गेले, सगळी कपाटं, कप्पे, कशालाच कुलपं नव्हती. ऑफिसमधले सेक्रेटरी, गडीमाणसं, कारकून सर्वच्या सर्वजण अद्याप तळमजल्यावरच होते.

खोलीत शिरल्या-शिरल्या त्यांनी दार लावून घेतलं. सर्व कपाटं- टेबलांचे सर्व कप्पे-ड्रॉवर्स-फाईली ठेवण्याची कपाटं सर्व तपासलं - आणि अशाप्रकारे या दोघांनी हे सर्व तपासावं अशी ट्रॉयची पण अपेक्षा होतीच - अन्यथा ट्रॉयनी त्याची स्वत:ची खाजगी कपाटं-टेबलं अशी कुलूप न लावलेल्या स्थितीत

ठेवणंच शक्यच नव्हतं. ट्रॉयला खात्री होती, की ट्रॉयनं आत्महत्या केल्यानंतर लगेचच जॉश या खोलीत येणार. टेबलाच्या मधल्या ड्रॉवरमध्ये अलेक्झांड्रियामधल्या विद्युत दाहिनीच्या व्यवस्थापकांबरोबर पाच आठवड्यांपूर्वी केलेल्या, त्याच्या मृत्यूनंतर त्याच्या शवाचे दहन करण्याबाबतच्या कराराची एक प्रत होती आणि या कराराच्या खालीच, वर्ल्ड ट्राईब्ज मिशन तथा जागतिक आदिवासी कल्याण संघ या संस्थेची एक फाईल होती.

जे काही त्यांना बरोबर नेता येणं शक्य होतं ते त्या दोघांनी बरोबर घेतलं. स्नीडला शोधून काढलं. त्याला ऑफिस बंद करून कुलूप लावायला सांगितलं. स्नीडनं तेवढ्यात विचारलं, "या शेवटच्या मृत्युपत्रात काय आहे?" त्याचा चेहरा फिका पडला होता. डोळे सुजलेले होते. फेलनसाहेबांनी त्यांच्या मृत्युपत्रात त्याच्या-साठी नक्कीच काहीतरी ठेवलं असणार त्याशिवाय ते नाही जायचे, त्याचं पुढचं आयुष्य काढण्यासाठी काही तरी तरतूद हवीच ना? गेली तीस वर्षं त्यानं इमानेइतबारे फेलनसाहेबांची चाकरी केलेली आहे.

"आत्ता तर काही सांगता येणार नाही." स्टॅफोर्ड म्हणाले. "उद्या मी परत तपासणी करून यादी करण्यासाठी येणार आहे. कोणालाही आत जाऊ देऊ नकोस."

"होय साहेब." स्नीड हुंदके देत-देत, डोळे पुसत म्हणत होता.

नंतर अर्धा तास स्टॅफोर्ड आणि डर्बन एका पोलीस अधिकाऱ्याबरोबर होते, त्याला सर्व वृत्तांत कथन केला, रेलिंग वरून फेलननी उडी कशी घेतली वगैरे वगैरे, घटना त्यावेळी प्रत्यक्ष कोणी कोणी पाहिली, त्यांची नावं, पत्ते सांगितले. फार तपशिलात न जाता फेलनच्या शेवटच्या पत्राचा पण त्यांनी उल्लेख केला. ही एक सरळ-सरळ आत्महत्या होती. पोस्टमार्टेमची एक प्रत इन्स्पेक्टरला द्यायचं स्टॅफोर्डनी कबूल केलं. तपासणी झाली, चौकशी संपली- पोलिसांनी केस बंद केली आणि ते गेले.

मृत्यूनंतरची तपासणी करणाऱ्या अधिकाऱ्याला या दोघांनी गाठलं, पोस्ट-मार्टेमबद्दलची व्यवस्था झाली. "कशासाठी करायचं हे पोस्टमार्टेम?" डर्बनने हलक्या आवाजात स्टॅफोर्डला विचारलं.

"मृत्यूपूर्वी त्यानं कुठल्याही अमलीपदार्थाचं सेवन केलं नव्हतं– दारू प्यायली नव्हती हे सिद्ध करण्यासाठी. बरं-वाईट, योग्य-अयोग्य याबद्दल विचार करण्याची क्षमता शाबूत होती हे त्यांच्याकडून सिद्ध करून घ्यायचं आहे. फेलननी प्रत्येक बाबतीचा संपूर्ण विचार केलेला दिसतो."

त्यांच्या ऑफिसपासून दोनच इमारती पलीकडे असलेल्या, व्हाईटहाऊस परिसरातल्या विलार्ड हॉटेलच्या बारमध्ये दाखल व्हायला त्यांना संध्याकाळचे

सहा वाजले. एका कडक पेयाचा एक पेग मारल्यानंतरच स्टॅफोर्डच्या चेहऱ्यावर त्या दिवसाचं पहिलं हास्य दिसलं.

''त्याने प्रत्येक गोष्टीचा विचार केला होता, नाही?''

डर्बन कुठल्यातरी खोल विचारांत गढला होता तो म्हणाला, ''अतिशय निष्ठूर आहे नाही हा माणूस?'' डर्बनला बसलेला धक्क्यातून तो सावरत होता आणि वास्तवतेत येत होता.

''तुला 'होता' असं म्हणायचंय?''

''नाही, तो अजूनही इथे आहे आणि तोच सर्व काही ठरवतोय.''

''त्याचे जे वारस आहेत ना, ते किती महामूर्ख आहेत याची तुला कल्पना आहे? एका महिन्यात या संपत्तीची ते वाट लावून टाकतील.''

''आपण या शेवटच्या मृत्युपत्राची त्यांना माहिती देत नाही हे कायद्यात बसत नाहीये.''

''नाही. आपण सांगूच शकत नाही. आपल्याला तशी आज्ञा आहे.''

वकिलांचे पक्षकार एकमेकांचे नातेवाईक असूनसुद्धा आपापसातल्या वैरामुळे एकमेकांबरोबर बोलू शकत नव्हते. वकिलांना तर एकमेकांच्या सहकार्याने कामं करण्याची एक नामी संधी उपलब्ध झालेली होती. हार्क गेटी हा रेक्स फेलनचा वकील होता. हार्कने रेक्सच्या खूप खटल्यांची काम पाहिली होती. हार्क जरा जादा ताठ होता. हार्कने त्याच्या मॅसॅच्युसेटस मधल्या ऑफिसमध्ये आल्या-आल्या आपण मीटिंग घेऊया असं सुचवलं होतं. ट्रॉय ज्युनियर, त्याचे वकील, लिब्बिगैल आणि तिचे वकील ही मंडळी, ट्रॉय फेलनचे शरीर ॲब्युलन्समध्ये चढवलं जात होतं ते पाहात असतानाच हार्कनं त्यांना तसं सुचवलं होतं.

ही सूचना खरोखरच रास्त होती म्हणून इतर वकील ती नाकारू शकले नाहीत. फ्लोवे, झाडेल व थेईशन यांच्या बरोबर ते दोन्ही वकील हार्कच्या ऑफिसमध्ये सायंकाळी पाचनंतर आले. न्यायालयातल्या कामकाजाचं वृत्त देणारा एक वार्ताहर व दोन व्हिडीओ चित्रीकरण करणारे तेथे उपस्थित होतेच.

या आत्महत्येनं या सर्वांना नाउमेद करून टाकलं होतं. तीन वकिलांनी एकत्र बसून प्रत्येक मानसोपचारतज्ज्ञांना वेगळं घेऊन अनेक प्रश्न विचारले. रेलिंगवरून खाली उडी मारण्यापूर्वीची ट्रॉय फेलनची वास्तवातील मानसिक स्थिती खरोखरच कशी होती हे माहिती करणं हाच उद्देश होता.

या तीनही डॉक्टरांचं म्हणणं एकच होतं की, ट्रॉयने जे काही केलं आणि तो जे काय करत होता याचं पूर्ण भान त्याला होतं, याबद्दल त्यांना तीळमात्र शंका नाही. त्याचं मानसिक संतुलन अतिशय चांगल्या प्रकारचं होतं, मनानं

खंबीर होता आणि स्वतःचं मृत्युपत्र तयार करण्यासाठी आणि ते स्वतः लिहून काढण्यासाठी तो पूर्णपणे सक्षम होता. आत्महत्या करायला तुम्ही वेडंच असायला पाहिजे असं काही नाहीये, हे त्यांनी पुनःपुन्हा सांगितले. सर्वांनी आपापले विचार सांगितल्यानंतर ८.३० ला सर्वजण जाण्यासाठी उठले.

.४.

'फोर्ब्ज' या नियतकालिकाच्या माहितीनुसार अमेरिकेतल्या श्रीमंत लोकांच्या यादीत ट्रॉय फेलनचा दहावा क्रमांक लागत होता. वृत्तपत्रे आणि माहितीप्रसारण यंत्रणा माध्यमांनी दखल घेण्याजोगी त्याच्या मृत्युची घटना होती. त्यातल्या त्यात त्याने ज्या प्रकारे आत्महत्या करण्याचा प्रकार निवडला तो तर नक्कीच सनसनाटी होता.

फॉल्स चर्च भागातल्या लिलियनच्या बंगल्याबाहेर वार्ताहरांचा एक गट, कुटुंबातला कोणी एक प्रवक्ता बाहेर येऊन काही तरी बातमी देईल या आशेने उभा होता. त्यांच्यातल्या काहींनी आपल्याबरोबर व्हिडीओ कॅमेरे आणलेले होते. ते बंगल्यात जाणारे व बाहेर येणारे, जवळपासचे शेजारी किंवा नातेवाईक यांना गाठून त्यांना काही प्रश्न विचारून, त्यांच्याकडून बंगल्यामधल्या ट्रॉयच्या वारसदारांची हालहवाल किंवा ते काय करतायत याची माहिती विचारत होते.

आतमध्ये फेलनची मोठी चार मुलं त्यांच्या जोडीदारांसह, आपल्या मुलाबाळांसह थांबलेली होती व त्यांच्या दुःखात सहभागी होण्यासाठी आणि समाचाराला येणारी नातेवाईक व मित्र मंडळी त्यांना भेटत होती. त्यांच्यासमोर फेलन कुटुंबीय अत्यंत गंभीर व दुःखी चेहरे करून बसत होते आणि ते गेल्याक्षणीच वातावरण पार बदलून जात होतं. फेलनची एकूण अकरा नातवंडं होती. ट्रॉय ज्युनियर, रेक्स, लिब्बिगैल आणि मेरी रॉस यांना नातवंडं बरोबर असल्यामुळे फेलनच्या मृत्युमुळे त्यांना झालेला आनंद दाबून टाकून चेहरे दुःखी ठेवणं फार जड जात होतं. सर्वजण उंची मद्याचा आस्वाद घेत होती. शँपेनचं वाटप होत होतं. आपल्या मृत्यूनंतर आपल्या कुटुंबीयांनी मुळीच दुःख करू नये असे म्हाताऱ्या ट्रॉयला सुद्धा वाटत असणारच. त्यातल्या त्यात वयाने मोठी असलेली नातवंडं आई वडिलांपेक्षा जास्तच दारू पीत होती.

घरातल्या टीव्हीवर सीएनएन स्टेशन लावून ठेवलेलं होतं. त्यावर अर्ध्या-अर्ध्या तासांनी ट्रॉय फेलनच्या नाट्यपूर्ण मृत्यू संबंधातला, नुकताच हाती आलेल्या माहितीचा तपशील सांगितला जात होता.

आर्थिक क्षेत्रातल्या एका जाणकार वार्ताहराने दहा मिनिटांचा एक कार्यक्रम

सादर करून त्यात फेलनने त्याचा आर्थिक-व्यावसायिक उत्कर्ष कसा करून घेतला, त्याची एकूण मालमत्ता किती आहे व त्याने ती कशी मिळविली याची माहिती दिली. कुटुंबीय मंडळी गालातल्या गालात हसत होती.

लिलियनने ओठांवर ओठ दाबून धरले होते. चेहरा दुःखी ठेवला होता- दुःखातिरेकाने म्लान झालेल्या विधवेची भूमिका ती निभावत होती. आज स्वस्थ बसून राहणे- पुढच्या घटना काय घडतील व त्याबाबत कशी पावलं टाकायची ते आपण उद्या पाहू असं तिनं ठरविलं होतं.

दहाच्या दरम्यान वकील हार्क गेटी आला. त्याचं आणि स्टॅफोर्डचं काय बोलणं झालं ते सांगितलं. फेलनच्या बाबतीत शेवटचे अंत्यसंस्कार काही होणार नाहीत. शव तपासणी-पोस्टमार्टेम होणार आहे व त्यानंतर त्याचं दहन होणार, रक्षा व अस्थी शेतांवर पसरवण्यात येणार आहेत. याबद्दलच्या सूचना फेलनने स्वतः लेखी स्वरूपात दिलेल्या आहेत. स्टॅफोर्डने त्याच्या पक्षकाराच्या इच्छा, आज्ञा, सूचना योग्य तऱ्हेने पाळल्या जाण्यासाठी वेळ पडली तर आपण न्यायालयीन मार्गाचा सुद्धा अवलंब करू असं सांगितलं, अशी माहिती गेटीने दिली.

ट्रॉयनी आपल्या स्वतःच्या शरीराची विल्हेवाट कशी लावावी याबद्दल लिलियन आणि तिच्या मुलाबाळांना सुतराम पर्वा नव्हती, पण गेटी हार्क जे काही सांगत होता त्याबद्दल त्यांना हरकत घेणे जरूर होते. "मृत्युपश्चात करावयाचे संस्कार आणि विधी, ट्रॉय फेलनच्या बाबतीत करायचे नाहीत हे कसं चालेल?" लिब्बिगैलने दाटलेल्या गळ्यातून गदगदत्या स्वरांत, डोळ्यांत अश्रू आणून हे उद्गार काढण्याचं नाटक एखाद्या सराईत कलाकाराप्रमाणे केलं. "मी याला आक्षेप घेऊ शकणार नाही" गेटीने गंभीरपणे सांगितले."स्वतः फेलनने त्याच्या मृत्युपूर्वी अगदी थोडाच काळ त्याच्या स्वतःच्या हस्ताक्षरात या सूचना लिहिलेल्या आहेत आणि त्याचं पालन होणं जरूर आहे असं कोर्टच सांगेल."

त्यावर ते काही बोलले नाहीत. वेळ आणि वकिलांच्या फीमध्ये पैसे घालविण्यात काहीच अर्थ नाही आणि दुःख करण्याच्या नाटकातसुद्धा फार वेळ घालवू नये असंच सर्वांचं मत पडलं. ट्रॉय फेलनला जे-जे हवं ते-ते त्यानं मिळवलं होतं! त्याला ते मिळालं असं आपण म्हणू, याबाबतीत भांडत बसलं तर कटुताच वाढेल आणि जॉश स्टॅफोर्डबरोबर भांडणं फार धोक्याचं असतं हे त्यांना माहीत होतं.

"आपण ट्रॉय फेलनच्या इच्छेविरुद्ध नाही." असं लिलियन म्हणाली. तिच्या मुलांनी त्याला होकार दिला.

या चर्चेच्यावेळी मृत्युपत्राचा उल्लेख सुद्धा झाला नाही किंवा त्यांना ते

केव्हा पाहायला मिळणार याबद्दलही काही बोलणं झालं नाही. पण सगळ्यांच्याच मनात आत कुठेतरी मृत्युपत्राबद्दलची उत्कंठा होतीच, पण पुढचे काही तास तरी दु:खी चेहऱ्याचा मुखवटा घेऊन आपण वावरावं आणि नंतर आपण व्यवहाराच्या मुद्द्यावर येऊ असं सर्वांनी ठरवलं. प्रेताजवळ कोणालाही बसायला लागणार नव्हतं. दफनापूर्वीचे संस्कार नव्हते किंवा शोकसभाही नव्हती म्हणून दुसऱ्या दिवशीच एकत्र जमून हे वारस इस्टेटीच्या वाटपाचा मुद्दा पुढे करतील असं दिसत होतं.

"पोस्टमार्टेमची तपासणी कशासाठी करायचीये?" रेक्सने विचारलं.

"मला कल्पना नाही" गेटीने उत्तर दिले. "ट्रॉय फेलननी स्वत:च्या हस्ताक्षरांत ज्या काही सूचना दिल्यात त्यात ही एक आहे. स्टॅफोर्डला सुद्धा त्या मागचा उद्देश माहीत नसावा."

हार्क गेटी गेले. कुटुंबीयांनी आणखी थोडी दारू प्यायली. आता समाचाराला येणारे लोक थांबले होते म्हणून लिलियन झोपायला गेली. लिब्बिगैल आणि मेरी रॉस त्यांच्या त्यांच्या कुटुंबासह त्यांच्या घरी गेले. ट्रॉय ज्युनियर आणि रेक्स तळघरात बिलियर्ड खेळायला गेले. तिथे त्यांनी आतून दार लावून घेतलं आणि आणखी व्हिस्की प्यायले. मध्यरात्रीच्या सुमाराला बिलियर्डच्या टेबलावर वाटेल तिथे चेंडू मारत होते, खलाश्यांसारखे तर्र झालेले होते, त्यांच्या वाट्याला येणाऱ्या तुफान संपत्तीमुळे झालेला आनंद साजरा करीत होते.

दुसऱ्या दिवशी सकाळी ८ वाजता फेलन ग्रुपच्या सर्व कंपन्यांच्या मुख्य अधिकाऱ्यांना स्टॅफोर्डने एक भाषण दिलं. हे सर्व अधिकारी अस्वस्थच होते. दोन वर्षांपूर्वी स्वत: फेलननी स्टॅफोर्डला डायरेक्टर बोर्डच्या समितीवर घेतलं होतं, त्यावेळी त्याला त्याचा विशेष आनंद झाला नव्हता.

व्यावसायिक क्षेत्रात, फेलन ग्रुपची गेल्या दहा वर्षांतली कामगिरी - त्या ग्रुपच्या संस्थापकाच्या विशेष काही मदतीशिवाय, वाखाणण्याजोगी झालेली होती. तसं पाहिलं तर गेली काही वर्षं मंदीचीच गेली, त्यामुळे ट्रॉय फेलनचं व्यवसायातलं स्वत:चं मन उडालं होतं, त्यामुळे दैनंदिन व्यवहारात लक्ष घालणं त्यानं कमी केलेलं होतं. तो फक्त शेअरबाजारावर लक्ष ठेवून असे. त्यात होणाऱ्या चढ-उतारामुळे त्याच्या एकूण मिळकतीत जी वाढ किंवा घट होत होती, तेच पाहण्यात त्याला रस उरलेला होता.

पॅट सालोमन हा सध्या फेलनग्रुपमध्ये सर्वांत वरचा अधिकारी होता. पॅट सालोमन – कंपनी क्षेत्रातला दर्दी माणूस. ट्रॉय फेलनने त्याला वीस वर्षांपूर्वी आपल्या नोकरीत घेतला. पॅट आपल्या इतर सात अधिकाऱ्यांसह या सभेला

उपस्थित होता आणि हे सर्व अधिकारी खोलीत आल्यापासूनच अस्वस्थ होते. या अस्वस्थपणाला सबळ कारणं पण होती. ट्रॉय फेलनच्या बायका, त्यांची मुलं, कुटुंबीय यांना ग्रुपमधील सर्व अधिकारीवर्ग पूर्णपणे ओळखून होता. संपूर्ण फेलन ग्रुपचा व्यवहार या कुटुंबीयांच्या तंत्राने आता चालवायला लागतो की काय अशा प्रकारची अस्पष्ट भीती त्यांच्या मनात दाटून राहिलेली होती.

ट्रॉय फेलनच्या पार्थिवाचं दहन करावं अशी इच्छा फेलननी त्याच्या मृत्युपत्रात व्यक्त केलेली आहे, असं जॉशनं सभेच्या सुरुवातीलाच सांगून टाकलं आणि म्हणाला, "रुढीनुसार मृत्युपश्चातचे धार्मिक संस्कार किंवा विधी वगैरे काहीही होणार नाही आणि अशा वेळी आपण मृताबद्दलचा आपला आदर व्यक्त करून मृतात्म्याला श्रद्धांजली वाहतो तसं काही आपल्याला यावेळी करता येणार नाहीये आणि हे सांगायला मला फार वाईट वाटतंय."

हे सर्वांनी शांतपणे ऐकून घेतलेलं होतं. एखाद्या सामान्य व्यक्तीने स्वतःच्या बाबतीत अशा गोष्टींना फाटा दिल्याने कोणाला विशेष काही वाटलं नसतं, पण ट्रॉयच्या बाबतीत त्याने असा मार्ग अनुसरला याचं सर्वांना आश्चर्य वाटत होतं.

"आता हा ग्रुप कोणाच्या मालकीचा होणार?" सालोमनने विचारलं.

"आत्ता तर मला काही सांगता येणार नाही." स्टॅफोर्ड म्हणाले आणि उडवा-उडवीचं, संदिग्ध आणि समाधान न करणारं उत्तर तो देत होता याची त्याला पूर्ण कल्पना होती.

"चौदाव्या मजल्यावरून खाली उडी मारण्यापूर्वी ट्रॉयने एका मृत्युपत्रावर सही केली, त्यात त्यांनी हे मृत्युपत्र काही काळासाठी प्रसिद्ध करू नये अशी सूचना केलेली आहे. त्यामुळे आता या क्षणाला तरी त्यात काय आहे हे मी तुम्हाला सांगू शकत नाही"

"मग कधी सांगणार?"

"लवकरच, पण आत्ता तरी नाही."

"मग काम आहे असंच चालू ठेवायचं? नेहमीप्रमाणे?"

"बरोबर! हे संचालक मंडळ आहे ते असंच राहणार, कोणाचीही नोकरी जाणार नाहीये. कंपनी गेले काही आठवडे ज्याप्रमाणे चालली होती त्याप्रमाणेच उद्याही आणि पुढे काही दिवस चालू राहील."

ऐकायला सर्वांना हे छानच वाटत होतं, पण कोणी त्यावर विश्वास ठेवायला तयार नव्हता. या ग्रुपची मालकी नक्कीच एकाकडून दुसरीकडे जाणार असं त्यांना वाटत होतं. आपल्या ग्रुपमधल्या नोकरदारांना फेलननी चांगले पगार दिले, पण ग्रुपच्या व्यवहारात, त्यांना काही प्रमाणात भागीदारी देऊन ग्रुपच्या नफ्यामध्ये भागीदार करून घ्यावं असं फेलनला कधी वाटलं नव्हतं. फक्त तीन

टक्के शेअर्स त्याने आपल्या मर्जीतल्या अधिकाऱ्यांना दिले होते.

सभेच्या कामकाजाच्या माहितीबद्दल वर्तमानपत्रांच्या बातमीदारांना जो मसुदा द्यायचा होता त्याचा तपशील तयार करण्यात त्यांनी एक तास घालविला आणि त्यानंतर एका महिन्यानंतर आपण परत भेटू असं ठरवून, सभा बरखास्त झाल्याचे स्टॅफोर्डने सांगितलं. सभा संपली.

हॉलच्या बाहेर आल्या-आल्या पॅसेजमध्ये डर्बन त्याला भेटला, दोघं मिळून पोस्टमार्टेमचा रिपोर्ट आणायला म्हणून बाहेर पडले.

रिपोर्ट तयार होता. मृत्यूचं कारण उघड होतं. मादक किंवा अमली पदार्थांचा लवलेशही नव्हता, की कुठल्याही प्रकारच्या कर्करोगाचा मागमूस नव्हता, इतर कुठल्या प्रकारच्या गाठीपण नव्हत्या. त्याच्या मृत्यूच्या वेळी ट्रॉयचं शारीरिक स्वास्थ्य हे अगदी उत्तम प्रकारचं होतं, पण मृत्यूच्या वेळी मात्र तो दुबळा झालेला होता आणि त्याचं कारण म्हणजे त्याची गेल्या काही दिवसांतली झालेली खाण्यापिण्याची अबाळ.

टिपनं शांततेचा भंग केला. त्यावेळी ते दोघे पोटोमॅक नदीवरच्या रुझवेल्ट पुलावर होते. "ट्रॉयला स्वत:ला मेंदूचा कर्करोग आहे असं त्यांनी तुम्हाला कधी सांगितलं होतं?"

"होय, बऱ्याच वेळा." स्टॅफोर्ड गाडी चालवत होता. आपण कोणत्या रस्त्यानं चाललो आहोत, कुठल्या पुलावर आहोत, आजूबाजूने जाणाऱ्या गाड्या, या कशा-कशाचं भान नसल्यासारखी त्याची स्थिती झालेली होती.

मनाशी तो विचार करत होता, आणखी काय-काय झटके देणार आहे हा ट्रॉय देव जाणे!

"जॉश, तो खोटं का बोलला?"

"कुणास ठाऊक?" तो चौदाव्या मजल्यावरून उडी मारणाऱ्या व्यक्तीच्या मनाच्या स्थितीचं विश्लेषण करू लागला. "मेंदूचा कर्करोग म्हणजे सर्व गोष्टी खरोखरच घाई-घाईनंच व्हायला हव्यात. सर्वजण आणि मी सुद्धा असंच समजत होतो, की त्याचे आता फार दिवस राहिलेले नाहीयेत. त्याच्या वारसांना तर या बातमीने आनंदच झालेला होता. माझ्या मते फेलनने एक सापळा रचला होता अन् त्यात हे सर्व आले - सापडले - आणि त्यांनीच आणलेले मानसोपचार तज्ज्ञ आता ओरडून सांगतायत, की मरण्यापूर्वी ट्रॉयची मानसिक स्थिती सुदृढ होती आणि आता मात्र उलटी परिस्थिती उद्भवणार आहे आणि असा हा सापळा आहे."

"पण तो खराखरोच वेडा होता असं तुम्हाला वाटत नव्हतं का? बघा ना,

त्यानं चौदाव्या मजल्यावरून उडी मारली हे काही शहाणपणाचं लक्षण नाही.''

''ट्रॉय हा बऱ्याच बाबतीत विक्षिप्त होता यात संशय नाही, पण तो जे काय करत होता याची त्याला पूर्ण कल्पना होती.''

''मग त्यानं उडी का मारली?''

''त्याला औदासिन्य आलं होतं, तो फार एकाकी पडला होता, त्याचं वय जास्त होत चाललेलं. तसा हा माणूसघाण्याच होता. त्याला एकटं एकटं राहायला आवडायचं, पण शेवटी शेवटी त्याचा हा एकलकोंडेपणाच त्याला खात होता. कुणी तरी बोलायला बरोबर हवं असं त्याला वाटायला लागलं असावं, पण मुळातच हा माणूस जरा जादा शिष्ट होता. आपण लोकांच्यात मिसळायला लागलो तर त्यांच्यात आपलं जे एक वरच्या दर्जाचं स्थान आहे त्याची किंमत कमी होईल असा विचार करणारा हा माणूस होता.''

आता ते कॉन्स्टिट्यूशन रस्त्यावर आले होते, रस्त्यावरची वाहतूक वाढली होती. पुढच्या मोटारींच्या मागच्या लाल दिव्यांकडे पाहत ते विचार करू लागले.

''याच्यात मला तर काहीतरी लबाडी दिसतीये.'' डर्बन बोलत होता, ''आधी त्यांना तो पैशाचं आमिष दाखवतो, तो त्यांच्या मानसोपचारतज्ज्ञांचं समाधान करतो आणि शेवटी तो असं मृत्युपत्र करतो की ज्यात त्यानं या साऱ्यांच्या तोंडाला पानं पुसलीयेत.''

''यामध्ये लबाडीचा भाग असेल मी नाही म्हणत नाही, पण शेवटी हे मृत्युपत्र आहे त्यात त्यानं त्याची इच्छा काय आहे हे स्पष्ट लिहिलंय, सर्वांना पैसे दिलेच पाहिजेत असा कुठे कायदा आहे? आणि वारसदार आणि फेलन यांच्यात असा काही करार होता का? मृत्युपत्रात जे काही दिलं जातं ती बक्षीसी असते. व्हर्जिनिया प्रांताच्या कायद्यात मुलांना त्यांच्या वडिलांनी त्यांच्या मृत्युपत्रात काहीतरी दिलं पाहिजे असं काही नाहीये, उलट वडिलांनी मुलांसाठी एक पैसा सुद्धा ठेवू नये असाच त्या कायद्याचा अर्थ काढता येतो.''

''पण ही सर्व कुटुंबीय मंडळी या मृत्युपत्राच्या कायदेशीरपणाला नक्कीच आक्षेप घेणार तुमचं काय मत आहे?''

''शक्यता आहे. त्यांच्याकडे खूप वकील आहेत आणि बरीच रक्कम पणाला लागलीय!''

''पण या ट्रॉय फेलननी या सर्वांचा एवढा द्वेष करण्याचं कारण काय?''

''त्याला वाटायचं ह्या सर्व जळवा आहेत, ही मंडळी त्याला कायम अडचणीत टाकत आलेली आहेत. त्याच्याशी भांडलेली आहेत. त्यांच्यापैकी एकानेही, प्रामाणिकपणे एक पैसाही कमावलेला नाही, उलट फेलनचेच कित्येक मिलियन डॉलर्स अक्षरश: उधळलेत. ट्रॉयला या कोणालाही काहीही द्यायचं

नव्हतं. कित्येक मिलियन डॉलर्स ही मंडळी उधळू शकतात तर त्यांना कित्येक बिलियन डॉलर्सचा चुराडा करणं काय अवघड आहे? आणि माझ्या मते तर ट्रॉयचं वागणं, त्याचे विचार त्याच्या परीने बरोबर होते.''

"कुटुंबात, आपापसात भांडणं असणं यात ट्रॉय कितपत जबाबदार असू शकतो?''

"खूप. ट्रॉय हा पाषाण हृदयी होता. प्रेम ही काय चीज आहे हे त्याला माहीतच नव्हतं. तो एक अत्यंत वाईट वडील व एक भयानक नवरा आहे असं त्यानेच मला एकदा सांगितलं होतं. स्त्रियांकडे तर तो फक्त वैषयिक भावनेनेच पाहायचा. त्यामुळे त्याच्या नोकरीत असलेल्या सर्व स्त्रिया त्यानं हाताळल्या होत्या, त्यांच्याशी काही काळ का होईना तो संबंध ठेवून असायचा, त्याला तर त्या सर्व स्वतःच्याच मालकीच्या वाटायच्या.''

"वैषयिक भावनेपोटी केलेल्या छळवणुकीचे काहींनी लावलेले दावे मला आठवतात.'' डर्बन सांगत होता.

"हो, आपण ते कसेबसे तडजोड करून कोर्टाच्या बाहेर मिटवलेत. त्यामुळे ट्रॉयला आर्थिक नुकसानही खूप सोसायला लागलं होतं, पण कोर्टात हे खटले चालवायला तो घाबरायचा.'' – स्टॅफोर्ड

"आत्ता आपल्याला माहीत असलेल्यांखेरीज आणखी कोणी, वारसाहक्क सांगायला पुढे येईल असं तुम्हाला वाटतं?'' डर्बन

"मला शंका वाटते, पण मला कसं माहीत असणार? आपल्याला माहीत असलेल्या वारसांखेरीज त्याला आणखी एक वारस आहे हे तरी कुठे आपल्याला माहीत होतं? आणि याच वारसाला त्यानं आपलं सर्व काही द्यावं हे सुद्धा आपल्या समजण्यापलीकडचं आहे. ट्रॉयच्या मिळकतीचं वाटप कसं व्हावं याबद्दल मी आणि त्याने तासन् तास चर्चा केलेल्या आहेत.''

"आता आपण या मुलीला कसं शोधून काढणार?''

"कसं शोधायचं तिथपर्यंत मी अद्याप आलेलो नाहीये.'' स्टॅफोर्ड

'स्टॅफोर्ड लॉ फर्म' ही कोर्ट कचेऱ्यातली कामं करणारी, कज्जे-मुकदमे चालविणारी कंपनी स्टॅफोर्डने स्वतः स्थापन केलेली होती. अशी कामं करणाऱ्या वॉशिंग्टनमधल्या इतर कंपन्यांच्या मानाने ही कंपनी तशी लहानच होती, तरी पण या कंपनीचा बराच मोठा पसारा होता. स्टॅफोर्डकडे साठ वकील नोकरीला होते. जॉश स्टॅफोर्ड संस्थापक आणि मुख्य भागीदार होता. टिप डर्बन व इतर चार असे आणखी पाच छोटे भागीदार होते. त्यांना फायद्यातला काही भाग देण्यात येत असे. या पाच जणांचा जॉश कधी-कधी सल्ला घेत असे. आडमार्ग

वापरून काम करण्याबद्दल गेली तीस वर्षे ही कंपनी प्रसिद्ध होती. कायदेकानू थोडे बाजूला ठेवून, आडदांडपणानं प्रश्न सोडवण्यात त्यांचा हातखंडा होता, पण जॉश आता साठीला पोचला होता. कोर्ट-कचेऱ्यांच्या दररोजच्या कामात लक्ष घालणं जॉशनं आता जरा कमी केलं होतं. जास्त वेळ तो टेबलाशीच असायचा. आजी-माजी खासदार, आमदार, महानगरपालिका सभासद, राजकीय क्षेत्रातले पुढारी वगैरेंची जर कामं त्यानं घेतली असती तर त्याला आज शंभराच्यावर वकिलांना नोकरीला ठेवायला लागलं असतं आणि व्याप तर प्रचंडच वाढला असता. पण कोर्टातल्या खटल्यांमध्येच त्याला जास्त मजा वाटायची. तरुण रक्ताचेच वकील, की ज्यांनी अद्याप दहा बारा केसेस सुद्धा हाताळलेल्या नसायच्या अशाच वकिलांना तो नोकरीत ठेवत असे.

कोर्टातल्या कज्जे-कानू संबंधातले खटले लढणाऱ्या या वकिलांची उमेदीची फार फार तर पंचवीस वर्षे असतात, पंचवीस वर्षांच्या काळानंतर एखादा हृदयरोगाचा झटका त्यांना धक्का देऊन जातो. त्यानंतर ते आपलं काम थोडं कमी करतात आणि दुसरा झटका थांबवतात. फेलनच्या ग्रुपसंबंधातल्या कायदेबाबीतले प्रश्न सोडविणं, त्याच्या कंपन्यांच्या जामीनकीची कामं, रोखे, शेअर्स बाबतीतले तंटे, अवाजवी फायदा घेण्याविरुद्धच्या कायद्या संदर्भातले आक्षेप, नोकरवर्गांच्या मागण्या, त्यांचे हक्क, नवीन कंपन्या घेऊन त्या आपल्या कंपन्यांत सामावून घेण्याच्या कृती, आणि असे अनेक, की ज्यात ट्रॉय फेलनच्या वैयक्तिक कटकटींचं निराकरण करण्याची पण कामं असायची. ही कामं करण्यात जॉशला आनंद वाटायचा व ती त्याने आनंदाने केली. त्यात त्याला खूप पैसेही मिळाले आणि हृदयरोगाला सामोरे जायची त्याला कधी वेळ आली नाही.

त्याच्या भल्यामोठ्या कचेरीमध्ये, त्याच्या हाताखालच्या वकिलांचे तीन गट वेगवेगळे थांबले होते. जेव्हा त्याचा ओव्हरकोट काढून, स्टँडवर लावून तो आपल्या खुर्चीत बसला तेव्हा त्याच्या एका सेक्रेटरीने त्याला आलेल्या फोनचा तपशील, निरोप वगैरे पुढे केले.

"याच्यातलं अत्यंत महत्त्वाचं आणि अर्जंट काय आहे? तितकंच मला सांग." जॉशने सांगितले.

"त्यातलं हे पत्र महत्त्वाचं आहे असं मला वाटतं." सेक्रेटरीने उत्तर दिलं.

हार्क गेटीनं पाठवलेलं पत्र. गेल्या महिन्यातल्या प्रत्येक आठवड्यात निदान तीनदा तरी तो या माणसाशी बोलला आहे. त्यानं हार्कला फोन लावला. हार्क लगेचच लाईनवर आलाच, पहिली काही मिनिटं हास्य विनोद, थट्टा-मस्करी वजा बोलणं झालं आणि हार्क लगेचच मुद्यावर आला.

"जॉश, तुम्हाला कल्पना असेलच की फेलनचे कुटुंबीय माझ्या अगदी

मानेवरच बसले आहेत.''

''हो, मला कल्पना आहे.''

''जॉश, त्यांना ते मृत्युपत्र पाहायचंय. निदान त्यात काय आहे याबद्दल त्यांना उत्सुकता आहे.''

पुढची वाक्यं जरा संभाळूनच बोलली पाहिजेत असं जॉशला जाणवलं आणि त्याने सावधनतेने ती जुळवली आणि बोलायला सुरुवात केली, ''हार्क, इतकी घाई नाही करता यायची.''

हार्क काही काळ थांबला आणि म्हणाला, ''का? काय विशेष आहे का त्यात?''

''ही आत्महत्येची बाब आहे आणि ती जरा अडचणीची वाटतेय.''

''का? तुम्हाला त्यात काही गडबड वाटतेय का?'' हार्क.

''हार्क हे बघ! काही क्षणापूर्वीच चांगलं मानसिक संतुलन असलेला माणूस इमारतीच्या चौदाव्या मजल्यावरून उडी घेऊन जीव देतो?''

हार्कचा मुळातच धारदार असलेला आवाज मोठा व्हायला लागला आणि त्यात अधीरता यायला लागली. तसाच तो बोलायला लागला, ''तुम्ही आमच्या मानसोपचारतज्ज्ञांचे निष्कर्ष पाहिले आहेत ना? ते आहेत ना त्या टेपवर.''

''या आत्महत्येनंतरसुद्धा ते त्यांच्या निष्कर्षावर टिकून आहेत का?''

''प्रश्नच नाही. त्यात काहीही बदल होणार नाही.''

''हार्क तुला हे सिद्ध करता येईल? मला याबाबत कुणाची मदत मिळाली तर हवी आहे.''

''काल रात्री आम्ही या तीनही मानसोपचारतज्ज्ञांबरोबर बसलो होतो. त्यांच्याकडे आम्हीसुद्धा याबद्दलची शंका व्यक्त केली, पण त्यांनी ठाम सांगितलं की ते तिघेही त्यांनी दिलेल्या मताशी पक्के चिकटून आहेत. नंतर आम्ही त्यांच्याकडून तसं एक प्रतिज्ञापत्रक लिहून घेतलं आणि त्यातसुद्धा त्यांनी ''फेलनसाहेब त्यांच्या मृत्युपूर्वीची काही मिनिटं, की जेव्हा यांनी फेलनची मुलाखत घेतली तेव्हा ते अगदी शहाणे होते, वेडेपणाचा अंशसुद्धा त्यांच्यात नव्हता. त्यांचं मानसिक संतुलन अगदी चांगल्या प्रकारचं होतं,'' असं मत त्या तिघांनीही व्यक्त केलेलं आहे.

''मला ती प्रतिज्ञापत्रकं पाहता येतील?''

''तासाभरात तुमच्याकडे ती पोचतील अशी मी व्यवस्था करतो''

''कृपया तसं कर. मी तुझा आभारी होईन''

जॉशने फोन ठेवला. मनाशीच हसला. त्याच्या सहकाऱ्यांचे तीन गट पुढे आले, खुर्चीत बसले, सळसळत्या रक्ताचे ते तरुण वकील होते.

जॉशने फेलनच्या हस्ताक्षरात लिहिलेल्या मृत्युपत्राबद्दल सांगायला सुरुवात केली. त्यातून निर्माण होणाऱ्या कायद्याच्या संदर्भातल्या अडचणी त्यानं विशद केल्या. पहिल्या गटाला या मृत्युपत्राच्या वैधतेबद्दल आपल्याला काय-काय पुरावे, पुढे करावे लागतील, हे मृत्युपत्र करायला तो सक्षम होता का नाही? आपण काय करतो याची पूर्ण कल्पना असणे, त्यावेळची मनाची स्थिती व वेडेपणाचा झटका येणं यामधला काळ याबद्दल जॉशला आणखी काही माहिती मिळणं जरूर होतं. वेड्या ठरविल्या गेलेल्या माणसांनी केलेल्या मृत्युपत्राबाबबतचे जे काही खटले कोर्टात चालविले गेलेले असतील त्या सर्वांची माहिती जमा करून त्याची छाननी, पृथ:करण जॉशला हवं होतं.

दुसऱ्या गटाला, हस्तलिखित मृत्युपत्रांची माहिती, त्याबाबतचे खटले न्यायालयात कसे लढविले गेले, त्याचे परिणाम, या साऱ्याचा तपशील गोळा करायला सांगितलं.

तिसऱ्या गटाबरोबर जेव्हा चर्चा करायची वेळ आली तेव्हा तो जरा निवांत झाला. तिसऱ्या गटाला संशोधनाचं काम करायचं नव्हतं. त्यांना जॉश म्हणाला. "तुम्हाला अशा एका व्यक्तीला शोधायचं आहे की ज्याला असं वाटतं की आपण कुणालाच सापडू नये, तसा ती व्यक्ती प्रयत्न करीत असते."

रॅचेल लेनबद्दल त्याला जी काही माहिती होती ती त्याने त्या गटाला सांगितली. माहिती तशी फार नव्हतीच. ट्रॉयच्या ड्रॉवरमधल्या फाईलमध्ये असलेली माहिती फारच तुटपुंजी होती.

"ही जागतिक आदिवासी कल्याण संघटना, ही संस्था कशा प्रकारची आहे? त्यांचं कार्य काय आहे? ही संस्था कोण चालवतं? त्यांच्या कामासाठी लागणारी माणसं ते कशी गोळा करतात? त्यांना ते कसे कार्यप्रवृत्त करतात? या माणसांना कुठे पाठवतात? वगैरे वगैरे.

दुसरा मुद्दा, वैयक्तिकरीत्या, असं शोधकाम करणाऱ्या काही व्यक्ती किंवा काही संस्था असण्याची शक्यता आहे. सरकारी शोध संस्थेमधून रिटायर झालेले लोक, पोलिसखात्यातून बाहेर पडलेले लोक, या लोकांना या प्रकारची कामं करण्याची तंत्रं माहिती असतात आणि बेपत्ता असणारे लोक यांनी शोधून काढलेले आहेत. तर अशा प्रकारच्या दोन तरी व्यक्ती किंवा संस्था तुम्ही शोधून काढा. उद्या याबाबत आपण निर्णय घेऊ.

तिसरा मुद्दा - रॅचेलच्या आईचे नाव एव्हलीन कनिंगहॅम होतं, ती आता या जगात नाहीये. तिची माहिती पण आपण जमा करूया. आपण असं धरून चालू या की, ती आणि फेलन यांचे काही काळ एकमेकांशी तसे संबंध होते आणि त्यातून त्यांनी एक मूल जन्माला घातलं."

"धरूनच चालायचं?" एक सहकारी म्हणत होता.

"हो, याच्या पुढची माहिती तुम्ही काढून मला द्यायची."

त्यानं सर्वांना आपापल्या कामाला जायला सांगितलं. शेजारच्याच एका खोलीमध्ये टिप डर्बनने एक वार्ताहर परिषद बोलावली होती तिथे तो गेला. तिथे कॅमेरा, चित्रीकरण वगैरे काही नव्हतं, प्रसिद्ध वर्तमानपत्रांचे, कंपन्यांच्या आर्थिक व्यववहारा-बाबत माहिती देणारे, बाराएक वार्ताहर, टेबलाजवळ पेन, पेन्सिल, वह्या, टेप-रेकॉर्डरसह मोठ्या उत्कंठेने बसलेले होते.

प्रश्न सुरू झाले.

हो. फेलननी त्याच्या आयुष्याच्या अगदी शेवटच्या मिनिटांत सही केलेलं त्याचं एक मृत्युपत्र आहे, पण त्याचा तपशील आत्ता तरी आम्ही उघड करू शकत नाही. होय, शरीराची मरणोत्तर तपासणी झाली, पण त्याचा सुद्धा तपशील आता सांगता येणार नाही. फेलनच्या सर्व कंपन्या जशा गेल्या काही महिन्यात चालू होत्या तशाच, काहीही बदल न होता चालत राहतील. या कंपन्यांचे नवीन मालक कोण असतील याबद्दलही काही सांगता येणार नाही.

फेलन कुटुंबीयांनी, त्या दिवशी फेलनबद्दल जे काही सांगता आलं ते खाजगीत म्हणून त्यांनी वर्तमानपत्रांच्या वार्ताहरांना सांगितलं होतं.

"अशी एक जोरदार अफवा आहे की फेलननी आपली मिळकत आपल्या सहा मुलांमध्ये वाटली आहे, आणि ही जर वस्तुस्थिती आहे तर तुम्ही ती का नाकारताय?"

"मी याबद्दल काहीच सांगू शकत नाही. कारण ती एक अफवा आहे हे मात्र नक्की."

"फेलनना कॅन्सर झालेला होता आणि त्यामुळेच त्यांचा मृत्यू होणार होता हे खरं आहे का?"

"याचं उत्तर द्यायचं म्हटलं तर मृत्युपश्चात तपासणीच्या अहवालाबद्दल बोलल्या-सारखं होईल, म्हणून त्यावर मी आता काही बोलू शकत नाही."

"आम्ही असं ऐकलं आहे की मानसोपचारतज्ज्ञांच्या एका तुकडीनं फेलन साहेबांना त्यांच्या मृत्युच्या काही मिनिटांपूर्वी तपासलं होतं आणि त्यांनी त्यावेळी फेलनसाहेबांचं मानसिक संतुलन अतिशय चांगल्या प्रकारचं होतं असा निर्वाळा दिलेला आहे, हे तरी खरं आहे का?"

"होय." स्टॅफोर्ड म्हणाला, "ते मात्र बरोबर आहे." नंतरची वीस मिनिटं त्यांनी त्या मानसिक परीक्षेच्या संदर्भात वेगवेगळे प्रश्न विचारून स्टॅफोर्डकडून जास्त माहिती काढण्याचा प्रयत्न केला. स्टॅफोर्डनी एकच धोशा चालू ठेवला होता की फेलन त्या सर्वांना अगदी उत्तम मन:स्थितीतले वाटले.

आर्थिक क्षेत्रातल्या वर्तमानपत्रांच्या वार्ताहरांना फेलन ग्रुपच्या आर्थिक व्यवहारसंबंधातली काही उत्तरं आकड्यात हवी होती. फेलन ग्रुपमधल्या बहुतेक सर्व कंपन्यांचे बहुतांशी शेअर्स फक्त फेलनकडेच होते, थोडे काही त्याच्या मर्जीतल्या लोकांकडे होते त्यामुळे फेलन ग्रुपच्या कामगिरी संबंधातले आकडे बाहेर उपलब्ध नव्हते. वार्ताहर परिषदेच्या निमित्ताने काही माहिती काढता आली तर काढावी असा ह्या वार्ताहरांचा प्रयत्न होता, पण स्टॅफोर्ड त्यांना बधला नाही फारच थोडी माहिती त्यांना दिली गेली.

एका तासानंतर स्टॅफोर्डनी त्यांच्याकडे रजा मागितली आणि तो आपल्या ऑफिसमध्ये परतला. तिथे त्याच्या सेक्रेटरीने निरोप दिला की, शवविद्युतदहन कचेरीतून फोन आला होता की फेलनच्या पार्थिवाची रक्षा आणि अस्थी बाजूला काढून ठेवलेल्या आहे त्या घेऊन जाव्यात.

•५•

आदल्या दिवशीच्या पिण्यामुळे ट्रॉय ज्यु.चं डोकं भयानक दुखत होतं. दुपारपर्यंत तो डोकं धरूनच बसला होता. दुपारनंतर एक बीअर घेतली आणि ठरविलं आता काही तरी हालचाल करायला पाहिजे. कुटुंबाच्या वकिलाला त्यानं फोन केला आणि आता पावलं पुढे कशी टाकायची या बद्दल विचारणा केली. वकिलाने त्याला जरा सबुरीनं घ्यायला सांगितलं. ''टीजे याला जरा वेळ लागणार आहे'' वकील फोनवर म्हणत होता.

''माझी थांबायची तयारी नाहीये.'' टीजेनं खाडकन सुनावलं. त्याचं डोकं भयानक ठणकत होतं.

''टीजे असं म्हणून चालणार नाही'' तिकडून वकील बोलत होता. टीजेने फोन खाडकन जागेवर ठेवला आणि त्याच्या फ्लॅटच्या मागच्या खोलीत गेला. त्याचं नशीब त्यावेळी चांगलं, त्याची बायको त्यावेळी तिथे नव्हती. सकाळपासून त्यांची तीनदा भांडणं झालेली होती आणि अद्याप दुपारसुद्धा झालेली नव्हती. काही वस्तू आणण्यासाठी ती बाजारात गेलेली होती. नव्यानं मिळणाऱ्या संपत्तीतला काही भाग ती उडवत होती आणि टीजेलासुद्धा या खर्चाबद्दल काही वाटत नव्हतं.

''म्हातारबाबा – माझे पिताजी गेले एकदाचे!'' तो मनाशीच मोठ्यानं बोलत होता. आजूबाजूला कोणी नव्हतं. त्याची दोन्ही मुलं कॉलेजमध्ये गेली होती. त्यांच्या फीचे पैसे लिलियन देत असे. कित्येक वर्षांपूर्वी काडीमोड देतेवेळी ट्रॉयनी तिला जी काही रक्कम दिली होती ती ती पुरवून पुरवून वापरत

होती. टीजे-बिफ् दोघं वेगळीच राहात होती. बिफ् अडतीस वर्षांची होती, तिच्या पहिल्या नवऱ्यापासून तिनं फारकत घेतलेली होती. पहिल्या नवऱ्यापासूनची तिला दोन मुलं होती, ती त्यांच्या वडिलां-बरोबर राहात होती. बिफ् कडे घरं-फ्लॅट्स विकण्याचा, भाड्यानं देण्याचा व्यवसाय करण्याचा परवाना होता. नवीन लग्न झालेल्या जोडप्यांना ती लहान फ्लॅट्स भाड्यानं मिळवून देत असे.

टीजेने दुसरी बीअर बाटली उघडली. हॉलमध्ये भिंतीवर एक मोठा आरसा होता. त्यात त्यानं स्वत:चं पूर्ण प्रतिबिंब पाहिलं आणि म्हणाला, 'ट्रॉय फेलन ज्युनियर, अमेरिकेतले दहाव्या क्रमांचे श्रीमंत, ट्रॉय फेलन यांचा तू मुलगा आहेस, अकरा बिलियन डॉलर किमतीच्या मिळकतीचा हा मालक नुकताच स्वर्गवासी झालेला आहे. त्याच्यामागे आहेत, त्याच्या प्रेमळ बायका आणि त्याच्यावर माया करणारी त्याची मुलं, ती त्याच्यावर प्रेम करीत राहणार आहेत, अगदी त्यांच्या वाटणीचे पैसे मिळाल्यानंतरसुद्धा.'

त्यानं तिथेच निर्णय केला की हे टी.जे.नाव टाकून द्यायचं आणि पुढच्या आयुष्यात ट्रॉय फेलन ज्यु. या नावानं वावरायचं. त्या नावात जादू होती.

टी.जे. च्या फ्लॅटमध्ये कसलातरी कुबट वास यायचा. घर स्वच्छ ठेवण्याचं काम तो किंवा त्याची बायको यांपैकी कोणीच करायचे नाहीत. कायम हातातल्या फोनवरून ती कोणाशीतरी बोलत असायची. घरात फरशीवर, गालिच्यावर सगळीकडे केर-कचरा पडलेला होता. भिंती ओल्या झालेल्या होत्या. घरातलं फर्निचर भाड्यानं आणलेलं होतं आणि ज्यांच्याकडून आणलं होतं त्यांनी त्यांच्या फर्निचरचं भाडं वसूल करायला एका वकिलांना नेमलं होतं. समोरच्या सोफ्यावर टी जेनं लाथ मारली आणि ओरडला, "घालवून द्या हा सोफा आता, मी या घराचं इंटिरियर करायला एक आर्किटेक्ट नेमणार आहे." त्याला तर सगळं फर्निचर काडी लावून पेटवून द्यावं असं वाटत होतं. आणखी एक दोन बीअर घेतल्यानंतर तो तर नक्कीच काड्याची पेटी घेऊन खेळायला लागेल.

टीजेनं त्याच्याकडे असलेला सर्वात भारी ग्रे रंगाचा सूट चढविला होता. आदल्या दिवशी मानसोपचारतज्ज्ञ जेव्हा त्याच्या वडिलांची परीक्षा घेत होते आणि त्यावेळी त्यांनी काय मस्त उत्तरं दिली होती, तेव्हा हाच सूट त्याच्या अंगावर होता. आता त्याच्या वडिलांचा दफनाचा अंत्यविधी होणार नसल्यानं त्याला आता काळा सूट आणण्याची जरूर नव्हती. "अरमानी मी आलोच" त्यानं आनंदानं शिटी वाजवत पँटची झीप वर ओढली.

त्याच्याकडे बीएमडब्लू कंपनीची गाडी होती. भले तो खुराड्यात राहात असेल पण जगाला ते कशाला दिसतंय! जगाला त्याची गाडी दिसतेय. त्यामुळे दरमहा काहीतरी करून त्या गाडीचा हप्ता देण्यासाठी ६८० डॉलर्स तो जमवत

होता. फ्लॅटच्या नावानं खडे फोडत तो पार्किंग लॉट मधल्या त्याच्या गाडीशी आला.

त्याचं लहानपण छान गेलं होतं. पहिली वीस वर्षं आयुष्य ऐषोआरामात गेलं होतं. कुठल्याही प्रकारची तकतक करायला लागली नव्हती. विसाव्या वर्षी वडिलां-कडून पाच मिलियन डॉलर्सची रक्कम त्याला भेट म्हणून मिळाली होती. पण ते पाच मिलियन डॉलर्स त्याला तो तिशीला पोहोचेपर्यंतच कसेबसे पुरले. त्याच्या वडिलांनी त्याला त्याबद्दल खूप झापलं. वडील त्याचा तिरस्कार करायला लागले. दोघांच्यात सारखीच भांडणं व्हायची, वारंवार. फेलन ग्रुपमधल्या कंपन्यांमध्ये टीजेनं बऱ्याच जागांवर काम करण्याचा प्रयत्न केला, पण प्रत्येक ठिकाणी शेवटी निष्पत्ती शून्य. कशाला आपण याला या जागेवर नेमलं असाच निष्कर्ष निघायचा. मोठ्या फेलनसाहेबांनी स्वत:च या ज्युनियरला कामावरून हाकलून दिलं होतं. मोठ्या फेलनसाहेबांनी त्यांच्या उमेदीच्या काळात काही धाडसी योजना जबाबदारीने अंगावर घेऊन पार पाडल्या होत्या व दोन वर्षांच्या अवधीतच त्यांना कोट्यवधी रुपयांची प्राप्ती त्यातून झालेली होती, पण ज्युनियरने हातात घेतलेल्या योजनांमुळे दिवाळं निघायची वेळ यायची आणि कोर्ट कचेऱ्यातले खटले त्यांच्या मागे लागायचे.

गेल्या काही वर्षांत त्या दोघांतली भांडणं थांबली होती. दोघंजणं आपला स्वभाव काही बदलू शकत नव्हते, म्हणून दोघांनी एकमेकांकडे दुर्लक्ष करण्याचं ठरवलं होतं. पण मोठ्या फेलनसाहेबांच्या मेंदूमध्ये कॅन्सरच्या गाठी झाल्या आहेत असं कळल्यानंतर ज्युनियर ट्रॉयने आपलं अस्तित्व दाखवायला सुरुवात केलेली होती. नव्याने आपली स्वप्नं रंगवायला सुरुवात केली होती. मोठ्ठं आलिशान घर त्याला बांधायचं होतं, त्यासाठी योग्य असा आर्किटेक्टही त्यानं हेरून ठेवलेला होता. एक जपानीबाई आर्किटेक्ट होती. मॅनहटन भागात तिचं ऑफिस होतं. त्या बाईची माहिती त्यानं एका मासिकात वाचलेली होती. पुढे एका वर्षांतच मलीबू किंवा ॲस्पेन किंवा पामबीच या भागात राहायला जायचा त्याचा मनसुबा होता, तिथे तुमच्या पैशाचा खरा उपभोग घेता येतो आणि तिथेच तुमच्याकडे आदबीनं पाहिलं जातं असं त्याचं मत होतं.

पाचशे मिलियन डॉलर्स त्याला मिळणार होते. ‘‘काय काय करायचं त्याचं?’’ हायवेवरून गाडी चालवत असताना तो स्वत:शीच बोलत होता आणि या रकमेवर कुठल्याही प्रकारचा कर भरायचा नव्हता. त्याच्या चेहऱ्यावर हास्य फुलत होतं. बीएमडब्ल्यू-पॉर्शे या मोटार गाड्या विकणाऱ्या दुकानदाराशी त्याची ओळख झालेली होती. मागली गाडी त्यानं याच दुकानांतून हप्त्याने घेतलेली होती. ताठ मानेनं, मोठ्या रुबाबात एखाद्या राजाप्रमाणे तो या दुकानात

शिरला. स्वत:च्या रुबाबाचं त्याला कौतुक वाटत होतं व गालातल्या गालातलं हास्य त्याच्या चेहऱ्यावर दिसत होतं. हे दुकानच्या दुकान मी आज मितीला घेऊ शकतो अशी माझी ताकद आहे. मॅनेजरच्या टेबलावर पडलेल्या वर्तमानपत्राच्या पहिल्या पानावर त्याच्या वडिलांच्या मृत्युची बातमी ठळक टाईपात छपलेली त्याने पाहिली, त्याला स्वत:ला कणभर सुद्धा दु:ख झालेलं नव्हतं.

दुकानाचा मॅनेजर डिकी त्याच्या ऑफिसमधनं धावतच त्याच्याजवळ आला आणि म्हणाला, "टी.जे. मला फार वाईट वाटतंय."

"धन्यवाद." कपाळावर एक आठी चढवून ट्रॉय ज्युनियर म्हणाला, "त्याच्या तब्येतीच्या त्रासातून सुटला बिचारा."

"मी तुमच्या दु:खात सहभागी आहे."

"ए, बास झालं आता." ते दोघं ऑफिसमध्ये आले आणि मागे दार लावून घेतलं.

"मृत्युच्या आधी अगदी थोड्याशा काळापूर्वीच फेलनसाहेबांनी त्यांच्या मृत्यु-पत्रावर सही केली असं पेपरमध्ये आलंय! खरं आहे का हो ते?"

नव्यानं बाजारात आलेल्या मोटारींची चित्रं भिंतीवर लावलेली होती त्या चित्रांकडे पाहण्यात ट्रॉय ज्यु. दंग झालेला होता, "हो, माझ्या समक्षच त्यांनी सही केलेली आणि सर्व मालमत्ता सहाजणांमध्ये वाटून दिलेली आहे आणि त्यातला एक वाटा मला मिळणार आहे." हे सर्व सांगत असता त्यानं डोकंसुद्धा वर केलेलं नव्हतं. त्याच्या वाट्याला येणाऱ्या संपत्तीचा भाग जसा काही आत्ताच त्याच्या खिशात होता आणि त्याला त्याचं ओझं होतंय असं तो भासवत होता.

डीकी 'ऑ' करून ट्रॉय ज्यु.कडे पाहात-पाहात जवळच्याच खुर्चीत लुडकला. खरंच तो एका धनवान माणसाच्या शेजारी बसलाय का? कालपर्यंत हा टी. जे. एक लफडेबाज आणि बिनकवडीचा माणूस म्हणून जगजाहीर होता आणि आज एकदम तो कोट्यधीश झाला? डीकीलाच काय पण बऱ्याचजणांना असं वाटत होतं की मोठ्या फेलनसाहेबांनी, त्यांचा आणि या टीजेचा काहीही संबंध नाही असं जाहीर करून त्याला वाऱ्यावर सोडलाय.

"बिफ्ला पॉर्शे घ्यायचीय" टी.जे. मोटार गाड्यांची आकर्षक ब्राऊशर्स पाहात -पाहात१२५ म्हणत होता.

"लाल रंगाची ९११ करेटा टर्बो."

"केव्हा?"

डिकीकडे नजर रोखून टी.जे.म्हणाला, "आत्ता."

"जरूर घ्या साहेब, पण पैसे कसे देणार?"

"माझ्या काळ्या गाडीचे पैसे जेव्हा मी देणार आहे तेव्हाच या नव्या ९११

करेटा टर्बोचे देईन, एकूण किती रक्कम होते?''

''प्रत्येकाची नव्वद हजार डॉलर्स.''

''ठीक आहे, गाड्या ताब्यात केव्हा देणार?''

''या गाड्या कुठनं कशा मिळवायच्या हे आधी मी पाहतो, एक-दोन दिवस तरी लागणार, पेमेंट रोख देणार ना?''

''हो, कॅशच देणार.''

''तुम्हाला कॅश कधी मिळणार आहे?''

''एक महिना तरी लागेल, पण गाड्या मला आत्ताच लागणार आहेत.''

डीकीनं श्वास रोखला, एक गिरकी घेतली आणि टी.जे.कडे पाहात म्हणाला, ''हे बघ टी.जे., मला थोडेफार तरी पैसे आत्ता दे मग मी तुला या नव्या गाड्या तुझ्या ताब्यात देतो.''

''ठीक आहे, काही हरकत नाही. मी काय जग्वार घेईन - बिफ् जग्वारचं सुद्धा सारखं कौतुक करत असते.''

''ए ऽ ए टीजे., हे असं नाराज होऊ नकोस.''

''तुला माहीत आहे की मी तुझं अख्खं दुकान खरेदी करू शकतो, मी सरळ एखाद्या बँकेत जाऊ शकतो आणि तिथं जाऊन सांगेन की मला दोन महिन्यांकरिता वीस मिलियन डॉलर कर्ज हवंय. बँक आनंदानं देईल आणि मग मी तुझी ही डीलरशीप, तुझं दुकान सारं विकत घेऊ शकेन. तुला याची कल्पना आहे काय?''

डीकीनं आपलं डोकं खूप वर आणि खाली केलं. डोळे बारीक केले आणि त्याला त्याची चांगली कल्पना आहे असं दर्शवित तो म्हणाला, ''तुझ्या वाट्याला किती पैसे येतायत?''

''बँक विकत घेता येईल एवढे - तू मला गाड्या देतोयस का नाही? का मी जाऊ दुसऱ्या दुकानात?''

''कुठून गाड्या देता येतील हे मी पाहतो.''

''आता कसा सरळ आला.'' टीजे म्हणत होता, ''जरा घाई कर, दुपारनंतर मी तुला फोन करतो.'' त्यानं त्याच्या हातातली पत्रकं डिकीच्या टेबलावर टाकली आणि त्याच्या ऑफिसच्या बाहेर तो पडला.

तळघरातल्या खोलीमध्ये स्वत:ला बंद करून घ्यायचं, नशावाल्या विड्या ओढत बसायचं, नाचाच्या ठेक्याची गाणी ऐकत बसायचं, कोणीही दरवाजावर टकटक करून बोलावून त्याला काही सांगायचा प्रयत्न जर केला तर त्याकडे तो दुर्लक्ष करायचा आणि असं काही करत राहिलं म्हणजे आपल्या वडिलांच्या मृत्युबद्दलचं

दु:ख व्यक्त केल्यासारखं होतं अशा रँबलच्या कल्पना होत्या. वडील गेल्या कारणानं तो आठवडाभर जरी शाळेत गेला नाही तरी चालेल असं त्याच्या आईनेच सांगितलेलं होतं. तिच्या मुलाच्या वागण्याकडे जर तिचं लक्ष असतं तर तिला आधीच कळालं असतं की गेला महिनाभर तो शाळेतच जात नाहीये ते.

आदल्या दिवशी फेलन टॉवर इमारतीतून परतताना त्याच्या वकिलांनी त्याला असं सांगितलं होतं की, मृत्युपत्रातल्या तरतुदीनुसार त्याला जे पैसे मिळणार असतील ते तो एकवीस वर्षे वयाचा होईपर्यंत त्याला मिळणार नाहीत, पण खर्चासाठी म्हणून चांगली भरघोस रक्कम त्याला दरमहा मिळत राहील. या पैशातून तो काही वाद्य-वादकांना, गायकांना एकत्र घेऊन, एखादा गाण्यांचा अल्बम काढू शकेल. एखादा स्टुडिओ भाड्यानं घेऊन, वाद्यवादकांना एकत्र आणून अल्बम काढणं तसं फार खर्चाचं काम असतं, पण दरमहा मिळू शकणाऱ्या पैशातून त्याला ते नक्कीच जमू शकेल. तो रँबल या नावानं बँड काढू शकेल, त्या नावाने सीडी अल्बम काढू शकेल. एकदा का त्यानं हे ठरवलं की तो अल्बममधल्या मुख्य गायकाची जागा घेऊ शकेल, गाणाऱ्या पोरी तर त्याच्या मागे-मागे करतील. जुन्या रॉक गाण्यांना एखादा पर्याय शोधून, त्याला रॅपची जोड देऊन तो या नव्या पिढीला काही तरी नवीन देऊ शकेल असं काहीतरी त्याच्यात आहे असा भरवसा रँबलच्या वकिलांनी त्याला दिला.

त्यांच्या ऐसपैस घरात दोन मजले वर, त्याच्या आईने सारा दिवस तिच्या मित्रांनी केलेल्या समाचाराबाबतच्या फोनवरच बोलण्यात घालवला. तिच्या नवऱ्याच्या मिळकतीतून तिला किती पैसे मिळणार आहेत हेच बऱ्याच मित्रांनी आडमार्गांनी तिला विचारलं होतं, पण तिला त्याबद्दल काही सांगता येत नव्हतं. तिनं तिच्या वयाच्या तेवीसाव्या वर्षी १९८२ मध्ये ट्रॉयशी लग्न केलेलं होतं आणि भविष्यात जर एकमेकांना काडीमोड देण्याची जर वेळ आली तर, काडीमोड देते-घेते वेळी तिला दहा मिलियन डॉलर्स एवढी रक्कम वर एक राहण्यासाठी प्रशस्त घर ट्रॉयकडून तिला मिळेल अशा करारावर दोघांनी सह्या केलेल्या होत्या.

सहा वर्षांपूर्वी काडीमोड झाला होता आणि तिच्याकडे आता तिला मिळालेल्या रकमेपैकी फक्त वीस टक्केच रक्कम राहिली होती. ऐंशी टक्के तिने उडवली होती.

तिच्या गरजा आता वाढलेल्या होत्या. तिच्या मित्रांची बहामामध्ये समुद्र-किनाऱ्यावर आलिशान घरं होती, तिला स्टार हॉटेल्समध्ये राहावं लागायचं. तिच्या मित्रांचे कपडे न्यूयॉर्कमधल्या फॅशन डिझायनर्सकडून तयार करून घेतलेले

असायचे, तिला मात्र स्थानिक दुकानांतून कपडे विकत घ्यायला लागत होते. तिच्या मित्रांची मुलं दूरवरच्या बोर्डिंगस्कूलमधून शिकत होती. रँबल तळघरात जो जाऊन बसलाय तो बाहेरच यायला तयार नाही.

ट्रॉयनं तिला नक्कीच पन्नास मिलियन डॉलर्स ठेवलेले असणार अशी तिची कल्पना होती. त्याच्या एकूण मालमत्तेच्या एक टक्का रक्कम म्हणजे शंभर मिलियन डॉलर्स होते, तिच्या जवळच्या कागदाच्या रुमालावर आकडेमोड करत ती वकिलाशी बोलत होती.

गीना फेलन स्ट्राँग ३० वर्षांची होती. ती तिच्या दुसऱ्या नवऱ्याबरोबर म्हणजे कोडीबरोबर राहात होती. कोडी पूर्वेकडल्या श्रीमंत कुटुंबातला होता. त्याची श्रीमंती म्हणजे एक अफवाच होती. स्वत: गीनाला त्याच्या श्रीमंतीचा कधीच काही अनुभव आलेला नव्हता. कोडी हुषार होता. टॅफ्ट आणि डार्टमाऊथच्या नामवंत शिक्षण संस्थांमधून त्याचं शिक्षण झालेलं होतं. कोलंबियामधून त्यानं एम.बी.ए. केलं होतं. व्यापार क्षेत्रातल्या भविष्यातल्या घडामोडी त्याला दिसतात असा त्याचा दावा असायचा. कुठल्याही एका नोकरीत तो कधी स्थिर झाला नाही. त्याच्या बुद्धिमत्तेच्या भराऱ्या चार भिंतीच्या दरम्यान अडकवून ठेवायला त्याची तयारी नव्हती. कुठल्याही नोकरीत असताना तो तिथे काम करण्या ऐवजी, तो खूप मोठा पैसेवाला झालाय, मोठ्या इंडस्ट्रीचा तो मालक आहे अशी स्वप्नंच एकसारखा पाहायचा, त्याच्या तिथल्या बॉसचे हुकूम, त्यांच्या आज्ञा त्याच्या भव्यदिव्य स्वप्नांच्या आड येत असत.

कोडी बिलियनयर होणार आहे, स्वबळावर-स्वकर्तृत्वावर आणि वयाने सर्वात लहान बिलियनयर म्हणून इतिहासात कदाचित नोंदला जाईल.

गीना आणि कोडी गेली सहा वर्षे बरोबर होते, पण कोडीला त्याची जागा अद्याप सापडलेली नाहीये. प्रत्यक्षात आजपर्यंत झालेला त्याचा खर्च भयानक होता. १९९२ मध्ये तांब्याच्या किमतीबाबत त्याचे अंदाज साफ चुकले होते. त्यामध्ये गीनाचेच एक मिलियन डॉलरपेक्षा जास्त बरबाद झालेले होते. दोन वर्षांनंतर शेअरच्या किमती एकदम खाली आल्या आणि त्यात तर तो बुडालाच. गीना त्याला सोडून गेली पण कोणीतरी त्या दोघांमध्ये समझोता घडवून आणला. चार महिने ते वेगळे राहिलेले होते. गोठवलेलं चिकन विकायची त्याची कल्पना गारठली आणि त्यात त्याला अर्धा मिलियन डॉलर्सचा फटका बसला.

दोघांनी मिळून खूप पैसे उडवले होते. त्यांनी हे मागचं सारं विसरून जाऊन, नव्यानं नवीन जीवन सुरू करण्यासाठीचा उपाय म्हणून, दोघांनी मिळून

जगाच्या प्रवासाला जा, असा सल्ला, त्यांच्यात समेट घडवून आणलेल्या वकिलाने दिला होता, म्हणून त्या दोघांनी सारं जग पाहिलं. तरुण होते – गीनाकडे पैसा होता – मजा केली – एकमेकांत जवळीक पुन्हा निर्माण झालेली होती. पैसे पण बरेच खर्च झालेले होते. तिच्या वडिलांनी तिच्या एकविसाव्या वाढदिवसाच्या दिवशी दिलेल्या पाच मिलियन डॉलर्सपैकी आता फक्त एक मिलियन डॉलर्सपेक्षाही कमी राहिले होते आणि दिवसेंदिवस कर्जाचा आकडा वाढतच होता. ट्रॉयनं जेव्हा चौदाव्या मजल्यावरून उडी मारली त्यावेळी त्यांचं लग्न मोडायलाच आलेलं होतं.

सारी सकाळ त्यांनी स्विक्स मिल या पॉश एरियामध्ये एखादं घरं मिळतंय का हे पाहण्यात घालवली. त्यांना जे पैसे मिळणार होते ते कसे खर्च करायचे यांची स्वप्नं पाहायला त्यांनी सुरुवात केलेली होती. दुपारपर्यंत त्यांच्या स्वप्नांचा आवाका खूप मोठा झालेला होता. आता त्यांना दोन मिलियन डॉलर्सच्या आसपासचं घर हवं होतं. दुपारी दोन वाजता ते 'ली' नावाच्या एका इस्टेट एजंट बाईला भेटले. बाई नटवी होती. केसांची आकर्षक स्टाईल, गळ्यात मोत्याचा हार, बोटांत सोन्याच्या अंगठ्या, दोन-दोन मोबाईल फोन आणि कोरी करकरीत कॅडीलॅक गाडी, गीनानं तिची ओळख गीना फेलन अशी करून दिली आणि त्यातल्या त्यात फेलन हा उच्चार जरा स्पष्टच आणि जरा अभिमानानेच केला. ती व्यापारविषयक किंवा आर्थिक बाबतीतली वर्तमानपत्रं वाचत नसल्यानं तिच्यावर या 'फेलन' शब्दाची जादू चालली नाही. पुन:पुन्हा तिचं लक्ष वेधण्याचा प्रयत्न गीनानं केला. शेवटी कोडीच मध्ये पडला आणि त्याच्या सासऱ्याबद्दल तिला माहिती करून दिली.''

''ओ ऽ ऽ तो बिलियनर माणूस, चौदाव्या मजल्यावरून उडी मारलेला?'' तोंडावर हात ठेवून ती म्हणाली. त्यावेळी गीना हॉलच्याजवळ सौना बाथची व्यवस्था असलेली छोटी खोली पाहत होती.

कोडी दु:खाने हं म्हणाला.

संध्याकाळच्या आसपास त्यांची उडी साडेचार मिलियन डॉलर्सच्या घरात गेलेली होती. तसंच एक महागडं घर सायंकाळी ते पाहात होते. त्यांना ते पसंत पडलं होतं. आता किंमत ठरणार, इतकी वेळ आलेली होती. तिला इतकं श्रीमंत गिऱ्हाईक पूर्वी कधी मिळालेलंच नव्हतं. त्यांच्यासाठी ती अगदी वेडी होऊन, तिला जी काही घरं दाखविता येतील ती दाखवित होती.

ट्रॉय फेलनच्या मृत्युच्यावेळी त्याचा दुसरा मुलगा रेक्स बेचाळीस वर्षे वयाचा, त्याच्यावर एक फौजदारी गुन्ह्याचा आरोप होता व त्याबद्दल चौकशी

चालू होती. एका बँकेच्या कर्ज प्रकरणात बँक सुद्धा त्याच्या मागे गेली तीन वर्षे हात धुऊन लागलेली होती. त्याचे खर्च अवाढव्य होते व ते भागविण्याकरिता त्याने, आपापासातल्या गोळीबारात मृत्यू पावलेल्या एका गुंडाचे बार व क्लब विकत घेतलेले होते. हे क्लब बेकायदेशीर कृत्याचे अड्डे झालेले होते. तेथे नग्न बायकांचे नाच चालत असत व हे क्लब फोर्टलॉडरडेल भागात होते. उघड्या कातडीचा धंदा खूपच किफायतशीर होता. या क्लबला भेटी देणाऱ्यांची संख्याही बरीच होती. वरच्यावर अमाप पैसा मिळत होता. त्याचे एकूण सहा क्लब होते. या सहा क्लबमधून दरमहा टॅक्स फ्री चोवीस हजार डॉलर्स त्याला प्राप्ती होत होती.

हे सर्व क्लब अंबर रॉकवेल नावाच्या एका स्त्रीच्या नावावर होते. ही स्त्री सुद्धा पूर्वी या क्लबमधून नग्न नृत्य करीत असे. या स्त्रीला प्रथम रेक्सने या क्लबमध्ये नाचताना पाहिले होते आणि तिच्याकडे तो खेचला गेला होता. खरं पाहिलं असता सर्व इस्टेट या बाईच्याच नावावर होती आणि तिच्याकडे जास्त आकृष्ट व्हायला हेही एक कारण होतं. अंबर जेव्हा व्यवस्थित कपडे घालत असे आणि मेकअप जरा कमी आणि लचकत, मुरडत न चालता जेव्हा ती सरळ चालत असे तेव्हा ती वॉशिंगटनमधल्या सभ्य समाजातल्या स्त्रियांसारखी दिसत असे. तिचा भूतकाळ फारच कमी लोकांना माहीत होता, पण तिच्या रक्तात छिनालपणा भिनलेला होता आणि ती जे जे काही करत असे आणि जे काही वागत असे त्यामुळे रेक्सच्या डोक्याला तर फारच त्रास होत होता. अनेक रात्री तो झोपेविना काढत होता.

त्याच्या वडिलांच्या मृत्यूच्या वेळी रेक्सवर त्याच्या घेणेकऱ्यांनी जवळ-जवळ सात मिलियन डॉलर्सचे दावे लावलेले होते आणि दिवसागणिक हा आकडा वाढतच होता. कोर्टाच्या निकालांमधून साध्य काहीच होत नव्हतं. कारण रेक्सला द्यायला किंवा त्याच्याकडून घ्यायला त्याच्या नावावर काहीच नव्हतं. ना घर ना मोटार. तो आणि अंबर एका भाड्याच्या घरात राहात होते, कागदपत्रांवर त्याच्या बायकोचं नाव होतं. सहाच्या सहा क्लब आणि बार एका कंपनीच्या नावावर होते, पण अप्रत्यक्षरीत्या मालकी अंबरचीच असणार अशी व्यवस्था होती. कागदपत्रांवर रेक्सच्या नावाचा कुठेही उल्लेख नव्हता. आतापर्यंत तरी रेक्स कोणाच्याच ताब्यात सापडला नव्हता.

त्या दोघांच्या लग्नाची शाश्वती यथातथाच होती. दोघांची अस्थिर पार्श्वभूमी पाहता त्यात शाश्वतीची अपेक्षा करणं अशक्यच होतं. मित्रांसमवेत दररोजच पार्ट्या करायच्या, त्यांचे मित्रही बेताल-बेभान वागणाऱ्यांपैकीच होते. कर्ज देणारे त्याच्या फेलन या नावावर भुलायचे. त्यांच्या मागे आर्थिक बाबतीतल्या

जरी कटकटी असल्या तरी त्यांचं जगणं ते मजेत जगत होते. रेक्सला मात्र एक काळजी सतत वाटून राहायची, सर्व काही अंबरच्या नावावर होतं आणि तीच जर एखाद्या दिवशी गायब झाली तर? ट्रॉयच्या मृत्युमुळे त्याची ही काळजी सुद्धा दूर झाली. पारडं पलटलं होतं. रेक्स एकदम उंचावर आला होता. फेलन या नावाचा त्याला आता फायदा होणार होता. आता तो सर्व क्लब-बार विकून टाकायचे, सगळ्यांची देणी देऊन टाकायची आणि उरलेल्या रकमेमध्ये आनंदाचं निर्धास्त जीवन जगायचं असं त्यानं ठरवलं होतं आणि असं जर घडलं नाही तर पुन्हा त्याची बायको क्लबमध्ये नाचणार, लोकांपुढे वाकणार आणि दारूमध्ये भिजवलेल्या नोटा जिभेने उचलणार, नुसत्या या कल्पनेने सुद्धा त्याच्या अंगावर शहारे आले.

सर्व दिवस रेक्स त्याचा वकील हार्क गेटी याच्या बरोबर होता. त्याला त्याच्या वाट्याचे पैसे झटक्यात हवे होते. 'स्टॅफोर्डला फोन लाव, फोन लाव' असा धोशा त्यानं गेटीच्या मागे लावला होता, मृत्युपत्रात काय आहे याची माहिती त्याला हवी होती. रेक्सनी त्याच्या वाट्याला येणाऱ्या पैशांचं काय करायचं याचे मनसुबे रचले होते, मोठ-मोठ्या योजना आखल्या होत्या आणि यावेळी मी हार्कला मदतीला घेऊनच या योजना यशस्वीरीत्या पार पाडणार आहे. त्याला सर्व फेलन ग्रुपवर ताबा हवाय. त्याच्या वाट्याला येणारे शेअर्स आणि बरोबरीला त्याच्या बहिणींचे शेअर्स एकत्र केले की सर्व फेलन ग्रुपवर ताबा मिळविण्यासाठी जरूर असे शेअर्स माझ्या बाजूला राहतील व जेव्हा मतदान होईल त्यावेळी सर्व फेलन ग्रुपचा ताबा माझ्याकडेच येईल असं त्याला वाटत होतं. पण ट्रॉयनं शेअर्सचं वाटप करावं असं लिहिलंय का? का एखाद्या ट्रस्टच्या ताब्यात ते शेअर्स जाणार आहेत. ट्रॉय महा भारी माणूस होता. तो काय मेल्यानंतरसुद्धा त्याला हवे त्याप्रमाणे ग्रुप चालू ठेवू शकतो.

''मला ते सालं मृत्युपत्र पाहिलंच पाहिजे'' त्याने दिवसभर हाच धोशा त्या वकिलाजवळ म्हणजे हार्कजवळ लावला होता. हार्कनं त्याला शांत ठेवण्याचा प्रयत्न चालू ठेवला होता, त्यासाठी हार्क त्याला बराच वेळ चालणाऱ्या दुपारच्या जेवणासाठी आणि उंची वाईनसाठी घेऊन गेला होता. प्रथम त्यानं वाईन घेतली पण नंतर ते स्कॉचकडे वळले. मध्येच अंबर येऊन गेली. दोघांनाही तर्र झालेलं तिनं पाहिलं पण ती रागावली नाही. आता दिवस पालटले होते. आता रेक्सच्या अशा वागण्यामुळे तिला राग येणार नव्हता. आता तर ती त्याच्यावर पूर्वीपेक्षा जास्त प्रेम करायला लागली होती.

. ६ .

फेलनने चौदाव्या मजल्यावरून खाली उडी घेऊन आत्महत्या करून एक गोंधळाचं वातावरण निर्माण केलेलं होतं आणि अशा वातावरणात पश्चिमेकडल्या त्याच्या जॅक्सन होल जवळच्या शेतावर जाणं जॉशला कससंच वाटत होतं असं मुळीच नव्हतं. पश्चिमेकडली कुठलीही ट्रीप ही आनंददायीच असते. फेलनचं शेत होतं टेटॉन्स प्रांतात – तिथे आता एक एक फूट बर्फ होतं. आता त्या बर्फावर कशी काय ही रक्षा पसरायची, का बर्फ वितळण्याची वाट पाहायची? का तशीच पसरायची? जॉशला त्याबद्दल काही देणं घेणं नव्हतं. तो बर्फावर ती राख आणि अस्थी पसरवून टाकणार होता.

फेलन कुटुंबीयांचे वकील त्याच्या मागे एखाद्या कुत्र्यासारखे लागले होते. स्टॅफोर्डला दमबाजी करण्यापर्यंत त्यांची मजल गेलेली होती. जेव्हा ट्रॉय फेलननं मृत्युपत्रावर सही केली त्यावेळी खरोखरच त्याचे मानसिक संतुलन चांगलं होतं का? याबाबत स्टॅफोर्डनी हार्क गेटी जवळ शंका व्यक्त केलेली होती, त्यामुळे या सर्व कुटुंबीयांना एक धक्काच बसला होता, त्यामुळे घाबरून जाऊन त्यांची विमनस्क मन:स्थिती झालेली होती.

फेलनची रक्षा त्याच्या शेतावर पसरण्याच्या कारणामुळे, पश्चिमेकडली चक्कर स्टॅफोर्डला एखाद्या सुटीसारखीच होणार होती आणि या सुटीत तो आणि डर्बन विचार करून फेलनच्या मृत्युपत्रातल्या त्याच्या सर्व इच्छा पूर्ण करण्याच्या दृष्टीने कशी पावलं टाकायची याचं धोरण आखायचं त्यांनी ठरवलं होतं.

गल्फस्ट्रीम-४ या फेलनच्याच विमानातून ते नॅशनल एअरपोर्टवरून निघाले होते. पूर्वी फेलनबरोबर एकदाच स्टॅफोर्डला या विमानातून प्रवास करण्याची संधी मिळाली होती. फेलनच्या विमान ताफ्यातलं हे सर्वांत नवीन विमान होतं. फेलनच्या महागड्या आवडींपैकी ती एक आवड होती. एकशे अठ्ठावन्न कोटी रुपये देऊन फेलनने हे महागडं खेळणं विकत घेतलेलं होतं. गेल्याच्या गेल्या उन्हाळ्यात फेलन बरोबर स्टॅफोर्ड आपल्या पत्नीला घेऊन या विमानातून नाईस येथे गेला होता, तिथे समुद्र किनाऱ्यावर फ्रेंच तरुणींसमोर नागडा होऊन, वेडेवाकडे हावभाव करत, फेलन नाचला होता. जॉश आणि त्याची पत्नी यांच्या अंगावर कपडे होते, इतर अमेरिकन ग्रुपबरोबर गप्पा मारत सूर्यप्रकाशाचा आनंद ते घेत होते.

विमानातल्या सेविकेनी त्यांना सकाळची न्याहरी दिली आणि ती मागल्या भागात जाऊन बसली. समोरच्या गोल टेबलावर त्या दोघांनी आपले कागद पसरले. विमानप्रवास चार तासांचा होता.

डॉ. फ्लोवे, झाडेल आणि थेईशन या मानसोपचारतज्ज्ञांनी केलेली प्रतिज्ञापत्रं त्यांच्यासमोर होती. ती खूप लांबलचक होती. शब्दांचं बरंच मोठं पाल्हाळ होतं, त्यात त्यांची मतं होती, निष्कर्ष होते, बरेच परिच्छेद होते. काही काही निरर्थक तपशिलांनी भरलेले. या सर्वांमधून एक गोष्ट प्रकर्षाने पुढे येत होती, त्यांचं म्हणणं असं होतं की ट्रॉयची मन:स्थिती अत्यंत चांगली होती. वेडेपणा असण्याची सुतराम शक्यता नाही. योग्य निर्णय घ्यायची त्याची क्षमता होती आणि त्याची स्मृती अगदी शाबूत होती यात शंका नव्हती आणि त्याच्या मृत्युपूर्वीच्या आधी काही काळ त्याची बुद्धी अतिशय तल्लख होती आणि तो काय करत होता याची त्याला पूर्ण कल्पना होती, त्याबद्दल त्याला पूर्ण ज्ञान होतं.

स्टॅफोर्ड आणि डर्बननी डॉक्टरांची प्रतिज्ञापत्रं वाचली. दोघंजणं एकमेकांकडे पाहून हसत होते. त्यांना माहीत होतं की नवीन मृत्युपत्र वाचल्यांतर या डॉक्टरांची हकालपट्टी होणार आहे. मृत्युपूर्वीच्या काळात फेलन साहेबांच्या डोक्यावर परिणाम झालेला होता, त्यांचं वागणं तर्कसंगत नव्हतं व ते कसे ठार वेडे होते हे सिद्ध करण्यासाठी आणखी नवीन सहा-सात मानसोपचारतज्ज्ञांची नेमणूक केली जाणार हे स्टॅफोर्ड व डर्बन ओळखून चुकले होते.

जगातली सर्वांत श्रीमंत धर्मप्रसारक रॅचेल लेन, हिच्याबद्दल फारच कमी माहिती मिळालेली होती. फेलन ग्रुपने या शोधकार्यासाठी खाजगी तपास करणाऱ्या एका प्रसिद्ध कंपनीला नेमलं होतं आणि ते सुद्धा मोठ्या उत्साहाने, विश्वासाने त्या कामात गुंतले होते.

जागतिक आदिवासी कल्याण संघाची मुख्य कचेरी टेक्सासमध्ये ह्यूस्टन येथे आहे. त्याची स्थापना १९२०ची. या संघटनेचे चार हजार धर्मप्रसारक साऱ्या जगाच्या कानाकोपऱ्यातल्या आदिवासी टोळ्यांच्यात त्यांना ख्रिश्चन धर्माची दीक्षा देऊन संपूर्ण सत्याचा साक्षात्कार, घडविण्याच्या कामात स्वत:ला धन्य मानतायत. ही माहिती इंटरनेटवरून स्टॅफोर्डला मिळाली. रॅचेलमध्ये धार्मिक श्रद्धा निर्माण होण्याला ट्रॉय फेलन नक्कीच कारणीभूत नव्हता,

ब्राझीलमध्यल्या अठ्ठावीसहून अधिक आणि बोलेव्हियामधल्या दहा, अशा एकूण अडतीसच्यावर आदिवासी टोळ्यांच्या समूहामध्ये जागतिक आदिवासी कल्याण संघाचे धर्मप्रसारक काम करत होते. याखेरीज जगाच्या इतर भागात या संस्थेचे तीनशेच्या वर धर्मप्रसारक काम करत होते.

जिथे हे धर्मप्रसारक काम करत होते ते आदिवासी समूह हे सर्वसाधारणपणे इतर विकसित समाजापासून बाजूला पडलेले, एकलकोंडे जीवन जगणाऱ्यांपैकी होते आणि अशाच समूहांना जागतिक आदिवासी कल्याण संघांनी आपलं लक्ष्य बनवलं होते. या धर्मप्रसारकांनासुद्धा अपरिमित कष्ट घेऊन, अत्यंत कठीण

आणि अत्यंत प्रतिकूल परिस्थितीला सामोरे जाऊन, त्यातून मार्ग काढण्याचे, संकटांना तोंड देऊन त्यांना पुरून उरण्यासाठी जंगलात, निबीड अरण्यात राहता यावे, यासाठी आदिवासींची भाषा शिकून घेण्यासाठी, रुग्णांवर व स्वत:च्या आजारीपणात जरूर तो औषधोपचार करता येण्यासाठी, एका अत्यंत कठीण अशा प्रशिक्षणातून जावं लागतं.

एका धर्मप्रसारकाने लिहिलेली एक गोष्ट स्टॅफोर्ड वाचत होता. त्यात त्याने लिहिलं होतं की, त्याला एका घनदाट जंगलात बाजू उघड्या, वर फक्त छप्पर अशा एका खोलीत राहायला लागलं होतं. आदिवासींबरोबर जुजबी का होईना, पण थोडंफार तरी संभाषण करता यावं म्हणून त्या आदिवासींच्या अतिप्राचीन भाषेतल्या शब्दांचा अभ्यास तो करत होता. आदिवासींना त्याची काहीच जरुरी नव्हती. मिसुरीहून आलेला तो एक गोरा माणूस होता. घरून तो निघाला होता त्यावेळी आदिवासींच्या भाषेतले नमस्कार, होय-नाही, धन्यवाद एवढेच शब्द त्याला माहिती करून दिलेले होते. प्रत्यक्षात जेव्हा तो आदिवासींच्यात आला तेव्हा त्याला माहीत असलेल्या त्या जुजबी शब्दांच्या आधारे तो आदिवासींबरोबर काहीही संभाषण साधू शकत नव्हता. त्याला टेबल हवं होतं. त्यानं ते स्वत: बनवलं. त्याला जेव्हा काही खायला हवं होतं, तेव्हा त्याने स्वत: प्राणी मारला. आदिवासींनी त्याच्यावर विश्वास ठेवून त्याला आपल्याजवळ करायला पाच वर्षांचा काळ जायला लागला. सहाव्या वर्षी त्याने या आदिवासींना बायबलमधली गोष्ट सांगितली. त्याला सर्व गोष्टी धीरानं घ्यायला हव्यात असं शिकवलं होतं. त्यांच्याशी प्रथम मैत्रीचे संबंध प्रस्थापित करायचे, त्यांची भाषा शिकायची, त्यांच्या संस्कृतीचा अभ्यास करायचा आणि अतिसावधपणे सावकाश त्यांना बायबल शिकवायला सुरुवात करायची.

आदिवासींच्या वसाहतींचा बाहेरच्या जगाशी क्वचितच संबंध यायचा. त्यांचं जीवन हजार वर्षांपूर्वी ज्याप्रमाणे होतं तसंच आज ते जगतायत. सध्याच्या आधुनिक जगातल्या आनंददायी सोई-सवलतींचा त्याग करून इतिहासपूर्व काळात राहणाऱ्या या आदिवासींबरोबर राहणं हे एक अत्यंत भयंकर काम, त्यानंतर त्यांचे धर्मासंबंधीचे विचार, त्याप्रती निष्ठा, प्रेम, श्रद्धा, त्यांची समाजाबद्दलची असलेली जबाबदारीची जाणीव, समाजाचे काही तरी देणं लागतो वगैरे सारख्या भावना, किती टोकाच्या आणि तीव्र असतील याची कल्पनाच केलेली बरी. वर उल्लेख केलेल्या धर्मप्रचारकाने असं पुढे लिहिलंयं की, तो आता परत जाणार नाहीये, तो त्यांच्यातच राहणार आहे असं जेव्हा त्यानं त्या आदिवासींना सागितलं, तेव्हा त्यांनी त्याला त्यांच्यातला एक मानायला संमती दिली. तो आता परत जाणार नाही असं सांगेपर्यंत आदिवासी त्याला आपला म्हणायला

तयार नव्हते. कायमचं त्यांच्याबरोबर राहायचं त्याने ठरवलं. धर्मप्रसारक आदिवासींच्यात मिसळून गेला. त्याला त्यांच्यातलाच एक व्हायचं होतं.

रॅचेल सुद्धा अशाच एका चंद्रमौळी झोपडीमध्ये राहात होती. गवताच्या बिछान्यावर झोपत होती. रानातून लाकडं गोळा करून आणून, तीन दगडांच्या चुलीवर ती स्वयंपाक करायची. झोपडीच्या आजूबाजूला काही तरी पेरायची, त्यातून जे उगवेल ते व आदिवासी ज्याप्रमाणे स्वत: एखादा पक्षी मारत तसा एखादा पक्षी मारण्याचा, एखाद्या प्राण्याची शिकार करायचा ती प्रयत्न करायची. सुरुवाती-सुरुवातीला तिला जमत नसे. बऱ्याच वेळा तिला उपाशीसुद्धा राहावं लागलं होतं. तर अशी पक्षी, प्राण्याची शिकार करून, परसात पिकवलेललं धान्य, त्याचा उपयोग करून, चुलीवर शिजवून पोटपूजा होत असे. लहान-लहान मुलांना बायबलमधल्या गोष्टी सांगायच्या, प्रौढांना चांगलं, वाईट, नीती, अनिती बद्दल चर्चा स्वरूपातले पाठ द्यायचे हे काम ती करायची. बाहेरच्या आधुनिक जगातल्या चिंता, ताण-तणाव, दडपण, घटना यांच्याशी तिला काहीही देणं-घेणं नव्हतं. आदिवासींच्या सान्निध्यात ती पूर्णपणे समाधानी होती. श्रद्धा, प्रेम यावर तिचा पूर्ण विश्वास होता.

तिच्या या परिपाठात अडथळा आणणं स्टॅफोर्डच्या जीवावर आलं होतं.

डर्बनने हे सर्व वाचलं होतं. तो म्हणाला, "आपल्याला ती सापडणं अशक्य आहे. वीज नाही. फोन नाही. रस्ते नाहीत. या लोकांना शोधण्यासाठी तुम्हाला राना -डोंगरातून पायपीट करावी लागेल."

"आपल्याकडे दुसरा पर्याय नाहीये." जॉश म्हणाला

"जागतिक आदिवासी कल्याण संघाशी आपल्याला संपर्क साधायचाय का?"

"दुपारनंतर."

"काय सांगणार त्यांना?"

"काही माहीत नाही. तुमच्या संस्थेतल्या एका स्त्री धर्मप्रसारकाच्या शोधात आम्ही आहोत. तिला का शोधताय? असं त्यांनी विचारल्यावर तुम्ही त्यांना नुकतीच तिला वारसाहक्काने भलीमोठी, अकरा बिलियन डॉलर्सची मिळकत मिळालेली आहे असं सांगू नका."

"अकरा बिलियन डॉलर्स कर वजा होण्यापूर्वीची रक्कम."

"कर वजा होऊन सुद्धा प्रचंड रक्कम उरणार आहे."

"मग काय सांगणार तिला?"

"एका तातडीच्या न्यायालयीन खटल्याचे कारण आम्ही पुढे करणार आणि त्यासाठी आम्हाला रॅचेलला समक्ष भेटणं अत्यंत जरुरीचं आहे असं सांगणार."

बाजूच्या टेबलावरचं फॅक्समशिन, आवाज करून येणारा संदेश ते लिहायला लागलं. पहिला संदेश होता तो स्टॅफोर्डच्या सेक्रेटरीचा, त्यात तिने सकाळपासून कोणी-कोणी त्याला फोन करून त्याची विचारणा केली त्याची यादी होती. बरेच फोन फेलन कुटुंबीयांच्या वकिलांचेच होते. फक्त दोन वर्तमानपत्रांच्या वार्ताहरांचे होते. दुसरा निरोप त्याच्या सहकाऱ्यांनी विलबाबतच्या कायद्याच्या संदर्भात जमविलेल्या माहितीचा होता – ही माहिती वाचल्यावर जॉशची खात्रीच झाली की, ट्रॉयनं स्वत:च्या हस्ताक्षरात घाईघाईनं लिहिलेलं मृत्युपत्र कायदेशीर ठरणार.

विमानातल्या कर्मचाऱ्यांनी दुपारच्या खाण्याला टोस्ट सँडविचेस, फळं, आइस्क्रीम आणि हवी असल्यास कॉफी हे पदार्थ पुढे केले होते. विमानातले सर्व कर्मचारी विमानाच्या मागल्या भागातल्या खोलीतच असत. रिकामे झालेले ट्रे-कॉफी कप उचलण्यापुरते पुढे येत होते.

जॅक्सनहोलला ते जेव्हा उतरले तेव्हा हवा स्वच्छ होती, सूर्यप्रकाश होता. धावपट्टीवरचं बर्फ बाजूला केलेलं होतं, पण बाजूला बर्फाचे उंचच्या उंच ढीग होते. विमानातून उतरून ते ऐंशी फूट चालले आणि 'सिकोर्स्की एस्-७६ सी' या ट्रॉयच्या आवडत्या हेलिकॉप्टरमध्ये चढले. दहा मिनिटांनतर ते ट्रॉयच्या प्राणप्रिय अशा शेतावर घिरट्या घालायला लागले होते. वाऱ्याचे जोरदार तडाखे हेलिकॉप्टरच्या बाहेरच्या पृष्ठभागावर आपटत होते, त्यामुळे थोडे फार हेलकावे पण बसत होते. डर्बन तर पार पांढरा पडला होता. जॉशने दरवाजा सरकवला घाबरत-घाबरतच, हळूहळू आणि धारदार वाऱ्याचा फटका त्याच्या तोंडावर बसला.

छोट्या काळसर पितळी रक्षापात्रातून जॉश जेव्हा रक्षा आणि अस्थी खाली शेतावर टाकत होता तेव्हा पायलट दोनहजार फुटांवर फेऱ्या मारत होता. वारा ती राख आणि अस्थी सर्व दिशांना उडवत नेत होता, खाली जमिनीवर बर्फापर्यंत जाण्यापूर्वीच ती राख आणि अस्थी अदृश्य होत होती. जेव्हा रक्षापात्र रिकामं झालं, तेव्हा जवळ-जवळ गोठलेला आपला हात स्टॅफोर्डने आत घेतला, हेलिकॉप्टरचा दरवाजा सरकवून बंद केला.

चौकोनी कापलेल्या लाकडी ओंडक्यातून बनविलेलं, खेडेगावात शोभून दिसणारं, खूप मोठा विस्तार असलेलं, अकरा हजार चौ.फुटांचं फेलनचं शेतावरच घर होतं. हे घर त्यानं एका सिनेनटाकडून विकत घेतलं होतं.

एका सुटाबुटातल्या नोकरानं घराचं दार उघडलं. त्यांच्या बॅगा त्यानं आत नेऊन त्यांना द्यायच्या खोल्यातून ठेवल्या. नोकराणीने त्यांना कॉफी आणून दिली. भिंतीवर लावलेली प्राण्यांची डोकी डर्बन न्याहाळत होता. फेलनच्या शिकारीच्या शोका-पासूनची ती निर्मिती. जॉश स्टॅफोर्डनी त्याच्या ऑफिसला

फोन लावला. हॉलमधल्या भिंतीतल्या शेकोटीच्या कोनाड्यात आवाज करीत ज्वाळा भडकत होत्या. नोकरानं जेवायला काय करू असं विचारलं.

माँटगोमेरी नावाचा, चार वर्षांपूर्वी नोकरीत घेतलेला जॉश स्टॅफोर्डचा एक वकील सहकारी होता. जागतिक आदिवासी कल्याण संघाचे कार्यालय शोधण्यासाठी तो ह्यूस्टन शहरात तीन-चार वेळा गोल गोल फिरला, एका पाच मजली इमारतीच्या तळमजल्यावरच्या एका कोपऱ्याच्या भागात ते कार्यालय होतं ते त्याला शेवटी एकदाचं मिळालं. त्याने भाड्यानं घेतलेली गाडी रस्त्याच्या कडेला लावली. आपला टाय सरळ केला, गळ्याशी घट्ट केला आणि कचेरीत पाऊल टाकलं.

तिथे येण्यापूर्वी त्या कार्यालयातल्या ट्रील या व्यक्तीशी तो दोनदा फोनवर बोलला होता. भेटीची वेळ ठरवून घेतलेली होती. खरं म्हणजे त्याला आता एक तास उशीर झालेला होता, पण ट्रील साहेबांनी ते मनावर घेतलेलं नव्हतं. ट्रील ही व्यक्ती नम्र, हळुवार बोलणारी आणि तुम्हाला मदत करण्यास उत्सुक असलेली होती. प्राथमिक अभिवादनपर बोलणी झाल्यावर ट्रील यांनी विचारलं, "मी तुमच्यासाठी काय करू शकतो?"

"मला तुमच्या एका धर्मप्रचारकाबद्दल थोडी माहिती हवी आहे." मॉटगोमरी म्हणाला.

ट्रील साहेबांनी मान हलवली, पण बोलले मात्र नाहीत.

"श्रीमती रॅचेल लेन हे त्यांचं नाव आहे"

ट्रीलनी आपल्या डोळ्यांची बुबुळे वर नेली व या नावाने स्वतःच्या मेंदूमध्ये कुठे संवेदना होतीय का? याचा ते अंदाज घेत म्हणाले, "नाव कुठे ऐकल्यासारखं वाटत नाही, पण काय करणार? या क्षेत्रात हजाराच्या वर लोकं आहेत"

"त्या ब्राझील आणि बोलेव्हिया या दोन्ही देशांच्या सीमावर्ती क्षेत्रात कुठेतरी काम करतात अशी माहिती आहे."

"तुम्हाला त्यांच्याबद्दल आणखी काय माहिती आहे?"

"आणखी काही नाही, पण आम्हाला त्यांची भेट घेणं जरुरी आहे."

"काय कारण आहे?"

"न्यायालयीन संबंधातली गोष्ट आहे." हे सांगताना माँटगोमेरी जरा गडबडला, त्यामुळे त्यात काहीतरी गडबड असावी अशी शंका ट्रीलच्या मनात आली.

ट्रीलच्या कपाळावर आठ्या आल्या, भुवया एकमेकांजवळ आल्या, त्यांच्या चेहेऱ्यावरचं हसू मावळलं, ते म्हणाले, "अडचण आहे का काही?"

"नाही, पण मुद्दा जरा तातडीचा आहे. आम्हाला त्यांना भेटायचं आहे."

"तिच्यासाठी तुम्हाला एखादं पत्र किंवा सीलबंद लखोटा पाठवता आला नाही?"

"नाही. आम्हाला तिचं सहकार्य आणि त्याचबरोबर तिची सही पण हवी आहे."

"म्हणजे तुमच्या म्हणण्याप्रमाणे ती एक गुप्त आणि खाजगी बाब आहे."

"नक्कीच आहे."

ट्रीलच्या मेंदूत काहीतरी चमकलं. त्याच्या चेहऱ्यावरच्या आठ्या गेल्या आणि म्हणाला, "एक मिनिटभर थांबा. मी परत येतोच." आणि तो कचेरीच्या आतल्या भागात दिसेनासा झाला. साध्यासाध्या वस्तूंनीच पण आकर्षक रीतीने कचेरीचा अंतर्भाग सजविलेला होता त्याचं निरीक्षण करीत माँटगोमेरी तिथंच थांबला. आदिवासींच्या मुलांचे मोठे केलेले फोटो कचेरीच्या भिंतींवर लावलेले होते.

ट्रील जेव्हा बाहेर परत आला तेव्हा तो वेगळाच इसम होता. चेहऱ्यावरचं हास्य लोपलेलं होतं, त्याजागी ताठरपणा आलेला होता, मदत करण्याचा भाव तिथे आता नव्हता. ते म्हणाले, "माँटगोमेरी साहेब मला वाईट वाटतं की आम्ही तुम्हाला काहीही मदत करू शकणार नाही."

"ती ब्राझीलमध्ये आहे का?"

"मी दिलगीर आहे"

"बोलेव्हिया मध्ये?"

"मी दिलगीर आहे"

"ती जिवंत तरी आहे का?"

"या प्रश्नाचं उत्तर मी देऊ शकणार नाही."

"आणखी काही नाही?"

"नाही."

"मी तुमच्या वरच्या अधिकाऱ्यांना भेटू शकतो का?"

"हो, नक्कीच."

"कुठे आहेत ते?"

"वर स्वर्गात."

मश्रुम सॉसमध्ये शेकलेल्या मांसाचे तुकडे जॉश आणि डर्बनच्या जेवणात होते. जेवणानंतर जॉश स्टॅफोर्ड व टिप डर्बन उबेसाठी हॉलमधल्या शेकोटी समोरच्या कोचावर बसले. मेक्सिकन खानसामा वर पांढरा कोट आणि खाली जीन पँट या वेशात होता. खूप जुने आणि उंची मद्य फेलनच्याच कपाटातून

काढून, या दोघांना, ग्लासमध्ये घालून दिले. जोडीला क्यूबन चिरुट होते. दोन बाजूच्या दोन कोपऱ्यांत मंद संगीत चालू होतं. पावारोटी ख्रिसमसची गाणी गात होता.

"मला कल्पना सुचतेय." समोरच्या आगीकडे पाहात जॉश म्हणाला, "आपल्याला रॅचेल लेनला शोधायला कोणालातरी पाठवायला पाहिजे."

त्याचवेळी टिपनं चिरुटाचा धूर आत ओढला होता, तो फक्त मान डोलवू शकत होता "आणि ते सुद्धा कोण्या येऱ्या-गबाळ्याला पाठवून चालायचं नाही. बरोबर? तो वकीलच असला पाहिजे, ज्याला त्यातल्या न्यायालयीन बाबी उकलून सांगता आल्या पाहिजेत आणि तो सुद्धा आपल्या पूर्ण विश्वासातला म्हणजे आपल्याच कंपनीतला हवा. बरोबर?"

टिपचं तोंड धुरानं भरलं होतं. त्याने आपली मान हलवणं चालू ठेवलं. टिपनं आपल्या नाक आणि तोंड या दोन्हीतून धूर बाहेर टाकला, तो त्याच्या चेहऱ्यावरून वर जाताना म्हणाला, "त्याला आपण किती वेळ देऊ शकू?"

"ते कसं सांगता येईल? ती काही इतक्या झटपट उरकता येणारी गोष्ट नाहीये – ब्राझीलला जायचंय. ब्राझील खूप मोठा देश आहे. जवळ-जवळ पंच्याऐंशी लक्ष चौरस किलोमीटर म्हणजे अर्धे दक्षिण अमेरिका खंड आणि आपल्याला तर जंगलांचा, डोंगर-पर्वतांचा, नदी-नाल्यांचा भाग पाहायचाय. तिथली जनताही अद्याप अतिप्राचीन काळात राहिल्यासारखीच राहतीये, त्यांनी मोटारीसुद्धा पाहिलेल्या नाहीयेत."

"मी तर जाणार नाही."

"आपण ब्राझीलमधलाच एक वाटाड्या शोधू, त्याला सुद्धा एक तरी आठवडा लागणारच की?"

"मी तर असं ऐकलंय की आजही लोकं तिथं माणसं मारून त्यांचे अवयव खातात म्हणून, खरं आहे का ते?"

"नाही."

"मोठ मोठे अजगर?"

"शांत हो. तू जाणार नाहीयेस ना?"

"धन्यवाद!"

"पण हे सगळं करायला लागणार आहे हे तरी तुला पटतं ना? आणि हाच आपल्यापुढचा प्रश्न आहे. आपल्या फर्ममध्ये साठ वकील आहेत मान खाजवायला सुद्धा उसंत नाहीये एवढं काम प्रत्येकाला आहे. आपल्यापैकी कोणीही हातातलं काम बाजूला टाकून या बाईला शोधायला जाण्यासारख्या परिस्थितीत नाहीये."

"वकिलांच्या हाताखालच्या कोणातरी हुशार माणसाला पाठवायला जमतंय

का पाहू.''

जॉशला ती कल्पना आवडली नाही. त्यानं त्याच्या हातातल्या मद्याचे एक-दोन घुटके घेतले. चिरुटाचे एक-दोन झुरके मारले. शेकोटीमध्ये भडकणाऱ्या ज्वाळांकडे तो पाहात होता, त्याच्या कपाळावर आता आठ्या तयार झाल्या होत्या, डोळे किलकिले करीत स्वत:शीच म्हणाल्यासारखं म्हणाला, ''नाही तो वकीलच असायला हवा.''

खानसामा मद्याचे नवीन दोन पेले घेऊन आला. पुडिंग, आइस्क्रिम, कॉफी यापैकी काही हवं का असं त्याने विचारलं. पाहुण्यांना आधीच सर्व काही मिळालं होतं.

ते दोघेच राहिल्यानंतर जॉशने विचारलं, ''नेटबद्दल तुझं काय मत आहे?''

या कामासाठी जॉश नेटचा विचार करीत होता हे खूप आधीपासूनच डर्बनला माहीत होतं.

''ए ऽ तू माझी काय, फिरकी बिरकी घ्यायचा प्रयत्न करतोयस का?''

''नाही नाही, मी गंभीर होऊन विचारतोय.''

नेटला या कामगिरीवर पाठवायच्या कल्पनेवर त्यांनी थोडावेळ विचार केला.

दोघांनाही त्याचा अनुभव होता. त्याच्यामुळे झालेल्या कटकटी आठवल्या. नेट ओ रॉयले गेली तेवीस वर्षे त्यांचा भागीदार म्हणून त्यांच्याबरोबर होता आणि आत्ता या क्षणाला तो पश्चिम वॉशिंग्टनमधल्या ब्लू-रीज माऊंटन भागातल्या एका पुनर्वसन केंद्रात उपचार घेत होता. गेल्या दहा वर्षांत तो बऱ्याचवेळा या केंद्रातून उपचार घेऊन बाहेर पडला होता आणि प्रत्येक वेळी कुठल्याही व्यसनाला त्याच्या आयुष्यात आता थारा नाही आणि त्याला विशेष रस असलेल्या आणि थोडेफार नैपुण्य असलेल्या टेनिस खेळात जास्त लक्ष द्यायचं, असा मनाशी ठाम निश्चय करूनच बाहेर पडला होता आणि प्रत्येकवेळी शपथ घेताना पूर्वी जे झालं ते शेवटचं, यापुढे आता नाही असाच निर्धार केलेला असायचा. पण पुढच्या वेळी परत जेव्हा या पुनर्वसन केंद्राला भेट द्यायची त्याला वेळ यायची तेव्हा मागल्यावेळेपेक्षा तो जास्तच खोलात गेलेला असायचा. आता त्याचं वय होतं ४८. त्याचा दोनदा घटस्फोट झालेला होता आणि सध्या तर आयकर विभागानं त्याने कर चुकविला म्हणून त्याच्यावर दावा लावलाय. ते शुक्लकाष्ठ त्याच्या मागे आहे.

''त्याला भटकायला खूप आवडायचं नाही?'' टिप म्हणत होता.

''हो, त्याला पाठीवर प्राणवायूचं सिलेंडर लावून समुद्राच्या पाण्यात डुबी मारून पाण्यातल्या आतल्या बाजूने फिरायला आवडायचं. कडे-कपारी-डोंगर-

दऱ्यांमधली भ्रमंती त्याला वेडं करून टाकायची. तसा तो जरा तऱ्हेवाईकच पण कुठे त्याला ही व्यसनं चिकटली देव जाणे, दिवसेंदिवस तो तळाकडेच जायला लागला होता. त्याच्या आयुष्यात त्यानं कामाशिवाय सारं काही केलेलं होतं.''

पस्तीशीच्या दरम्यान त्याच्या कर्तृत्वाला उतरती कळा लागायला सुरुवात झाली. औषधोपचाराच्या बाबतीत दाखवलेल्या निष्काळजीपणाबद्दल काही डॉक्टरां-विरुद्ध दाखल केलेले खटले त्याने त्याच काळात जिंकले होते. त्याचा खूपच बोलबाला झाला होता. त्यामुळे वैद्यकीय क्षेत्रात होणाऱ्या औषधोपचाराबाबतीतल्या निष्काळजीपणासंबंधातल्या खटल्यांच्या बाबतीत नेट ओ रॉयले ही एक अधिकारी व्यक्ती म्हणून गणली जाऊ लागली. यशाची नशा दारूच्या नशेत बदलली गेली. त्याचं कुटुंबीयांकडे दुर्लक्ष व्हायला लागलं. खटले जिंकायचा आणि त्याचा आनंद साजरा करण्याच्या निमित्ताने दारू पार्टी, दारूच्या पुढची पायरी, नशा आणणारी औषधं यांच्या नादाला लागला, जोपर्यंत तो खटले जिंकत होता तोपर्यंत या व्यसनांची मर्यादा जाणून होता, पण एक खटला तो हरला आणि कड्यावरून खाली पडल्यासारखी त्याची स्थिती झाली. त्याचं पिणं आवाक्याच्या बाहेर गेलं. व्यसन सुटावं म्हणून काही उपायांची जरूर भासायला लागली. स्टॅफोर्डच्या कंपनीनेच त्याची रवानगी व्यसनमुक्ती केंद्रात केली आणि पूर्णपणे बरा झाल्याखेरीज त्याला सोडलं जाणार नाही एवढी खबरदारी घेतली. त्यातून तो सुधारून बाहेर आला. ती त्याची पहिली वेळ होती.''

''आता तो केव्हा बाहेर पडणार आहे.'' टिपनं विचारलं. या कल्पनेनं त्याला काहीही आश्चर्य वाटलं नव्हतं, पण मार्ग तर चांगला होता.

''लवकरच.''

नेटच्या व्यसनाची बाब खरी म्हटलं तर गंभीरच होती. व्यसनमुक्ती केंद्रातल्या उपायांचा त्याच्यावर योग्य तो उपयोग व्हायचा, पण तो किती काळ टिकेल याबद्दल साशंकता होती. एखादं किरकोळ कारण सुद्धा त्याचं मानसिक संतुलन बिघडायला पुरेसं व्हायचं आणि पुन्हा तो व्यसनाधीन व्हायचा आणि तो पार तळापर्यंतच जायचा. अमली पदार्थांतल्या रासायनिक द्रव्यांनी त्याच्या मनाची अन् शरीराची दोघांची अगदी वाट लावली होती. तो विचित्रपणे वागायला लागला होता. सुरुवातीला त्याचा तऱ्हेवाईकपणा फक्त त्याच्या कंपनीलाच माहीत होता. आता सर्व वकिलांना तो माहीत झालेला होता.

दारूची एक बाटली आणि झोपेच्या गोळ्यांची एक बाटली घेऊन तो चार महिन्यांपूर्वी एका मोटेल मध्ये राहिला होता, त्यावेळी त्यानं आतून खोलीला कडी लावून स्वतःला बंद करून घेतलं होतं. त्याच्या सहकाऱ्यांच्या मते त्याचा तो आत्महत्या करण्याचाच प्रयत्न होता.

जॉशनी त्याला गेल्या दहा वर्षांत असं चार वेळा पुन्हा कामावर घेतलं होतं.
"यावेळी हे काम त्याच्या पथ्यावर पडेल.''

टिप म्हणाला, "त्याचा काही काळ चांगला जाईल.''

.७.

फेलनच्या आत्महत्येनंतरचा तिसरा दिवस. पहाटे-पहाटे गेटी हार्क आपल्या
ऑफिसमध्ये येऊन दाखल झाला होता. हा दिवस चांगला जावा अशी त्याची
इच्छा होती. आज उठल्यापासूनच त्याला कंटाळल्यासारखं वाटत होतं. आदल्या
रात्री त्यानं रेक्सबरोबर तसं उशिराच जेवण घेतलं होतं. नंतर ते ऑफिसमध्ये
परतले, तिथेसुद्धा थोडावेळ पिण्याचा कार्यक्रम झाला. मृत्युपत्र – त्यातले
तपशील, त्यांची अंमलबजावणी, त्यासंबंधी पुढे कशी पावलं टाकायची याबद्दलही
बरीच चर्चा झाली. हार्कचे डोळे सुजून लाल झाले होते. डोकं अमाप ठणकत
होतं, तरीपण एवढ्या सकाळी तो ऑफिसमध्ये आला होता. कॉफी प्यायल्यावर
जरा डोकं दुखायचं थांबेल या आशेने कॉफी आणायला निघाला.

पक्षकारांकडून घ्यायच्या फीचा दर हार्कने आता बदलला होता. पूर्वी
अगदीच कमी दरात म्हणजे तासाला दोनशे डॉलर्स या दराने त्यानं अतिशय
कटकटीची घटस्फोटाची खूप प्रकरणं हाताळली होती, पण सध्या त्याचा
तासाचा दर साडेतीनशे डॉलर्सच्या पुढे गेलेला होता आणि तरीसुद्धा वॉशिंग्टनच्या
परिसरातल्या इतर महत्त्वाकांक्षी वकिलांच्या तुलनेत तो खूपच कमी होता. हार्क
त्याच्या दारात आलेल्या पक्षकारांचं या दरात काम करत असे. एका किरकोळ
खटल्याच्या कामात एका इंडोनेशियन सिमेंट कंपनीने त्याला तासाला साडेचारशे
डॉलर्स या दराने पैसे दिलेले होते. कारखान्यातल्या एका कामगाराच्या मृत्यूच्या
बाबतीतला तो खटला होता. कंपनीच्या फायद्यात त्याने तो मिटवला होता
त्यामुळे एक यशस्वी वकील म्हणून त्याचा बोलबाला झाला होता. चाळीस
वकील असलेल्या एका कंपनीत तो काम करत होता. मध्यम दर्जाचा वकील
म्हणून त्याचे सहकारी त्याला समजत होते. या वकील कंपनीमध्ये आपसात
कायमच काही ना काही कुरबुर चालायची. हार्कमुळे जी काही रक्कम कंपनीला
मिळायची त्यातला अर्धा हिस्सा हार्कला मिळे, ती रक्कम आता वाढायला
लागली होती म्हणून तर त्याला त्याची स्वतःची कंपनी उघडायची होती. एका
रात्री त्याला झोप येत नव्हती, त्यावेळी विचार करता करता त्याने ठरविलं की
आपण आपला दर वाढवायचा आणि तो आधीच्या आठवड्यापासूनच लागू
करायचा. त्याने तासाला पाचशे डॉलर्स घ्यायचे असा दर ठरविला. गेले सहा

दिवस तो केवळ फेलन केसवरच काम करत होता, दुसरं कुठलं कामच त्यानं केलेलं नव्हतं. तो म्हातारा आता परलोकवासी झालेला आहे. त्याच्या अतिशहाण्या कुटुंबाची वकिली हे त्याचं स्वप्न होतं.

फेलनच्या मृत्युपत्राबाबतचा खटला कोर्टात खूप रेंगाळला पाहिजे असं हार्कला मनोमन वाटत होतं. बरेच वकील त्यात गुंतले असणार आहेत. अमेरिकेतल्या खूप मोठ्या मिळकतीच्या वाटपासंबंधीतला खटला म्हणून हा खूप गाजणार आहे. अमेरिकाभर या खटल्याची चर्चा चालेल आणि मध्यभागी असणार आहे हार्क. खटला जिंकला तर फारच चांगलं, पण जिंकणं हे काही महत्त्वाचं नव्हतं. या खटल्यामुळे त्याला भलंमोठं घबाड आणि प्रसिद्धी मिळणार होती. आणि सध्याच्या युगातल्या वकिलांचं ते तर महत्त्वाचं ध्येय असतं. तासाला पाचशे डॉलर्स, आठवड्याचे साठ तास आणि वर्षाचे पन्नास आठवडे. हार्कचं वर्षाचं उत्पन्न दीड मिलियन डॉलर्स. नवीन ऑफिस, त्याचं भाडं, सेक्रेटरी, कारकून, शिपाई यांचा खर्च होईल अर्धा मिलियन डॉलर्स, तरीपण बाकी एक मिलियन राहतात. ती जुनी रखडत चालणारी फर्म सोडायची आणि स्वत:ची वेगळी फर्म नवीन जागेत त्याच रस्त्यावर चालू करायची त्याने ठरवलं. झालं, ठरलं. त्यानं झटपट कॉफी प्यायली. आता परत या ऑफिसमध्ये यायचं नाही या इराद्याने त्यानं ते जुनं ऑफिस सोडलं आणि तो बाहेर पडला, बाहेर पडताना त्यानं बरोबर फेलन खटल्याची आणि इतर काही महत्त्वाच्या फाईली घेतल्या. जुन्या फर्मनी फेलन खटल्यासंबंधातलं काही बिल करायच्या आतच एक सेक्रेटरी, एक कायद्याच्या बाबीतल्या, खाचाखोचा जाणणारा कारकून, मदतनीस, एवढ्यांची जुळणी ताबडतोब करायची असं त्यानं ठरविलं.

हार्कचा टेबलाशी बसून जॉश स्टॅफोर्डविरुद्ध लढाई कशी सुरू करायची याबद्दल सारखा विचार चालला होता. एक भलं मोठं जोखमीचं धाडस आपण करायला जातोय या कल्पनेनं त्याच्या हृदयाचं स्पंदन वाढलं होतं. काळजीचं कारणच तसं होतं. फेलननी नवीन मृत्युपत्र जे केलं होतं त्याचा तपशील, स्टॅफोर्ड देत नव्हता. आत्महत्येच्या पार्श्वभूमीवर या मृत्युपत्राच्या वैधतेबद्दलची शंका त्याने व्यक्त केलेली होती. आत्महत्येनंतर स्टॅफोर्डच्या बोलण्याच्या पद्धतीत फरक झालेला होता आणि त्यानेच तो धास्तावला होता, आता तर स्टॅफोर्ड बाहेरगावी जाऊन बसला होता आणि फोनलाही काही उत्तरं मिळत नव्हती.

कायद्याची लढाई आता कधी सुरू होतीय असं त्याला झालं होत. नऊ वाजता तो फेलनच्या पहिल्या लग्नाच्या कुटुंबातल्या लिब्बिगैल फेलन जेटर आणि मेरीरॉस फेलन जॅकमन या दोन मुलींना भेटला. ही भेट हार्कच्या

सांगण्यावरून रेक्सने ठरविली होती. दोन्ही मुलींनी त्यांचे स्वत:चे वकील नेमले होते. या दोघींनी हार्कलाच त्यांचे वकील म्हणून नेमावं अशी हार्कची इच्छा होती. जास्त पक्षकारांचा वकील म्हणून हार्कला तडजोडीच्यावेळी जास्त महत्त्व प्राप्त होणार होतं आणि तिघांना दर तासाला पाचशे डॉलरच्या हिशोबाने वेगवेगळी फी तो लावणार होता, एकाच कामासाठी.

चर्चा सुरळीतपणे सुरू होत नव्हती. दोघींचा हार्कवर विश्वास नव्हताच, पण आपल्या भावावर सुद्धा विश्वास ठेवायला त्यांची तयारी नव्हती. ट्रॉय ज्युनियरने स्वत:चे तीन वकील नेमले होते. त्याच्या आईचा आणखी एक वेगळा चौथा वकील होता. एकत्रितरीत्या भांडायची कोणाचीच तयारी नव्हती. प्रत्येकाला मिळणारी रक्कम एवढी मोठी होती की प्रत्येकाने वेगळ्या वकिलाची नेमणूक करायला काहीच हरकत नव्हती.

एकत्रितरीत्या भांडण्याचे फायदे हार्क समजावण्याचा प्रयत्न करत होता, पण कोणी ऐकायच्या मन:स्थितीत नव्हते. तो निराश झाला, पण दुसरा भाग असा होता की, तो स्वत: त्याची वेगळी फर्म काढणार होता आणि फक्त एका पक्षकाराकडूनसुद्धा त्याला अमाप पैसा मिळणार होता. त्यामुळे त्यानं एवढं काही वाटून घ्यायला नको, अशी त्यानं त्याच्या स्वत:च्या मनाची समजूत घातली, अन् त्याचा उत्साह वाढला.

लिब्बिगैल फेलन जेटर ही लहानपणापासूनच एक बंडखोर विचारांची मुलगी होती. तिला तिची आई आवडायची नाही. वडिलांबद्दल प्रेम वाटायचं. खरं म्हटलं तर वडील फार कमी वेळ घरी असायचे. आई-वडिलांच्या घटस्फोटाच्यावेळी ती नऊ वर्षांची होती. ती चौदा वर्षांची असताना तिला एका वसतिगृह असलेल्या शाळेत घातलं. ट्रॉयला हे मुळीच आवडलं नव्हतं. बोर्डिंग स्कूलमध्ये मुलांना पाठविण्याच्या विरुद्ध तो होता, अर्थात यामागे त्याला लहान मुलांच्या किंवा विद्यार्थीदशेतल्या मुलांच्या मानसशास्त्रातलं काही कळत होतं असं काही नव्हतं. मुलांना कसं वाढवावं याबद्दल त्याला काही कळत होतं अशातलाही भाग नव्हता. तिच्या शाळेतल्या कालावधीमध्ये तो तिला अधूनमधून भेटत राहिला आणि खरोखर हे त्याचं वागणं त्याच्या स्वभावात कुठे बसणारं नव्हतं. ती त्याची आवडती मुलगी आहे असं तो तिला नेहमी सांगायचा आणि खरोखरच ती एक हुशार मुलगी होती, पण तिच्या पदवी समारंभाच्या वेळी तो तिला विसरला आणि तिला भेट पाठवायची त्याच्याकडून राहिलं. महाविद्यालयीन शिक्षण सुरू व्हायच्या आधीच्या उन्हाळ्याच्या सुट्टीमध्ये तिच्या वडिलांना याची जाणीव कशी करून द्यायची या विचारात ती होती. आणि असं काहीतरी

करायचं की त्यामुळे त्यांना खूप दुःख झालं पाहिजे असं तिनं ठरवलं. कॅलिफोर्नियामधल्या बर्कले विश्वविद्यालयात मध्ययुगीन आयर्लंडचा अभ्यास करण्याचा तिचा विचार होता. कॅलिफोर्नियातल्या कुठल्याही कॉलेजमध्ये शिक्षण घेण्याविरुद्ध ट्रॉय फेलन होता. कॅलिफोर्नियातल्या कॉलेजमधले विद्यार्थी वृत्तीने बंडखोर होते. त्यांच्या संपर्कात या मुलीनं राहू नये असं फेलनचं मत होतं. त्याच काळात व्हिएतनामची लढाई मागे घेण्यात आलेली होती. विद्यार्थी आनंद साजरा करण्याच्या मूडमध्ये होते.

इतर विद्यार्थ्यांच्या नादाने अगदी सहजपणे अमली पदार्थांच्या सेवनाला तिने सुरुवात केली. कधी कधी सहजगत्या वैषयिक सुखाचा आस्वाद ती घेऊ लागली. ती एका तीन मजली घरात राहात होती. त्या घरात अनेक वंशाचे, विविध जातींचे विद्यार्थी-विद्यार्थिनी राहात होत्या आणि ही सारी मंडळी विविध प्रकारच्या लैंगिक सुखांचा अनुभव घेत होती. थोड्या-थोड्या दिवसांनंतर जोडीदार बदलत असत. ते त्यांच्या एकत्र राहण्याला संकुल म्हणत असत. बंधने, नियम, नीति-अनीती वगैरेंना तेथे थारा नव्हता. सर्वच विद्यार्थी श्रीमंत कुळातून येत असल्याने पैशाचा कधी प्रश्न नसायचाच. कनेक्टीकटहून आलेली एक श्रीमंत मुलगी एवढीच लिब्बिगैलबद्दल इतरांना माहिती असायची. त्याकाळात ट्रॉयची संपत्ती शंभर मिलियन डॉलर पेक्षा काही जास्त नव्हती.

आपण खूप मोठे धाडस करत आहोत अशा आविर्भावात ती एका मागून एक अमली पदार्थांच्या प्रकारांचा आस्वाद घेत होती, पण शेवटी हेरॉइन नावाच्या औषधाने तिचा ताबा घतला. बँडमधला एक ड्रमवादक टिनो तिला हेरॉइन पुरवायचा. टिनोसुद्धा त्या इमारतीतल्या संकुलात राहायचा. टिनो पस्तीशीच्या पुढचा. मेंफिस-मधल्या शाळेतून अर्धवट शिक्षण थांबवून तो बाहेर पडलेला होता. तो केव्हा आणि कसा या टोळीमध्ये सामील झाला हे कोणालाच माहीत नव्हतं आणि कोणाला त्याची पर्वाही नव्हती.

एकविसाव्या वाढदिवसाच्या समारंभासाठी पूर्वेकडे जाण्यासाठी लिब्बिगैलनी स्वतःला पुरेसं स्वच्छ केलेलं होतं. एकवीस वर्षांचा वाढदिवस सर्वच फेलन मुलांच्या आयुष्यातला एक आनंदाचा प्रसंग असे. त्यादिवशी ट्रॉय फेलन त्या मुलांना भली मोठी भेट द्यायचा. मुलांच्या भवितव्यासाठी एक ट्रस्ट करावा असं ट्रॉयला कधी वाटलं नाही. जबाबदारीची जाणीव जर त्यांना एकविसाव्या वर्षांपर्यंत येत नसेल तर बळंच ट्रस्टच्या दोरीनं त्यांना बांधून ठेवण्यात काय मतलब, असा त्याचा विचार असे. ट्रस्ट म्हटले की ट्रस्टी आले, वकील आले, ट्रस्टपासून ज्यांना फायदा आहे त्यांची त्यांच्याबरोबर भाडणं होणार. एका संस्थेने त्यांना पैसे देत राहायचं. वारस-दारांना पैसे देताना त्या हिशोब ठेवणाऱ्या

लोकांना दु:ख होणार, नकोच ती कटकट, एकदा काय ते पैसे देऊन टाकायचे, मग ते तू घेऊन तर किंवा डूब. बरेचसे फेलन थोड्याच काळात डुबायचे.

लिब्बिगैलच्या वाढदिवसाच्या दिवशी ट्रॉय कामानिमित्त आशिया खंडात कुठेतरी होता. त्याकाळात त्याच्या जेनीबरोबरच्या लग्नाचा संसार बऱ्यापैकी चालला होता. त्या लग्नापासूनची मुलं – रॉकी आणि गीना ही त्यावेळी लहान होती. पहिल्या लग्नाची बायको आणि तिची मुलं यांच्याबद्दलचे विचार त्याच्या डोक्यात येईनासे झाले होते.

लिब्बिगैलनी ट्रॉय परतल्यावर त्याला गाठलं, तिच्या वाढदिवसाची भेट घेतली आणि त्याच्या नाकावर टिच्चून मॅनहटन भागातल्या एका आलिशान हॉटेलमध्ये टिनोबरोबर चांगला एक आठवडा ती राहिली.

तिला ते पैसे पाच वर्षांपर्यंत पुरले. या काळात तिनं दोन नवरे केले. कित्येक पुरुषांबरोबर तशी ती थोडे-थोडे दिवस राहिली. पोलिसांनी दोन वेळा तिला काही गुन्ह्याखाली अटक केलेली होती. अमली पदार्थांच्या सवयीपासून मुक्तता मिळवून देणाऱ्या सुधारघरांत तिची तीन वेळा रवानगी झालेली होती, चार-चार महिने तिथे तिला राहायला लागलं होतं. एका मोटर अपघातात तिचा डावा पाय जाण्याची वेळ आलेली होती.

एका व्यसनमुक्तीगृहातच तिची आणि तिच्या सध्याच्या नवऱ्याची गाठ पडली. तो एका बायकर गँग पैकी होता, म्हणजे काळी जाकिटं घालून मोटार सायकलवर फिरणाऱ्या रांगड्या लोकांची टोळी अशा अनेक टोळ्या असतात, त्यापैकीच्या एका टोळीतला तो होता. अंगाने चांगला पहिलवान – एकशे पन्नास किलोंचा, छातीवर रुळणारी करड्या रंगाची कुरळ्या केसांची दाढी, तो त्याचं नाव स्पाईक सांगायचा. त्याची वागणूक त्यानं सुधारली होती, बॉल्टीमोर मधल्या लूथरव्हिल या उपनगरात एका छोट्या घरात तो राहात होता आणि या घराच्या मागे त्याचं एक छोटसं वर्कशॉप होतं. तेथे तो लोखंडी, लाकडी कपाटं बनवायचा व्यवसाय करायचा.

नेहमी बिन-इस्त्रीचे कपडे वापरणारा वॅली ब्राईट हा लिब्बिगैलचा वकील होता. हार्कच्या ऑफिसमधून बाहेर पडल्या-पडल्या ती थेट ब्राईटकडे आली. हार्कनी जे जे काही सांगितलं होतं ते ते तिने एका कागदावर नोंद करून ठेवलं होतं. वॅलीचे खटले थोड्या वेळात उरकण्यासारखे असत. मुख्य करून घटस्फोटांची कामं. बाथेस्डा भागात बसस्टॉपवरच्या बाकांवर बसून, 'झटपट घटस्फोट' अशी तो जाहिरात करीत असे. लिब्बिगैलच्या एका घटस्फोटाचं काम त्यानं केलं होतं आणि त्याच्या फीसाठी त्याला एक वर्ष थांबायला लागलं होतं. त्यानं तिच्याकडे पैशाची मागणी किंवा लकडा कधीच लावला नव्हता. पैशाची त्याला

खात्री होती. काही झालं तरी ती फेलन घराण्यातली होती. मूळातच त्यानं तिला भरपूर फी लावली होती. फीसाठी तो थांबतो याचं तिला महत्त्व होतं, तो किती फी लावतो हे तिला कळण्यापलीकडलं होतं.

ती समोर बसली असतानाच वॅलीनी हार्कला फोन लावला. सुरुवातच अद्वातद्वा बोलण्याने झाली. फोनवरचं भांडणच पंधरा मिनिटं चाललं होतं. वॅली त्याच्या खुर्चीतून उठला. फोनवर बोलताना मध्येच तो पाय आपटायचा, एका हाताने हातवारे करायचा, टेबलवर मुठी आपटायचा, फोनवर वाईट-वाईट शब्द वापरत होता. "मी माझ्या पक्षकारासाठी, तुला ठार सुद्धा करीन" असा त्या फोनवरच्या संभाषणाचा शेवट झाला आणि त्यानं धाडकन फोन ठेवून दिला. या सर्वांचा लिब्बिगैलवर चांगला परिणाम झाला. वॅलीबद्दलचं तिचं मत आणखीनच चांगलं झालं.

चर्चा संपल्यानंतर वॅलीनं हातानी धरून लिब्बिगैलला दरवाजापर्यंत नेलं. तिच्या गालाचं ओझरतं चुंबन घेतलं. तिच्या पाठीवर, खांद्यावर नाजुकसं शाबासकीसारखं थोपटलं. तिचं कौतुक वगैरे केलं. साऱ्या आयुष्यभर ती अशा कौतुकाची तहानलेली होती, वॅली ते तिला देत होता. तशी ती दिसायला खरोखरच वाईट नव्हती. आताशा ती जरा जाड झालेली होती आणि खडतर धकाधकीच्या आयुष्याने काही खुणा तिच्या शरीरावर सोडल्या होत्या. वॅलीनं यापेक्षा भयानक दिसणाऱ्या अनेक स्त्रिया पाहिल्या होत्या, त्यांच्याबरोबर तो झोपला होता. योग्य वेळेची तो वाट पाहात होता आणि त्यावेळी तो कदाचित त्याची चाल खेळेल सुद्धा.

.८.

नेटच्या खोलीतून दिसणाऱ्या डोंगरमाथ्यावर सहा इंच जाडीचं बर्फ पडलेलं दिसत होतं. सकाळी त्याला जाग आली ती चॉपिनच्या पियोनो वादनाच्या सुरावटीनेच. प्रत्येकाच्या खोलीत अशा प्रकारचे सुरेल संगीत ऐकविण्याची सोय होती. मागच्या आठवड्यात मोझार्टचं संगीत, त्याच्या रचना ऐकविण्यात आल्या होत्या. त्याच्या आधीच्या आठवड्यात कोण त्याला आठवत नव्हतं. कदाचित विवाल्डीचं व्हायोलिन, त्याआधीचा काळ म्हणजे नुसता गोंधळ होता.

गेले चार महिने सकाळच्या वेळी दिसणारा निसर्ग तो या खिडकीतून पाहात होता. आजही तो खिडकीजवळ जाऊन उभा राहिला होता, आणि समोर तीन हजार फूट खोलवर पसरलेलं शेनान डोह घळीचं रौद्र स्वरूप डोळ्यांत साठवित होता. सगळा परिसर पांढरा दिसत होता. ख्रिसमसचा सण जवळ

आलेला आहे हे त्याला जाणवलं.

ख्रिसमसमध्ये त्यानं कुठेतरी बाहेरगावी फिरायला जायचं ठरवलं होतं, त्याचे डॉक्टर्स आणि जॉश स्टॅफोर्ड यांनी त्याला तसं वचन दिलं होतं. ख्रिसमसच्या सणाचं आगमन त्याच्या ध्यानात आलं आणि त्याचबरोबर तो जरा दु:खी झाला. थोड्याच वर्षांपूर्वी त्याच्या छोट्या मुला-बाळांसमवेत साजऱ्या केलेल्या ख्रिसमसच्या काही सणात अनुभवलेल्या आनंदाची त्याला आठवण झाली, त्याच्या छोट्या मुला-बाळांसमवेत साजरे केलेले ते सण त्याला किती सुख देऊन गेले होते. आयुष्यात त्यावेळी स्थैर्य होतं, समाधान होतं. आता मुलं गेलेली होती. मोठी झाली असतील किंवा त्यांच्या आयांनी नेलेली होती. येणारा ख्रिसमससुद्धा नेट त्याच्यासारख्याच एकाकी, दुर्दैवी, कमनशिबी, व्यसनी माणसांबरोबर, चेहऱ्यावर उसना आनंद दाखवत, ख्रिसमसची गाणी गात, घालवणार आहे.

समोरची दरी – पांढरी शुभ्र – नीरव शांत होती. एक रस्ता लांबवर दिसत होता त्यावरून मधून मधून ये-जा करणारी वाहनं त्याला दिसायची.

वॉलनटहिल मध्ये त्याला शिकवल्याप्रमाणे त्याने थोडावेळ योगासनं करायची होती, थोडावेळ ध्यान लावून बसायचं होतं, पण त्याऐवजी त्यानं थोडा उठाबश्यांचा व्यायाम केला आणि नंतर तो पोहण्यासाठी गेला. सर्गीयोबरोबर त्याने सकाळचा नाश्ता घेतलेला होता. नाश्ता म्हणजे काळी कॉफी व चार बिस्किटं. गेले चार महिने सर्गीयोच्या मार्गदर्शनानुसार तो वागत होता. औषधांबाबतीतला, आध्यात्मिक योगा-संबंधातला सर्गीयो त्याचा गुरू होता, सल्लागार होता. आता तर सर्गीयो त्याचा अतिशय चांगला मित्र बनला होता. सर्गीयोला नेटच्या आयुष्यातल्या सर्व दु:खद घटना माहीत झाल्या होत्या.

"आज तुमच्याकडे एक पाव्हणा आलेला आहे." सर्गीयो म्हणाला.

"कोण?"

"श्रीयुत स्टॅफोर्ड."

"आश्चर्य आहे!"

बाहेरच्या लोकांना तिथे यायला परवानगी नसायची आणि या पार्श्वभूमीवर बाहेरचा माणूस आत येतोय असं कळलं तरी आनंद व्हायचा. पूर्वी जॉश महिन्यातून एकदा यायचा. वॉशिंग्टन-डीसीहून मोटारीनं यायला तीन तास लागायचे. जॉशबरोबर त्यांच्याच कंपनीतले आणखी दोन सहकारी आलेले होते. काय समजायचं ते नेट समजला.

वॉलनटहिलच्या सुधारगृहात टेलीव्हिजन नव्हता. बीअर पिणे, सिगरेट, चिरुट ओढणं, अमली पदार्थांचं सेवन करणं यांचं उदात्तीकरण टीव्हीवरच्या

काही काही कार्यक्रमातून केलेलं असतं. टीव्हीवरच्या जाहिराती अशा प्रकारच्या सवयींना उत्तेजन देतात. उत्तम उत्तम नियतकालिकं आणि मासिकं याच कारणासाठी या संस्थेच्या वाचनालयात आणली जात नव्हती. त्याचा नेटवर काही परिणाम झालेला नव्हता. कारण देशाच्या अध्यक्षाच्या निवासस्थानी काय घटना घडल्या, काय घडतायत आणि शेअर बाजारातल्या चढ-उतारांच्याबद्दल किंवा मध्य आशियातल्या देशांमध्ये काय घडतंय याचं त्याला कधीच सोयरसुतक नव्हतं.

"स्टॅफोर्ड कधी आला?"

"साडेदहा अकराच्या सुमाराला."

"म्हणजे माझा व्यायाम संपल्यानंतरच."

"हो."

घाम काढणाऱ्या दोन तासांच्या व्यायामाच्या सत्रात काहीच बाधा आलेली नव्हती. त्याच्या व्यायामाच्या प्रकारांत, बराच आरडा ओरडा करण्याचा, मोठ-मोठ्याने खो-खो हसण्याचा भाग होता. वैयक्तिकरीत्या त्याला शिकविणारी, त्याच्या व्यायामाकडे लक्ष देणारी एक तरुण शिक्षिका होती, तिचं तो मनापासून कौतुक करायचा.

नेट त्याच्या खोलीत खिडकीशी उभं राहून समोरचा निसर्ग न्याहाळत छान रसरशीत संत्र्याचा आस्वाद घेत होता. त्याची ही विश्रांतीची वेळ होती, त्या वेळेला जॉश-स्टॅफोर्डनं प्रवेश केला.

"वाऽ तू तर मस्तच दिसतोस." जॉश म्हणत होता, "तुझं वजन किती कमी झालं?"

"सात किलो." आपलं सपाट पोट थोपटत नेट म्हणाला.

"चांगला सडपातळ झालायस. मला सुद्धा काही काळ इथे येऊन राहायला पाहिजे."

"तुला मनापासून सडपातळ व्हावं असं जर वाटत असेल ना, तर खरंच तू इथे येऊन राहा असा मी आग्रह धरेन, कारण इथल्या जेवणातच खुबी आहे, म्हणजे चरबी -स्निग्ध पदार्थांचा लवलेशही नाही, चव तर नाहीच नाही आणि असे बेचव पदार्थ बनविण्याचं खास शिक्षण देऊन तयार केलेले विद्यार्थी हे खाणं बनवितात. देताना सुद्धा पदार्थ बशीच्या अर्ध्या भागाएवढाच असतो आणि चार-पाच घास घेतल्यानंतर पुढचे घास घशाखाली उतरतच नाहीत. सकाळचं आणि रात्रीचं जेवण कितीतरी चावून-चावून खायचं म्हटलं ना, तरी काही मिनिटांतच उरकतं."

"एका दिवसाला एक हजार डॉलर्स घेतात तर जेवण-खाण तरी त्यांनी चांगलं द्यायला पाहिजे."

''माझ्या करता काही बिस्किटं, वेफर्स, चिप्स वगैरे काही आणलंय का नाही? तुझ्या बॅगमध्ये तू ते लपवलेलं असणार–''

''मला माफ कर नेट, खरंच मी काही आणलेलं नाहीये.''

''अरे एखादा केक, पेस्ट्री – एखादं चॉकलेट तरी?''

''नाही.''

नेटनं संत्र्याची एक फोड तोंडात टाकली. ते दोघं शेजारी शेजारी बसले होते. समोरच्या दृश्याचा आनंद घेत होते. काही मिनिटं गेली.

''कसं काय चाललंय तुझं?'' जॉशनं विचारलं

''मला इथून बाहेर पडावसं वाटतयं, माझं जगणं अगदी एखाद्या यंत्रासारखं झालंय.''

''तुझे डॉक्टर म्हणतायत की तू अजून एक आठवडा राहावंस.''

''छान! पण नंतर काय?''

''ते पाहू आपण नंतर''

''म्हणजे? मला नाही कळलं!''

''याचा अर्थ, आपण पाहू काय करायचं ते.''

''पण तुझ्या डोक्यात नेमकं काय आहे?''

''थोडा वेळ जाऊ द्यायला पाहिजे, काही तरी मार्ग सापडेल.''

''मी कंपनीत परत येऊन काम करायला लागू का?''

''नाही, इतकी नाही घाई करायची, तुझ्या वाईटावर काही लोक आहेत.''

''शत्रू कोणाला नसतात? पण हा प्रश्न इथे येतोच कुठे? कंपनी तुझी आहे. तुझ्या कंपनीतल्या लोकांनी तू काय म्हणशील तेच ऐकलं पाहिजे.''

''नाही, तुझे इतरही काही प्रश्न आहेत.''

''मला खरोखरच असंख्य प्रश्न आहेत, पण यावेळी तरी तू मला दूर करू नकोस'' नेटच्या शब्दांत आर्जव होतं.

''तुझ्या नादारीच्या बाबतीत आपल्याला काही तरी मार्ग काढता येईल, पण इन्कम टॅक्सवाल्यांनी तुझ्यावर जो आरोप ठेवलेला आहे त्याबद्दल मी काहीही करू शकत नाही.''

खरोखरच ते काही तितकंसं सोपं नव्हतं.-

नेटला सुद्धा त्याकडे दुर्लक्ष करता येणार नव्हतं. १९९२ ते १९९५ या काळात त्यानं त्याचं उत्पन्न साठ हजार डॉलर्सनं कमी दाखवलं होतं. त्यानं संत्र्याची साल आणि चोथा कचऱ्याच्या बादलीत टाकला आणि म्हणाला, ''मग मी आता काय करायला पाहिजे? दिवसभर घरात बसून राहायचं?''

''तुला नशिबानं साथ दिली तर तसं जमेल तुला.''

"तू कोड्यात काय बोलतोस सारखा?"

जॉशला आता जरा नाजूकपणे बोलायला पाहिजे होतं. त्याचा मित्र नुकताच एका अंधाऱ्या कोठडीतून बाहेर पडत होता. त्याला झटके, आघात सोसणार नव्हते ते तो टाळण्याचा प्रयत्न करत होता.

"इन्कमटॅक्स चुकविण्याच्या गुन्ह्याखाली ते मला तुरुंगात घालू शकतात का?" नेटनं विचारलं.

"ट्रॉय फेलन गेले हे तुला कळलं का, नाही?" जॉशनं विचारलं, त्याला विषय बदलायचा होता. नेटला सुद्धा विचारांची दिशा बदलायला, काही क्षणांचा अवधी लागला.

"ओह! फेलनसाहेब." तो म्हणाला.

जॉशच्या कंपनीमध्ये नेटचं स्वतःचं एक वेगळं खातं होतं. इमारतीतल्या सहाव्या मजल्यावर हॉलच्या एका टोकाला तीन-चार खोल्यांमध्ये तो आणि त्याचे सहकारी काम करीत असत. वैद्यकीय क्षेत्रातल्या डॉक्टरांच्या निष्काळजीपणामुळे उद्भवलेल्या खटल्यांची कामं तो आणि त्याच्याबरोबर आणखी एक वकील, त्यांच्या हाताखाली न्यायालयीन कामकाजाची यच्चयावत माहिती असलेले – कायदेकानूंची जाण असलेले तीन कारकून आणि त्याचे मदतनीस अशी ही अकरा जणांची टीम एकत्रितरीत्या काम करीत होती. ही टीम म्हणजे जॉशच्याच कंपनीचा एक भाग होती. पण या मंडळींचा त्या कंपनीशी यांचा काहीही संबंध नाही अशाच तोऱ्यात ही काम करीत असत. नेटला ट्रॉय फेलन कोण हे माहीत होतं, पण त्याचे कुठलेही खटले त्यानं चालावले नव्हते, नेटचं क्षेत्रच निराळं होतं.

"ही बातमी ऐकून मला वाईट वाटलं!" नेट म्हणाला.

"तुला ही घटना माहीत नव्हती?"

"आम्हाला इथं काहीच कळत नाही. ते कधी गेले?"

"चार दिवस झाले. त्यांनी चौदाव्या मजल्यावरून खाली उडी मारली."

"पॅरॅशूट शिवाय?"

"तुला काही समजतंय की नाही? बातमी कसली आहे? तुला विनोद सुचतायत."

"ओके सॉरी."

"त्याने उडी मारली तेव्हा आम्ही तिथेच होतो आणि त्या आधी काही मिनिटंच त्यानं दोन मृत्युपत्रांवर सह्या केलेल्या, त्यातलं एक मी केलेलं होतं आणि दुसरं त्यानं स्वतःच्याच हस्ताक्षरात लिहिलेलं होतं. सह्या केल्या अन् तो उठला, जवळ-जवळ पळालाच, गच्चीत गेला, कठड्यावर चढला आणि खाली उडी घेतली."

"तू हे पाहिलंस?"

"हो."

"क्रॅकपणाची कमालच झाली." नेट म्हणाला. त्याच्या बोलण्यात आता विनोद नव्हता, तोही मनाच्या विविध अवस्थांतून गेलेला होता. चार महिन्यांपूर्वी त्याने सुद्धा आत्महत्येचा प्रयत्न केलेला होता. झोपेच्या गोळ्यांची एक अख्खी बाटली आणि एक रमची बाटली त्यानं पोटात रिचवली होती आणि एका मोटेलच्या खोलीमध्ये पडला होता. दुसऱ्या दिवशी साफसफाई करणाऱ्या बाईला तो दिसला.

"त्यानं त्याची सर्व इस्टेट त्याच्या एका अनौरस मुलीच्या नावानं केली आहे आणि या मुलीचं नावही आपण कधी ऐकलेलं नव्हतं."

"लग्न झालंय का तिचं? आणि ती कोणासारखी दिसते?"

"तुला तिला शोधून काढायचंय."

"मी शोधणार?"

"होय का?"

"ती हरवलीय का?"

"ती कुठे आहे हे आपल्याला माहीत नाहीये."

"तिच्या नावानं त्यानं किती ......"

"जवळजवळ अकरा बिलियन डॉलर्स आणि त्यामधून टॅक्स काय असेल तो जाणार."

"हे तिला माहीत आहे?"

"नाही. तिच्या वडिलांचा मृत्यू झालाय हेही तिला माहीत नाहीये."

"ट्रॉय हे तिचे वडील आहेत हे तिला माहीत आहे?"

"तिला काय माहीत आहे हे मला माहीत नाही."

"मग ती आता कुठे आहे?"

"आमच्या मते ब्राझील – दक्षिण अमेरिकेत खूप आतल्या भागात असलेल्या आदिवासी टोळ्यांच्या एका समूहात ती धर्मप्रचाराचे काम करतेय."

नेट उभा राहिला. खोलीमध्ये चालत फिरायला लागला. "मी तिकडे एक आठवडा काढलेला आहे." नेट म्हणत होता, "त्यावेळी मी कॉलेजमध्ये होतो, हेच कायदे शिक्षणाचे कॉलेज – रिओमध्ये त्यावेळी कुठला तरी उत्सव चालू होता – रस्त्यावरून मिरवणुका जायच्या, त्यात तिथल्या स्त्रिया नग्न अवस्थेत ढोलाच्या तालावर बेभान होऊन नाचताना मी पाह्यल्या आहेत. त्या जत्रेमध्ये जवळ जवळ दहा लाखांच्यावर लोकांनी भाग घेतलेला होता." हा त्याच्या आठवणींचा मुख्य भाग होता आणि हे सांगताना त्याचा आवाज मोठा होत

होता. सांगण्याचा तपशील जसा जसा कमी होत गेला आणि त्याला इतर काही आठवेनासं झालं तसा तसा त्याच्या बोलण्याचा आवाजही थांबला.

"यावेळेला तिथे जत्राबित्रा काही नाहीये."

"हो, ते मला माहीत आहे, तुला थोडी कॉफी हवीय?"

"हो काळी, दूध-साखर नको."

नेटनं भिंतीवरचं एक बटन दाबलं आणि भिंतीवरच्या एका माईकमध्ये त्याने कॉफी आणायला सांगितली. दिवसाला एक हजारामध्ये सगळं खोलीमध्ये आणून देण्याची सोय होती.

नेटनं खिडकीजवळ बसता-बसता विचारलं, "गेलो तर किती दिवस जायला लागेल?"

"मी काही जरी म्हणालो ना, तरी तो एक वेडा अंदाज, दहा दिवस कदाचित पंधरा, पण आपल्याला काही घाई नाहीये, तिला शोधून काढणं देखील सोपं काम नाहीये."

"देशाच्या कुठल्या भागात?"

"पश्चिम भाग – बोलिव्हिया जवळ. ही जी संस्था आहे ना? ती धर्मप्रसारकांना जंगलातच पाठविते आणि त्यासाठी त्यांना जरूर ते शिक्षण आणि माहिती देऊन त्यांना तयार करते. अतिप्राचीन पद्धतीत राहणाऱ्या आदिवासी मानव प्राण्यांना, अर्वाचीन जगात आणण्याचा प्रयत्न ही संस्था करते. त्यांना ख्रिश्चन धर्माची दीक्षा देण्याचा त्यांचा प्रयत्न असतो. या पृथ्वीतलावरची अगदी कोपऱ्यातली एखादी टोळी शोधून, त्यांच्यावर संस्कार करण्याच्या कामात ही संस्था धन्यता मानत असते."

"आता नेमक्या कोणत्या जंगलात ती आहे याची माहिती काढली पाहिजे, मग त्या जंगलातल्या कोणत्या टोळीत ती राहते ते शोधून काढायचं, मग मी अमेरिकेहून आलेला एक वकील आहे आणि माझं तुमच्याशी कोणत्याही प्रकारचं वैर नाहीये असं त्यांना पटवून द्यायचं आणि मला एका स्त्रीचा ठावठिकाणा शोधून काढायच्या कामात त्यांनी मला मदत करावी अशी त्यांना विनंती करायची. आणि आपण कोणाला सापडू नये असंही कदाचित त्या स्त्रीला वाटत असेल."

"हो, असंच काही तरी."

"गंमतच आहे."

"एक धाडसी मोहीम म्हणून हे काम हातात घ्यायचं, असा का नाही तू विचार करत?"

"हो, बरोबर आहे. त्या निमित्तानं मी ऑफिसपासून पण दूर राहू शकेन

आणि दरम्यानच्या काळात माझ्या कटकटीतून मला बाहेर कसं काढता येईल याबाबत तुला काहीतरी विचार करता येईल.''

''नेट, तिला शोधायला कोणाला तरी जायलाच हवं. आपल्या कंपनीतल्या कोणीतरी वकिलाने तिला समक्ष भेटून, तिला या मृत्युपत्राची प्रत दाखवायला हवी, त्याबद्दल तिचे काही प्रश्न असतील किंवा तिला काही माहिती हवी असेल, तर ती द्यायला हवी आणि या संदर्भात आपण काय करावं याबद्दलच्या तिच्या जर काही सूचना असतील त्या माहीत करून घेणं जरुरीचं आहे. हे काम कुण्या एका कारकुनाला जमण्यासारखं नाही किंवा ब्राझीलमधल्या कुठल्या एका वकिलाकडनं आपल्याला हे काम केलेलं चालणार नाहीये.''

''पण तू मलाच का निवडलंस?''

''कारण तुझ्याशिवाय कोणी मोकळं नाहीये. तुला आपल्या ऑफिसची कामाची पद्धत माहीत आहे, कारण गेली वीस वर्षे त्यातूनच तू गेलेला आहेस. प्रत्येकजण काही ना काही कामात गुंतला आहे. कोणाला बाजूला करता येण्यासारखं नाहीये. सकाळ ऑफिसमध्ये जातेय, दुपारचं खाणं कोर्टात, परत संध्याकाळी ऑफिसमध्ये काम आहेच, उशिरा रात्री ट्रेननं घरी परतायचं. प्रत्येकाचा हाच परिपाठ चालू आहे आणि तुझी सध्याची परिस्थिती पाहाता तुझ्या दृष्टीने या मुलीला शोधून काढायचं काम तुझ्या फायद्याचं आहे.''

''जॉश नेहमीच्या कामाच्या प्रकारापासून तू मला दूर ठेवू पाहतोयस? आता माझ्याकडून चूक होणार नाही जॉश, मला नाही वाटत मी आता कधी दारू पिईन, कधी कुठल्या पार्टीला जाईन, ते आता सर्व संपलंय जॉश – कायमचं.''

जॉशनी मान हलवली आणि तसं व्हायलाच हवं होतं, पण अशा प्रकारची आश्वासनं त्यानं पूर्वी सुद्धा दिलेली होती. ''हो, तुझ्यावर माझा विश्वास आहे'' हे जॉश सांगत होता पण प्रत्यक्षात तसं असायला हवं होतं, ही त्याची मनोमनची इच्छा होती.

गड्यानं दरवाजावर टकटक केलं आणि एका चांदीच्या तबकात दोघांसाठी कॉफी आणली. थोड्यावेळानं नेटनं विचारलं, ''इन्कमटॅक्स खात्यानं माझ्यावर ठेवलेल्या आरोपांचं काय? त्याचा काहीतरी निर्णय झाल्याशिवाय मला हा देश सोडून जाताच येणार नाही.''

''मी जज्ज साहेबांशी बोललोय आणि त्यांना या तातडीनं करायच्या कामाबद्दल सारं काही सांगितलंय. नव्वद दिवसांच्या आत ते पुरं करून त्यांना तू भेटलं पाहिजेस या अटीवर त्यांनी परवानगी दिली आहे.''

''हा जज्जसाहेब भलामाणूस दिसतोय.''

''होय, अगदी देव माणूस.''

"आणि त्यांनी मला जर दोषी ठरवलं तर तुरुंगात जाणं आलं."

"ते अजून एक वर्ष लांब आहे, त्याची काळजी आपण नंतर करू."

नेट छोट्या टेबलाशी बसला होता. हातांच्या दोन्ही तळव्यांनी कॉफी कप पकडून आतल्या कॉफीकडे टक लावून पाहात होता. मनात वेगवेगळे विचार येत होते. जॉश टेबलाच्या दुसऱ्या बाजूला बसला होता, कुठेतरी अवकाशात पाहात होता.

"मी तुझं हे काम करणार नाही म्हटलं तर?" नेटनं विचारलं.

तर काय होणार आहे! काहीही होणार नाही! या थाटात जॉशनं आपले खांदे उडवले. "फार अडचणीची बाब आहे असं नाही, आम्ही दुसरा कोणीतरी शोधू. पण तू हे काम काम म्हणून करूच नकोस – एक सुट्टी आणि फिरायला म्हणून तू बाहेर पडलायस असं का नाही तू समजत? तू जंगलातल्या ट्रेकिंगला घाबरत नाहीस असं माझं मत होतं. बरोबर आहे ना? का तू घाबरतोस?"

"नाही, तसं काहीही नाही."

"मग जा अन् कर जरा मजा."

"मी कधी निघायचंय?"

"दहा-बारा दिवसांनी. ब्राझीलला जायचं म्हणजे व्हिसा काढायला हवा. ब्राझील-मध्ये सुद्धा मला काहींशी संपर्क साधायचाय. इकडे सुद्धा काही गोष्टींची पूर्तता करायचीय."

ठरलेल्या मुदतीपूर्वी जर रुग्णाला बाहेरच्या जगात जायचं असेल तर वॉलनटहिल या संस्थेच्या अधिकाऱ्यांना एक आठवडा तरी आधी याची कल्पना द्यावी लागते. त्या संस्थेतला दैनंदिन परिपाठ हा निराळ्या प्रकारचा असतो. या संस्थेत उपचार करून घेणारी व्यक्ती एकदम बाहेरच्या जगात जाऊन दाखल झाली तर त्या व्यक्तीच्या तब्येतीवर, मानसिक स्वास्थ्यावर वाईट परिणाम होण्याची शक्यता असते. संस्थेमध्ये हे रुग्ण एका संरक्षित कवचाखाली असतात, बाहेरचं जग अत्यंत निष्ठूर असतं त्या जगाशी सामना करण्याच्या तयारीनिशी या रुग्णाला बाहेर पाठवलं जातं. या तयारीला आठ एक दिवस तरी लागतात.

"एक आठवडा तर वॉलनटहिलमध्ये जाईल!" नेट स्वत:शीच बोलत होता.

"हो, एक आठवड्यानंतरच इथून सोडणार. येणार ना?"

"तो आठवडा या दहा बारा दिवसांत आला ना?"

"हो, पण हा माझा अंदाज आहे."

"म्हणजे मी माझे सुट्टीचे दिवस तिकडे दक्षिणेत, खाली काढणार आहे तर!"

"हो, मला तसंच दिसतंय."

"तुला इथला ख्रिसमस टाळायचाय का?"

"हो."

"तुझ्या मुलांचं काय? ती कुठं आहेत सध्या?"

नेटला चार मुलं होती. दोन्ही बायकांची प्रत्येकी दोन.

"एक कॉलेजात, एक ज्यु. कॉलेजात आणि दोन हायस्कूलमध्ये आहेत. चमच्याने कॉफी ढवळत तो म्हणाला, "त्याबद्दल मला एकही अक्षर बोलायचं नाही. इथे मी आता चार महिने होतो, कुणीही माझी चौकशी सुद्धा केली नाही की कुणी इथे भेटायला आलं नाही." त्याला बोलताना दु:ख होत असल्याचं जाणवत होतं. त्याचे दोन्ही खांदे झुकले होते. काही क्षणांपुरता, तो फारच दुर्बळ वाटला.

"मी तुला दुखवलं, माफ कर मला. मी हा विषय काढायला नको होता." जॉश म्हणाला.

जॉशला त्याच्या कुटुंबाकडून सारं काही कळत होतं. दोन्ही बायकांना नेटकडून पैसे हवे होते. त्यांनी त्यांचे त्यांचे वकील नेमले होते. नॉर्थ वेस्टर्न युनिव्हर्सिटीमध्ये सर्वात मोठा मुलगा पदव्युत्तर शिक्षण घेत होता. त्याला फी करता पैसे हवे होते, त्यानं जॉशकडे फोन करून त्याच्या वडिलांच्या तब्येतीची चौकशी केली होती, पण फोनचा मुख्य उद्देश कंपनीमधून नेटला त्याचा मिळणारा वाटा किती आहे, हे समजणे हा होता. हा मोठा मुलगा जरा ताठ होता आणि उद्धट तर इतका होता की जॉशला शेवटी त्याला झापावं लागलं.

"या सुट्टीत मला चैन, मौज-मजा, पार्टी या सर्वांपासून दूर राहावं लागेल." नेट हे म्हणत असताना अगदी सावधपणे उठल्यासारखा उठला आणि अनवाणी पायांनीच खोलीमध्ये येरझारा घालू लागला.

"मग तू जायला तयार आहेस?"

"अमेझॉनमध्ये का?"

"नाही पेंटॅनलमध्ये. जगातला सर्वात मोठा दलदलीचा प्रदेश."

"म्हणजे जिवंत प्राण्यांना खाणारे पिरान मासे, अजगर, सुसरी, मगरी?"

"हो, हे सगळं आहे तिथे."

"आणि माणसं खाणाऱ्या टोळ्या?"

"इथे वॉशिंग्टनमध्ये आहेत ना, त्यापेक्षातरी भयंकर नक्कीच नाहीत."

"तू जरा गंभीर होऊन बोल ना."

"नाही माणसं खाणाऱ्या टोळ्या तिथं नाहीयेत. त्या भागात गेल्या अकरा वर्षांत एकही धर्मप्रसारक हरवलेला नाहीये."

"त्यांनी धर्मप्रसारक नेला नसेल पण वकिलाचं काय?"

"बरोबर आहे. त्यांना वकील जरा जास्तच चवदार वाटत असतील! बस

झालं आता. नसत्या शंकाकुशंका काढू नकोस. तुझ्या आवाक्याबाहेरचं हे काम नाही. माझ्या मागे जर कामं नसती ना तर मीच गेलो असतो. पेंटॅनल म्हणजे पृथ्वीवरचा पर्यावरणाचा खजिना आहे.''

''मी तर तसं काही ऐकलेलं नाहीये.''

''गेली कित्येक वर्षं तू बाहेरच्या जगाचा प्रवासच थांबवलायस. तुझं काम जे सुरू झालं ते कधी थांबलंच नाही.''

''त्याला हा व्यसन मुक्ती केंद्रातला निवास, अपवाद आहे.''

''जरा सुट्टी घे, जगाच्या दुसऱ्या भागांत जाऊन तिथलं तरी जीवन काय आहे ते बघ.''

नेटने कॉफीचे घुटके घेत-घेत संभाषणाची दिशा जरा बदलली.

''बरं, मी परत आल्यावर काय करायचं? मला माझं ऑफिस असणार आहे का? आणि तुझ्या कंपनीत मला स्थान असणार आहे का नाही?''

''तेवढंच तुला पाहिजे?''

''हो माझी दुसरी अपेक्षा काय असणार?'' नेट जरा चाचरतच म्हणाला.

''नक्की?''

''हो, मी दुसरं काय करू शकणार आहे?''

''नाही, मला माहीत नाही, पण यावेळचं तुझं व्यसनमुक्ती केंद्रातलं राहणं गेल्या दहा वर्षांतलं चौथं आहे. यापूर्वी व्यसनाच्या आहारी जाऊन जेव्हा जेव्हा तुला व्यसनमुक्ती केंद्रात दाखल व्हायची वेळ आली, त्यावेळी पहिल्या वेळेपेक्षा दुसऱ्या-वेळी तुझी अवस्था फारच बिकट झालेली असायची, आणि नंतर नंतरच्या वेळी तर अतिशयच वाईट होत गेलेली असायची. तू इथून बाहेर पडल्यावर थेट ऑफिसमध्ये जाऊ शकतोस. वैद्यकीय क्षेत्रातल्या गैरव्यवहारासंबंधातली खटल्यांची तुझी कामं तू पुन्हा मोठ्या जोमानं सुरू करू शकतोस आणि परत या व्यसनांच्या मागे जायचं नाही असं जर तुझ्या मनाने घेतलं ना, तर सहा महिन्यांत या क्षेत्रातला नामवंत, प्रतिष्ठित वकील म्हणून तुझी गेलेली कीर्ती परत मिळवू शकतोस. तुझे सर्व जुने मित्र तू सोडून दे. दारूच्या दुकानांकडे पाहायचंसुद्धा नाहीस. पूर्वी तू राहायचास ती जागा सुद्धा तू बदल आणि पुन्हा काम एके काम असं चालू कर. अल्पावधीतच तू काही खटले जिंकशील. पण तुझ्या बाबतीतला धोका म्हणजे एका वर्षानंतर पुन्हा तुला कोणीतरी मित्र भेटेल, एखादी स्त्री तुझ्या आयुष्यात येईल. एखादा खटला तुझ्या विरुद्ध जाईल आणि मी हे सर्व पाहात असेन, पण तू घसरायला कधी लागलेला असशील हे मला कळणार देखील नाही. आणि घसरतोयस हे जेव्हा कळेल तेव्हा तू खूपच खोल गर्तेत पडलेला असशील.''

"नाही जॉश, यापुढे असं घसरणं नाही. मी तुला वचन देतो."

"अरे तू अशी वचनं मला पूर्वी पण खूप दिलेली आहेस, मला सुद्धा असं वाटतं, की मी तुझ्या वचनांवर भरवसा ठेवावा. पण तुझ्यातला राक्षस पुन्हा जागा झाला तर काय करायचं नेट? गेल्या वेळी तू आत्महत्येचा प्रयत्न केला होतास त्यावेळी वैद्यकीय उपचार सुरू व्हायला काही मिनिटांचा जरी उशीर झाला असता ना तर तुझे प्राण वाचवणं अशक्य होतं."

"नाही नाही, पुढे असं काही होणार नाही."

"आता जर पुन्हा असं काही घडलं ना, तर ते शेवटचं असेल. आम्हाला तुझे अंत्यसंस्कार करताना, दफन करताना तुझा निरोप घ्यावा लागेल. पण तसं काही व्हायला नकोय."

"नाही. तसं होणार नाही, हे मी शपथेवर सांगतो."

"त्यामुळे तू ना, ऑफिस वगैरे विसरून जा. ऑफिसमध्ये कामाचं दडपण फार असतं. त्याचा मानसिक स्वास्थ्यावर वाईट परिणाम होतो. तो ताण सोसण्याला, तुझी सध्याची मानसिक स्थिती योग्य नाहीये."

व्यसनमुक्ती केंद्रातली सर्वांत नकोशी गोष्ट नेटला वाटायची, ती म्हणजे खूप खूप वेळ मौन पाळणं आणि ध्यान लावून बसणं. रुग्णांनी अर्धी चड्डी चढवून पद्मासनात एखाद्या साधूसारखं बसायचं. डोळे बंद करायचे- आपल्या अंतरआत्म्याचा शोध घ्यायचा प्रयत्न करायचा. नेट डोळे मिटून पद्मासनात बसायचा पण त्याच्या बंद डोळ्यांच्या आत पटलावरून एक-एक करत त्याने चालविलेले सर्व खटले सरकायचे, इन्कमटॅक्स खात्याबरोबरच्या तपासण्या, त्यांचे प्रश्न विचारणं, सुनावण्या, घटस्फोट दिलेल्या त्याच्या बायका, त्यांच्याविरुद्ध कशा प्रकारच्या चाली चालणार याचे अंदाज, या सर्वांबाबतचे विचार त्याच्या डोक्यात गोंधळ घालायला सुरुवात करायचे- हे विचार बाजूला काढू म्हटले तरी जात नसत जॉश आणि नेटमधले या प्रकारचे संवाद पूर्वी सुद्धा अनेकवेळा झालेले होते.

व्यसन मुक्ती केंद्रातून बाहेर जाताना नेट मोठ्या निर्धारानिशी बाहेर पडायचा. या व्यसनांच्या मागे आपण जाणार नाही या निर्धाराबद्दल त्याला खात्री असायची, पण जसा-जसा वेळ जायचा, कामाचं दडपण यायला सुरुवात व्हायची आणि परत त्याचा बळी पडायचा.

या केंद्रात गेले चार महिने, त्याला जवळ-जवळ एकाकीच जीवन जगायला लागलं होतं. त्याचा परिणाम, त्याच्या प्रत्युत्तर देण्याच्या क्षमतेवर आणि त्याच्या हजरजबाबी वृत्तीवर झालेला होता. तो जरा जास्तच थंड आणि हालचालीत मंद वाटत होता, त्याच्या चेहऱ्यावरचे भाव काही काही वेळा केविलवाणे वाटत.

"जॉश, तू मला असा झिडकारून टाकू नकोस रे." त्याच्या डोळ्यांत आता फक्त अश्रूच यायचे बाकी होते.

"नेट गेली वीस वर्षे तू खटले चालवलेस, ते काम आता बस्स झालं. आता दुसरा काहीतरी व्यवसाय करावा असं मला वाटतं."

"वकिली व्यवसायाला फायदेशीर होतील अशा प्रकारचे कायदे पास करून घेण्यासाठी अनेक वार्ताहरांना बरोबर घेऊन योग्य त्या राजकीय पुढाऱ्यांच्या मागे मी लागतो."

"आम्ही तुला आमच्या कंपनीत काम देऊ, पण कोर्टाच्या कामांशी त्याचा संबंध असणार नाही."

"कंपनीचा कॅफेटेरिया जर तुम्ही मला सांभाळायला सांगितला तर कसं जमेल ते मला? मला कोर्टातलीच कामं करायला आवडतं आणि ते मला जमतं."

"त्याला आमचं उत्तर 'नाही' असंच असणार. तू फर्ममध्ये राहू शकतोस. तुला पैसेही खूप मिळतील. तुझी प्रकृती चांगली राहील. तुला गोल्फ खेळायला मिळेल - इन्कमटॅक्सवाल्यांनी तुला जर तुरुंगात पाठवलं नाही तर तुझं जगणंही आनंदाचं होईल."

काही मिनिटं इन्कमटॅक्सची झंझट विसरली गेली होती, आता ती परत आली. नेट खाली बसला - त्याच्या कोमट कॉफीमध्ये त्याने थोडा मध घातला. कृत्रिमरीत्या गोडी आणणारी वस्तू या केंद्रात वापरायला परवानगी नव्हती.

"नवीन आयुष्याची सुरुवात, ब्राझीलच्या दलदलीमध्ये काही आठवडे घालवून करावी, याशिवाय दुसरा पर्याय नाही."

"मग तू जाणार असं मी धरतो."

"हो."

नेटला वाचन करायला खूप वेळ होता म्हणून जॉशने फेलनच्या इस्टेटीची, त्याच्या विचित्र वारसदारांची माहिती असलेली, एक चांगली जाडसर फाईल त्याला वाचायला दिली. दक्षिण अमेरिकेतल्या अगदी आत आतल्या, दूरदूरच्या भागात राहणाऱ्या आदिवासींच्या संबंधातली दोन पुस्तकं पण फेलन फाईलबरोबर जॉशने नेटला वाचायला दिलेली होती.

नेट आठ तास सलग वाचत होता. जेवणाकडेही त्यानं दुर्लक्ष केलं. लगेचच आपण या धाडसी कामावर निघालं पाहिजे अशी उत्कंठा त्याला वाटायला लागली. दहा वाजता सर्गीयो जेव्हा त्याच्या खोलीत आला त्यावेळी, बिछान्यात एका साधुसारखं बसून राहिलेल्या नेटला त्यानं पाहिलं. त्याच्या

अवतीभोवती कागद पडलेले होते आणि नेट मात्र दुसऱ्याच कुठल्यातरी विश्वात हरवला होता.

"मला आता निघायलाच हवं." नेट म्हणाला.

"हो, बरोबर आहे." सर्गीयो म्हणाला.

"मी उद्याच सगळे कागदपत्र तयार करतो."

• ९ •

मृत्युपत्राबाबत फेलनच्या वारसदारांनी आपापसात संवाद साधून चर्चा करण्यासाठी वेळ देणं कमी महत्त्वाचं मानलं आणि ते आपापल्या वकिलांबरोबरच्या चर्चेत जास्त वेळ घालवायला लागले. याचा परिणाम त्यांच्यात आपापसांतच झगडे व्हायला लागले. फेलनचा मृत्यू होऊन आता एक आठवडा झाला होता. कोणालाही मृत्युपत्राबद्दल खरी माहिती नव्हती किंवा कोणी न्यायालयाकडून मृत्युपत्र खरं असल्याचा दाखला मिळवण्याचा प्रयत्नही केला नव्हता. भलं मोठं घबाड हाती लागणार, ते असं समोर दिसतंय पण हाती तर येत नव्हतं. सर्व वारसदार अगदी संतप्त झालेले होते. काहींनी आपल्या पहिल्या वकिलांना काढून टाकलं होतं आणि नवे वकील नेमले होते.

मेरी रॉस फेलन जॅकमननी तिचा वकील काढून टाकला होता. कारण काय तर, त्याचा तासाचा दर फारच कमी होता. तिचा नवरा अर्थशास्त्रातला तज्ज्ञ होता आणि खूप कंपन्यांच्या आर्थिक व्यवहारात त्याचे हितसंबंध होते. वकिलांच्या ऑफिसमध्ये त्याचं दररोजचं जाणं येणं होतं. ग्रीट नावाचा एक अतिउत्साही नवा वकील त्यानं नेमला होता. त्याला जर कुठे बोलावलं असेल तर तिथे तो यायचाच मुळी आरडाओरड करत. त्याचा दर तासाला सहाशे डॉलर्स होता. जसे दिवस जात होते, तसतशी वारसदारांची देणी वाढत होती. मोठमोठे इमले घ्यायचे करार काहींनी केले. काहींनी नव्या मॉडेलच्या मोटारी विकत घेतल्या, घरांच्या बांधकामासाठी तज्ज्ञांशी करार मदार झाले होते. घरात काय-काय असायला हवं– म्हणजे पोहण्याचा तलाव, जाकुजी, बाग, छोटे-छोटे धबधबे, याबद्दल त्यांच्याशी चर्चा चालू होत्या. काहींना स्वत:चं छोटं जेट विमान घ्यायचं होतं, त्याच्या शोधात ते होते. वारसदार आपापसात जेव्हा भांडत नव्हते तेव्हा त्यांच्या खरेद्या चालू असत. या सर्वांमध्ये रॅंबल अपवाद होता. त्याचं कारण म्हणजे कायद्याच्या दृष्टीने तो अजून सज्ञान गणला जात नव्हता. त्यानं पण त्याचा एक वकील नेमला होता आणि हा वकील स्वत: खरेद्या करून, रॅंबलसाठी कर्ज करून ठेवत होता.

जॉश स्टॅफोर्ड कोणालाही मृत्युपत्र दाखवत नव्हता आणि त्याचवेळी मृत्युपत्रावर सही करण्याच्यावेळी ट्रॉय फेलनचे मानसिक संतुलन सुदृढ होते का नव्हते, अशा शंका तो व्यक्त करत होता. सर्व वारसांचे वकील यामुळे हवालदिल झाले होते आणि जॉशवर जाम भडकले होते.

आत्महत्येनंतर दहा दिवसांनी व्हर्जिनिया प्रांतातल्या फेअरफॅक्स परगण्यातल्या खालच्या कोर्टात हार्क गेटीनं, ट्रॉय फेलननी सही केलेलं मृत्युपत्र कोर्टात सादर करण्यात यावं याबद्दल अर्ज केला आणि स्वत:च्या आत्मविश्वासाबद्दल पूर्ण खात्री असलेल्या आविर्भावात आणि एका महत्त्वाकांक्षी वकिलाच्या आवेशात 'पोस्ट'च्या एका वार्ताहराला त्यानं ही माहिती दिली. कोर्टात अर्ज सादर केल्यानंतर तो वार्ताहर गेटी जवळ आला आणि जवळ-जवळ तासभर ते दोघं बोलत होते. त्यांच्या संभाषणांत काही उल्लेख न करण्याजोगे शेरे मारण्यात आले होते. वकिलाने त्याच्या मोठेपणाबद्दलच्या कहाण्या वार्ताहराला सांगितल्या व स्वत:च स्वत:चं कौतुक करून घेतलं. वार्ताहराच्या बरोबरच्या छायाचित्रकारांनी वकिलाचे छायाचित्र घेतलं.

हार्कनी हा अर्ज सर्व फेलन वारसदारांच्यातर्फे म्हणून दाखल केला. त्या अर्जावर सर्व वारसदारांच्या नावांचा त्यांच्या पत्त्यांसह त्यानं उल्लेख केलेला होता आणि हे सर्व वारसदार जणू त्याचे पक्षकार होते, असा त्या अर्जाचा आवेश होता. ऑफिसमध्ये परतल्यानंतर सर्व वारसदारांना प्रत्येकाला त्यानं या अर्जाची एक एक प्रत फॅक्सनी पाठवून दिली. काही मिनिटांतच त्याचा फोन खणखणू लागला.

कपाळावर आठ्या असलेला आणि स्वत:ची दाढी कुरवाळत असलेल्या हार्कचा फोटो दुसऱ्या दिवशीच्या 'पोस्ट'च्या अंकात बातमीसह छापला होता. जरुरीपेक्षा जास्तच जागा या बातमीकरता दिलेली होती. सकाळी भल्या पहाटे, बाहेर पडल्यावर चेव्ही चेस भागातल्या एका कॉफी शॉपमध्ये कॉफी घेत असताना हार्कनी ही बातमी वाचली आणि तिथूनच थेट तो आपल्या ऑफिसमध्ये गेला. सकाळी नऊनंतर फेअर-फॅक्स परगण्यातल्या, खालच्या कोर्टात बरेच वकील येऊन दाखल झालेले होते. नेहमीपेक्षा वकिलांची गर्दी जास्तच होती. या वकिलांनी तेथल्या कारकुनांबरोबर हुज्जत घालायला सुरुवात केली. तेच वकील या वारसदारांचे खरे वकील आहेत, असं त्यांना पटवून देत होते आणि त्याप्रमाणे तशी त्यांची दखल घ्यायला पाहिजे असं त्यांचं म्हणणं होतं आणि या सर्वांना मृत्युपत्र पाहायचं होतं. मृत्युपत्राच्या सत्यतेबद्दलच्या खटल्यात दहा-बारा न्यायाधीशांपैकी कोणाला तरी एकावर ते काम सोपविण्याची, फेअरफॅक्स परगण्यातल्या खालच्या कोर्टाची प्रथा होती. फेलन संदर्भातला अर्ज सन्माननीय

न्यायाधीश वेक्लिफ यांच्या टेबलावर निवाड्यासाठी आला. वेक्लिफ हे छत्तीस वर्षांचे नवोदित न्यायाधीश होते. उत्साही आणि महत्त्वाकांक्षी होते कोर्टातल्या कामांचा पुरेसा अनुभव त्यांना अजून यायचा होता. ट्रॉय फेलन- सारख्या प्रसिद्ध उद्योगपतीच्या मृत्युपत्राबाबत खऱ्या-खोट्याचा पडताळा पाहण्याचं काम त्यांच्याकडे आलं, त्याबद्दल ते स्वत:ला भाग्यवान समजत होते.

फेअरफॅक्स परगण्यातल्या न्यायालयीन कामकाजाकरिता इमारतीचं जे संकुल आहे, त्यापैकीच एका इमारतीमध्ये वेक्लिफ यांचं ऑफिस होतं व लागूनच न्यायनिवाडा करण्यासाठीचा हॉल होता. सकाळच्या वेळात सर्व फाईली पाहण्याचं व त्यावर निर्णय घ्यायचं काम ते करीत असत. त्यांचा सेक्रेटरी सकाळी सर्व अर्ज त्यांच्यापुढे ठेवत असे. वाचून दाखवत असे.

दोन-तीन दिवसांनंतर त्यांनी जॉश स्टॅफोर्डला बोलावून घेतलं. एकमेकांची ओळख करून घेतली. थोडावेळ इकडच्या तिकडच्या गप्पा झाल्या. गंभीर मामला पुढे येण्याआधी या गप्पा टप्पांची जरुर होती. वेक्लिफकडे स्टॅफोर्डचं काम यापूर्वी कधी निघालं नव्हतं.

"मृत्युपत्र खरोखरच अस्तित्वात आहे का?" वेक्लिफनी गप्पांचा ओघ कामाच्या दिशेने वळविताना विचारलं.

"होय साहेब – एक मृत्युपत्र आहे." जॉशनी शब्द जरा विचार करूनच उच्चारले.

व्हर्जिनिया प्रांतात मृत्युपत्र लपविणं हा एक गुन्हा होता. न्यायाधीशाला जर ते पाहायचं असेल तर जॉश दाखवायला तयार होता.

"मग कुठे आहे ते?"

"माझ्या ऑफिसमध्ये"

"त्याची कार्यवाही कुणी करायचीय?"

"मी."

"त्याच्या सत्यतेबद्दलचा निवाडा कधी करून घेणार आहात?"

"माझ्या पक्षकाराची इच्छा ते पंधरा जानेवारीपर्यंत कोणाला दाखवू नये अशी होती."

"काय, काय कारण आहे त्याचं?"

कारण अगदी साधं होतं. त्यांच्या हावरट वारसदारांनी यामधल्या काळात मनाला येईल तेवढी उधळपट्टी करावी आणि मग त्यांना तो एक जबरदस्त झटका देणार होता. ट्रॉयची ही एक अत्यंत वाईट आणि क्रूर इच्छा होती.

"मला काही कल्पना नाही." जॉश म्हणाला, "हे मृत्युपत्र फेलनसाहेबांनी त्यांच्या स्वत:च्या हस्ताक्षरात लिहिलेलं आहे आणि उडी मारायच्या काही

क्षणांपूर्वीच त्यांनी त्यावर सही केलेली होती.''

''हस्ताक्षरातलं मृत्युपत्र?''

''हो.''

''तुम्ही त्यावेळी तेथे नव्हतात?''

''होतो. हो ती एक मोठी गोष्टच आहे.''

''मला सांगा, मला ऐकायची आहे.''

''तुम्ही ऐकायलाच हवी, मी जरूर सांगेन.''

जॉशचा तो दिवस अगदी गडबडीत गेला. वेक्लिफला त्याशिवाय दुसरं कामच नव्हतं. पण त्याला वाटत मात्र असं असायचं की त्याला खूप कामं आहेत, पण याचं महत्त्व जास्त म्हणून त्याला अग्रक्रम. त्यांनी दुपारच्या वेळात वेक्लिफसाहेबांच्या ऑफिसमध्ये एकत्र जेवण घ्यायचं आणि तिथेच ही गोष्ट सांगायची असं ठरलं.

नेटनं दक्षिण अमेरिकेमध्ये जायचं जे ठरवलं होतं त्याला सर्गीयोचा विरोध होता. वॉलनटहिलमधला चार महिन्यांचा तीव्र आणि खडतर दिनक्रम, वॉलनटहिलमध्ये टीव्ही, सिनेमे, खेळ, मासिके, फोन या सर्वांवर कडक बंधनं होती. रुग्णांना कडक बंदोबस्तात ठेवलं जात असे असं नाही. पण वॉलनटहिलच्या आसमंतातला मैलोन् मैल परिसर, प्रदेश जणू काही अदृश्य सैनिकांच्या पहाऱ्याखाली असल्यासारखा होता. सर्व रुग्णांवर अगदी कडक लक्ष असायचं. तर अशा प्रकारच्या वातावरणातून निघून बाहेरच्या जगात प्रवेश करणं म्हणजे एक भला मोठा धक्काच असायचा आणि हा प्रवेश ब्राझीलसारख्या प्रदेशात म्हणजे जरा जास्तच अवघड प्रकार होता.

पण नेटला त्याचं काही विशेष वाटत नव्हतं. कुठल्या गुन्ह्याखाली त्याला वॉलनटहिलमध्ये कोणी डांबलं नव्हतं. जॉशनी तिथं त्याला राहायला सांगितलेलं होतं आणि आता जॉशच त्याला ब्राझीलच्या जंगलात लपाछपी खेळायला पाठवतोय, तर आपण जायचं. सर्गीयोला काय वाटतंय ते वाटू दे. अजून एका आठवड्यानंतर त्याला बाहेरच्या जगात शिरायचं होतं. या आठवड्यात नेटच्या आहारात जरा बदल करण्यात आला. पूर्वीचं खाणं तेल-तुपाशिवाय, नावाला मीठ, तिखट-मसाला नाहीच. या आठवड्यात तेल, मीठ, तिखट-मसाला अगदी थोडा थोडा त्याच्या खाण्यात वापरण्यात आला. नेटच्या पोटावर त्याचा थोडासा विपरीत परिणाम झालाच. त्या आठवड्यात त्याचं वजन दोन किलोनं कमी झालं.

''बघ, तुला आता बाहेरच्या जगातलं खाणं कितपत सहन होतंय ते, जरा

जपून वाग'' सर्गीयोने टिप्पणी केली. त्या दोघांचे वॉलनटहिलवरच्या औषधोपचारांच्या पद्धतीवर सारखेच वाद होत असत, तरीपण सर्गीयोच्या वागण्यात आपलेपणा होता. या आठवड्यात तो जरा अबोल झाला होता. नेटपासून दूरदूर राहण्याचा प्रयत्न करायचा. सर्गीयोला त्याच्या रुग्णांचा निरोप घेणं जड जायचं. वॉलनटहिलमधून बाहेर पडण्याचा दिवस उगवला.

मृत्युपत्रात काय लिहिलंय हे सांगण्याचा न्यायाधीश वेक्लिफनी जॉशला खूप आग्रह केला पण जॉशनी त्याला नकार दिला. न्यायाधीशसाहेबांच्या ऑफिसमध्ये एका चौकोनी टेबलाशी बसून दोघे डेली सँडविचचा समाचार घेत होते. मृत्युपत्रातला मजकूर जॉशनं सांगितलाच पाहिजे असं कायद्याने त्याच्यावर बंधन नव्हतं, निदान त्यावेळी तरी सांगायलाच पाहिजे असं तरी नव्हतं. वेक्लिफना हे सर्व माहीत होतं पण त्यांच्या चौकस स्वभावामुळे ते प्रयत्न करीत होते.

''मला स्वतःला अर्जदारांबद्दल सहानुभूती वाटते.'' वेक्लिफ म्हणाले, ''त्यांचा तो अधिकार आहे की त्या मृत्युपत्रात काय मजकूर आहे ते त्यांना कळलं पाहिजे, त्यासाठी उशीर का?''

''मी माझ्या पक्षकाराच्या इच्छेचा आदर करतोय.'' जॉशने उत्तर दिले.

''आज ना उद्या तुम्हाला या मृत्युपत्राच्या सत्यतेबद्दलचा दाखला न्यायालयाकडून घ्यावाच लागेल.''

''याबद्दल शंकाच नाही.''

वेक्लिफनी आपली डायरी आपल्या प्लेटच्या बाजूला उघडून ठेवली, चाळिशीचा चष्मा नाकावर ठेवला आणि त्यातून खाली डायरीकडे पाहिले व नंतर आपली नजर उंचावून चष्म्यावरून जॉशकडे पाहत म्हणाले, ''आज डिसेंबरची वीस तारीख आहे. ख्रिसमस होईपर्यंत कोणी परत फिरकेल असं मला वाटत नाही. मग सत्तावीस?''

''त्यावेळी काय काम होणार?''

''त्या दिवशी मृत्युपत्राचं वाचन करायचं.''

जॉशला कल्पना आवडली. सँडविचचा तुकडा तोंडात कोंबला. ट्रॉय फेलनचे सर्व वारसदार, एकूणएक, त्या दिवशी त्यांच्या अनेक वकिलांसह वेक्लिफ यांच्या ऑफिसात गर्दी करतील, वर्तमानपत्रांचे वार्ताहर सुद्धा त्यावेळी गर्दीत भर घालतील, वर छताकडे पाहात असताना त्याला हे चित्र दिसत होते. त्याने परत एक कुरकुरीत तुकडा तोंडात टाकला अन् आपली छोटी काळी डायरी उघडून पाहायला सुरुवात केली. मनातल्या मनात त्याला हसू येत होतं, चेहऱ्यावरच तो दाबत होता. वारसदारांचं दबल्या आवाजातलं बोलणं, उत्सुकता, त्यांच्या

चेहऱ्यांवरचे ताण, उत्कंठा शीगेला जाण्याचा क्षण आणि मृत्युपत्राचं वाचन झाल्यानंतरचे सुस्कारे-किंकाळ्या-रागानं केलेला आरडाओरडा, निराशेनं काहींना कोसळलेलं रडू, हे सारं जॉशच्या डोळ्यांपुढे आलं. त्यांच्या प्रेमळ वडिलांनी त्यांना दिलेला जोरदार दणका अमेरिकेतल्या कोर्टाच्या इतिहासात मृत्युपत्र वाचनाच्यावेळी घडलेली ही एकमेव, घटना असेल. जॉशनं सांगितलं, ''सत्तावीस मला सोईची आहे.''

''सर्व वारसदारांची मी प्रथम खात्री करून घेईन आणि त्यांच्या वकिलांची संख्या सुद्धा खूप आहे. सत्तावीस तारखेला मृत्युपत्राचं वाचन होणार आहे अशी त्यांना सूचना मी देईन आणि त्यावेळी त्यांना हजर राहायला सांगेन.''

''वारसदारांमध्ये फेलनची सहा मुलं आहेत. तीन घटस्फोटित बायका आहेत आणि या सर्वांचे नऊ वकील आहेत, एवढं लक्षात असू द्या म्हणजे झालं.''

''मला वाटतं माझ्या कोर्टाची खोली या सर्वांना सामावून घेण्याएवढी मोठी आहे.''

'त्या सर्वांना फक्त उभंच राहता येईल.' असं बोलायचं जॉशच्या ओठावर आलं होतं.

एकमेकांना खेटून लोक उभे राहिलेले आहेत, नि:शब्द शांतता आहे – पाकीट उघडलं जातंय – मृत्युपत्राच्या कागदांच्या घड्या उलगडून, कागद सरळ केले जातायत आणि आता ते मृत्युपत्र वाचायला सुरुवात होणार.

''साहेब मी म्हणतो की तुम्ही हे मृत्युपत्र वाचून दाखवावं.'' जॉश म्हणाला.

वेक्लिफसाहेबांची तशी इच्छा होतीच. जॉश ज्या चित्राचं मन:पटलावर अवलोकन करीत होता तेच चित्र वेक्लिफ स्वत:च्या मन:पटलावर पाहात होते. त्यांना वाटत होतं की अकरा बिलियन डॉलर्सच्या मालमत्तेसंबंधातल्या मृत्युपत्राचं वाचन, ही त्यांच्या आयुष्यातली अत्यंत महत्त्वाची घटना ठरेल.

''मला वाटतं की हे मृत्युपत्र वादग्रस्त ठरण्याची शक्यता आहे.'' न्यायाधीश-साहेब म्हणत होते.

''वादग्रस्त? हे तर कुटील, दुष्टतेचं प्रदर्शन करणारं असेल.''

न्यायाधीशसाहेब गालातल्या गालात हसत होते.

.१०.

या वेळी व्यसनमुक्ती केंद्रात नेटला जेव्हा जाण्याची वेळ आली होती त्यापूर्वी तो एका हायर-पर्चेस स्कीमखाली घेतलेल्या एका जुनाट फ्लॅटमध्ये एकटाच राहात होता. हा फ्लॅट त्याने त्याच्या दुसऱ्या घटस्फोटाच्या घटनेनंतर

लगेचच घेतलेला होता. व्यसनमुक्तीकेंद्रात तो जेव्हा दाखल झाला होता त्यावेळी त्याची आर्थिक परिस्थिती दिवाळं वाजल्यासारखीच होती, त्यामुळे हा फ्लॅट त्याला सोडावा लागला. या केंद्रातून बाहेर पडल्यानंतर पहिल्याच रात्री तो उघड्यावर आला होता.

नेहमीप्रमाणे जॉशनी त्याची काळजी घेतली होती. ज्या दिवशी नेट बाहेर पडणार होता त्याच दिवशी सकाळी त्यानं बरोबर एक हँडबॅग आणली होती. त्यात शर्ट-पँटच्या चार जोड्या, टॉवेल, चादरी, दाढीचं, तोंड धुण्याचं सामान, कंगवा, ब्रश, बुटांचे दोन जोड वगैरे वगैरे आणि ब्राझीलच्या ट्रिपसाठी त्याला लागणारं सर्व सामान व्यवस्थित त्या बॅगमध्ये बसवून आणलं होतं. त्याचा पासपोर्ट, व्हिसा, भरपूर रोख रक्कम, भरपूर सूचना लिहिलेली टाचणं, तिकिटं, नकाशे, प्रथमोपचार बाबतची औषधं, वगैरे वगैरे अत्यावश्यक गोष्टीही त्याने आणल्या होत्या.

आपल्याला न्यायला कोण येतोय याची नेटला काळजी वाटायची वेळच आली नाही. वॉलनटहिल संस्थेचे कर्मचारी, सेवकवर्ग या सर्वांचा नेटनं प्रेमपूर्वक निरोप घेतला. एकशे चाळीस दिवसांच्या निवासानंतर या संस्थेच्या मुख्य दरवाजातून तो मोठ्या अभिमानाने बाहेर पडत होता. व्यसनी पदार्थांच्या सेवनाची आता त्याला जरूरच भासणार नाही याचा त्याला आत्मविश्वास वाटत होता. त्याचं जादा वाढलेलं वजनही, जरूर तेवढं कमी झालं होतं. आता तो चांगला सडसडीत आणि उत्साही वाटत होता. त्याच्या शरीरात नवचैतन्य निर्माण झालेलं होतं.

जॉश मोटर चालवत होता. पहिली काही मिनिटं कोणीच काही बोललं नाही. आजूबाजूचा परिसर बर्फाने झाकला गेला होता. ब्लू-रीज डोंगर त्यांनी पार केला आणि मग बर्फ जरा कमी झाल्यासारखं वाटलं. २२ डिसेंबरचा तो दिवस होता. रेडिओवर बारीक आवाजात ख्रिसमसची गाणी गायली जात होती.

"कृपया तू तो रेडिओ बंद करशील का?" नेटनं विचारलं.

"काय?"

"रेडिओ."

जॉशनं बटन दाबलं. खरं म्हणजे रेडिओवर काहीतरी संगीत चालू आहे याकडे लक्षच नव्हतं – गाणं थांबलं.

"आता कसं वाटतंय?" जॉशनं विचारलं.

"कुठल्यातरी दुकानाजवळ थांबतोस का?"

"जरूर – पण कशासाठी?"

"वेळ घालवण्यासाठी, टाइम पास करण्यासाठी मला काहीतरी घ्यायचंय."

"कमाल आहे!"

"एक मोठा कोकाकोला घ्यायचाय."

रस्त्याच्या कडेच्या एका छोट्या गावातल्या दुकानातून त्यांनी काही शीतपेयाच्या बाटल्या आणि शेंगदाणे विकत घेतले. दुकानाच्या मालकीणबाईने या दोघांना ख्रिसमसच्या शुभेच्छा दिल्या. नेटला परत उलट्या शुभेच्छा देणं सुचलं नाही. परत मोटारीत येऊन बसले. आता ते वॉशिंग्टनचा आंतरराष्ट्रीय विमानतळ डलासकडे निघालेले होते. तिथे पोचायला दोन तास लागणार होते.

"तुला आता विमानाने सॅओ पावलोला जायचंय, तिथं तुला विमानतळावरच तीन तास काढायला लागणार आहेत व नंतर तुला कँपो ग्रँडेला जायचंय."

"तिथल्या लोकांना इंग्रजी बोलता येतं?"

"नाही, ते ब्राझिली आहेत, ते पोर्तुगीज बोलतात."

"ते पोर्तुगीज बोलतात हे मला माहीत आहे."

"एअरपोर्टवर तुला इंग्रजी बोलणारे लोक सापडतील."

"कँपे ग्रँडे किती मोठं गाव आहे?"

"पाच लाख लोकवस्तीचं गाव आहे, पण तिथपर्यंतच तुला जायचं नाहीये. तिथे एक कोरूंबाला जा-ये करणारं विमान आहे. त्यानं तुला कोरूंबाला जायचंय – पुढे पुढे शहरं लहान लहान होत जातात आणि त्याचप्रमाणे विमानं सुद्धा."

"होय आपल्याकडे सुद्धा असंच असतं."

"काय कारण आहे हे मला काही सांगता येणार नाही, पण कारण काही का असेना ब्राझीलमध्ये विमान प्रवास करायचा ही कल्पना मला काही आकर्षक वाटत नाही उलट भीतीदायक वाटते."

"कोरूंबापर्यंत विमानानं जायचं, नाहीतर बसचा सहा तासांचा प्रवास."

"तू बोलत राहा."

"कोरूंबामध्ये वाल्दिर रुझ नावाचा वकील तुझी भेट घेईल, तो इंग्रजी बोलणारा आहे."

"तू स्वत: त्याच्याशी बोललायस?"

"होय."

"तो काय बोलत होता ते तुला कळत होतं?"

"जवळ जवळ सर्व कळलं. चांगला माणूस आहे. तासाला पन्नास डॉलर्स या दरानं तो काम करतो. तुझा विश्वास बसत नाहीये ना?"

"कोरूंबा किती मोठं आहे?"

"नव्वद हजार लोकवस्तीचं."

"म्हणजे तिथे खाणं, पाणी आणि रात्रीचं पडायला हॉटेल मिळणार."

"होय, तुला तिथं एक खोली मिळेल आणि ती खोली इथे तू जेवढ्या आकाराच्या खोलीत राहातोयस ना त्यापेक्षा मोठी असेल."

"छान आहे."

"अजूनही तुला वाईट वाटतंय? तुला जायचं नाहीये का?"

"खरं जायचं नाहीये, पण मी जाणार आहे. आत्ता तरी माझं लक्ष्य, ह्या देशाच्या-बाहेर पडायचं आहे. या वर्षीच्या ख्रिसमसच्या सणातली गाणी मला ऐकायची नाहीत आणि ती टाळण्यासाठी मला कुठल्यातरी दूरवरच्या खड्ड्यात जाऊन झोपायची जरी वेळ आली ना तरी चालेल, पण दोन आठवडे कुठेतरी दूर जाऊन राहायचंय मला."

"खड्डाबिड्डा काही नाहीये – चांगलं हॉटेल आहे ते."

"वाल्दिर बरोबर मी काय करायचंय?"

"तुला पेंटॅनल भागात जाण्यासाठी तो एक मार्गदर्शक ठरणार आहे."

"तिथे कसं जायचं – विमानाने का हेलिकॉप्टरनं?"

"कदाचित बोटीनं किंवा होडीतून जावं लागेल. माझ्या माहितीप्रमाणे तो सर्व भाग पाणीमय आहे."

"मग त्यात साप, मगरी, सुसरी आणि मांसाहारी मासे...?"

"तू घाबरटासारखा काय वागतोयस? मला वाटलं तुला या साहस सफरीमध्ये आनंद वाटेल."

"होय, मी सध्या घाबरट झालोय पण जाऊ दे ते, तू जरा गाडी वेगानं चालव."

"तू आता जरा बिनधास्त हो." जॉशनी मागल्या सीटवरच्या बॅगकडे बोट दाखवलं आणि म्हणाला, "तू ती बॅग उघड," तो म्हणत होता, "ती तुला बरोबर न्यायचीय."

नेटनं ती बॅग ओढताना जरा कुरकुर केली आणि म्हणाला, "भलतीच जड दिसतीय. काय आहे त्यात?"

"जरुरीच्या वस्तू आहेत."

चॉकलेटी रंगाच्या मुलायम कातड्याचे आवरण असलेली ती किमती बॅग होती. अगदी नवी नव्हती, थोडीशी वापरलेली असेल, फार मोठीही नव्हती; पण त्याला लागणाऱ्या कायदेशीर तपशिलाची माहिती देणाऱ्या पुस्तिका त्या बॅगमध्ये होत्या. नेटनं ती बॅग आपल्या मांड्यांवर ठेवली आणि उघडली. "खेळणी?" तो म्हणाला.

"करड्या रंगाचं ते जे यंत्र दिसतंय, तो एक उच्च दर्जाचा टेलिफोन आहे."

जॉशनं तो मिळवल्याबद्दलचा अभिमान त्याच्या चेहऱ्यावर दिसत होता. "कोरूंबामध्ये पोचल्यानंतर तुला लागणाऱ्या सर्व गोष्टींची व्यवस्था वाल्दिर पाहील."

"म्हणजे ब्राझीलमध्ये फोन पण आहेत?"

"खूप आहेत – अद्ययावत टेलिफोन यंत्रणांचा उपयोग ब्राझीलमध्ये मोठ्या प्रमाणावर होत आहे. जवळजवळ प्रत्येकाकडे तिथे मोबाइल फोन आहे."

"लोकं गरीब आहेत आणि प्रत्येकाकडे मोबाईल? आणि हे काय?"

"लॅपटॉप"

"काय सांगतोस काय?"

"नुकताच नव्यानं याचा वापर सुरू झालाय – किती लहान आहे तो."

"त्याच्या की-बोर्डवरची अक्षरंसुद्धा मला वाचायला दिसत नाहीयेत."

"हा कॉम्प्युटर तू फोनला जोडू शकतोस. तू यावरून ई-मेल पाठवू शकतोस. तुला कोणीही ई-मेल पाठवू शकतो."

"वॉव! आणि याचा मी उपयोग त्या पाणथळीच्या जंगलात एका बाजूने साप व दुसऱ्या बाजूने मगरी, सुसरी माझ्याकडे पाहात असताना कसा करणार आहे?"

"हे तुझ्या करता नाहीये, माझ्याकरता आहे. माझ्यासाठी तू हे तुझ्या जवळ ठेवणार आहेस. तुला ती मुलगी सापडल्या सापडल्या मला कळलं पाहिजे."

"अन् हे काय?"

"हे तर या सर्व खेळण्यांतलं सर्वोत्कृष्ट खेळणं आहे. त्याला सॅटेलाईट फोन म्हणतात. जगाच्या पाठीवर कुठेही हा वापरता येतो, फक्त त्याच्या बॅटरीज कायम ताकदवान असणं जरूर आहे – चार्ज केलेल्या पाहिजेत."

"तू तर म्हणालास की ब्राझीलमध्ये अत्याधुनिक फोन यंत्रणा आहे म्हणून."

"पेंटॅनलमध्ये नाही – पेंटॅनल म्हणजे जवळजवळ अडीचशे चौरस किलोमीटरचा दलदलीचा प्रदेश आहे. या प्रदेशात गावं नाहीत, शहरं नाहीत आणि माणसंसुद्धा अभावानंच आहेत. कोरूंबा सोडल्यानंतर तुला माझ्याशी संपर्क साधण्यासाठी फक्त हेच यंत्र, हा सॅटफोन उपयोगाला येईल."

नेटने सॅटफोनचं प्लॅस्टिकचं आवरण बाजूला केलं आणि गुळगुळीत, चकचकीत उपकरणावरून हात फिरवला, "हे केवढ्याला मिळालं?" त्यानं विचारलं.

"माझा एक पैसासुद्धा त्यासाठी गेलेला नाही."

"बरं, फेलन ग्रुपला हे केवढ्याला पडलं?"

"साडेचार हजार डॉलर्सला. पण किमतीप्रमाणे ते उपयोग पण तसाच देतं."

“पेंटॅनलमध्ये आदिवासींच्या भागात वीज आहे का?” नेट त्या फोनबरोबरचं माहितीपत्रक वाचता वाचता म्हणाला.

“नाही.”

“मग या बॅटऱ्या चार्ज कशा करायच्या?”

“बरोबर एक जादा बॅटरी संच आहे आणि चार्ज्ड स्थितीत त्या कशा काय ठेवायच्या त्यासाठी तू तुझं डोकं थोडंफार चालव.”

“कुठेही वाच्यता न होता करायच्या पलायनासाठी एवढ्या साऱ्या गोष्टी.”

“हो. खरोखरच कुठेही कोणालाही याचा सुगावा लागता कामा नये. तू तिथे पोहोचल्यानंतर या खेळण्यांची उपयुक्तता तुला पटेल त्यावेळी तू माझे आभार मानणार आहेस.”

“मी आत्ताच तुझे आभार मानू का?”

“नको.”

“नाही! पण मी तुझे उपकार खरोखरच विसरणार नाही.”

“एवढं सांगायची काही गरज नाही.”

विमानतळावर ज्या पॅसेजला विमान लागणार होते तिथे तर झुंबडच होती. बाजूच्या एका बार जवळ एका टेबलाशी नेट व जॉश कॉफीचा आस्वाद घेत वर्तमानपत्र पाहात बसले होते. जॉशचं बारकडे पुन:पुन्हा लक्ष जात होतं. समोरच्या हेनीकेन बीअरच्या लाल व निळ्या रंगाच्या दिव्यांच्या, उघडमीट करणाऱ्या जाहिरातीकडे लक्ष न जाणं, संभवत नव्हतं.

सांताक्लॉजचा पेहराव केलेला एक लुकडासा माणूस दमलेल्या, थकलेल्या अवस्थेतच, त्याच्या जवळच्या साध्या साध्या भेटी मुलांना देण्यासाठी कुठे मुलं दिसतायत का या शोधात नेट आणि जॉशच्या आजूबाजूने फिरत होता. बारमधल्या ज्यूकबॉक्समध्ये एल्व्हीस प्रेस्लीचं ‘ब्लू ख्रिसमस’ हे गाणं लागलं होतं. सगळीकडे पायीच चालणारी माणसं दिसत होती, गोंगाट तर असह्य होता. सर्वांनाच सुट्टीसाठी आपल्याच घराकडे जाणारी विमानं पकडायची होती.

“नेट तुला आत्ता या क्षणाला कसं काय वाटतयं? तू ठीक आहेस ना?” जॉशनी विचारलं.

“मी मस्त आहे. तू गेलास तरी चालेल. तुझ्यामागे खूप कामं आहेत, मी जाईन. तू काळजी करू नकोस.”

“नाही, मी थांबतो.”

“जॉश, मी ठीक आहे आणि तुला जर वाटत असेल ना, की मी तू जाण्याची वाट पाहातोय तर ते चूक आहे. मी त्या बारशी जाईन आणि चांगली

एक पूर्ण बाटली व्होडका गट्ट करून टाकीन, हा तू जो विचार करतोयस ना तो अगदी चुकीचा आहे. मला मुळीच दारू प्यायची इच्छा नाही मी स्वच्छ आहे मला त्याचा अभिमान वाटतोय."

जॉश जरा ओशाळल्यासारखा झाला. नेटनं त्याच्या मनातली शंका ओळखली होती. नेटचं पिणं जगावेगळं होतं. एकदा का त्याला पिण्याची सणक आली की त्याचं समाधान होण्याएवढी दारूसुद्धा त्या बारमध्ये नसणार. "नाही नाही मला आता त्याची काहीही काळजी वाटत नाही." जॉश खोटं बोलत होता.

"मग जा तू – मी काय दुधखुळा नाहीये." दाराशी दोघांनी एकमेकांचे निरोप घेतले – दोघांनी एकमेकांना मिठ्या मारल्या - रॅचेल लेन भेटल्या भेटल्याच नेटनं फोन करण्याचं आश्वासन जॉशला दिलं. नेटला आता आपण विमानातल्या पहिल्या वर्गाच्या कोचावर केव्हा जाऊन पहुडतो असं झालं होतं आणि जॉशला ऑफिसमधली बरीचशी कामं उरकायची होती.

जॉशनं दोन गोष्टींची काळजी घेतलेली होती नेटच्या आजूबाजूच्या दोन्ही बाजूंची तिकिटं खरेदी केलेली होती, म्हणजे सलग तीन सीट्स मोकळ्या राहणार होत्या नाहीतर एखाद्यावेळी असं होऊ शकलं असतं की नेटच्या शेजारी एखाद्या श्रीमंत कंपनीचा अतिउत्साही अधिकारी येऊन बसायचा अन् स्कॉच दारूचे पेलेच्या पेले रिचवायला सुरुवात करायचा. आणि त्यामुळे या महाराजांचा दारू न पिण्याचा निश्चय भंग व्हायचा आणि तसं होऊ नये म्हणून जॉशनं सलग तीन सीट्स बुक केल्या होत्या. अर्थात त्या तीनही सीटसाठी जाण्या-येण्याच्या तिकिटाचे एकवीस हजार डॉलर्स जॉशला मोजायला लागले होते, पण इथं पैशाचा प्रश्न नव्हता.

आणखी एक गोष्ट जॉशनं केली होती ती म्हणजे, त्या विमान कंपनीच्या ऑफिसमध्ये जाऊन त्या विमान कंपनीच्या विमानानं सॅओ पावलोला जाणारा प्रवासी नेट तो नुकताच व्यसनमुक्ती केंद्रातून बाहेर पडलेला आहे, त्याला कुठल्याही परिस्थितीत त्यांनी कोणतेही मद्य देऊ नये अशी विनंती जॉशनं केलेली होती आणि त्यांनी ते मान्य केलं होतं आणि तशाप्रकारचं पत्र विमानामध्ये काम करणाऱ्या कर्मचाऱ्यांना विमान कंपनीकडून द्यायला लावलं होतं, कारण यदा-कदाचित नेट मद्य द्याच असा जर आग्रह धरायला लागला तर त्याला खात्री पटवून देण्यासाठी, ते पत्र विमान कंपनीचे कर्मचारी नेटला दाखवू शकतील.

विमानामध्ये नेटला संत्र्याचा रस आणि कॉफी देण्यात आली. नेटनं अंगाभोवती ब्लँकेट गुंडाळून घेतलं होतं आणि विमान जेव्हा उड्डाण करायला लागलं होतं तेव्हा तो खिडकीतून मागे मागे जाणारा वॉशिंग्टन शहराचा परिसर तो पाहात होता.

नेटला आता कुठे मोकळं मोकळं वाटत होतं. व्यसनमुक्ती केंद्रातला, वॉलनटहिल मधला खडतर दिनक्रम, सर्गीयो, वॉशिंग्टन शहर, शहरातलं यंत्रवत जिणं, भूतकाळातले त्याच्या बायकांबरोबर झालेले ते झगडे, भांडणं, दिवाळखोरी, इन्कमटॅक्सचा तो खटला... हे सारं सारं काही दिवसांकरता तरी मागे पडलं होतं, त्याला त्याचं हायसं वाटत होता. आत्ता तो तीस हजार फुटांवर होता आणि ठरवत होता की तिकडे आता परत जायचं नाही, कधीच नाही.

पण प्रत्येकवेळी तो जेव्हा जेव्हा व्यसनमुक्तीकेंद्रातून बरा होऊन बाहेरच्या जगात आला तेव्हा प्रत्येक वेळी सुरुवातीला त्याला कायमच धास्ती वाटायची की दारूविना राहणं आपल्याला जमेल की नाही? नाहीतर परत घसरायची भीती आत मनात खोल कुठेतरी दडलेली होती. पण मागचा अनुभव यावेळी गाठीशी होता. कोणत्या परिस्थितीत त्याचा तोल जायचा हे त्याच्या लक्षात आलं होतं. ते म्हणजे कोर्टामधले त्याच्याविरुद्ध गेलेले निर्णय, बायकोबरोबरची भांडणं, या तर गोष्टी यावेळी नसणार. मग दुसरंच काही कारण पुढं येतय की काय? याची धास्ती त्याला घाबरवत होती.

जेवणाच्यावेळी जेव्हा त्याला वाईन मिळाली नव्हती, तेव्हा त्याच्या ध्यानात आलं होतं की इथेसुद्धा जॉशने याला वाईन देऊ नका हे नक्कीच सांगितलं असणार. जेवणाबद्दल सुद्धा त्याला चिंता वाटत होती. गेले चार महिने निरनिराळ्या पालेभाज्या, मोड आलेली कडधान्ये, साधी साधी फळे याच गोष्टी त्याच्या जेवणात असत - तूप, साखर, मसाले यांचं तर नावच नसायचं आणि आता हे विमानात दिलेलं जेवण त्याच्या नाजूक पोटाला पचवणं जडच जाणार होतं, कुठल्याही परिस्थितीत पोटातली मळमळ त्याला नको होती.

थोडा वेळ त्याला डुलकी लागली, पण त्याला आता झोपेचासुद्धा कंटाळा आलेला होता. त्यानं एके काळी अठरा अठरा तास मान मोडून काम केलेलं होतं, त्याकाळात त्याला दिवसाकाठी पाच तास झोपसुद्धा पुरायची. वॉलनटहिलमध्ये सुरुवाती सुरुवातीला त्याला रात्रीची झोप यायची नाही, त्यावेळी डॉक्टर त्याला झोपेच्या गोळ्या देऊन दररोज दहा बारा तास झोपवायचे.

नेटनं त्याच्या बॅगेमधली खेळणी एक एक करून बाहेर काढली आणि एकापुढे एक अशी बाजूच्या सीटवर लावली, आणि त्याच्या बरोबरची माहिती-पत्रकं तो वाचू लागला. सेटलाईट फोनबद्दल त्याला फारच अचंबा वाटला आणि जंगलात तो त्याला वापरायची वेळ येईल की नाही याबद्दल त्याला खात्री वाटत नव्हती.

दुसरा आणखी एक फोनचा प्रकार होता. नव्या जगातला अगदी नवा शोध. हवेत विमान असताना जमिनीवरच्या लोकांशी बोलण्याचा फोन. बाजूच्या

हात ठेवण्याच्या पट्टीच्या बाजूच्या भागात कोंदणामध्ये ठेवल्यासारखा तो अडकवला होता, तो त्याने बाहेर काढला आणि सर्गीयोला लावला. सर्गीयो टेबलाशी बसून जेवत होता. त्याला झालेला आनंद त्याच्या बोलण्यातून नेटला जाणवला.

"कुठून बोलतोयस तू?" त्यानं विचारलं.

"एका बार मधून." नेटनं उत्तर दिलं. आवाज खालच्या पट्टीतला काढला होता. विमानातले दिवे मंद होते.

"विचित्रच आहे."

"कदाचित् मी मियामीच्या वर असेन, अजून आठ तास प्रवास आहे. सीटच्या जवळच फोन सापडला, म्हटलं बोलावं तुझ्याशी चार शब्द."

"तू ठीक आहेस ना?"

"मी मस्त आहे, मी तिथं नाहीये म्हणून निराळं काही जाणवतंय का?"

"अजून तरी तसं काही वाटत नाहीये. तुला माझी आठवण झाली, मला फार बरं वाटलं. वॉलनटहिलमधून बाहेर पडल्यानंतर तुला कसं काय वाटतंय?"

"आत्ता तरी सुटकेच्या आनंदात आहे आणि मला काम पण माझ्या आवडीचं मिळालं आहे – जंगलातलं साहसपूर्ण ट्रेकिंग – पण नंतर तुझी आठवण येईल."

"तुला जेव्हा अडचण येईल तेव्हा तू फोन कर."

"नाही नाही, आता यावेळी असं काहीही होणार नाही."

"तसं घडायला हवंच आहे – बाय बाय."

"आभारी आहे, सर्गीयो."

"आभार वगैरे मानण्याची काही गरज नाहीये, तुला जेव्हा जरूर भासेल तेव्हा मागे पुढे न पाहाता बिनदिक्कत फोन कर."

सिनेमा सुरू झाला होता, पण कोणी पाहाताना दिसत नव्हतं. हवाई सुंदरीने आणखी एक कॉफी आणून दिली.

नेटनं पूर्वीच्या ऑफिसमधल्या ॲलिस नावाच्या सेक्रेटरीला फोन लावला. दहा वर्षे तिनं त्याच्याकडे इमाने-इतबारे नोकरी केलेली होती. अर्लिंग्टन भागात तिच्या बहिणीच्या घरी ती सध्या राहत होती. गेल्या चार महिन्यांत नेटचं तिच्याशी एकदा बोलणं झालं होतं. विमानातल्या फोनवरून अर्धातास दोघांचं बोलणं चाललं होतं, त्याचा आवाज ऐकून ॲलिसला बरं वाटलं. व्यसनमुक्तीकेंद्रातून त्याची सुटका झाल्याच्या बातमीनं तिलाही आनंद झाला होता. तिला त्याच्या दक्षिण अमेरिकेच्या सफरीबद्दल काहीच माहिती नव्हती. सहसा पूर्वी असं घडत नव्हतं, कारण नेटच्या प्रत्येक हालचालीची तिला बित्तंबातमी असे. यावेळी फोनवर ती हातचं राखून बोलत होती. तिचं बोलणं मनमोकळं नव्हतं. एक एक

वाक्य, शब्द संभाळून बोलत होती. फौजदारी खटले चालवलेल्या नेटला हे जाणवलं आणि खटकलं सुद्धा.

ॲलिस वकिलांना खटले चालवायला मदत करायचं काम पूर्वीपासूनच करायची, त्याचप्रकारचं काम ती सध्यासुद्धा करत होती, फक्त नेटच्या ठिकाणी आता तिथे दुसरा वकील होता.

"सध्या कुणासाठी तू काम करत्येस?" नेटनं विचारलं.

"वकील नवीनच आहे, नुकतीच त्यानं प्रॅक्टिस चालू केली आहे."

नेटला हे सुद्धा कळून चुकलं होतं की जॉशनं हिलासुद्धा पढवून ठेवलेलं आहे. व्यसनमुक्तीकेंद्रातून बाहेर पडल्या पडल्या नेट ॲलिसला नक्कीच फोन करणार याची जॉशला कल्पना असणारच. "हा नवीन वकील कुठल्या ऑफिसमध्ये काम करतोय? कुठल्या गावचा आहे तो? औषधोपचाराच्या बाबतीत, डॉक्टरांच्या निष्काळजीपणामुळे ज्यांचं नुकसान झालेले आहे अशा किती जणांचे नुकसान भरपाईचे खटले त्याने यापूर्वी चालविलेले आहेत? त्याच्याबरोबर कायमचंच काम करणार आहे का तात्पुरते?" एक ना अनेक प्रश्न ॲलिस त्याच्या प्रश्नांना मोघम उत्तरं देत होती.

"माझ्या ऑफिसमध्ये सध्या कोण काम करतंय?"

"कोणीही नाही, तुझ्या टेबलावरच्या फाईली, वस्तू, इतर कागदपत्रं सर्व काही जसंच्या तसं आहे."

"केरी सध्या काय करतेय?"

"तिला सध्या तरी पुरेसं काम आहे, पण तू यायची वाट पाहतेय."

नेट आणि केरी यांचं चांगलं जमायचं.

ॲलिसनं नेटच्या सर्व प्रश्नांना उत्तरं तर दिली होती, पण खरी माहिती अशी फारच कमी दिली होती, नेटची जागा घेतलेल्या वकिलाबद्दल तर तिनं जवळ जवळ मौनच पाळलं होतं.

संभाषणाला आता मुद्दे कमी पडायला लागले होते.

तेव्हा नेट म्हणाला, "तुम्ही तयार राहा. मी लवकरच येतोय."

"ये नेट, तू लवकर ये, तुझ्या अनुपस्थितीत ऑफिसमध्ये म्हणजे काही मजा वाटत नाहीये. आम्ही वाट पाहतोय."

नेटनं अलगदपणे फोन जागेवर ठेवला आणि ॲलिसने उच्चारलेली वाक्यं स्वत:शीच स्वगतासारखी बोलला. काहीतरी निराळं वाटतंय. जॉश कंपनीमध्ये काही तरी बदला-बदल करतोय, या फेरबदलात नेटची जागा त्या कंपनीत राहणार आहे का नाही? जॉश नेटला पार सोडून देणार नाही याची त्याला खात्री होती, पण त्याच्या कोर्टातल्या कामांचे दिवस आता भरले होते.

जॉशच्या ऑफिसमध्ये आपलं भविष्यात काय स्थान असेल याबद्दल आपण नंतर विचार करू, असं त्यानं मनाशी ठरवलं आणि त्यानं त्याच्या विचाराची दिशा बदलली. व्यसनमुक्तीकेंद्रातून बाहेर पडल्यावर नेटला बऱ्याच लोकांना भेटायचं होतं, बरेचसे फोन-कॉल करायचे होते. नेटच्या माहितीतले एक जज्ज होते, त्यांना दहा वर्षांपूर्वी असंच दारूचं जबरदस्त व्यसन होतं, त्यांनी त्या व्यसनापासून सुटका करवून घेण्यासाठी एका व्यसनमुक्तीकेंद्राचा आसरा घेतला होता, त्यातून बाहेर पडून पुन:श्च त्यांच्या व्यवसायात पडले होते आणि आता ते दारूच्या थेंबाला सुद्धा स्पर्श करत नव्हते. वॉलनटहिलच्या व्यसनमुक्तीकेंद्राने नेट आता चांगला बरा झालेला आहे असा दाखला दिला होता, त्या पार्श्वभूमीवर नेटला त्या जज्जसाहेबांना भेटायचं तरी होतं किंवा निदान फोन तरी नक्कीच करायचा होता आणि त्यांचे अनुभव नेटला विचारायचे होते. त्याला त्याच्या पहिल्या बायकोला फोन करून झापायचं होतं, पण त्याला त्याचा मूड खराब करायचा नव्हता, तसंच त्याला त्याच्या चारही मुलांना फोनवर विचारायचं होतं की गेल्या चार महिन्यात एकानंसुद्धा त्याची चौकशी का केली नाही, की एखादं चार ओळींचं पत्र सुद्धा लिहिलं नाही? पण कुठल्याही मुलाला त्यानं फोन केला नाही, आणि त्याऐवजी त्यानं त्याच्या बॅगमधली एक फाईल काढली आणि त्यातला फेलनसाहेबांची माहिती असलेला कागद काढून तो वाचायला लागला. मध्यरात्री विमान कुठेतरी वेस्ट इंडिज बेटांवरून जात असताना, नेटला डुलकी येऊन तो झोपला.

•११•

पहाटेपूर्वी एक तासाची वेळ असेल त्यावेळी विमान उतरायला लागलं होतं. पहाटेची न्याहरी दिली तेव्हा नेट झोपलेलाच होता. हवाई सुंदरीनं त्याला जागा झालेला पाहिलं अन् घाई-घाईनं त्याला कॉफी आणून दिली.

खाली आठशे चौरस मैल पसरलेला सॅओ पावलो शहराचा प्रचंड विस्तार त्याला विमानाच्या खिडकीतून दिसत होता, विजेच्या कोट्यवधी दिव्यांचा लखलखाट त्याला दिसत होता, दोन कोटी लोकांना हे शहर कसं सामावून घेत असेल याचं त्याला आश्चर्य वाटत होतं.

विमानाच्या पायलटने पोर्तुगीज भाषेत सकाळच्या शुभेच्छा दिल्या आणि ब्राझीलमध्ये तुमचे आम्ही स्वागत करतो, इथला आपला निवास सुखाचा होवो वगैरे वगैरे असं बरचसं काही आणि ते पोर्तुगीज भाषेमुळे जवळ जवळ सगळंच नेटच्या डोक्यावरून गेलं. त्यानंतर त्याचं इंग्रजीतलं भाषांतर जेव्हा सांगितलं गेलं तेव्हा आधी पोर्तुगीज भाषेत काय सांगितलं होतं त्याचा उलगडा झाला.

विमानातले कर्मचारी पोर्तुगीज किंवा स्पॅनिश भाषेतच बोलायचे, त्यामुळे नेटला भाषेचा अडसर फार जाणवला, शेवटी विमानाच्या कर्मचाऱ्याने, कमरेचा पट्टा बांधा असं खुणेनं सांगितलं आणि मग नेटनं तो बांधला.

एअरपोर्टवर जाम गर्दी होती. सगळीकडे माणसंच माणसं दिसत होती. जॉशनं दिलेली डफल बॅग नेटनं फिरत्या पट्ट्यावरून उचलली आणि कस्टमच्या दिशेने तो जायला लागला. तो बाहेर पडला. त्याला कोणीही काही विचारलं नाही आणि कॅंपो ग्रॅंडेला जाणाऱ्या विमानात बसण्यासाठी विमानतळाच्या विराग या भागात दाखल झाला. जवळच एक कॉफी काउंटर होता, तिथे जाऊन त्यानं कॅशियरकडे एस्प्रेसो कॉफीची ऑर्डर दिली व एक डॉलर त्याच्या पुढ्यात टाकला. ब्राझीलमध्ये रईस नावाचे चलन आहे. एक डॉलर बरोबर एक रईस असा त्याचा विनिमय दर असावा. नेटनं कॉफी घेतली आणि कॅशियरला काही डॉलर्स देऊन बदल्यात रईस घेतले. गर्दी खूपच होती, अगदी खांद्याला खांदा लावून लोक उभे होते. नेट एका जपानी प्रवाशाच्या खांद्याला खांदा लावून उभा राहून कॉफी पीत होता. निरनिराळ्या भाषेतले शब्द त्याच्या कानावर पडत होते. जर्मन, स्पॅनिश, पोर्तुगीज भाषांमधून लाऊड स्पीकरवर सूचना दिल्या जात होत्या. व्यवहारात नेहमी लागणाऱ्या वाक्यांचं भाषांतर असलेलं एखादं छोटं पुस्तक बरोबर असायला हवं होतं असं नेटला वाटलं.

आपण एकटे पडलो आहोत असं हळूहळू नेटला वाटायला लागलं आणि थोड्याच वेळात या असंख्य माणसांत आपण खरोखरच एकाकी आहोत याची जाणीव त्याच्या मनावर ठसली. आजूबाजूच्यातला एकही इसम त्याच्या माहितीतला नव्हता आणि नेट जगाच्या पाठीवर त्या क्षणाला कुठे आहे हे कुणालाही माहीत नव्हतं, कुणाला त्याची दखल नव्हती. त्याच्या सभोवतालून सिगरेटचा धूर आसमंतातून वर जात होता. त्या धूरमय परिसरातून तो झपाट्यानं दूर झाला, मध्य-भागात आला वर पाहिलं – वर दोन मजले होते व खाली एक मजला होता. तो त्याचं सामान घेऊन गर्दीतून वाट काढत चालू लागला, दिशाहीनपणे. जॉशनं दिलेल्या वजनदार सामानाबद्दल त्याला शिव्या घालत होता.

उच्च स्वरातला इंग्रजी भाषेतला आवाज त्याच्या कानावर आला, त्यानं त्याचे कान टवकारले गेले. युनायटेडच्या काउंटर जवळ सुटा-बुटातल्या काही व्यक्ती उभ्या होत्या, त्यांनी त्याचं लक्ष वेधलं. त्यांच्या शेजारी एक खुर्ची रिकामी होती त्यात नेट जाऊन बसला. डेट्रॉईटमध्ये त्यावेळी बर्फ पडत होतं आणि ही मंडळी ख्रिसमसच्या सणासाठी घरी जायला उत्सुक होती. एका पाईप लाईनच्या कामानिमित्ताने ही मंडळी ब्राझीलमध्ये आलेली होती. अमेरिकेतल्या त्याच्या घराच्या ओढीमुळे नेट दुःखी कष्टी झाला होता. त्यामुळे या लोकांजवळ

येऊन बसावं असं त्याला वाटलं होतं आणि त्याचं दुःख तसं कमी पण झालेलं होतं. पण त्यांच्या सततच्या बडबडीचा त्याला आता त्रास वाटायला लागला होता.

नेटला राहून राहून सर्गीयोची आठवण येत होती. सुधारगृहातून नुकताच बरा होऊन तो जेव्हा बाहेर पडत होता, त्यापूर्वी नेटला एक आठवडा एका वेगळ्या व्यवस्थेखाली ठेवण्यात आलं होतं. सुधारगृहातलं आणि बाहेरच्या जगातलं वातावरण, वागणं यांच्यात फरक असतो आणि या फरकाशी जुळवून घेण्यासाठी त्या व्यवस्थेची जरूर होती. सुधारगृहातले नियम, तिथला दिनक्रम याबद्दल नेटला अतीव तिटकारा होता. पण त्यामागचा उद्देश महत्त्वाचा होता यात शंका नव्हती. बाहेरच्या जगाशी जुळवून घ्यायला तुम्हाला थोडा काळ जुळवा-जुळवीच्या कार्यक्रमातून जावंच लागतं. सर्गीयोचं म्हणणं त्याला आता पटत होतं. त्यानं बाहेरून पैसे देऊन सर्गीयोला फोन लावला, त्यानं त्याला झोपेतनंच जागं केलेलं होतं. सॅओ पावलोला त्यावेळी सकाळचे साडेसहा वाजले होते आणि वॉशिंग्टनमध्ये पहाटेचे साडेचार वाजत होते. सर्गीयोला त्याचं काही वाटलं नाही, त्याच्या बाबतीत हे असं नेहमीच व्हायचं, त्याला तो त्याच्या कामातलाच एक भाग समजायचा.

कँपे ग्रँडेला जाणाऱ्या विमानात पहिल्या वर्गाची सोय नव्हती, सर्व जागा भरल्या होत्या. एकही सीट रिकामी नव्हती, प्रत्येक जण सकाळच्या वर्तमानपत्रात डोकं खुपसून बसला होता. वर्तमानपत्रंसुद्धा विविध प्रकारची होती. अमेरिकेमधल्या म्हणजे युनायटेड स्टेट्समधल्या वर्तमानपत्रांसारखीच छोट्या आकारांची, सुबक आणि आकर्षक होती. तिकडे जशी सकाळी उठल्या उठल्या वर्तमानपत्रांवर आधाशासारखी लोकं तुटून पडतात तसाच प्रकार इकडेसुद्धा पहायला मिळाला. ब्राझील एक मागासलेला देश आहे अशी नेटची कल्पना होती, पण प्रत्यक्षात त्याला वेगळंच चित्रं दिसलं. त्याच्या कल्पनेपेक्षा लिहू-वाचू शकणाऱ्यांची संख्या जास्त होती.

७२७ जातीचं बोईंग कंपनीचं हे नवीन विमान होतं. विमानात सगळीकडे स्वच्छता होती, प्रवाशांना कोका-कोला, स्प्राईट दिलं जात होतं. आपल्या देशातच आपण प्रवास करत आहोत असं त्याला वाटलं.

विमानात पुढून विसाव्या ओळीत, खिडकीजवळच्या सीटवर तो बसला होता. ब्राझीलमधल्या आदिवासींच्या माहितीचं एक पत्रक त्याच्या मांडीवर होतं – पण ते वाचण्याकडे त्याचं लक्ष नव्हतं – खिडकीतून दिसणारी हिरवीगार जणू हवेवर डोलतायत अशी शेतं, त्यांमध्ये कुठे कुठे छोटी छोटी झोपडीवजा

घरं, गुरांचे गोठे, मध्ये मध्ये दिसणारे गवत, हिरवीगार झाडी अंगावर ल्यायलेल्या टेकड्या, छोट्या छोट्या वाड्या आणि त्यांना जोडणारे भगव्या-लाल रंगाचे, वेडेवाकडे जाणारे पायवाटांसारखे रस्ते, हे सारं तो डोळ्यांत साठवत होता. मोठ मोठे डांबरी हमरस्ते कुठे दिसत नव्हते.

मध्येच एक खडी-मुरमाचा रस्ता दिसला त्यावर जा-ये करणारी थोडी वाहतूक दिसली. सॅओ पावलो ते कँपो ग्रँडेचा प्रवास संपत आला होता. कँपो ग्रँडेच्या विमानतळावर विमान उतरायला सुद्धा लागलं होतं, नव्हे उतरलंच. या गावात उंच उंच इमारती होत्या, गर्दीची बाजार-पेठ होती, ब्राझीलमध्ये प्रत्येक छोट्या गावातसुद्धा एकतरी फुटबॉलचं मैदान असतंच त्याप्रमाणे ते इथेही होतं.

गाव बऱ्यापैकी मोठं होतं. खूप रस्ते, बऱ्याच मोटारी इथे होत्या, पण घरं मात्र मंगलोरी कौलांसारख्या लाल रंगाच्या कौलांची. नेटला ऑफिसमधून पुरविलेल्या माहितीमध्ये कँपो ग्रँडे या शहराची संपूर्ण माहिती दिलेली होती. लोकवस्ती ६ लाख, जनावरांच्या बाजाराकरता हे शहर प्रसिद्ध आहे, बऱ्याच जणांचा व्यवसाय जनावरां-संबंधातल्या बाबींचा या शहराची वाढ फार झपाट्यानं होत होती. अद्ययावत सोयी, सुलभता या शहरात मिळण्यासारख्या होत्या. नेटला शहराची माहिती झाली त्याबद्दल बरं वाटलं, पण त्याचा त्याला काहीही उपयोग होणार नव्हता कारण त्या शहरात तो एक रात्रसुद्धा राहणार नव्हता.

शहराच्या मानानं एअरपोर्ट लहान होता. नेटच्या ध्यानात आलं की तो प्रत्येक गोष्ट युनायटेड स्टेटमधल्या गोष्टींशी तुलना करू पाहत होता. आता हे थांबवायला हवं. विमानातून बाहेर पडल्या पडल्या ब्राझीलमधल्या उष्णतेचा झटका त्याला मिळाला. ३३ अंश सेल्सीयस तापमान होतं. तारीख होती २३ डिसेंबर. ख्रिस्तमसच्या आधी दोन दिवस, आणि इथे दक्षिण गोलार्धात त्याला उकाड्यानं घामाघूम व्हायची वेळ आली होती. त्यानं किलकिल्या डोळ्यांनी सूर्याकडे पाहायचा प्रयत्न केला. एका हातानं कठडा पकडून तो शिडीच्या पायऱ्या उतरला.

एअरपोर्टवरच्या एका कँटीनवजा हॉटेलमध्ये तो शिरला आणि त्यानं दुपारचं जेवण त्यानं मागवलं. पदार्थ खाण्याजोगे होते त्यामुळे त्याला बरं वाटलं. एक बनपाव आडवा मधोमध कापून त्यात बोनलेस चिकन, जरूर तेवढे लोणी लावून, मीठ, सॉस वगैरे घालून दिलेलं होतं. ही डिश त्याला काही नवीन नव्हती पण चवीत बदल होता, बरोबर उकडलेल्या बटाट्याच्या फोडी, काकडी, गाजराच्या फोडी होत्या.

अमेरिकेतल्या खाण्यासारखंच खाणं त्याला मिळालेलं होतं आणि त्याला ते आवडलं होतं. ते तो आरामात संपवत होता. खिडकीतून दूरवरची विमानाची

धावपट्टी त्याला दिसत होती, त्याचं खाणं अर्ध्यावर आलेलं असताना एअर पेंटॅनल कंपनीचं दोन इंजिनांचं एक छोटं विमान त्या धावपट्टीवर उतरताना त्याला दिसलं. उतरल्यावर विमानात बसणारे प्रवासी ज्या हॉलमध्ये बसलेले होते त्या हॉल जवळ येऊन उभं राहिलं, त्यातून सहाजण उतरले.

एकदम काय झालं कोण जाणे, त्याला विमान प्रवासाची एकदम भीतीच वाटायला लागली. जेवणाचा घास तो चावता चावता थांबला. जिथे रस्तेच नाहीत अशा ठिकाणी या छोट्या विमानांनी जा-ये करणारे उतारू आपण टी.व्ही.वर पाहतो, पण अशा विमानांना अपघात होण्याची शक्यताही खूप असते.

त्याला विमान तसं भक्कम बांधणीचं वाटलं, स्वच्छ होतं, अत्याधुनिकही होतं, विमानचालक रुबाब वाढविणाऱ्या गणवेशात होते, चेहऱ्यावर आत्मविश्वास होता. नेटनं खाणं चालू ठेवलं. मनाशी तो म्हणत होता की सर्व काही ठीकच होणार आहे.

त्या छोट्या एअरपोर्टच्या सर्व भागांतून त्याने फेरफटका मारला. नेहमीच्या व्यवहारात लागणाऱ्या इंग्रजी वाक्यांचं पोर्तुगीज भाषेत भाषांतर केलेल्या वाक्यांचा संग्रह असलेलं एक पुस्तक त्याने विकत घेतलं आणि त्याचा अभ्यास करून, ती वाक्यं पाठ करायची असं त्यानं ठरविलं. ब्राझील पर्यटनविभागानं पेंटॅनल संबंधातलं प्रसिद्ध केलेलं एक पुस्तक जॉशनं त्याच्या सामानात नेटला दिलं होतं, ते त्यानं आता वाचायला घेतलं. आधुनिक जगाचा थोडासुद्धा धक्का न लागलेलं पर्यावरण पेंटॅनलमध्ये आहे अशी त्याची जाहिरात केली जाते. माहिती केंद्रात मोटार भाड्यानं मिळण्याची सोय आहे, डॉलर मधले पैसे रईसमध्ये बदलून मिळण्याची सोय आहे, बीअर, व्हिस्की मिळण्याचा बार आहे. माहितीकेंद्राच्या प्रवेशद्वाराच्या बाजूला एक ख्रिसमस रोपाची कुंडी होती आणि त्यात मध्यम उंचीचं रोप होतं आणि त्याला रोषणाईसाठी विजेच्या छोट्या छोट्या दिव्यांची एक एकेरी माळ लावली होती. जवळच्याच कुठल्यातरी लाऊडस्पीकरवरून ख्रिसमसच्या सणात गायल्या जाणाऱ्या गाण्यांच्या ओळी ऐकू येत होत्या व त्या गाण्याच्या ठेक्याप्रमाणे त्या रोपावर लटकवलेल्या दिव्याच्या माळेतले दिवे उघडमीट करत होते. या साऱ्या गोष्टी त्याच्या आपोआप ध्यानात येत होत्या. खरं म्हटलं तर तो त्याकडे पाहतही नव्हता. ख्रिसमसचा सण, त्या निमित्तानं त्याला त्याच्या मुलांच्या आठवणी येत होत्या.

सगळ्याच आठवणी दुःख देणाऱ्या होत्या असं नव्हतं. ख्रिसमसच्या सणाच्या अलीकडली ती दुसरी संध्याकाळ होती.

मनाचा हिय्या करून दातांवर दात घट्ट धरून तो विमानात चढला. कोरूंबाला

पोहोचेपर्यंतचा एक तास तो झोपूनच होता. कोरूंबाचा एअरपोर्ट तर फारच छोटा होता. हवेत उष्णतेबरोबर दमटपणापण होता. विमानात सँटा क्रूझला जाणाऱ्या प्रवाशांची गर्दी खूप होती. बरोबर पेटारे, खोकी असं बरंच सामान होतं. ख्रिसमसच्या सणानिमित्ताने भेटी देण्याच्या सामानांनी भरलेली ती खोकी होती.

नेट बाहेर आला, टॅक्सीला हात केला. टॅक्सीड्रायव्हरला त्याने कुठे जायचं आहे हे सांगण्याचा प्रयत्न केला, पण नेटचा एक शब्दही त्याला कळत नव्हता. जॉशनं नेटला त्याचा प्रवास कसा कसा होणार आहे, कुठे कुठे त्यानं मुक्काम करायचा आहे त्याचा तपशील असलेलं एक टाचण त्याच्याजवळ दिलेलं होतं, ते त्यानं बाहेर काढलं. त्यावरचे 'पॅलेस हॉटेल' हे नाव त्यानं टॅक्सीवाल्याला दाखवलं. त्यानं मान डोलवली, त्याची टॅक्सी जुनी माझदा होती, त्यातून ते पॅलेस हॉटेलकडे निघाले. बोलिव्हिया राष्ट्राच्या पूर्व-सीमेलगत, पराग्वे नदीकाठी हे शहर वसलेलं आहे. शहराची लोकसंख्या नव्वद हजाराच्या आसपास आहे. ही माहिती जॉशने नेटजवळ एका पत्रकात नमूद केलेली होती. कोरूंबा हे शहर पेंटॅनल भागाची राजधानी म्हणून ओळखली जाते. पराग्वे नदीवरून होणारी वाहतूक व त्याद्वारे होणारी मालाची ने-आण व व्यापार यामुळे या शहराला उत्पन्न मिळते, किंबहुना त्या वाहतुकीमुळेच या शहराचं अस्तित्व टिकून आहे आणि पुढेही राहणार आहे.

टॅक्सीच्या मागच्या काचेतून शहराचा मागे मागे पडणारा भाग दिसत होता. हवेत उष्मा आणि दमटपणा होता. या शहरातल्या लोकांना कामापेक्षा आराम जास्त प्रिय होता असं नेटला जाणवलं. कोरूंबातले रस्ते खडी-मुरमाचे होते आणि चांगले दाबलेले होते, कडेनं झाडं लावलेली होती. एकंदरीत गाव छान होतं. रस्त्याच्या कडेनं दुकानं होती, रस्त्याच्या बाजूच्या प्रवेशद्वारांवर कॅनोपीसारखे सावलीसाठी झाप होते. त्या सावलीत खुर्च्या टाकून गिऱ्हाईकांची वाट पाहात दुकानदार बसलेले होते. रस्त्यांवरून स्कूटरवरून तरुण मुलं जा-ये करीत होती. एखाद्या कोपऱ्यावर काही अनवाणी मुलं आइस्क्रीम खात गप्पा मारत होती.

नेटची टॅक्सी मुख्य व्यापारी केंद्राजवळ जशी जशी येऊ लागली तशी तशी आजूबाजूला मोटारींची संख्या वाढू लागली. थोडे अंतर गेल्यानंतर इतकी गर्दी वाढली की टॅक्सी थांबलीच. ड्रायव्हर तक्रारीसारखं काही तरी पुटपुटत होता, पण त्यानं धीर सोडलेला नव्हता. न्यूयॉर्क-वॉशिंग्टनमध्ये जर अशी परिस्थिती उद्‌भवली असती तर टॅक्सी ड्रायव्हर मारामारीवर उतरले असते.

पण हे ब्राझील होते आणि ब्राझील हे दक्षिण अमेरिका खंडात आहे. इथे घड्याळं सावकाश चालतात, वेळेला फार महत्त्व दिलं जात नाही. नेट स्वतःला

सांगत होता की तुझं घड्याळ तू काढून बाजूला ठेवून दे, डोळे मिटून घे, शांतपणे बस, श्वासोच्छ्वासावर लक्ष केंद्रित कर.

पॅलेस हॉटेल गावाच्या अगदी गर्दीच्या भागात, मुख्य व्यापारी पेठेत होतं. या हॉटेलवरून एक सरळ रस्ता पराग्वे नदीकडे जात होता. व्यापार-उदीम संदर्भात पॅलेस हॉटेल हे अगदी मोक्याच्या ठिकाणी मोठ्या दिमाखात उभे होते. नेटने 'ओब्रीगॅडो' म्हणून पोर्तुगीज भाषेत टॅक्सीड्रायव्हरचे आभार मानले. हसत हसत तोही काही तरी म्हणाला, पण नेटला ते काही कळलं नाही. हॉटेलचं प्रवेशद्वार उघडं होतं.

हॉटेलच्या आवारात टेक्सासमध्ये जसं कोणी बोलेल तशाप्रकारे कोणीतरी बोललेलं त्याच्या कानावर आलं. गोऱ्या लोकांचा एक कंपू हॉटेल सोडण्याच्या बेतात होता. प्रत्येकाच्या हातात एक एक ग्लास होता आणि सर्वजण आनंदात होते, सुट्टीच्या मूडमध्ये होते. हा कंपूपण ख्रिसमसच्या सणानिमित्त घरी निघाला होता, घरी जायची घाई सर्वांच्याच चेहऱ्यावर दिसत होती. त्या सर्वांचे हॉटेल सोडण्याचे उपचार पूर्ण होईपर्यंत नेट तिथल्याच स्वागतकक्षातल्या एका खुर्चीत बसून टी.व्ही.पाहात बसला.

नेटला आठव्या मजल्यावरची खोली मिळाली, दररोजचा दर अठरा डॉलर होता. खोली १२ फूट लांब १२ फूट रुंद होती. कोपऱ्यात एक लहान पण कमी उंचीचा पलंग होता. त्यावर पातळशी गादी होती. याखेरीज खोलीमध्ये एक टेबल, एक खुर्ची, एक छोटा रेफ्रिजरेटर या गोष्टी होत्या. खोली वातानुकुलित ठेवण्यासाठी खोलीच्या एका खिडकीला एक यंत्र बसविलेलं होतं. रेफ्रिजरेटरमध्ये कोका-कोला, बीअरच्या बाटल्या ठेवलेल्या होत्या. बाथरूम स्वच्छ होती, त्यात बरेचसे टॉवेल्स, अंगाच्या साबणाच्या दोन छोट्या वड्या ठेवलेल्या होत्या, चांगली व्यवस्था होती. खरं म्हणजे ही साहसपूर्ण सफर होती. त्यामानानं या सर्व गोष्टी उत्तम होत्या, म्हणजे बरंच काही होतं.

नेटनं आल्या आल्या जॉशला फोन लावण्याचा प्रयत्न केला, अर्धा तास तो त्यासाठी झगडत होता, भाषेचा अडसर मध्ये येत होता. लॉबीमध्ये टेबलाशी बसलेल्या कारकुनाला जुजबी इंग्रजी येत होतं त्यानं पहिल्या ऑपरेटरला नेटला काय हवं होतं ते सांगितलं, पण पुढच्या ऑपरेटरच्या ठिकाणी पोर्तुगीज भाषेमुळे गाडं अडलं. नेटनं त्याच्याजवळचा मोबाईल चालतो का ते पाहिलं, पण तो या भागात प्रथम चालू करून घ्यायला हवा होता. शेवटी नेट आपल्या खोलीत गेला अन् चक्क झोपून गेला.

वाल्दिर रूईझ हा एक बुटका, वीतभर कंबर असलेला, गहू वर्णाचा होता.

त्याच्या डोक्याचा आकारही लहान होता, डोक्यावर जवळ जवळ टक्कलच होतं, जे काही मोजकेच केस होते ते सुद्धा भरपूर तेल लावून मागे फिरवलेले होते. त्याचे डोळे काळे होते व बाजूने कानाच्या दिशेने बऱ्याच सुरकुत्या गेलेल्या होत्या, तीस वर्षांच्या धूम्रपानाचा तो परिणाम होता. त्याचं वय ४२ होतं. सतराव्या वर्षी त्यानं घर सोडलेलं होतं. आयोव्हामध्ये तो एका कुटुंबात राहिलेला होता. ब्राझील व युनायटेड स्टेट्स यांच्या दरम्यानच्या विद्यार्थ्यांच्या अदला-बदल कार्यक्रमांतर्गत तो यू.एस.ए. मध्ये गेलेला होता. त्याला अमेरिकन इंग्रजी समजत होतं. त्याचा त्याला अभिमान वाटत होता, पण त्याच्या ज्ञानाचा उपयोग कोरूंबामध्ये करता येत नव्हता त्याचं त्याला दु:ख वाटत होतं. आपलं ज्ञान अद्ययावत राहावं म्हणून तो दररोज सी.एन. एन.च्या बातम्या पाहायचा-ऐकायचा, अमेरिकन टेलिव्हिजन पाहायचा.

एक वर्ष आयोव्हामध्ये काढल्यानंतर कँपो ग्रँडेमध्ये त्याने कॉलेज शिक्षण घेतलं व पुढे रिओ डी जॅनीरो मध्ये त्यानं कायद्याचे शिक्षण घेतलं. कोरूंबामध्ये त्याच्या काकांची एक छोटी वकिलांची कंपनी होती. त्याचे वयस्कर आई-वडील कोरूंबा-मध्ये होते, अनिच्छेनेच तो कोरूंबामध्ये आला व काकांच्या कंपनीत काम पाहू लागला व वृद्ध आई-वडिलांसमवेत राहू लागला. अनेक वर्षे वाल्दिरने कोरूंबामध्ये काढली. कोरूंबामध्ये तेव्हा फार काम नसायचं आणि तेव्हा तो एखाद्या मोठ्या शहरात राहिला गेला असता तर त्याला बरंच काही करता आलं असतं, हे राहून राहून त्याच्या मनात यायचं. पण दिसायला तरी तो आनंदी दिसायचा. तसे ब्राझील-मध्ये राहणारे सगळेच आनंदी दिसतात, तसं म्हणाल तर ती त्यांची खासियतच आहे. आपल्या वाट्याला जे जीवन आलेलं आहे ते आपण आनंदानं कंठायचं अशी त्यांची वृत्ती असते.

वाल्दिरचं स्वत:चं एक छोटं ऑफिस होतं, मदतीला एक कारकून होता. तो टायपिंगचं काम करायचा, फोन घ्यायचा, निरोप द्यायचा. वाल्दिरला स्थावर मालमत्तासंबंधातली, खरेदीखतं, साठेखतं वगैरे कागदपत्रं करण्यात आनंद वाटायचा. कोर्टात तो कधी गेलाच नाही. ब्राझीलमधल्या वकिलांना कोर्टात एकंदरीत काम कमीच असतं. मुळात खटलेच कमी. यू.एस.ए. मध्ये ज्याप्रकारे खटले, दावे चालतात तसा प्रकार दक्षिण अमेरिकेत अद्याप पोचलेला नाहीये. वाल्दिरला अमेरिकेत चाललेल्या खटल्यांची माहिती असायची. सी.एन.एन. वर त्याने बरेच खटले पाहिलेले होते. अमेरिकेतले वकील जे काही बोलायचे, जी काही विधानं करायचे त्याबद्दल त्याला कौतुक वाटायचं. असं ब्राझीलमध्ये इतक्यात काही येणार नाही, असं तो म्हणायचा.

पॅलेस हॉटेलच्या तीन घरं पलीकडे वाल्दिरचं ऑफिस होतं. ती प्रॉपर्टी

त्याच्या काकांनी कित्येक दशकांपूर्वी घेतलेली होती. दहा हजार चौरस फुटांच्या प्लॉटवर चार पाच खोल्यांचं एक बंगली वजा घर होतं त्यात वाल्दिरचं ऑफिस होतं, आजूबाजूला खूप सावली देणारी डेरेदार झाडं होती, इमारतीवर थेट ऊन कधीच यायचं नाही त्यामुळे आत छान गारवा असे. वाल्दिर ऑफिसच्या खिडक्या नेहमी उघड्या ठेवायचा, त्यामुळे रस्त्यावरून चालणाऱ्यांची कुजबुज कानावर यायची पण त्याचा त्याला कधी त्रास होत नसे उलट बरं वाटायचं. दुपारी सव्वातीनच्या सुमाराला त्याच्या ऑफिससमोर एक गोरा माणूस उभा राहून त्याच्या ऑफिसकडे निरखून पाहतोय असं वाल्दिरनं पाहिलं. ह्या माणसाला त्यानं पूर्वी कधी पाहिलेलं नव्हतं. तो माणूस त्याला जरा विचित्रच वाटला आणि कदाचित अमेरिकन असावा, हां बरोबर, मग त्याच्या ध्यानात आले की जॉशनं पाठवलेला नेट ओ रॉयले, हं तोच तो असणार.

वाल्दिरच्या असिस्टंटनी एका छोट्या कपातून कॅफेझिनो नावाची गोड, घट्टसर काळी कॉफी आणून नेटच्या पुढ्यात ठेवली. ही कॉफी ब्राझीलची स्पेशॅलिटी आहे. नेटला आवडली. तो त्या प्रकारच्या कॉफीच्या प्रेमात पडला. वाल्दिरच्या ऑफिसचा परिसर त्याला आवडला. ऑफिसपासून रस्ता जवळच होता, रस्त्यावरून येणाऱ्याजाणाऱ्यांचे आवाज ऑफिसमध्ये बसलेल्यांना ऐकू येत असत. तळमजल्या-वरच्या भागात ऑफिस होतं. भिंतीतल्या कपाटातनं कामाच्या नव्या-जुन्या फाईली नीटपणे लावलेल्या होत्या. बाहेरची झाडी, जवळपासची घरं, रस्ता खिडकीतून दिसत असे. छताला लावलेला एक जुना पंखा मधून मधून आवाज करत फिरत होता. वाल्दिरच्या ऑफिसची सजावट पन्नास वर्षांपूर्वीची होती. पन्नास वर्षांपूर्वीच्या काळातल्या एखाद्या सिनेमाच्या सेटवर आपण बसलो आहोत की काय, असं त्याला वाटत होतं. वाल्दिर नेटला आवडला होता, त्याच्याबरोबर त्याची दोस्तीपण झाली होती.

वाल्दिरनं वॉशिंग्टन डी.सी.ला फोन लावला. जॉश फोनवर आला. अर्धं मिनिट ते दोघे बोलले आणि नंतर नेटला फोन दिला. 'हॅलो जॉश' नेट म्हणत होता, नेटचा आवाज ऐकल्यानंतर जॉशनं सुटकेचा निःश्वास टाकला असेल. नेटनं जॉशला आपल्या प्रवासाची कहाणी इत्थंभूत ऐकवली आणि त्याच्या बोलण्यातून त्याला नेट अजून तरी ठीक आहे आणि मोहिमेचा पुढचा भागसुद्धा तो चांगल्या प्रकारे पार पाडेल अशी आशा तो करतोय असं नेटला त्यानं ऐकवलं.

वाल्दिर एक फाईल उघडून त्यात काहीतरी पाहात होता. नेट आणि जॉश यांच्या संभाषणात त्याला सुतराम रस नव्हता, असं त्याला दाखवायचं होतं, तथापि नेट स्वतः अद्याप तरी ठीक आहे, दारूच्या आहारी गेला नाही असं

पुन:पुन्हा का सांगत होता ते त्याला कळत नव्हतं . टेलिफोन संपल्यानंतर वाल्दिरने अमरिकेतल्या टेक्सास या राज्याच्या आकाराएवढ्या ब्राझीलमधल्या 'मॅटो ग्रोसो डू सूल' या प्रांताचा नकाशा आपल्या टेबलावर पसरला व त्यातल्या पेंटॅनल या भागाकडे नेटचे लक्ष वेधलं. ब्राझीलचा थोडा वायव्य कोपरा, मॅटो ग्रोसो डू सूल चा काही उत्तर भाग व बोलिव्हियाचा काही पश्चिम भाग असा मिळून हा पेंटॅनल ओळखला जातो. या भागात हजारोंनी नद्या आहेत, असंख्य ओढे, नाले आहेत आणि अशा या जल प्रवाहांच्या जाळ्यांनीच हा भाग भरलेला आहे. त्या नकाशात पिवळ्या रंगाने तो भाग दाखवला होता आणि या पाणथळीच्या भागात एकही शहर, गाव किंवा खेडं त्या नकाशात दाखवलेलं नव्हतं, रस्ते नव्हते की हमरस्ते नव्हते. दीड लाख चौरस किलोमीटर होती फक्त दलदल. जॉशनं दिलेल्या अनेक माहिती पत्रकांपैकी काहींच्यात नेटनं ही माहिती वाचल्याचं त्याला आठवलं.

दोघं नकाशा पाहात असताना वाल्दिरनं एक सिगारेट शिलगावली, त्यानं त्या नकाशाचा अभ्यास केलेला होता. नकाशावर बोलिव्हियाच्या पश्चिमभागावर काही ठिकाणी लाल रंगाच्या फुल्या वाल्दिरनं पूर्वीच करून ठेवल्या होत्या.

''या ठिकाणी आदिवासींच्या वस्त्या आहेत'' लाल रंगाच्या फुल्यांकडे अंगुली निर्देश करीत तो म्हणाला, ''ग्वाटो आणि इपिका.''

''या वस्त्या किती मोठ्या आहेत?'' त्या फुल्यांवर लक्ष केंद्रीत करून नेट म्हणाला. रॅचेल लेनच्या शोध कार्यासाठी सर्व प्रथम या भागांची पाहणी त्याला करावी लागणार होती.

''आम्हाला ना, खरोखरच काहीही माहिती नाही'' वाल्दिरनं नेमकं उत्तर दिलं, पण ते वाक्यं तो बोलला ते प्रत्येक शब्दामध्ये खूपसं अंतर ठेवत ठेवत. अमेरिकन ढंगानं बोलून नेटवर छाप पाडण्याचा तो प्रयत्न करत होता. ''शंभर वर्षांपूर्वी आदिवासींच्या अशा अनेक वस्त्या होत्या, पण प्रत्येक पिढीगणीक त्या कमी कमी होत गेल्या.''

''बाहेरच्या जगाबरोबर या वस्त्यांचा कितपत संबंध असतो?'' नेटनं विचारलं.

''फारच कमी, गेल्या हजार वर्षांत त्याच्या संस्कृतीत काहीही फरक झालेला नाहीये.''

''पराग्वे नदीतून वाहतूक करणाऱ्या बोटवाल्यांबरोबर ते थोडीफार देवाण-घेवाण करतात, पण मूलत: त्यांना त्यांच्यात बदल घडवून आणण्याची मुळीच इच्छा नाहीये.''

''ख्रिश्चन धर्म प्रसारकांचा, मिशनऱ्यांचा पत्ता तुम्हाला माहीत आहे का?''

''ते सांगणं अवघड आहे. मॅटो ग्रोसो डू सूल या राज्याच्या आरोग्य

मंत्र्यांशी मी याबाबत बोललो आहे. आम्ही एकमेकांना तसे ओळखतो आणि त्यांच्या ऑफिसमध्ये कोण धर्मप्रसारक कोणत्या भागात काम करतात याची माहिती नोंद केलेली आहे. स्थानिक आदिवासी टोळ्यांच्या कल्याणासाठी सतत कार्यरत असलेली 'फुनाई' नावाची एक संस्था आहे. त्या संस्थेच्या प्रतिनिधीलासुद्धा मी भेटलोय.'' वाल्दिरनं केलेल्या आणखी दुसऱ्या दोन फुल्यांकडे त्यानं नेटचं लक्ष वेधलं आणि म्हणाला, ''ही ग्वाटो नावाची वस्ती आहे, या वस्तीसंबंधात कोण धर्मप्रसारक काम करतात याची माहिती मी मिळवली आहे.''

''त्या धर्मप्रसारकांची नावं तुम्हाला माहीत आहेत का?'' नेटनं हा प्रश्न विचारला होता पण जसा काही जाता जाता विचारल्यासारखा.

नेटकडे जी काही माहिती होती त्यानुसार जॉशने रॅचेल लेन या नावाचा उल्लेख वाल्दिरजवळ केलेला नव्हता. जागतिक आदिवासी कल्याणसंघाच्या वतीने एक महिला धर्म प्रसारक या भागात काम करत आहे एवढेच वाल्दिरला जॉशनं सांगितलं होतं.

वाल्दिरनं चेहऱ्यावर स्मित हास्य आणत, त्याला नकारार्थी मान हलवून उत्तर दिलं होतं, ''ते इतकं सोपं नाही - इथे एक गोष्ट लक्षात घेतली पाहिजे आणि ती म्हणजे ब्राझीलमधल्या या भागात यू.एस.ए. आणि कॅनडामधल्या वेगवेगळ्या वीस एक संस्थांचे धर्मप्रसारक काम करतायत. आमच्या देशात प्रवेश मिळवणं सोपं आहे, कुठेही संचार करायला मोकळीक आहे. त्यातल्या त्या मागासलेल्या भागात तर कुठलंच बंधन नसतं. त्या भागात कोण कुठे काय करतंय, याची खरोखरच कोणालाच पर्वा नसते. आमच्याकडे आणखी एक अशी समजूत आहे की धर्मप्रसारक हा चांगलाच माणूस असणार.''

नकाशावरच्या कोरूंबा शहराच्या भागाकडे नेटनं त्याचं बोट प्रथम रोखलं. नंतर त्याच्या जवळच्या फुलीच्या जवळ नेलं आणि म्हणाला, ''या ठिकाणी पोहोचण्यासाठी आपल्याला किती वेळ लागेल?''

''विमानानी एक तास, बोटीने चार ते पाच दिवस''

''तुम्ही माझ्यासाठी विमानाची सोय करणार होतात ते विमान कुठंय?''

''त्यासाठी प्रयत्न चालू आहेत.'' वाल्दिर म्हणाला. त्यानं नकाशाची दुसरी गुंडाळी उघडली व पहिल्या नकाशावर ठेवत तो म्हणाला, ''पेंटॅनलच्या या स्थानिक भागाची खास वैशिष्ट्ये म्हणजे नद्या, नाले, जमिनींचे उंच-सखल-खोलगट भाग वगैरे दाखवणारा हा नकाशा आहे. हा भाग जो मी इथे दाखवतोय त्याला फझेंडा असं म्हणतात.''

''काय म्हणतात?''

''फझेंडा – म्हणजे मोठी तरंगती शेतं.''

“मला तर वाटलं होतं की पेंटॅनलमध्ये सगळीकडे दलदलच आहे.”

“काही उंची असलेल्या जागा आहेत पण त्या आकारानं फार लहान आहेत आणि अशा ठिकाणी गोठे किंवा जनावरांच्या निपजासाठीच्या ज्या व्यवस्था आहेत त्यांसाठी वापरलेल्या आहेत. दोनशे वर्षांपूर्वी या मोठमोठ्या शेतांची निर्मिती करण्यात आली आणि अजूनही पेंटॅनलमधले रहिवासी अशा प्रकारच्या जागा तयार करतायत. अशा काही शेतांपर्यंत नदीतून जाता येतं आणि बऱ्याचशांसाठी छोटी छोटी विमानं वापरावी लागतात. नकाशावर या ज्या निळ्या पट्ट्या दाखविल्या आहेत ना, त्या आहेत त्या विमानांसाठीच्या धावपट्ट्या.”

आदिवासींच्या वस्त्यांच्या आसपास अशा पट्ट्या फारच कमी दिसत होत्या हे नेटच्या नजरेतून सुटलं नाही. वाल्दिरनं आपलं बोलणं पुढे चालू ठेवलं होतं, “या धावपट्ट्यावर जर विमानाने गेलात तर या या वस्त्यांच्या जास्तीत जास्त जवळ तुम्ही जाऊ शकता.” नकाशावरच्या धावपट्ट्या व वस्त्या बोटांनी दाखवत वाल्दिर बोलत होता, त्याचं बोलणं पुढे चालूच होतं, “पण खुद्द वस्त्यांपर्यंत जायला मात्र पुढे बोट किंवा होडीच लागते.”

“या धावपट्ट्या कशा आहेत?”

“या चक्क गवताच्या पट्ट्या आहेत, जमिनीपासून एकसारख्या उंचीवर कापलेल्या गवताचा गालिचा किंवा सतरंजी म्हणा हवं तर – कधी कधी हे गवत नीट कापलेलं नसतं, आणखी दुसरा एक कटकटीचा प्रश्न आहे तो म्हणजे गाईंचा!”

“गाईंचा?”

“हो, या गवताच्या पट्ट्यांवर बऱ्याच वेळी गाई चरत असतात त्यामुळे विमानांना या पट्ट्यांवर उतरणं सुद्धा काही काही वेळा अशक्य होऊन जातं ” वाल्दिर हे सांगत असताना आपण एखादा विनोद सांगतोय असं त्याच्या मनात सुद्धा नव्हतं.

“गाईंनी त्या धावपट्ट्यांवर चरायला जाऊ नये म्हणून काही व्यवस्था नाही का? किंवा त्या गाईंना ते हाकलू शकत नाहीत का?”

“तुम्ही या धावपट्टीवर आता उतरणार आहात हे जर आधीच त्यांना तिथे कळलं तर ते हाकलू शकतील, पण या भागात टेलिफोनची व्यवस्था नाहीये.”

“या मोठमोठ्या शेतावरनं फोनची व्यवस्था नाहीये?”

“नाही आणि ही शेतं जरी मोठमोठी असली तरी ती एकमेकांपासून खूप दूर दूर आहेत.”

“म्हणजे विमानानी पेंटॅनलच्या भागात जाऊ शकणार नाही असा याचा अर्थ मी लावायचा का? आणि तसंच जर असेल तर मग या वस्त्यांपर्यंत जाण्यासाठी आपण एखादी बोट मिळविण्याच्या मागे तरी लागायला हवं.”

"इथे कोरूंबात तुम्हाला बोटी मिळतील. बरोबर एखादा वाटाड्या किंवा मार्गदर्शक सुद्धा मिळेल."

नेट नकाशाकडे निरखून पाहात होता. त्यातल्या त्यात आदिवासींच्या वस्त्यांकडे नागमोडी वळणं घेत घेत जाणाऱ्या पराग्वे नदीच्या प्रवाहाकडे. या नदीच्या काठाच्या जवळपास, कदाचित थोडसं आतल्या बाजूला दलदलीच्या मध्यभागात ही देवाची सेवा करणारी पाईक आपलं जीवन अत्यंत शांतपणे, भविष्याची किंचितसुद्धा पर्वा न करता अगदी अबोलपणे, आदिवासींची दुःखं कमी करण्याच्या कामात आपला एक एक दिवस घालवत होती.

आणि या महत्त्वाच्या व्यक्तीला शोधून काढायचं काम नेटला करायचं होतं.

"पण मला विमानानं या भागाचं निरीक्षण करायचंय."

वाल्दिरनं नकाशे उचलले आणि त्या नकाशाच्या गुंडाळ्या करत तो म्हणाला, "मी विमान आणि पायलट या दोन्हींची व्यवस्था करतो."

"आणि बोटीचं काय?"

"त्यासाठीसुद्धा प्रयत्न चालू आहेत, इकडे हा काळ पावसाचा आहे. या महिन्यात इकडे खूप पाऊस पडतो, सगळीकडे नद्यांना पूर आलेले असतात, सध्यातरी सर्व बोटी गुंतलेल्या दिसतायत. वर्षातल्या या काळात नदीवर वाहतूक खूपच असते."

काय गंमत आहे! पूर यायच्या काळातच ट्रॉयला आत्महत्या करायची काय दुर्बुद्धी सुचली कोण जाणे – जॉशच्या कंपनीमध्ये मिळविलेल्या माहितीनुसार इकडे नोव्हेंबरमध्ये पाऊस सुरू होतो आणि फेब्रुवारीच्या शेवटापर्यंत तो असतो, त्यामुळे या काळात या मोठमोठ्या शेतांच्या प्रदेशातला, खालच्या पातळीचा भाग पाण्यातच असतो.

"याबाबत मला तुम्हाला एक सूचना आगाऊ द्यावीशी वाटते." वाल्दिर आपली सिगारेट पेटवता पेटवता म्हणत होता, "सध्याच्या दिवसात विमानानी आकाशात फेऱ्या मारणं ही बाब जरा धोक्याचीच असते, विमानं लहान असतात आणि त्यात त्यांच्या इंजिनात जर काही दोष निर्माण झाला की ...," त्याचा आवाज हळूहळू कमी कमी होत गेला – आणि स्वत:चे डोळे मिचकावत खांदे उडवत बंद झाला, त्याला त्यामधून बहुतेक असं सुचवायचं होतं की, नेटनं विमानानं निरीक्षण करण्याच्या फंदात पडू नये.

"मग काय?"

"संकटाच्यावेळी किंवा निकडीच्यावेळी उतरण्यासारख्या जागा या भागात नाहीयेत. एक महिन्यापूर्वी या भागात एक विमान कोसळलंय – नदीमध्ये

पडलेलं ते नंतर आढळलं – मगरी-सुसरींनी त्याला घेरलेलं होतं."

"त्यातल्या प्रवाशांचं काय झालं?" नेटनं विचारलं.

उत्तर धक्कादायकच असणार हे त्याला माहीत होतं.

"ते त्या सुसरी-मगरींनाच विचारायला हवं."

"आता आपण विषय बदलूया."

"आणखी कॉफी हवीय?"

"हो – नक्कीच."

वाल्दिरनं त्याच्या कारकुनाला बोलावलं आणि त्याला कॉफी आणायला सांगितलं. नंतर नेट आणि वाल्दिर खिडकीशी जाऊन उभे राहिले, बाहेरची वाहतूक ते पाहात होते. पाहाता पाहाता वाल्दिर म्हणाला, "माझ्या पाहण्यात एक मार्गदर्शक आहे."

"त्याला इंग्रजी बोलता येतं?"

"हो, चांगलंच! तरुण आहे – नुकताच सैन्यातून बाहेर पडलाय. छान मुलगा आहे तो. त्याचे वडील या नदीतून वाहतूक करणाऱ्या बोटी चालवायचं काम करायचे."

"मग चांगलंच आहे."

वाल्दिर त्याच्या टेबलाशी आला, फोन उचलला. कारकुनानं नेटसाठी आणखी एक कप कॅफेझिनो आणली होती. तो खिडकीतून बाहेर पाहात पाहात ती हळूहळू पीत होता. रस्त्याच्या पलीकडे एक दारूविक्रीचं दुकान नेटला दिसत होतं. फुटपाथच्या लगतच तीन टेबलं मांडली होती. अंटार्क्टिका बीअरची लाल रंगाच्या दिव्यांची जाहिरात या दुकानाच्या पाटीलगत उघडमीट करत होती. दोघे मित्रं एका टेबलाशी बसून बीअरचा आनंद लुटत होते. टेबलावर दोघांच्यात एक मोठी अंटार्क्टिकाची बाटली दिसत होती.

नेटला एकदम भोवळ आल्यासारखं झालं. समोरची बीअरची जाहिरात अंधुक होऊन दिसेनाशी व्हायची, परत दिसायला लागायची, त्याच्या हृदयाची धडधड वाढली. त्याचा श्वासोच्छ्वास थांबला. त्याचे पाय लटपटायला लागले. हातांना कंप सुटला. त्याने खिडकीचं आडवं लाकूड घट्ट धरून शरीराची अस्वस्थता थांबविण्याचा प्रयत्न केला. त्याने कॅफेझिनो कॉफीचा कप टेबलावर ठेवला. वाल्दिर त्याच्या मागेच होता. पोर्तुगीज भाषेत काहीतरी बडबडत होता. नेटला काय होत होतं याची त्याला काहीच कल्पना नव्हती.

नेटच्या भुवयांवर एका आडव्या ओळीमध्ये घामाचे थेंब साठले होते. त्याला बीअरचा आस्वाद घ्यायचा होता आणि इथेच घसरगुंडी सुरू होणार होती. चिलखताला चीर पडली होती. धरणाच्या भिंतीला तडा जात होता.

वॉलनटहिलमधल्या गेल्या चार महिन्यांतल्या सर्गीयो बरोबरच्या वास्तव्याच्या काळात त्यानं निश्चयाचा मेरुपर्वत जो उभा केलेला होता. तो आता ढासळायला लागला होता. नेटनं खोल श्वास घेतला स्वत:ला सावरलं. त्याला खात्री होती की हा क्षणसुद्धा जाईल, या अवस्थेला पूर्वी सुद्धा तो अनेकदा पोहोचलेला होता.

त्यानं कॉफी कप उचलला. तोंडाला लावला. त्याला त्याचा स्वत:चाच राग आलेला होता. वाल्दिर टेलिफोन ठेवता ठेवता म्हणत होता, "विमानाचा पायलट कांकू करतोय, आज ख्रिसमसच्या सणाचा आदला दिवस आहे ना?" नेट सिलींगला कुरकुर आवाज करत फिरणाऱ्या पंख्याखालच्या त्याच्या खुर्चीवर येऊन बसला आणि म्हणाला, "त्याला जास्त पैसे कबूल कर."

जॉशनी वाल्दिरला पण सांगून ठेवलं होतं की पैशाचा इथे काहीही प्रश्न नाही. वाल्दिर म्हणाला, "एका तासानं तो फोन करणार आहे."

नेट आता जायला मोकळा होता. त्याने त्याचा कोरा करकरीत मोबाईल फोन बाहेर काढला. वाल्दरने तो चालू कसा करायचा ते सांगितले. ए टी अँड टी च्या ऑपरेटरला फोनवर त्यानं गाठलं. ऑपरेटर इंग्रजीमध्ये बोलत होता. त्याने तो मोबाईल फोन चालू करून दिला. चालू झाला आहे की नाही याची खात्री करून घेण्यासाठी त्यानं सर्गीयोला फोन लावला. सर्गीयो घरी नव्हता, आन्सरिंग मशीननं उत्तर दिलं. नंतर त्याने त्याची पूर्वीची सेक्रेटरी ॲलिसला फोन केला, तिला ख्रिसमस सणाच्या शुभेच्छा दिल्या. फोन छान प्रकारे चालत होता, त्याचा त्याला अभिमान वाटत होता. त्यानं वाल्दिरचे आभार मानले आणि ऑफिसमधनं बाहेर पडला. संध्याकाळी ते भेटणारच होते तेव्हा बाकीचं बोलणं करता येणार होतं.

तो नदीच्या दिशेने चालत राहिला. वाल्दिरच्या घरापासून थोड्या अंतरावरच त्याला एक बाग दिसली. त्या बागेत कुठला तरी गाण्याचा कार्यक्रम होणार होता, त्यासाठी खुर्च्या लावणं चाललं होतं. दुपारचे चार वाजून गेले होते. हवा गरम आणि दमट होती. त्याच्या शर्टवर काही ठिकाणी घामाचे ओले डाग दिसत होते. आत गंजीफ्रॉक नव्हता आणि त्यामुळे शर्ट सगळीकडे अंगाला चिकटला होता. मघाशी वाल्दिरच्या ऑफिसमध्ये घडलेल्या प्रसंगाची त्याला लाज वाटायला लागली.

बागेमधल्या पिकनिक टेबलाजवळच्या बाकावर तो जरा विसावला. पेंटॅनलच्या दिशेने तो पाहात होता. एक फाटक्या कपड्यातला एक विशीतला मुलगा, कोण जाणे कुठूनतरी एकदम त्याच्या पुढे येऊन उभा राहिला आणि अफू किंवा गांजा हवाय का असं त्याला विचारलं. एका छोट्या लाकडी पेटीमध्ये, छोट्या

छोट्या पिशव्यांमधून, त्यांनी अफू आणि गांजा वगैरे ठेवलेलं होतं. नेटनं त्याला हाकललं आणि स्वत:शीच म्हणाला आता या जन्मीतरी नाहीच नाही पुढल्या जन्मात पाहू.

एका वाद्य वादकाने आपली गिटार हळू हळू छेडायला सुरुवात केली. हळू हळू गर्दी जमायला लागली. तिकडे लांब बोलिव्हियाच्या डोंगरात सूर्य अस्ताला जात होता.

·१२·

पैशानं काम केलं. नाखुषीनं का होईना पायलटनं ख्रिसमसच्या आदल्या दिवशी भरारी घ्यायला तयारी दाखविली, पण भल्या पहाटे निघायचं आणि दुपारपर्यंत कोरूंबामध्ये परतायचं अशी अट त्यानं घातली होती. त्याची मुलं लहान होती, बायको जहांबाज आणि रागीट होती. काही झालं तरी ख्रिसमस सणाचा आदला दिवस म्हणजे तसा महत्त्वाचाच दिवस होता. वाल्दिरनं ते कबूल केलं, बरीचशी रक्कम त्याला आगाऊ देऊन टाकली आणि त्याला मनवलं.

मार्गदर्शकाच्या कामासाठी वाल्दिरनं जेव्ही नावाच्या एका तरुणाची निवड केलेली होती. त्याला सुद्धा एक आठवड्याचं काम आहे असं सांगून काही रक्कम आगाऊ अदा केली होती. जेव्ही चोवीस वर्षांचा लग्न न झालेला तरुण होता. वजन उचलण्याच्या व्यायामाची त्याला आवड होती आणि त्यामुळे त्याचे स्नायू कमावलेल्यासारखे दिसत होते. चांगला बलदंड होता. पॅलेस हॉटेलच्या स्वागत कक्षामध्ये त्याची आणि नेटची पहिली भेट झाली. 'बॉम डिया' म्हणून हसत हसत केलेल्या हस्तांदोलनामुळे नेटचा हाताचा पंजा जवळ जवळ चुरडलाच गेला होता. त्यावेळी त्याच्या डोक्यावर बुशहॅट होती. अंगात बिनबाह्याचा टी शर्ट होता. खाली डेनिमची अर्धी चड्डी होती. कमरेच्या पट्ट्यात एक जंबियासारखी सुरी होती, एखाद्या प्राण्याची कातडी सोलून काढण्याची वेळ आली तर तिचा उपयोग झाला असता आणि सैनिक वापरतात तसे काळे भक्कम जाडेभरडे बूट असा त्याचा पेहेराव होता.

"बॉम डिया" नेटनं स्मित हास्यासह उत्तर दिलं. ८ इंच लांबीची सुरी त्याच्या नजरेतून सुटली नाही.

"तुम्हाला पोर्तुगीज समजतं ना?" जेव्हीनं विचरलं.

"नाही फक्त इंग्रजी."

"काही हरकत नाही." नेटला मरणप्राय वेदना देणारी हाताची पकड सोडत

जेव्ही म्हणाला, ''मी इंग्रजी बोलू शकतो.'' त्याचे उत्तर जरा जाडेभरडे होते, पण समजायला काही अडचण येणार नव्हती असं नेटला वाटत होतं. कारण तो जे काही बोलला त्यातला प्रत्येक शब्द नेटला कळला होता. ''मी सैन्यात शिकलो.'' जेव्ही अभिमानाने म्हणाला.

एखाद्याला एकदम आवडण्यासारखाच जेव्ही होता. त्यानं नेटची ब्रीफकेस घेतली आणि जाता जाता टेबलामागच्या तरुणीला तिला आवडेल असं चुरमुरीत काही तरी तो बोलला होता आणि त्यामुळे ती तरुणी लाजली होती.

१९७८ मॉडेलचा एक टनभर सामान वाहू शकणारा ट्रक जेव्हीकडे होता. कोरूंबामध्ये मोठ्यात मोठं हेच वाहन त्यानं पाहिलं होतं. अरण्यातून, जंगलातून प्रवास करायला अगदी योग्य होतं. वातानुकूलित वगैरे काही प्रकार नव्हता. टायर्स रुंद होते. लोखंडी तारांच्या दोरानं खेचता येईल अशी व्यवस्था त्या ट्रकच्या बंपरला लावलेली होती. दिव्यांवर लोखंडी तारांच्या जाळ्या होत्या. चाकं उघडी होती.

मोठ मोठा आवाज करीत ते कोरूंबाच्या रस्त्यावरून निघाले होते. चौकात आल्यावर ट्रॅफिक लाईटचा लाल दिवा होता. त्यावेळी त्यानं त्याच्या ट्रकचा वेग थोडासाच कमी केला होता. पण थांबा ही पाटी होती तिथे त्याचा वेग थोडासुद्धा कमी होत नव्हता. इतर मोटारी, फटफटी यांना तर हा ट्रक घाबरवून टाकत होता, निमूटपणे बाजूला होऊन ते जेव्हीच्या ट्रकला वाट करून देत होते. सायलेन्सरचा आवाज मुद्दामच मोठा येईल अशी व्यवस्था होती का सायलेन्सरची नीट देखभाल न केल्यामुळे असं झालं होतं. कोण जाणे! इंजिनाचा आवाज फारच मोठा होता. एखाद्या शर्यतीत भाग घेतलेल्या सारखं जेव्ही स्टीअरींगला दोन्ही हातांनी घट्ट धरून बोलत होता. नेटला एकही शब्द ऐकू येत नव्हता. तो फक्त हसायचा, मान डोलवायचा, एका हातानं त्यानं दाराची पट्टी घट्ट धरून ठेवली होती. पाय खाली फळीवर घट्ट दाबून धरले होते, दुसऱ्या हातात ब्रीफकेस होती. प्रत्येक चौकात त्याचं हृदय जवळजवळ बंदच पडायचं.

वाहतुकीचे नियम कोणीच पाळत नसताना वाहनं चालवायची कशी याचं शिक्षण सर्वच ड्रायव्हर मंडळींना आपोआप मिळत असे. कुठेही अपघात होत नव्हते, ना कुठे रस्त्यावर रक्त पडलेलं दिसतं होतं. एकूणएक चालक अगदी जेव्हीसुद्धा, जिथे जिथे थांबायला पाहिजे होते तिथे तिथे थांबत होते. जिथे जिथे वेग कमी करणं जरूर होतं तिथे वेग कमी करत होते आणि जिथे घुसून पुढे जाता येईल त्या ठिकाणी क्षणातच घुसून पुढे जात होते.

एअरपोर्टवर कुणीही नव्हतं. एका छोट्या धावपट्टीजवळ जाऊन ते थांबले. तिथे चार लहान विमानं उभी केलेली होती. एका विमानाचा पायलट उड्डाण

करण्यासाठीची तयारी करत होता. जेव्हीची व या पायलटची ओळख वगैरे नव्हती. दोघांनी एकमेकांशी पोर्तुगीज भाषेत बोलून ओळख करून घेतली. पायलटचं नाव मिल्टन होतं. मैत्री करण्यायोग्यच त्याचं बोलणं होतं. पण ख्रिसमसच्या सणाच्या अगदी आदल्यादिवशी कामासाठी बाहेर पडणं त्याच्या मनाविरुद्ध होतं हे त्याच्या चेहऱ्यावर दिसत होतं. विमानाची टायर्स छोटी होती. इंजिनच्या अवतीभोवती कुठे तेल सांडलेलं दिसत नव्हतं. ते एक जुनं सेस्ना २०६ जातीचं, एक इंजिनचं विमान होतं.

विमानात इंधन भरण्यात पंधरा मिनिटं गेली. सकाळी अगदी लवकर निघता निघता १० वाजले होते. नेटनं त्याच्या अर्ध्या चड्डीच्या खिशातून मोबाईल काढला आणि सर्गीयोला फोन लावला.

सर्गीयो त्याच्या बायकोबरोबर कॉफी पीत होता आणि थोड्याच वेळात ते सामान आणायला बाहेर पडणार होते. नेट त्याच्या देशाच्या बाहेर होता अन् सुट्टीच्या निमित्ताने मौज,मजा, दंगल करणाऱ्यांपासून तो खूप दूर होता म्हणून त्याला बरं वाटत होतं. मध्य ॲटलांटिक भागात बर्फ पडत होतं. अद्याप आपण व्यसनापासून खूप खूप दूर आहोत आणि दूर राहायला त्याला कुठलीही अडचण वाटत नव्हती असं नेटनं सर्गीयोला सांगितलं.

त्याला वाटत होतं की आपण आपली घसरगुंडी थांबविली आहे. सकाळी तो उठला, मोठ्या निर्धारानं मोठ्या ताकदीनीशी. काल जे काही घडलं, ती एक कणखरपणाची परीक्षाच होती, त्यामुळे सर्गीयोकडे त्याचा नेटनं उल्लेख पण केला नाही. तरीपण ते सांगायला पाहिजे होतं असं नेटला वाटत होतं, पण सांगून सर्गीयोची काळजी कशाला वाढवायची म्हणून त्यानं सांगितलं नाही.

फोनवर नेट जेव्हा बोलत होता त्यावेळी सूर्य एका काळसर ढगाआड जात होता. नेटच्या आजूबाजूला काही तुरळक पावसाचे थेंब पडले पण त्याच्या ते ध्यानात आले नव्हते. 'मेरी ख्रिसमस' असं म्हणून त्याने फोन बंद केला.

पायलटनं त्याचं विमान उड्डाणाकरता तयार आहे असं सांगितलं. जेव्ही नेटचं सामान विमानात ठेवत होता त्यावेळी नेटनं त्याला विचारले, "आपण आत्ता जे चाललो आहे त्यात धोका वगैरे काही नाहीये ना?"

जेव्ही हसला आणि म्हणाला, "साहेब हा वैमानिक आहे ना, त्याला चार मुलं आहेत, एक प्रेमळ बायको आहे, ज्या उड्डाणामध्ये धोका आहे ते तो करण्याच्या फंदातच पडणार नाही. तो कशाला त्याचं स्वत:चं आयुष्य धोक्यात घालेल?"

जेव्हीला स्वत:ला पायलट बनण्याची इच्छा होती, म्हणून त्याने वैमानिकाच्या शेजारच्या सीटवरची जागा घेतली. नेट त्या दोघांच्या मागच्या सीटवर बसला.

नेटनं सीट बेल्ट लावून घेतला. विमानाचं इंजिन चालू झालं, पण इंजिनाचा आवाज असं काही सांगत होता की इंजिन जरा नाखुषीनंच चालतंय. विमानातला आतला भाग फारच गरम वाटत होता. वैमानिकानं खिडकी उघडल्यानंतर जरा गार हवा आत आली. विमानाच्या मागल्या बाजूचा पंखा चालू झाला अन् त्यामुळे विमानातून बाहेर जाणारा हवेचा झोत सुरू झाला, त्यामुळे आतल्या प्रवाशांना श्वासोच्छ्वास करणं सुलभ होऊ लागलं. विमानानं धावपट्टीवर धावायला सुरुवात केली, उड्डाणासाठी परवानगी घेणं वगैरे काही भाग नव्हताच, कारण इतर कुठल्याच विमानांना उड्डाण करायचं नव्हतं. धावपट्टीच्या शेवटाला विमानाने हवेत उचल घेतली, विमान हवेत उचल घेईपर्यंत आत खूपच गरम होत होतं. नेटचा शर्ट त्याच्या अंगाला चिकटून राहिलेला होता, मानेच्या मागल्या भागावरून घामाच्या धारा वाहात होत्या.

काही मिनिटांतच विमानानं छानशी उंची घेतलेली होती, खाली कोरूंबा गाव विमानातून साफ दिसत होतं. उंचीवरून ते प्रत्यक्षापेक्षा सुंदरच दिसत होतं. छान छान घरं, अगदी ओळीमध्ये, आखीव रस्ते, स्वच्छ, धुळीचा कुठे लवलेशही दिसत नव्हता, भरवस्तीचा भाग सुद्धा स्वच्छ दिसत होता. रस्त्यात मोटारी थांबलेल्या. मधून-मधून पादचारी रस्ता ओलांडताना दिसत होते. नदीच्या एका किनाऱ्यालगत वसलेलं हे गाव आकर्षक दिसत होतं. विमान नदीच्या प्रवाहाच्या दिशेने, उत्तरेकडे चाललं होतं. विमान हळूहळू उंच उंच चढत होतं – कोरूंबा गाव मागे दिसेनासं झालं. विमान मधून मधून ढगात शिरायचं, मध्ये मध्ये हवेच्या पोकळ्यांमुळे विमान जरा अस्थिर व्हायचं, थोडसं खाली जायचं.

चार हजार फुटांच्या पातळीवर विमान जेव्हा पोचलं तेव्हा खाली पेंटॅनलचा परिसर दिसायला लागला. पूर्वेला आणि उत्तरेला दहा पंधरा नद्यांच्या असंख्य प्रवाहांचं वर्तुळाकार जाळं खाली पसरलेलं होतं. पेंटॅनल मधले असंख्य जमिनींचे तुकडे या प्रवाहांनी एकमेकांशी संपर्क साधू शकत होते. त्यावेळी पावसाळा होता. नद्या पाण्याने भरल्या होत्या, निरनिराळ्या नद्यांचं पाणी निरनिराळ्या रंगाचं होतं. डोहांच्या ठिकाणी गर्द निळं होतं, काही काही ठिकाणी तर जवळ जवळ काळ्या रंगाचंच आणि तिथे पाण्यातल्या वनस्पतींचं प्रमाण जास्त होतं. काही काही भाग खोल तळ्यांच्या पाण्याचा होता, तो हिरवागार दिसत होता. छोटे-छोटे प्रवाह, लाल मातीमुळे गढूळ पाण्याचे वाटत होते. मुख्य पराग्वे नदीचं पाणी विटकरी रंगाचं होतं आणि ते दुथडी भरून वाहात होतं. क्षितिजाच्या दिशेने जिथवर नजर पोचत होती तिथपर्यंत निळ्या रंगाचंच पाणी होतं, काही काही ठिकाणी जमिनीचा भाग दिसत होता आणि तो हिरवागार होता.

जेव्हा नेट पूर्वेकडे आणि उत्तरेकडे बघत होता त्यावेळी त्याचे दोघे सहकारी

पश्चिमेकडे असलेल्या दूरवरच्या बोलिव्हियाच्या डोंगरांकडे पाहात होते. जेव्हीनं नेटच्या खांद्याला हात लावून पश्चिमेकडे पाहायला सांगितलं आणि तो म्हणाला, ''तिकडे बोलिव्हियाच्या डोंगरात आभाळ काळ्या ढगांनी भरलंय.''

आकाशातल्या विमानाच्या प्रवासात पंधरा मिनिटांनंतर नेटला पहिलं घरासारखं काही तरी जमिनीवर दिसलं. पराग्वे नदीकाठचं ते एक शेत होतं. त्या शेतावर एक लहानसं छान दिसणारं मंगलोरी कौलांसारख्या कौलांचं घर होतं. काही गाई शेतातून चरताना दिसत होत्या, काही नदीच्या काठानं नदीचं पाणी पिताना सुद्धा दिसत होत्या. घराच्या बाहेर दोरीवर दररोजचे वापरातले कपडे वाळायला टांगलेले दिसत होते. मनुष्यप्राणी कुठे दिसत नव्हता, वाहने दिसत नव्हती, टीव्हीचा अँटेना कुठे दिसत नव्हता की विजेच्या तारांचे खांब कुठे दिसत नव्हते. घराच्या एका बाजूला हिरवागार हिरवळीचा एक चौरस तुकडा बागेसारखा दिसत होता. घरापासून बागेकडे जाण्याची गेरूच्या रंगाची पायवाट दिसत होती. मध्येच विमान ढगात शिरलं आणि खालचं दृश्य दिसेनासं झालं. आणखी ढग आले. ढगांची गर्दी झाली. मिल्टननी विमान तीन हजार फुटांच्या पातळीला खाली आणलं. त्याला ढगांच्या खालच्या भागात असणं सुरक्षित वाटत होतं. खालच्या भागाचंच त्यांना निरीक्षण करायचं होतं, म्हणून जेव्हीनं मिल्टनला विमान खालच्या पातळीवरच ठेवायला सांगितलं. ग्वाटो आदिवासींची पहिली वसाहत कोरूंबापासून एका तासाच्या अंतरावर होती. ते काही मिनिटं नदीपासून जरा दूर झाले आणि एका फझेंडावरून जाऊ लागले होते. जेव्हीनं नकाशा उघडला आणि कुठल्याशा भागावर त्याने वर्तुळाकार खूण केली. नकाशाच्या त्या भागाकडे त्यानं नेटचं लक्ष वेधलं आणि ''हा प्रता नावाचा फझेंडा (प्रता नावाचं मोठं तरंगत शेत)'' म्हणून खाली बोट दाखवलं. नकाशावर सर्व तरंगत्या शेतांना म्हणजे फझेंडांना प्रत्येकाला वेगवेगळी नावं दाखविलेली होती. विमानातून ही सर्व मोठी शेतं छोटी-छोटी दिसत होती. प्रत्यक्षात सुद्धा तशी ही शेतं छोटीच होती. नेटच्या डोक्यात अमेरिकेतली अव्वाच्यासव्वा मोठी शेतं होती, त्यामुळे हे प्रता शेत त्याला छोटुकलंच वाटत होतं. प्रता शेतावर बऱ्याच गाई दिसत होत्या. सात आठ छोट्या मोठ्या बैठ्या झोपडीवजा इमारती आणि विमानाकरिता एक लांब अशी धावपट्टी नेटच्या दृष्टीला पडली. नदीपासून ते बरेच आत आले होते. या शेताला येण्याची वाट म्हणजे विमानानीच होती, हवेतून.

पश्चिमेला काळ्या ढगांची दाटी व्हायला लागली होती, त्याची भीती मिल्टनला वाटायला लागली आणि ते ढग आता पूर्वेकडे सरकायला लागले होते. विमान उत्तरेकडे चालले होते. ढगांची आणि विमानाची गाठ पडणार हे

नक्कीच होतं. जेव्ही मागल्या बाजूला वाकला आणि जोराने ओरडला, ''मिल्टनला या पावसाची भीती वाटतेय.''

नेटला त्यातलं काही समजत नव्हतं – त्यानं विमानही कधी चालवलं नव्हतं. तो काहीही प्रतिक्रिया व्यक्त करू शकत नव्हता. त्याने फक्त खांदे वरखाली हलविले. ''काही निर्णय घ्यायच्या पूर्वी थोडा काळ आपण वाट पाहू या.'' जेव्ही म्हणाला. मिल्टनला घरी जायचं होतं.

विमानातून निरीक्षण करण्यासाठी म्हणून आपण बाहेर पडलो आहोत तर निदान आदिवासींच्या काही वस्त्या तरी आपण पाहूया असं नेटचं म्हणणं होतं. त्याला अजूनही वाटत होतं की, रॅचेल ज्या वस्तीत राहात असेल ती वस्ती आपल्याला दिसेल तिथे आपण उतरू, तिला भेटू. तिला आपण कोरूंबाला चलायचा आग्रह करू. कदाचित ती हो म्हणेल, आपल्याबरोबर येईल. कोरूंबामध्ये एखाद्या चांगल्या हॉटेलमध्ये आपण तिच्याबरोबर दुपारचं जेवणं घेऊ, तिच्या वडिलांनी तिला ठेवलेल्या मिळकतीबाबत तिच्याबरोबर चर्चा करू वगैरे वगैरे अखेर हे सगळं त्याचं वाटणं होतं. त्याच्या आशेवर विरजण पडायला लागलं होतं.

या मोहिमेसाठी हेलिकॉप्टर वापरता येणार नाही असं काही नव्हतं. फेलनची मिळकतच एवढी अवाढव्य होती की पैशांचा तिथे प्रश्नच नव्हता. जेव्हीला जर ते खेडं, ती वस्ती बरोबर दर्शविता आली, हेलिकॉप्टर उतरवायची जागा बरोबर दाखविता आली, तर लगेचच एखादं हेलिकॉप्टर भाड्यानं घ्यायचं असा नेटचा विचार होता. हे त्याचं दिवास्वप्न होतं.

दुसरा एक फझेंडा – तरंगतं शेत – आता नजरेच्या टप्प्यात आलं. पराग्वे नदीपासून ते जवळ होतं. विमानांच्या खिडक्यांच्या काचांवर आता पावसाचे थेंब सटसट आपटायला लागले होते. मिल्टननी विमान दोन हजार फुटांवर खाली आणलं. डाव्या बाजूला, मन मोहून टाकणारं डोंगरांच्या ओळीचं दृश्य दिसत होतं. डोंगरांच्या ओळी तशा फारच जवळ होत्या. डोंगरांच्या पायथ्याशी, दाट जंगलातून नागासारखी नागमोडी वळणं घेत जाणारी नदीपण दिसत होती. डोंगर माथ्यावरून भयानक दिसणारा ढगांचा लोट मोठ्या वेगानं विमानाच्या दिशेने येत होता. आकाश एकदम काळवंडलं. विमानाला वाऱ्याचे दणके बसू लागले. विमानानं अती वेगानं उंची कमी केली. तो वेग इतका जास्त होता की त्यामुळे नेटचं डोकं विमानाच्या तक्तपोशीला आपटलं, त्याक्षणीच त्याला पराकाष्ठेच्या भीतीची जाणीव झाली.

जेव्ही मागे तोंड करून म्हणाला, ''आपण परत फिरतोय'' त्याच्या आवाजात नेहमीचा आत्मविश्वास नव्हता. मिल्टनच्या चेहऱ्यावरची भीती स्पष्ट दिसत

होती. वैमानिक शक्यतोवर धीर सोडत नाहीत. "कायमचं सगळं काही ठीक होणार आहे." असं सांगणारे त्याच्या चेहऱ्यावरचे भाव आता विरघळून गेले होते, त्याऐवजी विमानानी झटकन उजव्या बाजूला वळण घेतलं. नंतर पूर्वेकडे, नंतर आग्नेयेकडे आणि नंतर पूर्णपणे दक्षिणेकडे विमानानं तोंड केलं आणि आतातर महाभयानक दृश्य त्यांच्या पुढे आलं होतं. कोरूंबाच्या बाजूचं सर्वच्या सर्व आकाश पार काळकुट्ट झालेलं होतं.

मिल्टनला त्या काळ्या भागात शिरायचं नव्हतं. परत त्यानं आपला मोहरा पूर्वेकडे वळविला आणि जेव्हीला तो काही तरी म्हणाला. जेव्ही आपलं तोंड नेटकडे फिरवून, "आपल्याला कोरूंबाला जाता येणार नाही" असं मागल्या सीटवर बसलेल्या नेटला म्हणाला, "कुठल्या तरी फझेंडावर उतरता येतंय का हे मिल्टन पाहातोय –तिथे आपण उतरू, वादळ कमी व्हायची वाट पाहू, मग परत निघू." धास्तावलेल्या आणि चिरलेल्या आवाजात त्याचे हे शब्द येत होते. नेटची मान विमानाच्या हेलकाव्यांमुळे वर-खालीच होत होती, तशात त्याने होकारार्थी मान डोलवण्याचा प्रयत्न केला. त्याच्या पोटात आता काहीतरी गुरगुर सुरू झाली होती.

काही मिनिटं असं वाटत होतं की हे सेस्ना विमान या प्रतिकूल परिस्थितीवर मात करून कुठेतरी उतरू शकेल. नेटची तर खात्रीच होती की कुठल्याही प्रकारचं विमान हे वादळातून बाहेर आलंच पाहिजे. त्याने आपल्या कपाळाची पट्टी दोन बोटांनी चोळली. मागल्या बाजूला पाहायचंच नाही असं त्यानं ठरवलं होतं. पण काळे ढग आता बाजूनं वर यायला लागले होते. एअरपोर्टच्या रडारवर या पायलटने पावसाचा, वादळाचा काहीच अंदाच घेतलेला नव्हता का? कदाचित रडार वीस वर्षांपूर्वीचं जुनं असेल त्यामुळे त्यानं दगा दिला असेल किंवा सुट्टी होती म्हणून ते बंद सुद्धा ठेवलं असेल. सर्व बाजूंनी विमानावर पावसाचा शिडशिडाट सुरू झालेला होता. विमानाच्या चारही बाजूनं वारा घोंघावत होता. बाजूनं जाणारे ढग उकळत्या पाण्यातल्या उकळी सारखे वेगानं वर जात होते. तेवढ्यात वादळानं त्यांना गाठलं. विमानावर प्रचंड दडपण निर्माण झालं. ते छोटं विमान कधी खाली दाबलं जात होतं, तर कधी आडवं खेचलं जायचं, क्षणात मोठ्या वेगानं वर उचललं जायचं - वैमानिकाचा विमानावरचा ताबा नसल्यात जमा झालेला होता. हा काळ लांबलेल्या दोन मिनिटांसारखा होता. मिल्टनला आपण विमान चालवत नसून काहीही ताबा नसलेल्या एखाद्या रानटी घोड्यावर, स्वार झाल्यासारखं वाटत होतं.

नेट खिडकीतून बाहेर पाहात होता. त्याला दिसत तर काहीच नव्हतं. कुठे पाणी दिसत नव्हतं, की कुठे दलदल. फझेंडावरची धावपट्टी त्याला दिसत

नव्हती. तो दबकून आणखी खाली बसला होता. त्याची दातखीळ बसली होती. त्यात आता ओकारी बिकारी होऊ नये असं त्याला वाटत होतं.

एकाएकी हवेची पोकळी निर्माण झाली आणि दोन सेकंदात विमान शंभर फुटांहून खाली आलं. तिघंच्या तिघं एकदम काहीतरी ओरडले, नेटचा आवाज सगळ्यात मोठा होता. तिघांनी आपापल्या भाषेत अपशब्द उच्चारले होते व त्याच्या मुळाशी भीती होती.

एक क्षण असा आला की मिल्टनला आपल्या विमानाचा ताबा हातात आल्या-सारखं वाटलं. बाहेर हवा सुद्धा नेहमी असते तशी व्हायला लागली होती. मिल्टननी त्याच्या पुढचा वायचा दांडा पुढे ढकलला आणि विमानाच्या नाकाच्या दिशेने विमान खाली उतरवायला सुरुवात केली. नेटनं आपल्या दोन्ही हातांनी मिल्टनच्या खुर्चीचा मागला भाग घट्ट धरून ठेवला होता. आपण आत्मघातकी विमानदलाच्या पथकातले वैमानिक आहोत असं या क्षणाला त्याला वाटलं. त्याच्या हृदयातल्या धडधडीचा वेग फारच वाढला आणि त्याचं पोट त्याच्या घशात आल्यासारखं त्याला वाटलं. त्यानं डोळे मिटले व वॉलनटहिलमधला योगा शिक्षक सर्गीयो ज्यानं त्याला प्रार्थनेचे व ध्यानाचे धडे दिलेले होते, त्याला डोळ्यांपुढे आणलं. त्यानं ध्यान लावण्याचा, प्रार्थना म्हणण्याचा प्रयत्न केला, पण तो एका पडत असलेल्या विमानात अडकला होता. मृत्यू फक्त दोनच क्षण पुढे होता.

विमानाच्या वरच्या भागात आकाशात विजांचा एकदम गडगडाट झाला. त्या आवाजाने काही क्षणांसाठी, सर्व जणांच्या हृदयाची स्पंदनं थांबली. सर्वजण अवाक् झाले. अंधाऱ्या जागेमध्ये क्षणभर लखलखाट झाला होता. सर्वजणांच्या पोटातली आतडी एकत्र होऊन गोठल्यासारखी झाली होती. गडगडाटाचा आवाज तर एवढा प्रचंड होता, की नेटच्या कानाचे पडदे फाटले की काय असं त्याला वाटलं. जमिनीपासून पाचशे फुटांवर विमान असताना विमानाचा सूर थांबला होता. मिल्टननं विमान ताब्यात आणण्याचा प्रयत्न केला. थोडं फार विमान स्थिर झालं असं वाटत होतं. जेव्ही ओरडला, "एखादं फझेंडाचं शेत दिसतं का पाहा." नाखुषीनं नेटनं खिडकी बाहेर पाहण्याचा प्रयत्न केला. खाली जमिनीवर पावसाचा शिडशिडाट एखाद्या मशिनगनमधून मारलेल्या गोळ्यांसारखा होत होता. वाऱ्यानं झाडं वेड्या-पिशासारखी हेलावताना दिसत होती. तळी काठोकाठ भरलेली दिसत होती. जेव्हीनं नकाशा उघडण्याचा प्रयत्न केला पण तो व्यर्थ ठरला.

आता पाऊस पांढऱ्या पडद्यांच्या स्वरूपात पडत होता. फक्त शंभर फुटांपर्यंतचं दिसत होतं. नेटला खाली, मधून मधून जमीन दिसायची, विमान सर्व बाजूनं

पावसानं वेढलं होतं, आडव्या वाहणाऱ्या वाऱ्यानं हेलकावे खात होतं. एखाद्या पतंगा-सारखीच त्या विमानाची स्थिती झालेली होती. विमानातली विमानावर ताबा ठेवणारी सर्व उपकरणं मिल्टन हाताळत होता. जेव्ही हताशपणे इकडेतिकडे पाहात होता. अडचणींचा, संकटांचा अटीतटीनं सामना केल्याशिवाय ते हारणार नव्हते, पण नेटनं आशा सोडली होती. त्यांना जर खालची जमीनच दिसत नव्हती तर ते सुरक्षितरीत्या जमिनीवर कसे उतरू शकणार होते? वादळाचा सर्वात वाईट भाग अद्याप पुढेच होता. आता सर्व संपलं होतं. देवाला तो साकडं घालणार नव्हता. ज्या प्रकारचं आयुष्य तो आजवर जगला होता त्या माणसानं यापेक्षा निराळं काही मिळेल अशी अपेक्षाच कशी करावी? विमानांच्या अपघातात दरवर्षी शेकड्यांनी माणसं मरत असतात, नेटचं मरण काही निराळं नव्हतं.

मध्येच त्याला खाली नदीचं दर्शन झालं आणि या नद्यांमध्ये मोठमोठ्या मगरी, सुसरी, माणसं खाणारे प्रचंड अजगर असतात याची त्याला एकदम आठवण झाली. अशा नद्यांमध्ये हे विमान पडणार या कल्पनेनंच त्याच्या अंगावर काटे उठले. आपण जबर जखमी झालेलो आहोत, सेटलाईट फोन चालू करून आपल्याला कोणाची मदत मिळवता येतीय का काय यासाठी त्याचे जिवापाड प्रयत्न चाललेत आणि त्याचवेळी भुकेनं वखवखलेल्या मगरींपासून स्वत:ला वाचविण्यासाठी अटोकाट धडपड करतोय असं चित्र मन:चक्षूंपुढे आलं.

आणखी एका गडगडाटाने त्यांचं विमान गदागदा हलवलं. नेटनं सुद्धा निकराची लढत द्यायचं ठरवलं. त्यानं खाली एखादं तरंगतं शेत दिसतंय का पाहण्याचा प्रयत्न केला, पण शेत दिसत नव्हतं. क्षणभर एका विजेच्या लखलखाटानं त्यांचे डोळे दीपवले. विमानाच्या इंजिनाने चालू राहण्यासाठी जिवापाड प्रयत्नांसारखे फटफटफट असे आवाज केले आणि इंजिन बंदच पडलं. परत फटफट सुरू झाली आणि त्यांच्या जिवात जीव आला. मिल्टनने विमान चारशे फुटांवर आणलं. हवामान जर चांगलं असलं तर ही उंची सर्वात सुरक्षित असते. या भागात टेकड्या वगैरे नव्हत्या हा एक समाधानाचा भाग होता.

नेटचे खांदे जखडून गेले होते. मान खाली घालून गुडघ्यांमधल्या भागात तो ओकला. ओकण्याची त्याला शरम वाटली नाही, त्याला निव्वळ भीतीखेरीज दुसरं काहीच वाटत नव्हतं, फक्त भीती. सगळ्या बाजूने आता अंधारलं होतं. विमानावर ताबा मिळविण्याच्या प्रयत्नात मिल्टन, जेव्ही मधून-मधून ओरडत होते. त्यांचे खादे एकमेकांना लागत होते, आपटत होते. जेव्हीच्या पायांमध्ये नकाशा होता, त्याचा काही उपयोग नव्हता.

वादळ विमानाच्या खालच्या भागात आलं होतं. मिल्टनने विमान दोनशे फुटांच्या उंचीला आणलं. या उंचीवरून खाली जमीन तुकड्या तुकड्यात दिसू

शकत होती. एकदम सोसाट्याचा वारा आला आणि त्यांचं विमान बाजूला ढकललं गेलं. नेटला आपण किती असाहाय्य आहोत याची जाणीव प्रकर्षानं झाली. नेटनं खाली एक पांढरी वस्तू पाहिली. त्याकडे बोट दाखून तो ओरडला "ती गाय बघ, गाय" जेव्हीनं मिल्टनला त्याचं भाषांतर अती उच्च आवाजात ओरडूनच सांगितलं.

ते ढगातून आणखी खाली ऐंशी फुटांपर्यंत आले, जोराच्या पावसापुढे सलग असं काहीच नीट दिसत नव्हतं. आता मिल्टन लाल रंगाच्या कौलारू घरांवरून उडत होता. जेव्ही पुन:पुन्हा ओरडत होता. त्याच्या बाजूला विमानाबाहेर बोट दर्शवून काहीतरी दाखवत होता. खाली विमानासाठीची धावपट्टी एखाद्या हायवेसारखी दिसत होती. अशा जागी हवा चांगली असताना सुद्धा विमान उतरवणं म्हणजे एक कसरतच असते. याउलट पाऊसवारा याचं थैमान चालू असताना विमान उतरवणं म्हणजे विचार करण्यापलीकडचीच ती गोष्ट होती. पण आता तर पर्यायच नव्हता. उतरताना भला मोठा दणका बसेल, थोडी फार इजा होईल, पण आजूबाजूला माणसं तरी दिसतायत. मिल्टनने धावपट्टी बरोबर पाहिली. अशा पावसात सुरक्षितपणे उतरणं जरा अवघडच होतं. वाऱ्याच्या दाबामुळे विमान खूपच पुढे आलेलं होतं. मागे जावं म्हणून मिल्टनंनी विमान फिरवलं, मागे तो वादळातच शिरला- चहुबाजूनं वाऱ्यानं विमानाला झोडपून काढलं. विमान जवळजवळ स्थिरच उभं होतं. पावसामुळे पुढचं काहीच दिसेनासं झालं. नेटनं मिल्टन व जेव्ही या दोघांच्यामधून आपलं डोकं पुढे काढलं व धावपट्टी पाहण्याचा प्रयत्न केला. त्याला विमानाच्या पुढच्या काचेवर पाण्याशिवाय काहीच दिसत नव्हतं.

जमिनीपासून विमान जेव्हा पन्नास फुटांवर आलं तेव्हा आडव्या वाऱ्याच्या झोतानं ते बाजूला ढकललं गेलं. मिल्टननं प्रयत्नपूर्वक ते परत जागेवर आणलं. जेव्ही एकदम ओरडला "व्हाका व्हाका". नेटला एकदम कळलं की व्हाका म्हणजे गाय. नेटनं सुद्धा गाई पाहिल्या. त्यांनी पहिली गाय चुकवली.

त्या काही क्षणांत त्यांनी काही चित्रं पाहिली, ती म्हणजे नेटनं पावसानं चिंब भिजलेला आणि घाबरलेला एक मुलगा हातात काठी घेऊन धावपट्टीपासून दूर, उंच गवतातून पळत जाताना पाहिला, जेव्ही सुद्धा समोरच्या काचेतून खाली विस्फारलेल्या डोळ्यांनी पाहात होता. तोंड उघडं होतं पण त्यातून आवाज बाहेर जात नव्हता.

विमान उंची कमी करत खाली आलं. गवताला टेकून अद्याप ते पुढेच जात होतं. हे विमानाचं उतरणं होतं – उतरताना भलामोठा दणका असा काही बसला नव्हता, त्याक्षणीच नेटला जाणीव झाली होती की आपण काही मरणार नाही.

परत खालून एक वाऱ्याचा दणका बसला आणि विमान परत दहा फूट वर गेलं आणि परत खाली येऊन आपटलं.

पुढे उभ्या असलेल्या गाईच्या शरीरात घुसून विमानाच्या पंख्यानं मांसाचे काही तुकडे इकडेतिकडे फेकले होते. विमानाला खालच्या बाजूनं एक जबरदस्त दणका बसलेला होता. या दणक्यानं विमानाच्या खिडक्या तुटून बाहेर फेकल्या गेल्या होत्या. तिघंजणं त्यांचे शेवटचे शब्द उच्चारत होते.

नेटला शुद्ध आली तेव्हा त्याचं सर्व अंग रक्तानं माखलेलं आहे असं त्यानं पाहिलं. तो तर फारच घाबरला होता. पण आपण जिवंत आहोत हे या जाणिवेनं त्याला हायसं वाटलं. पाऊस अद्याप पडतच होता. वारा विमानातून वाहात होता. मिल्टन व जेव्ही हे एकमेकांवर पडले होते, पण त्यांना हालचाल करताना नेटनं पाहिलं. ते पट्टा सोडायच्या प्रयत्नात होते. नेटनं बाजूच्या खिडकीतून आपलं डोकं बाहेर काढलं, विमान एका बाजूवर कलंडलं होतं. पंखे मोडून विमानाच्या खालच्या भागात अडकले होते. सगळीकडे रक्तच रक्त दिसत होतं, पण ते त्या गाईचं होतं, कुणा प्रवाशाचं नव्हतं, वरून धो-धो पाऊस पडतच होता, रक्त वाहून नेत होता.

काठी घेऊन पळणाऱ्या ज्या मुलाला विमानातून त्यांनी पाहिलं होतं, त्या मुलाने त्या तिघांना जवळच्या एका तबेल्यात नेलं. तबेल्यात वादळापासून सुरक्षितता होती. मिल्टन त्याच्या गुडघ्यांवर बसला, वर आकाशाकडे बघून एक प्रार्थना म्हटली – नेटनं ते पाहिलं आणि मनातल्या मनात त्यानेही तशीच प्रार्थना केली. कोणाला जबरी दुखापत झालेल्या नव्हती. मिल्टनच्या कपाळावर किंचितशी जखम झाली होती, जेव्हीच्या उजव्या मनगटाला मुका मार लागला होता, ते आता सुजायला लागलं होतं. खरा त्रास तर यापुढेच होणार होता.

ते खाली मातीतच बराच वेळ बसून राहिले. पावसाकडे पाहात होते. वाऱ्याचा आवाज ऐकत होते. काय होऊ शकलं असतं याचा विचार करत होते. कोणी कोणाशी काहीही बोलेना.

·१३·

वादळ कमी झाल्यावर आणि पावसाचा जोर ओसरल्यावर, तासाभरानंतर त्या गाईचा मालक जागी उगवला. तो अनवाणी होता. कंबरेला जुनाट डेनिम अर्धी चड्डी होती. वर जुनाट शिकागोबुल्स् टी शर्ट होता. त्याचं नाव होतं मार्को, त्याला सुट्टी वगैरेचे काही देणं-घेणं नव्हतं.

त्या मुलाला त्यानं आत जायला सांगितलं आणि त्याची गाय मारली

गेल्याबद्दल जेव्ही आणि मिल्टन बरोबर तो जोराजोरात भांडू लागला. मिल्टनला विमानाची काळजी पडली होती, जेव्हीचं मनगट सुजायला लागलं होतं. नेट खिडकीशी डोक्याला हात लावून बसला होता आणि विचार करत होता की, आपण काय पाप केलं होतं की त्यामुळे ब्राझीलमध्ये अगदी एका कोपऱ्यातल्या एका खेडेगावी जिथे जायला रस्तापण नाहीये अशा ठिकाणी शेणाच्या वासानं भरलेल्या गोठ्यात गाईच्या रक्तात लडबडलेल्या अवस्थेत, न कळणाऱ्या भाषेत त्या तिघांचं चाललेलं हमरीतुमरीवरचं संभाषण आपल्याला ऐकायला लागतंय. एकच सुदैव असं की आपण जिवंत तरी आहोत. त्याच्या प्रश्नांना उत्तरं नव्हती. आजूबाजूला चरणाऱ्या इतर गाईंकडे पाहता, त्याला त्या मेलेल्या गाईची किंमत फार असेल असं वाटलं नाही. "त्या गाईची किंमत मी देईन." नेट जेव्हीला म्हणाला.

जेव्हीनं त्या गाईच्या मालकाला किंमत विचारली, "शंभर रईस."

"अमेरिकन एक्स्प्रेस बँकेचा चेक तो घेईल का?" नेटनं विचारलं. गाईच्या मालकाकडे पाहून "मी देईन शंभर रईस" असं नेट म्हणाला, त्याला ते काही कळलं नाही जेव्हीनं त्याचं भाषांतर करून सांगितलं. शंभर डॉलर मार्कोला द्यायचं कबूल झालं – मार्कोनं कटकट थांबवावी हा उद्देश होता.

मार्कोनं मान्य केलं. आता ती मंडळी मार्कोचे पाहुणे झाली होती. त्याने त्यांना घरात नेलं – एक बुटकी स्त्री तिथे स्वयंपाक करीत होती. ती या चौघांकडे पाहून मनापासून हसली. पेंटॅनलमध्ये कुणाचकडे कधी पाहुणे येत नव्हते. या स्त्रीनं या तिघांचं स्वागत केलं. तिला जेव्हा कळलं की नेट युनायटेड स्टेट्समधून आलेला आहे तेव्हा तिने मुलांना बोलावलं. तो हातात छडीसारखी काठी असलेला मुलगा आणि त्यानं त्याच्याबरोबर एकाला आणलं. दोघं भाऊ-भाऊ होते. त्यांच्या आईनं सांगितले की हे नेट अमेरिकेतून आलेले आहेत. ते जेवढा वेळ इथे राहाणार आहेत तेवढा वेळ तुम्ही सतत त्यांच्या बरोबर राहा म्हणजे तुम्हाला बरीच काही माहिती मिळेल.

त्या स्त्रीने त्या तिघांना शर्ट काढून द्यायला सांगितलं. एका बेसिनमध्ये पावसाचं पाणी घेऊन, त्यात थोडा साबण घातला आणि त्या पाण्यात तिनं ते कपडे बुडवून ठेवले. थोडा वेळ मुरवले व नंतर धुऊन बाहेर दोरीवर वाळत घातले. त्या तिघांनी उघड्यानेच एका छोट्या टेबलाजवळ बसून भात आणि उसळीसारखी एक भाजी असं जेवण घेतलं. उघड्यानं बसायला लागलं म्हणून कोणाला वाईट वाटलं होतं अशातला भाग नव्हता. उलट नेटला आपले दंड, खांद्याचे स्नायू आणि सपाट पोट याचा अभिमानच वाटत होता. जेव्हीचं शरीरसुद्धा कमावलेलंच होतं, तो नित्यनियमानं वजन उचलायचा व्यायाम

करायचा. मिल्टनच्या शरीरावर तो उतरत्या वयाकडे झुकत असल्याच्या खुणा होत्या, पण त्यामुळे त्याला काही शरमल्यासारखं वाटत होतं असंही नव्हतं.

दुपारच्या जेवणाबद्दल तिघं काही विशेष बोलले नाहीत. विमान कोसळल्याच्या भयपूर्ण धक्क्यातून ते अद्याप सावरले नव्हते. टेबलाच्या बाजूला जमिनीवर मुलं जेवायला बसली होती. त्यांच्या ताटात भाकरीसारखं काहीतरी होतं आणि भातही होता. नेटची प्रत्येक हालचाल ही मुलं न्याहाळत होती.

मार्कोच्या घरापासून अर्ध्या किलोमीटर अंतरावर एक छोटी नदी होती आणि मार्कोकडे मोटर लावलेली एक स्वयंचलित होडी होती. पाच तासांच्या होडीच्या प्रवासाच्या अंतरावर पराग्वे नदी होती. मार्कोकडे पराग्वे नदीपर्यंत जाण्याएवढे पेट्रोल होतं की नाही कुणास ठाऊक, पण त्या लहान होडीमध्ये ही तीन माणसं घेऊन प्रवास करण्याजोगी मोठी आणि जरूर तेवढ्या ताकदीची त्या होडीची मोटर नव्हती.

आकाश स्वच्छ झाल्यावर नेट त्या दोन मुलांबरोबर त्याची ब्रीफकेस आणण्यासाठी त्या अपघातग्रस्त विमानापर्यंत गेला. नेटनं जाता जाता त्या मुलांना इंग्रजी भाषेतल्या दहा आकड्यांपर्यंत मोजायला शिकवलं आणि मुलांनी नेटला पोर्तुगीज भाषेतल्या दहा आकड्यांपर्यंतचं ज्ञान दिलं. फार गोड मुलं होती ती. सुरुवाती सुरुवातीला बुजत होती, पण नेटची एकदा ओळख झाल्यावर मात्र त्यांची दोस्तीच झाली. तो दिवस नाताळच्या सणाचा आदला दिवस होता. त्यानं स्वत:लाच विचारलं की आज सांताक्लॉजने या लहान मुलांना काही भेट दिली असेल का? पेंटॅनलमधली कुठलीच लहान मुलं याची अपेक्षा सुद्धा करत नसतील.

घरापुढच्या अंगणात कापलेल्या झाडाच्या एका बुंध्यावर नेट सेटलाईट फोन जुळवायच्या प्रयत्नात लागला आणि त्यानं तो जुळवला. संदेश ग्रहण करणारी डिश एक चौरस फूट आकाराची होती. टेलिफोन एका छोट्या पुस्तकाच्या आकाराचा होता. डिश आणि टेलिफोन एका वायरने एकमेकांना जोडलेले होते. नेटनं बटन ऑन केलं. त्याचा ओळख क्रमांक त्यानं दाबला. आणखी एक नंबर होता तो नोंदवला आणि नंतर त्याने ती डिश अगदी हळूहळू फिरवायला सुरुवात केली आणि शंभर मैल उंच आकाशातल्या 'ॲस्टर इस्ट' या उपग्रहावरचे संदेश त्यावर येईपर्यंत फिरवली. हा उपग्रह समुद्र सपाटीपासून शंभर मैल उंच अवकाशात विषुववृत्तावर कुठेतरी होता. येणारे संदेश स्पष्ट होते, चांगल्या ताकदीचे होते, बीप बीप आवाजाच्या ताकदीवरनं ते जाणवत होतं. मार्को आणि त्याचे कुटुंबीय नेटच्या जितकं जवळ बसता येईल, तितकं बसण्याचा प्रयत्न करीत होते. या मंडळींनी साधा फोन तरी पाहिला की नाही देव जाणे.

मिल्टनच्या घरचा फोन नंबर जेव्हीनं नेटला सांगितला. नेटनं मिल्टनच्या फोनचे आकडे दाबले. श्वास रोखून फोन लागण्याची वाट पाहात बसला. फोन जर लागला नाही तर हे तिघंजण सारा ख्रिसमस पार पडेपर्यंत मार्कोकडेच अडकणार होते. मार्कोचं घर लहान होतं. राहायची वेळ आली तर नेटला गोठ्यातच झोपायला लागणार यात शंका नव्हती.

जेव्ही आणि मार्को या दोघांना होडीतून पाठविणं हा दुसरा पर्याय होता. दुपारचा एक वाजत होता. पाच तास पराग्वे नदीपर्यंत जायला लागणार म्हणजे अंधार पडायच्या वेळेला ते नदीपर्यंत पोचणार. अर्थात हे सर्व मार्कोच्याजवळ पुरेसं पेट्रोल आहे हे अध्याहृत धरले तर होणार होतं आणि एकदा का नदीपर्यंत पोहोचले की पुढे पुढची मदत मिळेपर्यंत काही तास तरी जाणारच होते की! आणि त्यात मार्कोकडे जर पुरेसे पेट्रोलच नसेल तर, मात्र या पेंटॅनलच्या दलदलीत पाणथळ गर्तेत ते अडकलेच समजा. जेव्हीने या पर्यायाला विरोध केला नव्हता, की त्यादृष्टीने प्रयत्न सुरू करावे यादृष्टीने काही हालचाल करायला लागला होता.

इतरही काही मुद्दे होते. मार्कोच्या दृष्टीने इतक्या दुपारी बाहेर पडणं म्हणजे तसा उशीरच होणार होता. तो जेव्हा जेव्हा पराग्वे नदीपर्यंत जायचा तेव्हा तेव्हा तो भल्या सकाळी बाहेर पडलेला होता. पेट्रोलच्या बाबतीत तो म्हणाला की आपण जर जायचंच ठरवलं तर एक तासाच्या अंतरावर त्याचा एक मित्र आहे, त्याच्याकडून आपण लागणारं पेट्रोल घेऊ शकतो. बऱ्याच वेळा त्याच्याकडे पेट्रोल असतं, पण याचवेळी त्याच्याकडे नसलं तर? हा प्रश्न होताच "ओई" एका स्त्रीचा आवाज फोनवर आला. प्रत्येकाच्या चेहऱ्यावर हास्य उमटलं, नेटनं फोन मिल्टनला दिला. त्याच्या पत्नीला तो 'हॅलो' असं म्हणाला आणि नंतर दुःखी आवाजात ओढविलेल्या आपत्तीबाबत त्यानं सर्व माहिती दिली. जेव्ही हे सर्व इंग्रजीत भाषांतर करून नेटला सांगत होता. जेव्हीच्या इंग्रजी भाषेच्या ज्ञानाबद्दल मुलांना कौतुक वाटत होतं.

संभाषणात तणाव यायला लागला. मग ते एकदम थांबलंच. ती एक टेलिफोन नंबर शोधतीय असा जेव्हीनं खुलासा केला. त्याच्या माहितीतल्या दुसऱ्या एका विमान चालकाचा नंबर मिल्टनच्या बायकोनं त्याला सांगितला. रात्रीच्या जेवणाच्या वेळेपर्यंत नक्की परतत आहे असं मिल्टनने त्याच्या बायकोला आश्वासन दिलं आणि फोन ठेवून दिला.

दुसरा वैमानिक घरी नव्हताच. तो काही कामासाठी कॅम्पो ग्रँडेला गेलेला आहे आणि संध्याकाळपर्यंत परत येणार आहे असं त्याच्या बायकोनं सांगितलं. मिल्टननी तो कुठे असण्याची शक्यता आहे असं विचारल्यावर तिनं कुठे

असण्याच्या शक्यता होत्या त्या त्या ठिकाणचे फोन नंबर शोधून मिल्टनला दिले.

दुसऱ्या नंबराचे आकडे टेलिफोनमध्ये नेटने जेव्हा दाबायला सुरुवात केली तेव्हा "मिल्टनला जरा भरभर बोलायला सांग." असे जेव्हीला सांगितले. "या फोनची बॅटरी किंवा सेल्स फार वेळ टिकत नाहीत."

या फोनवर काहीच प्रतिसाद मिळाला नाही.

त्याच्या पुढच्या फोनवर वैमानिक आला आणि त्यानं सांगितलं, त्याचं विमान दुरुस्तीसाठी वर्कशॉपमध्ये आहे. आकाशात परत ढगांनी गर्दी सुरू केलेली होती. नेट आकाशाकडे पाहात होता. त्याच्या डोळ्यांवर त्याचा विश्वासच बसत नव्हता. मिल्टन तर रडकुंडीला आला होता.

तेवढ्यात पावसानं सुरुवात केली आणि आला तोच एका झटकन येऊन जाणाऱ्या सरीच्या स्वरूपात. त्यानं हवेत थोडा गारवा आणला. मुलांना पावसात भिजायला मजा वाटत होती. मोठी मंडळी आडोशाला जाऊन उभी राहिली होती. कोणी कोणाशी बोलत नव्हतं, सर्वजण मुलांकडेच पाहात होते.

जेव्हीकडे दुसरा आणखी एक पर्याय होता. कोरूंबा गावाच्या सीमेलगत एक लष्करी ठाणं होतं. तिथे तो कधी गेलेला नव्हता, पण तिथले काही अधिकारी त्याच्या वजन उचलण्याच्या तालमीत येत होते. त्यांची आणि जेव्हीची ओळख झालेली होती. जेव्हा आकाश निरभ्र झालं तेव्हा ते परत त्या झाडाच्या बुंध्याशी आले आणि फोनभोवती गोल करून उभे राहिले. जेव्हीनं त्याच्या दुसऱ्याच एका मित्राला फोन करून काही अधिकाऱ्यांचे फोन नंबर मिळविले.

लष्कराकडे हेलिकॉप्टर होतं आणि यांचं विमान कोसळलं होतं आणि तो तर अपघातच होता. दुसऱ्या अधिकाऱ्याला फोन लागल्यानंतर त्याला जेव्हीनं हे जे काही घडलं ते सर्व सविस्तरपणे झटपट सांगितलं आणि मदतीची याचना केली.

हे सर्व संभाषण चालू असताना जेव्हीच्या चेहऱ्यावरचे भाव पाहणं म्हणजे नेटला शिक्षाच होती, त्याला एकही शब्द कळत नव्हता पण जेव्हीच्या शरीराच्या अवयवांच्या हालचालींवरून तो जे काय सांगत होता ते त्याला कळत होतं. त्याच्या चेहऱ्यावर मध्येच हास्य उमटायचं, मध्येच कपाळावर आठ्या यायच्या, बोलताना मध्ये मध्ये निराश होऊन त्याचं ते थांबणं, काही काही गोष्टी पुनःपुन्हा सागणं हे सारं ताण निर्माण करणारं होतं.

जेव्हीचं बोलणं संपल्यावर तो नेटला म्हणाला, "तो त्याच्या वरच्या अधिकाऱ्याजवळ बोलतोय आणि त्याला जी काही जास्तीतजास्त मदत करता येईल ती तो करतोय. एक तासानंतर त्याने मला फोन करायला सांगितलं आहे."

तो एक तास एका आठवड्यासारखा वाटला. आकाशात सूर्य परत तळपायला लागला होता. ओलं झालेलं गवत झपाट्यानं कोरडं व्हायला लागलं होतं. हवेत दमटपणा खूपच होता. तिघे अद्याप उघडेच होते. नेटला सूर्याच्या उन्हाचे चटके बसायला लागले. उन्हाचा चटका जेव्हा असह्य व्हायला लागला तेव्हा ते तिघे एका झाडाच्या सावलीत येऊन उभे राहिले. मार्कोच्या बायकोनं तिघांचे शर्ट परत उन्हात वाळत घातले. मगाचच्या पावसात ते लगेचच आत न्यायचे राहिले होते, शर्ट अद्याप ओलेच होते. जेव्ही आणि मिल्टनच्या कातडीचा रंग नेटच्या कातडीपेक्षा जास्त काळवंडलेला होता. त्या दोघांना सूर्याच्या उन्हाच्या उष्णतेचा काहीही त्रास होत नव्हता असं वाटत होतं. मार्कोच्या बाबतीत तोच प्रकार होता. विमानाची काय मोडतोड झाली आहे याचे निरीक्षण करण्यासाठी ते तिघेजण विमानाजवळ जाऊन उभे राहिले. नेट मागेच एका झाडाच्या सावलीत थांबून राहिला. दुपारची उष्णता असह्य व्हायला लागली होती. त्याची छाती, खांदे काही तरी वेगळ्याच प्रकारची जाणीव द्यायला लागले होते. दुपारची झोप काढण्याचा त्याचा विचार होता. पण मुलांच्या मनात दुसरंच काही होतं. नेटला त्यांची नावं कळाली. मोठ्याचं लुई– तोच त्याला विमानातून धावपट्टीजवळ काठी घेऊन गाईच्या मागे धावताना दिसला होता. मधला होता त्याचं नाव होतं ऑलि आणि सर्वांत लहान होता त्याचं टॉमस, नेटनं आपल्या पिशवीतलं वाक्प्रचारांचं पुस्तक काढलं आणि त्यांच्या दरम्यानचा भाषेचा अडसर हळूहळू कमी करण्याचा प्रयत्न केला. नेटनं "कसा आहेस तू? तुझं नाव काय? तुझं वय काय?" ही वाक्यं त्याच्या जवळच्या पुस्तकाच्या आधारानं मुलांकडे पाहून उच्चारायचा आणि ती मुलं तीच वाक्ये पोर्तुगीज भाषेत कशी प्रत्यक्षात उच्चारायला पाहिजेत ते शिकावायची त्यामुळे नेटला त्यांचे योग्य उच्चार समजायचे, नंतर तीच वाक्यं नेट त्या मुलांना इंग्रजीत म्हणायला लावायचा.

जेव्ही विमानातले नकाशे घेऊन आला. त्यांनी मगाचच्या लष्करी अधिकाऱ्याला फोन केला. त्यांनी मदत करतोय असं दर्शवलं. मिल्टननी नकाशात एके ठिकाणी बोट ठेवून म्हणाला, "एस्पेरानका नावाच्या मोठ्या तरंगत्या शेतावर" जेव्हीने हे नाव फोनमध्ये मोठ्या उत्साहापूर्वक उच्चारले, फोन खाली ठेवता ठेवता त्याच्या चेहऱ्यावरचा उत्साहाचा भाव ओसरला आणि तो म्हणाला, "त्याला त्याचा कमांडंट ऑफिसर अद्याप सापडलेला नाहीये" हे वाक्य तो इंग्रजीत म्हणाला व इतरांची आशा वाढविण्याच्या दृष्टीने म्हणाला, "तुम्हाला कल्पना आहेच की आता ख्रिसमसचा सण चालू आहे त्यामुळे गेला असेल कुठेतरी बाहेर खरेदीला."

पेंटॅनलमध्ये ख्रिसमस म्हणजे बाहेर तापमान ३५ अंश सेल्सिअस, हवेत

दमटपणा जवळपास तितकाच वर सूर्य तळपळतोय, आजूबाजूला मच्छर-माश्यां-सारखे अनेक प्रकारचे कीटक घोंघावतायत. आणि हे कीटक शरीरापासून दूर ठेवायला त्यांना दूर पिटाळणारी कुठल्यातरी प्रकारची मलमं आपल्याजवळ नसताना, कसला ख्रिसमस अन् कसचं काय, आनंदाने खेळणाऱ्या त्या मुलांना का कुणी खेळणी भेट देणार आहे? वीज नाही म्हणून रेडिओवर म्हणा किंवा म्युझिक सिस्टीमवर काही संगीत ऐकू म्हटलं तरी त्याचीही शक्यता नाही. इथे कुठे ख्रिसमसचं रोप नाही. सणासाठी केलेलं गोडधोड खाणं नाही, मद्य नाही, शँपेन नाही.

अहो, ही धाडसी मोहीम आहे उगाच भलत्या सलत्या अपेक्षा बाळगू नका – असं तो स्वत:ला बजावत होता. नेटनं फोनचं उपकरण पेटीमध्ये जागेवर बसवून पेटी बंद केली. मिल्टन आणि जेव्ही विमानाकडे गेले. मार्कोची बायको आत घरात गेली. मार्कोलासुद्धा घराच्या पिछाडीच्या भागात काहीतरी काम होतं. नेट परत झाडाच्या सावलीत गेला. जाता-जाता तो स्वत:शीच बोलत होता. त्याच्या मनातल्या ग्लासमध्ये असलेल्या शँपेनमधून बुडबुडे वर येऊन फुटतायत – त्याचा स्वाद तो घेत होता, आपण हे सारं समजायचं, "व्हाईट ख्रिसमस" हे गाणं आपण ऐकतोय हे ही समजायचंच!

लुई तीन अगदी मरतुकड्या घोड्यांना घेऊन आला. इतके लुकडे घोडे नेटने आपल्या आयुष्यात क्वचितच पाहिले असतील. एका घोड्यावर खोगीर होतं – खोगीर कसलं – जुना गालिच्याचा तुकडा – पोतं, लाकूड, न कमावलेलं कातडं या सर्वांचा उपयोग करून काही तरी बनविलेला तो रद्दी प्रकार होता. हे खोगीर नेटसाठी होतं. अगदी सराईतांप्रमाणे लुई आणि ओली एका क्षणातच त्यांच्या घोड्यांवर स्वार झाले एक उडी अन् घोड्याच्या पाठीवरच, काहीही परिश्रम करायला लागले नाहीत. मस्त स्वार झाले – घोड्यावरची बैठक मस्त, विश्वासपूर्ण, संतुलित.

नेटने घोड्याकडे पाहात विचारले, "ओंडे?" म्हणजे कुठे?

लुईनं पायवाटेकडे अंगुली निर्देश केला. नेटला जेवणानंतरच्या झालेल्या चर्चेत ती पायवाट नदीकडे जाते व तिथे बोट आहे हे माहीत झालेलं होतं. चलो – साहस करायचंच या मोहिमेमध्ये, मग चलाच – काही तास काढायचे आहेतच, नुसतं बसून तरी काय करणार? त्यानं वाळत घातलेला त्याचा शर्ट आणला. अंगावर चढवला आणि त्या लुकड्या घोड्यावर, त्या घोड्याला न पाडता, स्वत: न पडता, कसाबसा स्वार झाला.

ऑक्टोबरचा शेवटचा आठवडा होता तो. वॉलनटहिलमध्ये तो आणि त्याच्या सारखेच इतर काही नशाबाज यांनी एक रविवार घोडेस्वारीची मजा

अनुभवण्यात घालवला होता. ब्लू रीजच्या डोंगरातल्या एका पायवाटेने ते सर्वजण जात होते. डोंगर-दऱ्यातल्या घळी, धबधबे यांचा आस्वाद घेत घोड्यांवरून फिरले होते, पण परत आल्यावर सर्वांच्याच मांड्या आणि मागल्या बसायच्या जागा आठवडाभर ठणकत होत्या, पण त्यावेळी नेटची घोडा या प्राण्याबद्दलची भीती पार गेली होती.

नेटनं बरीच खटपट करून रिकिबीत कसेबसे पाय अडकवले, घोड्यानं जागेवरून हलू नये म्हणून लगामाची वादी हातात घट्ट पकडून ठेवली. मुलं हे सर्व मजेनं पहात होती. नेट घोड्यावर स्वार झाला हे त्यांनी पाहिलं आणि त्यांनी त्यांच्या घोड्यांना टाचा मारल्या. नेटच्या घोड्यानं सुद्धा चाल सुरू केली. घोड्याची चाल हळूहळूच होती, पण पायवाट खडबडीत होती. नेट वर-खाली होत होता, एकदा या बाजूला एकदा त्या बाजूला होत होता, त्याच्या मांड्या घोड्याच्या बाजूवर आपटत होत्या, घासत होत्या. जांघेतल्या चड्डीला कुठेतरी ओढ पडत होती. घोडा पळवायच्या ऐवजी तो चालवत चालवत न्यायला लागला. नेटचा वेग कमी झाला पाहून मुलांनी घोडे फिरवले. ती परत नेटजवळ येऊन त्याच्याबरोबर चालायला लागली.

पायवाट एका शेतातून गेली, पुढे एक वळण घेतले. मागे घर दिसेनासे झाले. पुढे एक कमी खोलीचं तळं होतं. अशी अनेक तळी या भागात होती. नेटनी ती विमानातून पाहिली होती. पाण्याचं मुलांना काहीच भय नव्हतं. पायवाट तर चक्क तळ्यातूनच पुढे गेलेली होती. त्यांनी घोड्यांवरून ही पायवाट बऱ्याचवेळा वापरलेली होती. त्यांनी त्यांचा वेग कमी केलेला नव्हता. रस्ता त्यांच्या पायाखालचा होता. पाणी प्रथम काही इंचच खोल होतं, पुढे ते फुटापेक्षा जास्त खोलं झालं. नंतर रिकीबी पाण्याला लागल्या, मग पाय पाण्यात गेले. मुलांच्या पायात काहीच नव्हतं, त्यांच्या पावलांना पाणी लागलं त्याचं त्यांना काहीच वाटत नव्हतं. पाण्यात काहीतरी असेल, ते आपल्याला चावेल, छे! कशाचीही फिकीर नव्हती. नेटच्या पायावर त्याचे आवडते नायके बूट होते. ते ओले झाले.

धारधार सुरीच्या पात्यांसारखे दात असलेले पीरान्हा नावाचे मासे या पेंटॅनलच्या सर्व तळ्यातून असतात.

नेटनं परतायचं ठरवलं. आता हे भाषंतर करून या मुलांना कसं सांगणार? "लुईस" त्यानं हाक मारली. त्याच्या आवाजात भीतीची थोडी सुद्धा जाणीव न येऊ देण्याचा तो प्रयत्न करत होता. मुलांनी त्याच्याकडे पाहिलं. ती बिनधास्त होती. घोड्यांच्या छातीपर्यंत जेव्हा पाणी आलं तेव्हा त्यांनी त्यांचा वेग थोडा कमी केला. काही पावलंच घोडा पुढे गेला अन् नेटला आपले बूट दिसायला

सुरुवात झाली. पायवाट तळ्याच्या दुसऱ्या तीरावर पुन्हा जेथे चालू होते तिथे घोडे पाण्याबाहेर आले.

पुढे पायवाटेच्या डाव्या बाजूला, कुंपणाचे काही अवशेष दृष्टीला पडले होते. नंतर एक पडझड झालेलं घर वाटेत लागलं, नंतर हीच पायवाट एका खडी मुरुमाच्या रस्त्याला येऊन मिळाली. भूतकाळात कधीतरी खूप उत्पन्न मिळत असलेल्या या शेतावर कोणाची तरी वस्ती असेल. खूप मोठा जनावरांचा बारदाना त्या शेतमालकाने संभाळला असेल बरीच नोकर माणसं इथे राबत असणार.

दोन हजार वर्षांपूर्वीपासून पेंटॅनलवर वस्ती आहे. नेटला पेंटॅनल संबंधीची जी काही माहितीपर-कागदपत्रं जॉशनी दिलेली होती त्यात त्यानं हे वाचलेलं होतं. पेंटॅनलच्या रहिवाशांच्या राहाणीत फारच कमी बदल झालेला आहे. जगातल्या इतर लोकांपासून वेगळे होऊन राहाणं, हे आश्चर्यकारकच होतं. शेजारीपाजारी कुठे दिसत नव्हते. मुलंबाळं कुठे दिसत नव्हती. नेट त्यांच्या शाळा-शिक्षण संस्थांबद्दल विचार करत होता. यांची मुलंसुद्धा मोठी झाल्यावर कामधंद्यांसाठी कोरूंबाला जात असतील, अन् तेथेच जोडीदार पाहून लग्न करून तिथेच स्थायिक होत असतील का? का, काही पेंटॅनलमध्येच राहून शेतीवाडी करत असतील आणि पेंटॅनलमधली पुढची पिढी वाढवत असतील? मार्कोला आणि त्याच्या बायकोला लिहिता वाचता येतं की नाही कोण जाणे आणि येत नसेल तर त्यांच्या मुलांना कसे ते शिकविणार? जेव्हीला हे प्रश्न विचारले पाहिजेत असं नेटनं ठरवलं. पुढे आणखी एक मोठं सरोवर होतं, बाजूने कुजलेल्या झाडांच्या बुंध्यांची ओळ होती, आणि आश्चर्य म्हणजे या सरोवराच्यामधूनच एक पायवाट पुढे जात होती. तो पावसाळा होता. सर्व तळी, सरोवरे, पाणवठे तुडुंब भरलेले होते. कोरड्या काळात सगळीकडे अर्धवट कोरडा चिखल असतो, त्या काळात या पायवाटांवरून नवखा माणूससुद्धा बिनधास्त जाऊ शकत असतो. त्याच्या जीवाला भीती नसते. पुन्हा इकडे परत यायचं? स्वत:लाच विचारलेला नेटचा हा प्रश्न होता – शक्यता फार कमी आहे.

घोडी यंत्रवत रस्त्याने जात होती, पाण्यातून जातायत की कोरड्या गवतावरनं, अंगावर पाणी उडत होतं, त्याचं त्यांना देणं घेणं नव्हतं. मुलं तर अर्धवट झोपेत असल्यासारखी घोड्यावर होती. पाण्याची खोली वाढली आणि घोड्यांचा वेग कमी झाला. आता तर नेटचे गुडघे ओले होत होते, त्याच्या सहनशीलतेची परमावधी होऊन तो आता लुईच्या नावाने ओरडणारच होता. त्यातच ऑलीनं नेटला त्याच्या उजव्या बाजूला काय आहे ते बघ असं खुणावलं आणि तेसुद्धा

अगदी सहजपणे. तिथे कुजलेल्या झाडाचे दोन बुंधे, पाण्यावर दहा फूट, उंच आलेले होते. त्या दोन बुंध्यांमध्ये काळ्या रंगाचा एक भला मोठा सरपटणारा, सुसरीसारखा प्राणी, दिसत होता.

''जेकेअर'' ऑलीने मान मागे वळवून सांगितलं. जेकेअर म्हणजे सुसर.

शरीराच्या बरेच बाहेर आलेले त्या प्राण्याचे डोळे, नेटचा मागोवा घेतायत असं नेटला वाटत होतं. त्याच्या हृदयाचे ठोके वाढले. अरे कुणीतरी मदतीला या, अशा आरोळ्या त्याला मारायच्या होत्या. नंतर लुई माघारी फिरला. त्याच्या चेहऱ्यावर हास्य होतं. नेटनं सुद्धा हास्यपूर्ण चेहऱ्यानं लुईकडे पाहण्याचा केविलवाणा प्रयत्न केला. केवढ्या मोठ्या धाडसी प्रसंगातून आपण जातोय आणि इतक्या जवळून असा भयंकर प्राणी पाहणं ही गोष्ट साधीसुधी नाहीये, असं काही तरी त्याला सुचवायचं होतं.

पाणी आणखी वाढायला लागलं. घोड्यांनी आपली डोकी आणखी उंचउंच करून चालणं चालू ठेवलं, नेटनं पाण्यातच घोड्याला टाच मारली पण परिणाम शून्य. सुसरीनं आपलं संपूर्ण शरीर पाण्याखाली नेलं. फक्त डोळे पाण्यावर दिसत होते. मग त्या सुसरीनं त्यांच्या दिशेने पुढे यायला सुरुवात केली पण त्या काळ्या रंगाच्या पाण्यातच ती अदृश्य झाली. नेटनं आपली पावलं झटकन रिकिबीतनं बाहेर काढली, गुडघे मुडपले व वर छातीजवळ धरले आणि कसाबसा त्या घोडीवर स्वतःला संभाळत होता. नेटच्या घाबरण्याने मुलांची करमणूक होत होती, आपापसांत दोघं काहीतरी बोलली आणि हसायला लागली. नेटला त्याची पर्वा नव्हती.

सरोवराच्या मध्य भागातल्या खोलात खोल भागातून घोडे पार झाले. पाण्याची पातळी कमी व्हायला लागली. घोड्यांचे पाय दिसू लागले. घोडे पाण्याबाहेर आले, नेटला हायसं वाटलं. त्याचं त्यालाच आता हसू येत होतं. आता हे अनुभव तो घरी गेल्यावर तिखटमीठ लावून त्याच्या मित्रांना सांगून नक्कीच त्यांचे मनोरंजन करू शकेल आणि त्याच्या मित्रांच्या मनातली त्याच्याबद्दलची प्रतिमा उंचावेल. त्याच्या काही मित्रांनी अशा अवघड मोहिमा केल्या होत्या. काहीजणांनी खळाळत्या पाण्यातून, तराफ्यांवरून, काही अवखळ नद्यांतला काही अवघड भाग पार केलेला होता, काहीजणांनी आफ्रिकेतल्या जंगलातल्या गोरीलांच्या वस्तीतून फेरफटका केलेला होता. काहीजणांनी केनिया-टांगानिका मधल्या जंगलातल्या सफारी उद्यानात जाऊन, जंगली जनावरं पकडण्याच्या उद्योगात प्रत्यक्ष भाग घेतला होता आणि या सर्व मंडळींनी पृथ्वीच्या दुसऱ्या बाजूच्या गोलार्धात जाऊन त्यांच्या जिवावर बेतलेले चित्तथरारक अनुभव त्यांच्या जवळपासच्या मित्र-मंडळींना-नातेवाईकांना सांगून मोठेपणा मिळविला होता.

पर्यावरणाचं नाव पुढे करा– हजारोनी डॉलर्स खर्च करून ही मंडळी पेंटॅनलच्या परिसरात इथल्या मरतुकड्या तट्टांवरून येतील, तथाकथित धोकादायक समजल्या जाणाऱ्या या पाणथळ भागातून जातील. मोठमोठ्या अजगर, सुसरी, मगरींचे फोटो जाता जाता घेतील, आणि या साहसपूर्ण सफरींची वर्णनं तिखट-मीठ लावून आपल्या मित्र मंडळींना सांगतील.

नदी दिसण्याचं लक्षण दिसेना म्हणून नेटनं मागे फिरा असं त्या मुलांना सांगायचं ठरवलं. त्यानं आपल्या घडाळ्याच्या तबकडीकडे बोट दाखवलं आणि मागच्या बाजूला अंगठ्यानं खूण केली. लुईने घराकडे चलण्यासाठी पुढाकार घेतला.

स्वत: कमांडंट फोनवर आला, तेव्हा तो अधिकारी आणि जेव्ही यांच्यात जेव्ही लष्करात असताना तो कुठल्या ठाण्यावर होता, केव्हा होता, तिथे कोण कोण अधिकारी होते, याबद्दल बोलणं झालं. त्यात पाच मिनिटं गेली. सेटलाईटच्या फोनच्या बॅटरीची ताकद कमी होत आहे हे दर्शविणारा दिवा लुकलुक करायला लागला. फोन थोड्याच वेळात बंद पडणार याचं ते लक्षण होतं. जेव्हीच्या निदर्शनाला ते नेटनं आणून दिलं. जेव्हीनं ही बाब कमांडंटच्या कानावर घालून फोनवर बोलण्यात त्यांना फार वेळ घालवता येणार नाही हे त्याने नम्रपणे सांगितले. यापुढे कदाचित आम्ही फोन करू शकणार नाही असंही त्याला सांगितलं.

"तुम्ही काहीही काळजी करू नका. हेलिकॉप्टर तयार आहे. त्याबरोबर जाणाऱ्या माणसांची जुळवाजुळवीही झालेली आहे. तुम्हाला कितपत इजा झालेली आहे?"

"शरीरावर तर फारशी दिसत नाहीये पण आत असण्याची शक्यता आहे." हे जेव्ही मिल्टनकडे पाहात म्हणाला.

"लष्कराच्या हेलिकॉप्टरच्या चालकांच्या म्हणण्यानुसार हे विमान कोसळलेल्या शेताची जागा चाळीस मिनिटांच्या अंतरावर आहे, तरीपण तुमच्या तिथे ते पोचायला एक तास लागेल असं तुम्ही धरून चाला." असं कमांडंट सांगत होता. त्या सबंध दिवसात पहिल्यांदा मिल्टन हसल्याचं त्याच्या बरोबरच्या दोघांनी पाहिलं होतं. एक तास गेला. आशादायी वातावरण बिघडायला सुरुवात व्हायला लागली होती. पश्चिमेकडे सूर्य झपाट्याने खाली जायला लागला होता. संध्याकाळ व्हायची लक्षणं दिसू लागली. रात्र पडली की हे सोडवणूक करणारे पथक येणं अवघडच होतं. त्यांनी आता त्या अपघातग्रस्त विमानाकडे लक्ष द्यायला सुरुवात केली. जेव्ही आणि मिल्टन दुपारभर त्याच उद्योगात होते.

मोडलेला पंखा त्यांनी बाजूला काढला होता, पुढच्या भागातले हवा मागे ढकलणारे पंखे त्यांनी मिळविले होते, ते पुढे गवतात पडले होते. त्याला रक्त लागलेलं होते, ते त्यांनी पुसून काढलं होतं. विमान उतरताना बाहेर येणाऱ्या चाकांच्या सांगाड्याची उजवी बाजू वाकली होती ती सरळ केली तर परत वापरता येण्यासारखी होती. ते सरळ करण्याचा त्यांचा प्रयत्न चालू झालेला होता.

मार्को आणि त्याच्या बायकोनं मेलेल्या गाईचा मांसल भाग बाजूला काढला होता. हाडं वेगळी केली, कातडी बाजूला केली, एकंदरीत बऱ्यापैकी साफसफाई केलेली होती.

जेव्हीच्या म्हणण्यानुसार मार्कोच्या होडीनं मिल्टनने नदीपर्यंत जायचं, पुढे नदीतली एखादी बोट पकडून कोरूंबाला जाऊन विमानाचा आडवा पंखा आणि मागे हवा ढकलणारा पंखा मिळवायचा प्रयत्न करायचा असं ठरविलं. नेटला तर हे अशक्य कोटीतलंच वाटत होतं. विमानाचा आडवा पंखा तर खूपच जड असतो, त्याचा आकारपण बराच मोठा, हवा मागे ढकलणारा पंखासुद्धा बराच अवजड असतो आणि हे सामान छोट्या बोटीतून या पेंटॅनलवरच्या या शेतापर्यंत आणता येणं अगदी अशक्यच होतं.

नेटनं कशाला त्याची काळजी करायची? तो प्रश्न मिल्टनचा होता. तो सोडवील तो. मार्कोच्या बायकोने सर्वांना गरम गरम कॉफी दिली आणि घरी तयार केलेली खुसखुशीत बिस्किटं पुढे केली होती. गोठ्या समोरच्या हिरवळीवर बसून सर्वांनी त्याचा आस्वाद घेत घेत गप्पात तो वेळ घालविला. नेटचे तीन छोटे मित्र त्याच्या मागे मागे सावलीसारखे होते. नेटनी जाऊच नये असं त्या तिघांना वाटत होतं. तशातच आणखी एक तास गेला.

मुलांपैकी सर्वांत लहान टॉमस होता. त्याने पहिल्यांदा आकाशातला आवाज ऐकला आणि तो काही तरी म्हणाला – उठून उभा राहिला. आवाजाच्या दिशेने बोट दाखवलं. सर्वजण जागेवरच थिजले होते. आवाज मोठ मोठा होत गेला आणि आवाज हेलिकॉप्टरचाच आहे याची सर्वांना खात्री झाली. सर्वजण विमानाच्या धावपट्टीच्या मध्यभागी गेले आणि आकाशाकडे पाहात राहिले.

हेलिकॉप्टर जमिनीवर उतरलं, त्यातून चार सैनिक खाली उतरले आणि धावतच या समूहाजवळ आले. नेट मुलांच्यात गुडघ्यावर बसला होता. त्याने या प्रत्येक मुलाला दहा दहा रईस दिले आणि म्हणाला ''फेलिझ नाताळ – नाताळ – ख्रिसमस सणासाठी माझ्या शुभेच्छा'' आणि तिघांना त्यानं एकदा छातीशी धरलं. नंतर हातात ब्रीफकेस घेतली आणि हेलिकॉप्टरच्या दिशेने पळत सुटला.

जेव्ही आणि मिल्टननी सुद्धा हेलिकॉप्टरने उचल खाल्ली तेव्हा या छोट्या कुटुंबाकडे पाहून प्रेमाने हात हलवत निरोप घेतला होता. मिल्टन पुन:पुन्हा हेलिकॉप्टरच्या पायलटचे व सैनिकांचे आभार मानत होता. पाचशे फुटांपर्यंत पोचल्यानंतर पेंटॅनलचा तो भाग क्षितिजाकडे जाताना दिसला. पूर्वेकडे आता अंधारायला लागलं होतं.

अर्ध्या तासानंतर कोरूंबा शहरावरून जेव्हा ही मंडळी जात होती, तेव्हा तिथे सुद्धा अंधारच झालेला होता, पण खाली दिसणारं शहराचं दृश्य विलोभनीय होतं. घरं-इमारती-बागा, ख्रिसमस सणाच्या निमित्ताने विजेच्या दिव्यांनी सजविलेल्या होत्या. रोषणाई केलेली होती. खालची वाहतूकसुद्धा मनाला भुरळ पाडत होती. पराग्वे नदीच्या एका किनाऱ्यावर कोरूंबा शहराच्या पश्चिमेला लष्कराची छावणी होती तेथे हे हेलिकॉप्टर उतरलं. कमांडंटनी त्यांचं स्वागत केलं. सोडवणूक झालेल्या लोकांनी कमांडंटचे मनापासून आभार मानले, त्यांच्या दृष्टीने तो तर देवदूतच होता. कोणाला काही विशेष इजा झालेली नव्हती हे पाहून त्याला आश्चर्यच वाटलं आणि यांना सोडवता आलं याचं त्याला समाधानही वाटलं होतं. त्यांनी या मंडळींना एका जीपमधून शहरात सोडून यायला, एका तरुण ड्रायव्हरला सांगितलं.

शहरात शिरल्या-शिरल्या जीपने एक वळण घेतलं आणि एका बऱ्याच प्रकारचं सामान मिळणाऱ्या दुकानासमोर थांबली. जेव्ही आत दुकानात गेला आणि माया बीअरच्या तीन बाटल्या घेऊन तो बाहेर आला. एक मिल्टनला दिली. एक नेटला दिली.

क्षणभर नेटची मन:स्थिती द्विधा झाली. पण त्याने बाटलीचं बूच काढलं आणि बाटली तोंडाला लावली. बीअर थंडगार आणि चवदार होती आणि सण ख्रिसमसचा होता – परिस्थिती हाताबाहेर जाणार नाही याची त्याला खात्री होती.

तिघेजणं आपापली बीअरची बाटली, हातात घेऊन जीपमध्ये येऊन बसले. धुळीनं भरलेल्या रस्त्यातनं जीप धावायला लागली. दमट हवेचा मारा चेहऱ्यावर होत होता, हातात थंडगार बीअर होती या आनंदाचा अनुभव घ्यायला तो जिवंत राहिला होता त्याबद्दल तो स्वत:ला सुदैवी मानत होता.

चार महिन्यांपूर्वी त्यानं स्वत:ला जवळ जवळ ठारच केलेलं होतं आणि सात तासांपूर्वी तो ज्या विमानातून प्रवास करत होता ते विमान उतरताना धावपट्टीजवळ कोसळलं होतं त्यातून तो वाचला होता.

पण आजच्या दिवसाच्या धडपडीत हातात खास असं काहीही लागलेलं नव्हतं. आदल्या दिवशी रॅचेल लेन पासून तो जितका दूर होता तितकाच आज सुद्धा आहे.

जीप पहिल्यांदा हॉटेलशी थांबली. नेटनं सर्वांना ख्रिसमस सणाच्या शुभेच्छा दिल्या, त्यांचा निरोप घेतला आणि मग तो त्याच्या खोलीत गेला. लगेचच बाथरूममध्ये जाऊन चांगला अर्धा तास शॉवर खाली उभा होता.

त्याच्या खोलीतल्या रेफ्रिजरेटरमध्ये बीअरचे चार डबे होते. एका तासात त्यानं ते संपविले. प्रत्येक डबा (कॅन) घेताना तो स्वत:ला बजावत होता की, ही काही घसरगुंडी नाहीये. आपण पार तळाला काही जाणार नाही. माझ्यावर माझा पूर्ण ताबा आहे. मी आज मृत्यूला चकवलं आहे आणि ही घटना आपण साजरी का करायची नाही? आणि त्यात आज ख्रिसमसची हवा आहे. मी बीअर प्यायलो आहे हे कोणाला कळणारही नाही. आपल्यावर आपला ताबा असला म्हणजे झालं. चार-पाच बीअरनी काही परिस्थिती हाताबाहेर जाणार नाहीये.

.१४.

सकाळी टेलिफोन रिंगच्या आवाजाने त्याला जाग आली. टेलिफोन घ्यायला त्याला थोडा वेळ लागला. कालच्या बीअरचा त्याच्यावर फार वाईट असा काही परिणाम झालेला नव्हता, मात्र त्याचं मनच त्याला खात होतं. विमानाच्या अपघाताने त्याच्या शरीराचे अवयव बोलायला लागले होते. त्याच्या मानेवर, खांद्यावर, कंबरेवर काळे-निळे चट्टे पडले होते. बराच मुका मार बसला होता. कंबरेला जिथे पट्टा बांधला होता तिथे तर जखमेसारखंच काहीतरी झालेलं होतं. त्याच्या डोक्यावर दोन ठिकाणी टेंगळं आलेली होती. एक टेंगुळ त्याचं डोकं विमानाच्या तक्तपोशीला जिथे आपटलं होतं तेव्हाच्या दणक्यानं आलेलं आणि दुसरं कशामुळे ते त्याला आठवतं नव्हतं. त्याचे गुडघे वैमानिकाच्या खुर्चीच्या मागल्या बाजूला जोराने आपटलेले होते त्यामुळे ते सुजले होते. संध्याकाळपर्यंत मामुलीसे दुखत होते, पण रात्री दुखणं वाढलं. त्याचे हात आणि पाय उन्हात अगदी पोळून निघालेले होते.

“ख्रिसमसच्या शुभेच्छा” या आवाजानं त्याचं स्वागत केलं. वाल्दिरचा आवाज होता तो. सकाळचे नऊ वाजत होते.

“धन्यवाद.” नेट म्हणाला, “तुम्हाला सुद्धा, माझ्याकडून ख्रिसमसच्या शुभेच्छा.”

“कसं काय वाटतंय?”

“मस्त! धन्यवाद!”

“मला काल रात्री जेव्हीनं फोन करून काय काय घडलं ते सारं सांगितलं, विमान पडल्याचं सांगितलं. मिल्टन म्हणजे खरोखरच वेडा माणूस असला

पाहिजे. त्याला या वादळाची कल्पना यायला हवी होती आणि वादळ येतंय असं दिसताना त्यानं परतच फिरायला हवं होतं. आता त्याला मी कधीही काम देणार नाही.''

''हो, माझं पण तसंच मत आहे.''

''तुम्ही ठीक आहात का?''

''होय.''

''डॉक्टरांना बोलवायचं का?''

''नाही.''

''जेव्हीनं सांगितलं होतं की, तुम्हाला गंभीर अशी काही इजा झालेली नाहीये.''

''मी ठीक आहे, पण त्या अपघाताचा माझ्या शरीरावर आणि मनावर थोडाफार परिणाम होणारच की नाही?''

थोडावेळ कोणीच काही बोललं नाही. वाल्दिरनं विषय बदलला आणि म्हणाला, ''आज ख्रिसमसच्या निमित्तानं मी माझ्या घरी काही जवळच्याच मित्रांना, नातेवाईकांना दुपारच्यावेळी जेवायला बोलावलं आहे, तुम्हीपण जेवायला माझ्याकडं यावं अशी माझी इच्छा आहे, तर याल का?''

वाल्दिरचं बोलणं औपचारिक होतं का मनापासूनचं होतं हे नेटला काही कळत नव्हतं. कदाचित भाषेचा परिणाम असेल असं त्याला वाटलं. ''तुम्ही मला तुमच्या घरी जेवायला बोलावताय याचा मला फार आनंद होतोय, त्याबद्दल मी तुमचे आभार मानतो, पण मला अद्याप खूप वाचन करायचंय.''

''नक्की! खरं सांगताय ना हे तुम्ही?''

''हो आणि पुनश्च आभार.''

''ठीक आहे, तुमच्या कामाच्या आड मी येणार नाही. बरं! एक चांगली बातमी द्यायचीय, कालच मी एक बोट भाड्यानं घ्यायचं नक्की केलीय.''

''छान. ती बोट पाहायला कधी जायचं ते सांगा.''

''उद्या जाऊ – बोटीचं काही काम करायचं आहे ते ते करतायत. जेव्हीला बोट माहीत आहे.''

''कालची घटना झाल्यानंतर मला तर नदीचा मार्ग योग्य वाटतोय, म्हणून मी बोट पाहायला अतिशय उत्सुक आहे.''

मग वाल्दिरनं ती बोट त्यानं कशी मिळवली याचं रसभरीत वर्णन ऐकवलं. बोटीचा मालक तर एवढा लोभी, त्यानं अव्वाच्यासव्वा रक्कम सांगितली. एका आठवड्याला एक हजार रईसची मागणी केली. घासाघीस करून शेवटी सहाशेवर तयार झाला. नेटनं हे एका कानानं ऐकलं अन् दुसऱ्यानं सोडून दिलं. फेलनच्या मिळकतीच्या संदर्भात ही बाब अती क्षुल्लक होती.

वाल्दिरनं पुन्हा ख्रिसमसच्या शुभेच्छा दिल्या आणि तो गेला.

नेटचे नायके बूट अद्याप ओले होते, तरी पण त्यानं ते तसेच चढवले. अर्धी चड्डी, टी-शर्ट अशा पोषाखात तो बाहेर पडला. त्याला थोडासा पळण्याचा व्यायाम करायचा होता. नाहीच जमलं तर, निदान जलद चालणं तरी करायचंच, मोकळी शुद्ध हवा त्याला त्याच्या शरीरात भरायची होती. खोलीत फिरता फिरता त्याला केराच्या टोपलीतले बीअरचे रिकामे कॅन्स दिसले.

काल बीअर जरा जास्तच घेतली असा विचार मधून मधून त्याच्या मनात यायचा, पण त्यानं स्वत:ला बजावलं की आपण काही काल घसरलेलो नव्हतो. आपला स्वत:वर चांगला ताबा होता. मागच्यासारखी परिस्थिती आता येणार नाही, असं त्यानं त्याला स्वत:ला बजावलं अन् बीअरचा विचार मनातून बाहेर काढला.

कालच त्याच्या आयुष्याचा शेवटचा दिवस असल्याची शक्यता त्यानं स्वत: अनुभवली होती. त्यानं सारं काही बदललं गेलं होतं. काल तो जवळ जवळ मरणारच होता. आता प्रत्येक दिवस हा बक्षिसासारखा आहे आणि येणारा प्रत्येक क्षण आनंदानं जगायचा, आयुष्यातले काही क्षण खरोखरच आपण उपभोगायचे असतात त्याचा आनंद आपण अनुभवायचा असतो, थोडीशी बीअर किंवा वाईन. एवढंच, त्याच्यापुढे नाही जायचं आणि अफू, गांजा वगैरे तर नाहीच नाही. मागल्यावेळी जेव्हा जेव्हा तो कोलमडला होता, तेव्हाच्या आधीच्या काळातले त्याचे त्याच्या मनाबरोबरचे संवाद अशाच प्रकारचे असायचे.

नेट जवळ एक प्रकारचं मलम होतं. ते त्यानं त्याच्या हाताला, पायाला, चेहऱ्याला लावलं. उन्हापासून संरक्षण देणारं ते मलम होतं. हॉटेलच्या प्रवेश दालनातल्या टी.व्ही.वर ख्रिसमसच्या सणासाठीचा खास कार्यक्रम चालू होता, पण कुणीच तो पाहात नव्हतं. जाता जाता हॉटेलच्या स्वागत कक्षातल्या युवतीकडे पाहून नेटनं स्मितहास्य केलं, गुडमॉर्निंग म्हणाला. उघड्या दरवाजातून, बाहेरच्या गरम हवेचा झोत आत येत होता. हॉटेलच्या प्रवेशद्वाराजवळच आतल्या बाजूला, गरम कॉफीचा एक थर्मास भरून ठेवला होता त्यातली थोडी गोडमिट्ट पण घट्टसर, थोडी – कॉफी त्यानं घेतली. कॉफी द्यायला कोणी नव्हतं. तिथेच छोटेछोटे प्लॅस्टिकचे वापरल्यावर फेकून द्यायचे कप होते त्याच्यात आपणच कॉफी घ्यायची. गरम कॉफीचे दोन कप त्याने प्यायले अन् बाहेर उघड्यावर येता येताच, घामानं अंग ओलं व्हायला सुरुवात झाली. त्यानं शरीर ताणायचा प्रयत्न केला पण सर्व स्नायू दुखत होते, सांधे अखडल्यासारखे झाले होते, पळणं तर शक्यच नव्हतं पण साधं नीट चालणं सुद्धा कष्टप्रद होत होतं.

पण त्याच्याकडे कोणी पाहात नव्हतं. दुकानं बंद होती. रस्ते मोकळे होते.

आज ख्रिसमसमुळे हे असं असणार हे त्याला अपेक्षित होतं. दोनशे फूट चालल्यावरच अंगावरचा सदरा घामाने भिजून शरीराला चिकटला होता. एखाद्या जीम मध्ये स्टीम बाथ – वाफेने आंघोळ – करण्याचा तो अनुभव होता.

नदीच्या बाजूला रस्ता होता त्याचं नांव होतं 'अवेनिदा रॉंडॉन'. रस्त्याच्या कडेच्या पदपथावरून तो बराच वेळ चालत राहिला, चालायला त्रास होत होता, थोडफार लंगडत होता, पण चालण्यानं स्नायू जरा मोकळे झाले होते आणि सांध्यांमधलं घर्षण जरा कमी झालं होतं. दोन दिवसांपूर्वी तेवीस तारखेला तो ज्या बागेजवळ थांबला होता, त्यावेळी तिथे गर्दी जमली होती आणि काही जणं ख्रिसमसच्या सणाची गाणी गात होते. त्या दिवशीच्या काही घडीच्या खुर्च्या अद्याप तिथे होत्या. त्याच्या पायांना विश्रांती हवी होती. त्या दिवशीच्या पिकनिक टेबलाशी तो जरा टेकला. परवाचाच डोक्यावरचे काही भागातले केस गेलेला तो मुलगा त्याला परत दिसतोय का हे तो पाहायला लागला. त्यादिवशी त्यानं नेटला, काही अमली पदार्थ विकण्याचा प्रयत्न केला होता.

पण आज तिथे कुणी चिटपाखरू सुद्धा नव्हतं. आपले गुडघे चेपत चेपत तो पेंटॅनलच्या दिशेने पाहात होता. पलीकडे क्षितिजापुढे मैलोन् मैल हे पेंटॅनल पसरलेलं होतं. जगापासून वेगळं आणि विशाल जग, एकाकीपणे राहणाऱ्यांचं जग, भव्य आणि त्याच्या डोळ्यांसमोर लुई, ऑली आणि टॉमस ही मुलं आली. त्यांच्या प्रत्येकाच्या खिशात नेटनं दिलेली दहा दहा रईसची नाणी असतील, कुठे खर्च करणार ती? ख्रिसमसच्या सणाचं त्यांना काहीच देणं घेणं नव्हतं, प्रत्येक दिवस सारखाच.

समोर क्षितिजापलीकडे पसरलेल्या अवाढव्य विस्ताराच्या दलदलीच्या प्रदेशात कुठेतरी रॅचेल लेन नम्रपणे देवाचं काम करण्यात लीन झालेली आहे आणि काही दिवसांतच जगातल्या काही मोजक्याच अशा प्रसिद्ध अतिश्रीमंतांमध्ये आहेत, त्यांमध्ये तिची गणना होणार आहे. त्याला जर ती भेटलीच, तर तिला ही बातमी कळल्या नंतरची तिची प्रतिक्रिया कशी असेल? नेटनं प्रत्यक्षात तिला शोधून काढल्यानंतर, आणि अमेरिकेतल्या ज्या वकिलानं तिला मोठ्या प्रयत्नांनी शोधून काढलंय त्याला भेटताना ती कशा प्रकारे वागेल?.

या प्रश्नांच्या शक्य उत्तरांनी त्याला अस्वस्थ करून टाकलं.

ट्रॉय हा इसम खरोखरीचाच वेडा असला पाहिजे असं आजच त्याला पहिल्यांदा वाटलं. ज्या व्यक्तीला एका पैशाचा सुद्धा लोभ नाहीये अशा व्यक्तीला अब्जावधीची आपली मिळकत, कोण शहाणा, सूज्ञ, व्यवहारी आणि सुबोध मनाचा माणूस देईल?

स्वतःच्या हस्ताक्षरात हा माणूस आपलं मृत्युपत्र लिहितो आणि आपण

आपली सर्व संपत्ती ज्याला दान करतोय, त्या व्यक्तीबद्दल पुरेशी माहिती सुद्धा या माणसाला नव्हती. घरापासून पाच हजार किलोमीटरवर नेट बसलाय आणि समोर क्षितिजा-पलीकडे पसरलेल्या पेंटॅनलच्या जंगलाकडे जेव्हा तो पाहात होता, तेव्हा त्याला हे जे काही घडलंय – आणि जे काही घडतंय ते सारंच त्याला वेडेपणाचं वाटत होतं.

रॅचेल लेनबद्दल फारच कमी माहिती त्याला मिळालीय. एव्हलीन कनिंगहॅम हे तिच्या आईचं नाव. लुझियाना मधल्या देलही गावात ती राहात होती. वयाच्या एकोणिसाव्या वर्षी ती 'बॅटन-रोगला' या गावात आली. जमिनीतलं तेल आणि वायू शोधण्याचं काम करणाऱ्या एका कंपनीत तिला सेक्रेटरीची नोकरी मिळालेली होती. ट्रॉय फेलनच्या मालकीची ती कंपनी होती. कामाच्या निमित्ताने न्यूयॉर्कहून ट्रॉय कधीतरी एकदा तिथे आला होता त्यावेळी ही एव्हलीन त्याच्या नजरेला पडली. एव्हलीन दिसायला अतिशय सुंदर होती. स्वभावाने सालस, सरळ, निष्कपट अशी ती मुलगी होती आणि त्या उलट ट्रॉय म्हणजे सुंदर स्त्रियांच्या बाबतीतलं एखादं वखवखलेलं गिधाडच. त्यानं तिला पटवलं. काही महिन्यांतच तिच्या ध्यानात आलं की आपण गरोदर आहोत. १९५४ सालातला फेब्रुवारी महिना होता तो.

त्या वर्षाच्या नोव्हेंबर महिन्यामध्ये ट्रॉयच्या ऑफिसमधल्या लोकांनी एव्हलीनला न्यू ऑर्लिन्स मधल्या एका कॅथॉलिक हॉस्पिटलमध्ये दाखल केलं आणि तिथे दोन नोव्हेंबरला रॅचेलचा जन्म झाला. एव्हलीनला तिची मुलगी कधी दिसलीच नाही.

पुढे ट्रॉयनं त्याच्या वकिलांची ताकद, त्याच्या व्यवसायाचा, प्रतिष्ठेचा दबाव वापरून मोंटाना प्रांतातल्या कॅलारचेल या गावातल्या चर्चमधल्या धर्मगुरूला आणि त्याच्या बायकोला रॅचेलला दत्तक घ्यायला लावलं. मोंटाना प्रांतातल्या काही तांब्याच्या आणि जस्ताच्या खाणी विकत घेण्याच्या वेळी तिथल्या काही वजनदार व्यक्ती आणि कंपन्यांशी ट्रॉयचा संबंध आला होता, त्यावेळी त्याला हे दत्तक प्रकरण जमवता आलं होतं. ज्यांनी रॅचेलला दत्तक घेतलं होतं त्यांना रॅचेलचे नैसर्गिक आई बाप कोण आहेत हे माहीत नव्हतं.

एव्हलीनला मूल सांभाळायचं नव्हतंच आणि ट्रॉयशी सुद्धा तिला संबंध ठेवायचे नव्हते. तिने ट्रॉयकडनं दहा हजार डॉलर्स घेतले आणि ती देलहीला परतली. ती देलहीला परतण्यापूर्वी तिला झालेल्या मुलीची बातमी तिथे पोहोचली होती. मोठ्या धीरानं ती तिच्या आईवडिलांसह देलहीला राहात होती, काही दिवसांनंतर लोकं विसरतील आणि परत सर्व काही पहिल्यासारखं होईल असं तिला वाटलं होतं,पण तसं काही घडत नव्हतं. छोट्या छोट्या गावातले लोक

अशा बाबतीत फारच क्रूर असतात. एव्हलीन आणि तिचे आईबाप यांना त्या गावातल्या लोकांनी जवळजवळ वाळीतच टाकलं होतं. एव्हलीनला ज्यांच्यात मिळून मिसळून वावरायचं होतं, राह्यचं होतं, ते तिच्या जवळ सुद्धा यायला तयार नव्हते. ती घरातून बाहेर पडेनाशी झाली, घरातल्या अंधाऱ्याखोलीत बसून राहू लागली. तिला तिच्या मुलीची आठवण यायला लागली.

तिने ट्रॉयला पत्रं लिहिली, एकाचंही उत्तर तिला मिळालं नाही. ट्रॉयच्या सेक्रेटरीने ट्रॉयला कधीच ती पत्रं दाखविली नव्हती, एका फाईलमध्ये तिनं ती ठेवून दिलेली होती. ट्रॉयच्या आत्महत्येनंतर जॉशचे मदतनीस ट्रॉयचं सर्व सामान, चीजवस्तू जेव्हा तपासत होते, तेव्हा त्याच्या स्वत:च्या कपाटात पार तळात ही पत्रं दडवून ठेवलेली मिळाली.

जशी जशी वर्षे जाऊ लागली तशी तशी एव्हलीन तिच्या दु:खाच्या गर्तेत जास्तच खोल खोल जायला लागली होती. तिच्या बद्दलच्या बातम्या तुरळक व्हायला लागल्या. पण कायमच्या संपल्या नाहीत. एव्हलीनचे आई वडील जेव्हा कधी फिरायला म्हणून बाहेर पडत असत किंवा चर्चमध्ये जात असत किंवा काही खरेदीसाठी बाजारात जात असत तेव्हासुद्धा लोकांच्या नजरा त्यांच्याकडे कुतूहलपूर्वक रोखल्या जायच्या, एव्हलीनबद्दलची कुजबूज त्यांच्या कानावर यायची. या सर्वांचा त्यांना फार त्रास व्हायचा. हळूहळू त्यांनीसुद्धा बाहेर पडायचंच बंद केले.

२ नोव्हेंबर १९५९ रोजी एव्हलीननी स्वत:ला संपवलं. रॅचेलचा तो चौथा वाढदिवस होता, त्या दिवशी तिच्या आई वडिलांची गाडी घेऊन ती बाहेर पडली. गावाच्या बाहेरील नदीच्या पुलाचे कठडे तोडून गाडी नदीत गेली.

स्थानिक वर्तमानपत्रात तिच्या मृत्यूची बातमी तिच्या इतर माहितीसह छापून आलेली होती. एव्हलीनच्या मृत्यूच्या बातमीची माहिती गोळा करणारा बातमीदार माहिती काढत काढत न्यू जर्सी मधल्या ट्रॉयच्या ऑफिसपर्यंत पोचला होता तेथे त्याला गप्प करण्यात आलं आणि त्यानं जमविलेली माहिती ट्रॉयच्या ऑफिसमधल्या फाईलींमध्ये बंद करण्यात आली. रॅचेलच्या बालपणाबद्दल फारच कमी माहिती उपलब्ध होती. सन्माननीय धर्मगुरू (रेव्हरंड) आणि सौ. लेन यांनी दोनदा गाव बदललं होतं. पहिलं कॅलिस्पेल, दुसरं बट आणि नंतर बटहून ते हेलेनाला गेले होते. रॅचेल सतरा वर्षांची असताना रेव्हरंड कॅन्सरने गेले. ती त्यांची एकुलती एक मुलगी होती.

या काळात ट्रॉयने परत रॅचेलच्या आयुष्यात यायचा प्रयत्न केला आणि त्याचं कारण फक्त ट्रॉयलाच माहिती असेल. त्यावेळी रॅचेलनं आपलं शालेय शिक्षण पूर्ण केलेलं होतं. त्या काळात ट्रॉय स्वत:ला दूषणं देत होता, त्याचं मन

त्याला खात होतं. त्याला तिच्या महाविद्यालयीन शिक्षणाची चिंता वाटू लागली होती. ती कसं काय ते पुरं करणार? तिच्या जवळ कुठे एवढे पैसे आहेत? वगैरे वगैरे. रॅचेलला आपण स्वत: दत्तक घेतले गेलेले आहोत याची कल्पना होती, पण तिचे खरे आईवडील कोण आहेत हे जाणून घेण्यासाठी तिनं कधी हट्ट धरला नव्हता.

तपशील काही माहीत नाही, पण १९७२च्या उन्हाळ्यात ट्रॉय रॅचेलला भेटला होता. चार वर्षांनंतर ती मोंटाना विश्वविद्यालयामधून पदवी परीक्षा उत्तीर्ण झाली होती. पुढे काही काळ काय घडलं याची माहिती उपलब्ध नव्हती, ती माहिती फक्त दोनच व्यक्तींना माहीत होती, त्यातली एक स्वर्गवासी झालेली होती आणि दुसरी पेंटॅनलमध्ये आत कुठेतरी दोन हजार नद्यांपैकी कुठल्यातरी एका नदीकाठी असलेल्या आदिवासींच्या वस्तीमध्ये वास्तव्य करून होती.

नेटनं हळू हळू पळण्याचा प्रयत्न केला, पण वेदनांमुळे ते त्याला सोडून द्यावं लागलं. चालणं सुद्धा कष्टप्रदच होतं. बाजूने दोन मोटारी गेल्या. वर्दळ वाढायला लागली होती. मागल्या बाजूनं मोठ मोठा आवाज करीत एक भलेमोठे वाहन त्याच्या दिशेने येत असल्याचं त्याला जाणवलं, मागे वळून पाहणार तोच करकचून ब्रेक दाबून नेटच्या शेजारीच जेव्हीनं त्याचा ट्रक उभा केला, 'बॉम डिया' इंजिनाच्या गडगडाटाच्या आवाजातच तो ओरडला. नेटनं प्रत्युत्तरार्थ 'बॉम डिया' शब्द उच्चारला.

जेव्हीनं किल्ली फिरवून इंजिन बंद केले, "काय कसं काय वाटतंय?"

"जरा अंग दुखतंय."

"होईल कमी आणि हॉटेल मधली मुलगी तर म्हणत होती की तुम्ही रनिंग करायला जाताय म्हणून! चला बसा की गाडीत."

अंग थोडंफार दुखत होतं ही गोष्ट खरी होती, तरीपण जेव्ही बरोबर त्या ट्रक मधून जाण्यापेक्षा हळू हळू पळणंच नेटला सोईस्कर वाटत होतं. वाहतूक पण कमी होती त्यामुळे जेव्हा रस्त्यावर पळण्यामुळे अपघात होण्याची शक्यता कमी होती.

जेव्हीच्या ट्रकमध्ये तो बसला. जेव्ही गावाच्या मध्य भागाकडे भरपूर वेगाने चौकातल्या वाहतूक नियंत्रण करणाऱ्या दिव्यांकडे पार दुर्लक्ष करीत बिनधास्तपणे जात होता.

"मी तुम्हाला बोट दाखवतो" जेव्ही म्हणाला. अदल्या दिवशीच्या विमान कोसळण्याच्या अपघातामुळे, जेव्हीला थोडीफार इजा – दुखापत झालेली होती तरीपण तो काही दाखवत नव्हता. नेटनं फक्त होकारार्थी मान हालविली.

शहराच्या पूर्व भागात नदीच्या पात्राच्याकडेने, बोटी-होड्या उभ्या करण्याची एक जागा होती तिथे नदीचा एक चिंचोळा भाग आत आलेला होता. पाणी खोल होतं, गढूळ होतं, पृष्ठभागावर तेलाचा तवंग दिसत होता. जुन्या नव्या, आकर्षक मोडकळीस आलेल्या अशा अनेक प्रकारच्या होड्या पाण्यावर डोलत होत्या. काही काही होड्या कित्येक वर्षांपूर्वीच बाद केलेल्या होत्या. काही काही क्वचितच वापरल्या जायच्या, त्यातल्या दोन तीन जनावरांची वाहतूक करणाऱ्या बोटी होत्या. त्या बोटींवर गव्हाणी दिसत होत्या, गोठे दिसत होते, वरचा सपाट भाग शेणाने सारवल्यासारखा दिसत होता.

"ती, ती बघ." जेव्हीनं नदीच्या पात्रात उभ्या असलेल्या अनेक बोटींपैकी एका बोटीच्या दिशेने बोट दाखवून खुणावलं.

त्यांनी त्यांचा ट्रक रस्त्याच्या कडेला उभा केला, चालत चालत ते नदीच्या तीराकडे गेले. पाण्यात मासेमारी करणाऱ्या खूप होड्या होत्या, त्यांचे मालक जात येत होते. जेव्हीनं त्यांच्यापैकी दोघां तिघांकडे पाहून "काय? कसं काय आहे." अशा अर्थाचे काही बोलणं केलं, एखाद्याकडे पाहून काहीतरी विनोदी वाक्य टाकलं.

"माझे वडील अशाच एका बोटीचे कप्तान होते." जेव्ही सांगत होता, "मी इथे दररोज यायचो."

"आता ते कुठे आहेत?" नेटनं विचारलं

"एका वादळात ते नदीमध्ये बुडाले."

कमाल आहे! यांना वादळ हवेत पकडतं, पाण्यात पण पकडतं – नेटच्या मनात हा विचार आला.

ती बोट आणि नदीचा किनारा यामध्ये लप खाल्लेल्या खालच्या बाजूने गोलाकार झालेल्या फळ्यांच्या तराफा लावलेला होता. त्या बोटीच्या अलीकडेच त्या बोटीची प्रशंसा करायला सर्वजण थांबले. "सांतालौरा."

"कशी काय आहे बोट?" जेव्हीनं विचारलं.

"मला काय कळतंय त्यातलं?" नेट म्हणाला. त्या जनावरांच्या बोटीपेक्षा नक्कीच ती चांगली होती. बोटीच्या मागल्या बाजूला हातोडीने ठोकल्याचा काहीतरी आवाज येत होता.

"एक रंगाचा हात दिला की बस्स्," बोट साठ फूट लांब होती. पहिल्या मजल्यावर दोन आडवे तराफे व त्यांना जोडणारा एक दुवा, असे तराफे होते. तळमजल्यावरून पहिल्या मजल्यावरच्या तराफ्यांवर जायला एक जिना होता. नेटच्या कल्पनेतल्या बोटीपेक्षा ही बोट खूपच मोठी होती.

"तुझ्या म्हणण्याप्रमाणे आपल्याला पाहिजे तशी ही बोट आहे ना?" नेटनं विचारलं.

"हो."

"आपल्या बरोबर आणखी कोण असणार आहे?."

"नाही, कुणीही नाही. तुम्ही, मी आणि मदतीला एक पोऱ्या."

"कोण? नाव काय त्याचं?"

"विली."

फळ्यांच्या तराफ्यावरून जाताना करकर आवाज आला पण त्या काही मोडल्या नाहीत. बोटीत उडी मारली, तेव्हा बोट पाण्यात थोडीशी खाली गेली. बोटीमध्ये डिझेल आणि पाण्याचे ड्रम भरून कडेने लावून ठेवलेले होते. दरवाजातून आत गेल्यावर, पुढे आणखी दोन पायऱ्या उतरल्यावर ते एका खोलीत आले. खोलीत भिंतीला झोपण्याचे चार पलंग अडकवून ठेवलेले होते. प्रत्येक पलंगावर रबर फोमची गादी आणि त्यावर पांढरी चादर घातलेली होती. आता या पलंगावर चांगली एक आठवडाभर मस्त विश्रांती घ्यायची या कल्पनेने नेटच्या शरीरातला दुखणारा स्नायून् स्नायू सुखावला. तक्तपोशीची उंची कमी होती, खिडक्या बंद होत्या, खोली वातानुकुलीत ठेवण्याची यंत्रणा या बोटीवर नव्हती त्याची नेटला खंत वाटत होती. ही खोली म्हणजे गरम भट्टी होती.

जेव्हीनं नेटच्या मनातली शंका जाणली आणि म्हणाला, "आपण पंख्यांची व्यवस्था करू. एकदा का बोट सुरू झाली की खोली इतकी गरम राहणार नाही." जेव्हीचं बोलणं विश्वासार्ह नव्हतं. खांदे तिरके करत सर्वजण त्या अरुंद बोळातून बोटीच्या मागल्या बाजूला आले. वाटेत एक भाग स्वयंपाकघरासारखा होता. तेथे ओटा होता, सिंक होतं, गॅस होता, शेगडी होती. पुढे इंजिनची खोली आणि शेवटी बाथरूम. इंजिनच्या खोली मध्ये अंगाला, कपाळाला काळं तेल, ग्रीस लागलेला उघडाबंब, घामानं डबडबलेला एक माणूस होता. त्याच्या हातात एक पान्हा होता आणि या सर्वांनी जणूकाही त्याचा काही तरी अपमान केलेला म्हणून की काय त्यानं तो पान्हा या सर्वांवर उगारलेला होता.

जेव्हीला तो माणूस माहीत होता. त्याला लागेल असं काहीतरी जेव्ही त्याला बोलला आणि एकदम बाचाबाचीला सुरुवात झाली. नेट बाजूला असलेल्या दरवाजानं मागच्या बाजूच्या पायवाटेवर गेला. तिथे त्याला सांतालौराच्या बाजूला बांधलेली एक ॲल्युमिनियमची होडी दिसली, त्यालाच वल्ही अडकविलेली होती आणि चालविण्या-साठी एक इंजिन पण होते. नेटला एकदम जाणवलं की, निबीड जंगलातल्या एका नदीतून तो आणि जेव्ही या छोट्या होडीतून चाललेले आहेत, मोठमोठ्या वेगाने मध्ये मध्ये येणारी झाडं, बुंधे, आडव्या येणाऱ्या फांद्या चुकवित मध्येच बोटीच्या दिशेने येणाऱ्या मगरी, सुसरी यांना चुकवित पुढे पुढे ते जात होते, ते एका भयंकर मृत्यूच्या खाईत. त्यांची ही

साहस-सफर फारच भयप्रद अनुभवातून चालली होती.

जेव्ही हसला – ताण संपला – तो बोटीच्या शेवटाच्या टोकाला गेला आणि म्हणाला, "त्याला ऑईल पंप हवाय, आज दुकान बंद आहे."

"उद्याचं काय?" नेट म्हणाला

"तुम्ही चिंता करू नका."

"ही छोटी होडी कशासाठी आहे?"

"बऱ्याच गोष्टींसाठी."

ते जाळी जाळीच्या पायऱ्या चढून पहिल्या मजल्यावरच्या खोलीत आले. तेथे जेव्हीनं दिशा संभाळायचं चाक तपासलं. इंजिनाची बटनं पाहिली. मागच्या बाजूला एक खोली होती. बाजूंनी ती उघडी होती, भिंतीला दोन पलंग होते. जेव्ही आणि त्याचा मदतनीस हे आळीपाळीने तिथे विश्रांती घेणार होते. या खोलीच्या मागे पंधरा फूट व्हरांडा, वर हिरव्या ताडपत्रीसारखं झाप होतं आणि व्हरांड्यामध्ये दोन बाजूला अडकवलेला, झोळी सारखा एक झोपाळा होता. त्यात पडून राहायचं आणि आजूबाजूचं सृष्टी सौंदर्य न्याहाळायचं. नेटला हा झोपाळा एकदम आवडला.

"ही गोष्ट तुमच्यासाठीच." जेव्ही हसत म्हणाला.

"यात झोपून तुम्हाला खूप वाचन करता येईल, भरपूर विश्रांती घेता येईल."

"व्वा! काय मजा आहे." नेट म्हणाला

ही बोट बऱ्याच वेळ पर्यटकांसाठी वापरली जात होती, विशेषतः जर्मन लोकांना पेंटॅनल पाहायची खूप उत्कंठा असायची.

"तू कॅप्टन म्हणून या बोटीवर काम केलयंस?"

"हो बऱ्याच वेळा, पण खूप वर्षांपूर्वी. याचा मालक फार खडूस होता."

नेट काळजीपूर्वक त्या झुल्यामध्ये बसला, पायानं थोडा झोका घेतला. जेव्हीनंसुद्धा त्याला थोडा झोका दिला आणि मेकॅनिकशी आणखी काही बोलण्यासाठी तो गेला.

.१५.

लिलियन फेलनला त्या रात्रीचं जेवण ख्रिसमच्या सणाचं म्हणून आरामात आणि आनंदात घ्यायचं होतं, पण तिचा मुलगा ट्रॉय ज्युनियर त्याच्या बायकोबरोबर म्हणजे बीफ् बरोबर भांडला होता आणि ते दुःख आणि तो राग कमी करण्याकरता भरपूर दारू पिऊन आला होता. ते दोघे वेगवेगळे आले, निरनिराळ्या मोटारीतून

आले. प्रत्येकाकडे पोर्शे कंपनीची नवी कोरी गाडी होती, दोन्हींचे रंग वेगवेगळे होते. रेक्स आला आणि आरडाओरडा वाढलाच. कारण तो सुद्धा पिऊनच आला होता. आल्या आल्या ट्रॉय ज्यु. आणि त्याच्या बायकोला त्यांच्या आईचा ख्रिसमसचा आनंद बिघडवून टाकल्या बद्दल दूषणं देऊ लागला. घर भरलेलं होतं, लिलियन तिची चार मुलं- ट्रॉय ज्यु., रेक्स, लिब्बिगैल आणि मेरी रॉस आणखी त्यांची मुलं म्हणजे लिलियनची अकरा नातवंडं, पुढे त्यांच्या बरोबर त्यांचे मित्र, या मित्रांपैकी काही जणांना लिलियननी बोलवलं सुद्धा नव्हतं. ट्रॉय फेलनच्या नातवंडांनी सुद्धा त्यांच्या माता पित्याप्रमाणे खूप मित्रांना आकर्षित केलं होतं आणि त्यातले बरेचसे मित्र ट्रॉय फेलनच्या मृत्यूनंतरच नव्यानं या कुटुंबाला चिकटले होते.

ज्युनियर ट्रॉय येईपर्यंत सर्व मंडळी ख्रिसमसच्या सणाची मजा आनंदात लुटत होती. आत्तापर्यंत उंची, किमती बक्षीस एकमेकाला यांपैकी कोणी दिलेलं नव्हतं. आज मात्र फेलन कुटुंबातल्या सर्व मंडळींनी एकमेकांना बक्षीस देण्याकरिता चांगल्या चांगल्या, महाग महाग वस्तू आणल्या होत्या. सगळ्यांनी लिलियनला सुद्धा भेटी दिल्या होत्या. भारी भारी तयार कपडे, ड्रेस, दागदागिने, विजेवर चालणारी उपकरणे, कलाकुसरीच्या वस्तू, प्रत्येकाच्या दातृत्वाला उधाण आलं होतं.

दोन दिवसांतच ट्रॉय फेलनच्या मृत्युपत्राचं वाचन होणार होतं. लिब्बिगैलचा मोटारसायकलवाला नवरा स्पाईक, त्याने ज्युनियर ट्रॉय आणि रेक्स यांच्या भांडणात समझौता घडवून आणण्याचा प्रयत्न केला, पण ज्यु. ट्रॉयने त्यालाच शिव्या द्यायला सुरुवात केली. "अमली पदार्थांचं सेवन करून या जाड्या हिप्पीचा मेंदू पार नासला आहे." असं ट्रॉय ज्यु. स्पाईकला त्याच्या तोंडावर म्हणाला. त्यावरून लिब्बिगैल भडकली. त्यात तिनं बिफ्‌ला चालू बाई म्हटलं, त्यावरून लिलियन वैतागली आणि स्वत:च्या झोपण्याच्या खोलीत निघून गेली. दार बंद करून घेतलं. नातवंडांनी आपला मोहरा तळघरात वळवला होता, तिथे कुणीतरी बीअरची व्यवस्था केलेली होती.

मेरी रॉस सगळ्यांच्यात जास्त समजूतदार होती. ती इतक्या झटपट रागावत नसे. तिने सर्वांची समजूत घातली. लिब्बिगैलला जरा आवाज कमी करायला लावला. चार कोपऱ्यात चार कुटुंबांना वेगळंवेगळं बसवलं, काही जणांना हॉलमध्ये बसवलं, अस्वस्थ शस्त्रसंधीसारखं वातावरण झालेलं होतं.

वकील मंडळींना योग्य मार्ग सुचवता आलेला नव्हता. ते आता दोन दोन, तीन तीन, मिळून काम करत होते. प्रत्येक फेलन वारसदारांचे हित पाहणं हे

त्यांचे परम कर्तव्य होतं, प्रत्येक वारसदाराला जास्तीत जास्त वाटा कसा मिळेल याचे हिशेब ते बराच वेळ करत होते. वकिलांचे चार ग्रुप झालेले होते, पाचवा आणि लहान ग्रुप गीना आणि रँबल यांचा होता. सर्वचजण जीव तोडून काम करीत होते, निदान तसं दाखवत तरी होते. जितका जास्त वेळ ही वारसमंडळी त्यांच्या वकिलांबरोबर चर्चा करण्यात घालवत होती तितके त्यांचे एकमेकांचे बरोबरचे संबंध बिघडत होते.

एक तास शांततेत गेला, लिलियन तिच्या खोलीमधून बाहेर आली. तिनं सगळीकडे पाहिलं, शांतता प्रस्थापित झालेली होती. ती काही बोलली नाही. स्वयंपाक घरात गेली, अर्धवट काही काम बाकी होतं ते तिनं पुरं केलं.

वेगवेगळ्या ग्रुपना तिनं आत बोलावलं. प्रत्येकाला जे जे हवं ते ते त्यांनी घ्यावं असं तिनं सांगितलं. प्रत्येक जण आपापली प्लेट भरून घेऊन त्यांच्या त्यांच्या ग्रुपमध्ये जाऊन बसले. अशा प्रकारे सर्वांची जेवणाची व्यवस्था तिनं केली. एकूण ट्रॉय फेलनच्या पहिल्या बायकोपासूनच्या वंशजांनी ख्रिसमसचं जेवण चांगल्या प्रकारे साजरं केलं. ज्यु. ट्रॉयनं हॅमवर ताव मारला. बटाट्यापासून बनविलेला गोड पदार्थ त्याने भरपूर खाल्ला. मागल्या बाजूला पॅटिओजवळ उघड्यावर बसून त्यानं मस्त पैकी जेवण केलं. बिफ्नं लिलियन बरोबर स्वयंपाकघरात बसूनच जेवण केलं. रेक्स आणि त्याची बायको अंबर जी स्ट्रिपटीझ होती. त्यांनी बेडरूममध्ये टीव्हीवर फुटबॉलचा खेळ पाहात, टर्कीचा आस्वाद घेतला. लिब्बिगैल आणि मेरी रॉस यांनी त्यांच्या नवऱ्यांबरोबर हॉलमध्ये टीव्ही पाहात जेवण उरकलं.

नातवंडांनी तळघरात बसून पिझ्झा आणि बीअर यांचा समाचार घेतला होता.

दुसऱ्या कुटुंबानी ख्रिसमसचा सण साजरा केला नाही, निदान ते एकत्र तरी नव्हते. जेनीला सुट्टीचं कौतुक असं नव्हतंच. ती स्वित्झर्लंडमध्ये गेली होती. तिथे युरोपातले अनेक रूपवान, धनवान, बर्फावरच्या कसरती पाहण्याकरता जमत असतात, तिथे तिनं लान्स नावाच्या शरीर सौष्ठव स्पर्धेत भाग घेणाऱ्या एका तरुणाला बरोबर नेलं होतं. तो अठ्ठावीस वर्षांचा होता आणि जेनी होती छप्पन्न वर्षांची, पण लान्सला तिच्या बरोबर जाण्यामुळे युरोपातला एक चांगला प्रकार पाहायला मिळणार होता म्हणून तो तिच्याबरोबर जायला, राहायला तयार झालेला होता.

जेनीची मुलगी गीना. तिला दरवर्षी तिच्या सासरी कनेक्टीकट येथे ख्रिसमस साजरा करायला लागत असे आणि ते सर्व तिच्या मनाविरुद्धच होत होतं, पण

आता दिवस बदलत होते. गीनाचा नवरा कोडी, यावेळी तो त्यांच्या पूर्वजांच्या वॉटर बर्रा येथल्या घरात मोठ्या रुबाबात येणार होता.

कोडीच्या कुटुंबानं जहाजांच्या वाहतुकीच्या व्यवसायात चांगलं नाव कमावलेलं होतं खूप पैसा मिळविलेला होता, पण मधल्या काही पिढ्यांनी काहीच केलेलं नव्हतं फक्त पैसे उडविले होते. पण नावाचं वलय अद्याप शाबूत होतं, त्यामुळे कोडीच्या कुटुंबातल्या मुलांना, चांगल्या चांगल्या शाळांमध्ये, महाविद्यालयामध्ये विनासायास प्रवेश मिळत असे. चांगल्या चांगल्या क्लबमध्ये बोलावून त्यांना मेंबरशिप दिली जात असे. सर्वांना खाण्यापिण्यासाठी काही कमतरता नव्हती, कित्येक पिढ्या आणि त्यांच्यातली अनेक कुटुंबं अजूनसुद्धा त्यांचा पूर्वजांच्या पुण्याईवर जगत होती.

कोडी कुटुंबातली मंडळी उद्धट होती. त्यांना त्यांच्या वंशाचा फारच अभिमान होता, त्यांच्या रक्ताला फारच किंमत होती. पण व्यवहारासाठी या मंडळींजवळचे पैसे संपले होते. काही जणं न्यूयॉर्क, बोस्टन येथे नशीब काढायला गेलेले होते. तिथे त्यांनी जे काही मिळवलं होतं ते त्यांनी खर्चून टाकलेल होतं. त्यांना त्यांच्या पूर्वजांच्या मिळकतीतून मोठी रक्कम मिळणार याची खात्री होती. कॅडिस्ट्राँग कुटुंबातल्या मागल्या पिढीतल्या काही विचारी मंडळींनी एक ट्रस्ट बनविलेला होता, त्यांना संपत्ती कमी होत असल्याची कल्पना आलेली होती. आहे ती संपत्ती तरी जपून ठेवावी म्हणून ट्रस्ट करण्यात आला. त्यासाठी जरूर ते नियम करण्यात आले, चांगल्या चांगल्या वकिलांचा सल्ला घेण्यात आलेला होता. पुढच्या पिढीतल्या मंडळींनी ट्रस्टच्या नियमांबद्दल बरेच आक्षेप घेतलेले होते. कुटुंबातल्या मंडळींना या ट्रस्टमधनं पैसे उपलब्ध व्हायचे, पण ते बिनव्याजी कर्जाच्या स्वरूपात. या ट्रस्टमुळे ज्यांना उच्च शिक्षण घ्यायचं होतं त्यांना ते उपलब्ध होत होतं. कोडीने टॅफ्ट येथे बोर्डिंग-मध्ये राहून शिक्षण घेतलं होतं. डार्ट माउथ येथे सर्वसाधारण विद्यार्थी म्हणून तो गणला गेला होता. कोलंबिया विश्वविद्यालयात त्यांनी एम. बी. ए. पूर्ण केलं होतं.

कोडीच्या कुटुंबातल्या लोकांना त्यानं गीना फेलन बरोबर केलेलं लग्न आवडलेलं नव्हतं. मुख्य कारण म्हणजे तिचं हे दुसरं लग्न होतं म्हणून. त्या काळात तिच्या वडिलांची एकूण मिळकत सहा बिलियन डॉलर्सच्या घरात होती आणि ह्याच कारणास्तव कोडीच्या घरातल्या लोकांचा गीना बरोबरच्या लग्नाचा विरोध बोथट झाला होता. गीनाचं ते दुसरं लग्न होतं म्हणून कोडीच्या घरातले लोक तिला जरूर तो मान देत नसत, त्यात तिचं शिक्षण अगदी साध्या शाळेत झालेलं होतं आणि स्वत: कोडी सुद्धा एक वेगळ्याच प्रकारचा माणूस होता.

तरी पण कोडीच्या कुटुंबातल्या सर्व सदस्यांनी या दोघांचं ख्रिसमसच्या सणा-निमित्ताने स्वागतच केलेलं होतं. तिच्याकडे कायम तिटकाऱ्याने पाहणाऱ्या या लोकांच्या चेहऱ्यावर यावेळी हास्य होतं आणि या सर्वांनी तिच्या गालांवर ओझरते का होईना ओठ टेकवून, पाठीवर शाबासकी देऊन स्वागत केलेलं होतं. चांगुलपणाचा खोटा आव आणून खोटं स्वागत करण्याचा गीनाला तर फारच तिटकारा होता.

दोन तीन पेग पोटात गेल्यानंतर कोडी बोलायला लागला. त्याच्या नात्यातली माणसं त्याच्या सभोवती जमा झाली आणि काही क्षणातच त्यांच्यापैकी एकाने त्याला विचारले, "किती पैसे मिळणार आहेत?"

त्याला मिळणारे पैसे ही जणू काही ब्यादच आहे असा आविर्भाव चेहऱ्यावर आणत तो म्हणाला, "अर्धा बिलियनच्या आसपास."

हे वाक्य त्याने आरशासमोर उभं राहून प्रॅक्टिस केल्यासारखं मोठ्या आत्मविश्वासाने टाकलं होतं.

काही जणांची तर छातीच दडपली आणि जे कोडीला ओळखून होते त्यांच्या चेहऱ्यावर छद्मी हास्य पसरले. हे सर्वजण स्ट्रॉंग कुटुंबापैकीच होते. या साऱ्यांना कल्पना होती यातला एक छदामसुद्धा त्यांच्यापैकी कोणाला मिळणार नाही, त्यामुळे सर्वजण त्याचा हेवा करत होते. कोडीच्या आजूबाजूच्या मंडळींतून ही बातमी घरातल्या स्त्रियांच्या समुदायात पसरली. कोडीची आई कृश शरीरयष्टीची होती पण नीटनेटकी आणि चोखंदळ होती, ती हसली की तिच्या चेहऱ्यावरच्या सुरकुत्या आकार बदलायच्या. इतक्या मोठ्या रकमेचा लाभ घरात सुख शांती आणणार नाही असं वाटलं. ती तिच्या मुलीजवळ म्हणाली, "कोडीला मिळणारे पैसे चांगल्या-मार्गाने मिळविलेले नाहीत, एका नीच आणि दुष्ट माणसाने मिळविलेले हे पैसे आहेत, त्याने तीन लग्नं केली आणि झालेल्या मुलांपैकी एकानेसुद्धा ईशान्येकडल्या श्रेष्ठ विद्यापीठातून शिक्षण घेतलेले नाही."

तरुण मुलींना पैशामुळे मिळणाऱ्या चैनीशी मतलब असतो, तो पैसा कसा मिळवलाय याच्याशी त्यांना काही देणे घेणे नसते. ज्यांना पैसे मिळणार होते त्यांच्याबद्दल तरुण स्त्रियांच्या, मुलींच्या मनात मत्सर निर्माण झाला. त्यांच्या डोळ्यासमोर खाजगी जेट विमानं, समुद्रकाठचे राजेशाही इमले, त्यात साजऱ्या केल्या जाणाऱ्या पार्ट्या, कुटुंबातल्या पुतण्या-पुतणींच्या उच्च शिक्षणासाठी स्थापन केले जाणारे ट्रस्ट, बक्षिसांपोटी दिल्या जाणाऱ्या रोख रकमा उभ्या राहिला लागल्या.

स्ट्रॉंग परिवारातल्या कोणीही व्यक्तीने बाहेरच्या माणसाला कधी जवळ केलं नव्हतं की कधी आपलेपणा दाखवला नव्हता. पण आता खूप मोठी

रक्कम कोडी आणि त्याच्या बायकोला मिळणार आहे या बातमीने त्यांच्या वागण्यात फरक पडला. सर्वजण गीनाच्या पुढे पुढे करू लागले. वागण्यात मोकळेपणा आला, ख्रिसमसच्या आनंदात गीनाला सहभागी करून घेण्यात त्यांच्यात चढाओढ लागली.

दुपारनंतर बाहेर पांढराशुभ्र बर्फ पडायला लागला. ख्रिसमसमध्ये बर्फ पडणं म्हणजे दुधात साखर. त्यामुळे सायंकाळच्या जेवणाला मजा येणार होती असं स्ट्रॉंग परिवारातल्या प्रत्येकजण म्हणत होता. गीनाला ही मंडळी इतक्या आपलेपणामुळे का वागवित होतो हे तिच्या ध्यानात आलं होतं त्यामुळे तिच्या मनातला त्यांच्या विषयीचा तिरस्कार आणखीनच वाढला होता.

रॅंबलनी त्याची ख्रिसमसची सुट्टी दर तासाला सहाशे डॉलर्स फी घेणाऱ्या वकिलाबरोबर घालवली होती. रॅंबलच्या सहवासात मौजमजा करताना घालवलेले तास सुद्धा हा वकील त्याच्या बिलात लावणार होता, पण रॅंबलच्या नकळत. नाही तरी अमेरिकेतले वकील त्यांनी जितके तास काम केलेलं असतं तेवढ्याच तासांचं बिल त्यांनी लावायचं असतं, पण तासांचा तपशील ते कधीच देत नाहीत.

टिरा सुद्धा तिच्या एका गिगोलो मित्राबरोबर (गिगोलो म्हणजे एका ठराविक कामापुरता, पैसे घेऊन त्या स्त्रीच्या सर्व गरजा पूर्ण करणारा, म्हणजे पुरुष वेश्याच.) देशाबाहेर कुठल्यातरी समुद्र किनाऱ्यावरच्या ठिकाणी गेलेली होती. तिथे ती कदाचित अंगावर कुठलीच कापडं न बाळगता, किनाऱ्यावरच्या वाळूमध्ये मजा करत होती. तिचा चौदा वर्षांचा मुलगा त्यावेळी काय करत होता याची तिला काडीमात्र फिकीर नव्हती.

यान्सी हा वकील एकटाच राहात होता. त्याने दोनदा घटस्फोट घेतला होता. दुसऱ्या लग्नापासून त्याला दोन जुळे मुलगे होते. मुलं त्यांच्या वयाच्या मानानं खूप हुशार होती. रॅंबल त्यांच्या मानानं फारच यथातथा होता. मुलं रॅंबेल बरोबर व्हिडीओ गेम्स खेळत होती. यान्सी टेलिव्हिजनवर फुटबॉलचा खेळ पाहण्यात रमला होता. यान्सीच्या पक्षकाराला, त्याच्या एकविसाव्या वाढदिवशी पन्नास लक्ष डॉलर्स मिळणार होते. त्याच्या पक्षकाराची परिपक्वता, त्याला घरात मिळालेली शिकवण हे पाहता हे पैसे फार काळ त्याला पुरतील असं वाटत नव्हतं. यान्सी, त्याच्या पक्षकाराला मिळणाऱ्या पन्नास लक्ष डॉलर्सवर संतुष्ट नव्हता, तर त्याला त्याच्या वडिलांच्या मिळकतीतला इतका वाटा मिळवून द्यायचा होता की यान्सीची एकूण फीच पन्नास लाख डॉलर्स एवढी होणार होती.

यान्सीला इतर कटकटी होत्या. टिराने म्हणजे रॅंबलच्या आईने कॅपिटॉल जवळच्या एका वकिलांच्या कंपनीला तिच्यातर्फे नेमलं होतं. या कंपनीतल्या

वकिलांचे न्यायालयातल्या, सरकारी कचेऱ्यांतल्या, मोठमोठ्या अधिकाऱ्यांशी संबंध होते. टिरा तर ट्रॉयची घटस्फोटित पत्नी होती. ती त्यांच्या मुलांपैकी नव्हती, रँबलला मिळकतीतला जो काही वाटा मिळणार होता, त्यापेक्षा तिला मिळणारी रक्कम कमीच असणार याची तिला कल्पना होती. वकील कंपनीतल्या नवीन वकिलांनासुद्धा हे माहीत होतं आणि टिराला ते सारखे सांगत होते की तिनं रँबलला सांगावं की त्यानं यान्सीला सोडावं आणि तिच्याच वकील कंपनीला त्याचे वकील म्हणून नेमावं. यान्सीचं नशीब चांगलं की आईला तिच्या मुलाच्या फायद्या-तोट्याची कशाचीच पर्वा नव्हती. यान्सीचे प्रयत्न असे होते की रँबलनं आईच्या कच्छपी जाऊ नये आणि त्यात तो यशस्वी होत होता. यान्सीच्या कानावर मुलांचं हास्य पडत होतं ते त्याला आनंददायी होतं.

. १६ .

दुपारनंतर हॉटेलच्या पलीकडे दहा-बारा घरं सोडून, नेट एका उपाहारगृहापाशी थांबला. बाहेर पदपथावर त्यानं जरा येरझाऱ्या घातल्या. उपहारगृह उघडं होतं. बीअर पिण्याच्या उद्देशाने तो आत शिरला, फक्त एक किंवा दोन बाटल्या प्यायचा त्याचा इरादा होता. जगाच्या दुसऱ्या एका भागात तो एकटाच एकाकी होता. ख्रिसमसचा सण साजरा करायला सुद्धा बरोबर कोणी नव्हतं. एकटेपणाचं दु:ख त्याला खात होतं, मनावरचा ताबा सुटत चालला होता. अंग थरथरायला लागलं होतं. ताबा ठेवणं त्याच्या आवाक्याबाहेरची गोष्ट होती. स्वत:ची स्वत:ला लाज वाटायला लागली.

समोर ओळीमध्ये ठेवलेल्या मद्याच्या बाटल्या तो पाहात होता. पूर्ण भरलेल्या, न उघडलेल्या व्हिस्की, जीन, व्होडका, छानपैकी आकर्षक बाटल्यांत भरलेल्या, भुरळ पाडणाऱ्या आवरणात ठेवलेल्या, एका ओळीत उभ्या केलेल्या होत्या. त्याच्या तोंडाला एकदम कोरड पडली. त्यानं डोळे मिटून घेतले, ज्या टेबलाशी तो उभा होता त्या टेबलाची कड त्यानं हातात घट्ट पकडून धरली होती आणि त्यामुळे त्याच्या थरथरण्याला आवर पडेल असं त्याला वाटत होतं. त्याच्या डोक्यात वॉलनटहिलवरच्या सर्गीयोचे आणि जॉशचे विचार आले. त्याच्या चेहऱ्यावरच्या स्नायूंवर ताण पडून ते दुखायला लागले होते. मागे तो असाच जेव्हा घसरला होता त्यावेळी त्याच्या बायका आणि त्याची मुलं यांची जी ससेहोलपट झालेली होती त्याचे विचार त्याच्या डोक्यात आले. विचार मोठ्या वेगाने त्याच्या डोक्यात फिरत होते आणि त्याच्यातच त्याला आता चक्कर येऊन तो पडणारच होता, त्यावेळी काऊंटरशी असलेल्या छोट्या माणसाने

त्याच्याकडे पाहिलं आणि त्याला तो काहीतरी म्हणाला. नेटनं त्याच्याकडे रागानं पाहिलं, स्वत:चेच ओठ चावले आणि व्होडकाच्या बाटलीकडे बोट दाखवलं. दोन बाटल्यांची किंमत आठ रईस.

प्रत्येक वेळची त्याची घसरण वेगळी होती, काही वेळेला तो राहात असलेल्या फ्लॅटमध्येच अगदी सावकाश एखाद्या बाटलीने सुरुवात व्हायची, पण ती थांबायचीच नाही. एका पुढे एक आणि मग एकदम शुद्ध हरपायची आणि नंतर हॉस्पिटलमध्येच हलवायची वेळ यायची आणि नंतर व्यसनमुक्ती केंद्र. नंतर त्याला जेव्हा जाग आली तेव्हा त्याचे दोन पाय पलंगाला बांधलेले होते अन् हाताला सलाईन ग्लुकोज लावलेलं. मधल्या पडझडीच्या वेळी तो एका स्वस्तातल्या हॉटेलच्या खोलीमध्ये बेशुद्धावस्थेत पडलेला, खोली साफ करणाऱ्या बाईनं काउंटरवरच्या माणसाला सांगितलं होतं.

नेटनं बाटल्यांची पिशवी छातीशी घट्ट धरली होती अन् तो हॉटेलच्या दिशेने निघाला. वाटेत फुटपाथवरची घामेजलेल्या कपड्यातली शाळकरी मुलं मोठ्या आनंदाने फुटबॉलशी खेळताना त्यानं पाहिली. त्यांच्या चेहऱ्यावर निरागस आनंद होता, त्यांना आजची पर्वा नव्हती की उद्याची. आज एक खेळ, उद्या दुसरा. एका तासात अंधारून येईल. कोरूंबातल्या रात्रीतल्या जीवनाला आता जाग यायला लागली होती. फुटपाथच्या कडेची छोटी छोटी उपाहारगृहं, दारूचे बार उघडायला सुरुवात होत होती. थोड्या फार मोटारींची वर्दळ सुरू व्हायला लागली होती. हॉटेलमध्ये शिरल्या शिरल्या पोहण्याच्या तलावाच्या भागात लावलेल्या गाण्यांचे स्वर त्याच्या कानावर आले. तलावाशी जाऊन एखाद्या टेबलाशी बसून गाणं ऐकावं असं त्याला वाटलं, पण तो थांबला नाही. तो तडक त्याच्या खोलीत गेला, आतून दार लावून घेतलं. प्लॅस्टिकच्या ग्लासमध्ये बर्फ घेतला, दोन्ही बाटल्या शेजारी शेजारी ठेवल्या एक उघडली आणि त्यातली व्होडका ग्लासमधल्या बर्फावर हळू हळू ओतायला सुरुवात केली. दोन्ही बाटल्या संपेपर्यंत त्याला थांबता येणं शक्य नव्हतं.

जेव्हीला बोटीतल्या यंत्राचे काही भाग पाहिजे होते, त्यासाठी तो सकाळी सकाळीच त्या दुकानाशी गेला होता. मालक येईपर्यंत दुकानाबाहेरच तो थांबला. आठ वाजता तो आला. सूर्य बराच वर आला होता. आकाश निरभ्र होतं. बाहेर फुटपाथवरसुद्धा फारच गरम होत होतं. त्या दुकानदाराकडे डिझेल इंजिनला लागणारा ऑईलपंप नव्हता. त्याने दुसऱ्या दुकानात फोन करून चौकशी केली पण तिथेही तो नव्हता. जेव्ही आपल्या ट्रकमध्ये बसून निघाला बोटीसंबंधातलं भंगार सामान विकणाऱ्या एकाचं कोरूंबा गावाच्या शेवटाला एक दुकान होतं.

त्या दुकानाच्या मालकानं एक जुना वापरलेला ऑईल पंप त्याच्या पुढे केला. ग्रीस, तेल, काळा रंग यांनी तो बरबटलेला होता, चालण्यासारखा होता. जेव्हीनं आनंदानं पैसे दिले.

जेव्ही परत नदीशी आला. पाण्याच्या कडेलाच त्यानं ट्रक उभा केला. सान्तालौरा काल जिथे उभी होती तिथेच ती आज पण होती. त्यानं वेलीला तिथे आलेला पाहिलं अन् त्याला बरं वाटलं. वेली नव्यानंच या कामात शिरला होता. त्याचं वय अकरा सुद्धा नव्हतं. त्याच्या सांगण्यानुसार त्याला स्वयंपाक करता येत होता आणि जे काही काम सांगाल ते करण्याची त्याची तयारी होती. तो थापा मारत होता असं जेव्हीला वाटत होतं. अशा प्रकारच्या मुलांना कामाची अत्यंत जरूर असते आणि त्यासाठी अशा प्रकारची प्रौढी मारणं हा नेहमीचाच प्रकार होता.

"तू ओ रॉयलेंना पाहिलस कां?" जेव्हीनं विचारलं

"तो अमेरिकन?" वेलीने विचारलं.

"हं, अमेरिकन."

"नाही."

दुसऱ्या एका लाकडी होडीतला मच्छिमार कोळी जेव्हीकडे पाहून काही तरी मोठ्याने म्हणाला. जेव्ही कामात होता, त्याने त्याच्याकडे लक्ष दिलं नाही. फळ्यांच्या तराफ्यावर एक पाय अन् दुसरा पाय थेट बोटीतच अशी उडी मारून तो बोटीवर आला. मागल्या बाजूला कसला तरी धाड धाड आवाज येत होता म्हणून तो मागच्या बाजूला गेला. आदल्या दिवशीचाच तो मेकॅनिक कालच्याच अवतारात इंजिनच्या दुरुस्तीसाठी धडपडत होता. उघडा बंब, घामानं सारं शरीर ओलं चिंब झालेलं इंजिनवर अर्धा वाकलेला. इंजिनाची खोली बंद होती, अगदी गुदमरायला होण्यासारखी होती. जेव्हीनं त्याला ऑईल पंप दिला, ग्रीसने भरलेल्या हातानेच त्यानं त्याचं निरीक्षण केलं बोटीचं इंजिन पाच सिलेंडरचं डिझेलवर चालणारं होतं. खालच्या बाजूला क्रँककेस होती व क्रँककेसच्या बाजूला ऑईल पंपाची जागा होती. जेव्हीनं आणलेला पंप कदाचित चालू शकेल असं मेकॅनिकलासुद्धा वाटलं. इंजिन खोलीच्या बाजूची भिंत आणि इंजिन यांमध्ये फारच कमी जागा होती. मेकॅनिकनं आपलं पोट आत ओढून घेतलं आणि त्या अरुंद जागेतून तो इंजिनच्या मागल्या बाजूस गेला आणि खाली गुडघ्यांवर बसला. डोकं एक्झॉस्ट पाईपवर टेकवलं, त्यानं घशातल्या घशात कसला तरी आवाज त्यानं काढला. जेव्हीनं त्याला एक पान्हा दिला. हळूहळू त्या मेकॅनिकने योग्य त्या जागी तो ऑईल पंप बसवला. जेव्हीचा शर्ट आणि अर्धी चड्डी घामाने पार ओली झालेली होती.

ही दोन्ही माणसं इंजिनच्या खोलीत अगदी अरुंद जागेत बसून काम करत होती. वेलीला वाटलं की या दोघांना आपली कदाचित जरूर भासेल म्हणून तो त्या इंजिनच्या खोलीत आला, आणि मी काही करू का असं त्यानं विचारलं. जेव्हीनं तू फक्त त्या अमेरिकन माणसाकडे लक्ष ठेव, एव्हाना तो यायला हवा असं आपल्या कपाळावरचा घाम पुसत पुसत विलीला सांगितलं.

मेकॅनिक मधून मधून पान्ह्यांची फेकाफेक करत होता, शिट्या देत देत त्याचं काम चाललं होत. अखेर अर्ध्या पाऊण तासाने त्याचं काम संपलं, असं त्यानं सांगितलं. त्यानं इंजिन चालू केलं आणि काही वेळ त्यानं ऑईलचा दाब बरोबर येतोय की नाही हे पाहण्यात घालविला अखेर त्यानं स्मितहास्य केलं आणि आपली अवजारं गोळा करीत तो त्याच्या पिशवीत ती भरू लागला.

जेव्ही स्वत:च्या ट्रक मधून नेटला भेटायला हॉटेलवर गेला.

हॉटेलच्या स्वागत कक्षात टेबलाशी बसलेल्या मुलीनं नेटला पाहिलं नव्हतं. तिनं त्याच्या खोलीत फोन लावला. काही उत्तर मिळालं नाही. त्या मुलीनं दुसऱ्या एका मुलीला काही तरी विचारलं, ती परत येऊन जेव्हीला म्हणाली की त्यांनी हॉटेल तर सोडलेलं नाहीये, कदाचित अजून ते त्यांच्या खोलीतच त्यांनी असतील. नाखुशीनंच तिनं जेव्हीला नेटच्या खोलीची किल्ली दिली.

दरवाजाला कुलुप होतं, पण आतून साखळी लावलेली नव्हती. हळूच जेव्हीनं नेटच्या खोलीत प्रवेश केला. पहिली विचित्र गोष्ट त्यानं पाहिली ती म्हणजे त्याच्या पलंगावर कोणीही नव्हतं, पलंगाच्या चादरी अस्ताव्यस्त होत्या. नंतर त्यानं दारूच्या बाटल्या पाहिल्या एक पूर्ण रिकामी आणि दुसरी अर्धी पलंगाच्या बाजूला जमिनीवर त्यानं पाहिली. खोलीतर फारच गार होती, वातानुकूलित यंत्रणा सर्व ताकदीनिशी चालू होती. जेव्हीला प्रथम एक अनवाणी पाऊल दिसलं, तो जवळ गेला. भिंत आणि पलंगाच्या सापटीत नेट पडला होता. अंगावर काही कपडा नव्हता. गुडघा व मांड्या यांच्या भोवती चादर गुंडाळली गेलेली होती. जेव्हीनं आपले पाऊल त्याच्या पावलाला लावलं, अल्लदसा झटका दिला. नेटचं पाऊल हललेलं होतं. निदान तो मेलेला तरी नव्हता.

जेव्हीनं नेटचे खांदे हलवले. त्याच्याशी बोलण्याचा प्रयत्न केला. काही क्षणांनंतर नेटनं घशातून कसला तरी आवाज काढला, कुठेतरी काहीतरी दुखत होतं त्यामुळे तो कण्हत होता. जेव्हीनं नेटला बसतं केलं. बखोटीमध्ये दोन्ही हात घालून त्याला हलकेच उचलून भिंतीपासून दूर केलं. पलंगाशी उभं करून पलंगावर बसवलं व नंतर त्याला आडवं केलं. त्याच्या उघड्या अंगावर चादर घातली. नेट कण्हतच होता. नेट पाठीवर आडवा पडला होता. त्याचा एक पाय पलंगाबाहेर येऊन लोंबकळत होता. डोळे बंदच होते, डोळ्यांवर सूज होती.

डोक्यावरचे केस विस्कटलेले, त्याला श्वास घ्यायला सुद्धा श्रम होत होते म्हणून श्वासही मंद होता. जेव्ही पलंगाच्या कडेला उभा राहून नेटकडे पाहात होता.

हॉटेलच्या स्वागत कक्षातली मुलगी आणि दुसरी एक काम करणारी अशा दोघी खोलीच्या दरवाजाशी उभ्या होत्या. जेव्हीनं त्यांना जायला सांगितलं. त्यानं दरवाजा आतून बंद करून घेतला. मोकळी दारूची बाटली उचलली, ''अन् आता निघायला हवं.'' हे तो नेटला उद्देशून म्हणाला. पण नेटकडून त्याला काहीच प्रतिसाद मिळाला नव्हता. जेव्हीनं वाल्दिरला फोन करायचं ठरवलं. त्याने विचार केला की वाल्दिर नेटला ज्यांनी इथे पाठवलं त्यांना फोन करून ही सर्व माहिती कळवेल आणि या दारुड्याला ब्राझीलमध्ये कशाला पाठवलं असंही विचारेल.

''नेट'' जेव्हीनं मोठ्या आवाजात हाक मारली आणि म्हणाला ''माझ्याशी बोला.''

काहीच प्रतिसाद नाही. थोड्या वेळात तो जर शुद्धीवर येऊ शकला नाही तर जेव्हीनं डॉक्टरांना बोलवायचं ठरवलं होतं. दीड मोठ्या व्होडकाच्या बाटल्या एका रात्रीत प्यायच्या म्हणजे प्रत्यक्ष मृत्यूलाच निमंत्रण. ही दारू याच्या शरीरभर विषासारखी पसरलीय. कदाचित याला हॉस्पिटलमध्ये भरती करावं लागणार.

जेव्ही बाथरूममध्ये गेला, तिथला एक टॉवेल गार पाण्यात भिजवून पिळून घेतला आणि नेटच्या माने भोवती गुंडाळला. नेट कुशीवर झाला आणि तोंड उघडून काहीतरी बोलायचा प्रयत्न करू लागला ''मी कुठे आहे?'' असं रेकल्यासारखं काहीतरी तो बोलला. त्याची जीभ जड झालेली होती आणि कसला तरी चिकटा त्याच्या तोंडात तयार झालेला होता.

''ब्राझील मधल्या तुमच्या हॉटेलच्या खोलीत.''

''मी जिवंत आहे?''

''थोडेफार आहात.''

''मला मरायचंय.'' नेट टॉवेलकडे हात नेत म्हणत होता. त्यानं तो घेतला, त्याचा थोडा भाग त्यानं तोंडात घातला व त्यातून तो हवा आत ओढायला लागला.

''तुम्हाला मी थोडं पाणी आणतो.'' जेव्ही म्हणाला. त्यानं रेफ्रिजरेटर उघडला आणि त्यातली एक पाण्याची बाटली आणली. ''तुम्ही तुमचं डोकं जरा वर करू शकाल का?'' जेव्हीनं विचारलं.

''नाही'' घोगऱ्या आवाजात नेट उत्तरला. जेव्हीनं नेटच्या ओठांवर, जिभेवर, थेंबा थेंबाने पाणी टाकायला सुरुवात केली. काही थेंब त्याच्या गालावरून ओघळून माने जवळच्या टॉवेलवर जात होते. नेटला त्याचा काही त्रास वाटत

नव्हता, त्याचं डोकं भयानक दुखत होतं. कवटीला तडा जाऊन मेंदू बाहेर येतो की काय असं त्याला वाटत होतं, त्याच्या डोक्यात प्रथम विचार आला तो म्हणजे तो कसा काय जागा झाला?

एक डोळा उघडला उजवा किंचितसा. डाव्या डोळ्याची पापणी डोळ्यांच्या बुबुळाला चिकटली होती. जरा सुद्धा उजेड सहन होत नव्हता. पायापासून घशापर्यंत मळमळीच्या लाटा येत होत्या. तशातच तो आपोआप डाव्या कुशीवर झाला आणि शरीरातल्या चारही कोपऱ्यांतून एका झटक्यानं तो उचलला गेला, बसता झाला आणि त्याच्या तोंडातून ओकारीचा फवारा धाडकन बाहेर फेकला गेला.

जेव्हीनं एकदम उडी मारली आणि बाजूला झाला. नंतर तो दुसरा टॉवेल आणायला गेला, बाथरूममध्येच थोडावेळ रेंगाळला. बाहेर येता येता खाकरण्याचा आणि खोकल्याचा आवाज तो ऐकत होता. एक तगडा माणूस, जनावरासारखा हाता पायांवर आडवा होऊन ओकाऱ्या काढतोय असं दृश्य त्याला पहायला लागलं होतं, याची त्याला शिसारी आली. त्यानं शॉवर चालू केला, गरम गार पाणी जुळवून घेतलं.

नेट ओ रॉयलेला पेंटॅनलमध्ये घेऊन जायचं, त्याला ती मुलगी शोधायला मदत करायची आणि परत कोरूंबाला आणून सोडायचं एवढ्या कामासाठी वाल्दिरनं जेव्हीला एक हजार रईस द्यायचं कबूल केलं होते. कामाच्या मानाने रक्कम चांगली होती पण त्यानं रुग्णाच्या शुश्रुषेचं काम कधी केलेल नव्हतं, ना कधी लहान मुलांना सांभाळण्याचं काम केलेलं होतं. बोट तयार होती. नेट जर दुसऱ्या कोणाच्या मदतीशिवाय काही करू शकणार नसेल तर जेव्हीला दुसरं कुठलं तरी काम शोधणं क्रमप्राप्त होतं.

नेटच्या ओकाऱ्या काढणं थांबलं होतं. जेव्हीनं जरा धुसमुसळेगिरी करतच, नेटला बखोटीला धरून जवळ जवळ ओढतच बाथरूममध्ये आणलं आणि शॉवर-खाली धरलं. तिथे तो प्लॅस्टिकच्या फरशीवर बसलाच. “मला माफ कर.” असं जेव्ही त्याला पुन:पुन्हा म्हणत होता. जेव्हीनं त्याला तिथंच सोडलं आणि तो बाहेर आला, त्यानं चादरी गोळा करून ठेवल्या आणि पसारा आवरण्याचा प्रयत्न केला, नंतर तो खाली गेला आणि तीन चार कप कढत कढत काळी कॉफी आणली.

वेलीनं त्या दोघांना येताना पाहिलं तेव्हा दुपारचे दोन वाजायला आले होते. जेव्हीनं त्याचा ट्रक काठाशीच उभा केला. जेव्हीच्या ट्रकच्या आवाजाच्या गडगडाटाने दुपारच्या विश्रांतीसाठी झोपलेले मच्छिमार कोळी जागे झाले. वेलीला अमेरिकन कुठे दिसत नव्हता.

नंतर त्याला मागच्या सीटच्या भागातून हळूच एक डोकं वर येताना दिसलं. डोळ्यांवर जाड जाड पट्ट्या लावल्या होत्या आणि डोक्यावरची टोपी पुढे डोळ्यांपर्यंत येईल अशी खाली ओढली होती. जेव्हीनं मागल्या सीटच्या बाजूचं दार उघडलं आणि हाताला धरून त्यानं नेट ओ रॉयलेला खाली उतरवलं. वेली ट्रकपाशी गेला, त्यानं नेटची पिशवी ट्रकच्या मागच्या सीटवरून घेतली. त्याला नेटला भेटायचं होतं, पण चांगली वेळ जमून आलेली नव्हती. फारच आजारी दिसत होता तो. त्याची सर्व कातडी पांढरी फट्ट पडली होती आणि घामानं डबडबलेली होती. त्याचा तो स्वत:च चालत बोटीपर्यंत येऊ शकणार होता एवढीच ताकद त्याच्यात होती. वेली त्या दोघांच्या मागून मागून येत होता. जेव्हा नेट फळ्यांच्या तराफ्यावर पाय द्यायला लागला तेव्हा त्यानं नेटला आधार दिला आणि तराफ्यावर पाय देऊन पुढे बोटीत शिरायला मदत केली. बोटीवर गेल्यावर जेव्हीनं नेटला अक्षरश: उचलूनच डेकवर नेलं. अरुंद तराफ्याच्या रस्त्यावरून पुढे नेलं, छोट्या डेकवर तिथे जो झुला होता त्यात नेटला बसवलं. जेव्ही आणि वेली डेकवर आले. जेव्हीनं इंजिन चालू केलं. वेलीनं काठावर बांधलेले दोर ओढून घेता घेता विचारलं, "काय झालं त्यांना?"

"प्यायले आहेत ते."

"पण आत्ता तर फक्त दोनच वाजतायत."

"ते काल पासून पितायत."

सांतालौरा बोट अलगदपणे हळू हळू किनाऱ्यापासून दूर होत होत नदीच्या प्रवाहाच्या विरुद्ध, वरच्या दिशेला जात होती. बोटीनं कोरूंबा मागे टाकलेलं होतं.

नेट पाहात होता, गाव मागे पडत चाललेलं होतं. त्याच्या डोक्यावर लोखंडी सळ्यांनी बनविलेल्या सांगाड्यावर जाडसर घट्ट बसविलेल्या हिरव्या रंगाच्या जाडसर कापडाचं छप्पर होतं. लोखंडी सळ्यांचा सांगाडा बोटीच्या बाजूला उभ्या असलेल्या लोखंडी खांबांना जोडलेला होता. या खांबांपैकी दोन खांबांना पाळण्यासारखा झुला बांधलेला होता. मळमळ परत सुरू झाली. नेटनं कुठल्याही प्रकारची हालचाल न करण्याचं ठरवलं. त्याला सर्व स्तब्ध हवं होतं. बोट अल्लदपणे नदीच्या उगमाच्या दिशेने चालली होती. नदी संथ होती. वारा त्यावेळी नव्हताच. नेट झुल्यामध्ये आडवा होऊन वरच्या हिरव्या रंगाच्या कापडाकडे पाहात होता, आणि कामासंबंधी विचार करण्याचा प्रयत्न करू लागला. विचार सुरू करणं अवघडं जात होतं कारण डोकं दुखत होत, गरगर करत होतं, मन एकाग्र करणं एक आव्हान होतं.

हॉटेलमधल्या खोलीमधून बाहेर पडण्यापूर्वी तो जॉशशी फोनवर बोलला होता. त्यावेळी त्यानं दोन पायांमध्ये कचऱ्याची बादली धरली होती. मानेवर बर्फाची पिशवी ठेवून त्याने फोन फिरवला होता. फोनवर बोलताना तो अगदी नेहमीसारखा चांगल्या स्थितीत आहे असं जाणवून द्यायचा त्याचा प्रयत्न होता. जेव्हीनं नेटच्या स्थितीबाबत वाल्दिरला काहीही सांगितलं नव्हतं आणि त्यामुळे वाल्दिरने जॉशशी असं काही बोलण्याचा प्रश्न नव्हताच. ही गोष्ट फक्त नेट आणि जेव्ही या दोघांनाच माहीत होती आणि त्याबद्दल कोणाशी त्याची वाच्यता करायची नाही असं दोघांनी ठरवलं होतं. बोटीवर दारू नव्हती आणि परत येईपर्यंत दारू पिणार नाही असं नेटनं जेव्हीला वचन दिलं होतं. पेंटॅनल मध्ये त्याला कुठून दारू मिळणार होती?

जॉशला नेटच्या स्थितीची थोडी कल्पना येऊन तो काळजीत पडला आहे असं जॉशच्या बोलण्यावरून नेटला वाटलं नाही. जॉशची कंपनी ख्रिसमसमुळे अद्याप बंदच होती, पण तो स्वत: मात्र नेहमीप्रमाणे कामाच्या घाईत होताच.

नेटनं तो कोरूंबामध्ये मजेत आहे असं जॉशला सांगितलं होतं. बोटसुद्धा पुरेशी मोठी आहे, जरूर त्या दुरुस्त्या जेव्हीनं केलेल्या आहेत. तो आणि जेव्ही आता मोहिमेवर जायला उत्सुक आहेत असं सांगितलं. त्यानं फोन जेव्हा बंद केला तेव्हा त्याला ओकारी होणार असं वाटलं होतं. बाथरूममध्ये जाऊन तो शॉवर खाली बसला होता. हॉटेलमधून बाहेर पडताना जेव्हीच्या मदतीनंच तो लिफ्टशी आणि पुढे बाहेर पडण्याच्या दरवाजापर्यंत आला होता.

नदीनं आता वळण घेतलं होतं – ते वळण बोटीनं पार केल्यावर कोरूंबा दिसेनासं झालं. ते जसजसे पुढे जायला लागले तशी नदीतून जाणारी बोटींची वाहतूक कमी व्हायला लागली. नेट झुल्यात पडल्या-पडल्या बाजूचं नदीचं गढूळ पाणी पाहू शकत होता. या ठिकाणी पराग्वे नदी तीनशे फुटांपेक्षा कमी रुंद होती आणि वळणावर ती आणखीनच अरुंद होत होती. बाजूने एक हिरवी केळी घेऊन चाललेली बोट, उलट दिशेने गेली. बोटीवरच्या दोन मुलांनी हात हलवले होते.

डिझेल इंजिनाचा तालबद्ध आवाज सातत्याने येत होता. नेटला वाटत होतं की मध्येच कुठेतरी हा आवाज बंद होणार, अन् बोट थांबणार. पण तसं काही झालं नव्हतं. पण आवाजाची तीव्रता मात्र कमी झाली होती. सगळीकडे शांत शांत वाटायला लागलं होतं, पण बोट मधूनमधून हादरत होती. एवढा त्रास सोसायलाच हवा. नेटनं झुल्यावर झोका घ्यायचा प्रयत्न केला, पण ते सुद्धा बोटीच्या आडव्या आंदोलनांमुळे अवघड जात होतं. मध्येच एक वाऱ्याची मंदशी झुळूक त्याच्या शरीराला चाटून गेली – मळमळ थांबली होती.

आता ख्रिसमसच्या सणाच्या, घराच्या, मुलांच्या कटु-गोड आठवणी, स्वत:च्या चांगल्यावाईट सवयी या साऱ्यांचा विचार मनात येऊ द्यायचा नाही असं नेटनं ठरवलं. पडझड आता होऊन गेलीय. आता ही बोटच त्याचं व्यसनमुक्तीकेंद्र आहे आणि जेव्ही मदतनीस आहे. तोच व्यसनापासून दूर राहिला शिकवणारा तज्ज्ञ आहे, वेली त्याची शुश्रुषा करेल. पेंटॅनलमध्ये नेटची दारूची आसक्ती तुटेल आणि परत तो कधी त्या वाटेला जाणार नाही.

किती वेळा तो स्वत:शीच खोटं बोलणार आहे? जेव्हीनं दिलेल्या ॲस्पिरिनचा प्रभाव ओसरून गेला होता. डोकं परत दुखायला सुरुवात होत होती. थोड्या वेळापूर्वी त्याला डुलकी लागली आणि जागा झाला त्यावेळी त्याच्या समोर वेली पाण्याची बाटली आणि एका बाऊलमध्ये भात घेऊन उभा होता. त्याने चमच्याने भात खाल्ला. त्याचे हात थरथरत होते, त्यामुळे भात खाता-खाता काही खाली जमिनीवर सांडत होता, काही कपड्यांवर पडत होता– भात कोमट होता, त्याला मिठाची थोडी चव होती, त्यानं सगळा संपविला.

"मैस?" वेलीनं विचारलं.

नेटनं मानेनंच नको म्हटलं, नंतर थोडं पाणी प्यायलं, परत झुल्यात आडवा झाला आणि परत झोप येतीय का पाहात होता.

.१७.

नेटला एकूण खूपच कटकटींना सामोरं जायला लागलं होतं. विमानप्रवास, त्यामुळे त्याच्या झोपेचे वेळापत्रक बिघडलं होतं. त्यात तो काल व्होडका प्यायला होता. त्यानं त्याचं डोकं भयानकच चढलं होतं, पण काही वेळापूर्वी खाल्लेल्या भाताचा चांगला परिणाम झालेला होता. त्याला छान झोप लागली होती. वेली तासातासाला जाऊन पाहात होता आणि जेव्हीला व्हील चेंबरमध्ये येऊन सांगत होता, "ते घोरतायत"

नेट गाढ झोपला होता, पण त्याला स्वप्नं पडली नव्हती. त्याची दुपारची झोप चार तासांची झाली होती. उत्तरेच्या दिशेने पाण्याच्या प्रवाहाविरुद्ध, वाऱ्याच्या विरुद्ध दिशेने, सान्तालौराची वाटचाल चालू होती. नेट जागा झाला तो डिझेल इंजिनच्या लयबद्ध आवाजानेच. बोट पुढं सरकत होती. इतक्या सहजतेने की आतल्या व्यक्तीला ती पुढे जातेय की नाही असा संदेह पडत होता. झुल्यामधून त्याने डोकं वर करून आजूबाजूला पाहिलं. नदीचा काठ न्याहाळला आणि आपण कितपत पुढे आलो आहोत याचा अंदाज घेतला. काठावरची झाडी दाट होती. नदीच्या आसमंतात मनुष्य वस्ती नव्हती. बोटीच्या

मागल्या बाजूने पाण्याचा आवाज येत होता आणि मागल्या दिशेने झाडाकडे पाहात असताना, बोट पुढे जातेय हे ध्यानात येत होतं. बोट पुढे सरकत होती यात शंका नव्हती, पण वेग फारच कमी होता. पावसामुळे नदीचं पाणी वाढलं होतं. बोट चालवणं सोपं होतं, पण वेग वाढविता येत नव्हता.

मळमळ आता पूर्णपणे थांबली होती आणि डोकं दुखणंसुद्धा एकदम बंद झालं होतं, पण त्याच्या हालचालींमध्ये सहजता आलेली नव्हती. आपण आता झुल्यातून खाली उतरायला हवं, पण तसं नीटपणे उतरता येईल अशी त्याला खात्री वाटेना. त्याला लघवीला जायचं होतं. त्यानं आपले पाय डेकच्या फरशीवर ठेवण्याचा प्रयत्न केला. ते जमलं त्याला. क्षणभर तो थांबला. तेवढ्यात वेली तिथे आला. त्यानं नेटच्या हातात एक छोटासा कॉफीचा कप दिला. नेटनं तो गरम कॉफीचा कप आपल्या हातांच्या दोन्ही तळव्यांत समोर धरला. स्वाद हुंगला. इतका छान वास पूर्वी कधी घेतलेला त्याला आठवतही नव्हता. त्याच्या तोंडून स्पॅनिशमधले आभार-दर्शक शब्द बाहेर पडले "ऑब्रीगॅडो!"

"सिम" वेली आणखीनच छान हसरा चेहरा करीत म्हणाला. (म्हणजे माझ्या पण तुम्हाला शुभेच्छा.)

नेट त्या गोड कॉफीचा आस्वाद घेत होता. त्यानं वेलीकडे कटाक्ष टाकण्याचं टाळलं. तो बोटीवरच्या मदतनिसांच्या म्हणजे जुनकट आखूड अर्धी चड्डी, वर मळलेला टी-शर्ट, पायात रबरी पट्ट्यांचे बूट या पेहेरावात होता. वेलीची पावलं सुद्धा राकट, घट्टे पडलेली होती. आत्तापर्यंत नेट ब्राझीलमधल्या ज्या-ज्या माणसांना भेटला होता म्हणजे जेव्ही, वाल्दिर आणि इतर... त्यांच्या सारखाच वेलीच्या कातडीचा रंग गहूवर्णी होता, केसांचा रंग काळा होता, डोळे गडद होते आणि चेहरेपट्टी आर्य आणि स्थानिक वंशाचे लोक यांच्या मिश्रणाची होती. काहींच्या बाबतीत त्यांचा रंगाचा गडदपणा कमी जास्त असायचा.

मी अजून जिवंत आहे आणि दारू न प्यायलेल्या स्थितीत आहे, हे विचार तो कॉफीचे घुटके घेत असताना त्याच्या डोक्यात येत होते. मी जवळ जवळ नरकाच्या सीमेपर्यंत गेलो होतो आणि तेथूनच परतलोय. या दारूच्या आसक्तीमुळे मी तर पार अधोगतीला गेलो होतो. त्यावेळी डोळ्यापुढे अंधेरी आलेल्या स्थितीत मी माझा चेहरा अस्पष्टसा आरशात पाहिलेला मला आठवतंय आणि तेव्हा मी मृत्युला आनंदानं आमंत्रण दिलेलं होतं. आणि असं असून सुद्धा मी आज इथे झुल्यात आरामात पडलोय, श्वासोच्छ्वास चालू आहे. गेल्या तीन दिवसांत मी दोनदा माझे शेवटचे शब्द उच्चारल्यासारखं मला वाटत होतं, कदाचित ते शब्द माझे नसतीलही.

"मैस?" वेलीनं रिकाम्या कपाकडे पाहून विचारलं.

''सिम'' नेटनं उत्तर दिलं आणि कप त्याच्याकडे दिला. दोन ढांगा टाकून वेली गेला होता.

विमानाच्या अपघातामुळे त्याच्या शरीराला एक चांगलाच हबका बसला होता. आणि नंतर दारूच्या अति सेवनामुळे त्याचं उभं राहायचं त्राण कमी झालेलं होतं या दोन्ही कारणांमुळे सारं शरीर थरथरत होतं. तो गुडघ्यात वाकत होता. तरी पण त्यानं डेकच्या मध्यभागात येऊन उभं राहण्याचा प्रयत्न केला आणि त्याला ते जमलं हेही काही कमी नव्हतं. एक एक पायरीनं त्याच्या तब्येतीत सुधारणा होत होती. अशा अनेक सुधारणा एकत्र आल्या की इतर सर्वसाधारण व्यक्तीसारखी त्याची तब्येत होऊन जाईल, त्यात मध्येच कुठंतरी घसरगुंडी व्हायला नको ही काळजी घेतली की झालं. सर्वसामान्य निर्व्यसनी माणसासारखं जीवन व्यवहार पुन्हा सुरू राहतील. अर्थात असे विचार त्यानं पूर्वीसुद्धा केलेलेच होते. थोडा काळ त्याला सर्वसामान्य निर्व्यसनी माणसासारखं जगता आलं, पण तोल जाण्यासारखी कारणं निर्माण झाली की तो आत्मविश्वास गमावून बसायचा.

या बोटीचा तळ सपाट होता. काही काही वेळेला नदीच्या तळाशी वाळूचा आडवा उंचवटा यायचा आणि त्याला बोटीचा तळ खालच्या बाजूनं घासायचा आणि सर्व बोटीलाच हादरे बसायचे. बोटीच्या बाजू वरखाली व्हायच्या. असाच एक हादरा बसला आणि नेट पडलाच. पडताना त्यानं झुल्याला पकडायचा प्रयत्न केला पण त्याला ते काही जमलं नाही, तो पडलाच. त्याचं डोकं बाजूच्या उभ्या फळीवर आपटलं. तो धडपडत उभा राहिला. एका हातानं बाजूच्या रेलिंगच्या पाईपाला पकडलं आणि दुसऱ्या हातानं त्यानं त्याच्या डोक्याला जिथे लागलं होतं तिथे थोडं चोळलं. रक्त आलेलं नव्हतं, फक्त एक टेंगूळ होतं आणि दुसऱ्या एका ठिकाणी छोटीशी जखम झालेली होती. या पडण्यानं तो चांगला जागा झाला. त्यानं डोळे उघडले आणि रेलिंगला धरून तो कडेकडेनं हळूहळू चालायला लागला. जेव्ही बसलेल्या व्हीलरूमपर्यंत तो पोचला. त्याक्षणीच जेव्हीच्या चेहऱ्यावर खास ब्राझिली हास्य चमकलं. ''कसं काय वाटतंय?'' ''खूपच चांगलं'' असं म्हणताना नेटला शरमल्यासारखं वाटलं, पण आत्मसन्मान बळी पडत असताना मनाला होणाऱ्या दुःखाची भावना किंवा जाणीव हा प्रकार तो केव्हाच विसरला होता. व्यसनाधीन माणसाला शरम, लाज हा प्रकार राहातच नाही. जेव्हा एखादी व्यक्ती संपूर्णपणे व्यसनाधीन झालेली असते तेव्हा त्याला कुठल्याही प्रकारची लाजलज्जा, शरम वाटत नसते. त्या पलीकडे जाऊन तो पुरा निर्लज्ज झालेला असतो आणि ही पायरी गाठायच्या पूर्वी त्याने अनेकदा आपल्या व्यसनाधीनतेचे प्रदर्शन केलेले असतेच आणि व्यसनापासून

दूर होण्याची असमर्थता सुद्धा त्याच्या वागण्यातून उघड झालेली असते.

वेलीनं आपल्या दोन्ही हातात दोन कॉफीचे कप पकडले होते. एकावेळी दोन दोन पायऱ्या ओलांडून तो डेकवर आला. एक कप नेटला दिला आणि दुसरा जेव्हीला दिला आणि त्याच्या शेजारी बाकड्यावर बसला.

दूरवरच्या बोलिव्हियातल्या डोंगरामागे सूर्य मावळायला लागला होता आणि उत्तरेकडे म्हणजे अगदी त्यांच्या समोरच आकाशात ढगांनी गर्दी करायला सुरुवात केलेली होती. मंद वारा वाहात होता. हवेत थंडपणा होता. जेव्हीनं टी शर्ट अंगावर चढविला. नेटला आता दुसऱ्या वादळाची भीती वाटायला लागली. नदी अरुंद होती. बाजूच्या काठांवरच्या एखाद्या झाडाला बोट बांधून ठेवता येण्यासारखी परिस्थिती नव्हती.

ते काठाजवळच्या एका छोट्या घराजवळ थांबले. कोरूंबा सोडल्यानंतर लागलेलं मनुष्यवस्ती असलेलं हे पहिलं निवासस्थान होतं. त्या घरात वस्ती आहे असं दर्शविणाऱ्या गोष्टी म्हणजे एक घोडा, एक गाय, दोरीवर वाळत घातलेले कपडे, जवळच्या नदीच्या भागातल्या पाण्यात झाडाला बांधलेली होडी, बस्स् एवढंच. गवतापासून बनवलेली टोपी डोक्यावर घातलेला, अगदी पेंटॅनलचा खास आदिवासी, त्या घराच्या पडवीलगतच्या पायऱ्यांवर उभा होता. त्यानं बोटीतल्या प्रवाशांकडे पाहून हात हलविले. त्या घराच्या बाजूने बोट पुढे गेली. घर मागं राहिलं. वेलीनं नदीमधल्या एका ठिकाणाकडे बोट दाखवलं. पाण्याच्या पातळीच्या वर काहीतरी आलेलं दिसत होतं. "जॅकेअर" तो म्हणाला. जेव्हीनं त्याकडे पाहिलं पण त्याला त्याचं काही विशेष वाटलं नाही. त्यानं लक्षावधी मगरी, सुसरी पाह्यल्या होत्या. नेटनं फक्त एकच सुसर पाहिली होती, जेव्हा तो घोड्यावर बसून त्या मुलांबरोबर गेलेला होता तेव्हा. चिखलानं बरबटलेला तो प्राणी बोटीवरच्या मनुष्य प्राण्यांचं निरीक्षण करतोय हे नेटनं पाहिलं आणि त्या प्राण्याच्या ताकदीपुढे आपण बोटीवर असून सुद्धा किती क्षुद्र आहोत याची जाणीव झाली. त्यानं त्या प्राण्यापासून दूरच राहायचं ठरवलं.

सांतालौराच्या मागच्या बाजूला एक होडी बांधलेली होती. पुढे पुढे नदीचं पात्र अरुंद अरुंद होत जातं, त्यावेळी रॅचेलला शोधण्यासाठी पुढे आत आत जाण्याकरिता तीच लहान होडी वापरायला लागणार होती. नेट आणि जेव्ही त्या होडीतून पुढे जातील, नदीतून वर डोकं काढणाऱ्या भयानक मगरी-सुसरींसारख्या प्राण्यांना चकवून, पुढे मार्गक्रमण करावं लागणार होतं. काही ठिकाणी दोन्ही बाजूंच्या वनस्पती वर डोक्यावर येऊन एकमेकांना जुळून कमानीसारखे छत तयार झालेलं असेल, तर तशा त्या बोगद्यासारख्या भागातून त्यांना पुढे जावं लागणार होतं. सर्वात जास्त भीती मगरी, सुसरींची होती.

पण यावेळी काहीतरी विचित्रच घडत होतं. नेटला एकदम प्राण्यांची भीती वाटेनाशी झाली. ब्राझीलमध्ये आल्यापासून त्या क्षणापर्यंत सर्व काही सुरळीत चाललं होतं. म्हणजे तसं जीवावर बेतलेल्या प्रसंगांतून त्याला जायला लागलं होतं, पण त्यातून तो सहीसलामत बचावला होता. ही धाडसी सफर होती आणि त्याचा मार्गदर्शक धैर्यवान होता, बिनधास्त होता.

जिन्याच्या कडेच्या रेलिंगला धरून नेट एक एक पायरी करत जिना उतरला. चिंचोळ्या पॅसेजमधून पुढे निघाला. वाटेतली झोपण्याची खोली पार केली व पुढे स्वयंपाक खोलीत येऊन पोचला. तिथे वेली गॅसवर कसलेतरी पातेले ठेवून त्या शेजारी उभा होता. इंजिनच्या खोलीतून बराच मोठा आवाज येत होता. शेवटची खोली आराम करण्यासाठीची होती. त्यालाच जोडून शॉवर असलेली एक बाथरूम -टॉयलेट होती. कोपऱ्यात आणखी एक मोरी होती, पण ती अतिशय अस्वच्छ त्याची साफसफाई कधी केलेलीच नव्हती. तो बाथरूममध्ये गेला, शॉवर चालू करायला तिथे एक लोंबती दोरी होती. दोरी कडे पाहात पाहात त्यानं विधी उरकला. जरा मोकळं मोकळं वाटलं. जरा मागे झाला आणि शॉवरची दोरी ओढली. मातट रंगाचं कोमटसर पाणी पुरेशा दाबानं पडायला लागलं. नदीतूनच खेचलेलं पाणी होतं ते – भरपूर घ्यायला हरकत नव्हती. बाथरूमच्या एका कोपऱ्यात एक जाळीचं शेल्फ होतं. त्यात पंचे, टॉवेल्स ठेवलेले होते. पाणी येणं चालू राहण्यासाठी दोरी ओढून ठेवावी लागत होती, म्हणजे अंघोळ करताना एका हाताने दोरी ओढून धरायची व दुसऱ्या हाताने अंग चोळायचं आणि बोटीच्या हेलकाव्यानं पडू नये म्हणून पाय फाकून बाजूंच्या भिंतींवर दाब देऊन उभं राहायचं, फारच कटकटीचा मामला होता. आपण काही फार वेळा आंघोळ करणार नाही, नेटने स्वत:शीच ठरवलं.

त्यानं गॅसवरच्या पातेल्यात डोकावून पाहिलं – तर त्यात तांदूळ आणि काळ्या वालासारखा द्विदल धान्यासारखा काही तरी प्रकार शिजत ठेवलेला होता आणि या मोहिमेवर बहुतेक हा प्रकार नेहमीच जेवणासाठी असणार असं त्याला वाटलं. पण जेवणात काय आहे हा मुद्दा त्याच्या दृष्टीने गौण होता. वॉलनटहिलवर थोडी थोडी उपासमार करवून अक्षरश: वाळवतात, त्यामुळे त्याची भूक कित्येक महिन्यांपूर्वीच कमी झालेली होती.

वरच्या मजल्याच्या (डेकच्या) दोन्ही भागांना जोडणाऱ्या पॅसेजवर जाणाऱ्या जिन्याच्या पायरीवर तो टेकला. त्याची पाठ वेली आणि कप्तानाकडे होती. तो नदीच्या पाण्याकडे पाहात होता. अंधारून यायला लागलं होतं. वन्यजीवन रात्रीच्या अंधाराला सामोरं जाण्यासाठीच्या तयारीला लागलं होतं. पाण्याच्या जवळून पक्षी उडत होते. रात्रीच्या जेवणासाठी एखादा किडा, छोटासा मासा

मिळतोय का पहात, एका झाडावरून दुसऱ्या झाडाकडे ते उडत जात होते. पक्ष्यांचा किलबिलाट जाणविण्याजोगा मोठा व्हायला लागला होता, जणू काही एकमेकांशी मोठमोठ्या आवाजात त्यांची संभाषणं चालू होती. काही काळ तर डिझेल इंजिनाचा सातत्यानं येणाऱ्या धक् धक् धक् आवाजापेक्षा, पक्ष्यांच्या किलबिलाटाचा आवाज मोठा झाला होता. नदीच्या काठानं मगरी, सुसरींची हालचाल चालू असतानाच पाण्यामधून सपसप असा आवाज सुद्धा मधून मधून येत होता. या नदीच्या पाण्यात कदाचित साप सुद्धा असावेत. इतके मोठे अजगर की माणसांसारख्या प्राण्याला सुद्धा ते गिळंकृत करू शकतात. मनातून हे विचार काढून टाकण्याचा नेटनं प्रयत्न केला. सांतालौरा बोटीवर त्याला सुरक्षित वाटत होतं. आता मंद मंद वारा बोटीच्या आतल्या भागातून वाहायला लागला होता. वारा उबदार होता. मगाशी वाटलं होतं तसं वादळ प्रत्यक्षात काही आलं नव्हतं. जगात पेंटॅनल सोडून इतर ठिकाणी वेळ पुढे-पुढे जात होती, पण पेंटॅनलमध्ये वेळेवर कुठल्याही प्रकारचं बंधन नव्हतं. नेटनं आल्या परिस्थितीशी जुळवून घ्यायचं ठरवलं होतं आणि त्याप्रमाणे त्याने त्याचे प्रयत्न सुरू केले होते. त्याच्या मनात रॅचेल लेनबद्दल विचार आला. तिला पैसे मिळाले तर त्या पैशांचा तिच्यावर काय परिणाम होईल? एखाद्या उदात्त कामासाठी जर एखाद्यानं स्वत:ला वाहून घेतलेलं असेल आणि त्यासाठी त्याचे सर्वप्रकारांनी प्रयत्न चालू असताना त्याला जर अशी अवचितपणे अमाप संपत्ती प्राप्त झाली, तर त्या कामाप्रती असलेली त्याची बांधीलकी, त्याची श्रद्धा, त्याची ताकद, क्षमता हे सारं सारं कोसळून पडेल का? त्याच्यासारख्या माणसाच्या बाबतीत तर नक्कीच कोसळून पडणार असं नेटचं मत होतं. नेटबरोबर युनायटेड स्टेट्सध्ये येऊन ती तिच्या वडिलांच्या मिळकतीची व्यवस्था पाहील का? ती परत आदिवासींच्यात येऊन राहू शकते. तिच्या वडिलांनी तिच्यासाठी अमाप संपत्ती मागे ठेवलेली आहे, या बातमीचं ती स्वागत कसं करेल? एक अमेरिकन वकील तिची माहिती काढत, तिचा शोध घेत, तिच्यापर्यंत पोचतो आणि प्रत्यक्षात तो तिच्यासमोर येऊन उभा राहिल्यानंतरची तिची प्रतिक्रिया कशा प्रकारची असेल?

वेलीनं त्याची जुनी गिटार काढली व त्यावर तो सूर छेडायला लागला आणि त्या सुरावर जेव्ही थोड्याशा कर्कश आणि भसाड्या आवाजात गायला लागला. वेलीचं वाजवणं आणि जेव्हीचं गाणं यांचा एकत्रित परिणाम तसा काही फार वाईट नव्हता, बरा होता. आहे त्या परिस्थितीत आनंद मानणाऱ्या या माणसांच्या जीवनात घाईला थारा नसतो. कामांच्या बाबतीत त्याचं परिमाण दिवसाचं असतं, मिनिटांचं नसतं. ही मंडळी उद्याचा विचार करायच्या सुद्धा

भानगडीत पडत नाहीत, तर पुढल्या वर्षीच्या योजना वगैरेची बाब दूरच. नेटला त्यांचा हेवा वाटला, निदान ते गाणं- बजावणं करीत होते तेव्हा तरी.

जीवन संपवायच्या इराद्याने जो माणूस काल अमाप दारू प्यायला होता आणि जो मरणाच्या दारातून परतून आलेला होता, त्याला तर त्या दोघांचं जिणं खरोखरच आनंददायी वाटत होतं. तो क्षण नेट आनंदाने जगत होता, जिवंत ठेवल्याबद्दल देवाचे त्याने आभार मानले. या साहसपूर्ण सफरीची सुरुवात तर चांगली होतीय आणि ती पार सुद्धा मोठ्या मजेत पडेल असा आशावाद त्याला सुखावून गेला. हजार वर्षांपूर्वी, वॉशिंग्टनसारख्या बर्फासारख्या थंड शहरात तिथल्या पावसाने भिजलेल्या ओल्या रस्त्यांवर जणूकाही त्याचा भूतकाळ घडून गेलेला होता.

वॉशिंग्टनमध्ये काहीच चांगलं घडणार नव्हतं. त्याच त्या लोकांबरोबर काम करून, त्याच त्या प्रकारचं काम करून, त्याच त्या वातावरणात वावरून, जीवनाबद्दल उबग निर्माण होणार आणि शेवट व्यसनी सवयींमुळे होणार अध:पात. वॉशिंग्टनमध्ये त्याला स्वच्छ जीवन जगता येणं शक्यच नव्हतं याची त्याला खात्री होती.

वेलीनं आता स्वत: गायला सुरुवात केली आणि नेट त्याच्या वॉशिंग्टनबद्दलच्या विचारांतून बाहेर आला. वेली एक दु:खी स्वरूपाचं लोकगीत गात होता. बाहेर काळाकुट्ट अंधार होईपर्यंत ते गाणं चाललं. जेव्हीनं बोटीचे प्रकाश पाडणारे दिवे लावले. या नदीतून बोट नेणं सोपं होतं. ऋतूप्रमाणे पाण्याच्या खोलीवर परिणाम होत असे. पावसात पाणी वाढायचं. कोरड्या काळात पाणी कमी होत असे. ज्यावेळी पाण्याची खोली कमी व्हायची त्याकाळात वापरता येण्याजोग्या सपाट तळाच्या बहुतेक बोटी असत आणि खाली आडव्या वाळूच्या उंचवट्यांमुळे बोटीच्या तळाला खालच्या बाजूने नुकसान होणार नाही अशी बांधणी असे. अंधार झाल्यावर अशाच एका वाळूच्या उंचवट्याला बोटीचा तळ घासून जायला लागला आणि बोट थांबलीच. जेव्ही इंजिनाची गती उलट्या दिशेने करायचा, बोट थोडी मागे न्यायचा आणि परत पुढे न्यायला सुरुवात करायचा असे दोन तीन वेळा केल्यानंतर बोटीनं त्या वाळूचा उंचवटा पार केला. याच्यात दहा मिनिटं गेली, पण बोट बुडण्यासारखी परिस्थिती उद्‌भवली नव्हती.

बोटीच्या खालच्या मजल्यावरच्या झोपण्याच्या खोली शेजारच्या खोलीत कोपऱ्यातल्या टेबलाशी बसून नेटनं आपलं जेवण केलं. ते टेबल जमिनीच्या तक्त्याला नटबोल्टनी घट्ट अडकवून ठेवलं होतं. वेलीनं नेटला भात आणि वाला-सारख्या द्विदल बियांची उसळ, मीठ-मीरपूड लावलेलं शिजवलेलं चिकन आणि एक संत्र असं जेवण दिलं. बाटल्यांतून बरोबर पिण्याचं पाणी आणलेलं

होतं, त्यातलं थोडं पाणी प्यायलं. वर छताच्या वायरला अडकवलेला विजेचा दिवा बोटीच्या हालचालींप्रमाणे डोलत होता. खोलीत फारच उकाडा वाटत होता. बाहेरची हवा आत येणं, आतली हवा बाहेर जाणं अशासारखं काही घडत नव्हतं. जेवण आटोपल्यानंतर वरच्या डेकवरच्या झुल्यावर झोपून जा, असं वेलीनं नेटला सुचवलं होतं. पेंटॅनलमधल्या जलमार्गांचा तपशील असलेला नकाशा जेव्ही घेऊन आला. त्यावर त्याला आपण कुठून निघालो? किती वेळात कुठे पोचलो? याच्या नोंदी करायच्या होत्या व त्यावरून आपल्या प्रवासाची प्रगती कशा प्रकारची आहे हे ठरवता येणार होतं. बोटीचा अंतर कापण्याचा वेग फारच कमी होता. कोरूंबापासून लक्षणीय अंतर कापलं गेलेलं नव्हतं.

"पावसाळ्यामुळे नदीला पाणी खूप आहे आणि आपण पाण्याच्या प्रवाहाच्या विरुद्ध दिशेने चाललो आहोत म्हणून आपला वेग कमी आहे. परतताना आपण झपाट्याने जाऊ शकू."

परतीच्या प्रवासाबद्दल नेटनं अद्याप विचार सुद्धा केलेला नव्हता. "ठीक आहे." नेट म्हणाला. जेव्हीनं निरनिराळ्या दिशांकडे बोट दाखवून काही हिशोब केले आणि म्हणाला, "पहिली आदिवासींची वस्ती आपल्याला या परिसरात लागेल." लांबवरच्या एका ठिकाणाकडे बोट दाखवून जेव्ही हे म्हणाला होता आणि त्या ठिकाणी जायला सध्याच्या वेगानं कित्येक आठवडे लागणार होते.

"ग्वाटो?"

"सीम. हो आपण प्रथम तिथे जाऊ आणि रॅचेल तिथे जर नसेल तर तिथल्या लोकांना कदाचित ती कुठे राहते हे माहीत असेल."

"आपल्याला तिथपर्यंत जायला किती वेळ लागेल?"

"दोन किंवा तीन दिवस"

नेटनं खांदे उडवले. इथे तर वेळ थांबलेलाच होता. त्याच्या मनगटावरचं घड्याळ त्याने काढून खिशात ठेवलं होतं. तासातासाचं तर सोडाच, पण प्रत्येक दिवशी किती काम व्हायला पाहिजे, एका आठवड्यात एका महिन्यात काय काय करायचं यांचे योजनाबद्ध तपशिलांचे आराखडे करणं नेट फार पूर्वीच विसरून गेलेला होता.

कोणकोणत्या दिवशी कोर्टामध्ये कोणाचं काय प्रकारचं काम आहे, अशा सारख्या नोंदी केलेली दिनदर्शिका एके काळी त्याच्या जीवनातलं आविभाज्य अंग होतं. ती दिनदर्शिका त्याच्या ऑफिसमधल्या कपाटात, कोपऱ्यात कुठेतरी पडलेली असेल. त्यानं मृत्यूला चकवलं होतं. त्यामुळे प्रत्येक दिवस ही त्याला मिळालेली देणगीच होती.

"माझ्याकडे वाचायला खूप आहे." नेट म्हणाला.

नकाशाची काळजीपूर्वक घडी घालताना जेव्ही म्हणाला, "तुमची तब्येत आता ठीक आहे ना?"

"छानच आहे. मला आता मस्त वाटतंय."

जेव्हीला आणखी काही विचारायचं होतं, पण नेटला कुठल्याही प्रकारचे कबुलीजवाब द्यायचे नव्हते. तो परत म्हणाला, "माझी काळजी करू नकोस. मी चांगला आहे. ही सफर मला माझ्या प्रकृतीस्वास्थ्याच्या दृष्टीने, मनःस्वास्थ्याच्या-दृष्टीने फायद्याची ठरणार आहे." वरून हलता उजेड पाडणाऱ्या दिव्याखाली, टेबलाशी बसून त्यानं एक तासभर वाचन केलं, तोपर्यंत घामानं त्याचे सारे कपडे ओलेचिंब झालेले होते. तो त्याला दिलेल्या पलंगाशी गेला. तेथे त्यानं डास आणि किडे अंगाजवळ येऊ नयेत म्हणून अंगाला लावण्याचं मलम ठेवलेलं होतं ते घेतलं, बॅटरी घेतली, जॉशनं वाचण्यासाठी दिलेल्या कागदांचा गठ्ठा घेतला आणि जिन्याच्या दिशेने निघाला. जिना चढून व्हील चेंबरशी तो आला. तिथे बोटीला योग्य दिशा देणारं चाक वेलीच्या हातात होतं. जेव्ही बाजूच्या बाकावर पडला होता. नेटनं आपल्या शरीराच्या उघड्या भागावर, चेहऱ्यावर, मलम लावलं आणि तो झुल्यामध्ये आडवा झाला. त्यानं स्वतःला व्यवस्थित जुळवून घेतलं आणि वाऱ्याच्या झुळकी बरोबर झुला अल्लद झोके घेऊ लागला. नेटनं बॅटरीच्या उजेडात परत वाचन सुरू केलं.

.१८.

ते काही फार महत्त्वाचं कामकाज नव्हतं – फक्त मृत्युपत्र वाचन त्यावेळी झालं. मृत्युपत्रातला तपशील मात्र विचित्र होता. ख्रिसमसच्या सुट्टीचा काळ वेक्लिफनी मृत्युपत्रासंबंधी विचार करण्यात घालविला होता. त्यांच्या कोर्टात ते मृत्युपत्र ऐकायला बरीच गर्दी होणार याची न्यायाधीशांना कल्पना होती. त्यानुसार खूप लोकांना बसण्याची सोय करण्यात आली होती, तरीपण बऱ्याच लोकांना उभं राहायला लागलं होतं. ते सकाळी लवकरच आपल्या कचेरीत आले होते व ज्या खोलीमध्ये वाचन हाणार होतं त्या खोलीत उभं राहून लोकांची बसण्याची व्यवस्था कशी होणार आहे याचा अंदाज घेत होते.

नेहमीप्रमाणे वार्ताहर लोकांच्या मागण्या अवास्तव होत्या. त्यांना त्यांचे व्हिडीओ कॅमेरे आत आणायचे होते आणि त्याला वेक्लिफसाहेबांचा विरोध होता. खोलीच्या खिडक्यांतून कॅमेरे ठेवून चित्रीकरण करण्याची वार्ताहरांची तयारी होती त्यालाही न्यायाधीशसाहेबांचा विरोध होता. वार्ताहरांना त्यांच्या

पसंतीच्या जागांवर बसायचं होतं, तेही त्यांनी मानलं नाही. वार्ताहरांना वेक्लिफ यांची मुलाखत घ्यायची होती त्यालाही ते तयार नव्हते. एकूण आज त्यांचा रोख वार्ताहरांविरुद्धचाच होता.

काही वकील मंडळींनी त्यांच्या मागण्या मांडल्या. त्यांना हे वाचन काही मर्यादित लोकांच्या उपस्थितीत करावं आणि त्याला येणारं जाहीर स्वरूप टाळावं असं त्यांचं मत होतं. काही वकिलांचं म्हणणं अगदी उलट होतं. त्यांना सदरचं वाचन टेलिव्हिजनवर आम जनतेला पाहता आलं पाहिजे असं वाटत होतं. काही वकिलांचं म्हणणं हे मृत्युपत्र वाचन झाल्यानंतर एका बंद कपाटात ठेवलं गेलं पाहिजे असं होतं, तर काहीजण त्याच्या झेरॉक्स प्रती काढून त्या ज्यांना हव्या असतील त्यांना देण्यात याव्यात असं म्हणत होते. बऱ्याच प्रकारच्या सूचना होत्या. काहींना त्यांना बसण्यासाठी जागा विशिष्ट ठिकाणी देण्यात याव्यात अशा विनवण्या होत्या. काहीजणांच्या हे मृत्युपत्र वाचन चालू असताना न्यायाधीशांच्या खोलीत कोणाला उपस्थित राहू द्यावं कोणाला देऊ नये याबद्दल सूचना होत्या. या मृत्युपत्राचे वाचन चालू असताना कोणत्याही प्रकारचे निर्बंध घालू नयेत अशा प्रकारचं मत बहुसंख्य वकिलांचं होतं. मृत्युपत्र बरंच मोठं असेल, क्लिष्ट असेल अशा ठिकाणी काही काही वाक्यांसंबंधी वेगळा खुलासा करण्याची गरज भासेल असं त्यांना वाटत होतं.

वेक्लिफ त्यांच्या कचेरीत लवकर आले होते. त्यांनी त्यांच्या खात्यातली काही माणसं मदतीला बोलावली होती. आल्या आल्या त्यांनी त्यांची भेट घेतली. वेक्लिफ यांच्या मागोमाग ते सर्व वेक्लिफ यांचे सचिव-कारकुनाच्या खुर्चीशी गेले, तेथे लोकांच्या बसण्याच्या व्यवस्थांची चर्चा झाली, लाऊड स्पीकरची यंत्रणा तपासली. कोणीतरी म्हणालं की, टेलिव्हिजनच्या माणसांनी हॉलच्याबाहेर हिरवळीवर त्यांचं बस्तान मांडलं आहे आणि तेथून ते टेलिकास्ट करणार आहेत आणि हे ऐकताच वेक्लिफसाहेबांनी त्यांच्या हाताखालच्या एका अधिकाऱ्याला बोलावलं आणि त्यांना टेलिव्हिजनचा पसारा उचलला जातोय ना हे पाहा असं सांगितले.

त्यांच्या स्वत:च्या हॉलमधल्या सर्व व्यवस्थेबद्दल त्यांचं समाधान झाल्यावर ते आपल्या खुर्चीत जाऊन बसले. या मृत्युपत्राच्या कामाखेरीज अन्य काही कामं होती ती उरकायच्या मागे ते लागले. त्या कामांवर मन एकाग्र करणं त्यांना कठीण जात होतं. पुन्हा असं ताण निर्माण करणारं काम हातात घ्यायचं नाही असं ते मनाशी ठरवत होते. 'या ट्रॉय फेलनचं मृत्युपत्र, नक्कीच वादग्रस्त असणार. एका कुटुंबाला काहीही न देता दुसऱ्या कुटुंबाला देणार असं काहीतरी लज्जास्पद प्रकारचं असणार असं वेक्लिफ यांना वाटत होतं किंवा ट्रॉय फेलनने

त्याच्या कुटुंबीयांपैकी कोणालाच काहीही न देता बाहेरच्याच कोणावर तरी मेहरबानी केलेली असेल', असं काहीतरी वेक्लिफ यांच्या मनात येत होतं. एवढं मात्र नक्की वेक्लिफ यांच्या दररोजच्या रटाळ कामांच्यात हे काम त्यांना प्रसिद्धी देऊन जाणार आणि कामही मनोरंजक असणार. मृत्युपत्राची सत्यता पटविणारा हा खटला बराच गाजणार असं दिसतं होतं आणि त्यामुळे बराच गदारोळ उठेल. बाब अकरा बिलियन डॉलर्सची होती. म्हणजे अकरा बिलियन डॉलर एवढी. आक्षेप-प्रतिआक्षेपांना उधाण येईल. या सर्वांच्या केंद्रस्थानी वेक्लिफ असणार याची त्यांना मजा वाटत होती. त्यांच्या खोलीत ते एकटेच होते. इतर कामं उरकायला दहा मिनिटं लागली. त्यांच्या अंगरख्यावर त्यांनी इस्त्री फिरवली. त्यात पाच मिनिटं गेली.

सर्वप्रथम कोण आलं असेल तर ते म्हणजे वार्ताहर. अगदी आठच्या ठोक्याला. सुरक्षा विभागाच्या लोकांनी त्यांची कसून तपासणी केली. गर्दी वाढायला लागली की तपासणीची तीव्रता कमी कमी व्हायला लागते. पहिल्या वार्ताहराचं स्वागत उद्दामपणे केलं गेलं, त्याला त्याचं ओळखपत्र दाखवायला लावलं. काही काही कागदांवर सह्या करायला लावल्या. त्याची पिशवी, त्याच्या वह्या, कागद सारं काही तपासलं, जणू काही तो त्याच्या पिशवीतून हातबॉंब आणणार होता. त्याला धातू तपासणी कमानीखालून यायला लावलं, पण त्याच्याकडे आक्षेपार्ह काही नव्हतं म्हणून कसला भोंगा वाजला नव्हता. तपासणी अधिकारी नाराज झाले. त्याला त्याच्या अंगावरचे कपडे काढायला लावले नाहीत, हे तो वार्ताहर आपलं भाग्य समजला. तिसऱ्या एका अधिकाऱ्यानं त्याला दंडाला धरून घेऊन जाऊन दुसऱ्या ओळीतल्या खुर्चीवर बसवलं. त्याला एकदाची बसायला जागा मिळाली म्हणून त्यानं सुटकेचा नि:श्वास टाकला. अद्याप तरी हॉल मोकळाच होता.

दहा वाजता सुनावणीला सुरुवात होणार होती. नऊच्या सुमारास हॉलच्या बाहेरच्या प्रवेश कक्षामध्ये गर्दी वाढायला लागली. सुरक्षा अधिकारी त्यांच्या पद्धतीनं काम करत होते, त्यात वेळ जात होता. हॉलच्या बाहेर रांग लागली होती.

फेलन कुटुंबीयांचे काही वकील घाईघाईत कोर्टात आले होते आणि हॉलमध्ये प्रवेश करायला वेळ होतोय म्हणून अडकले होते. वादावादी व्हायला लागली, अशिष्ट, अर्वाच्य शब्दांची देवाण-घेवाण होत होती. वकिलांनी, त्यांच्या मदतनीसांनी, धमक्या दिल्या. कोणीतरी तडक वेक्लिफसाहेबांकडेच निरोप पाठविला पण वेक्लिफ-साहेब त्यांच्या बुटाला पॉलिश करण्यात गर्क होते. त्यांनी कोणाचंच काही ऐकलं नाही. अमेरिकेतल्या नवऱ्या मुलीला लग्नाच्या वेळेच्या आधी

आपल्याला कुणीही पाहू नये असं वाटत असतं, तसंच वेक्लिफसाहेबांनाही सुनावणी सुरू व्हायच्या आधी कोणाला दर्शन द्यायचं नव्हतं – वारसदार आणि त्यांचे वकील यांना प्राधान्य देण्यात आलं आणि त्यामुळे बराच तणाव कमी झाला.

हळूहळू कोर्टाची खोली भरली. लंब वर्तुळाकाराच्या तीन-चतुर्थांश भागाच्या आकारात टेबलं मांडली होती. वर्तुळाच्या चौथ्या मोकळ्या भागात आणि जरा उंचावर न्यायाधीशांची टेबलखुर्ची होती. त्यामुळे ते समोरचे वारसदार, त्यांचे वकील, त्यांच्या बरोबर त्यांचे आलेले हितचिंतक आणि प्रेक्षक या सर्वांकडे पाहू शकत होते. त्यांच्या समोर डाव्या बाजूला म्हणजे ज्युरी बसायच्या भागासमोर एक लांब टेबल होते, त्या टेबलाशी फेलन कुटुंबीयांना बसविण्यात आलेलं होतं. ट्रॉय ज्यु. पहिला, नंतर त्याची बायको बीफ् आणि पुढे इतर त्यांच्या कुटुंबातल्या क्रमा-नुसार बसले होते. त्यांच्याबरोबर त्यांचे वकीलही होते. मुद्दामच त्यांना न्यायाधीश-साहेबांच्या जवळच बसविलं होतं. ही सर्व मंडळी चेहऱ्यावर अगदी शांत भाव दाखवून होती आणि त्यांना त्यांच्या स्वत: खेरीज इतरांकडे लक्ष द्यायचं नव्हतं. बीफ्च्या जवळचा मोबाईल फोन सुरक्षा कर्मचाऱ्यांनी काढून घेतलेला होता म्हणून ती भडकलेली होती, तिला तिच्या स्थावर मिळकती धंद्याच्या संदर्भातले फोन करता येत नव्हते.

नंतर रँबल होता. त्याचे केस विस्कटलेल्या अवस्थेत होते. केसांना लावलेलं लाईमग्रीन लोशन काही ठिकाणी दिसत होतं. गेल्या दोन आठवड्यांत त्यानं केस धुतलेले नव्हते. त्याच्या कानातल्या, भुवयावरच्या, नाकातल्या सोन्याच्या रिंगा चमकत होत्या. अंगावर बिनबाह्यांचं किमती कातडी जाकीट त्यानं चढविलं होतं आणि त्याच्या लुकड्या दंडावर तात्पुरत्या प्रकाराचं केललं गोंदकाम लोकांना दिसत होतं. खाली फाटलेली जीन पँट, जुनाट बूट असा त्याचा अवतार होता. वागण्यातला रोख खट्याळपणाचा होता. तो जेव्हा त्याच्या जागेवर येऊन बसला तेव्हा त्यानं वार्ताहरांचं लक्ष खचितच खेचून घेतलं होतं. त्याच्या हिप्पी वकिलाला रँबलच्या चालण्याचं, बोलण्याचं फारच कौतुक होतं. अर्थात हे केवळ त्याच्याकडून त्याला आर्थिक फायदा करून घ्यायचा होता म्हणूनच.

यान्सीनं वारसदारांसाठी राखून ठेवलेल्या सर्व जागांकडे एकदा लक्ष टाकलं आणि ट्रॉय ज्युनियर पासून आपण जास्तीत जास्त लांब बसू असं त्याने रँबलला सुचवलं. कोर्टाच्या कर्मचाऱ्याला त्यांनी तसं सांगितलं, त्यांचं म्हणणं त्यांनी मानलं आणि रँबलला टेबलाच्या दुसऱ्या टोकाशी बसवलं. रँबल खुर्चीत बसला. त्याचे हिरवे केस खुर्चीच्या पाठीच्या मागे आले होते. प्रेक्षकांनी त्याच्याकडे

जरा भयभीत नजरांनी पाहिलं आणि या ध्यानाला पाचशे मिलियन डॉलर मिळणार आहेत, या विचारांनी त्यांना दु:ख होत होतं. गीना फेलन स्ट्राँग आणि तिचा नवरा कोडी, त्यांच्या दोन वकिलांबरोबर आला. त्यांनी ट्रॉय ज्यु. आणि रँबल यांच्या दोघांच्या जागांकडे पाहिलं आणि त्या दोघांपासून समान लांब अंतरावर ते बसले. कोडीला आजच्या कामात विशेष रस होता असं दिसलं. त्यानं लगेच आपल्या वकिलांबरोबर संभाषण चालू केलं, काही कागदपत्रांचं वाचन सुरू केलं. गीनानं रँबलकडे दृष्टिक्षेप टाकला आणि ती आणि तो सावत्र बहिण-भाऊ आहेत यावर तिचा विश्वासच बसत नव्हता.

स्ट्रिपटीझ असलेल्या अंबरनी कोर्टाच्या त्या खोलीत प्रवेश केला आणि सर्वांच्या नजरा तिनं तिच्याकडे खेचून घेतल्या. कमी लांबीचा तोकडा स्कर्ट आणि वर, छातीचा बराचसा भाग उघडा ठेवू शकणारा ब्लाऊज. कोर्टाच्या ज्या कर्मचाऱ्यांनी तिला तिच्या जागेकडे नेले, तो स्वत:ला मोठा भाग्यवान समजत होता. जागेकडे नेताना तो तिच्याशी बोलण्याचा प्रयत्न करीत होता, पण त्याची नजर तिच्या छातीच्या वरच्या भागावरच खिळून होती. तिच्या मागोमाग रेक्स आला, त्याने गडद रंगाचा सूट घातलेला होता. हातात एक वजनदार ब्रीफकेस होती. जसं काही फार महत्त्वाच्या कामाकरता तो बाहेर पडला होता. रेक्सच्या मागोमाग हार्क गेटी आला. तो सर्व वकिलांच्यात सर्वात जास्त आरडाओरडा करणारा वकील म्हणून ओळखला जात होता. हार्कबरोबर त्याचे दोन मदतनीस आलेले होते. आठवड्यागणीक त्याची कंपनी वाढत होती. रँबल आणि बीफ एकमेकांशी बोलत नव्हते हे पाहून रँबल आणि गीना या दोघांच्यामध्ये एक जागा रिकामी होती त्या जागेवर जाऊन रेक्स बसला.

टेबलाजवळच्या जागा भरल्या जात होत्या. थोड्याच वेळात फेलन वारसदार मंडळी आसनस्थ झाली. कधी नव्हे ती एकमेकांजवळ बसली होती.

रँबलची आई टिरा हिच्याबरोबर दोन तरुण आलेले होते. एकाने घट्ट जीन घातली होती आणि वर उघड्या छातीवरचा केसाळ भाग शर्टमधून दिसत होता. दुसरा जरा बऱ्या थरातला दिसत होता, त्याचे कपडे बरे होते. एका पुरुष वेश्येबरोबर टिरा संबंध ठेवून होती.

आणखी एक जागा भरली गेली. दुसऱ्या बाजूला आपापसातल्या चर्चांना उधाण आलं होतं. वार्ताहर बोलत होते, "त्या म्हाताऱ्या फेलननी जीव दिला यात काही गैर नव्हतं." हे विधान त्यांनी फेलन वारसदार नमुन्यांकडे पाहून केलेलं होतं.

ट्रॉय फेलनची नातवंडं प्रेक्षकांसमवेत प्रेक्षकांच्या कक्षात बसली होती. ती त्यांच्या मित्रांच्या बरोबर आलेली होती. त्यांच्या आपापसात चर्चा चालल्या

होत्या. हास्यविनोद होत होते. उत्कंठा, अधीरता यांचं काहीतरी मिश्रण त्यांच्या चेहऱ्यांवर दिसत होतं. भाग्य त्यांच्याकडे आज चालून येणार होतं.

लिब्बिगैल जेटर, तिचा नवरा स्पाईक बरोबर आली. दीडशे किलो वजनाचा तिचा नवरा बायकर होता तो मोटरसायकलवर नुसताच इकडे तिकडे फिरत वेळ काढायचा. सर्वांसमोरून डुलत डुलत चालत जाऊन ते दोघे आपल्या जागेवर बसले. त्यांच्यापुढे त्यांचा वकील वॅली ब्राईट होता. तो त्यांनी टेलिफोन डिरेक्टरीच्या पिवळ्या पानांच्या भागातून निवडला होता. वॅलीच्या अंगावर लांब रेनकोट होता आणि मागल्या बाजूने तो फरशीवर घासत होता. सर्वांत घाणेरडे कपडे घालणारा वकील म्हणून तो प्रसिद्ध होता. अगदी जुनाट झालेली एक कातडी पिशवी त्याच्या जवळ होती. त्यात त्याने त्याचे सर्व केसपेपर्स ठेवलेले होते. असंख्य खटल्यांच्या पेपर्सना त्या पिशवीत जागा मिळाली होती आणि त्याचे बहुतेक खटले घटस्फोटाचेच असायचे. वॅली ब्राईटनं ब्रीफकेस कधी विकतच घेतलेली नव्हती. रात्रीच्या शाळांतून शिक्षण घेऊन तो दहावी पास झालेला होता.

ओळीनं चार-पाच खुर्च्या जिथे रिकाम्या होत्या तिथे वॅली गेला. खुर्चीवर बसायला लागला, रेनकोट काढताना बऱ्याच मोठ्यानं आवाज होत होता. बाजूला हार्कचा सहकारी बसला होता, त्याच्या मानेला त्या रेनकोटची कडक कडा घासली गेली. त्याखेरीज वॅलीच्या अंगाला विचित्रच दर्प येत होता, त्याचा त्रास तर भयाकनच होता. ''बसताना बाजूला कोणाला काही इजा होत नाहीये ना एवढं तरी पाहायची तसदी घ्याल का नाही?'' असं हार्कच्या सहकाऱ्यानं वॅलीला जरा मोठ्या आवाजात सुनावलंच. सर्वांच्या हातात महत्त्वाची कागदपत्रं होती, त्याकडे दुर्लक्ष करून त्यांनी माना त्या दिशेने फिरवल्या. सगळेचजण एकमेकांचा दुःस्वास करीत होते.

''माफ करा, चूक झाली.'' वॅली ब्राईट आवाजात कुत्सितता आणून म्हणाला होता. कोर्टाचे दोन सुरक्षा कर्मचारी या बाचाबाचीतून पुढे काही भांडण उद्‌भवू नये म्हणून पुढे सरसावले होते. वॅलीनं आपला रेनकोट नीट घडी घालून टेबलाच्या खालच्या बाजूला असलेल्या फळीवर ठेवला आणि लिब्बिगैलच्या शेजारी त्याच्या जागेवर तो स्थानापन्न झाला. दुसऱ्या बाजूला स्पाईक आपली दाढी कुरवाळत बसला होता आणि ट्रॉय ज्युनियरकडे खुनशी नजरेने पाहात होता. त्याला ट्रॉय ज्यु.च्या थोबाडीत द्यायची होती.

फेलनच्या या वारसदारांची आपापसांतली ही शेवटचीच चकमक असेल असं त्या हॉलमधल्या प्रेक्षकांना वाटत होतं. अकरा बिलियन डॉलर्स मालमत्ता मागे ठेवून तुम्ही स्वर्गवासी होता. तुमच्या मृत्युपत्रामुळे ही मिळकत जर कोण्या

एका तिऱ्हाईतालाच मिळण्याची शक्यता असेल तर तुमच्या वारसदारांच्यात तुमच्या मृत्युपत्राबद्दल पराकोटीची उत्कंठा निर्माण होणार. सकाळी निघणारी दैनिकं, दुपारी निघणारी पत्रं, आर्थिक बाबींवर लेखन करणाऱ्या स्थानिक पत्रिका या सर्वांमध्ये या मृत्युपत्राबद्दल ऊहापोह होणार. वेक्लिफने वार्ताहरांकरिता तीन ओळी राखून ठेवल्या होत्या, त्या साडेनऊ वाजताच भरून गेल्या होत्या. फेलन कुटुंबीय त्यांच्यासमोर एकत्र आलेले आहेत हे पाहताना वार्ताहरांना मजा वाटत होती. प्रेक्षकांमध्ये तीन चित्रकार होते, ते या प्रसंगांचं रेखाटन करीत होते. त्यांच्या कलेच्या प्रदर्शनासाठी विविध विषय त्यांना समोर दिसत होते. त्यांचे जास्त लक्ष त्यातल्या त्यात हिरव्या केसांच्या हिप्पी रँबलकडेच होते.

दहाला पाच कमी असताना जॉश स्टॅफोर्ड हॉलमध्ये आला मागोमाग टिप डर्बन, त्याचे दोन सहकारी आणि काही कारकून मंडळी असा ताफा आला होता. या सर्व मंडळींच्या चेहऱ्यावर, खिन्न, उदास भाव होते. त्यांच्यासाठी राखून ठेवलेल्या टेबलाशी ते सर्वजण बसले. फेलन वारसदार मंडळी, त्यांचे वकील यांना जेवढी जागा दिली होती, त्या तुलनेत जॉशच्या मंडळाला बरीच जागा मिळाली होती. जॉशनं आपल्यासमोरच्या टेबलावर चांगली जाडशी फाईल ठेवली आणि त्याचक्षणी सर्वांच्या नजरा त्या फाईलवर खिळल्या. सर्वांना वाटलं की त्या फाईलमध्येच ट्रॉय फेलननं केलेलं मृत्युपत्र असणार, कारण अशाच प्रकारची दोन इंच जाडीची फाईल एकोणीस दिवसांपूर्वी ट्रॉयच्या समोर ठेवलेली त्यांनी व्हिडीओवर पाहिलेली होती.

रँबलखेरीज सर्व वारसांच्या नजरा आपोआप त्या फाईलकडे गेल्या होत्या. व्हर्जिनिया प्रांताच्या कायद्यानुसार मिळकतीचं वाटप मिळकत जर रोख रकमा, रोखे, सोनेनाणे यांच्या स्वरूपात असेल, तर कर्ज किंवा कर यांचे देणे बाजूला ठेवून त्या मिळकतीचं वाटप वारसदारांच्यात तातडीने करता येत असे. फेलनच्या वारसदारांना मिळणाऱ्या रकमांचे अंदाज त्यांच्या वकिलांनी एक मिलियन डॉलर्सपासून पन्नास मिलियन डॉलर्स एवढ्यापर्यंत केलेले होते. ब्राईटनं त्याच्या पक्षकाराला पन्नास मिलियन डॉलर्स मिळतील असा अंदाज वर्तवला होता. ब्राईटनं त्याच्या आयुष्यात पन्नास हजार डॉलर्स कधी पाहिलेले नव्हते.

बरोबर दहा वाजता सुरक्षा कर्मचाऱ्यांनी हॉलचे सर्व दरवाजे लावून घेतले आणि न्यायाधीश बसणाऱ्या टेबलामागूनच्या दाराने वेक्लिफसाहेब हॉलमध्ये दाखल होऊन आपल्या खुर्चीत बसले. कडक इस्त्रीचा त्यांचा न्यायाधीशाचा झगा त्यांनी सारखा केला, खुर्चीमध्ये स्वत:ला नीट बसतं केलं. उपस्थित जनसमुदायाकडे एक दृष्टिक्षेप टाकला आणि समोरच्या मायक्रोफोनमध्ये हास्यपूर्ण चेहऱ्याने "गुड मॉर्निंग" म्हणत त्यांना अभिवादन केलं.

सर्वांनीच अभिवादनाची परतफेड स्मितहास्यानं केली. सर्व हॉल भरलेला पाहून वेक्लिफसाहेबांना समाधान वाटत होतं. सुरक्षादलाचे शस्त्रसज्ज सैनिक नजरेने पाहून त्यांनी मोजले. अठरा जण होते ते. त्यांनी सर्व फेलन कुटुंबीयांकडे कटाक्ष टाकला. त्या सर्वांना बसायला जागा मिळाल्या होत्या आणि कुठेही मोकळ्या जागा नव्हत्या, त्यांचे वकील एकमेकांना अगदी खेटून बसले होते.

"सर्व पक्षांचे लोक उपस्थित आहेत का?" त्यांनी विचारले. वारसदारांच्या टेबलाजवळच्या सर्वांनीच आपल्या माना डोलावल्या.

"मला प्रत्येकाची ओळख करून घ्यायची आहे." टेबलावरचे कागद हाताळत हाताळत त्यांनी ते वाक्य उद्गारलेलं होतं. "पहिला अर्ज रेक्स फेलन यांनी दिलेला आहे." त्यांचे हे शब्द विरतायत तोच हार्क गेटी उभा राहिला आणि त्यांनी आपला घसा साफ करायला सुरुवात केली. "न्यायाधीश महाराज मी हार्क गेटी," वेक्लिफ साहेबांकडे पाहत मोठ्या आवाजात हार्क म्हणाला, "आणि मी रेक्स फेलन यांचं वकीलपत्र घेतलेलं आहे."

"धन्यवाद – तुम्ही तुमच्या जागेवर बसून घ्या."

वेक्लिफसाहेब प्रत्येक वारसदाराच्या टेबलाशी गेले आणि व्यवस्थितपणे प्रत्येकाची आणि त्यांच्या वकिलांची ओळख करून घेतली. जज्ज साहेबांबरोबर वार्ताहरांनी सुद्धा आपल्या नोंदणी वह्यामधून त्यांची नावं, त्यांच्या वकिलांची नावं वगैरे तपशील लिहून घेतला. एकूण सहा मुलं होती, तीन घटस्फोटित बायका होत्या, हे नऊच्या नऊजण उपस्थित होते, "आणि बावीस वकील" वेक्लिफ स्वतःशीच म्हणाले. "मि. स्टॅफोर्ड तुमच्या जवळ मृत्युपत्र आहे का?" त्याने विचारले. जॉश उभा राहिला, त्याच्या हातात निराळीच फाईल होती आणि म्हणाला, "होय साहेब."

"तुम्ही जरा साक्षीदाराच्या पिंजऱ्यात याल का?"

जॉश टेबलांच्या बाजूने चालत येऊन, वार्ताहरांच्या कक्षाच्या पुढून चालत जाऊन, साक्षीदाराच्या पिंजऱ्यात येऊन उभा राहिला. आपला हात वर उभा धरत सत्य बोलण्याची शपथ घेतली.

"तुम्ही ट्रॉय फेलनचे वकील म्हणून काम करत होता का?"

"होय, गेली कित्येक वर्षे."

"तुम्ही त्यांच्याकरिता मृत्युपत्रं कधी बनवली होती का?"

"हो, खूप बनवली होती."

"तुम्ही त्यांचं शेवटचं मृत्युपत्र बनवलं होतं का?"

थोडा वेळ कोणीच काही बोललं नाही आणि बोलायलाही कुणी सुरुवात

करत नाहीये असं झाल्यावर फेलन वारसदारांच्यात अस्वस्थता निर्माण झाली आणि सर्वांनी आपल्या माना पुढे केल्या.

"नाही, मी ते केलेलं नाही." सर्व गिधाडांकडे पाहत पाहत जॉशने ते शब्द हळूहळू उच्चारले होते. शब्द मऊ मृदु होते, पण एखाद्या विजेच्या गडगडासारखे हवा कापत ते पुढे गेले होते. फेलन वारसदारांपेक्षा त्यांच्या वकिलांनीच सर्वप्रथम प्रतिक्रिया दर्शविल्या होत्या. काही वकिलांना प्रतिक्रिया कशा व्यक्त करायच्या हे सुद्धा सुचलं नव्हतं. त्यावर आपण पुढं काय करायचं हे सुद्धा त्यांना सुचत नव्हतं. पण जे काय घडत होतं ते गंभीरच होतं आणि अनपेक्षित होतं. वारसदार आणि त्यांचे वकील यांच्या टेबलांच्या भागात तयार झालेला ताण काही क्षणात ओसरला. कोर्टाच्या हॉलमध्ये आणखीनच शांतता प्रस्थापित होती.

"हे शेवटचं वारसापत्र – मृत्युपत्र, कोणी बनविलं होतं?" समोर लिहिलेले संवाद वाचल्यासारखे दाखवून एखाद्या कसलेल्या नटासारखे वेक्लिफसाहेबांनी हा प्रश्न फेकला होता.

"स्वत: ट्रॉय फेलन यांनी."

वारसदारांचा आणि त्यांच्या वकिलांचा त्यावर विश्वास बसणं अशक्यच होतं, तीन मानसोपचार तज्ज्ञ डॉक्टर झाडेल, फ्लोवे आणि थेईशन यांच्यासमोर टेबलाशी बसलेल्या ट्रॉय फेलनना त्यांनी सर्वांनी पाहिलं होतं. या डॉक्टरांनी ट्रॉय फेलनची परीक्षा घेतलेली होती आणि ते मानसिकदृष्ट्या अगदी उत्तम आहेत असे एकमतानं त्यांनी जाहीर केलेलं होतं. आणि त्यानंतर जॉश स्टॅफोर्डनी बनविलेलं ते जाड मृत्युपत्र, ट्रॉय फेलन यांच्या पुढे सही करण्यासाठी त्याच्याकडं सरकवलं होतं. जॉश आणि त्याच्या सहकाऱ्यांनी ते मृत्युपत्र ट्रॉय फेलन याचं आहे असं त्यावेळी सांगितलं होतं. त्यांनी ट्रॉय फेलन यांना त्यावर सही करण्यासाठी विनंती केलेली होती. त्यांनी त्यावर सही केलेली होती, हे सर्व आम्ही पाहिलेलं आहे आणि या तपशिलाबद्दल कोणाचंच दुमत नव्हतं.

"ओह माय गॉड!" हार्क गेटी उद्गारले. अगदी हलक्या आवाजातच पण सर्वांना ऐकू जाईल इतपत मोठ्यानं हे ते बोलले होते.

"त्यांनी त्यावर सही कधी केली?"

"त्यांनी आत्मघातकी उडी मारली त्याच्या आधी काही क्षणच."

"हातानं लिहिलेलं आहे का ते?"

"होय."

"तुमच्या समोर त्यावर त्यांनी सही केलेली आहे काय?"

"हो माझ्याखेरीज आणखी दोन जण उपस्थित होते आणि ते सही करतानाचं दृश्य व्हिडीओवर चित्रित केलं गेलेलं आहे."

"ते मृत्युपत्र जरा माझ्याकडे जरा द्या."

जॉशनं आपल्या समोरच्या फाईलमधून फक्त एकच लिफाफा बाहेर काढला आणि तो न्यायाधीश महाराजांच्या हातात सुपूर्द केला. तो लिफाफा फारच लहान होता आणि त्याच्यात जो कागद असणार होता, त्यावर या वारसदारांना कायदेशीररीत्या जे काही मिळणार आहे त्याचा तपशील सुद्धा मावणार नव्हता.

"कमाल आहे. हे काय चाललंय?" ट्रॉय फेलन ज्युनियर, जवळच्याच वकिलाच्या कानात म्हणत होता. वकिलांनी काहीही प्रतिक्रिया व्यक्त केली नाही.

त्या लिफाफ्यामध्ये फक्त एकच पिवळसर रंगाचा कागद होता. वेक्लिफ साहेबांनी तो अलगद बाहेर काढला. हळूच उघडला. सरळ केला आणि काही क्षण त्यांनी त्याचं निरीक्षण केलं. सर्व वारसदारांना तर धडकीच भरली, पण कोणी काहीही करू शकत नव्हतं. शेवटी या म्हाताऱ्याने आपल्याला गंडवलंच की! हातात येता येता हे डबोलं आपल्या हातातून निसटतंय की काय? अगदी शेवटच्या क्षणी त्याचे विचार फिरले असतील आणि आपल्याला कदाचित जादा सुद्धा काही मिळणार असेल. सर्वजण आपापल्या जागेवर चुळबुळ करत होते. शेजारच्या वकिलांना कोपराने टोचून काही तरी सुचवत होतं, पण सर्वांनी चिडीचूप शांतता राखली होती. वेक्लिफसाहेबांनी आपला घसा साफ केला आणि समोरच्या मायक्रोफोनजवळ आपले ओठ नेले, "स्वर्गीय ट्रॉय फेलन यांनी त्यांच्या स्वत:च्याच हस्ताक्षरात लिहिलेलं हे, एक पानी मृत्युपत्र आत्ता माझ्या हातात आहे आणि मी ते तुम्हा सर्वांना वाचून दाखविणार आहे." न्यायाधीशसाहेबांनी आपले वाचन सुरू केलं, "मी ट्रॉय एल फेलन यांनी सर्वात शेवटी केलेलं हे मृत्युपत्र आहे. हे मृत्युपत्र करताना मी मानसिकदृष्ट्या अगदी उत्तम परिस्थितीत आहे. माझी प्रकृतीही चांगली आहे. माझी स्मरणशक्ती उत्तम आहे. या मृत्युपत्राद्वारे मी यापूर्वी केलेली सर्व मृत्युपत्रे रद्दबातल ठरवत आहे आणि माझ्या मिळकतीचं, माझ्या संपत्तीचं वाटप मी खालीलप्रमाणे करीत आहे. माझी मुलं ट्रॉय फेलन ज्यू., रेक्स फेलन, लिब्बिगैल जेटर, मेरी रॉस जॅकमन, गीना स्ट्रॉंग आणि रॅंबल फेलन यांना आज रोजी जी काही देणी आहेत ती देणी देण्याएवढीच रक्कम मी त्यांना माझ्या संपत्तीमधून देत आहे. त्यांना वैयक्तिकरीत्या त्यांची जशी देणी असतील तशा रकमा त्यांना देण्यात याव्यात. आजच्यापुढे जी काही देणी ही मंडळी करतील ती त्यांनी स्वत: निस्तरावीत. या वारसदारांपैकी कोणी हे मृत्युपत्र खोटं आहे असा दावा केला आणि त्याबद्दल कोर्टामध्ये किंवा इतर कुठे त्यांनी वाद उत्पन्न केला तर त्यांना आज मी जी रक्कम देत आहे ती सुद्धा त्यांना देण्यात येऊ नये."

रॅंबलनी हे ऐकलं आणि त्याला सुद्धा याचा अर्थ कळाला – गीना आणि कोडी मुसुमुसु रडायला लागले. रेक्सनी आपले दोन्ही कोपरे टेबलावर टेकले, दोन्ही हातात आपला चेहरा लपवला, पुढे वाकला आणि सुन्न होऊन बसला. लिब्बिगैलनं आपली नजर प्रथम ब्राईट नंतर स्पाईककडे नेली आणि म्हणाली, "हरामखोर! शेवटी गाढवासारखा वागलाच." स्पाईकनं त्याला अनुमोदन दिलं. मेरी रॉसनं आपले दोन्ही डोळे हाताच्या बोटांनी झाकून घेतले. तिच्या वकिलांनी तिच्या एका गुडघ्यावर हातानी थोपटून तिचं सांत्वन करण्याचा प्रयत्न केला. तिचा नवरा तिच्या दुसऱ्या गुडघ्यावर थोपटत होता. फक्त ट्रॉय ज्यु. आपला चेहरा भावनाविरहीत ठेवू शकला होता आणि ते सुद्धा काही क्षणच.

एवढ्यावर हे थांबलं नव्हतं, पुढे नुकसान होतंच होतं. वेक्लिफ यांचं वाचन पूर्ण झालेलं नव्हतं, "माझ्या घटस्फोटित बायका लिलियन, जेनी आणि टिरा यांना या मृत्युपत्राद्वारे मी काहीही देत नाहीये, त्यांना घटस्फोटाच्या वेळी मी भरपूर रक्कम दिलेली आहे."

लिलियन, जेनी आणि टिरा यांना त्याक्षणीच उबग आला आणि वाटलं कशासाठी आपण इथे बसलेलो आहोत? आणि ज्या माणसाचा त्या एवढा तिरस्कार करत होत्या, त्याने आपल्यासाठी काही तरी ठेवावं असं का वाटावं? कोर्टरूममधल्या सर्वांच्या नजरा आता त्यांच्याकडे रोखल्या गेल्याचं त्यांना जाणवलं आणि त्यांनी त्यांचे चेहरे त्यांच्या वकिलांच्या मागे दडविले.

वार्ताहर आणि पत्रकार काही कमी लालची नव्हते. कोर्टामध्ये बोलले जाणारे वाक्यन् वाक्य त्यांना उतरवून घ्यायचं होतं, एखादा शब्द सुद्धा हुकलेला त्यांना चालणार नव्हता, त्यामुळे सर्वचजण त्यांच्या कामात गर्क होते. एखादाच कुठेतरी पाहून स्मितहास्य करत होता.

"बाकीची माझी सर्व मिळकत, संपत्ती, मी माझी कन्या रॅचेल लेन की जिचा जन्म लुझियाना प्रांतातल्या न्यू ऑर्लिन्स या गावातल्या कॅथोलिक हॉस्पिटलमध्ये २ नोव्हेंबर १९५४ रोजी झाला. तिच्या आईचं नाव एव्हेलिन कनिंगहॅम होतं – ती आता हयात नाही, तिला या मृत्युपत्राद्वारे देत आहे."

वेक्लिफ बोलायचे थांबले. त्या थांबण्यानं त्यांना कुठलही नाट्य निर्माण करायचं नव्हतं. त्यांनी वारसदारांकडे पाहिलं. दोन परिच्छेद वाचायचे बाकी होते, पण नुकसान किंवा हानी जे काही व्हायचं होतं ते झालं होतं. अकरा बिलियन डॉलर्स, ते सुद्धा एका अनौरस अपत्याला देणं आणि त्याचं कधी नावही इतर वारसदारांनी ऐकलेलंही नव्हतं त्याला दिले होते आणि या खऱ्या कायदेशीर वारसदारांना उघड्यावर टाकून दिलं होतं. वेक्लिफला त्यांच्यासाठी काहीही करता येत नव्हतं.

"माझा विश्वासू वकील मित्र जॉश स्टॅफोर्ड यांना मी या मृत्युपत्राचे व्यवस्थापक म्हणून नेमत आहे, आणि या मृत्युपत्रातल्या सूचनांचे पालन करण्यासाठी जो काही खर्च होणार असेल तो करायला मी मान्यता देत आहे."

काही काळ सर्वजण जॉश स्टॅफोर्ड कोण आहे हे विसरूनच गेले होते. जॉशनं एखादा मोटार अपघात पाहिलेला होता आणि साक्षीसाठी कोर्टात बोलाविल्यानंतर तो जसा निर्विकारपणे बसून कोर्टातलं काम पाहात राहील त्यावेळी त्याच्या चेहऱ्यावर जे काही निष्पाप भावनेचे भाव असतील तसे भाव आत्ता त्याच्या चेहऱ्यावर होते. आणि शांतपणे तो आपल्या जागेवर बसून होता. सर्व वारसदार आणि त्यांचे वकील या सर्वांनी त्याच्याकडे जास्तीत जास्त तिरस्काराने पाहिलं. ट्रॉय फेलननी आपल्याशी हा डाव खेळलाय त्याबाबत त्याला किती माहिती आहे? या कारस्थानात त्याचा कितपत हात आहे? त्याला हे असं घडू नये म्हणून नक्कीच काहीतरी करता आलं असतं.

जॉश आपला चेहरा प्रामाणिक दिसेल, चेहऱ्यावर सचोटी दिसेल असा प्रयत्न करीत होता.

"हा मृत्युपत्राचा दस्तऐवज मी माझ्या स्वत:च्या हस्ताक्षरात लिहिलेला आहे. यातलं अक्षर अन् अक्षर मी स्वत: लिहिलेलं आहे आणि खाली माझी मी सही केलेली आहे." वेक्लिफ साहेबांनी कागद खाली केला आणि म्हणाले, "ह्या मृत्युपत्रावर ट्रॉय फेलन यांनी ९-१२-१९९६ रोजी दुपारी तीन वाजता सही केलेली आहे."

त्यांनी ते मृत्युपत्र टेबलावर ठेवलं आणि कोर्टरूममधल्या सर्व उपस्थितगणांकडे पाहिलं. झटका बसला होता. त्याच्या लहरी सगळीकडे पसरायला लागल्या होत्या. फेलन वारसदार त्यांच्या खुर्चीत बसलेले होते. काहीजण डोळे पुसत होते, काहींनी कपाळाला हात लावलेले होते. काही क्षण बावीसच्या बावीस वकीलगणांची बोलती बंद झालेली होती.

या झटक्याच्या लाटा प्रेक्षकांच्यात गेल्या. काही प्रेक्षकांच्या चेहऱ्यावर छद्मी हास्य दिसत होतं. प्रसार माध्यमातल्या मंडळींची एकदम गडबड सुरू झाली. तात्काळ या मंडळींना बाहेर जायचं होतं आणि त्यांच्या त्यांच्या वर्तमानपत्रांना ही बातमी लवकरात लवकर द्यायची होती.

अंबर मोठ्यामोठ्यानं हुंदके देत होती, पण लगेचच तिनं स्वत:ला सावरल्या-सारखं दाखवलं. ट्रॉयला ती एकदा भेटलेली होती आणि त्यावेळी बिनदिक्कतपणे त्यानं तिच्या सहवासाची इच्छा व्यक्त केलेली होती. तिचं दु:ख तिचा कोणी आपला माणूस गेल्याबद्दलचं नव्हतं. गीना आणि मेरी रॉस मुसमुसत रडत होत्या. लिब्बीगैल आणि स्पाईक यांनी रडण्यापेक्षा ट्रॉयला शिव्याच देणं पसंत

केलं. "जाऊ द्या हो, तुम्ही काही काळजी करू नका." ब्राईट जसा काही यामधून सुद्धा अगदी थोड्याच काळात काहीतरी मार्ग काढून त्यांना त्यांचा वाटा मिळवून देणार, अशा आविर्भावात म्हणाला होता.

बीफ्नं ट्रॉय ज्युनियरकडे उग्र दृष्टीने पाहिलं, त्या दोघांच्यातल्या घटस्फोटाची बीजं रोवली गेली होती. मोठ्या फेलनच्या आत्महत्येच्या दिवसापासून ट्रॉय ज्यु. बीफ्शी उद्धटपणे आणि मी कोणी जादा शहाणा या आविर्भावात वागत होता. त्यावेळी तिनं त्याचं वागणं चालवून घेतलं होतं त्याला कारणही तसंच होतं, पण आता परिस्थिती वेगळी होत होती. यापुढे त्याचं तसं वागणं ती नक्कीच चालवून घेणार नव्हती. दोघांच्यातल्या पहिल्या भांडणाची वाट ती पाहणार होती आणि ते नक्कीच या कोर्टाच्या बाहेर लगेचच सुरू होणार होतं.

इतरही काही बीजं रोवली गेली होती. काही अनुभवी वयस्कर वकील होते त्यांनी या आश्चर्याचा पहिला झटका पचवला होता. एखादं बदक पाण्याबाहेर आल्यावर जसं आपले पंख, अंग फडफडवून अंगावरचं पाणी हटवून टाकतं ना तसा, त्यांनी तो आश्चर्याचा झटका झटकून टाकला होता. ते आता श्रीमंत होणार होते. त्यांचे पक्षकार कर्जाच्या ओझ्याखाली दबलेले होते त्यातून बाहेर पडण्याचा मार्ग त्यांच्यापुढे नव्हता. या मृत्युपत्रावर कोर्टात आक्षेप घेण्या व्यतिरिक्त त्यांच्याकडे दुसरा मार्गच नव्हता. खटला वर्षानुवर्षं चालू राहाणार म्हणजे या वकिलांची चांदीच चांदी.

"तुम्ही या मृत्युपत्राची सत्यता पटवण्याकरिता कोर्टात कधी अर्ज करणार आहात?" वेक्लिफनं जॉशला विचारलं.

"एक आठवड्यात."

"ठीक आहे. तुम्ही तुमच्या जागेवर जाऊन बसू शकता."

जॉश त्याच्या जागेवर मोठ्या दिमाखात जाऊन बसला आणि त्यावेळी इतर वकील मंडळी, आपल्या टेबलावरचा एखादा महत्त्वाचा कागद शोधण्याच्या निमित्ताने इतर कागद वर खाली करीत जॉशकडे पाहायचं टाळत होते आणि सर्व काही ठीक आहे असंच दर्शवित होते.

"मी हे काम संपल्याचं जाहीर करत आहे."

.१९.

हॉलमधून मंडळी बाहेर पडताना काहींच्यात वादावादी झाली हमरीतुमरीवर येण्याइतकी वेळ आली, पण फेलन वारसदार त्यात कुठे कोणी नव्हते. त्यांच्या आपापसांत आता यापुढे भांडणं सुरू होणार होती.

वार्ताहर बाहेरच्या बाजूला थांबले होते. आतमध्ये हॉलमध्ये, फेलन वारसदारांचे वकील त्यांच्या पक्षकारांचे सांत्वन करीत होते. ट्रॉय ज्यु. बाहेर येणाऱ्यांच्यात पहिला होता. भुकेल्या लांडग्यासारखा वार्ताहरांनी त्याला गराडा घातला, त्याच्या तोंडाजवळ अनेक मायक्रोफोन धरले. आदल्या दिवशी प्यायलेल्या दारूचा परिणाम सुरुवातीला त्याच्या चेहऱ्यावर दिसत होता आणि त्यात आता तर तो पन्नास कोटी डॉलर्सनी गरीब झालेला होता. वडिलांबद्दल काहीही बोलण्याच्या परिस्थितीत तो नव्हता.

"तुम्हाला आश्चर्य वाटलं का?'' कुणीतरी वेड्यानं मायक्रोफोनच्या मागून प्रश्न विचारला होता.

"शंकाच नाही.'' गर्दीमधून चालता चालता तो म्हणाला.

"ही रॅचेल लेन कोण आहे?'' दुसऱ्या एकाने विचारलं.

"मला वाटतं ती माझी बहीण आहे.'' त्यानं तुटक उत्तर दिलं.

एक लुकडासा, डोळ्यांत वेडगळ भाव, जरा कुरुपच चेहरा असलेला असा एकजण त्याच्यापुढे येऊन उभा राहिला आणि त्याने त्याचा टेपरेकॉर्डर ट्रॉय ज्यु.च्या तोंडाजवळ धरला आणि म्हणाला, "तुमच्या वडिलांना एकूण किती अनौरस मुलं आहेत?''

ट्रॉय ज्यु.ने तो टेपरेकॉर्डर जोराने त्याच्याकडेच ढकलला, त्याच्या नाकावर तो आपटला आणि तो जरा मागे ढकलला गेला. ट्रॉय ज्यु.ने डाव्या हाताने एक गुद्दा त्याच्या चेहऱ्यावर लगावला. त्याने चेहरा वेळीच जरा वळवला म्हणून, गुद्दा कानावर बसला, आणि तो खाली पडला. गोंधळ होतोय असं एका सुरक्षा कर्मचाऱ्याच्या ध्यानात येताच त्यानं ट्रॉय ज्यु.ला दंडाला पकडून ओढत दुसऱ्या बाजूला नेलं आणि पुढची चकमक टळली.

रॅंबल दुसऱ्या एका वार्ताहराच्या तोंडावर थुंकला होता. वार्ताहराच्या जोडीदाराने ते प्रकरण वाढण्यापासून बचावलं. त्यानं त्याला बजावलं होतं की हा पोरगा म्हणजे, फेलनचा मुलगा रॅंबल अजून नादान आहे.

तिसरी झटापट जेव्हा लिब्बीगैल आणि स्पाईक, वकील वॅली ब्राईटच्या मागोमाग कोर्टाच्या हॉलमधून बाहेर आले तेव्हा झाली. बाहेर आल्या आल्या त्यांच्या भोवती लोक गोळा झाले. आणि त्यांनी प्रश्नांची सरबत्ती सुरू केली तेव्हा ब्राईटनं सांगितलं, "मला यावर काहीही टिप्पणी करायची नाही.'' आणि हे त्यानं पुन:पुन्हा मोठमोठ्यानं सांगितलं, "मला काहीही सांगायचं नाही. तुम्ही बाजूला व्हा आणि आम्हाला रस्ता द्या.'' लिब्बीगैल रडतच बाहेर आली होती. ती येता येता, टीव्हीवाल्यांनी आडव्या टाकलेल्या वायरला अडखळली आणि एका टीव्ही वार्ताहराच्या अंगावर पडली, तो वार्ताहरही पडला. आरडाओरडा

आणखीनच वाढला. वार्ताहर मंडळी चहुबाजूंनी त्यांच्यावर हल्ला केल्यासारखी बोलत होती. त्यात तो पडलेला वार्ताहर उभा राहात असताना स्पाईकनी त्याच्या छातीत लाथ मारली. त्याने किंकाळी मारली आणि तो साफ आडवाच पडला. परत उठून बसण्याच्या प्रयत्नात त्याने उठताना लिब्बीगैलच्या स्कर्टची तळातली किनारपट्टी पकडली. ती ओढली गेली त्यामुळे ती भडकली आणि तिनं त्या वार्ताहरच्या तोंडात ठेवून दिली. स्पाईक त्या वार्ताहरांचा चेंदामेंदा करण्याच्या बेतात होता तोच दुसरा एक सुरक्षा अधिकारी मध्ये पडला.

सुरक्षा कर्मचाऱ्यांनी या मारामाऱ्या, भांडणं, चकमकी थांबवल्या होत्या आणि त्या प्रयत्नात त्यांनी फेलन कुटुंबीयांचीच बाजू घेतली होती आणि वार्ताहरांना डावललं होतं. त्यांनी फेलन कुटुंबीय आणि त्यांचे वकील यांना संरक्षण देऊन जिन्यातून खाली नेलं होतं. पॅसेजमध्ये ते त्यांच्याबरोबर होते आणि त्यांना बाहेर रस्त्यावर पोहोचवून दिलं होतं.

मेरी रॉस फेलन जॅकमनचा वकील ग्रीट, त्याला तर इतक्या मोठ्या संख्येने उपस्थित असलेल्या वार्ताहर व प्रसिद्धी माध्यमातल्या प्रतिनिधींनी या मृत्युपत्र वाचन सुनावणीमध्ये एवढा रस घेतलेला पाहून, भडभडून आलं होतं. पहिल्या घटना दुरुस्तीची त्याला आठवण झाली आणि प्रत्येकाला आपले विचार व्यक्त करण्याचे मुक्त स्वातंत्र्य आहे त्याचा त्याला अभिमान वाटत होता. मृत्युपत्राच्या वाचनाने दुखावली गेलेली त्याची पक्षकार, तिच्या कमरेभोवती त्यानं त्याचा एक हात ठेवला होता. चेहऱ्यावर अतीव कष्ट दाखवून, त्याला व त्याच्या पक्षकाराला आश्चर्याचा धक्का बसल्याचं अतिशय दुःखमय शब्दांत त्यानं सांगितलं. "विकृत मनोवृत्तीचाच माणूस असं काहीतरी करू शकेल, नाही तर कोणालाही माहीत नसलेल्याला त्यानं ही सर्व मिळकत दान करणं, याचा खुलासा किंवा त्याचं समर्थन तुम्ही कसं करू शकणार?" त्याच्या पक्षकाराचं, तिच्या वडिलांवर अतीव प्रेम होतं. ते तिला देवाच्या स्थानी होते. ती त्यांची पूजा करायची. मुलगी आणि तिचे वडील यांच्या दरम्यानच्या प्रेमाबद्दलच्या उच्च असं काहीतरी ग्रीट बडबडत असताना मेरी रॉसनी त्याच्या या बोलण्याचा संदर्भ पकडला आणि तिनं रडायला सुरुवात केली. ग्रीटसुद्धा सकृतदर्शनी रडवेला झालेला दिसत होता. होय, होय, नक्कीच या मृत्युपत्राबद्दल ते कोर्टात भांडणार. पार सुप्रीम कोर्टापर्यंत जाणार का? तर ट्रॉय फेलनची स्वत:ची ही कृती नक्कीच नाही, ट्रॉय फेलन असं काही करूच शकणार नाहीत, ते प्रेमळ होते. मुलांबद्दल त्यांना अतीव माया होती. मुलांनाही त्यांच्या वडिलांप्रती प्रेम होतं. मुलं आणि वडिलांच्यात अतूट प्रेमाचं बंधन होतं. अडी-अडचणींच्या वेळी त्यांनी एकमेकांना साथ दिलेली होती. ते या मृत्युपत्राच्या खरेपणाच्या

संदर्भात कोर्टामध्ये आवाज उठवणार आहेत. कारण अशा प्रकारचं मृत्युपत्र त्यांचे वडील कधीच करणार नाहीत आणि त्यांनी खरंच असं हे केलेलं असेल तर त्यावेळी ते नक्कीच वेडाच्या भरात असणार, वेडेपणीच त्यांनी ह्या भयानक मृत्युपत्रावर सही केलेली आहे, असा आमचा दावा राहणार आहे.''

जॉश स्टॅफोर्डला जाण्याची काही घाई नव्हती. तो हार्क गेटी आणि इतर काही वकील मंडळींबरोबर आरामात बोलत होता. त्यांना या तथाकथित भयंकर मृत्युपत्राची एक एक प्रत पाठवून देण्याचं आश्वासन त्यानं दिलं होतं. सुरुवाती सुरुवातीला गोष्टी सुरळीत शांतपणे चालल्या होत्या, पण जसा जसा वेळ जात होता तसतसं शत्रुत्व वाढत जायला लागले. 'पोस्ट' या वर्तमानपत्राचा प्रतिनिधी हॉलमध्ये थांबून होता हे त्याला माहीत होतं. त्याच्याबरोबर दहा मिनिटं जॉशनं घालविली पण त्याला माहिती अशी काहीच दिली नाही. त्यांना सर्वांना रॅचेल लेन बद्दल माहिती हवी होती. तिच्या पूर्वाश्रमाबद्दल, सध्या ती कुठे आहे याबद्दल, प्रश्न खूप होते, पण जॉशला तरी कुठे उत्तरं माहीत होती? त्याला खात्री होती की इतर कोणी तिला शोधून काढण्यापूर्वी नेट तिला नक्कीच शोधून काढणार.

मृत्युपत्राच्या कोर्टातल्या वाचनाची बातमी, सध्याच्या युगातल्या टीव्ही, टेलिफोन, मोबाईल, कॉम्प्युटर्स, पेजर्स वगैरेंसारख्या उपकरणांमुळे सगळीकडे वाऱ्यासारखी पसरली. टीव्हीवर अर्ध्या अर्ध्या तासांनी पुन:पुन्हा या माहितीचं फेलन कुटुंबीय व वार्ताहर यांच्यात कोर्टाच्या हॉलच्या बाहेर झालेल्या झटापटींच्या चित्रीकरणांसह मसालेदार शब्द वापरून प्रक्षेपण होत होतं.

कोर्टाच्या हॉलमध्ये अगदी मागच्या ओळीत फेलन ग्रुपचा सर्वोच्च अधिकारी पॅट सालोमन बसला होता. तो या ग्रुपच्या सर्वोच्चपदाची जबाबदारी गेली सहा वर्षे यशस्वीरीत्या निभावून नेत होता. त्याच्या कारकिर्दीतलं फेलन ग्रुपचं, उद्योग-व्यापार क्षेत्रातलं काम, वाखाणण्यासारखं होतं.

कोर्टाच्या बाहेर तो पडला त्यावेळी त्याला कोणत्याही वार्ताहरांनी ओळखलं नव्हतं. तो त्याच्या आलिशान मोटारीत मागच्या बाजूला बसून, कोर्टाच्या आवाराबाहेर पडताना त्याच्या डोक्यात फेलनसाहेबाने जे काही केलं होतं, त्याचं विश्लेषण घोळत होतं. त्याला धक्का तर बसलाच होता, पण गेली वीस वर्षे फेलन साहेबाबरोबर त्यानं काम केलं होतं म्हणून त्याला त्यात, विशेष आश्चर्यजनकही किंवा विचित्र असं काही वाटत नव्हतं. फेलनसाहेबांच्या अतिशहाण्या मुलांची आणि त्यांच्या वकिलांची प्रतिक्रिया पाहून त्याला मनातल्या मनात संतोष झाला होता. सालोमनला पूर्वी एकदा अत्यंत अवघड असं काम फेलनसाहेबांनी

दिलं होतं. ते काम म्हणजे ट्रॉय ज्युनियरला आपल्या ग्रुपमध्ये काम देऊन गुंतवून ठेवायचं, पण त्याचबरोबर कंपनीच्या नफ्याचं प्रमाण कमी झालेलं आहे असंही कंपनीच्या त्रैमासिक अहवालामध्ये दिसता कामा नये ही अट होती. काम तर अशक्य स्वरूपाचंच होतं. ट्रॉय ज्यु. एक वाया गेलेला अपरिपक्व मुलगा होता. व्यवस्थापनातल्या अगदी ढोबळ ढोबळ गोष्टींचं सुद्धा त्याला ज्ञान नव्हतं. व्यावहारिक ज्ञान, अक्कल याचा तर अगदी दुष्काळच आणि असा हा माणूस बेदरकारपणे, बेमुर्वत वृत्तीने, कारखान्यात कचेऱ्यापासून ते शॉप फ्लोअर पर्यंत वावरायचा. फार काळ त्याचा आगाऊपणा चालला नाही. थोड्याच काळात फेलनसाहेबांनी त्याला कामावरून कमी करण्याच्या सालोमनला सूचना दिल्या आणि त्या अमलात आणल्या गेल्या.

आणखी काही वर्षांनंतर पुढे रेक्सच्या बाबतीत हीच पुनरावृत्ती झाली. सालोमन आणि रेक्स यांचं काही जमेना. रेक्स सालोमनची तक्रार घेऊन फेलनसाहेबांकडे गेला. फेलनच्या बायका आणि त्याची मुलं पुन:पुन्हा फेलनसाहेबाला गळ घालत असत, पण फेलनसाहेब त्यांना बधत नव्हता. फेलनसाहेबाचं वैयक्तिक खाजगी आयुष्य समाधानी नव्हतं, पण त्याचा त्यांच्या कंपनीच्या व्यवहारांवर कधीच वाईट परिणाम होत नव्हता.

सालोमन आणि फेलनसाहेब यांच्यात जवळीक अशी कधी नव्हतीच. फेलन-साहेबांच्या विश्वासात एक जॉशचा अपवाद सोडला तर कोणीच नव्हतं. फेलनसाहेबांच्या खाजगी आयुष्यात बऱ्याच सुस्वरूप स्त्रिया आलेल्या होत्या. त्यांच्याशी खूप जवळीक होत असे, पण फेलनसाहेबाला मित्र म्हणून असं कोणीच नव्हतं. फेलनसाहेबांच्या शेवटच्या काही वर्षांत ते कंपनीच्या दैनंदिन कामकाजात लक्ष घालेनासे झाले होते. शारीरिकदृष्ट्या आणि मानसिकदृष्ट्या दूर होत होता. त्याकाळात ग्रुपमधले लोक एकमेकांत ग्रुपच्या मालकीबाबत चर्चा करीत असत आणि त्याचवेळी ट्रॉय साहेब ग्रुपची मालकी त्यांच्या मुलांच्या ताब्यात कदापीही देणार नाहीत ही खात्री त्यांना होती आणि खरोखरच प्रत्यक्षात ट्रॉयसाहेबांनी तसंच केलं होतं.

कोर्टामध्ये ज्या दिवशी फेलनसाहेबांच्या मृत्युपत्राचं वाचन होणार होतं त्याच दिवशी सायंकाळी कंपनीच्या मालकीच्या इमारतीच्या चौदाव्या मजल्यावरच्या त्याच हॉलमध्ये जिथे ट्रॉयने आत्महत्या करण्यापूर्वी आपल्या मृत्युपत्रावर सही केलेली होती त्याच हॉलमध्ये ग्रुपच्या डायरेक्टर सभासदांची सभा होणार होती आणि डायरेक्टर मंडळी तिथे थांबून होती. सालोमननी कोर्टाच्या हॉलमध्ये झालेल्या मृत्युपत्र वाचन संबंधातला सर्व वृत्तांत सभासद मंडळींना, सर्व तपशिलांसह, त्याच्या नेहमीच्या चटकदार शैलीत कथन केला. ग्रुपच्या व्यवहाराचा ताबा

फेलन साहेबांच्या मुलांकडे जाणार या शक्यतेमुळे ग्रुपसंबंधातल्या प्रत्येकाच्या मनात अस्वस्थता निर्माण झालेली होती. ट्रॉय ज्यु.ने असंही सागितलं होतं की, आमच्याकडे ग्रुपचे सर्वाधिक समभाग आहेत. लवकरच ग्रुपचा ताबा आम्ही घेणार आहोत आल्या आल्या आम्ही काही साफसफाई करणार आहोत आणि त्यामुळे ग्रुपचा नक्कीच फायदा होणार आहे.

पत्रकारांना मुख्यत: फेलनसाहेबांची नंबर दोनची पत्नी जेनीबद्दल माहिती हवी होती. ती फेलनसाहेबांची पत्नी होण्यापूर्वी कंपनीमध्ये सेक्रेटरी म्हणून काम करत होती. फेलनसाहेबाची पत्नी झाल्यानंतर ग्रुपमधल्या बऱ्याच कर्मचाऱ्यांना ती टाकून बोलली होती, त्यांना धमक्या दिल्या होत्या. त्यानंतर फेलनसाहेबांनी ग्रुपच्या संबंधातल्या कुठल्याही बाबतीत लक्ष घालायला, एवढंच नव्हे तर ऑफिसमध्ये यायला सुद्धा जेनीला बंदी केलेली होती.

''जेनी बाहेर पडताना रडत होती.'' सालोमनने आनंदाने माहिती दिली.

''आणि रेक्स?'' दुसऱ्या एका डायरेक्टर साहेबानं विचारलं. आर्थिक संबंधातला मुख्य म्हणून काम करीत असताना रेक्सनं त्यांना लिफ्टमध्येच कामावरून कमी करीत आहोत अशी नोटीस दिली होती.

''तो सध्यातरी सगळ्या कटकटीतून मुक्त आहे असं नाहीये. त्याची अद्याप चौकशी चालू आहे.''

सर्वजणांनी फेलन वारसदारांबाबत आणि फेलनसाहेबाच्या बायकांसंदर्भात चर्चा केली आणि हे चालू असताना या सर्वांचा मूड आनंदाचा होता.

''मी एकूण वकील मोजले ते बावीस होते.'' सालोमनने हसत हसत सांगितलं.

''दु:खी कष्टी मंडळींबद्दल काहीतरी सांग.''

ती सभा अनौपचारिक होती त्यामुळे जॉशने तिथे असणं जरूरी नव्हतं. फेलन-ग्रुपच्या कर्मचाऱ्यांच्या दृष्टीने फेलनसाहेबांचं शेवटचं मृत्युपत्र फायद्याचं ठरलं होतं. तरीपण सर्वांना एकच काळजी होती, ती त्या स्त्रीची की जिला त्या सहा वेडपटांच्या विरोधात सर्व मिळकत मिळणार होती.

''ही बाई राहते कुठे याची कुणाला काही कल्पना आहे का?''

''नाही.'' सालोमनने उत्तर दिलं. ''कदाचित जॉशला माहीत असण्याची शक्यता आहे.

दुपारनंतर जॉश आपल्या ऑफिस-इमारतीच्या तळघरातल्या लायब्ररीच्या भागात बसला होता, त्याला तसं करणं भाग होतं. त्याच्या सेक्रेटरीने जवळ जवळ शंभर फोन घेतले होते, त्या सर्वांचा तपशील तिने लिहून ठेवला होता.

पण नंतर मात्र तिने तपशील लिहिणं थांबवलं. ऑफिसच्या प्रवेशद्वारालगतच्या स्वागतकक्षाची खोली वार्ताहर आणि बातमीदारांनी गच्च भरली होती. जॉशने आपल्या सेक्रेटरीला तंबी देऊन सांगितलं होतं की कुठल्याही कारणास्तव त्याला दोन तास बोलवायचं नाही, तरीपण थोड्यावेळाने दारावर मोठ्याने ठक-ठक करून त्याला बोलवायचा कोणीतरी प्रयत्न करीत होतंच. नंतर तो आवाज मोठा मोठा होऊ लागला. त्याने दरवाजा उघडला आणि म्हणाला, "कोण आहे?"

"सर, खूपच महत्त्वाचा फोन आहे." त्याच्या सेक्रेटरीने उत्तर दिले.

"ये, आत ये."

दरवाज्यातनं तिनं फक्त आपलं डोकं आत घेतलं आणि म्हणाली, "नेट ओ रॉयले यांचा फोन आहे सर."

जॉश आपली कानशिलं चोळत होता. त्यानं ते थांबवलं आणि तो चक्क हसला. त्याने त्या खोलीत इकडे तिकडे पाहिलं, त्या खोलीत कुठेच टेलिफोन जोडायची व्यवस्था नव्हती. त्याची सेक्रेटरी दोन पावलं आत आली, तिनं टेबलावर कॉर्डलेस टेलिफोन ठेवला अन् ती पळालीच.

"नेट" टेलिफोन रिसिव्हरमध्ये तो म्हणाला.

"कोण? जॉश का?" पलीकडून उत्तर आलं. आवाज मोठा होता पण खरखरीत होता, बोलणं तसं चांगलं ऐकू येत होतं.

"नेट, माझं बोलणं तुला नीट ऐकू येतंय का?"

"होय."

"तू कुठून बोलतोयस."

"मी माझ्या उपग्रहाद्वारे संदेश देणाऱ्या सॅट-फोनवरून बोलतोय आणि हा फोन मी माझ्या बोटीवरच्या डेकवर लावला आहे. आत्ता आम्ही पराग्वे नदीतू पेंटानलकडे जायच्या मार्गावर आहोत. मी काय बोलतोय ते नीट ऐकू येतंय ना?"

"हो, चांगलं ऐकू येतंय. नेट तू कसा आहेस? ठीक आहेस ना?"

"व्वा! मस्तच! आमची साहस सफर छान चाललीय. आत्ता जरा बोटीमध्ये काहीतरी प्रॉब्लेम निर्माण झालेला दिसतोय."

"म्हणजे काय प्रकार आहे?"

"बोटीच्या खालच्या बाजूच्या पाणी कापणाऱ्या पंख्याच्या पात्यांमध्ये नदीतून येणारे धागे-किनतानचे तुकडे असं काहीतरी अडकलंय. आणि इंजिनसुद्धा काही कारणानं बंद पडलंय. बोटीवरची माणसं दुरुस्तीच्यामागे आहेतच आणि मी त्यांच्यावर देखरेख करतोय."

“तुझ्या बोलण्यावरून तू फारच मजेत आहेस असं वाटतंय.”

“ही एक धाडसी मोहीम आहे ना? मग मजा येणारच.”

“हो नक्कीच – ती मुलगी सापडायचं काही लक्षण?”

“शक्यता फारच कमी दिसतेय आणि तसे फार दिवस काही झालेले नाहीयेत. आमचे प्रयत्न योग्य दिशेने चालू आहेत असं आम्हाला वाटतंय. रॅचेल भेटणारच नाही असं काही वाटायला नको.”

“सापडेल, सापडेल किंवा तुला तिला शोधून काढावंच लागेल. आजच आम्ही कोर्टाच्या हॉलमध्ये ट्रॉय फेलनच्या मृत्युपत्राचं वाचन घडवून आणलं – आता सारं जग रॅचेलला शोधायला बाहेर पडेल.”

“मला त्याची काळजी वाटत नाही. ती तिच्या जागी सुरक्षित आहे.”

“मला आता वाटतंय की मी तुझ्याबरोबर यायला हवं होतं.”

आकाशातल्या एका ढगाच्या कोपऱ्यानं शेवटच्या वाक्याच्या संदेशलहरीला अडथळा निर्माण केला. अडथळा लगेचच बाजूला झाला.

“काय म्हणत होतास तू?” नेटनं मोठा आवाज काढून विचारलं.

“काही नाही, म्हणजे तू तिला काही दिवसांतच भेटणार आहेस असं म्हणायला हवं.”

“नशिबानं साथ दिली तर नक्कीच – चोवीस तास बोटीनं प्रवास चालू आहे. पण आम्ही पाण्याच्या प्रवाहाच्या विरुद्ध दिशेनं जातोय. पाण्याचा वेगही खूप आहे. पावसाळ्यामुळे पाणीपण खूप आहे. त्यामुळे प्रत्यक्ष प्रगतीचा वेग कमी पडतोय आणि त्यात आम्ही योग्य दिशेने चाललोय याचीही खात्री आम्हाला नाहीये. पाणी कापायचा पंखा ठीक झाला तर आणि अगदी आशावादी दृष्टिकोन ठेवला तर दोन दिवसांत रॅचेल आम्हाला भेटायला हवी.”

“हवा चांगली नाहीये का?” जॉशनं सहजच काही तरी विचारायचं म्हणून विचारलं. आणखी काही बोलण्यासारखं नव्हतं. नेट जिवंत होता, तब्येत चांगली होती आणि तो कामगिरीच्या मागे आहे ही बातमी खूप होती.

“एखाद्या भट्टीसारखं इथे गरम होतंय आणि दिवसात पाच वेळा पाऊस पडतोय हे एवढं सोडलं तर फारच मजा आहे इथे.”

“सापबीप वगैरे?”

“आहेत, दोन-चार दिसत असतात. अजगर, बोटीपेक्षा मोठ्या लांबीचे, कित्येक मगरी-सुसरी, कुत्र्यांच्या आकाराएवढ्या घुशी, घुशींना इथे कॅपावेटस म्हणतात. नदीच्या कडेच्या जमिनीच्या भागांत सुसरी-मगरींच्या बरोबरीनं बिळातून राहतात. इथली माणसं भुकेनं कासावीस झाली की या घुशींना मारून खातात.”

“पण तुझ्याकडे पुरेसं खाण्याची सामुग्री आहे ना?”

"हो – आमच्याकडे काळे वाल, तांदूळ भरपूर आहेत. वेली स्वयंपाक करतो. दिवसातून तीन वेळा जेवण असतं.'' इथे नेटच्या आवाजात धार होती आणि साहसी सफरीची खुमखुमी आवाजात जाणवत होती.

"हा वेली कोण?''

"माझ्या डेकवरचा नोकर – आता या क्षणाला तो बोटीच्या खाली १२ फूट पाण्यात आहे आणि श्वास रोखून, बोटीच्या पाणी कापायच्या पंख्यात अडकलेला गुंता काढतोय आणि मी देखरेख करतोय.''

"तू पाण्यात वगैरे जाऊ नकोस हं नेट.''

"अरे, तू घाबरलास की काय? नाही, मी इथे आहे वर डेकवर. बरं आता बस झालं – बॅटरी चार्ज करायला मला अद्याप काही सापडलेलं नाहीये.''

"परत कधी फोन करणार?''

"लवकर करण्याचा प्रयत्न करतो, पण आता रॅचेल लेन मिळेपर्यंत थांबायलाच हवं.''

"कल्पना चांगली आहे, पण काही अडचण वाटली तर लगेचच फोन कर.''

"अडचण? जॉश, मी तुला कशासाठी फोन करू? तू काही करू शकशील अशी परिस्थिती इथे नाहीये.''

"तू म्हणतोस ते बरोबर आहे. फोन नाही केलास तरी चालेल.''

.२०.

संध्याकाळ होता होता वादळानं तडाखा द्यायला सुरुवात केली. स्वयंपाकघरात वेलीनं त्यावेळी भात टाकला होता. नदीचं पात्र अंधारत चाललं होतं ते जेव्ही पाहात होता. सोसाट्याचा वारा सुटला होता. वाऱ्याच्या आवाजानंच नेटला जाग आली. वेगाच्या वाऱ्यानं त्याचा झुला वेडावाकडा हलायला लागला आणि जागे होताक्षणीच तो फरशीवर उतरून उभा राहिला. वाऱ्याच्या पाठोपाठ ढगांचा गडगडाट आणि विजांचा कडकडाट होताच. नेट जेव्हीच्या बाजूला जाऊन उभा राहिला आणि पुढे उत्तरेकडच्या अथांग अंधाराकडे पाहात राहिला. "फार मोठं वादळ'' जेव्ही म्हणत होता. आवाजात बेफिकिरी होती.

ही बोट आपण जरा किनाऱ्याशी नेऊन उभी करावी असा विचार नेट करत होता. किमान उथळ पाण्यात तरी आपण बोट उभी करावी असं त्याला वाटत होतं. पण जेव्हीला तसं काही करावं असं वाटत नसावं. त्याच्या चेहऱ्यावर चिंता नव्हती. उलट त्याच्या चेहऱ्यावरची बेफिकिरी नेटला समाधान देऊन

गेली. पाऊस सुरू झाला आणि नेटनं खालच्या मजल्यावरच्या खोलीत डाळ-भाताचं जेवण घेतलं. वेली कोपऱ्यात बसून होता. छतापासून लोंबकळणारा दिवा बोटीच्या हेलकाव्यांबरोबर हिंदकाळत होता. बाजूच्या खिडक्यांच्या काचांवर पावसाच्या पाण्याचे मोठे मोठे थेंब थड थड आवाज करीत होते.

सुकाणू वरच्या मजल्यावरच्या खोलीत होतं. त्याला यापुढे आपण व्हील चेंबर असं म्हणू. त्या खोलीत जेव्ही ग्रीसचे डाग पडलेला, पिवळा प्लॅस्टिकच्या कापडाचा, पोंचू घालून बसला होता. त्या खोलीच्या खिडक्यांना काचा नव्हत्या. जेव्हीच्या चेहऱ्यावर सुद्धा पावसाच्या सरींचा सप सप पडणाऱ्या थेंबांचा मारा होत होता. पुढे पाण्यावर झोत पाडणारे दिवे पुढचा मार्ग दाखवत होते, पण पन्नास फुटांपुढे काय होतं ते काहीच दिसत नव्हतं. जेव्हीला नदीची पूर्ण माहिती होती आणि अशा प्रकारची बरीच वादळं, झंझावात त्यानं या नदीवर प्रवास करताना अनुभवले होते.

बोट डोलत होती. हेलकावे खात होती. असं असताना तर वाचन करणं अशक्यच होतं. काही मिनिटांचा काळ गेल्यानंतर बोटीच्या हलण्यानं नेटला कसंचंच व्हायला लागलं. त्याच्या बॅगमध्ये गुडघ्यापर्यंत लांब आणि डोक्याच्या भागाला हूड असलेला एक रेनकोट होता. तो त्यानं बाहेर काढला. जॉशनं प्रत्येक गोष्टीचा विचार केलेला होता. कठड्याच्या पाईपला पकडून तो हळू हळू जिन्याने वर व्हीलच्या खोलीशी आला. तिथे वेली ओलाचिंब होऊन बसला होता.

या ठिकाणी नदीने पूर्वेकडे वळण घेतलं होतं आणि पुढे होता पेंटॅनलचा भाग. या भागात आता आडवा वारा वाहात होता. कधी डावीकडून उजवीकडे तर कधी उजवीकडून डावीकडे. बोट गदा गदा हलायला लागली. नेट आणि वेली दोघेही बाजूच्या कठड्यावर आदळले गेले. जेव्हीनं एका हातानं व्हीलचेंबरच्या दरवाज्याच्या चौकटीला पकडून धरलं होतं आणि बोटीवर ताबा ठेवणाऱ्या चक्राला दुसऱ्या हातानं घट्ट पकडून ठेवलं होतं. नियंत्रण त्याच्या आवाक्यातलं होतं.

सुसाट वाऱ्याचे दणके एकामागून एक एक सेकंदाच्या अवधीनंतर येत होते. सांतालौरा पुढे जायची थांबलीच. वादळाने बोट नदीच्या एका तटाकडे ढकलली गेली. पावसाचे मोठे मोठे थेंब मोठ्या जोराने आपटत होते आणि आता तर ते फारच गार झालेले होते. सरी येत होत्या, त्या तर एखाद्या पत्र्यासारख्या येऊन आदळत होत्या. चक्राशेजारी एक कप्पा होता त्यामधून जेव्हीनं एक लांब बॅटरी काढली आणि ती वेलीला दिली.

"नदीचा किनारा कुठे आहे ते बघ." पावसाच्या, वाऱ्याच्या आवाजाच्या

वर आवाज काढून जेव्ही वेलीला म्हणाला.

नेटनंसुद्धा वेलीच्या जवळचा कठड्याचा पाईप घट्ट पकडून धरलेला होता. वेली कुठे काय पाहतोय हे नेटला समजून घ्यायचं होतं. बॅटरीच्या उजेडाच्या झोतात पावसाच्या सरींखेरीज काहीच दिसत नव्हतं आणि पार्श्वभागी सर्व धूसर धूसर होतं.

मग विजेच्या कडकडाट झाला, त्याची मदत झाली. नदीचा किनारा जवळच होता आणि जमिनीवर दाट झाडी होती. वारा त्यांना त्या किनाऱ्याकडेच ढकलत होता. वेलीनं जेव्हीला ओरडून सांगितलं. जेव्ही मोठ्या आवाजात प्रत्युत्तरार्थ काही तरी सांगत होता. तेवढ्यात बाजूने पाण्याचा आणि वाऱ्याचा एक दणका बोटीला बसला आणि बोट उजव्या बाजूला जवळ जवळ कलंडलीच. वेलीच्या हाताला रेलिंगचा दणका बसला आणि त्याच्या हातातली बॅटरी खाली पाण्यात पडली आणि पाहता पाहता पाण्यात दिसेनाशी झाली.

दोन डेक जोडणाऱ्या मधल्या पॅसेजवरच्या रेलिंगच्या कठड्याला एका हाताने धरून नेट गुडघ्यांवर बसला होता. पाण्यानं ओला झाला होता. थंडीने कुडकुडत होता. आता दोन गोष्टींपैकी काहीतरी होणार अशी त्याची अटकळ होती आणि दोन्ही गोष्टी न व्हाव्यात म्हणून कोणालाच काहीही करता येणार नव्हतं. एक तर बोट पाण्यात बुडणार होती आणि दुसरी शक्यता बोट बाजूच्या दलदलीच्या भागात आडवी होणार होती, की जिथे मगरी-सुसरी असंख्य होत्या. त्याच्या ताब्यात जी काही कागदपत्रं होती ती त्याला कुठल्याही परिस्थितीत नष्ट होऊ द्यायची नव्हती. तो एकदम उभा राहिला अन् बोट बाजूला कलंडली. तो त्या बाजूच्या कठड्यावर जाऊन आदळला. कठडा त्यानं घट्ट पकडून ठेवला अन् तो जेव्हीकडे पाहून ओरडला, ''मला खालच्या मजल्यावर जायचंय'' जेव्ही बोटीचा ताबा संभाळणारं चाक घट्ट धरून उभा होता, तो सुद्धा घाबरलेला दिसत होता.

नेटनं वाऱ्याकडे पाठ केली आणि ओणवा होऊन रांगत रांगत तो जिन्याच्या पायऱ्या उतरला. डेकच्या फरशीवर तेल सांडून सगळीकडे घसरडं झालेलं होतं. डिझेलचा एक ड्रम आडवा झाला होता आणि त्यातून थोडं थोडं डिझेल सांडत होतं. नेटनं तो ड्रम उचलून उभा करण्याचा प्रयत्न केला, पण एका माणसाचं ते काम नव्हतं. त्याला दोघंजण हवे होते. तो एकदम त्याच्या खोलीत घुसला. अंगावरचा रेनकोट कोपऱ्यात भिरकावला. बोटीतला झुला बाजूच्या खुंटीवर अडकवला आणि पलंगाच्याखाली असलेली ब्रीफकेस त्याने आपल्याकडे ओढली. सोसाट्याच्या वाऱ्याचा एक झोत खोलीत शिरला. नेटनं हातानं कशालाही धरलेलं नव्हतं. तो भिंतीवर फेकला गेला. आदळला. डोकं खाली, पाय वर

झाले. ब्रीफकेस आणि सॅटेलाईट फोन, या दोन गोष्टी तो कुठल्याही परिस्थितीत गमावू शकणार नव्हता. या दोन्ही गोष्टी त्याच्या ब्रीफकेसमध्ये होत्या. ब्रीफकेस नवी होती. दणकट होती, पण आत पाणी जाणार नाही याची त्याला खात्री नव्हती. नेटनं ती ब्रीफकेस दोन्ही हातांनी आपल्या छातीशी घट्ट धरली आणि फरशीवर आडवा झाला आणि सांतालौरा वादळातून बाहेर पडेपर्यंत तो बोटीच्या फरशीवर पडूनच राहणार होता.

ठक ठक आवाज बंद झाला. त्याला वाटलं जेव्हीनं इंजिन बंद केलं असेल. वरच्या मजल्यावर चालणाऱ्यांच्या पावलांचे आवाज त्याला ऐकू येत होते. आपण आता काठाला लागणार आहोत अशी त्याची कल्पना झालेली. आता उठून उभं राहिला हरकत नाही असं त्याला वाटलं. इंजिनमध्ये काही बिघाड झाला असेल असं त्याला वाटत नव्हतं.

दिवे गेलेले होते. सगळीकडे काळाकुट्ट अंधार होता. अंधारात नेट तसाच पडून होता. बोटीच्या हेलकाव्याबरोबर मागे पुढे बाजूला घसरत होता. बोट कडेच्या काठाला लागण्याची वाट पाहात होता. नेटच्या डोक्यात एक घाबरवून टाकणारा विचार आला. रॅचेलनं मृत्युपत्राच्या कागदपत्रांची पोच द्यायचं नाकारलं तर? कदाचित परत एकदा इथे येणं भाग पडेल. काही महिन्यांनंतर परत हे सर्व दिव्य करून येथे यायचं! परत नेटला पाठवलं जाणार! म्हणजे परत पराग्वे नदी, बोट, वादळं आणि पाऊस यांचा सामना करायचा आणि जगातल्या त्या सर्वांत श्रीमंत धर्मप्रसारकाला सांगायचं की बाई हे सर्व पैसे तुझेच आहेत.

मिशनरी किंवा धर्मप्रचारक सुद्धा सुट्टीवर जातात हे त्यानं ऐकलं होतं. काही दिवसांची सुट्टी घेऊन अमेरिकेतल्या त्यांच्या घरी जातात. काही दिवस तिथे राहातात. ताजेतवाने होऊन पुन्हा आपल्या कामावर येऊन रुजू होतात. मग रॅचेलसुद्धा अशाच प्रकारची सुट्टी घेऊ शकेल. तिच्या वडिलांनी घातलेला गोंधळ नेटला मदतीला घेऊन निस्तरेल. अकरा बिलियन डॉलर रकमेचा प्रश्न आहे, तिने थोडावेळ यासाठी काढायलाच पाहिजे असं त्याचं मतं होतं. ती नेटला जर भेटली तर तो तिला हे नक्कीच सांगणार होता.

थाडकन आवाज झाला. बोट आदळली होती. उठता उठता नेट परत जमिनीवर कोसळला.

नदीतळाच्या वाळूच्या वरवंडीला त्यांची बोट आडली होती. पेंटॅनल भागातल्या इतर बोटींसारखीच सांतालौरा ही बोट सपाट तळाची होती. नदीच्या तळाशी तयार झालेले वाळूचे आडवे उंचवटे पार करून जाण्यासाठी सपाट तळांच्या बोटीचा उपयोग होतो. वादळानंतर जेव्हीनं इंजिन चालू केलं होतं. सांतालौरा अशाच एका आडव्या वाळूच्या उंचवट्याला अडली होती. जवळ जवळ अर्धा

तास जेव्हीनं बोट पुढे मागे केली आणि अलगदपणे बोट वाळू आणि चिखलातून पुढे काढली. बोट जेव्हा व्यवस्थितपणे पुढे मार्गक्रमण करू लागली, तेव्हा जेव्ही आणि वेलीनं बोटीचा डेकवरचा सपाट भाग झाडून साफ केला. वादळात एखाद्यावेळी नको त्या प्रकारचे प्राणी बोटीवर येतात म्हणजे साप, घुशी वगैरे. नंतर सगळ्यांनी कॉफी घेतली. कॉफी घेत असताना, जेव्हीनं अशाच एका वेळी त्याच्या बोटीवर चक्क एक मोठा माणूस सुद्धा गिळंकृत करणारा अजगर आला होता आणि त्यानं एका झोपलेल्या खलाशावर हल्ला केला होता, तो प्रसंग सांगितला.

नेटनं साप, नागांच्या गोष्टींमध्ये त्याला काही रस नसल्याचं सांगितलं. रॅचेलला त्याला शोधून काढायचं होतं, त्यादृष्टीनेच त्याची विचार करण्याची यंत्रणा काम करत होती.

आकाशातले ढग पांगले होते. नदीवर अर्धा चंद्र दिसायला लागला. वेलीनं आणखी एकदा कॉफी आणली. वादळाच्या उच्छादानंतर पेंटॅनल आता कमालीचं शांत वाटत होतं. नदीचा प्रवाह शांत झाला होता. पाण्याचा पृष्ठभाग एखाद्या काचेसारखा सपाट दिसत होता. चंद्र हा त्यांचा मार्गदर्शक होता. नदीबरोबर ते जेव्हा वळत असत तेव्हा तो दिसेनासा होई, पण ते जेव्हा उत्तरेकडे जात असत त्यावेळी तो त्यांच्या साथीला असायचा.

नेट आता अर्धा ब्राझिली झालेला होता. त्यानं हातावर घड्याळही बांधलं नव्हतं. आता वेळेला फार महत्त्व नव्हतं.

मध्यरात्र होऊन गेलेली होती. कदाचित चार तास त्यांना पावसानं झोडपलं होतं.

काही तास नेट झुल्यामध्ये झोपला. पहाटेच्या नंतर तो जागा झाला. सुकाणू ज्या खोलीत होतं त्याच्या मागे एक छोटी केबिन होती, त्यात जेव्ही आडवा होऊन घोरत होता. सुकाणूशी वेली होता. तोही अर्धवट झोपेतच होता. नेटनं त्याला कॉफी आणायला पाठवलं आणि स्वत: बोटीचा ताबा घेतला. आकाशात परत ढग दिसायला लागले होते, पण पाऊस येईल असं वाटत नव्हतं. नदीमध्ये कालच्या वादळामुळे पानं, फांद्या, गवताचे गुंते वगैरेसारखा बराच कचरा वाहताना दिसत होता. नदी या ठिकाणी रुंद होती. वाहतूक नव्हतीच. नेटनं वेलीला झुल्याजवळ असलेला नकाशा आणण्यासाठी पाठवलं. बोटीचं कप्तानपद तो सांभाळत होता.

कोर्ट-कचेऱ्यातल्या कामापेक्षा हे उघड्या अंगाने, अनवाणीपणे, कॉफी पीत पीत, जगाच्या पाठीवरच्या सर्वांत अवाढव्य असलेल्या दलदलीतलं, साहसपूर्ण काम नेटला काहीतरी निराळंच समाधान देत होतं, हे त्याला जाणवत

होतं. त्याचं सर्व काही व्यवस्थित चाललं असतं, तर तो एखाद्या खटल्याच्या मागेच धावत राहिला असता. एका वेळी दहा दहा कामाचे विचार त्याच्या डोक्यात गर्दीकरून राहिले असते. प्रत्येक खिशात एक एक फोन असता सगळ्याच वकिलांना असंच घाईगर्दीचं, कामांनी झपाटलेलं जिणं जगायची इच्छा असते. अद्यापसुद्धा नेटला याला आपण मुकलो असं कधी कधी वाटत असतंच.

बोट योग्य दिशेने चालली होती. जेव्हीकडे दुर्बीण होती. तो बाजूच्या तीरांचं निरीक्षण करीत होता. मुख्यत: कुत्र्यांच्या आकाराच्या घुशी, अजगर, मगरी, सुसरी, लांब मानेचे, लाल डोक्याचे, पांढऱ्या रंगाचे ट्युई पक्षी मोजले. हे पक्षी पेंटॅनलची खासियत आहे. एका वाळूच्या वरवंडीवर बसलेले बारा पक्षी त्याने पाहिले. शांतपणे ते बोटीकडे पाहात होते, अगदी बोट त्यांच्या बाजूने जाताना सुद्धा.

कॅप्टन आणि त्याचे सहकारी उत्तरेकडे जात होते. आकाशात नारिंगी रंगाची उधळण व्हायला लागली आणि दिवसाची सुरुवात व्हायला लागली. ते पेंटॅनलमध्ये आत आत, आणखी आत जात होते. हा प्रवास त्यांना कुठे नेऊन पोचवणार होता हे पण त्यांना माहीत नव्हतं.

. २१ .

दक्षिण अमेरिकेतले जे धर्मप्रसारक आदिवासींच्यात त्यांच्या कल्याणासाठी ख्रिश्चन धर्माच्या प्रसाराचं काम करत होते, त्यांच्यात एकमेकांच्यात समन्वय साधण्याचं काम नेव्हा कोलियर नावाची एक स्त्री करीत होती. तिचा जन्म कॅनडातल्या न्यू फाउंडलँडमध्ये इग्लू घरांमध्ये राहणाऱ्या एका एस्किमो कुटुंबात झालेला. तिच्या आईवडिलांनी वीस वर्षे ईन्यूईट आदिवासींच्यात काम केलेलं होतं. नेव्हाने स्वत: न्यू गिनीच्या डोंगरांत, आदिवासींच्यात अकरा वर्षे काढली होती. ती एकूण नऊशे कार्यकर्त्यांच्या संपर्कात राहून त्यांच्या कार्याचा ताळेबंद ठेवत होती. त्यांच्या जरूर त्या गरजा पूर्ण करण्याचा प्रयत्न ती करत असे. त्यांना त्यांच्या कामासंबंधातल्या सूचना, त्यांच्या कामांसंबंधीच्या अपेक्षा, त्यांना कळवत होती. तर नेव्हालाच माहीत होतं की, रॅचेल पोर्टर ही मुळातली रॅचेल लेन आहे आणि ती ट्रॉय फेलनची अनौरस कन्या आहे. रॅचेलचं माध्यमिक शिक्षण पुरं झाल्यावर तिनं तिचा भूतकाळ विसरण्याच्या हेतूने तिचं आडनाव बदललं. तिच्या घरी कोणी माणसं नव्हती. तिला ज्यांनी दत्तक घेतलं होतं ते दोघे पालक आईवडील निवर्तले होते. तिला कोणी भावंडं नव्हतं, कोणी

आत्या, मावश्या, काका, मामा, चुलत भाऊ बहीण कोणी कोणी नव्हतं. निदान तिला तरी त्यांची माहिती नव्हती. तिला फक्त ट्रॉय फेलन माहीत होते आणि तिला त्यांनाच तिच्या डोक्यातून काढून टाकायचं होतं. जागतिक आदिवासी कल्याण संघ संस्थेचा त्यांच्या संस्थेत काम करण्यासाठी एक शिक्षणक्रम कार्यकर्त्यांकडून पूर्ण करून घेतला जातो, तो रॅचेलनं शालेय शिक्षण पूर्ण झाल्यावर पुरा केला. तो शिक्षणक्रम पुरा झाल्यानंतर तिनं तिचा भूतकाळ नेव्हा कोलियरला सविस्तरपणे विशद करून सांगितला.

जागतिक आदिवासी कल्याण संघाच्या उच्च पदावरच्या अधिकाऱ्यांना रॅचेलच्या वैयक्तिक खाजगी आयुष्याबद्दल माहिती होती. प्रभूची सेवा करण्याच्या आड, मानव जातीची सेवा करण्याआड तिची ही पार्श्वभूमी खचित येत नव्हती. तिनं त्यांच्याच संस्थेच्या महाविद्यालयातून वैद्यकीय पदवी मिळवली होती आणि तिनं स्वत:चं सर्व आयुष्य ख्रिस्ताच्या चरणी रुजू करायचं ठरविलं होतं आणि त्यासाठी संस्थेनं जगाच्या पाठीवर कुठेही जरी पाठविलं तरी तेथे जाण्याची, काम करण्याची तिची तयारी होती आणि कामगिरीवर जायला ती उत्सुक होती. संस्थेनं तिच्याबद्दलची कुठल्याही प्रकारची माहिती कोणालाही देणार नाही आणि ती दक्षिण अमेरिकेतल्या कुठल्या भागात काम करीत आहे हे सुद्धा सांगितलं जाणार नाही, असं आश्वासन दिलं होतं.

नेव्हा तिच्या ह्युस्टन मधल्या छोट्या का होईना पण अगदी नीटनेटक्या कचेरीत बसून फेलन कुटुंबातल्या मृत्युपत्रासंबंधातली बातमी वाचत होती. फेलनसाहेबांच्या आत्महत्येच्या दिवसापासून ती या बाबतीतली बातमी चुकवत नव्हती.

रॅचेलशी संपर्क साधायला फार वेळ लागायचा. त्या दोघी एकमेकांच्यात वर्षातून फक्त दोनदाच पत्र व्यवहार करायच्या. एकदा मार्चमध्ये व नंतर ऑगस्टमध्ये आणि वर्षातून एकदाच रॅचेल तिचं सामान आणायला म्हणून कोरूंबाला जायची तेव्हा कोपऱ्यावरच्या एखाद्या सार्वजनिक टेलिफोन बूथवरून नेव्हाशी फोनवर बोलायची. नेव्हाचं आणि रॅचेलचं बोलणं झाल्याला एक वर्ष होऊन गेलं होतं. १९९२ मध्ये रॅचेलनं एकदा सुट्टी घेतली होती. सहा आठवड्यांतच ती पेंटॅनलला परतली होती. तिला युनायटेड स्टेट्समध्ये राहिला आवडायचं नाही. ते तिचं घर नाही असंच तिनं नेव्हाला सांगितलं होतं. ती आदिवासींच्यातलीच एक होती.

बातमीत असलेल्या वकिलाच्या वक्तव्यावरून हे प्रकरण मिटलंय असं काही दिसत नव्हतं. नेव्हानं फाईल बाजूला ठेवली आणि थोडाकाळ थांबावं असा निर्णय घेतला. योग्य वेळ येईल त्यावेळी ही रॅचेल कोण आहे, तिचा भूतकाळ काय आहे, ते या जागतिक आदिवासी कल्याण संघाच्या विश्वस्तांना

विशद करून सांगायचं असं तिनं ठरवलं. ती वेळ कधीच येऊ नये, असं तिला मनोमनी वाटत होतं. पण ही बाब अकरा बिलियन डॉलर एवढ्या प्रचंड रकमेची आहे, ती किती दिवस लपून राहणार आहे?

सर्व वकिलांनी एकत्र यायचं, पण ते कुठे यावर एकमत होत नव्हतं. एकत्र यायचं हे ठरलं पण चर्चा करण्यासाठी ठिकाण ठरत नव्हतं. तशी पूर्वसूचना कमी अवधीची होती तरी पण हे जमू शकत होतं हे महत्त्वाचं होतं.

टॉयसन कोपऱ्यावरच्या रिट्झ हॉटेलमधल्या जेवणाच्या म्हणजे बँक्वेट हॉल- मध्ये जमायचं ठरलं. हॉलमध्ये मध्यभागी चौरस आकारात टेबलं लावली. सर्व मंडळी हॉलमध्ये आल्यावर आतून दारं लावून घेण्यात आली. हॉलमध्ये पन्नासच्या आसपास माणसं होती, प्रत्येक वकिलानं त्याचा एक असिस्टंट आणि आणखी दोन तीन कारकून आणलेले होते, जितका जास्त नोकरवर्ग आपण आपल्याबरोबर आणू तितकं आपलं महत्त्व जास्त असं प्रत्येक वकिलाला वाटत होतं.

सर्वांच्या चेहऱ्यावर ताण दिसत होता. यावेळी फेलन वारसदार उपस्थित नव्हते, फक्त त्यांचे वकीलच.

हार्क गेटीनं सभेचा ताबा घेतला आणि सभा सुरू झाल्याचं जाहीर केलं. हे सांगता सांगता कोर्टामधल्या एका खटल्यात उद्‌भवलेला समर्पक असा मार्मिक विनोदी चुटका त्यानं उपस्थितांना ऐकवला आणि तणावपूर्ण वातावरणात जरा मोकळेपणा आणण्याचा प्रयत्न केला. पण उपस्थितांमध्ये असं वाटणारेही काही जण होते, की एका गंभीर बाबीबद्दल चर्चा करण्यासाठी आपण येथे जमलो असताना इतका उच्छृंखलपणा दाखविण्याची गरज नव्हती. तरीपण ज्या कोणाला विनोदबुद्धी होती ती मंडळी मात्र खळखळून हसली होती. फेलन वारसदारांच्या प्रत्येक वकिलाने मधोमध येऊन आपली माहिती द्यावी, त्यांचं म्हणणं काय आहे ते विशद करावं. गेटी स्वत: सर्वांत शेवटी त्याचं म्हणणं मांडेल असं गेटीनं सांगितलं.

एका वकिलानं एक हरकत मांडली. "वारस नेमके कोण आहेत?'

"फेलनसाहेबांची सहा मुलं." हार्क म्हणाला.

"त्यांच्या तीन बायकांचं काय?"

"त्या वारसदार ठरत नाहीत. त्या त्यांच्या घटस्फोटित बायका आहेत." या विधानानं त्या तीन बायकांचे वकील उखडले आणि गरमागरम वादावादी झाली, त्यांनी या सभेतून निघून जायची धमकी दिली. कोणीतरी त्यांना बोलण्याची संधी द्यावी असं सुचवलं आणि प्रश्न सुटला.

मेरी रॉस फेलन जॅकमन आणि तिचा नवरा यांनी नेमलेला वकील ग्रीट. तो भांडखोर म्हणून प्रसिद्ध होता. आपण या वारसदारांना त्यांचे हक्क मिळवून देण्याकरिता युद्धसदृश्य मोर्चेबांधणी केली पाहिजे आणि त्याप्रमाणे कृती केली पाहिजे असं सुचवत तो म्हणाला, ''आपल्याला या मृत्युपत्राच्या सत्यतेबद्दल कोर्टात आव्हानच द्यायला पाहिजे. त्याखेरीज दुसरा मार्ग नाही.'' तो पुढे म्हणाला, ''फेलन म्हातार-बुवांनी हे मृत्युपत्र लिहिलं तेव्हा ते वेडपट मन:स्थितीत होते असंच आपण म्हणायला हवं. त्यांनी एवढ्या उंचीवरून उडी मारून आत्महत्या करून घेतली आणि एवढी मोठी मालमत्ता एखाद्या अज्ञात वारसाला बहाल करून टाकली हे खरोखरंच वेडेपणाचं लक्षण आहे असं माझं स्पष्ट मत आहे. आपण असे मानसोपचार-तज्ज्ञ मिळवू शकू की जे अशाप्रकारचा दाखला देऊ शकतील.''

''फेलनसाहेबांनी उडी मारण्यापूर्वी ज्या तीन मानसोपचारतज्ज्ञांनी त्यांना तपासलं होतं त्यांचं काय?'' उपस्थितांपैकी एकानं प्रश्न केला.

''तो एक मूर्खपणा होता.'' ग्रीट एकदम खेकसला, ''ती शुद्ध बनवाबनवी होती. त्यांनी ते सर्व आधी ठरवलेलं होतं. तुम्ही सर्वच त्याला बळी पडलात.''

हार्क आणि इतर वकील मंडळींनी त्या तीन मानसोपचारतज्ज्ञांचं मत मानलं होतं, त्यांना या ग्रीटच्या वक्तव्याने अस्वस्थ करून टाकलं.

''हा सगळा नंतरचा शहाणपणा आहे.'' असं यान्सीनं ग्रीटला सांगून काही क्षणांपुरता त्याचा आवाज बंद केला होता.

गीना आणि कोडी यांनी एका वकिलांच्या कंपनीलाच नेमलं होतं आणि या कंपनीनं वकिलांचा एक ताफाच पाठविला होता. या ताफ्याचं नेतृत्व लँगहार्न नावाच्या महिला वकिलाकडे होतं. ती उंच होती. जाड होती. तिने आरमानी पेहराव केलेला होता. ती पूर्वी जॉर्ज टाऊन कायदा संस्थेमध्ये प्रोफेसर होती. तिनं प्रोफेसरच्या आविर्भावातच आणि तिला सर्व काही ज्ञात आहे, अशा थाटातच त्या सभेमध्ये, बोलायला सुरुवात केली. ''मुद्दा क्रमांक एक – व्हर्जिनिया संस्थानात फक्त दोनच मुद्यांवर मृत्युपत्राच्या खऱ्या खोटेपणांवर आक्षेप घेता येतात. कोणाच्या तरी दडपणाखाली किंवा मानसिकदृष्ट्या सक्षम नसताना मृत्युपत्रावर जर सही केलेली असेल तरच. आता इथे रॅचेल लेन तर कोणालाच माहीत नव्हती किंवा नाही तर तिचं फेलन-साहेबांवर कुठल्या प्रकारचं दडपण असण्याचा प्रश्च उद्‌भवत नाही आणि प्रत्यक्षात सुद्धा स्वत: फेलनसाहेब आणि तिचा संपर्क अजिबात नव्हता. दुसरा मुद्दा – मृत्युपत्रासंबंधातले योग्य अयोग्य किंवा साधक बाधक मुद्दे विचारात घेऊन त्यानुसार निर्णय घेता येण्याची त्यांच्या मनाची क्षमता नव्हती असं विधान करणं हाच एक आशेचा किरण. तिसरा मुद्दा

– फसवणूक. तो येथे धरता येणार नाही. फेलनसाहेबांनी त्या तीन मानसोपचारतज्ज्ञांना बोलावून त्यांच्याकडून त्यांच्या मानसिक क्षमतेची परीक्षा करवून घेतली, त्यासाठी कदाचित खोटी कारणं पुढं केली असतील. पण त्यात काही फसवेगिरी असेल असं ठामपणे काही मांडता येणार नाही आणि याबाबतीत मी बरंच संशोधन केलेलं आहे आणि कोणाला जर त्या संबंधातली काही माहिती हवी असेल तर मी ती द्यायला तयार आहे.'' तिने एका कागदावर काही मुद्दे लिहून आणले होते आणि त्याआधारे ती मुद्देसूदपणे बोलत होती. तिच्या कंपनीतले सहा सहायक तिच्यामागे बसूनच होते. ''चौथा मुद्दा – त्या तीन मानसोपचारतज्ज्ञांनी काढलेले निष्कर्ष खोडून काढणं हे जरा अवघड काम आहे. (तिनं व्हिडीओ पाहिला होता.) ही लढाई जिंकणं तसं अशक्यच आहे. पण ही लढाई लढण्याकरता त्यांना पैसे मिळणार होते. शेवटी तिचा निष्कर्ष असाच होता की, सर्व शक्तीनिशी मृत्युपत्राला कोर्टात आव्हान द्यायचं, जेवढं भांडता येईल तेवढं भांडायचं, आणि शेवटी कोर्टाच्या बाहेर तडजोड होईल अशी आशा करायची. तिचं भाषण दहा मिनिटं चाललं आणि तिनं नवीन असं काहीच सांगितलं नव्हतं. ती केवळ स्त्री होती म्हणूनच इतर उपस्थितांनी तिचं भाषण कोणताही अडथळा न आणता पार पडू दिलं होतं.

रात्र शाळेमध्ये शिकलेल्या वॅली ब्राईटनं, लँगहॉर्नने जे काही सांगितलं होतं त्याच्या अगदी विरुद्ध टोकाचे मुद्दे मांडले. वारसांवर हा सरासर अन्याय होणार आहे, असं तो ठासून सांगत होता. त्यानं या भाषणासाठी काहीही तयारी केलेली नव्हती. त्याच्यासमोर मुद्दे मांडलेला कागद नव्हता की मनात काही आखणी नव्हती. जे काही आठवत होतं, जे काही सुचत होतं ते तो बोलत होता.

लिलियनचे दोन वकील एकदम बोलायला उठले. शेजारी शेजारी उभे राहून त्यांनी बोलायला सुरुवात केली. दोघांनी काळ्या रंगाचे सूट परिधान केलेले होते. कायम बंद खोल्यांतून काम केलेले, क्वचितच कधी त्यांनी सूर्य पाहिलेला असेल अशा फिकट चेहऱ्यांचे ते होते. एक वाक्याची सुरुवात करायचा आणि दुसरा त्याचा शेवट करायचा. एकजण मोठ्या आवेशात एखादा प्रश्न फेकायचा आणि दुसरा त्याचं उत्तर द्यायचा. पहिला एखाद्या फाईलचा उल्लेख करायचा की दुसरा तत्परतेने ब्रीफकेसमधनं ती फाईल काढून पुढे करायचा. नाटकी आविर्भावात त्यांचं भाषण चाललं होतं, बोलणं मुद्याला धरून होतं. काही काही महत्त्वाचे वाटणारे मुद्दे पहिला एकदा सांगायचा आणि दुसरा त्याची पुनरावृत्ती करायचा.

निष्कर्ष मोठ्या झपाट्याने बाहेर पडत होता, तो म्हणजे फेलनसाहेबांनी हे मृत्युपत्र वेडाच्या भरात केलेलं आहे, हे मृत्युपत्र असत्य आहे. कायद्याला धरून

नाही, या मृत्युपत्राच्या वैधानिकतेला आपण कोर्टात आव्हान द्यायचं. ही लढत आपण चार मुद्यांसाठी द्यायची - (१) यामध्ये आपलं आर्थिक नुकसान काहीच नाही (२) याखेरीज दुसरं काहीही करता यायला वाव नव्हता (३) तडजोड घडवून आणण्यासाठी हाच एकमेव मार्ग होता (४) आणि वकिलांना त्यांच्या पक्षकारांकडून भरभक्कम फी मिळणार होती, यात शंकाच नव्हती आणि फी वकिलांचा प्रत्यक्षात वेळ किती गेला यावर अवलंबून होती.

कोर्टात जाऊन मोठ्या ताकदीनिशी भांडावं असा यान्सीचा आग्रह होता, त्याचा पक्षकार रँबल हाच फेलनसाहेबांच्या वारसदारांपैकी एक होता की तो अद्याप सज्ञान झालेला नव्हता आणि त्यानं फार मोठी अशी काही देणी करून ठेवलेली नव्हती. तो एकवीस वर्षांचा झाल्या झाल्या त्याला फेलन इस्टेटीमधून पाच मिलियन डॉलर्स मिळणार होते आणि हे कित्येक वर्षांपूर्वीच ठरलेले होते, आणि त्यात बदल होणार नव्हता. पाच मिलियन डॉलर्सची हमी- यामुळे रँबल त्याच्या इतर भाईबंदांच्या तुलनेत फारच चांगल्या परिस्थितीत होता. त्याच्यात तर कमी काहीच होणार नव्हतं. मग आणखीनच्या प्राप्तीसाठी कोर्टात भांडायला काय हरकत आहे?

या चर्चेमध्ये एक तास गेला आणि दरम्यान कोणीतरी त्या मृत्युपत्रातल्या आव्हान देण्याच्या कलमाचा उल्लेख केला. रँबलशिवाय इतरांना सगळ्यांना या मृत्युपत्रामुळे त्यांची देणी देण्यासाठी जी काही रक्कम मिळणार होती ती सुद्धा धोक्यात येणार होती याची कल्पना होती. वकिलांनी या शक्यतेला विशेष महत्त्व द्यायचं टाळलं होतं. त्यांना सर्वांनाच या मृत्युपत्राला कोर्टात आव्हान द्यायचं होतं, त्यांचे लालची पक्षकार त्यांना साथ देतील अशी त्यांची खात्री होती.

बरचसं काही बोललं जात नव्हतं. कोर्टातली झटापट फारच कटकटीची होणार होती. सुरुवात करणं सुद्धा अवघड जाणार होतं. या वकिलांच्यातला एक अनुभवी किंवा त्या क्षेत्रातली एखादी मान्यवर कंपनीच या कामासाठी सर्व वारसदारांतर्फे पुढे करणं योग्य होतं, आर्थिकदृष्ट्या जरुरीचं होतं. इतर वकिलांनी फक्त या मुख्य कंपनीला जरूर ती माहिती पुरवणं हे योग्य ठरेल, असा एक मुद्दा पुढे येत होता. ही मुख्य कंपनी सर्व वारसदारांच्या हितसंबंधांचे रक्षण करेल. त्यांना खटल्याच्या कामकाजासंबंधी वेळोवेळी माहिती पुरवेल. आता या प्रकारच्या पद्धतीला दोन गोष्टींची जरूर लागेल. एक एकमेकांचे एकमेकांना सहकार्य आणि दुसरा मुद्दा म्हणजे स्त्रियांनी आपापले मान-अभिमान, मीपणा या खोलीपुरत्याच सिमीत ठेवणं.

आणि नेमकं हेच या तीन तास चाललेल्या सभेमध्ये सांगितलं गेलं नाही. एखादी योजना म्हणजे ती कोणा एकाचीच असत नाही तर त्याला सर्वांचंच सहकार्य आणि मदत लागते. वकिलांनी पक्षकार वाटून घेतलेले होते आणि कुठल्याही एका पक्षकारांनी दोन वकील नेमलेले नव्हते. वकिलांनी आपापल्या पक्षकारांना निक्षून असं सांगितलं होतं की त्यांनी दुसऱ्या कुठल्याही वारसाबरोबर या खटल्यासंबंधात किंवा मृत्युपत्रासंदर्भात चर्चा करायची नाही आणि जे काही बोलायचं असेल, ज्या काही सूचना करायच्या असतील, त्या त्यांनी फक्त त्यांच्या वकिलांनाच करायच्या. एकमेकांवर विश्वास ठेवणं हा सद्‌गुण कोणाही फेलनकुटुंबीयांत नव्हता की कोणा वकिलांच्यात नव्हता.

या सर्व चर्चासत्रांमधून खूप काळ चालणारा एक गुंतागुंतीचा खटला आकार घेत होता.

या मृत्युपत्राला आव्हान करण्याच्या बाबतीत तुम्ही कोणीही पडू नये, हे सांगण्याचं धाडस कोणालाही झालं नाही. ज्या गृहस्थानं आयुष्यभर खटपटी, लटपटी करून, उरीपोटी मेहनत करून, शकला, क्लृप्त्या लढवून भली मोठी माया जमवली होती, त्याच्या मृत्युपूर्व इच्छेचा सन्मान राखायला कोणीच तयार नव्हतं. उलट त्याच्याच मिळकतीचे लचके तोडायला प्रत्येकजण आतुर होता.

वारसदारांनी वैयक्तिकरीत्या किती देणी केलेली आहेत याचा आकडातरी माहिती व्हावा याबद्दल प्रयत्न झाले. पण कायद्याच्यासंबंधातले काही मुद्दे पुढे करून हा मुद्दा टाळण्यात आला.

"ही जी देणी देण्यात येणार आहेत, त्यात वारसदारांच्या नवरा किंवा बायकोने केलेली देणी धरण्यात येणार की नाही?" हे हार्कने विचारलं. तो रेक्सचा वकील होता. रेक्सची बायको अंबर हिचं रेक्सच्या प्रत्येक कर्जाच्या कागदपत्रात नाव होतंच.

"आणि इन्कमटॅक्स, सेल्सटॅक्स किंवा इतर काही सरकारी देणी यात धरली आहेत का?" ट्रॉय ज्युनियरचा वकील विचारत होता. ट्रॉय ज्युनियरचा टॅक्स संबंधातला एक खटला कोर्टात गेली पंधरा वर्षे चालू होता.

"माझ्या पक्षकाराने त्यांच्या वैयक्तिक देण्याबद्दल, काहीही माहिती द्यायला मला मना केलेलं आहे." लाँगहॉर्न म्हणाली. या घोषणेबरोबर प्रत्येक वारसदाराने त्याच्या कर्जाचा आकडा उघड करून सांगण्याचा प्रश्नच उरला नाही.

कुठल्याच वारसदाराची आपल्या कर्जाचा आकडा सांगण्याची तयारी नव्हती आणि यावरून प्रत्येक वारसदार पार गळ्यापर्यंत कर्जात बुडाला होता हे सिद्ध होत होतं.

या खटल्याला भरपूर प्रसिद्धी मिळावी असं प्रत्येक वकिलाला वाटत होतं.

आणि त्यामुळे त्यांनासुद्धा प्रसिद्धी मिळणार होती. प्रसिद्धीच्या झोतात आपण यावं असं प्रत्येक वकिलाला वाटत होतंच. प्रसिद्धी माध्यम, या खटल्याला कशा प्रकारे हाताळतंय याबद्दल वकिलांना कुतूहल होतं. त्यांचे पक्षकार अतिसुबत्तेमुळे वाया गेलेली मंडळी होती. अत्यंत लोभी, संपत्तीचा हव्यास असलेली, वडिलांपेक्षा काही निराळी नव्हती. प्रसिद्धी माध्यमांनी या दुर्गुणांचाच जर प्रभाव लोकांपुढे मांडला तर मात्र प्रश्न निर्माण होणार होते. त्यांचा वारसदारांकडे पाहण्याचा दृष्टिकोन कसा असेल यावर हे सारं अवलंबून राहणार आहे.

"आपण एक जनसंपर्क अधिकाऱ्याची नेमणूक करू" हार्कनं जाहीर केलं. ही एक आश्चर्यकारक कल्पना होती. आमच्या डोक्यातसुद्धा अगदी हीच कल्पना आलेली होती, असं इतरांनीसुद्धा सांगितलं. फेलनसाहेबांच्या मृत्युमुळे त्यांचे वारसदार अतीव दुःखात आहेत. फेलनसाहेबांवर त्यांच्या वारसांचं खूप प्रेम होतं. फेलनला मात्र त्याच्या मुलाबाळांसमवेत गप्पा गोष्टी करायला वेळ नव्हता. फेलन स्वत: विक्षिप्त, तऱ्हेवाईक, बाईलवेडे आणि चक्रम असे होते आणि असे त्यांचे दुर्गुण असताना सुद्धा त्यांच्या मुलाबाळांना त्यांच्याबद्दल आदर होता, प्रेम होतं आणि आजही ते त्यांच्याबद्दल चांगलं बोलतात. त्यामुळे या मृत्युपत्रामुळे या वारसांवर खरोखरच अन्याय झालेला आहे, अशा प्रकारचं चित्र जनसंपर्क अधिकारी लोकांपुढे उभे करेल.

कल्पना सर्वांनाच आवडली, त्यावर आनंद व्यक्त केला गेला, पण कुणीतरी म्हणालं, "या कामासाठी खर्च किती येणार आहे?" आणि पुन्हा वातावरण गंभीर झालं.

"हे अत्यंत महागाचं काम आहे." एक वकील म्हणाला जो स्वत:च्या कामाबद्दल दर तासाला सहाशे डॉलर्स आणि त्याच्या तीन सहकाऱ्यांसाठी प्रत्येकामागे दर तासाला चारशे डॉलर्स अशी फी आकारत होता आणि या सहकाऱ्यांना खरोखरच काही काम नसायचं.

प्रत्येक वकील कंपनीने त्यांच्या त्यांच्या पक्षकारांकरिता ठराविक रक्कम या खर्चाकरिता देणे जरुरीचं आहे असं हार्कनं सांगितलं. सगळ्यांचं बोलणंच बंद झालं. सभेत शांतता पसरली. जे आत्तापर्यंत मोठ्या उत्साहात, तावातावाने बोलण्यात भाग घेत होते, त्यांनी त्यांच्या जुन्या खटल्यांबाबत त्यांच्या कचेऱ्यातून पडलेल्या अर्धवट कामांबद्दल विचार करायला सुरूवात केली.

"आपण याबद्दल नंतर बोलू" मुद्याला बगल देण्याच्या उद्देशाने हार्क म्हणाला. अर्थात याबद्दल नंतर कुणीच काही बोललं नाही. नंतर त्यांनी रॅचेलबद्दल चर्चा केली. ती कुठे असेल? तिला शोधून काढायला एखाद्या चांगल्या शोध घेणाऱ्या कंपनीला आपल्याला नेमता येईल का? प्रत्येक वकिलाच्या माहितीची

अशी एखादी कंपनी होतीच. कल्पना सर्वांनाच आवडली त्यामुळे सगळ्यांनीच ती उचलून धरली. मृत्युपत्रात ज्या व्यक्तीला मालमत्तेचे उत्तराधिकारी नेमलेले आहे अशा व्यक्तीचं वकीलपत्र घेणं कुठल्या वकिलाला आवडणार नाही?

रॅचेलला शोधून काढण्यासाठी काय करावं लागेल याबद्दल एकवाक्यता झाली नाही म्हणून रॅचेलला शोधण्याचा प्रयत्न करायचा नाही असं ठरलं. ती स्वत:च तिच्या वकिलांच्या लवाजम्यासह एक दिवस येऊन नक्की उभी राहणार अशी त्यांची सर्वांचीच खात्री झालेली होती.

सभा एकंदरीत चांगल्या प्रकारे पार पडली. या सभेमुळे जे काही निष्पन्न झाले ते सर्व उचित होतं असं सर्व वकिलांनी जाहीर केलं. आपल्या ऑफिसमध्ये गेल्या गेल्या पक्षकारांना फोन करून माहिति द्यायची आणि त्यांचा उत्साह वाढवायचा असं ठरलं होतं आणि फेलनसाहेबांच्या मृत्युपत्राला कोर्टामध्ये आव्हान द्यायचं असं सर्वानुमते ठरलं असं त्यांना सांगायचं.

. २२ .

दिवसभर हळूहळू नदीचं पाणी वाढतच होतं. वाळूच्या आडव्या सळ्या तयार होत होत्या. लांबवरच्या शेतांतून, तिथल्या घरांच्या अंगणातून पाणी चढत होतं. पाण्यामधून झाडाच्या फांद्या, गवताचे पुंजके, छोटी मोठी झुडुपं येत होतं. पुराच्या पाण्याचं पसरणं वाढतच चाललं होतं. पाण्याचा जोर वाढत होता. बोटीला प्रवाहाच्या विरुद्ध दिशेनंच जाणं जरुरीचं होतं, बोटीच्या गतीला अडथळा निर्माण होत होता, पर्यायाने प्रवासाचा वेग अगदीच कमी झाला होता.

कुणाचंच घड्याळाकडे लक्ष नव्हतं. नदीच्या प्रवाहातून बोटीकडे येणाऱ्या झाडाच्या एका फांदीनं बोटीला जोराचा तडाखा दिला होता. त्यावेळी सुकाणू नेटच्या हातात होतं. नेटला पाण्यातली ती फांदी दिसलीच नव्हती. जेव्हीनं नेटला सुकाणू-पासून बाजूला केलं आणि स्वत:च्या हातात घेतलं. झाडाच्या फांदीच्या फटक्यामुळे बोटीची मोडतोड झालेली नव्हती, पण बोट चांगलीच तिरकी झालेली होती आणि म्हणूनच जेव्ही आणि वेली लगेचच व्हील चेंबरकडे धावले होते. नेट त्याच्या झुल्यात येऊन विसावला, आणि सकाळचा वेळ त्याने बाहेरचा निसर्ग आणि वन्य प्राणी यांच्या निरीक्षणात घालवला.

जेव्ही त्याच्याकडे कॉफी घेऊन आला आणि म्हणाला, ‘‘आता पेंटॅनलमध्ये आपण आहोत, तर पेंटॅनलबद्दल तुम्हाला काय वाटतंय?’’ ते दोघे शेजारी शेजारी डेकवरच्या एका बाकावर बसले. दोघांनी रेलिंगमधून हात अडकवले आणि पाय बोटीच्या बाजूने वर आलेल्या कठड्यावरून पाण्याच्या दिशेने बाहेर

काढले होते. "परिसर तर विशाल आहे. एक निराळाच, विचित्र अनुभव आहे. निसर्गाची रौद्रता क्षणाक्षणाला अनुभवाला येतेय."

"तुम्हाला कोलोरॅडो माहीत आहे का?"

"हो, काही दिवस मी तिथे होतो."

"पावसाच्या काळात पेंटॅनलधल्या नद्या फुगतात आणि पाणी आजूबाजूला पसरतं आणि पाणी पसरलेल्या या क्षेत्राचं क्षेत्रफळ तुमच्या कोलोरॅडो राज्याच्या क्षेत्रफळाइतकं असतं."

"तू गेला होतास कधी कोलोरॅडोला?"

"हो, माझा एक चुलत भाऊ तिथे राहतो."

"आणखीन कुठं कुठं गेला होतास?"

"तीन वर्षांपूर्वी मी आणि माझा चुलत भाऊ, ग्रेहाउंडच्या बसमधून तुमच्या देशाच्या एका किनाऱ्यापासून दुसऱ्या किनाऱ्यापर्यंत गेलो होतो. सहा राज्यं सोडून बाकी सर्व राज्यांतून आम्ही फिरलो होतो."

जेव्ही हा चोवीस वर्षांचा ब्राझीलमधला एक गरीब मुलगा होता. नेटचं वय त्याच्या दुप्पट होतं. आत्तापर्यंतच्या आयुष्यात नेटनं खूप पैसे कमावले होते. तरीपण नेटनं जेवढी अमेरिका बघितली नसेल त्यापेक्षा किती तरी जास्त जेव्हीनं पाहिली होती. नेटकडे जेव्हा जेव्हा पैसे जास्त झाले तेव्हा तेव्हा नेटनं युरोपकडेच धाव घेतली होती. रोम आणि पॅरिसमध्ये त्याच्या आवडीची उपाहारगृहं होती, त्यांना भेटी देण्यात त्याला आनंद वाटायचा.

"हा पूर ओसरून गेल्यावर थोडा काळ कोरडा जाईल आणि या काळात बऱ्याच ठिकाणी गवत वाढलेली रानं तयार होतात. लवणांसारख्या बऱ्याच ठिकाणी दलदलीचे भाग तयार होतात, आणि लहान मोठी तळी तर असंख्यच पाहायला मिळतात." जेव्ही सांगत होता. "काही काळ पाऊस, त्यानंतर कोरडा काळ नंतर परत पुन्हा पाऊस, त्यानंतर कोरडा काळ आणि हे ऋतू एकामागून एक चालूच असतात, त्यामुळे जगाच्या पाठीवर कुठेही पहायला मिळणार नाही एवढे समृद्ध वन्य जीवन या भागात आहे. या भागात सहाशे पन्नासच्या वर निरनिराळ्या प्रकारच्या पक्ष्यांच्या जाती अस्तित्वात आहेत. युनायटेड स्टेट्स आणि कॅनडा या दोन्ही देशांत मिळून सुद्धा एवढ्या पक्ष्यांच्या जाती नसतील. दोनशे पन्नासच्या वर माशांचे प्रकार या इथल्या पाण्यात आहेत. त्याखेरीज साप, नाग, मगरी, सुसरी आणि अस्वलांच्या आकाराची पाणमांजरं अशा भयानक प्राण्यांची सुद्धा या भागातल्या पाण्यामध्ये वस्ती असते." त्याने एका दाट झाडी असलेल्या भूभागाकडे बोट दाखवलं आणि तो म्हणाला, "ते बघा हरिण. इथे अमाप हरणं सुद्धा आहेत, चित्ते, साळिंदर, रानडुकरं, मकाव

जातीचे मोठे मोठे पोपट ही या भागातली वन्य संपत्ती आहे. हे पेंटॅनल या विविध प्रकारच्या प्राणी जीवनाने संपन्न असं वन्य प्राण्यांचं नंदनवन आहे.''

"तुझा जन्म या भागातला आहे का?''

"मी माझा पहिला श्वास कोरूंबातल्या एका सूतिकागृहात घेतलेला आहे, पण माझ्या आयुष्यातला वीस वर्षांचा काळ या नद्यांवर गेलेला आहे आणि हे माझं घर आहे.''

"तुझे वडील एका बोटीवर बोट चालवायचं काम करायचे असं तू म्हणाला होतास.''

"हो, अगदी लहानपणापासून. लहान मुलगा असल्यापासून मी माझ्या वडिलां-बरोबर बोटीवर जात होतो – अगदी पहाटे पहाटे. जेव्हा सगळे लोक गाढ झोपेत असायचे त्यावेळी ते माझ्या हातात बोटीचा ताबा संभाळायचं चाक देत असत, मी दहा वर्षांचा असल्यापासून मला या सर्व मुख्य मुख्य नद्यांचे सर्व भाग माहीत आहेत.''

"आणि नदीवर असतानाच ते गेले.''

"नाही, या नदीवर नाही. पूर्वेकडे ताक्वीरी नावाची एक नदी आहे, त्या नदीतून जर्मन प्रवासी घेऊन एक बोटीतून ते जात होते आणि त्यावेळी भयंकर वादळ झालं, एकच खलाशी त्यावेळी वाचला बाकी सर्व गेले.''

"ही गोष्ट कधीची?''

"पाच वर्षांपूर्वीची''

जात्याच वकील असलेल्या नेटला या अपघाताबद्दल खूप प्रश्न विचारायचे होते. एखाद्या अपघातासंबंधातला खटला चालविण्यासाठी, जिंकण्यासाठी, जसा बारीक सारीक तपशील लागतो तसा तपशील या अपघाताच्या बाबतीतला नेटला हवा होता, पण त्यानं त्याच्या उत्सुकतेला आवर घातला. जेव्हीच्या वडिलांच्या अपघाती मृत्यूबद्दल नेटनं दुःख व्यक्त केलं.

"त्यांना पेंटॅनल उद्ध्वस्त करून टाकायचं होतं.'' जेव्ही म्हणाला.

"त्यांना म्हणजे कोणाला?''

"खूप लोकांना. मोठमोठ्या कंपन्या आहेत की ज्यांची खूप मोठी मोठी शेतं आहेत, त्यांना ह्या पेंटॅनलची वाट लावायची आहे. पेंटॅनलच्या पूर्वेला आणि उत्तरेला या कंपन्यांनी पेंटॅनल भागातल्या खूप मोठ्या जागा विकत घेतलेल्या आहेत आणि या भागातली झाडी काढून टाकून जागा समपातळीत आणण्याचं काम तिथं चाललेलं आहे. त्यांना या भागात सोयाबीनची लागवड करायची आहे आणि ते निर्यात करायचा धंदा त्यांना करायचा आहे. दरवर्षी बरीच जंगलतोड होतेय, पावसाचं पाणी कमी अडवलं जातंय. या पाण्याबरोबर अमाप

गाळ नद्यांतून येऊन साठतोय, पाण्याची खोली कमी होतीय आणि दरवर्षी पाण्याचा फुगवटा वाढतोय. या कंपन्यांच्या जमिनीतल्या मातीचा दर्जा चांगला नसल्यामुळे, जास्त पीक मिळविण्या-करिता या कंपन्या रासायनिक खतं खूप प्रमाणात वापरतात, पिकांवर औषधी फवारे पण खूप उडवत असतात, या औषधांमुळे जलचर जीवनाला हानी पोचविणाऱ्या रसायनांचं प्रमाण खूप असतं. पावसाळ्यात या भागातून वाहून येणाऱ्या पाण्याबरोबर ही हानिकारक रसायनं नदीत ओतली जातात, त्यामुळे नदीच्या पाण्यातले मासे मृत्युमुखी पडतात. काही काही कंपन्यांनी त्यांच्या भागातल्या नद्या धरणं बांधून अडवल्या आहेत. यामुळे पूर येण्याचा प्रकार बदलला आहे. हल्ली या नद्यांच्या पाण्यामध्ये पारा पण यायला लागलाय. त्यामुळे मासे मरायला लागलेत.''

''पाण्यात कसा काय पारा येतो?''

''खाणींमुळे. उत्तरेला काही कंपन्यांच्या सोन्याच्या खाणी आहेत. त्यात पाऱ्याचा वापर या कंपन्या करतात. तो या नद्यांच्या पाण्यात येतो. या उत्तरेकडल्या नद्या पुढे पेंटॅनलच्या नद्यांनाच मिळतात. पेंटॅनलमधल्या नद्यांतले मासे हे पाणी पितात आणि मरतात. सगळ्या वाईट गोष्टी पेंटॅनलमध्ये आणून ओततायत. पूर्वेला दहा लाख लोकवस्ती असलेलं क्विआबा नावाचं एक शहर आहे. त्या शहरात मैला किंवा सांडपाणी शुद्ध करण्याची काहीही व्यवस्था नाही. काय होत असेल या सांडपाण्याचं अन् मैल्याचं? तुम्हीच विचार करा.''

''सरकार काही मदत करत नाही का?''

जेव्हीनं एक कडवट हास्य दर्शवलं, ''तुम्ही हिद्रोव्हिया बद्दल काही ऐकलंय का?''

''नाही.''

''एक भला मोठा कॅनॉलसारखा चर संपूर्ण पेंटॅनलमधून खणायचाय. या कॅनॉलनी ब्राझील, बोलिव्हिया, पराग्वे, अर्जेंटिना आणि युराग्वे हे एकमेकांना जोडायचे आहेत. यामुळे सारी दक्षिण अमेरिका वाचविली जाणार आहे असं म्हणतात, पण त्यामुळे सारे पेंटॅनल त्यातून वाहून जाणार आहे त्याचं काय? आणि या प्रकल्पाला आमचं सरकार मदत देणारेय.''

नेटनं पर्यावरणाबद्दल, पर्यावरणांचं संतुलन राखण्याची जबाबदारी सरकारची आहे, समाजातल्या प्रत्येक घटकाची आहे, अशी काहीतरी उच्च उच्च विचारांची दोन तीन वाक्यं टाकली. आणि त्याच वेळी जगातल्या पर्यावरणाची सर्वांत जास्त नासाडी करायला त्याचा स्वत:चाच देश कारणीभूत झालेला आहे, हा विचार त्याच्या मनात आला. तो म्हणत होता, ''पेंटॅनल अजून तरी खूपच छान आहे.''

“आहे आहे” जेव्ही त्याची कॉफी संपवत म्हणत होता, “कधी कधी मी विचार करतो की पेंटॅनल इतकं प्रचंड आहे की ते या लोकांना नष्ट करणं अशक्य आहे.”

एका बाजूने एका छोट्या स्रोतातून प्रचंड पाणी पराग्वेच्या प्रवाहात सामील होत होतं, आणि दुसऱ्या बाजूने एक लहानसाच हरणांचा कळप नदीतल्या पाण्यातून बाजूच्या वेलींची पानं खात खात पुढे चालला होता. त्यांच्यावर नदीतून येणाऱ्या आवाजाचा काहीही परिणाम होत नव्हता. एकूण सात हरणं होती, त्यात दोन लहान बछडे होते.

“पुढे व्यापाराची, मालाची अगदी छोट्या प्रमाणात उलाढाल होणारं एक ठाणं आहे” जेव्ही उभं राहात म्हणत होता, “अंधार पडण्यापूर्वी आपणं तिथं पोहोचू.”

“आपण काय विकत घेणार तिथे?”

“नाही. काहीच नाही, पण फर्नान्डो नावाचा एक दुकानदार तिथे आहे. त्याच्याकडे या नदीवरच्या सर्व बातम्या असतात, त्याला कदाचित या धर्मप्रसारकांबद्दल काहीतरी माहिती असेल.”

जेव्हीनं आपल्या कपातली कॉफी नदीमध्ये रिकामी केली, आणि आपले हात वर करून ताणले आणि म्हणाला, “कधी कधी त्याच्याकडे बीअर सुद्धा असते.”

नेट पाण्याकडेच पाहात राहिला.

“माफ कर, आपण बीअर विकत घेणार नाही, ओके!” असं म्हणत जेव्ही चालत दुसरीकडे गेला.

‘मला काय झालंय! माझा माझ्यावर ताबा आहे.’ नेट स्वत:शीच बोलत होता. कप तोंडात उलटा केला. कपातून ओघळणाऱ्या कॉफीचे थेंब जिभेवर घेत होता. साखरेचे कण तोंडात पाडत होता.

मातकट रंगाची थंडगार बाटली. अंटार्क्टिका किंवा ब्रह्मा ब्रँडची बीअर, हे दोन ब्रँड त्यांनी ब्राझीलमध्ये असताना चाखले होते. या दोन्ही ब्रँडची बीअर छानच होती. जॉर्जटाऊन जवळचा कॉलेज बार, ही त्याची आवडती जागा. तिथे परदेशी बनावटीचे एकशे वीस बीअरचे ब्रँड त्यांच्या मेन्यूकार्डवर असायचे. एक एक करत त्यांनी सर्व ब्रँडचा आस्वाद घेतला होता. बीअर बरोबर त्या बारमध्ये भाजलेल्या भुईमुगाच्या शेंगा द्यायचे आणि शेंगांची सालं सर्वचजण जमिनीवर टाकून द्यायचे. लॉ कॉलेजमध्ये असतानाचे नेटचे काही मित्र जेव्हा शहरात यायचे तेव्हा ते सर्वजण एक वेळ ठरवून याच बारमध्ये यायचे आणि कॉलेजमधल्या आठवणींमध्ये रमून जायचे. बीअर थंडगार असायची आणि शेंगा अगदी गरम

गरम, खारवलेल्या. जमिनीवर शेंगांची टरफलं एवढी पडलेली असायची की चालताना पायाखाली येऊन कर कर आवाज यायचा. बीअर देणाऱ्या मुली सैल कपडे घातलेल्य तरुण, बिनधास्त असायच्या. बार तिथे कायमचाच होता, नेटलाच मधनं मधनं व्यसनमुक्ती केंद्राचा आधार घ्यावा लागायचा. आतल्या आत नेटला या कॉलेजबारमधलं सुख आपण कुठेतरी गमावतोय अशी खंत असायची.

सूर्य ढगाआड गेलेला होता आणि गार वारा सुटायला लागलेला होता आणि तरीसुद्धा नेटला घाम फुटायला लागला होता. आडव्या टांगलेल्या झुल्यामध्ये त्यानं अंग टाकलं. तो आडवा झाला आणि झोपेची आराधना करू लागला आणि अशी गाढ झोप लागली पाहिजे, की हे जे जेव्हीनं उल्लेख केलेलं व्यापाराचं ठाणं आलेलं आणि गेलेलं सुद्धा त्याला कळू नये. अगदी पार सकाळीच जाग यावी. घामानी त्याचा शर्ट पार भिजला होता. ब्राझीलमधल्या इंडियन आदिवासी जमातींना कसं नामशेष करण्यात आलं याबद्दलचं पुस्तक त्यानं वाचायला घेतलं, वाचता वाचता झोप येईल असं त्याला वाटत होतं.

बोट नदीच्या किनाऱ्याला लागत होती, अन् इंजिनाचा आवाजही कमी होत होता त्यावेळी तो खडखडीत जागा झालेला होता. लोकांचे बोलण्याचे आवाज येत होते आणि त्यातच बोट धक्क्याला लागताना धक्कन् झालेल्या आवाजानं त्याला जाणवलं की बोट त्या व्यापारी ठाण्याच्या भिंतीला लागलेली आहे. नेट अलगदपणे झुल्यावरून उतरला आणि डेकवरच्या बाकावर येऊन बसला.

सर्व प्रकारचा माल मिळणाऱ्या खेडेगावच्या दुकानांसारखं ते दुकान होतं. नदीच्या पाण्यात लाकडी खांब उभे केलेले, त्यावर फळ्या मारून जमीन केलेली, वर परत खांब व छप्पर असं ते दुकान होतं. लाकडी खांब, फळ्या, पत्रे वगैरे वापरून केलेली ती छोटीशी इमारत होती. रंग वगैरे काहीही दिलेला नव्हता. दुकानाच्या पुढच्या पडवीसारख्या भागात बाकं होती व त्यावर काही खेडूत चहा, विडी पीत बसलेले होते. ही इमारत सर्व बाजूंनी पाण्याने वेढलेली होती व मागल्या बाजूने नदीचा एक फाटा पेंटॅनल मध्ये गेलेला होता. इमारतीच्या एका बाजूला डिझेलची एक व पेट्रोलची एक अशा दोन टाक्या होत्या. त्यात विक्रीसाठीचं डिझेल आणि पेट्रोल होतं.

होड्या आणि बोटी लागण्यासाठी, लाकडाचेच वासे व फळ्या यांनी बांधलेला, तसा तकलादूच नदीत घुसलेला एक धक्का होता. जेव्ही आणि वेलीनं बोट अलगदपणे या धक्क्याला लावली. खाली पाण्याच्या प्रवाहाचा जोर बराच होता. प्रथम त्या दोघांनी पडवीत चहा पीत बसलेल्या पेंटॅनलच्या रहिवाशांबरोबर काही गप्पा मारल्या, नंतर उघड्या दरवाज्यातून ते आत गेले.

नेटनं बोटीवरच थांबण्याचं ठरवलं होतं. तो विरुद्ध बाजूच्या डेकवर गेला. रेलिंगला घट्ट धरून, बाकड्यावर बसून, खाली वेगानं वाहणाऱ्या नदीच्या पाण्याकडे पाहात राहिला. तो तेथेच बसून राहणार होता. थंडगार बीअर त्याला त्या जागेवरून हलवू शकणार नव्हती.

ब्राझीलमधली ही सफर झटपट संपणाऱ्यातली नव्हती. त्यातल्या त्यात या नदीवरचा प्रवास आणि या नदीवर वारंवार कुणी येणारं नसतंच. वादळात जेव्हीच्या बोटीवरचा डिझेलचा ड्रम आडवा होऊन सगळं डिझेल वाया गेलं होतं. त्यामुळे त्याला डिझेल घेणं जरुरीचं होतं, ते त्यानं घेतलं. इंजिन चालू झालं.

"इंडियन आदिवासींच्यात एक स्त्री धर्मप्रसारक काम करते असं फर्नान्डो म्हणत होता." जेव्हीनं नेटला एक गार पाण्याची बाटली देत सांगितलं. त्यांनी पुढचा प्रवास सुरू केला.

"कुठे?"

"ते त्याला माहीत नाहीये. पुढे उत्तरेकडे बोलिव्हियाजवळ आदिवासींच्या काही वस्त्या आहेत आणि हे आदिवासी नदींवरून फिरत नाहीत म्हणून त्यांच्याबद्दल त्याला काही फार माहिती नाहीये."

"सगळ्यात जवळची वस्ती किती लांब आहे?"

"सकाळी आपण त्या वस्तीजवळ पोहोचू, पण एवढी मोठी बोट आपल्याला तिथपर्यंत नेता येणार नाही. आपल्याला छोटी बोट वापरायला लागेल."

"तुझ्या बोलण्यावरून प्रवास तर मजेचा होणार आहे, असं दिसतंय."

"तुम्हाला मार्को आठवतोय ना? आपल्या विमानाने त्याची गाय मारली गेली? तो?"

"न आठवायला काय झालं? त्याची ती तीन मुलं तर माझ्या कायमची लक्षात राहणार आहेत."

"तो या ठाण्यावर काल आला होता." जेव्ही त्या व्यापारी ठाण्याकडे बोट दाखवून म्हणाला. बोट आता एका वळणावर वळण घेत होती आणि व्यापारी ठाणं आता नजरेआड होत होतं. "तो तेथे महिन्यातून एकदा येतो."

"काल त्याच्याबरोबर त्याची मुलं होती का?"

"नाही, इथे येणं तसं धोकादायक आहे.'

"किती लहानसं जग आहे हे!" नेटनं त्या मुलांना ख्रिसमससाठी दिलेले पैसे ती मुले या ठिकाणी खर्च करू शकली असती. तो ते दुकान दिसेनासे होईपर्यंत पाहात राहिला.

परतीच्या मार्गावर असताना कदाचित नेटची मन:स्थिती चांगली असेल

आणि इथे थोडावेळ थांबून एखादं दुसऱ्या थंडगार बीअरचा आस्वाद घेऊन यशस्वी मोहिमेचा आनंद साजरा करू, असं त्याचं मन त्याला सांगत होतं. तो परत आपल्या झुल्यावर आडवा झाला. स्वत:च्या मनावर ताबा नसल्याबद्दल तो स्वत:ला शिव्या देत होता. या अवाढव्य अस्ताव्यस्त आकाराच्या जंगलात सुद्धा, नेटच्या समोर मद्य आलेलं होतं आणि मोठ्या मुश्किलीनं त्यानं त्याला स्वत:ला त्यापासून दूर ठेवलं होतं आणि कित्येक तास त्याच्या मनात या मद्याखेरीज दुसरे कुठले विचारच नव्हते. मद्याची इच्छा मनात जागी होणं, त्याच्या आधीन होण्याची भीती, त्याच्या कल्पनेनेच घाम फुटणं आणि तरी सुद्धा मद्य मिळविण्यासाठी काही योजना, क्लृप्त्या मन आखायला लागायचं आणि मग कशीबशी त्याच्यापासून सुटका करून घेणं आणि त्यासाठी सुद्धा त्याला दुसऱ्या कोणाची तरी मदत घ्यायला लागणं आणि पुन:पुन्हा मद्या-बरोबरच्या साहचर्याची गोडी मनात होण्याजोगी स्थिती निर्माण होणं, हे त्याला त्रासदायक वाटत होतं. दोन किंवा जास्तीत जास्त तीन दारूचे प्याले, त्यानंतर तो थांबू शकतो ही त्याची स्वत:बद्दलची कल्पना अत्यंत खोटी होती.

त्याच्या रक्तालाच दारूची ओढ होती. दारू सुटण्यासाठी त्याला व्यसनमुक्ती केंद्रातून नेऊन आणलं तरी तेथून तो बाहेर आल्यावर अगदी थोड्या काळात दारूच्या सवयीला बळी पडायचा. त्याला चर्चसारख्या धार्मिक संस्थांमधून जरी फिरवून आणलं आणि त्या आवारामध्ये त्याच्याबरोबर दारू पिण्याच्या दुष्परिणामाबद्दलच्या चर्चा केल्या ना तरी तो बाहेर आल्या आल्या दारूचा पेला हातात धरणारच.

या व्यसनाने त्याला घट्ट पकडलं होतं, जेरबंद केलेलं होतं आणि त्यातून त्याची सुटका नाही असं त्याचं निराशावादी मन त्याला सांगायचं. बोटीचे पैसे तो देणार होता, जेव्ही त्याच्यासाठी काम करत होता. त्याने जर बोट फिरवून परत फर्नान्डोच्या दुकानाशी घेऊन चला असं सांगितलं तर जेव्हीने तसं केलं असतं. तो फर्नान्डोच्या दुकानातल्या सर्वच्या सर्व बीअरच्या बाटल्या विकत घेऊ शकत होता. बोटीमध्ये बर्फाची गादी करून त्यावर त्या सर्व बाटल्या ठेवू शकत होता आणि पार बोलिव्हिया-पर्यंत तो ब्रह्माबीअरचा आस्वाद घेत घेत जाऊ शकत होता आणि कोणीसुद्धा त्याला प्रतिबंध करू शकत नव्हतं.

एखाद्या मृगजळासारखी हास्यपूर्ण मुद्रा आणि हातात कॉफीचा कप यासह वेली नेटसमोर उभा राहिला. "ही घ्या मस्त कॉफी. मी आता स्वयंपाक करायला घेणार आहे." असं म्हणाला.

जेवणामुळे काहीतरी उपयोग होईल असं नेटला वाटत होतं, आणि पुन्हा जरी तेच जेवण– उकडलेलं चिकन, घेवड्याचे दाणे आणि भात असलं असेल

तरी सुद्धा, जेवणामुळे त्याचं मन जे इतर कुठल्यातरी बाबतीत गुंतलं आहे, ते त्यातून बाजूला होईल.

तो वरच्या डेकवर बसून आरामात संथपणे जेवला. एकटाच, अंधारात बसून. एकीकडे घामानं शरीर ओलं झालेलं, दुसरीकडे चेहऱ्यावर बसणारे डास हातानं बाजूला घालवत त्यानं जेवण संपवलं. चेहरा आणि अंग यांपासून डास दूर पळवण्यासाठी त्यानं एक मलम बरोबर आणलं होतं, ते त्याने चेहरा, मान, पायाच्या पोटऱ्या, पाय, हात यांना लावलं. मद्याचा त्याच्यावर बसलेला पगडा आता ओसरला होता. असलेच तर त्याबद्दलचे अगदी क्षीण विचार त्याच्या मनात होते. कॉलेजबार मधल्या बीअरची चव किंवा भुईमुगाच्या शेंगाचा खमंग वास आता त्याच्या मनावर नव्हता.

तो परत त्याच्या मचाणावर आला होता. परत पावसाला सुरुवात झालेली होती. पावसाचा आवाज नव्हता. नीरव शांतता होती. वारा नव्हता. वादळ नव्हतं की ढगांचा गडगडाट नव्हता. विजांचा लखलखाट नव्हता. निखळ मनोरंजनासाठी म्हणून चार पुस्तकं जॉशनी पाठविली होती. कामासंबंधी, मोहिमेसंबंधी जे काही लिखाण, माहितीवजा नोंदी, जॉशनी दिल्या होत्या त्या सर्व वाचून झाल्या होत्या. फक्त ही पुस्तकं वाचायची बाकी होती. सर्वात कमी पानांचं जे पुस्तक होतं, ते जवळ जवळ निम्मं वाचून झालं होतं.

तो परत झुल्यात जाऊन आडवा झाला आणि ब्राझीलच्या स्थानिक लोकांचा दुःखपूर्ण इतिहास त्याने वाचायला घेतला.

पोर्तुगीज दर्यावर्दी संशोधक पेड्रो अल्वारेस कबाल इ.स. १५०० च्या एप्रिल महिन्यात ब्राझीलच्या बहिया किनाऱ्यावर पायउतार झाला. त्यावेळी या देशात नऊशे निरनिराळ्या टोळ्यांमध्ये मिळून, पन्नास लाख एतद्देशीय होते. त्यांना युरोपियनांनी इंडियन्स म्हणून म्हणायला सुरुवात केलेली होती. या इंडियन आदिवासींच्या एक हजार एकशे पंचाहत्तर बोली भाषा होत्या. या टोळ्यांच्यात आपापसांत एखाद्यावेळी मामुली झटापटी, चकमकी होत असत. पण मोठ मोठ्या लढाया, युद्धं अशी कधी झालेली नव्हती, एकंदरीत हे लोक शांत होते.

पाच शतकांनंतर युरोपियनांनी या टोळ्यांना सुसंस्कृत करण्याच्या प्रकारात, एतद्देशीय लोकसंख्या कमालीची घटली. फक्त पावणेतीन लाख उरले, टोळ्यांची संख्या २०० च्या आसपास राहिली आणि बोलीभाषा तर एकशे सत्तरच उरल्या. या स्थानिक रहिवाशांना मुळासकट उपटून टाकण्यासाठी लढाया, खून, गुलामगिरी, प्रादेशिक वैरत्व, त्यामुळे होणारे नुकसान, रोगराई यांसारखे

किंवा इतर अनेक उपाय, स्वत:ला सुसंस्कृत समजणाऱ्या युरोपियनांना योजले होते. हा इतिहास मळमळ उत्पन्न करणारा, अतिशय हिंसक आणि भयानक होता. शांतताप्रिय स्थानिक लोकांनी जेव्हा नवीन वसाहतवाद्यांपुढे सहकार्याचा हात पुढे केला, तेव्हा युरोपिय वसाहत-वाद्यांनी त्यांना देवीचा रोग, गोवर, पीतज्वर, शीतज्वर (इन्फ्लुएंझा), क्षय यांसारख्या रोगांच्या विषाणूंच्या भेटी दिल्या. या रोगांवरची नैसर्गिक प्रतिकार शक्ती त्यांच्याकडे नव्हती किंवा त्यावरची औषधं त्यांच्याकडे नव्हती. त्यांनी जेव्हा सहकार्याचा हात पुढे केला नव्हता, तेव्हा त्यांच्यावर अर्वाचीन काळांतल्या शस्त्रास्त्रांनी हल्ले करून, त्यांच्या कत्तली घडवल्या. रहिवाश्यांच्या धनुष्यबाण, भाले यांचा युरोपियन वसाहत-वाद्यांच्या बंदुका, तोफा, पिस्तुलं यांच्या पुढे काय टिकाव लागणार? प्रतिकारार्थ जेव्हा स्थानिक मंडळींनी निकराची लढत दिली, तेव्हा त्यांना युरोपियनांनी, रानटी, क्रूर, निर्दय म्हणून कमी लेखलं.

खाण मालक, मळे मालक, रबर उत्पादक, शेत मालक यांनी सर्वांनी या एतद्देशियांना आपले गुलाम करून घेतलं होतं. त्यांना त्यांच्या मूळ जागांवरून हटवून कामांच्या जागी नेलं होतं. त्यासाठी बंदुकांच्या जोरावर काम करणाऱ्या युरोपियनांच्या टोळ्यांची साथ घेतली गेली होती. पाखंडी म्हणून धर्ममार्तंडांनी त्यांना लाकडी खांबांना बांधून जाळलं होतं, युरोपियनांच्या सैन्यांनी त्यांच्यावर अमानुष हल्ले केलेले होते, त्यांच्यातल्या गुंडांनी स्थानिक लोकांच्या स्त्रियांवर अत्याचार, बलात्कार केले. त्यांच्या कत्तली केल्या गेल्या. न्याय अन्याय हा प्रकारच अस्तित्वात नव्हता. युरोपियन जे काही करतील ते सर्व योग्य, त्याला विरोध करायची कुणाची छाती होत नव्हती. इतिहासातल्या सर्वच घटनांच्या बाबतीत स्थानिक लोकांची बाजू बरोबर होती, का वसाहतवाद्यांची? कोण चुकले होते? निष्कर्ष काढायचा जिथे जिथे प्रश्न आला तिथे तिथे स्थानिक एतद्देशीयांनाच दोषी ठरवलं गेलं. इतिहासात सुद्धा न्यायाची बाजू डावललेली दिसते.

गेली पाचशे वर्षे हरतच आलेल्या अशा आदिवासींच्या आयुष्याबद्दलच्या अशा काय अपेक्षा असणार? सध्याच्या अर्वाचीन जगातल्या शिल्लक असलेल्या टोळ्यांतल्या लोकांपुढे सर्वात मोठा प्रश्न आहे तो त्यांच्या तरुणांच्या आत्महत्यांचा.

अनेक शतकांच्या हत्याकांडांनंतर ब्राझील सरकारने, या उमद्या, रानटी गणल्या गेलेल्या एतद्देशीयांच्या ग्रुप्सना संरक्षण द्यायचं ठरविलं आहे. अर्वाचीन काळात होणारी ही हत्या आंतरराष्ट्रीय समुदायामध्ये हिणवली गेली, त्यांचा निषेध केला गेला. त्यामुळे ब्राझीलमध्ये नोकरशाही आली. कायदे पास केले गेले. मोठेपणाचा आव आणून काही वसाहतींच्या जमिनी त्याना सन्मानपूर्वक परत देण्याची नाटकं करण्यात आली. स्थानिक टोळ्यांच्या जमिनी आरक्षित

करण्यात येऊन नकाशांवर तसा उल्लेख करण्यात येऊन, त्याला प्रसिद्धी देण्यात आली. आंतरराष्ट्रीय समुदायामध्ये गेलेली इभ्रत परत मिळविण्याचा तो प्रयत्न होता.

पण प्रत्यक्षात ब्राझीलचं सरकारच एतद्देशीयांबरोबर शत्रुसारखं वागलं होतं असं दिसून आलं. इ.स. १९६७ मध्ये शोधकार्य आणि पत्रकारिता करणाऱ्या एका चमूनं जी काही माहिती प्रसिद्ध केली होती, त्यामुळे साऱ्या ब्राझीलवासीयांना झटका बसला. ब्राझील सरकारनेच नेमलेल्या काही यंत्रणांनी पद्धतशीरपणे, व्यवस्थितपणे, रासायनिक आणि जीवाणू शस्त्रांचा वापर करून, उरल्या सुरल्या स्थानिक एतद्देशीयांचा नायनाट करण्याचा प्रयत्न केला आणि काही अंशी त्यात ते यशस्वी होत होते, झाले होते. या मंडळींनी स्थानिक एतद्देशीयांना कपड्यांच्या भेटी दिल्या, पण ते सारे कपडे देवीच्या रोगाच्या, क्षयरोगाच्या जीवाणूंनी दूषित होते. छोट्या विमानांतून, हेलिकॉप्टर-मधून त्यांनी स्थानिक टोळ्यांच्या वस्त्यांवर रोगराई निर्माण करणाऱ्या जिवाणूंनी भरलेले बाँब टाकले.

जरी ॲमेझॉन नदीच्या खोऱ्यातून आणि सीमेलगतच्या काही भागांतून सरकारने काही भाग आरक्षित केला होता, तरी त्याची फिकीर न करता काही खाण उद्योजकांनी चहा, कॉफी, रबर लागवड करणाऱ्या मळेकऱ्यांनी स्थानिक एतद्देशीयांच्या जमिनींचे मोठ मोठे लचके तोडले होते. इ.स. १९८६ मध्ये रोंडोनियामधल्या एका मळेकऱ्याने रोगांवर औषधी फवारे मारणाऱ्या विमानांतून स्थानिक एतद्देशीयांच्या जमिनींवर विषारी द्रव्यांचे फवारे मारले होते. उद्देश हा की स्थानिक लोकांचा नायनाट करायचा आणि त्यांची जमीन हडप करायची. त्यावेळी तीन स्थानिक जमातीतले लोक मृत्युमुखी पडले गेले. मळेमालकावर जरूर तो खटला कोणी भरला नाही. इ.स. १९८९ मध्ये मोटो-ग्रोसोमधल्या एका मळेकऱ्याने तर, स्थानिक लोकांचे खून करून त्यांचे कान आणून देणाऱ्यांना मोठमोठी बक्षिसं देण्याचं आमिष पुढे केलं होतं. इ.स. १९९३ मध्ये मनाउसच्या सोन्याच्या खाण मालकांनी एका शांततावादी स्थानिकांच्या टोळीवर हल्ला केला होता, कारण काय तर ती टोळी राहात असलेली जागा सोडत नव्हती म्हणून. त्यावेळी तेरा स्थानिक आदिवासी मारले गेले होते, पण एकावर सुद्धा खटला भरला गेला नाही.

इ.स. १९९० मध्ये ब्राझील सरकारने अमेझॉन नदीच्या खोऱ्यातला पेंटॅनलच्या उत्तरेकडला प्रदेश खुला केला, पण या भागात एतद्देशीय टोळ्या निवास करून होत्या. त्या टोळ्या ही जागा खाली करेनात. स्थानिक एतद्देशीयांच्यातले जे काही लोक आता उरले आहेत त्यापैकी बहुतांशी लोक याच भागात राहतात. हा भाग नैसर्गिक संपत्तीनं अतिशय सधन आहे. सध्यासुद्धा या भागातल्या जंगलातनं

राहणाऱ्या पन्नास टोळ्या आहेत की ज्यांचा अर्वाचीन जगाशी खरोखरच काहीही संबंध नाहीये. या लोकांवर आता सुसंस्कृत लोकांचे पुनश्च हल्ले सुरू होतायत. खाण, लाकूड, मळे या उद्योगात रस घेणारे उद्योजक, ब्राझील सरकारच्या साहाय्यानं या असाहाय, निर्बल आदिवासींवर तुटून पडतायत. ब्राझीलचा पर्यायाने सर्वच दक्षिण अमेरिकेचा इतिहास वाचणाऱ्याला जखडून ठेवतो. जरी दु:खद असला, तरीही नेटनं चार तासांत ते पुस्तक न थांबता संपवलं. तो चालत बोटीच्या व्हीलचेंबरपर्यंत गेला. जेव्हीबरोबर कॉफी घेतली. पाऊस थांबलेला होता.

''आपण सकाळपर्यंत तिथे पोहोचू का?'' नेट म्हणत होता.

''हो, मला तसं वाटतंय''

बोटीचे दिवे पाण्याबरोबर वरखाली होत होते. पण ते पुढे पण सरकतायत असं वाटत नव्हतं.

''तुझ्या रक्तात या देशाच्या मूळ रहिवाशांचा काही भाग आहे का?'' नेटने जरा धाडस करूनच विचारलं, तो खरा वैयक्तिक मामला होता. युनायटेड स्टेट्समध्ये असं कुणी कोणाला विचारायला धजणार नाही.

नदीवरून नजर न हलवता जेव्हीनं स्मितहास्यपूर्ण उत्तर दिलं, ''आहे, आम्हा सगळ्यांच्यातच या देशातल्या मूक रहिवाशांचं रक्त आहे. पण तुम्ही हे का विचारताय?''

''मी ब्राझीलच्या मूळ रहिवाशांचा इतिहास वाचत होतो.''

''मग तुमचं काय म्हणणं आहे?''

''हा इतिहास फार दु:खमय आहे.''

''हो, आहे. तुम्हाला असं वाटतं का या देशातल्या मूळ रहिवाशांना फारच वाईटरीतीनं वागवलं गेलंय.''

''हो, शंकाच नाही.''

''तुमच्या देशात वेगळं काय होतं?''

काही का कारण असेना, जनरल कस्टरचा विचार त्याच्या डोक्यात प्रथम आला. स्थानिक रहिवाशांना काहीतरी मिळालं होतं आणि आम्ही निदान त्यांना झाडांना बांधून जाळलं तरी नव्हतं, किंवा त्यांच्यावर विषारी द्रव्यं तरी फवारली नव्हती, की त्यांना गुलाम म्हणून कुठे विकलं नव्हतं, पण त्यांच्या बळकावलेल्या जमिनींचं काय?

''नाही. आम्ही काही निराळं केलं नव्हतं आणि त्याचंच मला वाईट वाटतंय'' त्याचा पराभव झाल्यासारखं त्याला वाटत होतं, अशी काही चर्चा होईल असं त्याला वाटलं नव्हतं.

बराच काळ कोणीच काही बोललं नाही. नेट बाथरूमसाठी सटकला. तिथलं काम झाल्यावर, डोक्यावरची दोरी ओढली आणि तो बाहेर आला. गढूळ पाणी बाथरूममधल्या त्या भांड्यात वाहिलं आणि सगळी घाण पाईपमधनं थेट बाहेर नदीमध्ये गेली.

. २३ .

मध्येच बोटीचं इंजिन थांबलं, अन् त्याचवेळी नेटला जाग आली. बाहेर अद्याप अंधारच होता. त्याने डाव्या हाताच्या मनगटाला स्पर्श केला. त्यानं घड्याळ बांधलेलं नव्हतं हे त्याच्या ध्यानात आलं. वेली आणि जेव्ही खालच्या भागात वावरत होते, ते त्यांच्या हालचालींच्या आवाजानं, हादऱ्यानं त्याच्या ध्यानात येत होतं. ते बोटीच्या अगदी मागल्या भागात होते आणि आपापसांत अगदी हळूहळू आवाजात बोलत होते.

सकाळी तो उठला. काल त्यानं दारू घेतलेली नव्हती. दारूपासून दूर राहू शकलो, ह्याचा त्याला अभिमान वाटत होता. आणखी एक दिवस स्वच्छ म्हणून त्याची नोंद झालेली होती. सहा महिन्यांपूर्वी प्रत्येक सकाळी, त्याचे डोळे सुजलेले असायचे, डोकं जड झालेलं असायचं. आदल्या रात्रीच्या दारूचा अंमल ओसरलेला नसायचा. विचारात असंबद्धता, घशामध्ये खवखव, जीभ कोरडी पडलेली, बाहेर पडणाऱ्या प्रत्येक श्वासागणिक कडवट चवीची जाणीव आणि पुढे एक मोठा प्रश्न, "काल रात्री मी दारू का घेतली?" शॉवरखाली अंघोळ करताना त्याला ओकारी यायचीच. काही काही वेळा अस्वस्थतेची भावना घालविण्यासाठी तो घशात बोटं घालून ओकारी काढायचा. आंघोळ झाल्यावर सकाळच्या न्याहरीला काय खायचं हा प्रश्न त्याला दररोज पडायचा. पोटातली आग कमी करायला आणि डोक्यातला सुन्नपणा कमी करायला काही तरी तेलकट आणि गरम खायचा आणि बरोबर ब्लडी-मेरीची साथ (टोमॅटोचा रस, त्यात रम), नंतर तो कामासाठी बाहेर पडायचा आणि तंटे-बखेडे, खटले, कोर्टकचेऱ्यांची कामं सुरू करण्यासाठी सकाळी आठ वाजायच्या सुमाराला तो त्याच्या टेबलाशी हजर व्हायचा.

कोणतीच सकाळ याला अपवाद नसायची. या मागल्याच वेळी, तो जेव्हा पार आडवा झाला होता त्यापूर्वी काही दिवस तो सकाळी त्याच्या टेबलाशी हजर व्हायचा, पण अर्धवट शुद्धीतच. जेव्हा काही इलाजच चालेना तेव्हा नाईलाजाने, त्याने हे व्यसन कसं सोडायचं याचा सल्ला देणाऱ्यांना गाठलं. त्यांनी त्याला पहिला प्रश्न विचारला की, "तुम्ही पूर्ण शुद्धीत असलेला असा

कुठला दिवस तुम्हाला आठवतोय का?'' नेटनं त्याला नकारार्थी उत्तर दिलं होतं. त्याचं दारू पिणं थांबलं होतं, पण दारू पिण्यामुळे होणारी दुसऱ्या दिवसाची शरीराची, मनाची अवस्था तो काही विसरलेला नव्हता.

मोठ्या बोटीबरोबर आणलेली छोटी बोट वेलीनं सोडवली. काठ आणि बोट यामधल्या पाण्यात त्यानं ती उतरवली आणि मोठ्या बोटीच्या बाजूच्या एका कडीला बांधून ठेवली. नेट जेव्हा पायऱ्या उतरून खाली येत होता तेव्हा या छोट्या बोटीत सामान भरण्याचं काम चालू होतं. साहस सफर आता नव्या सत्रात प्रवेश करत होती. सफर नाट्याच्या पुढच्या अंकाच्या नव्या प्रवेशात भाग घ्यायला नेट तयार होता.

वर आकाश ढगाळलेलं होतं, पावसाची लक्षणं दिसायला लागली होती. सहाच्या सुमाराला सूर्यानं दर्शन दिलं. नेटच्या हातावर आता घड्याळ होतं.

कुठेतरी कोंबडा आरवला. ते एका शेतातल्या घराशी येऊ लागले होते. जुन्या काळातल्या धक्क्यावरचं हे घर होतं. या घराच्या नदीच्या बाजूला, जमिनीच्या भागावरच्या एका झाडाच्या खोडाला, बोटीचा दोर बांधला. त्याच्या डाव्या हाताच्या बाजूला पश्चिमेकडून एक छोटी नदी येऊन पराग्वे नदीला मिळत होती.

छोट्या बोटीवर जरूर ते सर्व सामान घ्यायचं आणि बोटीच्या ताकदीपेक्षा जादा सामान होणार नाही हे पाहायचं, म्हणजे खरोखर आव्हान होतं. त्यांना पराग्वेला येऊन मिळणाऱ्या ज्या छोट्या छोट्या नद्यांतून जायचं होतं, त्या नद्या पाण्यानं तुडुंबं भरलेल्या होत्या. त्यांचे काठ कुठे आहेत हे समजणं सुद्धा अवघड होतं. वजनामुळे बोट पाण्यात बरीच दबलेली असायची. अशा वेळी पार कडेला गेल्यानंतर, बोटीचा तळ जमिनीला लागायचा. कदाचित बोट पुढे ढकलणारा पंखा सुद्धा खाली जमिनीला टेकला जाऊन, त्याची मोडतोड होण्याची भीती असायची. या छोट्या बोटीला एकच इंजिन होतं आणि ते बिघडलं की खलासच. मदतीला काही वल्ही होती. हे सारं डेकवर उभं राहून नेट पाहात होता. त्याचं निरीक्षण करत होता. जेव्हा कधी जंगली आदिवासी किंवा भुकेलेलं एखादं जंगली श्वापद आपल्यामागे लागेल, तेव्हा नक्कीच जीव तोडून, या वल्ह्यांचा उपयोग करावा लागणार होता.

बोटीच्या मध्यावर प्रत्येकी वीस लिटरच्या तीन पेट्रोलच्या टाक्या ठेवलेल्या होत्या, "हे पेट्रोल आपल्याला पंधरा तास पुरेल.'' जेव्ही म्हणत होता.

"पंधरा तास म्हणजे खूपच झाले.''

"असू दे, थोडं जास्त पेट्रोल असलेलं बरं''

"आपण जाणार आहोत, ती वस्ती किती दूर आहे?''

"मला काही खात्री नाहीये," तो त्या शेतावरच्या घराकडे बोट दाखवत म्हणाला, "त्या घरातल्या शेतकऱ्यानं चार तासांच्या अंतरावर आहे असं सांगितलंय."

"त्याला ते आदिवासी माहितीयेत?"

"नाही, त्याचं अन् आदिवासींचं काही जमत नाही. आणि ते कधी या नदीवरही येत नाहीत असं तो म्हणत होता."

जेव्हीनं बोटीवर एका छोट्या तंबूचं सामान घेतलं होतं, दोन उबदार पांघरुणं घेतली होती, दोन मच्छरदाण्या घेतल्या होत्या. दोन बादल्या – बराच उपयोग असतो त्यांचा – आणि त्याचा स्वत:चा पोंचू म्हणजे गळ्यातून खांद्यावर घालायचा कोट किवा झगा, पावसात तो रेनकोट सारखासुद्धा वापरता येतो. वेलीनं खाण्याच्या सामानाची एक पेटी आणि पिण्याच्या पाण्याच्या बाटल्यांचं एक खोकं, त्या बोटीवर घेतलं. त्या बोटीवर एक छोटीशी खोली होती, त्या खोलीत एक फळीवजा छोटासा पलंग होता. त्या पलंगावर नेट बसला, हातात फेलन साहेबांचं मृत्युपत्र होतं. आणि ते मृत्युपत्र मिळाल्याच्या पोचपावतीच्या मसुद्याचं पत्र, असे दोन महत्त्वाचे कागद नेटनं आपल्या ब्रीफकेसमधून बाहेर काढले. एका छोट्या लिफाफ्यामध्ये बसतील अशा त्याच्या घड्या घालून लिफाफ्यात घातले. तो लिफाफा स्टॅफोर्ड लॉ ऑफिस या कंपनीचा होता. कंपनीचं नाव त्यावर छापलेलं होतं. आत पाणी जाणार नाही अशा झीपलॉकच्या पिशव्या त्याच्याकडे नव्हत्या. त्यानं आपल्या पोंचूच्या कापडाचाच एक फूट लांब व एक फूट रुंद असा तुकडा कापला, त्यात तो लिफाफा गुंडाळला. त्यावर आडव्या उभ्या चिकट पट्ट्या लावून ते पार्सल त्याने वॉटरप्रूफ केलं, ते आपल्या टीशर्टच्या छातीजवळच्या खिशात सुरक्षित ठेवून दिलं व वर लांब बाह्याचा बंद गळ्याचा आणखी एक टीशर्ट चढवला.

याच कागदपत्राच्या आणखी काही प्रती त्याच्या ब्रीफकेसमध्ये होत्या, पण तो ब्रीफकेस मागे मोठ्या बोटीवरच ठेवणार होता. मोठी बोट 'सांता लौरा' त्याला जास्त सुरक्षित वाटत होती म्हणून त्यानं सॅटलाईट फोन सुद्धा त्या बोटीवरच ठेवला होता. त्यानं पुन्हा एकदा सगळी कागदपत्रं आणि फोन पाहिला, आणि ते सामान नीटपणे ब्रीफकेसमध्ये ठेवलं. ब्रीफकेस बंद केली, कुलूप लावलं आणि ती ब्रीफकेस बोटीतल्या पलंगावर ठेवली.

आजचा दिवस त्याच्या दृष्टीनं महत्त्वाचा ठरणार होता. रॅचेल लेनला भेटण्याची उत्सुकता त्याच्या मनात होती.

बोटीच्या रेलिंगशी उभं राहून, आकाशातल्या ढगांचं निरीक्षण करीतच त्याने सकाळची न्याहरी केली. न्याहरी म्हणजे ब्रेड, लोणी, जॅम बस. इथली

मंडळी चार तास म्हणतात म्हणजे ते प्रत्यक्षातले चांगले सहा ते आठ तास असणार. नेटला आता निघायची घाई झालेली होती. सर्वांत शेवटी जेव्हीनं एक चांगली लांब दांडा असलेली धारदार कुऱ्हाड बोटीवर आणली, आणि ती अजगर मारण्यासाठी आहे असं त्यानं हसत हसत सांगितलं. नेटनं त्याकडे दुर्लक्ष केलं. त्यानं वेलीकडे हात हलवून त्याला निरोप दिला. वेली सांतालौरावरच थांबणार होता. छोटी बोट सुरू झाली आणि नदीच्या पात्राच्या मध्यभागाकडे निघाली. त्यावेळी कॉफीचा कप हातात घेऊन कॉफीचे घुटके घेत घेत वेली रेलिंगजवळच्या बाकावर बसलेला होता.

नदीच्या पाण्यालगतपर्यंत धुकं पसरलं होतं, हवेत चांगलाच गारठा होता. कोरूंबापासून मोठ्या बोटीतून ही मंडळी निघाली तेव्हा नेट वरच्या मजल्यावरच्या डेकवरून पाण्याचं, नदीचं निरीक्षण करीत आलेला होता. डेकवरची जागा तशी सुरक्षित होती, पण आता मात्र तो पाण्याच्या अगदी जवळच होता. त्यानं आजूबाजूला नजर टाकली. त्याला कुठे प्राणरक्षक अंगरखे दिसले नाहीत. नदीचं पाणी, बोटीच्या बाजूंवर सपसप आवाज करीत आपटत होतं. नदीवर धुक्याचं आवरण होतं, नदीच्या पाण्याबरोबर कचरा वाहात येत होता, झाडाच्या फांद्या येत होत्या. नेट चिंतातुर नजरेनं ते सारं पाहात होता. एखादी मोठी फांदी पाण्याबरोबर येऊन बोटीवर आपटली की झालं, ही बोट पाण्याच्या तळाशी जायला वेळ लागणार नाही. पराग्वे नदीला येऊन मिळणाऱ्या छोट्या नदीच्या पात्रात येईपर्यंत, या छोट्या बोटीला पराग्वे नदीचं वाहणारं पाणी आडवं कापत काही अंतर जायला लागलं. छोट्या नदीतून पुढे त्यांना आदिवासींच्या वस्तीकडे जाता येणार होतं. छोट्या बोटीचं छोटं इंजिन, छोट्या नदीतलं पाणी कापत बोट पुढे पुढे नेत होतं. पराग्वे नदी मागे पडली होती.

पराग्वे नदी आणि तिला येऊन मिळणाऱ्या छोट्या नद्या दाखविलेला एक नकाशा जेव्हीकडे होता. ज्या नदीतून ते आता प्रवास करीत होते तिचं नाव 'कबिक्सा' होतं. या छोट्या नदीतून जेव्हीनं कधी प्रवास केलेला नव्हता. तशी जरूर त्याला कधी पडलेली नव्हती. वेटोळी वेटोळी वळणं घेत ही नदी ब्राझीलमधून बोलिव्हियामध्ये गेलेली होती. पण वर वर पाहता ती कुठेच गेलेली नव्हती, तिथल्या तिथेच वळणा वळणांच्या स्वरूपात ती पसरलेली दिसत होती. पराग्वे नदीला जिथे ती मिळत होती, तिथे तिची रुंदी ऐंशी फूट होती पण पुढे पुढे ती अरुंद होत होत ती पन्नास फुटांच्या आसपास झालेली होती. काही काही ठिकाणी नदीनं काठ सोडले होते आणि पाणी शेतातून पसरलं होतं, अशा ठिकाणी ती पराग्वे नदीपेक्षा रुंद वाटत होती.

पंधरा मिनिटं झाली. नेटनं घड्याळाकडे पाहिलं. लक्षात राहाण्यासारख्या

ठिकाणांची नोंद करून त्यांना तिथे पोचायला किती वेळ लागला होता, वगैरे तपशील तो लिहिणार होता. एका तिठ्याच्या जागी जेव्हींनं बोटीचा वेग कमी केला. असे हजार एक तिठे पुढे त्याच्या प्रवासात येणार होते. डाव्या हाताला या नदीच्या आकाराचाच एक फाटा आत जात होता. बोटीच्या कप्तानाला प्रश्न पडला की कबिक्सा नदीत जायचं तर कुठला रस्ता घ्यायचा? त्यांनी उजव्या हाताने जाणं कायम ठेवलं, वेग कमी राखला होता. थोड्याच वेळात त्यांनी एका तळ्यामध्ये प्रवेश केला. जेव्हींनं मोटर थांबवली, "आपण थोडा वेळ थांबूया." असं म्हणत पेट्रोलच्या टाक्यांवर उभा राहिला आणि आजूबाजूच्या पसरलेल्या पुराच्या पाण्याचे निरीक्षण करायला लागला. बोट आता पूर्णत: स्थिर होती. समोर जराशा अंतरावर पाण्यात बुंधे बुडालेल्या झाडांच्या एका ओळींकडे त्यानं बोट दाखवलं आणि स्वत:शीच तो काहीतरी पुटपुटला. जेव्हीचे अंदाज, आडाखे यांच्यावर किती विसंबून राहायचं हे नेट काही ठरवू शकत नव्हता. जेव्हींनं या भागातल्या नद्यांच्या नकाशाचा अभ्यास केलेला होता. या नद्यांच्या भागात काम करूनच तो जीवन जगला होता, जगत होता. या सर्व नद्या पुढे परत पराग्वेलाच जाऊन मिळत होत्या. त्यांनी जर एखादं चुकीचं वळण घेतलं तर ते चुकणार आणि परत पराग्वे नदीला जाऊन मिळणार आणि पुढे वेलीच्या बोटीला जाऊन मिळणार. जेव्ही त्या झुडपांच्या ओळीच्या दिशेने पुढे पुढे जात राहिला. त्या झुडपांच्या ओळी म्हणजे कोरड्या काळातला नदीचा काठ होता. थोड्याच वेळात ते एका उथळ प्रवाहात ते पोहोचले. प्रवाहाचे अनेक फाटे भूभागावर आत गेले होते, ही नदी कबिक्सा काही वाटत नव्हती, पण जेव्हीच्या चेहऱ्यावर आत्मविश्वास दिसत होता.

एक तास प्रवास चालू राहिला आणि त्यांना पहिली झोपडी दिसली. त्या झोपडीच्या बाजू शेणमातीने सारवलेल्या होत्या, छप्पर लाल कौलांचं होतं. बाजूनं अडीच तीन फूट पाणी होतं, झोपडी पाण्यातच होती. आत कोणी मनुष्यप्राणी राहात नव्हतं की कुठली जनावरं तिथे नव्हती. जेव्हींनं बोटीचा वेग कमी केला आणि माहिती विचारायला कोणी माणूस दिसतोय का ते पाहायला लागला.

"पावसाळ्यात पेंटॅनलमधले बरेच लोक जनावरांच्या पाठीवर सामान बांधून मुला-बाळांसह, जरा उंचीवरच्या भागात तीन महिने रहायला जातात."

"मला तर कुठे उंचीवरची जागा दिसत नाहीये."

"तशा जागा फार नाहीयेत, पण पेंटॅनलमधल्या प्रत्येकाला अशी उंचीवरची जागा तीन महिने राहण्यासाठी असतेच."

"आदिवासींच काय?"

"त्यांना सुद्धा हलावं लागतंच."

"कमाल आहे! पावसाळ्यात ते कुठे जातात हे आपल्याला माहीत नाहीये आणि इतर ऋतूत ते कुठे राहतात हेही माहीत नाहीये."

जेव्ही थोडासा आवाज करत हसला आणि म्हणाला, "आपण काढू ना त्यांना शोधून."

ते तरंगत झोपडीजवळ आले, त्या झोपडीला दार नव्हतं, खिडक्या नव्हत्या. कोणाच्यातरी घरी आल्यासारखं काही वाटत नव्हतं.

दीड तासापूर्वी नेटनं न्याहरी केलेली होती. ते एका वळणापाशी आले आणि तिथे नदीच्या काठाजवळ पाच-सहा का जास्तच सुसरी एकमेकांवर एखाद्या थप्पी-सारख्या पहुडलेल्या होत्या, त्यांच्या अगदी जवळून बोट चालली होती. बोटीने त्यांची झोप चाळविली होती, त्या प्राण्यांनी त्यांच्या शेपटांकडला भाग पाण्यावर सटासट आपटून आवाज केले. नेट जरा घाबरलाच, त्याचा हात अचानकपणे त्याच्या खिशातल्या पिस्तुलाकडे गेला. खरोखरच तशी जर वेळ आली तरच ते वापरायचं. त्याला त्याचं स्वत:चंच हसू आलं. बोट त्यांच्या जवळ आल्यानं त्यांना आश्चर्य वाटलं होतं. सुसरींनी आपल्या शेपट्या एकमेकींवर, पाण्यावर सटासट आपटल्या आणि खूप पाणी उडवलं.

सुसरीनं हल्ला केला नाही – बोट जात असलेली पाहात राहिल्या. पुढे वीस मिनिटं कुठलाच प्राणी नजरेला पडला नाही. नदी पुन्हा अरुंद झाली होती. बाजूचे काठ काही ठिकाणी इतके जवळ आलेले होते, की काठावरच्या झाडांचे शेंडे एकमेकांना मिळाले होते. पाण्याच्यावर झाडांची कमान झालेली होती. एकदम अंधार पडला होता. ते एका बोगद्यातून जात होते. नेटनं त्याचं घड्याळ पाहिलं. सांतालौरा दोन तास मागे होती.

पाणथळ पाण्यातून ते नागमोडी आकाराच्या रस्त्याने पुढे चालले होते. पुढे क्षितिज दिसत होतं – बोलिव्हियातल्या डोंगर रांगा दिसत होत्या. जवळ येत होत्या. पाण्याचं पात्र रुंदावत होतं – वरची झाडांची कमान गेलेली होती आणि ते एका मोठ्या विस्तीर्ण तळ्यात येऊन दाखल होत होते. या तळ्यात बऱ्याच नद्या येऊन मिळत होत्या. तळ्याच्या परिघाबरोबर त्यांनी एक चक्कर मारली दुसरी चक्कर पुन्हा मारली ती जरा कमी वेगाने. तळ्यात येऊन मिळणाऱ्या नद्या सगळ्या सारख्याच दिसत होत्या. याचपैकी कुठलीतरी एक कबिक्सा होती. जाताना नेमकी कोणती याचा काही सुगावा लागत नव्हता.

जेव्ही पेट्रोल टँकवर उभा राहिला – पुराच्या पाण्याचं निरीक्षण केलं. नेट मात्र स्थिर आपल्या जाग्यावर बसून होता. तळ्याच्या काठाच्या एका भागात एक कोळी मासे पकडण्यात दंग होता. त्याच्याकडून माहिती करून घेणं त्यांना गरजेचं होतं.

हा कोळी कॅनो प्रकारच्या अरुंद बोटीमध्ये बसून मोठ्या चिकाटीनं मासे पकडण्या-साठी प्रयत्नशील होता. त्यात गवताची हॅट घातलेली होती त्यामुळे त्याचा चेहरा जवळ जवळ झाकला गेला होता. अगदी त्याच्या जवळ गेल्यानंतर तो त्यांना नीटपणे दिसू शकला. त्याच्याकडं मासे पकडायला दांडा किंवा बांबू शीग असं काहीच नव्हतं. एक दोरी त्याच्या हाता भोवती बांधलेली होती.

जेव्हीने पोर्तुगीज भाषेत त्यास काहीतरी विचारलं, त्याला एक पाण्याची बाटली दिली. नेटनं फक्त हास्य केलं आणि मुलायम शब्दांमधून व्यक्त होणारे काही तरी अनोळखी भाषेतलं बोलणं त्यानं ऐकलं. स्पॅनिश भाषेपेक्षा बोलण्याचा वेग कमी होता आणि फ्रेंच भाषेसारखे काहीतरी त्यांचे उच्चार होते.

एकदम कुठून तरी उपस्थित झालेल्या माणसांना पाहून त्या कोळ्याला आनंद झाला, पण त्यानं तो दर्शविला नाही. हा गरीब बिचारा कुठे बरं राहात असेल? कोण जाणे!

मग ते दोघेजण डोंगरातल्या विविध दिशांकडे बोटं दाखवित बोलत होते. त्यांचं बोलणं संपेपर्यंत त्या छोट्या कोळ्याने त्या सरोवराच्या सर्व दिशांकडे बोटं दाखविली होती. आणखी काही काळ ते बोलत राहिले. नेटला असं वाटून राहिलं होतं की जेव्हीनं त्या कोळ्याकडून बारीकसारीक सर्व प्रकारची माहिती घेतलेली होती. आणखी काही तास त्यांना इतर कोणी भेटणार नव्हतं. पाणथळ जमीन, पुरानं फुगलेल्या नद्या, यातून योग्य दिशेला मार्गक्रमण फार अवघड होत चाललं होतं. अडीच तासापूर्वीच ते मूळ मार्गापासून भरकटले होते.

अचानक काळ्या डासांचा जणू एक ढगच येऊन त्यांच्यावर हल्ला चढवत होता. डासांचा हल्ला मागे परतवण्यासठी अंगाला लावायचं मलम आणि स्प्रे शोधण्याच्यामागे नेट लागला. नेटच्या स्प्रे उडवायची, मलम अंगाला लावण्याची धडपड तो कोळी विस्मित नजरेने पाहात होता. त्याला काहीतरी विचित्रच वाटत होतं. त्यांनी त्याला हात हलवून निरोप दिला आणि बोट आता ते वल्हवत वाऱ्याच्या मदतीनं पुढे जात होते. "त्याची आई आदिवासी इंडियन होती." जेव्ही म्हणाला.

"चांगली गोष्ट आहे." नेट हातांच्या तळव्यांनी डास फटाफट मारत म्हणाला.

"काही तासांच्या अंतरावर एक वस्ती आहे."

"काही तासांच्या?"

"तीन तास असतील."

त्यांच्याकडे पंधरा तास पुरेल एवढं पेट्रोल होतं. नेट आता मिनिटं मिनिटं मोजून त्याची नोंद ठेवायला लागला होता. त्या सरोवरातून कबिक्सा नदी

पाण्याच्या एका फाट्याच्या स्वरूपात पुढे जात होती. नद्यातून पुढे जाणारे, सारखे दिसणारे असे अनेक फाटे पुढे विविध दिशांना जात होते. पुढे त्यांच्या नद्या होत होत्या. त्यांची नावे निरनिराळी होती. कबिक्सा म्हणून ज्या नदीच्या फाट्यात हे शिरले होते ती नदी पुढे रुंदावली होती. जेव्हीनं बोटीचा वेग वाढविला होता.

बोटीच्या तळाच्या भागात खाण्याचे पदार्थ आणि बादल्या ठेवल्या होत्या त्या भागातल्या बाकावर नेट बसला. या ठिकाणी पाण्याचे बारीकबारीक थेंब त्याच्या चेहऱ्यावर उडत नव्हते. बोटीच्या इंजिनाच्या संथ आणि ठराविक अंतराने येणाऱ्या आवाजाने त्याला झोप लागेल असं वाटत होतं आणि त्याला झोप हवी होती. त्यातच बोट हेलकावे खायला लागली, बोटीचा वेग कमी झाला. नेटनं नजर नदीच्या पाण्याकडे ठेवली होती, मागे वळून जेव्हीकडे पाहण्याचं त्याला धैर्य होत नव्हतं. बोटीच्या प्रवाहात इंजिन नादुरुस्त होणं ही गोष्ट काही नवीन नव्हती, पण त्यांच्या प्रवासात त्यांना खूप कटकटींना तोंड द्यायला लागलं होतं. बोट वल्हवत पुन्हा मागे वेलीच्या बोटीपर्यंत जायला पाठीचा कणा मोडेपर्यंत श्रम पडणार होते. त्यांना बोटीतच खाणं, झोपणं करावं लागेल आणि एकदा का बरोबर आणलेलं अन्नपाणी संपलं की मागे भेटलेल्या कोळ्यासारखा माणूस भेटून तो त्यांना योग्य मार्ग दाखवेल यासाठी देवाची आराधना करावी लागेल. या कल्पनेनेच नेटला धडकी भरली.

पण लगेचच बोटीचं इंजिन सुरू झालं आणि जसं काही झालंच नाही अशा तऱ्हेने बोट पुन:श्च मार्गक्रमण करू लागली आणि ही नित्याची बाब होऊ पाहात होती. प्रत्येक वीस मिनिटांच्या अंतराने जेव्हा जेव्हा नेटला डोळा लागतोय असं वाटायचं त्याच वेळेला बोटीचं इंजिन अतिशय ताण पडल्यामुळे काहीतरी विचित्र आवाज काढायला लागायचं, बोटीच्या नाकाची बाजू पाण्यात खोलवर बुडायला लागायची आणि जरा वर यायची. बोट काठावरच पाण्यात पुढून बुडतेय की काय अस वाटायचं. नेट आपलं लक्ष अशा वेळी काठावरच्या वन्यप्राण्यांच्या निरीक्षणात गुंतलेलं आहे असं भासवायचा. जेव्ही पोर्तुगीज भाषेत शिव्या द्यायचा. इंजिनाच्या पेट्रोल कमी जास्त करणाऱ्या यंत्रणेशी झगडायचा, परत पुढची वीस मिनिटं चांगली जायची.

दुपारच्या जेवणाला त्यांना चीज, पाव, खारी बिस्किटं, इतर साधी गोडसर बिस्किटं अशा वस्तू होत्या. ते काठावरच्या एका झाडाशी थांबले होते आणि त्यांनी झाडाखाली निवांत बसून जेवणातले पदार्थ खाल्ले.

''मघाशी भेटलेला तो मासे पकडत होता तो छोटा माणूस त्याला इंडियन आदिवासी माहीत आहेत का?'' नेटनं विचारलं.

"हो – दर महिन्यातून एकदा पराग्वे नदीवर त्यांना लागणाऱ्या वस्तू घेण्यासाठी आणि त्यांच्या जवळच्या वस्तू विकण्यासाठी बोटीनं ते येतात आणि हा माणूस त्यांना दर महिन्याला पाहातोय."

"त्यानं कधी एखादी स्त्री धर्मप्रसारक पाहिली आहे का, असं तू त्याला विचारलंस का?"

"मी विचारलं, पण त्याने पाहिली नाही असं सांगितलं. पहिली अमेरिकन व्यक्ती म्हणजे तुम्हीच असं तो म्हणत होता."

"नशिबवान माणूस आहे."

सात तासांनंतर जवळपास कुठे वस्ती असावी असं चिन्ह दिसलं. ते म्हणजे दूरवर एका टेकडीच्या पायथ्याशी झाडामधून एक पातळ धुराची रेषा आकाशात वर जाताना नेटनं पाहिली. ती वस्ती बोलिव्हियामधली होती याबद्दल जेव्हीची खात्री झालेली होती. उंचीवरच्या जमिनीच्या भागावर ती वस्ती होती, अगदी डोंगररांगांच्या जवळ. पुराचा त्रास त्यांना होत नव्हता.

नदीकाठी झाडांच्यामध्ये मोकळी जागा होती तिथे त्यांनी बोट आणली. जवळच झाडांच्या बुंध्याला कॅनो प्रकारच्या एकाच माणसाने वल्हवायच्या दोन बोटी बांधल्या होत्या. बोट जमिनीजवळ आणली आणि नेटनं वेळ न दवडता जमिनीवर उडी घेतली. त्याला कधी स्थिर जमिनीवर उभं राहातोय आणि हातपाय ताणतोय असं झालं होतं.

"फार लांब जाऊ नका." जेव्ही पेट्रोल टाक्यांशी पेट्रोल बंद करण्याच्या प्रयत्नात होता त्यावेळी म्हणाला. नेटनं त्याच्याकडे पाहिलं. त्यांचे डोळे एकमेकांच्या डोळ्यांना भिडले तेव्हा जेव्हीनं झाडांकडे पाहा अशी डोळ्यांनीच खूण केली.

एक इंडियन आदिवासी त्यांच्याकडे निरखून पाहात होता. पुरुष होता, त्याच्या कातडीचा रंग बदामी, उदी, तपकिरी असा होता. उघडाबंब, कंबरेला गवताच्या काड्यांचं वस्त्र लावलेलं होतं. नेट तर त्याला पाहिल्यापाहिल्या बराच घाबरला होता, पण वरवर दिसणारं असं कुठलंही शस्त्र त्याच्या अंगावर किंवा त्याच्या हातात नव्हतं म्हणून नेटची भीती जरा कमी झाली. त्याचे केस लांब होते आणि लाल रंगाच्या आडव्या पट्ट्या त्याच्या कपाळावर त्यानं काढल्या होत्या. त्याच्या हातात जर एखादा भाला असता तर नेट त्याला गुडघे टेकून बिनशर्त शरणच गेला असता.

"तो धोकादायक नसेल ना?" त्या आदिवासी इंडियन माणसावरची नजर न हलविता नेटनं जेव्हीला विचारालं.

"हो, मला तसं वाटतं."

"तो पोर्तुगीज बोलतो का?"

"नाही मला नाही माहीत."

"मग तू जा अन् विचार ना?"

"तुम्ही जरा आता निवांत व्हा – शांत राहा."

"तो दिसायला तर नरमांसभक्षक रानटी माणसासारखा दिसतोय" उतरता उतरता जेव्ही म्हणाला. विनोदाचा इथं काही उपयोग होत नव्हता. त्या दोघांनी काही पावलं त्या आदिवासी माणसाच्या दिशेनं टाकली, त्यानं काही पावलं या दोघांच्या दिशेनं टाकली. पुरेशी जागा या दोघांनी एकमेकांच्यात ठेवली आणि तिघेही थांबले. "कसं काय आहे" असं म्हणत हस्तांदोलनासाठी पुढे हात करण्याची सुरसुरी नेटला झालेली होती.

"फला पोर्तुगीज?" जेव्हीनं सस्नेह हास्यासह विचारलं. त्या आदिवासी इंडियन माणसाने त्याच्या विचारण्याचा बराच काळ विचार केला आणि या दोघांच्या ध्यानात आलं की या बाबाला ही भाषा काही येत नाहीये. तो तरुण वाटत होता. विशीचा पण नसेल. काही कारणाने तो या भागात आला असेल. बोटीचा आवाज येत होता म्हणून कुतूहलाने काय आहे? कोण आहेत? हे पाहण्याकरता तो थांबला एवढंच.

दोन पक्ष वीस फुटांवरून एकमेकांना आजमावत होते आणि त्याचवेळी पर्यायांचा विचार होत होता. त्याचवेळी त्या आदिवासी तरुणाच्या मागे झुडपात काहीतरी हालचाल झालेली या दोघांनी पाहिली आणि क्षणातच त्या झाडीतून त्याच्यासारखेच तीन आदिवासी बाहेर आले. नशिबाने त्यांच्याही अंगावर, जवळ शस्त्रं दिसत नव्हती. दुसरा पक्ष आता संख्येने मोठा होता आणि ह्या दोघांनी त्यांच्या भागात अतिक्रमण केलेलं होतं. नेट धूम ठोकण्याच्या तयारीत होता. आदिवासी मंडळी शरीराने धिप्पाड दिसत नव्हती, पण ते त्यांच्या गल्लीच्या आसपास होते त्याचा फायदा त्यांना नक्कीच होता. त्यांच्या चेहऱ्यावर सहानुभूती नव्हती. मैत्रीचा हात पुढे करायचा त्यांचा इरादा नव्हता, अभिवादन तर दूरच.

त्याच झाडीतून आता एक तरुण महिला आदिवासी बाहेर आली आणि त्या आदिवासी तरुणांच्या जवळ येऊन उभी राहिली, तिचा रंग तर फारच तपकिरी होता आणि छाती उघडी होती. नेटनं तिच्याकडे न पाहायचं ठरवलं. "फॅलो" ती म्हणाली.

आवाज न चढवता, एकेक शब्द वेगवेगळा बोलत जेव्हीनं त्यांचा त्यांच्या भागात येण्याचा उद्देश सांगितला आणि त्यांनी त्यांच्या टोळीच्या, वस्तीच्या मुखियाला भेटण्याची इच्छा व्यक्त केली. तिने जेव्हीचे शब्द भाषांतर करून त्या तिघा तरुणांना सांगितले आणि ते चौघे गंभीरपणे विचारसत्रात गुंतले.

''*त्यापैकी काहीजणांना आपल्याला खायची इच्छा दिसतेय.*'' असं जेव्ही खालच्या आवाजात म्हणाला, ''*आणि काहीजणांना उद्यापर्यंत थांबावं असं वाटतंय.*''

''*तुम्हाला तर मजा करायला सुचतेय.*''

त्या पुरुषांची आपापसातली चर्चा संपल्यानंतर त्यांनी बाईजवळ जाऊन तिला त्यांच्या चर्चेचा तपशील सांगितला. नंतर तिने या दोघांना नदीजवळच्या भागातच थांबायला सांगितलं आणि दरम्यानच्या काळात त्यांच्या मुखियाला याबाबतची सर्व माहिती हे तिघे तरुण देतील. नेटला त्यात काही गैर वाटलं नाही, पण जेव्ही मात्र अस्वस्थ झाला होता. त्यानं त्या बाईला त्यांच्यात कोणी स्त्री मिशनरी, धर्मप्रसारक राहते का? विचारलं.

तिनं 'तुम्ही थोडा धीर धरा' असं सांगितलं.

इंडियन आदिवासी झाडीमध्ये गेले. दिसेनासे झाले.

''जेव्ही, तुला काय वाटतं?'' ते तिघं गेल्यावर नेटनं जेव्हीला विचारलं. जेव्ही किंवा नेट दोघंही आपल्या जागेवरून एक इंच सुद्धा हललेले नव्हते. घोट्याभर उंचीच्या गवतात ते दोघे उभे होते आणि गर्द झाडीकडे पाहात होते आणि त्यांना वाटत होतं की खात्रीनं त्या झाडीतून कुणीतरी आपलं निरीक्षण करतंय. आपल्यासारख्या बाहेरच्या जगातल्या लोकांपासून त्यांना रोगराई होण्याची भीती असते म्हणून ते जास्त काळजीनं वागतात.

''परदेशी व्यक्तींपासून त्यांना रोगांचा संसर्ग होण्याची भीती असते.'' जेव्ही खुलासा करत होता, ''त्याची ते फार काळजी घेतील.''

''मी कुणाला काही स्पर्श करत नाहीये.''

ते परत बोटीशी आले. जेव्हीनं इंजिनाचे स्पार्क प्लग साफ करण्याचं काम चालू केलं. नेटनं आपले दोन्ही शर्ट काढले आणि बंडीसारख्या खिशात ठेवलेले महत्त्वाची कागदपत्रांची स्थिती कशी आहे हे पाहिलं. कागद कोरडे होते.

''ते कागद त्या बाईकरता आहेत का?'' जेव्हीनं विचारलं.

''होय.''

''का? काय कारण म्हणून हे कागद तिला द्यायचेत.''

पक्षकाराचं हित ध्यानात घेऊन अशा प्रकारची माहिती तिऱ्हाइताला/कोणाला द्यायची नसते हा महत्त्वाचा नियम इथे महत्त्वाचा नव्हता. वकिलीच्या व्यवसायाच्या संदर्भात त्याला अत्यंत महत्त्व असतं, पण इथे पेंटॅनलच्या जंगलात इथे आजूबाजूच्या कित्येक मैलांच्या परिसरात एकही अमेरिकन नसण्याची शक्यता असताना, अशा नियमांना बगल देता येते आणि जेव्हीला हे माहिती झालं तर

तो कोणाशी बोलणार आहे? त्याला सांगण्यामुळे कुठलाच धोका संभवत नव्हता.

पण जॉशनं वाल्दिरला स्पष्टपणे सांगितलं होतं की एक महत्त्वाच्या कायद्याच्या संदर्भात युनायटेड स्टेटसमध्ये रॅचेल या बाईंनी येणं अगदी अत्यावश्यक आहे एवढंच जेव्हीला सांगायचं, त्यापेक्षा जास्त कुठल्याही प्रकारची माहिती त्याला होऊ द्यायची नाही.

"तिचे वडील काही दिवसांपूर्वी निवर्तले आणि त्यांनी अमाप संपत्ती तिच्यासाठी ठेवली आहे."

"किती?"

"कित्येक बिलियन"

"बिलियन!"

"हो."

"तिचे वडील अतिशय श्रीमंत होते?"

"हो."

"त्यांना इतर काही मुलं नाहीत का?"

"सहा आहेत."

"त्यांना सुद्धा कित्येक बिलियन दिलेत?"

"नाही, त्यांना अगदी मामुलीशी रक्कम दिली."

"मग हिलाच का एवढी जादा?"

"कुणालाच माहिती नाही. ते एक कोडंच आहे."

"तिला माहिती आहे की तिचे वडील हयात नाहीत?"

"नाही."

"तिचं तिच्या वडिलांवर प्रेम होतं?"

"नसावं. ती अनौरस होती. ती तर त्यांच्यापासून दूर पळून गेलेली होती. वडिलांपासून दूर." पेंटॅनलकडे हात करत तो म्हणाला. "या भागात ती कुठेतरी राहिली आहे. वडिलांचं दर्शनसुद्धा तिला नको आहे असं मला वाटतं."

"हो लपून राहायला ही जागा फारच चांगली आहे. वडिलांच्या मृत्युच्यावेळी ती कुठे आहे हे त्यांना माहीत होतं का?"

"बहुतेक नसावं, पण ती मिशनरी धर्मप्रसारक बनली आहे आणि या भागात कुठेतरी आदिवासी इंडियनांच्या वस्तीवर ती राहात आहे एवढी माहिती होती."

जेव्हीचं त्याच्या हातातल्या स्पार्क प्लग साफ करण्याकडे बिलकुल लक्ष नव्हतं, रॅचेल संबंधातल्या माहितीबाबत त्याला उत्सुकता निर्माण झालेली होती.

त्याला खूप प्रश्न विचारायचे होते. वकिलांनी त्याच्या पक्षकारासंबंधांची माहिती पूर्णपणे गुप्त ठेवायची असते, या संकेताची पायमल्ली होत होती.

"जे अपत्य आपल्यावर अजिबात प्रेम करत नाही, त्याला या माणसाने कशी काय एवढी संपत्ती देऊ केली?"

"तो जरा क्रॅकच होता. त्यानं चौदाव्या मजल्यावरच्या खिडकीतून बाहेर उडी घेऊन आत्महत्या केली."

जेव्हीसारख्याच्या बुद्धीला हे तर फारच होतं, त्यानं तर डोळेच फिरवले आणि नदीच्या पाण्याकडे पाहात गहन विचारात गुंतला.

.२४.

त्या आदिवासी इंडियन टोळीचं नाव ग्वाटो असं होतं. गेली कित्येक शतकं या समूहातली माणसं या भागात राहात होती आणि त्यांना बाहेरच्या जगाशी संपर्क नकोच होता. ते त्यांच्या छोट्या-छोट्या शेतांतून धान्य पिकवायचे, जवळच्या नद्या-सरोवरांतून मासेमारी करायचे, जंगलात धनुष्य-बाण, भाले ही हत्यारं वापरून वन्य प्राण्यांच्या शिकारी करायचे.

विचारपूर्वक त्यांनी ही जीवनशैली अंगीकारली होती. एका तासानंतर जेव्हीला धुराचा वास आला. तो बोटीजवळच्या एका झाडावर चढला. चाळीस फुटांच्या उंचीवर पोचल्यानंतर त्याला ती वस्ती, घरं, छप्परं नजरेला पडली. त्यानं नेटला वर झाडावर यायला सांगितलं.

नेट गेल्या चाळीस वर्षांत झाडांवर चढला नव्हता, पण त्या क्षणाला त्याला दुसरं असं काही करण्यासारखं नव्हतं. तो झाडावर चढला पण जेव्हीसारखं विनासायास त्याला काही चढता आलं नाही. शेवटी एका नाजूक फांदीवर पाय देऊन उभा राहून थांबला. त्याने झाडाच्या उभ्या खोडाला दोन्ही हातांनी विळखा घालून ठेवला होता.

त्यांना तीन झोपड्यांची छपरं दिसत होती. छपरांवर गवताच्या पेंढ्या नीट आकारात एका पुढे एक अशा कौलासारख्या लावल्या होत्या. त्यांपैकी दोन झोपड्यांच्यामधल्या भागातून धुराची धार वर येत होती. धूर सुरू होण्याची जागा त्यांच्या दृष्टीपथात येत नव्हती.

रॅचेल लेनच्या जवळपास ते आलेले असतील का? त्या झोपड्यांच्या परिसरात ती असेल का? ही मंडळी, या दोघांच्या बाबतीत काय करायचं ही जी काही चर्चा करतायत, त्या चर्चेत ती भाग घेत असेल का? ती या दोघांना आणण्यासाठी एखादा लढवय्या सैनिक पाठवेल का ती स्वत: येऊन अभिवादन

करून हस्तांदोलन करेल?

"ही वस्ती तर फार छोटी दिसतेय." नेट काहीही हालचाल न करता म्हणाला.

"तिथे आणखीही काही झोपड्या असू शकतील."

"ते काय करत असतील असं तुला वाटतंय"

"बोलत असतील. फक्त बोलणं."

"आपण त्यांच्या तंत्रानं चाललोय हे बरं वाटत नाही. आपण आता काहीतरी हालचाल करायला हवी. आपण बोट सोडून साडे आठ तास झाले. मला आता संध्याकाळपूर्वी वेलीला भेटलंच पाहिजे असं वाटायला लागलं."

"काही हरकत नाही. आपण मागे जायला हरकत नाही. आता तर काय प्रवाहाबरोबरच जायचंय आणि रस्तापण मला माहिती आहे, बोटीशी लवकर पोहोचू."

"तुला काही काळजी वाटत नाहीये?"

जेव्हीनं त्याची मान हलविली. अंधारात कबिक्सा नदीतून जावं लागणार होतं. हा विचार सुद्धा त्याच्या मनात आलेला नव्हता. बहुतेक नेटनं हा विचार केलेला होता. वाटेतली ती दोन मोठी सरोवरं हा काळजीचा मोठा मुद्दा होता. त्या दोन्ही सरोवरांतून बऱ्याच छोट्यामोठ्या नद्या बाहेर पडत होत्या, सरोवराला मिळत होत्या आणि दिवसासुद्धा त्या साऱ्या नद्या सारख्याच दिसायच्या.

त्याला मिस लेनला फक्त हॅलो म्हणायचं होतं. थोडीफार पार्श्वभूमी सांगायची होती, जरूर त्या कायदेशीर बाबींची पूर्तता करून घ्यायची होती. कागदपत्रं दाखवायची होती. तिचे जर काही मूलभूत प्रश्न असले तर त्यांना उत्तरं द्यायची. तिची सही घ्यायची, तिचे आभार मानायचे आणि लवकरात लवकर भेट आटोपती घ्यायची. दिवसातल्या कुठल्यावेळी हे जमतंय आणि बोटीची वारंवार नादुरुस्ती, सारखी मोटारीची तक्रार याबाबत त्याला काळजी वाटत होती. परत सांतालौरापर्यंत मागे जायचं होतं. हा सुद्धा तसा काळजीचाच भाग होता. तिला कदाचित बोलायचं असेल-नसेल, कदाचित ती अगदी मोजकंच बोलेल आणि या दोघांनी त्वरित माघारी जावं आणि परत येण्याचा विचार सुद्धा करायचा नाही अशी सुद्धा तिची इच्छा असेल.

तो झाडावरून खाली उतरला, बोटीत जाऊन बसला. एक झोप टाकावी असा विचार करत होता तेवढ्यात जेव्हीनं त्या आदिवासी इंडियन मंडळींना पाहिलं. तो बोटांनी दाखवत काहीतरी म्हणाला आणि नेटनं झाडीकडे पाहिलं.

ते हळूहळू नदीकडे आले. सर्वांत पुढे त्यांचा पुढारी ग्वाटो टोळीचा सर्वात वयस्कर मुखिया होता. तो चांगला जाडजूड पोट सुटलेला होता. त्याच्या हातात एक लांब भाल्यासारखी काठी होती. अर्थात त्याचा उपयोग मारामारीसाठी तो

करत असेल असं वाटत नव्हतं. त्या भाल्याच्या टोकाशी पिसांचा एक तुरा लावलेला होता, टोळीतल्या अधिकारी व्यक्तीचा अधिकार व्यक्त करणारा शिष्टाचाराचा तो भाग होता. एवढंच त्याचं महत्त्व होतं.

लगेचच म्होरक्यांनी या दोघांना पकडलं आणि प्रश्नांची सरबत्ती जेव्हीच्या दिशेने सुरू केली.

"तुम्ही इथे कशासाठी आला आहात?" असं त्यानं पोर्तुगीज भाषेत विचारलं. त्याच्या चेहऱ्यावर मित्रत्वाचा भाव नव्हता पण बोलण्यात सुद्धा आक्रमकता नव्हती. नेटचं लक्ष भाल्याकडे होतं.

"आम्ही एका अमेरिकन स्त्री मिशनरी धर्मप्रसारकाच्या शोधात आहोत." जेव्हीनं खुलासा केला.

"तुम्ही कुठून आला आहात?" नेटकडे पाहात म्होरक्याने जेव्हीला प्रश्न केला.

"कोरूंबा."

"आणि हा माणूस?" नेटवर नजर रोखून तो म्हणत होता.

"ते अमेरिकन आहेत. तेच त्या स्त्रीला शोधतायत."

"तिला शोधण्याचं ह्यांना काय कारण?"

त्या इंडियन टोळीवाल्यांना रॅचेल लेन माहीत असल्याचं पहिलंच ते सूचक वक्तव्य होतं. ती कुठे आत खेड्यात लपून बसली आहे का? का ती त्या झाडीत मागे उभी राहून हे बोलणं सुद्धा ऐकत असेल?

जेव्हीनं त्याच्या झंझावती बोलण्यातून सारं अथपासून इतिपर्यंत सांगितलं की ते फार लांबून अगदी जीवावरच्या संकटातून बाहेर पडून इथपर्यंत आलेले आहेत. जेव्ही स्वत: किंवा इंडियन आदिवासी यांना ज्या गोष्टीचं विशेष महत्त्व वाटणार नाही, पण अमेरिकनांच्या दृष्टीने अतिशय महत्त्वाची बाब घेऊन ते इथे आलेले आहेत.

"तिला यांच्यापासून धोका आहे का?"

"नाही. मुळीच नाही."

"ती इथे नाहीये."

"ती इथे नाही असं हा म्हणतोय." जेव्हीनं नेटला सांगितलं.

"तो हरामी खोटं बोलतोय असं मी म्हणतोय, असं त्याला सांग." नेट हलक्या आवाजात म्हणाला.

"नाही, मला नाही तसं वाटत."

"तुम्ही कधी कुठली स्त्री धर्मप्रसारक मिशनरी या भागात पाहिलेली आहे का?" जेव्हीनं विचारलं.

त्या मुखिया नकारार्थी मान हलविली.

“अशा कोणत्या स्त्रीबद्दल तुम्ही कधी काही ऐकलं आहे का?” लगेचच त्यानं काही उत्तर दिलं नाही. त्यानं जेव्हा जेव्हीकडे पाहिलं तेव्हा त्याचे डोळे बारीक झाले होते, त्याला जणू काही विचारायचं होतं की हा माणूस विश्वास ठेवण्यालायक आहे का? मग त्यानं होकारार्थी थोडीशीच मान हलविली.

“कुठे आहे ती?” जेव्हीनं विचारलं.

“दुसऱ्या एका टोळीत ती राहातेय.”

“कुठे?”

तो म्हणाला, “त्याला तशी खात्री नाहीय.” पण त्यानं हातानं काही एक दिशा दाखवायला सुरुवात केली. साधारणपणे वायव्येकडे भाल्यानं पेंटॅनलचा बराच भाग त्यानं दाखविला.

“ग्वाटो?” जेव्हीनं विचारलं.

त्याच्या कपाळावर आठ्या आल्या आणि त्यानं नकारार्थी डोकं हलवलं. जणू काही ती वाईट माणसांच्या समूहात राहात होती.

“इपिका टोळीमध्ये.” उपहासपूर्वक तो म्हणाला.

“किती दूर आहे?”

“एक दिवस लागेल.”

जेव्हीला किती तास लागतील असं माहिती करून घ्यायचं होतं, पण तास परिमाणाचा आदिवासींशी काहीही संबंध नव्हता. दिवस चोवीस तासांचा असतो का बारा तासांचा याच्याशी त्यांचं देणं घेणं नव्हतं. दिवस म्हणजे दिवस, त्याशिवाय दुसरं काहीही नाही. जेव्हीनं एक पूर्ण दिवस का अर्धा वगैरे विचारायचा प्रयत्न केला पण निष्पन्न काहीही नाही.

“बारा किंवा पंधरा तास.” जेव्हीनं नेटला सांगितलं.

“अरे, ते एखाद्या छोट्या कॅनोसारख्या बोटीनं लागत असतील?” नेट हलक्या आवाजात बोलत होता.

“होय.”

“मग लवकरात लवकर आपण किती वेळात तेथे पोहोचू शकू?”

“आपण रस्ता चुकलो नाही तर तीन किंवा चार तासांत.”

जेव्हीनं खिशातून दोन नकाशे काढले, ते खाली गवतावर पसरले. आदिवासी इंडियन लोकांच्या चेहऱ्यावर जिज्ञासा दिसत होती. मुखियाच्या जवळच बसले.

“आता पुढे कुठं जायचं हे पाहण्यापूर्वी आपण या नकाशावर सध्या कुठे आहोत ते त्या नकाशावर पाहूया.” म्हणून जेव्हीने नकाशा उघडला आणि त्यात काहीतरी पाहू लागले. त्यावेळी ज्या नदीतून तुम्ही आलात ती नदी कबिक्सा नव्हतीच असं त्या टोळीच्या मुखियाने जेव्हीला सांगितलं. जेव्हीच्या

चेहऱ्यावरची खिन्नता स्पष्ट दिसत होती. त्यांना मासे मारणारा कोळी दिसला होता. तिथे त्यांनी चुकीचं वळण घेतलेलं होतं आणि नको त्या म्हणजे ग्वाटो जमातीच्या वस्तीशी ते येऊन पोहोचले होते. जेव्हीला फारच वाईट वाटलं आणि तसं त्यानं नेटजवळ बोलून दाखवलं.

नेटला तर आणखीनच वाईट वाटलं. त्यानं तर त्याचं आयुष्यच त्याच्या आधीन केलं होतं. रंगीबेरंगी नद्यांमधून प्रवास करण्यापयोगी नकाशांचं आदिवासींना काहीच कौतुक नव्हतं. जेव्हीनं जेव्हा त्याचे स्वत:चे नकाशे काढण्याचं काम सुरू केलं. तेव्हा तर त्यांच्याकडे त्यांनी दुर्लक्षच केलं. त्यानं मुखियाला समोरच्या नदीची माहिती विचारायला सुरुवात केली. बराच वेळ त्यांची आपापसांत चर्चा चालली होती आणि चर्चा चालू असतानाच त्या दोघांनी उत्तरेच्या दिशेने चालायला सुरूवात केली. मधून मधून मुखिया त्याच्या टोळीच्या सदस्यांकडून काही काही माहिती घ्यायचा व जेव्हीला सांगायचा. त्यांच्यातले दोन तरुण मासे मारण्याच्या तंत्रात खूपच पारंगत होते आणि मधून मधून पराग्वे नदीपर्यंत जात असत. "त्यांच्या सवयीबद्दल त्यांना योग्य मोबदला आपण देऊ." नेटनं जेव्हीच्या कानात सांगितलं.

जेव्हीनं प्रयत्न केला पण त्यांच्याबरोबरच्या बोलण्यात त्यांनी इपिका टोळीच्या लोकांना कधी पाहिलं नव्हतं आणि त्यांना पाहायची इच्छा सुद्धा नव्हती. इपिका टोळीतली माणसं कुठे राहातात हेही त्यांना माहीत नव्हतं आणि पैसे घेऊन एखाद्या करता काम करणं ही कल्पनाच त्यांना विचित्र वाटत होती आणि मुखियाला सुद्धा जेव्हीनं नेटबरोबर जावं असं वाटत नव्हतं.

या नदीतून उत्तरेकडे जायचं, पुढे एक वळण घेऊन दुसऱ्या नदीत जायचं असा मार्ग होता. मुखिया आणि त्याची माणसं पुढे काय करायचं याबद्दल जोपर्यंत काही ठरवत नव्हती, तेवढ्या वेळात त्यानं हातानं कागदावर काढलेला नकाशा आणि छापील नकाशा शेजारी ठेवून बहुतेक हाताने काढलेला भाग छापील नकाशावर कुठे दिसतोय का ते पाहात होता.

"ती सापडली." जेव्ही नेटला म्हणाला.

"कुठे?"

"इपिका टोळीची वस्ती ही या इथे आहे." नकाशावरच्या एका ठिकाणाकडे बोट दाखवून म्हणाला.

"पोर्टो इंडियोच्या दक्षिणेला डोंगरांच्या कडेशी. त्यांनी आपल्याला जी माहिती दिलीय त्यानुसार हीच ती जागा."

नेट नकाशावर ओणवा झाला आणि त्यांनी दाखविलेली जागा पहायला लागला. "आपण तिथे कसं जाणार?"

“आपण परत बोटीपर्यंत जाऊ आणि अर्धा दिवस पराग्वे नदीतून उत्तरेला जायचं, आणि परत आपली छोटी बोट वापरायची आणि त्या वस्तीपर्यंत जायचं.”

पराग्वे नदीचं एक वळण या वस्तीच्या बरंच जवळ दिसत होतं आणि सांतालौरानं परत त्या ठिकाणापर्यंत जायची कल्पना नेटला आवडली. “पण या छोट्या बोटीला सांतालौरापर्यंत जायला किती वेळ लागणार?” नेटनं विचारलं.

“चार तास. कदाचित थोडंफार इकडेतिकडे.” ब्राझीलमध्ये ‘थोडंफार इकडे तिकडे” मध्ये खूप काही सामावून टाकतं. त्या नकाशावर ते सकाळपासून जे काही अंतर कापून आले होते ते फारच कमी दिसत होतं.

“मग आपण आता कशासाठी थांबलोयत?” उभं राहात आदिवासी मंडळींकडे हास्य करत नेटनं विचारलं.

जेव्हीनं ग्वाटो आदिवासींचे आभार मानायला सुरुवात केली आणि तो हाताने नकाशांची घडी घालत होता. आता त्यांना निघायचं होतं, आदिवासींच्यात मोकळेपणा आलेला होता आणि जाता जाता त्यांना थोडं आदरातिथ्य दाखवावं असंही त्यांना वाटत होतं. त्यांनी बरोबर थोडे खाण्याचे पदार्थ देण्याची तयारी दाखविली. जेव्ही त्याला नको म्हणाला आणि आता त्यांना पराग्वेवरच्या त्यांच्या बोटीवर सायंकाळ व्हायच्या आत पोहोचण्यासाठी तातडीनं निघणं जरुरीचं आहे असं त्यांनी आदिवासींना सांगितलं.

नेटनं त्यांच्याकडे हास्याचा कटाक्ष टाकला आणि तो नदीकडे चालू लागला. त्यांना बोट पाहायची होती. ते पाण्याच्या काठाशी उभे राहिले आणि उत्सुकतेने स्वयंचलित बोटीचं निरीक्षण करू लागले. जेव्हीनं बोटीचं इंजिन चालू केलं. बोट चालू लागली तेव्हा ते जरा मागे सरकले.

ती नदी– जे काय तिचं नाव होतं ती– आता परतीच्या वाटेवर त्यांना अगदीच निराळी वाटत होती. ते पहिल्या वळणाशी आले. नेटनं खांद्यावरून मागे ग्वाटो आदिवासींकडे पाहिले. ते पाण्याच्या काठाशीच थांबून होते.

दुपारचे चार वाजले होते. नशिबाने साथ दिली तर ते या सरोवरातून बाहेर निघून अंधार पडायच्या आत कबिक्सा नदीपर्यंत मजल मारू शकणार होते. वेली भात आणि उसळ तयार ठेवून वाटच पाहात असेल. बोटीपर्यंत पोचायला किती वेळ लागेल याचा अंदाज नेट बांधत असतानाच त्याच्या अंगावर पावसाच्या पाण्याचे थेंब पडतायत याची जाणीव झाली.

बोटीच्या इंजिनाच्या बाबतीत इंजिनाचे स्पार्क प्लग फक्त खराब होते, एवढीच बाब होती असं नव्हतं, इतरही खूप कटकटी होत्या. परतीच्या प्रवासात पूर्ण पन्नास मिनिटं इंजिन बंद पडलं होतं. बोट पाण्याबरोबर वाहात होती आणि

जेव्ही कार्बोरेटर काढून स्क्रू-ड्रायव्हरने त्याच्याशी काहीतरी करत होता. नेटनं तो काही मदत करू शकतो का? असं विचारलं. पण जेव्हीनं नको असं झटकन उत्तर देऊन टाकलं. पण त्याने त्याला त्याची इंजिनच्या बाबतीत मदत नको असली तरी बोटीत साठलेलं पावसाचं पाणी बादलीत ओंजळीनं किंवा छोट्या डब्यानं भरून घेऊन बाहेर नदीत टाकण्याचं काम त्याला सांगितलं आणि दुसरं वल्हं वापरून बोट पाण्याच्या प्रवाहाच्या मध्यभागात राखण्याचं काम त्याच्यावर सोपवलं.

त्यानं दोन्ही कामं केली. प्रवाहाने त्यांचं मार्गक्रमण चालू राहिलं पण नेटला जो वेग हवा होता तो काही साधत नव्हता. मधनं मधनं पाऊस येत होता. थांबत होता. एका तीक्ष्ण किंवा प्रवाहाची दिशा उलटया दिशेने घेऊन जाणाऱ्या वळणाशी नदीचं पात्र उथळ होत होतं. जेव्हीचं लक्ष नव्हतं. वळणाशी पाण्याचा वेग वाढलेला होता आणि बोटीनंसुद्धा वेग घेतला. काही कळायच्या आत बोट पलीकडल्या काठावरच्या झुडपाच्या दिशेने जाऊ लागली.

"जेव्ही, मला इथे तुझी मदत हवीय." नेट म्हणाला.

जेव्हीनं वल्हं अशाप्रकारे वल्हवलं की बोट वळली आणि टोक झाडीत मोठ्या जोरानं आपटणं वाचलं. तरीपण बोट थोडं अंतर झाडीत शिरलीच. वेली, फांद्या बोटीत अडकल्या. नेटचं डोकंसुद्धा वेलींच्या गुंत्यात अडकलं. धडपड करून नेटनं डोक्याच्या आजुबाजूचा गुंता काढला. वल्हं पाण्यातल्या वेलींमध्ये अडकलं होतं तेही कसंबसं सोडवलं.

तेवढ्यात एक लहान साप वरच्या एका फांदीवरून नेटच्या खांद्यावरून बोटीत पडला. नेटनं तो पाहिला नव्हता. जेव्हीनं वल्ह्यात तो गुंडाळला आणि बाहेर पाण्यात उडवला. नेटला हे कळलं नाही हे बरं होतं.

पाण्याच्या प्रवाहाशी ते थोडं फार झगडले, त्या दोघांच्यात एकमेकांच्यात सुसूत्रता येत नव्हती. नेट वल्ह्यानं पाणी नको त्या दिशेनं ढकलत होता, त्याचा वल्हं मारण्याचा उत्साह त्याच्या उपयोगी पडत नव्हता.

वेली फांद्या यांच्या गुंत्यांतून आणि काठालगतच्या मगरी, सुसरी, साप, अजगर यांच्या धोक्यापासून ते जेव्हा दूर झाले तेव्हा जेव्हीनं नेटकडची दोन्ही वल्ही काढून घेतली आणि त्याला दुसरं काम दिलं. त्यानं त्याला इंजिनकडे लक्ष द्यायला सांगितलं. त्याचा पोंचूसारखा रेनकोट इंजिनाच्या कार्ब्युरेटवर धरून त्याच्यावर पावसाचं पाणी पडत नाही हे पाहायचं काम जेव्हीने आता नेटला दिलं होतं. नेटनं खांद्यावरून रेनकोट कार्ब्युरेटरवर धरून एक पाय पेट्रोलच्या टाकीवर ठेवला होता. दुसरा बोटीच्या एका डेकवर ठेवून उभा होता. मघाचच्या घडलेल्या घटनेनं तो पार घाबरला होता.

वीस मिनिटं गेली, कुठे जायचं आहे असं कुठलंही लक्ष्य समोर न धरल्यासारखी बोट पाण्याच्या प्रवाहाबरोबर चालली होती. ज्या कुठल्या फेलनसाहेबाच्या कामासाठी तो ही धडपड करत होता तो फेलनसाहेब साऱ्या ब्राझीलमधल्या बोटी खरेदी करू शकेल असा श्रीमंत होता, पण इथे मात्र या बिचाऱ्याला या वारंवार बिघडणाऱ्या इंजिनानं सतावलं होतं आणि इथे फेलनसाहेबांच्या संपत्तीचं काही चालत नव्हतं. नवशिक्या किंवा अर्धमुर्धं शिक्षण असलेला मेकॅनिक नेटच्या वयापेक्षा जास्त जुन्या इंजिनाशी झगडत होता.

जेव्हीनं इंजिनाचं झाकण लावलं आणि आता तो कॉर्बोरेटरला पेट्रोल पुरवणाऱ्या ॲक्सीलरेटर या यंत्रणेच्या वायरशी काहीतरी करू लागला. इंजिन चालू करण्याचा दोर जेव्हा चक्राभोवती फिरवत होता त्यावेळी नेट डोळे मिटून प्रार्थना करण्यात गुंतला होता. तीन वेळा दोरी गुंडाळून ओढलेली त्याने ऐकली, चौथ्या प्रयत्नात चमत्कार घडला. इंजिनाने आवाज चालू केला. अर्थात जसं सुरळीतपणे चालायला पाहिजे होतं तसं काही चालू झालेलं नव्हतं. मध्येच फडफड करायचं, थांबायचं, परत चालू व्हायचं, जेव्ही ॲक्सीलरेटरच्या वायरशी अयशस्वीपणे प्रयत्न करत होता.

"आपल्याला सावकाश जावं लागणार." नेटकडे न पाहता जेव्ही म्हणाला.

"आपण कुठे आहोत हे जोपर्यंत आपल्याला माहीत आहे तोपर्यंत मला काही धोका वाटत नाहीये."

"ठीक आहे."

वादळ बोलिव्हियाच्या डोंगराकडे गेलं आणि पुढे पेंटॅनलच्या काही भागाला त्यानं झोडपून काढलं. विमानातून ते जेव्हा पेंटॅनलची पाहणी करत होते त्यावेळी ज्या प्रकारच्या जीवघेण्या वादळात ते सापडले होते त्या प्रकारचं भयानक वादळ होतं. नेट बोटीमध्ये त्याचा तो पोंचू रेनकोट घालून खालच्या भागात बसून पूर्वेकडील नदीचा भाग पाहात होता, काही ओळखीचं दिसतंय का तो पाहात होता. तेवढ्यात त्याच्या अंगावर वाऱ्याचा झोत आला आणि सोसाट्याचा वारा सुटणार याची जाणीव झाली. अचानक मुसळधार पावसाला सुरुवात झाली. त्यानं मागे वळून पाहिलं. जेव्हीनं सुद्धा हे पाहिलं होतं पण तो काही बोलला नाही.

करड्या रंगाचं आकाश काळसर रंगाकडे झुकलेलं होतं. ढग खाली उतरले होते. त्यामुळे मागची डोंगररांग दिसेनाशी झाली. पावसाने दोघे ओलेचिंब झाले. नेटला आपण उघड्यावर पडलेलो, बेवारशी असहाय असं वाटत होतं.

कुठे आडोशाला जायची सोय नव्हती, बाजूला काठाला कुठे लागावं तर तशी सुरक्षित जागा दिसत नव्हती. आजूबाजूला मैलान्मैल पाणीच पाणी

पसरलेलं होतं. ते पुराच्या फुगलेल्या पाण्याच्या मध्यावर सापडले होते. फक्त बाजूला पाण्यात बुडलेल्या झाडांचे शेंडे फक्त दिसत होते आणि तेच कदाचित त्यांना नदी कुठली आणि पाणथळ जागा कोणती यांचा अंदाज देऊ शकणार होती. त्यांना बोटीत थांबण्याशिवाय गत्यंतर नव्हतं. वादळ त्यांच्या मागल्या बाजूनं येत होतं. त्यांना पुढे ढकलत होतं, पाठीवर पावसाच्या पाण्याचे थेंब सड सड मारा करीत होते. आकाश अंधारलं होतं. बोटीच्या तळाच्या भागात एका बाकाखाली हातात एखादी तरंगणारी वस्तू घेऊन जुडी करून बसावं, पोंचू खाली जेवढं आपल्याला झाकता येईल एवढं झाकून घ्यावं असं नेटला वाटत होतं. बरोबर आणलेलं सारं सामान भिजत होतं. त्यानं बादली घेतली आणि बोटीत साठलेलं पाणी काढून नदीत टाकण्याच्या प्रयत्नाला लागला.

ते एका तिठ्याशी आले. नेटला नक्की माहीत होतं की जाताना हे या तिठ्याशी आलेले नव्हते. नंतर ते एका नद्यांच्या संगमाशी आले होते, पण पावसाच्या माऱ्यामुळे नीटसं त्यांना काही दिसत नव्हतं. जेव्हीनं बोटीचा वेग कमी केला आणि आजूबाजूचं निरीक्षण करू लागला. परत वेग वाढवला आणि त्याने उजव्या हाताला एक मोठं वळण घेतलं. त्याला माहीत होतं की तो कुठे चाललाय ते, आणि नेटला वाटत होतं की तो नक्कीच चुकीच्या मार्गांनी जातोय.

ज्या नदीच्या प्रवाहात जेव्ही घुसला होता, तो एका दाट झाडीशी जाऊन थांबला. अगदी लक्षात राहण्यासारखी जागा होती आणि पूर्वी ती त्यांनी पाहिलेली नव्हती. जेव्हीनं बोट उलटी वळवली आणि वादळ ज्या दिशेने येत होतं त्या दिशेकडे बोट ढकलू लागला. भयानक दृश्य होतं. आकाश काळकुट्ट, पाण्याचा प्रवाह भोवरे तयार करत होता.

ते परत माघारी तिठ्याशी आले, क्षणभर एकमेकांशी बोलले. फार मोठ्या आवाजात बोलायला लागत होतं. त्यांनी नंतर दुसऱ्या नदीतून जायचं ठरवलं.

अंधार पडायच्या पूर्वी थोडाच काळ ते एका नव्यानं तयार झालेल्या सरोवरातून जात होते. पुराच्या पाण्याचा जमिनीच्या भागावर आलेला फुगवटा होता तो. मागे तो कोळी त्यांना जिथे दिसला होता त्याच्या आसपासचा भाग अशाच सरोवरासारखा दिसत होता, पण तो कोळी आता तिथे नव्हता.

जेव्हीनं त्या सरोवराला मिळणाऱ्या अनेक प्रवाहांपैकी एका प्रवाहात, जणू काही तो या भागात अनेकदा आलेला होता आणि पेंटॅनलचा भाग त्याला पूर्णपणे माहीत असल्यासारखा शिरला आणि बोटीचा प्रवास पुढे चालू राहिला. आता विजा कडकडायला लागल्या आणि त्यांना मधून मधून आपण कुठे आहोत, कुठे चाललो आहोत आणि आजूबाजूच्या प्रदेशाचं लखख दर्शन त्या

विजांच्या प्रकाशात व्हायचं. थोड्या वेळानं पावसाचा जोर कमी झाला. वादळही त्यांना सोडून मागे पडत चाललं होतं.

जेव्हीनं इंजिन बंद केलं आणि नदीच्या काठाचं निरीक्षण केलं.

"कसला विचार चाललाय?" नेटनं विचारलं. वादळाच्या काळात त्यांच्यात आपापसात संभाषण असं काहीच झालं नव्हतं. ते चुकले होते हे नक्की होतं आणि नेटला जेव्हीकडून ते काही वदवून घ्यायचं नव्हतं.

"आपण इथे मुक्काम टाकू." जेव्ही म्हणाला. त्याची ती एक सूचना होती. मुक्कामाचं आधी काही ठरलेलं नव्हतं.

"का?"

"कारण आपल्याला कुठेतरी झोपायला तर हवंच."

"आपण आळीपाळीने बोटीत झोपू शकतो." नेट म्हणाला. "इथे जास्त सुरक्षित आहे." नदीवरच्या प्रवासांचा अनुभवी मार्गदर्शकाच्या आत्मविश्वासाच्या थाटात तो म्हणत होता.

"तुम्ही म्हणता तसं शक्य आहे, पण अंधारात आपण असाच प्रवास करत राहिलो तर आपण मार्ग चुकण्याची शक्यता आहे."

आपण तीन तासांपूर्वीच मार्ग चुकलेलो आहोत हे नेटला सांगायचं होतं.

जेव्हीनं काठाला बोट लावली. नदीच्या प्रवाहाच्या दिशेने खालच्या अंगाला ते थोडं अंतर गेले. त्यांच्या जवळच्या विजेऱ्यांनी काठाचा, उथळ पाण्याचा अंदाज ते घेत होते. पाण्याच्या प्रवाहाच्या पृष्ठभागावर दोन लालचुटुक बिंदू त्यांना मोठे मोठे होत असलेले जाणवले आणि नक्कीच ते सुसरीचे डोळे असणार असं वाटलं. पण प्रत्यक्षात तिथे सुसर नव्हती. पाण्यावर आलेल्या एका झाडाच्या खोडाला त्यांनी बोटीचा दोर बांधला.

रात्रीच्या जेवणाला त्यांनी अर्धवट भिजलेली खारी बिस्किटं, हवाबंद डब्यातले मासे, केळी, चीज खाल्लं. हवाबंद डब्यातले मासे नेटनं त्यादिवशीच प्रथम खाल्ले होते. जेव्हा वारा थांबला तेव्हा लगेचच डास घोंगावण्याला सुरुवात झाली. डास दूर ठेवण्यासाठीचा स्प्रे, मलमं दोघांनी वापरली. नेटनं डोळ्यांखाली, कपाळावर, मानेवर, चेहऱ्यावर अगदी डोळ्याच्या पापण्यांवर सुद्धा मलम लावलं. ते अति लहान कीटक अत्यंत चपळ आणि भयानक होते आणि थव्याच्या थव्याने बोटीच्या एका टोकापासून दुसऱ्या टोकापर्यंत जा-ये करत होते.

पाऊस जरी थांबला होता तरी दोघांनीही आपले पोंचू काढण्याचं धैर्य दाखवलं नव्हतं. डास क्रूरपणे हल्ला करत होते, पण त्यांना प्लॅस्टिकला भोकं पाडता येत नव्हती.

रात्री अकराच्या सुमाराला आकाश थोडंफार मोकळं झालं, पण आकाशात चंद्र नव्हता. प्रवाह आता अल्लदपणे बोटीच्या बाजूवर आदळून बोटीला लहानसेच हेलकावे देत होता. जेव्हीनं पहिला पहारा घ्यायचं स्वीकारलं आणि नेटनं जितकं आरामशीरपणे आडवं होऊन झोप काढता येईल ते पाहिलं. त्याने तंबूच्या बाहेर डोकं काढलं, पाय लांब केले. पोंचूच्या आवारणात एक फट निर्माण झाली अन् दहाबारा डास त्या फटीतून आत घुसले आणि चेहऱ्यापासून कंबरेपर्यंत जिथे जिथे त्यांना चावता आलं तिथे तिथे त्यांनी दंश केले. बोटीच्या बाजूच्या पाण्यात काही तरी फटकारल्यासारखा आवाज झाला. बहुतेक मगर किंवा सुसर होती. त्या छोट्या बोटीत झोपण्याच्यादृष्टीने काहीच व्यवस्था नव्हती किंवा झोपणं अपेक्षित नव्हतं. त्या दृष्टीनं तशी बोटीची बांधणी केलेली नव्हती.

त्यामुळे झोप घेणं अशक्य होतं.

.२५.

फ्लोवे, झाडेल आणि थेईशन या तीन मानसोपचारतज्ज्ञांनी काही आठवड्यांपूर्वीच ट्रॉय फेलनची परीक्षा घेऊन व्हिडीओवर आणि नंतर तीन वेगळी बहुसमावेशक अशी प्रतिज्ञापत्रकं सादर केलेली होती आणि त्या तिघांनीही एकमताने त्यांची मन:स्थिती अगदी उत्तम आहे असा दाखला दिला होता. या तिघांना फेलन कुटुंबीयांनी काढून टाकलं होतं, एवढंच नव्हे तर त्यांना फेलन कुटुंबीयांच्या वकिलांनी नालायक म्हणून हिणवलं होतं.

नवीन मानसोपचारतज्ज्ञांचा शोध घेतला गेला. हार्कनी पहिल्याला आणलं, त्याची फी होती दर तासाला तीनशे डॉलर. छोट्या जाहिरातीत हा डॉक्टर सॅबो हार्कला मिळाला होता. तसा तो त्याच्या व्यवसायातून निवृत्त झालेला होता, पण काही मोबदल्यात तो हार्कला हवी त्याप्रमाणे साक्ष किंवा सर्टिफिकेट द्यायला तयार झाला होता. त्यानं वरवर ट्रॉय फेलनच्या एकूण वागणुकीचा अभ्यास केला आणि ट्रॉय फेलनची मानसिक स्थिती मृत्युपत्र करण्यासारख्या अत्यंत महत्त्वाचे कागदपत्र करण्यासाठी जे काही निर्णय घ्यावे लागतात तसे निर्णय घ्यायला सक्षम नक्कीच नव्हती. आणि चौदाव्या मजल्यावरच्या खिडकीतून उडी घेऊन आत्महत्या करणं हे निरोगी आणि स्वच्छ मनाचं लक्षण तर खासच नाही असं जाहीर केलं आणि त्यात अकरा बिलियन डॉलर्सची मालमत्ता कोणा एका अज्ञात वारसाच्या नावे करणं हे तर खरोखरच मन:स्वास्थ्य बिघडलेली व्यक्तीच करू शकेल असंही सांगितलं.

सॅबोला फेलन केससाठी काम करण्याची कल्पना फारच आवडली होती.

पूर्वी नेमलेल्या मानसोपचारतज्ज्ञांचे निवाडे किंवा दाखले खोटे पाडणं किंवा त्यांचं खंडन करणं हे मोठं आव्हानात्मक काम होतं, पण ते करण्यात जी काही प्रसिद्धी मिळणार होती त्याचा मोह त्याला भूल पाडणारा होता. त्याला प्रसिद्धी मिळवून देईल असं काम कधीच मिळालेलं नव्हतं आणि पैसे तर इतके मिळणार होते की त्यात त्याची पूर्वेकडल्या देशांची ऐषोआरामी सफर होऊ शकणार होती.

फ्लोवे, झाडेल आणि थेईशन या त्रिकुटानं दिलेले दाखले चुकीचे आहेत हे ठरविण्यासाठी फेलन कुटुंबीयांचे सर्वच वकील धडपडत होते. त्यांचे दाखले अविश्वासार्ह आहेत हे ठरविण्यासाठी दुसरे कोणी तज्ज्ञ डॉक्टर शोधणं हाच एकमेव उपाय होता आणि त्यांनी मात्र या त्रयीच्या निवाड्याविरुद्धचं मत देणं जरूर होतं.

मात्र या तज्ज्ञांची फी जबर आणि फेलन कुटुंबीय वारसदारांना ती तूर्तास तरी देण्यासारखी नव्हती. मग वकिलांनी यात टक्क्याचा मार्ग काढला. कोणीही वकील त्याला किती फी मिळणार आहे हे सांगायला तयार नव्हता. हार्कला चाळीस टक्के हवे होते, पण रेक्सनं त्याला त्याच्या लालचीपणाबद्दल झाडलं. शेवटी पंचवीस टक्के ठरले, ग्रीट मेरी रॉसकडून पंचवीस टक्के उकळणार होता.

बिली ब्राईट खरा विजेता होता. रस्त्यात सुद्धा मारामारी करायची तयारी असायची असा तो बिनधास्त असायचा. त्यानं लिब्बिगैल आणि स्पाईक यांच्या बरोबर त्यांना मिळणाऱ्या रकमेच्या निम्म्यानी त्याला फी मिळेल असा करार दोघांबरोबर केल.

ट्रॉय फेलनचं मृत्युपत्र खोटं किंवा निरर्थक ठरवून घेण्यासाठी, त्याच्या सत्यतेबद्दल किंवा योग्यतेबद्दल खटले दाखल करण्याची सर्वच फेलन वारसदारांची वेडगळ धावपळ चालली होती. पण हे खटले दाखल करताना आपली काही चूक तर होत नाहीये ना, हे कुणीही पाहण्याचा प्रयत्न केला नाही. त्यांनी सर्वांनी त्यांच्या वकिलांवर पूर्ण विश्वास ठेवलेला होता आणि त्याखेरीज इतर प्रत्येक वारसदाराने हे मृत्युपत्र खोटं आहे यासाठी त्याला कोर्टात आव्हान दिलेलं होतं. त्यामुळे कोणीही एक वारसदार तसं केल्याविना राहूच शकत नव्हता. पणाला लागलेली रक्कमच काही थोडी थोडकी नव्हती.

फेलन वारसदारांच्या वकिलांपैकी हार्क हा सर्वांत जास्त आवाज करणारा होता. त्यानं स्नीडला हेरला होता. स्नीड हा ट्रॉय फेलनचा हरकाम्या नोकर होता. ट्रॉय फेलनच्या आत्महत्येनंतर त्याला कुणी पाहिलंही नव्हता. कोर्टकचेऱ्यांच्या

धावपळीत कुणालाही त्याची आठवणही झालेली नव्हती. त्याला नोकरीवरून कमी करण्यात आलं होतं. ट्रॉय फेलनचं मृत्युपत्र जेव्हा वाचण्यात आलं त्यावेळी तो कोर्टात हजर होता. मोठा गॉगल लावून तो बसला होता. त्यामुळे कोणी त्याला ओळखलं नव्हतं. त्यावेळी त्याला रडू आलं होतं.

स्वत: ट्रॉय फेलनला त्याची मुलं आवडायची नाहीत म्हणून स्नीडसुद्धा त्यांच्याकडे दुर्लक्ष करायचा. ट्रॉयला त्याच्या कुटुंबीयांपासून वाचवण्याच्या प्रयत्नात स्नीडनं सुद्धा खूप वाईट वाईट गोष्टी केल्या होत्या. वारसदारांनी काही भानगडी केल्यामुळे त्याला काही गर्भपातही करवून घ्यावे लागले होते. जवळ अमली पदार्थ, नशिली पदार्थ बाळगल्याबद्दल ट्रॉयचे काही कुटुंबीय पकडले गेले होते त्यावेळी पोलिसांना लाच देऊन त्यांना सोडवून आणलं होतं. ट्रॉयची स्वत:ची बाहेर काही लफडी होती. ट्रॉयच्या त्या मैत्रिणींना वाचविण्यासाठी लग्नाच्या बायकांशी तो खोटं बोललेला होता आणि या बदल्यात ट्रॉयच्या कुटुंबीयांनी स्नीडला गुलाम, हुजऱ्या म्हणून हिणवलं होतं.

स्नीडला त्याच्या आयुष्यभराच्या इमानदारीच्या नोकरीबद्दल ट्रॉयने त्याच्या मृत्युपत्रात काहीही ठेवलेलं नव्हतं. एक सेंटसुद्धा नव्हता. त्याला त्याचा कामाचा पगार चांगला मिळत होता. काही पैसे त्यानं म्युच्युअल फंडात गुंतवले होते, पण त्यानं काही उरलेलं आयुष्य पार पडणार नव्हतं. त्यानं त्याच्या मालकाच्या नोकरीसाठी त्याचं तन मन वाहिलं होतं. मालकासाठी त्याला जे काही करावं लागलं, करता येण्यासारखं होतं ते सर्व त्यानं बिनतक्रार केलेलं होतं. त्याला त्याचं स्वत:चं असं काही आयुष्यच जगता आलेलं नव्हतं, कारण ट्रॉयला त्याची केव्हाही जरूर लागायची. रात्र असो किंवा दिवस. त्याला लग्न करता आलेलं नव्हतं. कुटुंबाचा तर प्रश्नच नव्हता. चोवीस तास तो ट्रॉयच्या चाकरीत बांधला गेलेला होता. त्याला सच्चे असे कोणी मित्रही नव्हते. ट्रॉय फेलनच त्याच्या विश्वासातला मित्र होता की ज्याच्यावर तो पूर्ण भरवसा ठेवून होता.

ट्रॉय फेलनची सर्वस्वी काळजी वाहण्याच्या कामाबद्दल स्नीडला खूप काही द्यायचं आश्वासन दिलं होतं. त्याच्या एका मृत्युपत्रात ट्रॉयनी तशी नोंद केलेली होती हे त्याला माहिती होतं. त्यानं ते मृत्युपत्र स्वत: पाहिलं होतं. त्या मृत्युपत्राप्रमाणे फेलनच्या मृत्यूनंतर त्याला एक मिलियन डॉलर्स मिळणार होते, त्यावेळी ट्रॉय फेलनची एकूण मालमत्ता तीन बिलियन डॉलर्सची होती आणि त्या मालमत्तेच्या तुलनेत स्नीडला मिळणारी रक्कम अगदीच मामुली वाटली होती. जस जसा म्हातारबाबा श्रीमंत व्हायला लागला, मृत्युपत्र बदलू लागला तस तसा स्नीड सुद्धा त्याला मिळणाऱ्या रकमेत वाढ होणार अशी स्वप्नं पाहिला लागला.

ट्रॉय फेलनला राग येणार नाही अशा भाषेत आडवळणांनी एकदा स्नीडनी त्याला ठेवलेल्या रकमेबाबत विचारणा केली होती, पण त्यावेळी ट्रॉय त्याच्यावर भडकला होता. त्याने त्याला शिव्या दिल्या होत्या आणि काहीही ठेवणार नाही अशी धमकीही दिली होती. "तू माझ्या मुलांइतकाच वाईट आहेस" असंही तो म्हणाला होता, त्यावेळी स्नीडला फारच वाईट वाटलं होतं.

आज मात्र प्रत्यक्षात तो एक मिलियनवरून शून्यावर आलेला होता. फेलनच्या बद्दल तर त्याच्या मनात कधी नव्हती एवढी कटुता निर्माण झालेली होती. त्याला शत्रू पक्षाला जाऊन मिळण्याखेरीज गत्यंतर नव्हतं.

ड्यू मॉंट सर्कल जवळच हार्कनं नव्यानं घेतलेलं ऑफिस त्यानं शोधून काढलं. स्वागतकक्षातल्या रिसेप्शनिस्टनी हार्कसाहेब कामात आहेत असं त्याला सांगितलं. त्यावर मला सुद्धा मोकळा वेळ नाहीये, असं स्नीडनं तिला ठणकावून सांगितलं. तो ट्रॉयच्या कायम जवळपासच वावरलेला होता आणि त्यानं सुद्धा त्याचं बरंच आयुष्य वकिलांच्या संपर्कात घालवलं होतं त्यामुळे त्याला माहीत होतं वकील लोक कायमच कामात असतात.

त्यानं एक पाकीट तिच्या हातात देत सांगितलं, "हे त्यांना द्या. काम अत्यंत तातडीचं आणि महत्त्वाचं आहे त्याला मी दहा मिनिटं वाट पाहीन, नाही तर मी दुसऱ्या वकिलांच्या ऑफिसमध्ये जाईन."

स्नीड खुर्चीवर बसला आणि जमिनीकडे पाहात राहिला. हार्कच्या ऑफिसच्या स्वागतकक्षातला गालिचा अगदी स्वस्तातला होता. रिसेप्शनिस्ट बाई जरा घोटाळली, पण नंतर आत गेली. त्या लिफाफ्यात कागदावर हातांनी लिहिलेला मजकूर होता. तो असा, "मी ट्रॉय फेलन करता तीस वर्षे काम केलेलं आहे आणि मला त्याच्याबद्दलची खडान्‌खडा माहिती आहे त्याला मास्कन स्नीड."

हार्क ताडकन उभा राहिला आणि धावतच बाहेर आला. हातात ती चिठ्ठी होती, चेहऱ्यावर खोटं हास्य आणि मित्रभाव आणून स्नीडला अभिवादन केलं. रिसेप्शनिस्ट त्याच्यामागे अवाक् होऊन उभी होती. स्नीडला चहा, कॉफी, कोल्ड्रिंक, पाणी काहीही नको होतं, हार्कनं त्याला हाताला धरून त्याच्या ऑफिस केबिनमध्ये नेलं. नव्या रंगाचा वास येत होता. टेबलं, खुर्च्या, कपाटं नव्यानं घेतलेली दिसत होती. पण त्या एकमेकांना पूरक किंवा शोभून दिसत नव्हत्या. फाईलींच्या थप्प्या, खोकी, जुनी रद्दी भिंतीशी लावून ठेवली होती. स्नीडनं ते सारं तपशीलानं पाहिलं आणि म्हणाला, "ऑफिस नुकतंच घेतलंय का?"

"हो, काही आठवड्यांपूर्वीच."

का कुणास ठाऊक, या जागेबद्दल स्नीडला तिरस्कार वाटायला लागला

आणि या वकिलाबद्दल सुद्धा त्याला खात्री वाटत नव्हती. अगदी स्वस्तातला मामुली सूट त्याच्या अंगावर होता. वकिलाच्या सुटापेक्षा स्नीडच्या अंगावरचा सूट भारी होता. "तीस वर्षं तुम्ही ट्रॉय बरोबर होतात तर?" त्याच्या हातात चिठ्ठी होती.

"हो बरोबर."

"त्याने ज्यावेळी उडी मारली त्यावेळी तुम्ही त्याच्याबरोबर होतात का?"

"नाही. त्यानं एकट्यानंच उडी मारली."

वकील खोटं हसला. चेहऱ्यावरचं हास्य तसंच ठेवून म्हणाला, "नाही, माझं म्हणणं असं की त्यावेळी तुम्ही त्या खोलीत होतात का?"

"हो, मी त्याला अगदी पकडतच होतो."

"भयानकच प्रसंग होता तो नाही?"

"हो, अद्यापसुद्धा मला त्याची भीती वाटते."

"तुम्ही त्यांना मृत्युपत्रावर सही करताना पाहिलं का? त्या शेवटच्या?"

"हो पाहिलं."

"तुम्ही ते मृत्युपत्र लिहिलेलं पाहिलं का?"

स्नीडनं खोटं बोलायचं ठरवलंच होतं, खरं सांगण्यात काहीच मतलब नव्हता. कारण म्हातारा त्याच्याशी खोटं बोलला होता आणि खोटं बोललं तर नुकसान काय होणार आहे?

"मी बऱ्याच गोष्टी पाहिल्या." तो म्हणत होता, "आणि मला खूप काही गोष्टी माहिती आहेत. तुमच्याकडे आज जो मी आलो आहे ते केवळ पैशांसाठीच. ट्रॉय फेलनसाहेबांनी त्यांच्या मृत्युपत्रात मला काही तरी देणार असं वचन दिलं होतं तशी इतरही खूप काही आश्वासनं दिली होती पण एकही गोष्ट त्यानं पाळली नाही."

"म्हणजे माझे पक्षकार आणि तुम्ही या दोघांचं दु:ख एकच आहे." हार्क म्हणाला.

"नाही, मी तसं म्हणणार नाही. माझे आणि फेलनसाहेबांच्या मुलांचे संबंध तसे काही चांगले नाहीत. त्यांच्याबद्दल मला आपलेपणा वाटणं शक्य नाही. मी जे काय खरं आणि सरळसरळ आहे ते सांगतोय."

"हो, मलाही असा सरळपणा आवडतो."

"ट्रॉय फेलनला माझ्या इतका जवळचा असा कोणीही नव्हता आणि मी जे काही पाहिलेलं आहे, ऐकलेलं आहे त्यांपैकी खूप काही इतरांना ठाऊक नाहीये आणि मी हे कोर्टात सांगू शकेन."

"तुम्ही साक्षीदार म्हणून कोर्टात शपथेवर सांगणार?"

"होय आणि साक्ष देण्यात मी अनुभवी आहे, दर्दी आहे, पण त्याची किंमत पण खूप आहे."

दोघांनी एकमेकांकडे नजरा रोखून क्षणभर बोलणं थांबवलं, पण स्नीडला जे काही सांगायचं होतं आणि वकिलांनी जे काही समजून घ्यायचं होतं ते साध्य झालेलं होतं.

"अनभिज्ञ माणूस फेलनसाहेबांची मानसिक स्थिती मृत्युपत्र करण्यासाठी एवढी स्वस्थ किंवा चांगली होती का नाही याबद्दल जर काही सांगू लागला किंवा त्याचं काही मत देऊ लागला तर कायद्यानुसार ते ग्राह्य धरता येत नाही, पण त्यांच्या काही विशिष्ट वागण्यासंदर्भात किंवा ते जे काही बोलत असत, काही गोष्टी करत असत की ज्यामुळे त्यांची मन:स्थिती निरोगी नव्हती, शाबूत नव्हती असं सिद्ध होऊ शकेल, ते नक्कीच तुम्ही शपथेवर साक्षीदार म्हणून सांगू शकाल."

"हो, अशा अनेक गोष्टी मला सांगता येतील."

"तो वेडा होता का?"

"तो वेडा होता का नव्हता, याबद्दल मला देणं घेणं काहीही नाही. मी दोन्ही प्रकाराने साक्ष देऊ शकतो."

हे समजावून घेण्यासाठी हार्कला थांबणं जरुरीचं होतं. त्यानं आपला चेहरा दोन्ही हातांच्या बोटांच्या नखांनी खाजवला. भिंतीकडे नुसता पाहात राहिला.

स्नीडनं त्याला मदत करायचं ठरवलं, "तुमचा पक्षकार आणि त्याच्या भावंडांना फेलन म्हाताऱ्याने काहीही दिलेलं नाहीये, पण या सर्व मुलांना त्यांच्या वयाच्या एकविसाव्या वर्षी प्रत्येकी पाच मिलियन डॉलर्स मिळालेले आहेत आणि त्यांनी हे पैसे कसे उधळले आहेत हेही मला माहीत आहे. आता हे सर्व भाऊबहिणी कर्जाच्या ओझ्याखाली आहेत आणि त्यांना या मृत्युपत्राच्या वैधतेला कोर्टात आव्हान देण्यावाचून गत्यंतर नाहीये. कोणत्याही ज्युरीला त्यांच्यापैकी कोणाबद्दलही सहानुभूती वाटणार नाहीये. हे सर्व लोक म्हणजे एक नंबरचे लालची आणि वाह्यातपणे पैशाची उधळपट्टी करणारे लुच्चे लोक आहेत. त्यांना हा खटला जिंकणं फार अवघड आहे. तरी पण तुम्ही आणि इतर वारसदारांचे वकील एकत्र येऊन हा खटला चालवणारच आणि मृत्युपत्राच्या वैधतेला एकत्र मिळून आव्हान देणारच. मामला अकरा बिलियन डॉलर या प्रचंड रकमेचा असल्यामुळे तुम्ही त्याला प्रचंड प्रसिद्धी मिळेल हेही पाहणारच, पण प्रत्यक्षात तुमची बाजू लंगडी असल्यामुळे कोर्टाबाहेरच्या तडजोडीसाठी प्रयत्न कराल."

"तुम्हाला बरेच चांगले आडाखे बांधता येतात."

"नाही. मी फक्त साहेबांचे गेली तीस वर्षे निरीक्षण केलेलं आहे. बरं जाऊ द्या, पण तडजोडीमध्ये जो काही आकडा ठरेल तो मोठ्यात मोठा असण्यासाठी माझी मदत तुम्हाला होऊ शकेल. मी साक्षीच्या वेळी योग्य तपशील जर देऊ शकलो तर शेवटच्या मृत्युपत्रावर जेव्हा फेलनसाहेबांनी सही केली किंवा त्यानं ते मृत्युपत्र जेव्हा केलं त्यावेळी तो मृत्युपत्र करण्यासाठी जरुरी असलेल्या सक्षम मन:स्थितीत नव्हता असं सिद्ध होऊ शकतं.''

"म्हणजे तुमची स्मरणशक्ती कधी चांगली असते आणि कधी कधी तुम्हाला आठवतही नसतं.''

"मला पाहिजे त्यानुसार माझी स्मरणशक्ती असू शकते, याबाबत कोणीही मला प्रश्न करू शकत नाही.''

"तुम्हाला काय हवंय?''

"पैसे.''

"किती?''

"पाच मिलियन डॉलर्स.''

"हे फारच होतायत.''

"ही रक्कम जास्त नाही. हे मी तुमच्याकडून घेईन किंवा त्यांच्याकडून, मला काहीच फरक पडत नाही.''

"मी हे पैसे कुठून आणायचे?''

"ते मला माहित नाही. मी काही वकील नाही. तुम्ही वकील आणि तुमचे पक्षकार याबाबत काहीतरी ठरवू शकता.''

हार्क विचार करायला लागला. त्यात थोडा वेळ गेला. त्याला बरेच प्रश्न पडले होते आणि त्या सगळ्यांची उत्तरंही त्याच्याकडे नव्हती. निदान त्यावेळी तरी नव्हती.

"आणखी कोण साक्षीदार आहेत का?''

"फक्त एकच. निकोलेट नावाची एक मुलगी. ती ट्रॉय फेलनची शेवटच्या काळातली सेक्रेटरी होती.''

"तिला कितपत माहिती आहे?''

"ते सगळं तिला पैसे किती मिळतील त्यावर अवलंबून आहे, पण काहीतरी आकडा ठरवता येईल.''

"तुझं आणि तिचं बोलणं झालंय वाटतं?''

"हो, पण आम्हा दोघांची मिळून एकत्र रक्कम ठरवता येईल.''

"तिच्यासाठी किती खर्च येईल?''

"नाही. पाच मिलियनमध्ये तिचे पैसे आले.''

"चांगला सौदा आहे. आणखी कोणी आहे का?"

"नाही, महत्त्वाचं असं कोणीही नाही."

हार्कनं डोळे मिटून घेतले. कानशिलाच्या बाजूने बोटांनी डोकं जरा दाबलं, "माझी पाच मिलियन डॉलर्स या रकमेला हरकत नाहीये." नाकाच्या नाकपुड्या बोटांनी दाबल्या. तो म्हणाला, "पण ही रक्कम तुला कशाप्रकारे द्यायची हे काही सुचत नाहीये."

"करा विचार करा – मार्ग सापडेल."

"मला तुम्ही थोडा वेळ द्या. मला त्यावर थोडा विचार करावा लागेल."

"मला घाई नाहीये. मी तुम्हाला एक आठवड्याचा अवधी देतो. तुम्ही जर नाही म्हणालात तर मी दुसऱ्या बाजूला जाऊन भेटणार."

"दुसरी बाजू अशी नाहीच आहे."

"एवढं खात्रीनं काही सांगू नका."

"तुम्हाला रॅचेल लेनबद्दल काही माहिती आहे?"

"मला प्रत्येक गोष्ट माहिती आहे." स्नीड असं म्हणाला आणि ऑफिसमधून बाहेर पडला.

.२६.

पहाटे पहाटेच्या किरणांत आश्चर्यजनक असं काहीच नव्हतं. एका छोट्या नदीत काठाच्या एका झाडाला त्यांनी बोट बांधली होती. आकाशात ढगही खूप होते, त्यामुळे आसमंत हवा तसा उजळून निघत नव्हता.

सकाळच्या न्याहरीला बिस्किटं होती, ती सुद्धा थोडी. वेलीनं ती बांधून दिली होती. ही बिस्किटं संपल्यानंतर त्यांच्याकडे खाण्यासाठी खरोखरच काहीही नव्हतं. नेट हळूहळू थोडं थोडं खात होता, प्रत्येक तुकडा खाताना आता पुढचं खाणं आपल्याला कधी मिळणार याची काळजी वाटून राहिली होती.

सूर्य वर आल्या आल्या त्यांनी बोटीचा दोर सोडला आणि पाण्याच्या प्रवाहाबरोबर निघाले. प्रवाहाला वेग होता. पाण्याचाच जो काही होता तेवढाच आवाज येत होता. ते पेट्रोल वाचवत होते आणि शक्य तेवढ्या उशिरा आणि आता दुसरा कुठला पर्यायच नाही तेव्हा इंजिन चालू करायचं असं त्यांनी ठरवलं होतं. पाण्याच्या प्रवाहाच्या ओघाबरोबर ते तीन प्रवाह एक ठिकाणी मिळत होते त्या ठिकाणी येऊन पोहोचले आणि काही क्षण ते स्थिरपणे बसून राहिले.

"मला वाटतंय की आपण चुकलो आहोत." नेट म्हणाला.

"आपण नेमकं कुठं आहोत हे मला माहीत आहे."

"कुठे?"

"आपण पेंटॅनलमध्ये आहोत आणि सर्व नद्या परागवेला जाऊन मिळतात."

"शेवटी कधी तरी."

"हो शेवटीच."

जेव्हीनं इंजिनावरचं झाकणासारखं आवरण काढलं आणि कॉर्बोरेटरच्या आजू-बाजूचा ओलेपणा पुसून काढला. तेलाची पातळी पाहिली. पेट्रोल सोडण्याची तार पुरेशा ताणाला अडकवून ठेवली आणि दोरी गुंडाळून खेचण्याच्या पद्धतीने इंजिन सुरू करण्याचे प्रयत्न चालू केले. पाचव्या प्रयत्नात इंजिन सुरू झालं पण लगेचच बंद पडलं. आपला अंत आता इथेच होणार असं नेट स्वत:शीच बोलत होता, आपण पाण्यात बुडून तरी मरणार किंवा उपासमारीनं किंवा आपल्याला कुणीतरी प्राणी खाणार. पण आपला शेवट याच अवाढव्य पसरलेल्या दलदलीच्या प्रदेशात होणार, इथंच आपण शेवटचा श्वास घेणार आहोत.

तेवढ्यात त्यांच्या कानांवर काही हाका ऐकू आल्या. त्यांना अगदी आश्चर्यच वाटलं. तो आवाज उंच होता, एक तरुण स्त्रीचा, बोटीच्या इंजिनाच्या आवाजानं जवळपास राहणाऱ्या मनुष्य प्राण्यांपैकी कोणाचं तरी कुतूहल जागं झालं होतं. त्या सरोवरात मिळणाऱ्या अनेक प्रवाहांपैकी एका प्रवाहाच्या काठावरच्या झाडीमागून तो आवाज आला होता. जेव्हीनं उत्तरादाखल काही आवाज काढला आणि काही क्षणांनंतर लगेचच प्रत्युत्तरादाखल त्या मुलीचा परत आवाज आला.

पंधरा वर्षांच्या आतला एक मुलगा एक कॅनो प्रकारच्या एका माणसाच्या छोट्याशा होडीतून त्या झाडीतून बाहेर आला. ती होडी झाडाच्या खोडाच्या अर्ध्या भागातलं लाकूड कोरून तयार केली होती. त्या मुलाकडे त्यानं घरी केलेलं वल्हं होतं, ते वापरून मोठ्या चपळाईने, कुशलतेने पाणी कापत तो त्यांच्याजवळ येऊ लागला. चेहऱ्यावर हास्य आणून तो म्हणाला, "बॉम डिया" त्याचा छोटा चेहरा तपकिरी रंगाचा आणि चौकोनी होता. नेटला त्याच्या चेहऱ्यात सौंदर्य दिसलं. त्याने त्याच्या जवळच्या दोराचं एक टोक त्यांच्याकडे फेकलं. दोन्ही बोटी जोडल्या गेल्या.

जेव्ही आणि तो मुलगा यांच्यात त्यानंतर बरंच लांबलचक बोलणं झालं. नेटला त्याचा कंटाळा आला. न राहवून त्याने मध्येच "तो काय म्हणतोय?" असं विचारलं.

त्या मुलानं नेटकडे पाहिलं आणि म्हणाला, "अमेरिकॅनो?"

"हो." जेव्ही त्या मुलाकडे पाहून, "आपण कबिक्सा नदीपासून खूप दूर आहोत असं तो म्हणतो." जेव्ही म्हणाला.

"हे मी सुद्धा सांगू शकतो."

“पराग्वे नदी इथून पूर्वेकडे अर्ध्या दिवसाच्या अंतरावर आहे असं तो म्हणतोय.”

“त्या त्याच्या कॅनो बोटीनं?”

“मग काय विमानानं?”

“कमालच आहे. आपल्याला तिथे पोचायला किती वेळ लागेल.”

“चार तास. थोडंफार मागे पुढे.”

“कदाचित पाच सुद्धा आणि ते सुद्धा हे इंजिन नीटपणे चाललं तर आणि वल्ही मारतच जायचं म्हटलं तर आठवडा लागेल.”

त्यांनी प्रवास चालू केला. त्यांना घाई नव्हतीच. छोटी कॅनो होडी तर रिकामीच होती. मासे पकडण्यासाठीची दोरी फक्त त्यात होती, आणि एक टमरेल होतं, त्यात चिखलासारखं काहीतरी होतं, कदाचित गांडुळं किंवा काही अळ्यांसारखं. मासे पकडायच्या गळाला मासे आकर्षित करायला लागणारं काहीतरी आमिष असणार. नेटला मासेमारीतलं काहीही कळत नव्हतं. तो डासांनी त्याला जिथे जिथे चावलं होतं तो भाग चोळत बसला.

वर्षापूर्वी तो आपल्या मुलांबरोबर बर्फावर घसरायचा खेळ खेळत होता. त्यादिवशी टकीला नावाचं मद्य घेणं त्यानं चालू ठेवलं होतं. ते मद्य त्यानं इतकं घेतलं की अगदी तो आडवा पडला. पुढे दोन दिवस दारूच्या परिणामांनी त्याला त्रास दिला होता.

जेव्ही आणि तो मुलगा यांच्यातलं संभाषण मजेत चाललं होतं. मध्येच ते थांबले. आजूबाजूच्या प्रदेशांकडे बोटं दाखवून तो मुलगा बोलत होता तेव्हा जेव्ही त्याच्याकडे एकचित्ताने पाहत होता.

“काय आहे ते?” नेटनं विचारलं.

“इंडियन आदिवासी फार लांब नाहीत.”

“किती?”

“एक तास किंवा दोन तास.”

“तो आपल्याला तेथे घेऊन जाईल का?”

“मला रस्ता माहिती आहे.”

“तुला माहीत आहे हे कबूल पण तो बरोबर आला तर बरं होईल.”

माझं बोलणं जेव्हीला थोडसं लागलं, तरीपण परिस्थितीच अशी होती की त्याला तो विरोध करू शकला नाही.

“तो थोडेफार पैसे मागेल.”

“हात्तीच्या, तो म्हणेल तेवढे कबूल कर.”

टेबलाच्या एका बाजूला फेलनसाहेबाची मालमत्ता होती आणि दुसऱ्या बाजूला हा पेंटॅनलवासी गरीब अशक्त हडकुळा मुलगा असा हा संवाद आहे

याची त्या लहानग्याला कल्पना तरी असेल का? मनातल्या या चित्राच्या विचाराबद्दल त्याला हसू फुटलं होतं. कॅनो बोटींचा भला मोठा ताफा, मासेमारी करायला दोऱ्यांची बंडलच्या बंडलं आणि काठ्या काय काय आणि किती किती पाहिजे तेवढं तू बोल छोट्या, तुला ते मिळालंच असं समज.

"दहा रईस" त्या मुलाबरोबर थोडीफार ठरवाठरवी झाल्यावर जेव्ही म्हणाला.

"दिले." दहा डॉलर्स आणि ते रॅचेल लेन जवळ जाऊन पोचणार.

आराखडा आखला. नेट आणि जेव्ही वल्ही घेऊन बसले. त्या मुलाच्या कॅनो होडीच्या मागे मागे जायचं ठरलं. वीस मिनिटांनी ते एका उथळ प्रवाहात शिरले, प्रवाह खळखळत होता. नेटनं वल्हं बोटीत घेतलं, तो दमला होता. त्यानं भरपूर श्वास घेतला. कपाळावरचा घाम पुसला. त्याचं हृदय धडधडत होतं आणि त्याचे स्नायू आता दुखत होते. आकाशातले ढग आत विरळ होत होते. सूर्य दिसायला लागला होता, ऊन पडत होतं.

जेव्ही इंजिन चालू करायला उठला. नशिबाने ते चालू झालं आणि चालू राहिलं. ते त्या मुलाच्या मागे मागे जात राहिले. त्याच्या कॅनो होडीचा वेग यांच्या बोटीच्या वेगापेक्षा थोडा जास्तच होता.

बाजूला उंच जमिनी दिसू लागल्या तोपर्यंत एक वाजला होता. पुराचं पाणी हळूहळू कमी होत गेलं, नद्यांचे काठ नीटपणे दिसू लागले. काठावरची झाडंझुडपं आता दाट होत होती. त्यानं जेव्हीला सांगितलं, "पुढे एक वळण आहे. त्याच्या थोडं पुढे" त्याच्या पुढे यायला तो मुलगा घाबरत होता.

"मी इथे थांबतो." तो जेव्हीला म्हणाला, "मला आता घरी जायला हवं."

नेटनं त्याला पैसे दिले आणि त्याचे आभार मानले. तो फिरला आणि पाण्याच्या प्रवाहाबरोबर झटक्यात दिसेनासा झाला. ते पुढे जात राहिले. वेग कमी होत होता. मध्येच इंजिन बंद पडायचं. जेव्ही काहीतरी खटपट करायचा चालू करायचा, कटकटींसह त्याचं पुढे जाणं चालू होतं.

नदी पुढे एका जंगलात शिरली. झाडांचे शेंडे नदीवर झुकले होते. दोन्ही बाजूंचे शेंडे एकमेकांच्यात शिरून कमान झाली होती. जणू ते एका बोगद्यातून चालले होते. बोगद्यामुळे उजेड कमी झालेला होता. बोटीच्या इंजिनाचा कमी जास्त होणारा आवाज बाजूच्या दाट झाडीमुळे घुमत होता. नेटला कुठेतरी मनात पाल चुकचुकत होती की कोणी तरी आपल्यावर पाळत ठेवून आहे, कुणीतरी आपल्याला पाहतंय असं सारखं त्याला वाटत होतं. कुणीतरी नक्कीच आपल्यावर तीर कमठ्याचे बाण रोखून आहे. अंगावर रंगीबेरंगी पट्टे ओढलेले, लांब केसवाले आदिवासी इंडियन विषारी भाले घेऊन गोऱ्या लोकांवर हल्ला

करायची एकही संधी सोडणार नाही असं नेटला वाटत असायचं.

पण त्यांच्या नजरेला प्रथम लहान मुलं पडली. तपकिरी रंगाच्या कातडीची. नदीच्या पाण्यात अंघोळ करताना खेळतात तशी. वस्तीशी बोगदा संपला. मुलांबरोबर त्यांच्या आया पूर्ण नग्न अवस्थेत आंघोळ करत होत्या. आजूबाजूला कोणी आहे त्याची त्यांना चिंता नव्हती. बोट पाहिल्या पाहिल्या त्या जरा काठाच्या दिशेने सटकल्या. जेव्हीनं इंजिन बंद केलं. बोट जशी जशी काठाकडे जाऊ लागली तस तसं जेव्हीनं त्यांच्याशी हास्यपूर्ण चेहऱ्यानं संभाषण सुरू केलं. त्यातल्या त्यात जी वयस्कर स्त्री होती ती प्रथम वस्तीकडे पळाली.

"फला पोर्तुगीज?" जेव्हीनं त्या चार बायका आणि सात मुलांच्या टोळीला विचारलं, त्यांनी फक्त त्याच्याकडे पाहिलं. छोटी मुलं त्यांच्या आयांच्या मागे लपली, अन् तोंड बाहेर काढून पाहात होती. स्त्रिया उंचीनं बुटक्या पण जाडीनं जास्त होत्या. त्यांचे उरोज लहान होते.

"ते आपल्याला शत्रू समजतायत का?"

"त्यांचे पुरुष आपल्याला ते सांगतील."

काही मिनिटांतच पुरुष मंडळी आली. तिघे होते ते. तेही बुटके, जाडे पण पिळदार स्नायूंचे घोटीव शरीराचे होते. नशिबाने त्यांची जननेंद्रीयं कातडी वस्त्रांनी झाकलेली होती. त्यांच्यातला जो वयाने थोडा फार मोठा होता त्याने थोडीफार पोर्तुगीज भाषा येते असे सांगितले. नेट बोटीतच थांबला. त्याला तिथेच सुरक्षित वाटत होतं. जेव्ही काठावरच्या एक झाडानजिक उभा राहून त्याची बाजू त्यांना सांगण्याचा प्रयत्न करत होता. आदिवासींनी जेव्हीला घेरलं होतं, जेव्ही त्यांच्या सर्वांच्यापेक्षा एक फुटाने उंच होता.

काही मिनिटांनी खाणाखुणांसह तेच तेच शब्द तीच ती वाक्यं ऐकल्यानंतर नेट म्हणाला, "ए ऽ तुम्ही काय बोलताय ते मला तरी कळू द्या."

आदिवासींनी नेटकडे पाहिलं.

"अमेरिकॅनो." जेव्हीनं खुलासा केला. त्यानंतर त्यांच्यातल्या बोलण्याचा पुढचा भाग सुरू झाला.

"त्याला त्या रॅचेल लेन बाईबद्दल विचार." नेट सांगत होता.

"आम्ही अद्याप तिथपर्यंत आलेलो नाही. तुम्हाला ते जिवंत जाळण्याची भाषा करतायत, तर ते का करायचं नाही हे मी त्यांना पटवून देतोय."

"सर्व काही पणाला लावून पटवून दे."

आणखी काही आदिवासी आले. त्यांच्या मागे तीनशे फुटांवर त्यांच्या झोपड्या दिसत होत्या. पलीकडे जंगल होतं. नदीच्या वरच्या अंगाला काठानजीक सहा-सात कॅनो होड्या झाडांना बांधलेल्या होत्या. मुलांना आता कंटाळा आला

होता. ती त्यांच्या आयांपासून आता दूर जाऊन या दोघांच्या बोटीजवळ आली होती. त्यांना बोट पाहण्याची उत्सुकता होती, त्यांना गोऱ्या माणसाबद्दल सुद्धा कुतूहल होतं. नेटनं त्यांच्याकडे पाहून स्मितहास्य केलं आणि डोळे मिचकावले. मुलं सुद्धा त्याच्याकडे पाहून हसायला लागली. वेलीनं बिस्किटं देण्यामध्ये चिक्कूपणा केला नसता तर नेटला या मुलांना काहीतरी द्यायला ती उपयोगी पडली असती.

तिकडे बोलणी चालूच होती. आदिवासी जेव्हीबरोबर बोलत होता. मध्येच त्यांच्या सहकाऱ्यांना समजावून सांगत होता. तो जे काही सांगायचा त्यावरून त्याच्या मित्रांच्या चेहऱ्यावर चिंतायुक्त हावभाव उमटायचे. त्यांची भाषा म्हणजे अगदी प्राथमिक अवस्थेतल्या आवाजाचं मिश्रण होतं आणि कमीत कमी ओठांची हालचाल करून बोलली जात होती.

"तो काय म्हणतोय?" नेटनं त्रासिक आवाजात विचारलं.

"मला काही कळत नाहीये." जेव्हीनं उत्तर दिलं.

एका छोट्या मुलानं बोटीच्या कडेवर हात ठेवला आणि नेटला त्याच्या काळ्याशार डोळ्यांनी न्याहाळलं आणि तो अगदी मुलायम आवाजात म्हणाला, "हॅलो." आपण बरोबर योग्य ठिकाणी आलेलो आहोत याची नेटला कल्पना आली. नेटशिवाय त्या मुलानं "हॅलो" म्हटलेलं दुसरं कुणीच ऐकलेलं नव्हतं. नेट मुलाच्या दिशेने आणखी वाकला आणि तितक्याच नाजूक आवाजात "हॅलो" म्हणाला.

"गुडबाय" तो मुलगा त्याच जागी राहून म्हणाला. रॅचेलनं त्याला हे दोन इंग्रजी शब्द म्हणायला तरी शिकवले होते.

"तुझं नाव काय?" इंग्रजीत नेटनं अगदी हळू आवाजात त्याला विचारलं.

"हॅलो" त्यानं पुन्हा तोच शब्द उच्चारला.

तिकडे झाडाखाली पोर्तुगीज भाषा समजणाऱ्या आदिवासी माणसाचं भाषांतर करून सांगण्याचा प्रकार अशाच प्रकारचा होता.

पुरुषांच्यात हातवाऱ्यांसह बोलाचाली चालू होती आणि बायका मात्र गप्प होत्या.

"त्या बाईबद्दल काय?" नेटनं पुन्हा विचारल.

"मी विचारलं, पण त्यांच्याकडे उत्तर नाहीये."

"म्हणजे काय?"

"तेच तर कळत नाहीये. मला वाटतं ती इथे आहे पण ते काही कारणांनी तिच्याबद्दल काही बोलायला तयार नाहीयेत."

"का? त्यांनी काही न सांगण्याचं कारण काय असू शकतं?"

जेव्हीनं कपाळावर आठ्या आणल्या आणि दुसरीकडेच पाहू लागला.

त्याला त्या स्त्रीबद्दल ते का माहिती देत नाहीयेत हे त्याला काही कळत नव्हतं. परत त्यांनी बोलणं चालू केलं, मग सर्व आदिवासी त्यांच्या झोपड्यांकडे परतले. प्रथम पुरुष, मग स्त्रिया, नंतर मुलं. एका मागोमाग सर्वजण गेले. दिसेनासे झाले.

"तू त्यांना भडकावून दिलंस का?"

"नाही, त्यांना आणखी एके ठिकाणी चर्चा करायचीय."

"तुला असं वाटतं, ती इथे आहे?"

"हो." जेव्ही बोटीत येऊन बसला आणि नकाशा पुढे घेऊन त्याचा अभ्यास करू लागला. एक वाजला होता. दुपारचं खाणं म्हणजे ती भिजलेली खारी बिस्कीटं ते त्यांनी उरकून घेतलं.

दुपारी तीनच्या सुमाराला रपेट सुरू झाली. आदिवासींच्यातल्या तीनजणांनी या दोघांना नदीपासून वस्तीकडे जाणाऱ्या पायवाटेने खेड्याकडे नेलं. झोपड्यांच्यामधून ही वाट जात होती. झोपड्यांच्या दारात शांतपणे उभे राहून स्थानिक रहिवासी या दोघांकडे आवाज न करता पाहात होते. पुढे माळरानातून ही वाट जात होती आणि नंतर एका झाडीत शिरली.

वधस्तंभाकडे नेणारा हा मार्ग आहे असं नेटला वाटलं. अश्मयुगातल्यासारखं मनुष्य प्राण्याचा बळी देण्याच्या समारंभाच्या स्थानी त्यांना ते घेऊन जात होते. जेव्हीच्या मागे नेट चालत होता. जेव्हीच्या चालीत आत्मविश्वास दिसत होता.

"आपल्याला हे कुठे घेऊन चाललेत?" वैतागलेल्या आवाजात नेटनं जेव्हीला विचारलं. "शांत राहा. शांत." जेव्हीने सांगितलं.

झाडीतून वाट परत उघड्यावर आली. ते परत एका नदी जवळ आलेले होते. म्होरक्या एकदम थांबला आणि त्याने एका ठिकाणी बोट दाखवलं, पाण्याच्या काठाकडे, एक भला मोठा अजगर ऊन खात ऊन्हात पडला होता. त्याचा रंग काळा होता आणि त्याच्या पोटाकडच्या बाजूवर पिवळ्या खुणा होत्या. त्याचा परीघ एक फुटाचा होता. "त्याची लांबी किती असेल?" नेटनं विचारलं. "वीसबावीस फूट. शेवटी एकदाचा तुमच्या नजरेला अजगर पडला म्हणायचा" जेव्ही म्हणाला.

नेटच्या गुडघ्यातलं त्राण गेलं आणि घसा कोरडा पडला. तो आत्तापर्यंत नाग, सर्प, अजगर यांच्याबद्दलच्या सर्व गोष्टी विनोदाच्या स्वरूपातच घेत होता. अवाढव्य, लांबलचक, घट्ट, चांगल्या जाडजूड अजगराचं प्रत्यक्ष दर्शन खरोखरच एक आश्चर्य-कारक प्रकार होता.

"काही आदिवासी इंडियन जमाती नागासर्पांची पूजा करतात." जेव्ही म्हणाला.

मग आपले धर्मप्रसारक मिशनरी इथे काय करतायत? असा नेटच्या मनात विचार आला. या प्रथेबद्दल आपण रॅचेलला विचारू असं मनाशी त्यानं ठरवलं.

डास फक्त नेटलाच चावत होते की काय कुणास ठाऊक, कारण स्थानिक मंडळींना डासांच्या चाव्यामुळे होणारे दुःख दिसत नव्हते किंवा त्रास सहन करण्याची त्यांच्या शरीरातच क्षमता निर्माण झालेली होती. त्यामुळे डासांच्या चावण्यामुळे त्यांना काहीही त्रास होत नव्हता, किंवा त्यांच्या रक्तातून डासांना काही मिळतच नसेल म्हणून ते बहुतेक त्यांना चावण्याऐवजी नेटच्याच अंगाचे चावे घेणं पसंत करीत होते. जेव्हीसुद्धा स्वत:च्या अंगावर बसलेले डास हाताचे फटके मारून मारताना दिसत नव्हता. नेट मात्र आपल्या अंगावर विविध ठिकाणी फटके मारत होता. चावल्या ठिकाणी रक्त निघेपर्यंत खाजवत होता. त्याच्याजवळचं डासांना पिटाळून लावण्याचं मलम, पोंचू, तंबूचा संच, पिस्तुल सारं बोटीतच राहिलं होतं. मुलं त्याची ही बेचैनी मजेने पाहात होती.

रपेटीचा पहिला अर्धा तास साहसपूर्ण आहे असा वाटला. नंतर उष्णता आणि कीटकांचा त्रास तापदायक वाटायला लागला. "आपल्याला कुठपर्यंत जायचंय?" नेटनं विचारलं. जेव्हीनं अगदी बरोबर उत्तर द्यावं असं अपेक्षित नव्हतं. सर्वात अग्रभागी असलेल्या माणसाला जेव्हीनं विचारलं. त्यानं मागे वळून, "फार नाही." असं उत्तर दिलं. त्यांनी आडवी गेलेली एक पायवाट पार केली त्यानंतर आणखी एक रुंदट मळलेली. आता त्यांना जा-ये करणारी माणसं रस्त्यात दिसली. लगेचच त्यांना पहिली झोपडी दिसली आणि धुराचा वास पण आला.

ते जेव्हा नदीपासून सहाशे फूट लांब होते तेव्हा ह्यांनी नदीजवळची एक सावली असलेली जागा दाखवली. नेट आणि जेव्ही यांना बांबूपासून बनविलेल्या बाकाशी नेलं. तिथे त्यांच्याबरोबर दोघांना थांबायला सांगितलं आणि बाकीचे त्या पुढाऱ्याबरोबर त्यांच्या मुखियाला ही सर्व खबर देण्यासाठी खेड्याच्या वस्तीकडे गेले.

बराच वेळ गेला तसा त्यांच्या बरोबर ठेवलेल्या दोघांना कंटाळा आला. त्यांनी थोडी झोप घ्यायचं ठरवलं. एका झाडाच्या खोडाशी टेकून ते बसले आणि लगेचच त्यांना झोप लागली.

"मला वाटतं आपण आता पळून जावं." नेट म्हणाला.

"कुठे?"

"तुला भूक लागलीये?"

"थोडीशी. तुम्हाला?"

"नाही, माझं पोट डब्ब आहे." नेट सांगत होता, "मी नऊ तासांपूर्वी ती

पातळ नऊ बिस्किटं खाल्लीयत. मला जेव्हा वेली भेटेल ना तेव्हा त्याला एक ठेवून द्यायची आठवण कर.''

''तो ठीक असेल असं आपण धरून चालतोय.''

''का? त्याला काय होणार? तो तर माझ्या झुल्यामध्ये झोका घेत मस्तपैकी कॉफी पीत मजा करत असेल.''

रॅचेल इथे जवळपास नसती तर या लोकांनी या दोघांना इतकं लांब आणलं नसतं. नेट त्या बाकावर बसून दूरवरच्या झोपड्या न्याहाळत असताना त्याच्या डोक्यात रॅचेलबद्दल अनेक प्रश्न होते. ती दिसायला कशी असेल याबद्दल उत्सुकता होती. तिची आई सुंदर होती. ट्रॉय फेलनला सुंदर स्त्रियांची चांगली पारख होती. ती कपडे कुठल्या प्रकारचे घालत असेल? या इपिका टोळीमध्ये ती काम करतेय ते लोक तर कपडेच वापरत नाहीत. नागरी संस्कृतीपासून ती किती वर्षे दूर आहे? या वस्तीला भेट देणारी ती पहिली अमेरिकन असेल का?

नेटचे तिथे येणं आणि तिला मिळणाऱ्या संपत्तीबद्दल तिची प्रतिक्रिया कशी असेल?

जसा जसा वेळ जायला लागला तसतशी त्याची तिला भेटण्याबद्दलची उत्कंठा वाढू लागली.

वस्तीपासून कोणीतरी येऊ लागलं होतं. त्यांच्याबरोबरचे दोघं अद्याप झोपेतच होते. जेव्हीनं त्यांच्याकडे एक खडा टाकला आणि हळू आवाजात शीळ वाजवली. ते एकदम जागे झाले आणि ताडकन दक्ष असे उभे राहिले.

पायवाटेच्या दोन्ही बाजूचं गवत गुडघ्याएवढं उंच होतं, पण दूरच्या अंतरावरनं त्यांना काही माणसं त्यांच्या दिशेने येताना दिसत होती. रॅचेल लेन त्यांच्या बरोबर होती. ती त्यांच्याकडे येत होती. तपकिरी रंगाच्या उघड्या शरीराच्यामध्ये फिक्कट पिवळा शर्ट होता आणि गवताच्या टोपीखाली गोरा चेहरा दिसत होता. तीनशे फुटांवरून नेटला ती दिसत होती.

''आपल्याला ती मुलगी सापडली.'' तो म्हणाला.

''हो, मलाही तसं दिसतंय.''

तीनशे फूट यायला त्यांना थोडा वेळ लागला, तिघे तरुण पुढे होते आणि तीन मागे होते. त्या आदिवासींच्यापेक्षा ती थोडी उंच होती, रंगीबेरंगी फुलांच्या ताटव्यातून ती फिरायला बाहेर पडल्यासारखी मोठ्या प्रसन्नतेने चालत होती. तिच्या चालीत सुद्धा एक देखणेपणा होता, तिला घाई अशी नव्हतीच.

नेट तिचं प्रत्येक पाऊल निरखत होता. ती सडपातळ होती, खांदे रुंद होते. जवळ यायला लागली तशी ती त्यांच्या दिशेने पाहायला लागली. नेट आणि जेव्ही तिच्या स्वागतासाठी उठून उभे राहिले. सावलीच्या शेडच्या कडेशीच

आदिवासी थांबले. रॅचेल मात्र चालतच राहिली. तिनं तिची हॅट काढली. तिचे केस मानेपर्यंत कापलेले, काही पिंगट रंगाचे, काही करड्या रंगाचे होते. काही फुटांच्या अंतरावरती ती जेव्ही आणि नेटपासून थांबली.

"बोआ टार्डे सेन्हॉर" जेव्हीला ती म्हणाली आणि नंतर तिनं नेटकडे पाहिलं. तिचे डोळे गर्द निळ्या रंगाचे होते. अगदी निळेच. चेहऱ्यावर सुरकुत्या नव्हत्या आणि मेकअपही नव्हता. ती बेचाळीस वर्षांची होती आणि सरत्या वर्षांची चिन्हं तिच्या प्रसन्नतेमध्ये कोणत्याही प्रकारची आडकाठी आणू शकत नव्हती. चेहऱ्यावर प्रसन्न भाव होते. कुठल्याही ताण तणावाचं चिन्ह देखील नव्हतं.

"बोआ टार्डे."

तिनं हस्तांदोलनासाठी हात पुढे केला नाही की तिचं तिनं नाव सांगितलं नाही, पुढची चाल यांनी करायची होती.

"माझं नाव नेट ओ रॉयले, मी पेशाने वकील आहे आणि वॉशिंग्टनहून आलो आहे."

"आणि तू?" तिने जेव्हीला विचारलं.

"मी जेव्ही कोर्डोझो, कोरूंबाला राहतो आणि मी यांच्या बरोबर मार्गदर्शक म्हणून आलो आहे."

तिनं त्या दोघांकडे वरपासून खालपर्यंत पाहिलं आणि स्मितहास्य केलं. तो क्षण तिला नकोसा असा नक्कीच वाटला नसेल. अकस्मित झालेली भेट तिला आवडली होती.

"तुम्ही इथे कशासाठी आला आहात?" तिनं विचारलं. तिचं इंग्रजी शुद्ध अमेरिकन धर्तीचं होतं. उच्चारांवर कुठल्याही लुसियाना किंवा मोंटाना प्रांताचा प्रभाव नव्हता. पूर्णत: सॅक्रामॅंटो किंवा सेंट लुईसमध्ये बोलल्यासारखे तिचे उच्चार होते.

"हा भाग मासेमारी करायला फार प्रसिद्ध आहे असं आम्हाला कळलं." नेट म्हणाला.

प्रत्युत्तर काहीही आलं नाही,

"हे खुळचटासारखे विनोद करतात." जेव्हीनं क्षमायचनेच्या सुरात म्हटलं.

"माफ करा, मी रॅचेल लेनचा शोध घेत इथे आलेलो आहे आणि त्या तुम्ही आहात असं माझं ठाम मत आहे."

चेहऱ्यावरच्या भावात कोणाही फरक न करता तिनं त्याचं हे बोलणं ऐकून घेतलं.

"रॅचेल लेनला तुम्ही कशासाठी शोधताय?"

"मी एक वकील आहे आणि मी ज्या कंपनीत काम करतो त्या कंपनीचं रॅचेल लेनशी कायद्याच्या बाबतीतलं काही काम आहे."

"कायद्याच्या संबंधातलं म्हणजे कशा प्रकारचं?"

"मी हे तिच्याशिवाय इतर कोणलाही सांगू शकत नाही."

"सॉरी, मी रॅचेल लेन नाहीये."

जेव्हीनं उसासा टाकला आणि नेटच्या खांद्यांची उभारी पडली. त्यांची प्रतिक्रिया, चेहऱ्यांवरची निराशा तिनं पाहिली.

"तुम्हाला भूक लागली आहे ना?" तिनं त्यांना विचारलं.

दोघांनी होकारार्थी माना हलविल्या. तिनं त्या आदिवासी तरुणांना जवळ बोलावलं आणि त्यांना काही सूचना दिल्या आणि जेव्हीला त्या तरुणांबरोबर खेड्यात जायला सांगितलं. नेटला या शेडमध्ये जेवण दिलं जाईल असं सांगितलं.

ते दोघं त्या शेडमध्ये बाकावर बसले. बाहेर उजेड कमी व्हायला लागला होता. आत शेडमध्ये प्रकाश कमी कमी होत होता. आदिवासींबरोबर खेड्याच्या दिशेने जाणाऱ्या जेव्हीला ते दोघं पाहात होते. नेट व्यवस्थित आहे ना, हे पाहण्यासाठी जेव्हीनं एकदाच वळून पाहिलं होतं.

.२७.

ती जेव्हा एकटीच होती तेव्हा ती त्याला आदिवासींपेक्षा फार वेगळी अशी उंच वाटली नाही. आदिवासी महिलांचा जो काही आहार होता त्यामुळे बहुधा लठ्ठपणाकडे त्यांचा कल होता. बहुतेक तसा आहार रॅचेल घेत नसावी. तिचा आहार काहीतरी निराळा असणार. म्हणून ती सडपातळ आणि शेलाटी राहू शकली होती, आणि पावलांचा बराचसा भाग झाकणाऱ्या चामड्याच्या चपला ती वापरत होती. ते सुद्धा या आदिवासींच्या संस्कृतीत बसत नव्हतं. इतर सर्वचजणं अनवाणी होते, मग तिनं या चपला आणल्या कुठून? त्याचप्रमाणे अर्ध्या बाह्यांचा तिचा शर्ट आणि खाली अर्धी पायाची विजार तिला कुठे मिळाली?

तिचे अंगावरचे कपडे साधेच आणि बरेच वापरलेले दिसत होते. ती स्वत: रॅचेल लेन नसेल तर निदान तिला तरी रॅचेल लेनचा पत्ता नक्कीच माहिती असेल.

त्यांचे एकमेकांचे गुडघे जवळजवळ टेकले होते. "रॅचेल लेनचं अस्तित्व खूप वर्षांपूर्वीच संपलंय." ती दूरवरच्या आदिवासींच्या झोपड्यांकडे पाहात

म्हणाली, “मी माझ्या नावातल्या रॅचेल हा भाग ठेवलाय, पण लेन हा भाग वगळलाय. काहीतरी महत्त्वाचीच बाब उद्‌भवलीय, नाहीतर तुमचं इथे येण्याचं कारणच नव्हतं.” ती प्रत्येक शब्द न् शब्द तोलून मापून वापरत होती.

“ट्रॉय हे या जगात नाहीयेत. त्यांनी तीन आठवड्यांपूर्वी आत्महत्या केली.”

तिनं तिचं डोकं जरा झुकवलं, डोळे मिटले. ती बहुतेक प्रार्थना करत होती. प्रार्थना थोडा वेळच चालली, पण त्यानंतर ती थोडाकाळ स्तब्ध राहिली. शांततेचं तिला वावडं नसावं, “तुमची त्यांची ओळख होती का?” तिनं शेवटी विचारलं.

“त्यांना मी काही वर्षांपूर्वी भेटलो होतो. आमच्या कंपनीत बरेच वकील आहेत आणि ट्रॉय ग्रुपच्या संदर्भातल्या कायदेशीर बाबतीत माझा तसा काही संबंध नसायचा आणि तसं म्हटलं तर मला ते कसे होते याची काही माहिती नाही.”

“मलाही नाही. ते माझे नावापुरते वडील होते इतकंच. मी त्यांच्यासाठी प्रार्थना करण्यात बरेच तास घालवले, तरी पण ते मला परकेच होते.”

“शेवटचं असं तुम्ही त्यांना कधी पाहिलंय?” नेटनं सुद्धा अगदी मृदु शब्द वापरून सावकाश विचारलं. त्याचा चांगला परिणाम झाला.

“त्याला सुद्धा खूप वर्षं झाली. मी कॉलेजमध्ये जायला लागण्याआधी... माझ्या बद्दल तुम्हाला कितपत माहिती आहे?”

“नाही, काही फार नाही. तुम्ही माहिती मिळण्याजोगे धागेदोरे मागे ठेवतच नाही.”

“मग तुम्ही मला कसं शोधलंत?”

“ट्रॉयनीच मदत केली. मृत्युपूर्वी त्यांनी तुम्हाला शोधण्याचा प्रयत्न केला होता, पण त्यांना काही यश आलं नाही – जागतिक आदिवासी कल्याण संघासाठी तुम्ही धर्मप्रसाराचं काम करता एवढं त्यांना माहिती होतं आणि साधारणपणे या भागांत तुम्ही आहात एवढं त्यांना कळलं होतं. बाकी सर्व माझं काम.”

“मी या भागात आहे एवढं तरी त्यांना कसं कळालं?”

“अमाप पैसा आहे त्यांच्या मदतीला”

“आणि म्हणून तुम्ही इथे आलेले आहात.”

“हो, त्या करताच मी इथे आलेलो आहे. कामाच्या बाबतीत आपण बोलूया?”

“ट्रॉयनी त्यांच्या मृत्युपत्रात माझ्यासाठी काहीतरी ठेवलं असेल.”

“हो, तुम्ही तसं म्हणू शकता.”

“मला कामाबाबत काहीही बोलायचं नाहीये. मला फक्त गप्पा मारायच्यात. माझ्या भाषेत बोललेलं माझ्या कानांवर किती काळाने पडतंय याची कल्पना तुम्हाला आहे का?”

“क्वचितच पडत असेल – मला कल्पना आहे त्याची.”

“सामान आणण्यासाठी वर्षातून एकदा मी कोरूंबाला जाते. तिथून माझ्या मुख्य केंद्राशी फोनने संपर्क साधते आणि ती दहा मिनिटंच फक्त मी माझ्या मायबोलीतून त्यांच्याशी बोलते आणि ते सुद्धा घाबरत घाबरतच.”

“का?”

“प्रचंड मानसिक दबाव असतो मनावर. जेव्हा मी फोन हातात धरते तेव्हा माझा हात कापत असतो. मला वाटत असतं की आपण कदाचित चुकीचा शब्द वापरू म्हणून. काही काही वेळा मी तर चाचरतच बोलते, वर्षाकाठी फक्त दहा मिनिटंच.”

“आता तर तुम्ही चांगलंच बोलताय.”

“तरी पण मनावर दडपण आहेच.”

“तुम्ही निर्धास्त व्हा, मोकळेपणाने बोला. मी काही वाईट माणूस नाहीये.”

“पण तुम्ही मला शोधून काढलंय– मी एका तासापूर्वी एका रुग्णाला तपासत होते तेव्हा काही मुलांनी एक अमेरिकन माणूस आलेला आहे असं मला सांगितलं. मी पळतच माझ्या झोपडीमध्ये गेले आणि देवाची प्रार्थना सुरू केली. आणि मला पुरेसं बळ आणि ताकद दे अशी आळवणी केली.”

“मी मनुष्यप्राण्यांना माझ्यामुळे काहीतरी फायदा व्हावा या उद्देशाने इथे आलेलो आहे.”

“तुम्ही खरोखरच चांगले दिसताय.”

‘तुला माझी खरी माहिती असती तर?’ हा विचार नेटच्या मनात आला, तो म्हणत होता, “तुम्ही एका रुग्णाला तपासायला गेला होता असं म्हणत होता.”

“हो.”

“मला तर वाटलं होतं तुम्ही धर्मप्रसाराचं काम करता”

“हो ते तर करतेच, पण त्याबरोबर मी एक डॉक्टर पण आहे.”

डॉक्टरांच्या व्यवसायाबाबतचे खटले चालवण्यात नेटने बरीच वर्षं घालविली होती. वैद्यकीय व्यवसायातल्या गैर व्यवहारासंबंधीची चर्चा करण्याची ही वेळ नव्हती आणि जागापण नव्हती. “मला तुमच्याबद्दलची जी काही माहिती देण्यात आली होती त्यात तुम्ही डॉक्टर असल्याचा उल्लेख कुठे आलेला नव्हता.”

“ज्युनिअर कॉलेज शिक्षणानंतर मी माझं नाव बदललं – माध्यामिक शिक्षणा-नंतरच्या भागातली माहिती म्हणून तुम्हाला मिळू शकली नव्हती.”

“बरोबर, पण तुम्ही तुमचं नाव का बदललं?”

“तो भाग जरा गुंतागुंतीचा आहे. निदान त्यावेळी तरी तो होता, पण आता तो भाग महत्त्वाचा नाहीये.”

मध्येच नदीकडून एक वाऱ्याची झुळूक आली. जवळ जवळ पाच वाजले होते. आकाशातले ढग काळसरपणा अंगावर पांघरत होते. तिनं आकाशाकडे आणि त्याच्या घड्याळाकडे पाहिलं आणि म्हणाली “ही मुलं इथे एक तंबू आणून उभा करतायत आणि तुम्हाला आज रात्री झोपायला ही जागा चांगली आहे.”

“पण रात्री इथे धोका नाहीये ना?”

“नाही, मुळीच नाही. देव तुम्हाला सुरक्षित ठेवेल. तुम्ही फक्त देवाची प्रार्थना मात्र करा.”

त्या क्षणाला नेटनं एखाद्या धार्मिक माणसाप्रमाणे प्रार्थना करायचं ठरवलं होते. जवळ नदी होती आणि तिथेच खरा मोठा धोका होता. डोळे मिटून प्रार्थना करायला नेटनं सुरुवात करावी आणि बाजूला एका मोठ्या अजगरानं येऊन बसावं.

“मिस्टर ओ रॉयले, तुम्हाला प्रार्थना करायची सवय आहे ना?”

“अहो, तुम्ही मला फक्त नेट म्हणा आणि हो, मी प्रार्थना करतो.”

“तुम्ही आयरिश आहात का?”

“नाही, मी मट्ट आहे– त्यातल्या त्यात जास्त जर्मन. माझ्या वडिलांचे काही पूर्वज आयरिश होते, पण आमच्या वंशावळीमध्ये मला विशेष काही रस नव्हता.”

“तुम्ही कुठल्या प्रकारच्या चर्चच्या सदस्य आहात?”

“एपिस्कोपल.”

कॅथोलिक, लुथरेन, एपिस्कोपल यांच्याशी नेटला काही देणं घेणं नव्हतं. दुसऱ्या लग्नाच्या दिवसांनंतर नेट कधीच कुठल्या चर्चमध्ये गेलेला नव्हताच. आध्यात्माबद्दल त्याला विशेष आवड नव्हती. देव-दानव हे त्याच्या आवडीचे विषय नव्हते आणि एका धर्मप्रसारक मिशनरीबरोबर त्याला या विषयांबाबत चर्चा करायची नव्हती. तिच्या सवयीप्रमाणे चर्चेच्या ओघात ती जरा थांबली आणि तेवढ्यात नेटनं चर्चेचा विषय बदलला, “ही आदिवासी मंडळी तशी शांत आहेत नाही? म्हणजे परके म्हणजे शत्रूच अशी त्यांची धारणा दिसत नाहीये.”

"हो, बहुतांशी लोक तसे आहेत आणि त्यातल्या त्यात हे इपिका जमातीचे लोक लढाऊ वृत्तीचे नाहीत, पण त्याचबरोबर गोऱ्या लोकांवर ते विश्वास ठेवत नाहीत."

"मग तुझ्यावर कसा त्यांनी विश्वास ठेवला?"

"मी गेली अकरा वर्षे इथे आहे आणि त्यांनी मला त्यांच्यातली मानलं आहे."

"त्याला किती वेळ लागला?"

"मी तशी नशीबवान आहे. मी इथे यायच्या आधी इथे एक मिशनरी जोडपं होतं. त्यांनी या लोकांची भाषा शिकून घेतली होती आणि 'न्यू टेस्टॅमेंट' (ख्रिस्ती धर्मियांचा एक धार्मिक ग्रंथ)चं भाषांतर करून त्यांना सांगितलं होतं. मी एक डॉक्टर आहे. स्त्रियांच्या बाळंतपणाच्या काळात मी त्यांना मदत केली. त्यामुळे मला इथे खूप मित्र मिळाले."

"तुझं पोर्तुगीज बोलणं सुद्धा चांगलं वाटतंय."

"मला बऱ्याच म्हणजे स्पॅनिश, इपिका आणि मॅचिग्वेंगा या भाषा सुद्धा पोर्तुगीज भाषेप्रमाणे अस्खलीतपणे बोलता येतात."

"मॅचिग्वेंगा ही कुठली भाषा?"

"पेरुमधल्या डोंगराळ प्रदेशातल्या आदिवासींची ती भाषा आहे. मी तिथे सहा वर्षे होते, मी त्यांच्यात थोडीफार स्थिरावत होते तेव्हाच मला हलविण्यात आलं."

"का?"

"दहशतवादी ...टेररिस्टस्"

जशा काही साप, नाग, मगरी, सुसरी, पूर वगैरे या आपत्ती कमी होत्या.

"त्यांनी एका खेड्यातले दोन मिशनरी उचलून नेले आणि मी जिथे होते ती जागा यापासून दूर नव्हती. पण देवाची कृपा की ते बचावले. चार वर्षांनंतर त्यांना कुठल्याही प्रकारची इजा, दुखापत न करता सोडून दिलं."

"या भागात कुठे दहशतवादी आहेत का?"

"नाही. हे ब्राझील आहे. इथली प्रजा शांततावादी आहे. इथे अमली पदार्थ ने-आण करणारे काही गुंड आहेत, पण पेंटॅनलमध्ये एवढ्या आतल्या भागांत कोणी येत नाही."

"इथे एक माझ्या मतलबाचा मुद्दा येतो की पराग्वे नदी इथून किती दूर आहे?"

"या काळात म्हणजे पावसाळ्यात आठ तास."

"म्हणजे ब्राझिली तास?"

त्यावर ती हसली, "तुम्हाला कळलं असेल की वेळ इथे फारच कमी वेगानं जातो – आठ ते दहा अमेरिकन तास."

"छोट्या कॅनोसारख्या होडीनं किती?"

"हो, आम्ही इथे अशाच होड्यानं जा-ये करतो. माझ्याजवळ एक स्वयंचलित पेट्रोल इंजिन असलेली छोटी बोट होती. बरीच वर्षे मी ती वापरली, पण पुढे ती दुरुस्त करण्यापलीकडे बिघडली. मग नंतर साधी कॅनो होडीच."

"पेट्रोल इंजिनच्या बोटीला किती वेळ लागेल?"

"पाच तास, थोडं कमी-जास्त. सध्या पावसाळा आहे. नद्यांना पूर येतो त्यामुळे चुकण्याची शक्यता जास्त असते."

"हो ते आम्ही अनुभवलंय."

"नद्या एकमेकांत मिसळतात, मासेमारी करणारा एखाद्या कोळ्याला तुम्ही बरोबर घेणं योग्य ठरतं – मार्गदर्शकाशिवाय तुम्हाला पराग्वे नदी सापडणं अशक्यच"

"तू वर्षातून एकदा जातेस ना?"

"हो, पण कोरड्या काळात – ऑगस्ट महिन्यात जाते. त्या सीझनमध्ये हवेत गारवा पण असतो आणि इतके डासही नसतात."

"तू एकटी जातेस?"

"नाही. आदिवासींच्यातला एक माझा मित्र आहे, त्याला बरोबर घेऊन मी पराग्वे नदीपर्यंत जाते. कॅनो बोटीनं सहा तास लागतात, त्यावेळी नद्यांना आत्ताच्या सारखं पाणी नसतं. कमी असतं. पराग्वे नदीवर मी कोरूंबाला जाणारी बोट घेते आणि जाते, तिथे काही दिवस राहते. माझी जी काही कामं असतात ती करते. परत जाणारी एखादी बोट पकडते आणि जिथे जातानाची बोट घेतलेली असते तिथे येते."

नेटनं अशा काही खूप बोटी पराग्वे नदीवर पाहिलेल्या नव्हत्या, "कुठलीही बोट चालते?"

"बहुतेक वेळा जनावरं वाहणाऱ्या बोटी असतात त्यापैकी एखादी मिळते, बोटी चालविणाऱ्या कप्तानांनाच असे कोणी पॅसेंजर मिळाले तर हवेच असतात."

तिची पेट्रोल इंजिनाची बोट मोडकळीला आली म्हणून ती कॅनो होडीतून प्रवास करत होती. जनावरं वाहणाऱ्या बोटीनं ती कोरूंबाला जाते. परत येते. नागरी संस्कृतीशी असलेला एवढाच तिचा संबंध. संपत्तीची ऊब तिच्यात बदल कसा घडवून आणू शकेल. नेट हा प्रश्न स्वत:ला विचारत होता. त्याला या प्रश्नाला उत्तर देता येणं शक्य नव्हतं.

रात्री व्यवस्थित जेवण होऊन चांगली आठ-दहा तासांची विश्रांती झाल्यावर

चांगलं ताजतवानं झाल्यावर त्यानं तिला विचारायचं ठरवलं. झोपड्यांच्या भागातून काही माणसं त्याला त्यांच्या दिशेने येताना दिसायला लागली होती.

"हं, ते यायला लागले." ती म्हणत होती, "आम्ही इथे अंधार पडायच्या आत जेवून घेतो आणि नंतर झोप."

"जेवणानंतर त्यांना काही करण्यासारखं नसतंच."

"आता चर्चा बंद." हे वाक्य ती फार वेगानं म्हणाली आणि ते सुद्धा गमतीदारपणाने.

आदिवासींबरोबर जेव्ही आला. आदिवासींपैकी एकाने रॅचेलला एक चौकोनी टोपली दिली. ती तिने नेटला दिली, त्यानं त्यामधून एक भाकरीसारखा प्रकार बाहेर काढला.

"त्याला ते मॅनिओक म्हणतात, ते त्यांचं मुख्य अन्न आहे." तिनं सांगितलं.

तोच प्रकार त्याच्या रात्रीच्या जेवणासाठी होता, हे उघड होतं. नेटनं दुसरा मॅनिओक खायला सुरुवात केली होती. आणखी काही आदिवासी मंडळी तिथे येऊन दाखल झाली, त्यांनी बरोबर एक तंबू-मच्छरदाणी सारखा प्रकार, पांघरुणं आणि बोटीतून पाण्याच्या बाटल्या आणल्या होत्या.

"आपण इथे रात्र काढणार आहोत." नेट जेव्हीला सांगत होता.

"कोण म्हणतं?"

"ही चांगली जागा आहे." रॅचेल म्हणत होती, "मी खेड्यातली एखादी जागा तुम्हाला देऊ केली असती, पण एखाद्या गोऱ्या माणसानं त्यांच्या खेड्याला भेट देणं हे त्यांच्या मुखियानं प्रथम मान्य करायला पाहिजे असा त्यांचा नियम आहे."

"गोरा माणूस म्हणजे मी?" नेट म्हणाला.

"हो."

"आणि तो नाही?" जेव्हीकडे बोट दाखवत नेट म्हणाला.

"तो अन्न आणायला गेला होता, झोपायला नाही. इथले नियम किचकट आहेत."

अगदी प्राचीन काळातल्यासारखे राहणारे हे आदिवासी परप्रांतातल्या, परदेशातल्या माणसांना कपडे देणं, खाणं देणं, त्यांच्या राहण्याची व्यवस्था यांच्यासाठी त्यांच्याकडे नियम-कायदेकानून आहेत हे नेटला जरा विचित्रच वाटलं.

"मला उद्या दुपारी निघायचंय."

"ते सुद्धा तुमचं तुम्हाला ठरवता येणार नाही, ते या खेड्याचे मुखिया ठरवतील."

"आम्हाला आमच्या मर्जीप्रमाणे परतीच्या प्रवासाला निघता येणार नाही असं तुझं म्हणणं आहे?"

"मुखिया जेव्हा परवानगी देतील तेव्हा तुम्हाला निघता येईल, पण तुम्ही काळजी करू नका."

"तुझे आणि मुखियांचे संबंध चांगले आहेत का?"

"तसं आम्ही एकमेकांबरोबर जमवून घेतो."

तिनं आदिवासी तरुणांना परत खेड्याकडे जायला सांगितलं. डोंगराच्या रांगांमागे सूर्य अस्ताला गेलेला होता. जंगलाच्या बाजूने सावल्या येऊन परिसर अंधारून टाकत होता.

नेट आणि जेव्ही तंबू उभा करीत असताना रॅचेल ते पाहात होती. एका पेटीत त्याची घडी होती तेव्हा फारच लहान आहे असं वाटलं होतं, पण उघडल्यावर तो जमिनीवर पसरला. मध्ये एक खांब लावून उभा केला, बाजू ओढून त्याच्या दोऱ्या जमिनीतल्या खुंट्यांना बांधल्यावर तो कसाबसा या दोघांना पुरेल एवढा मोठा तयार झाला.

"मी आता जाते." तिनं निघताना सांगितलं, "तुम्हाला इथे कुठल्याही प्रकारचा त्रास होणार नाही."

"तू हे वचन म्हणून देत आहेस का?" नेटनं प्रामाणिकपणे विचारलं.

"तुम्हाला हवं असलं तर तुमच्याकडे लक्ष द्यायला दोनतीन तरुणांना इथे उभं राहायला सांगेन."

"ते तर छानच होईल." जेव्ही म्हणाला.

"तुम्ही इकडे सकाळी किती वाजता उठता?" नेटनं विचारलं.

"सूर्योदयापूर्वी एक तास"

"आम्ही सुद्धा त्यावेळी जागे असू." नेट तंबूकडे पाहात म्हणत होता, "सकाळी आपण लवकर भेटू शकू का? बऱ्याच काही गोष्टींचा खुलासा करायचा आहे."

"नाश्त्यासाठी मी काही खाद्यपदार्थ पाठवून देईन, मग आपण बोलू."

"ते छानच होईल."

"श्रीयुत ओ रॉयले, तुम्ही तुमची प्रार्थना म्हणायला विसरू नका."

"नाही विसरणार."

ती अंधारात शिरली आणि गेली. काही क्षण नेट अंधारात जाणारी तिची छायेसारखी आकृती पाहात होता. म्हणता म्हणता ती दिसेनाशी झाली. ते खेडे सुद्धा रात्रीच्या अंधारात बुडाले.

कित्येक तास जेव्ही आणि नेट बाकावर बसून होते. हवेत गारवा यायची वाट पाहात होते, पाठीला पाठ लावून त्या छोट्या तंबूमध्ये त्या दोघांना झोपायची वेळ आलेली होती. दोघांच्या अंगाला घामाचा वास येत होता आणि थोडेफार घामेजलेलेही होते. पण काही इलाज नव्हता. किती पातळ का होईना पण तंबू त्यांना थोडंफार संरक्षण देणार होता. मुख्यत: डासांपासून आणि इतरही काही प्रकारच्या कीटकांपासून तसंच सरपटणाऱ्या प्राण्यांपासूनसुद्धा.

दोघं त्या खेड्याबद्दल बोलले – जेव्हीनं इंडियन आदिवासींच्या काही गोष्टी सांगितल्या. त्या सर्वांच्यात शेवटी कोणाचा तरी मृत्यू हा ठरलेलाच. जेव्हीनं शेवटी नेटला विचारलं, ''तुम्ही तिला मिळणाऱ्या पैशांबद्दल काही सांगितलंस का?''

''नाही, ते उद्या सांगणार आहे.''

''तुम्ही आज तिला पाहिलंत, तिला मिळणाऱ्या पैशांबद्दल ती कसा आणि काय विचार करेल?''

''मला काही सांगता येत नाही. ती इथे सुखात आहे. तिला अशा प्रकारचं आयुष्य जगण्यात जे समाधान मिळतंय, त्यात बाधा आणणं अत्यंत क्रूरपणाची गोष्ट आहे असं मला वाटतं.''

''ते पैसे मला कुणी देऊ द्या, माझं आयुष्य काही विस्कळीत होणार नाही.''

मग काही वेळ ते दोघे एकमेकांची चेष्टा करत राहिले. आदली रात्र दोघांनी आकाशाकडे पाहात जागून काढली होती त्याचा थकवा आणि शीण यामुळे लगेचच त्यांचा डोळा लागला.

नेट जेव्हा घोरायला लागला तेव्हा जेव्हीनंसुद्धा तंबूचा पडदा वर करून नेटला जरा सरकवलं. नेट तर गाढ झोपला होता, त्याला थोडं सरकवून त्यानं त्याला आडवं पडण्यापुरती जागा केली आणि तो आडवा झाला.

. २८ .

नऊ तासांच्या झोपेनंतर पहाटेपूर्वीच इपिका जमातीच्या मंडळींनी त्यांच्या दिवसाच्या कामांना सुरुवात केली. घरातल्या स्त्रियांनी चुली पेटवल्या. त्यावर शिजण्यासाठी पदार्थ ठेवले. पाणी आणायला आणि आंघोळी, कपडे धुण्यासाठी मुलांसह नदीवर जाण्यासाठी झोपड्यांच्या बाहेर पडल्या. बाहेर उजेड पडल्याशिवाय पायवाटेवर पाय ठेवायचा नाही असा आदिवासी नियम होता. न जाणो कुठल्यातरी जीवघेण्या सरपटणाऱ्या प्राण्याशी गाठ पडायची.

पोर्तुगीज भाषेमध्ये नागाला 'अरुटु' आणि इपिकांच्या भाषेत 'बिमा' असं म्हणतात. दक्षिण ब्राझीलमध्ये नद्यांच्या आसपासच्या भागात हे सरसकटपणे दिसतात. हे अत्यंत विषारी असतात. याच इपिका जमातीत आयेश नावाची एक मुलगी होती. या मुलीच्या जन्माच्या वेळी तिच्या आईचं बाळंतपण अवघड झालं होतं, रॅचेल या गोऱ्या मिशनरी स्त्रीने तिच्या आईची सुटका केलेली होती. मुलीनं आईच्या पुढे चालायचं अशी तिथे प्रथा असते. तिच्या अनवाणी पायाला या बिमा नावाच्या सरपटणाऱ्या प्राण्यांची वळवळ जाणवली, तिनं किंकाळी फोडली. तेवढ्यात त्या प्राण्यानं तिच्या घोट्याला दंश केलेला होताच. तिच्या वडिलांना ही बातमी कळून ते तिथे येईपर्यंत तिचा उजवा पाय सुजून दुप्पट झाला होता आणि तिला जबरदस्त मानसिक धक्का बसलेला होता. त्या टोळीतला पंधरा वर्षांच्या सर्वांत जलद गतीनं पळणाऱ्या मुलाला रॅचेलला आणण्यासाठी पाठवलं.

दोन नद्या जिथे मिळतात त्या तिठ्याच्या जवळ जिथे जेव्ही आणि नेट थांबले होते तिथे नदीकाठांजवळ इपिका जमातीच्या चार छोट्या वस्त्या होत्या. तिठ्यापासून शेवटच्या वस्तीचं अंतर पाच मैलांपेक्षा जास्त नव्हतं. चार वस्त्या वेगवेगळ्या होत्या आणि स्वावलंबी होत्या. कोणावर कोणी अवलंबून नसायचं. चारही वस्त्या इपिका जमातीच्याच होत्या, एकच भाषा चारही वस्त्यांमधनं बोलली जायची, एकमेकांकडे जाणं-येणं असायचं, आपापसात रोटी बेटी व्यवहार होत असत.

नदीतल्या तिठ्यापासून तिसऱ्या वस्तीमध्ये आयेश राहात होती, रॅचेल दुसऱ्या सर्वांत मोठ्या असलेल्या वस्तीत राहायची. तिला शोधायला गेलेल्या मुलाला ती तिच्या छोट्या झोपडीत धार्मिक ग्रंथांचा अभ्यास करताना आढळली, त्याच झोपडीत ती गेली अकरा वर्षे राहात होती. तिनं तातडीनं तिच्या जवळ असलेल्या पैकी जरूर असलेलं सर्व सामान, अवजारं वगैरे तिच्या पिशवीत भरली.

पेंटॅनलच्या त्या भागात चार प्रकारचे विषारी साप होते आणि निरनिराळ्या वेळी त्या चारीसाठींच्या दंश प्रतिबंधक लसी तिनं वेगवेगळ्या वेळी वापरल्या होत्या. पण यावेळी ते जाणणार नव्हतं. त्या मुलानं सांगितलं होतं की तो चावणारा साप बिमा होता आणि त्या सापाच्या दंशावर उपचारांसाठी लागणारी लस एक ब्राझील-मधलीच कंपनी तयार करत असते, पण मागल्या वेळी जेव्हा ती कोरूंबाला गेली होती त्यावेळी तिला ती लस मिळालेली नव्हती. औषधांच्या दुकानात त्यावेळी तिला लागणाऱ्या औषधांपैकी निम्मी सुद्धा मिळाली नव्हती.

तिनं तिच्या बुटांच्या नाड्या बांधल्या, बॅग उचलली आणि निघाली.

रस्त्यात लोको आणि वस्तीतली इतर दोन मुलं उंच उंच झाडांच्यामधून जाणाऱ्या, मधून मधून गवतातून जाणाऱ्या रस्त्यावर तिच्या बरोबर येत होती.

रॅचेलनी तिच्याजवळ जी माहिती तयार केलेली होती, त्याप्रमाणे त्या चारही वस्त्यांत एकूण शहाऐंशी तरुण आणि प्रौढ स्त्रिया होत्या, एक्याऐंशी तरुण प्रौढ होते, बहात्तर मुलं होती. एकूण दोनशे एकोणचाळीस इपिका आदिवासींची संख्या होती. अकरा वर्षांपूर्वी तिनं इथे जेव्हा काम सुरू केलं त्यावेळी ही एकूण संख्या दोनशेऐंशी होती. मधून मधून हिवतापाने काही अशक्त माणसं बळी पडायची. १९९१ साली पटकी (कॉलरा)च्या साथीमुळे वीस माणसं मृत्युमुखी पडली होती. रॅचेलने क्वारंटाईनची प्रथा सुरू केली होती. म्हणजे बाहेरच्या प्रदेशातून येणाऱ्या माणसांना चार-पाच दिवस वस्तीच्या बाहेर लांब राहायला लावायचं. चार-पाच दिवसांनंतर ती तब्येतीने ठणठणीत राहिली असतील तरच त्यांना वस्तीमध्ये प्रवेश द्यायचा आणि ही प्रथा रॅचेलनं अमलात आणली नसती तर एव्हाना इपिका ही जमात या पृथ्वीतलावरून नष्ट झाली असती.

मानववंशाच्या अभ्यासकाला ज्या चिकाटीची व परिश्रमाची जरूर असते त्या चिकाटीने व परिश्रम करून तिनं इपिकांच्या वस्तीतल्या प्रत्येक व्यक्तीच्या सर्व प्रकारच्या तपशिलांची यादी केली होती. त्यात जन्म, मृत्यू, लग्न यांच्यासारखा वंशावळी, आजारपणं, त्यांना दिलेल्या औषधांचा प्रकार, तपशील यांचा समावेश होता. प्रत्येक इपिका व्यक्तीला ती त्यांच्या नावाने ओळखायची. काही व्यक्तींचे लग्नाबाहेरचे संबंध होते आणि ते कोणाबरोबर आहेत याचीही तिला माहिती असायची. ख्रिश्चन धर्मात अंगावर पाणी शिंपडून किंवा पाण्यात बुडवून काढून शुद्ध करण्याची प्रथा आहे, त्याला बॅप्टिझम असं म्हणतात. तशा प्रकारचं बॅप्टिझम रॅचेलनं आयेशचे आईवडील ज्या नदीत अंघोळ करायचे तेथे केलं होतं.

आयेश लहान आणि बारीक होती, औषधांअभावी बहुतेक तिचं मरण अटळ होतं. सर्प विषावर मात करणारी औषधं ब्राझीलमधल्या काही प्रांतात आणि मोठमोठ्या शहरांत मिळत होती. त्यांच्या किमतीही फार मोठ्या नव्हत्या. पण जागतिक आदिवासी कल्याण संघाकडून तिला एका वर्षासाठी जी काही रक्कम मिळत असे त्या रकमेमध्ये तिला वर्षभरासाठी लागणारी औषधं सुद्धा घेता येत नसत. सहा सहा तासांच्या अंतराने तीन इंजेक्शनं जर दिली तर मृत्यू टाळता येतो आणि असा इलाज जर झाला नाही तर प्रचंड प्रमाणात मळमळ सुरू होते, रुग्ण हिंस्त्र (व्हायोलंट) बनतो. त्याला आवरता येणं अवघड होतं, नंतर ताप चढतो. पुढे बेशुद्धी आणि मृत्यू.

तीन वर्षांपूर्वी इपिकांच्या जमातीतल्या एकाचा मृत्यू सर्पदंशामुळे झालेला होता आणि गेल्या दोन वर्षांतली ही पहिली वेळ होती, की रॅचेलकडे सर्पदंशावर इलाज करण्यासाठीची लस नव्हती.

आयेशचे आईवडील ख्रिश्चन होते. नवीन धर्मातले ते नवीन संत होते. एक तृतीयांश इपिका समाजाने ख्रिस्त धर्म स्वीकारला होता. रॅचेल आणि ती यायच्या पूर्वी इथे असलेल्या दांपत्यांनी केलेल्या परिश्रमामुळे इपिका जमातीतले पन्नास टक्के लोक वाचू आणि लिहू शकत होते.

त्या मुलाच्या मागोमाग चालताना ती प्रार्थना करत होती. ती सडपातळ, बारीक होती पण काटक होती. दिवसाकाठी ती मैलोन्‌मैल चालायची आणि खाणं अगदीच मर्यादित होतं. इपिका आदिवासी तिच्या या जोमाचं कौतुक करायचे.

तंबूचा पडदा वर करून नेट जेव्हा बाहेर आला तेव्हा जेव्ही नदीत आंघोळ करत होत. त्याच्या अंगावरच्या विमान दुर्घटनेच्यावेळी झालेल्या जखमा अद्याप बऱ्या झालेल्या नव्हत्या. बोटीमधल्या आणि या तंबूमधल्या झोपेमुळे पुरेसा आराम काही होत नव्हता. त्यानं आपलं सर्वांग ताणलं. हातपाय लांब केले, सगळीकडेच अंग दुखत होतं. त्याच्या आयुष्याच्या अठ्ठेचाळीस वर्षांचा कालखंड त्याच्या डोळ्यांपुढून सरत होता. कंबरेपर्यंत पाण्यात उभा असलेला जेव्ही पेंटॅनलच्या त्या इतर भागापेक्षा जास्त स्पष्ट दिसत होता. "वाट लागली" तो स्वत:शीच बोलायला लागला, "मला भूक लागलीय, माझ्याजवळ शौच्याच्या वेळी लागणारे कागद नाहीयेत." त्याच्या शरीरात सूक्ष्म कंपनं निर्माण व्हायला लागली. त्यात त्यानं पाय लांब करून अंगठे पकडण्याच्या प्रयत्नात आणखी काय काय विसरला होता त्याचा आढावा घेतला.

ही साहस मोहीम आहे, आता असल्या बाबींची पर्वा करायची नाही. त्याच्या व्यवसायाच्या बाबतीत प्रत्येक नव्या वर्षाच्या नव्या दिवशी तो या वर्षी खूप काम करायचं, खूप पैसे मिळवायचे, प्रत्येक खटला जिंकायचाच, फालतू खर्च टाळायचा, भरपूर बचत करायची असे बरेच संकल्प करायचा. आणि ते पाळायचेच अशा शपथा गेली कित्येक वर्षे तो घेत आलेला होता, पण तो प्रकार पूर्णपणे मूर्खपणाचा होता असं त्याला आता वाटत होतं.

नेटला परत त्या झुल्यावर पडून झोके घेत कॉफी पीत पीत डुलक्या घ्यायच्या होत्या. त्या काळ्या पावट्यांसारख्या बियांची उसळ आणि भात हे जेवायला मिळालं तर किती मजा येईल असंही त्याला कालच्या जेवणाच्या प्रकारावरून वाटायला लागलं होतं.

इपिकांच्या वस्तीवरून माणसं आली आणि त्याचबरोबर जेव्हीही आंघोळ उरकून आला. जमातीचा पुढारी-मुखियाला या दोघांना भेटायचं होतं असं त्या लोकांनी सांगितलं. सर्वजण वस्तीकडे जायला निघाली तेव्हा जेव्हीनं नेटला खायला कालच्यासारखा भाकरीसारखा पदार्थ पाहिजे का? असं विचारल्यावर नेट म्हणाला, ''हं, त्या बरोबर काही अंडी अन् सागुतीसारखं काहीतरी पाठवा.''

''तुम्हाला माहीत आहे का, की ते माकडं मारून खातात?''

तो काही चेष्टामस्करी करत नव्हता. मंडळी वस्तीच्या वेशीपाशी आली. तिथे काही मुलं या परक्या मुलखातून आलेल्यांचं निरीक्षण करण्यासाठी थांबली होती.

नेटनं त्यांच्याकडे पाहून त्याचं ठेवणीतलं हास्य टाकलं. तो एवढा गोरा असेल असं कधी वाटलं नव्हतं किंवा गोरेपणामुळे येणारं एवढं वेगळेपण आयुष्यात त्याला इतकं जाणवलं नव्हतं. त्या मुलांना तो आवडावा असं त्याला वाटत होतं. पहिल्या झोपडीच्या बाहेर उभे राहून काही अडाणी नग्न बाया वेड्यासारखं त्याच्याकडे पाहात होत्या. जेव्हा तो आणि जेव्ही समाईक अशा एका मोकळ्या जागेवर येऊन उभे राहिले तेव्हा प्रत्येकजण थांबला आणि या दोघांकडे पाहू लागला.

झोपड्यांमध्ये चुलाणं लावलेली होती. सकाळच्या न्याहऱ्या उरकलेल्या होत्या. झोपड्यांच्या छपरांवर एखाद्या ढगासारखा धूर साठून राहिला होता. हवेमध्ये गारवा तर नव्हताच, आर्द्रता जरा जास्तच होती. सात वाजून काही मिनिटंच झालेली होती. उष्मा वाढायला लागलेला होता.

त्या खेड्यातल्या वास्तुरचनाकारानं त्याचं काम उत्तमरीतीने बजावलं होतं, सर्व झोपड्या चौरस आकाराच्या होत्या आणि त्यांची छपरं गवताच्या पेंढ्यांनी शाकारलेली होती अन् त्यांना खूप उतार होता आणि उतरता भाग जमिनीपासून एखादा फुटापर्यंत आलेला होता. काही घरं आकाराने मोठी होती पण रचना एकाच प्रकारची होती. या सर्व झोपड्या त्यांच्यामध्ये असलेल्या विस्तृत अशा लांबट वर्तुळाच्या परिघाला लागून बांधलेल्या होत्या. या लंब वर्तुळाकार मैदानाच्या मध्यभागी चार मोठ्या झोपड्या होत्या. त्यापैकी दोन वर्तुळाच्या आणि दोन चौकानाच्या आकाराच्या होत्या, त्या सर्वांनाच गवताच्या पेंढ्याचे छप्पर होते.

मुखिया तेथे थांबला होता. शंकाच नाही की त्याचं घर वस्तीमध्ये सर्वांत मोठं होतं. सर्व आदिवासींच्यात तो आकारमानाने सुद्धा मोठा होता. तो तरुण होता. त्याच्या चेहेऱ्यावर सुरकुत्या नव्हत्या की कपाळावर आठ्या नव्हत्या. इतर बऱ्याच आदिवासींची पोटं सुटलेली होती, ती घेऊन ते अभिमानानं मिरवत होते तसं या मुखियाचं सुटलेलं पोटही नव्हतं. तो उभा राहिला होता तेव्हाचा त्याचा

तो आब पाहून जॉन वेनसारखा नट सुद्धा जरा घाबरला असता असं नेटला वाटलं. लढवय्या माणसासारखा एक वयस्कर माणूस दुभाषाचं काम करत होता. काही वेळातच नेट आणि जेव्ही यांच्यासाठी म्होरक्याची नग्न बायको सकाळचा नाश्ता तयार करत होती त्या चुलीजवळ त्याने बसायला सांगितलं.

ती चुलीवर जेव्हा ओणवी झाली तेव्हा तिचे स्तन खाली लोंबत होते. काही क्षणांपुरतं का होईना नेटला त्याकडे न पाहणं जमलं नव्हतं. या नग्नतेबाबत तिला किंवा इतर आदिवासींना काही गैर विचित्र असं काही वाटत नव्हतं.

त्याचा कॅमेरा कुठे होता? नेटच्या ऑफिसमधली माणसं या गोष्टींवर पुराव्याशिवाय विश्वासच ठेवणार नाहीत.

तिनं नेटला एक लाकडी थाळी दिली. आणि त्यावर शिजवलेल्या बटाट्यासारखं काहीतरी होतं. नेटनं जेव्हीकडे दृष्टिक्षेप टाकला. त्यानं मान हलवली आणि त्याला या आदिवासींच्या खाद्यपदार्थांबद्दल बरंच काही माहीत होतं असं दर्शविलं. तिनं सर्वांत शेवटी मुखियाला थाळी दिली आणि त्याने जेव्हा हाताची बोटं वापरून खायला सुरुवात केली तशी नेटनं सुद्धा तो मार्ग अनुसरला. लाल भोपळा आणि लाल सालीचा बटाटा या मधला तो हायब्रीड भाजीचा प्रकार होता आणि त्याची चवसुद्धा अशी तशीच होती.

जेव्ही खाताना बोलत होता आणि मुखियाला त्याच्या बरोबर गप्पागोष्टी करण्यात आनंद वाटत होता. काही वाक्यांनंतर जेव्ही ते काय बोलले त्याचं इंग्रजीत भाषांतर करून नेटला सांगायचा आणि परत मुखियाबरोबरचं संभाषण चालू करायचा.

गेल्या वीस वर्षांत अति जलवृष्टीच्या वेळीसुद्धा या वस्त्यांमध्ये नद्यांच्या पुराचं पाणी फुगून कधी आलेलं नव्हतं. त्यांच्या शेतातली माती कसदार होती म्हणून त्यांना ही जागा सोडून दुसरीकडे जाण्याची जरुरी भासली नव्हती. काही काही वेळा जमिनी निकस होऊन जातात, धान्याचं उत्पन्न फारच कमी मिळू लागतं अशा वेळी आदिवासी लोकं जुन्या वस्त्यांच्या जागा सोडून दुसरीकडे राहिला जातात. या मुखियाचे वडीलसुद्धा मुखियाच होते. मुखियाच्याच म्हणण्यानुसार मुखिया हा त्यांच्या जमातीतल्या इतर सर्वांपेक्षा दिसायला अकलेनं जास्त हुशार व चलाख असतो. मुखियानं कधीही लग्नबाह्य संबंध ठेवायचे नसतात. मुखियाखेरीज त्यांच्या टोळीतल्या बहुतेक पुरुषांचे तसे संबंध होते, पण मुखियाचे नव्हते. तिथे टिवल्याबावल्या करत फिरण्याखेरीज काही इतर कामच नव्हतं असं नेटचं मत झालेलं होतं.

मुखियानं स्वत: पराग्वे नदी सुद्धा पाहिलेली नव्हती. त्याला शिकारीचा नाद होता. तो मासेमारी करण्यापेक्षा जंगलात जाऊन शिकार करणं जास्त पसंत

करीत असे. पोर्तुगीज भाषेचं प्राथमिक शिक्षण त्यानं काही प्रमाणात त्याच्या वडिलांकडून आणि थोडंफार गोऱ्या धर्मप्रसारकाकडून घेतलं होतं.

नेट खाता खाता ऐकत होता आणि इकडे तिकडे रॅचेल नजरेला पडतेय का ते पाहात होता.

त्यावेळी ती त्या वस्तीवर नव्हती. जवळच्याच वस्तीतल्या एका मुलीला साप चावल्यामुळे त्याच्यावर उपाय करायला ती तिथे गेलेली आहे असं मुखियानं सांगितलं. ती कधी परत येईल त्याबद्दल त्याला काहीही कल्पना नव्हती.

नेट विचार करत होता. केवळ आश्चर्यकारकच.

''मुखियाचं म्हणणं तुम्ही या वस्तीवर आज रात्री राहिला काही हरकत नाही.'' जेव्ही म्हणत होता अन् मुखियाच्या बायकोने त्यांच्या खाण्याच्या प्लेटमध्ये आणखी पदार्थ वाढले.

''आज आम्ही इथं राहाणार आहोत का नाही याबद्दल अद्याप काही ठरलेलं नाहीये.''

''तो म्हणतो तुम्ही राहा.''

''आम्ही त्यावर जरा विचार करतो असं त्याला सांग.''

''ते तुम्ही सांगा''

नेटनं बरोबर सॅटेलाईट फोन आणला नाही, याबद्दल स्वतःलाच शिव्या दिल्या. जॉश नक्कीच त्याच्या ऑफिसमध्ये काळजीनं येरझारा घालत असणार. जवळजवळ एक आठवडा त्या दोघांचं संभाषण नव्हतं.

संभाषणाच्या ओघात जेव्ही दुभाषाचं काम करत होता. ते करताना त्यानं काहीतरी विनोद केला त्यामुळे मुखियाने जोरजोरात हसायला सुरुवात केली. नंतर इतर सर्वजण त्यात सामील झाले, नेटसुद्धा काहीही विनोद न कळता त्या सर्वांबरोबर हसत होता. याचंच त्याला हसू येत होतं.

मुखियानं त्यांना शिकारीला जंगलात येण्याचं निमंत्रण दिलं. त्याला नेटनं नकार दिला. एका तरुण आदिवासी मुलाने त्यांना पहिल्या वस्तीकडे नेलं आणि पुढे त्यांच्या बोटीकडे. जेव्हीला स्पार्कप्लग आणि कॉर्बोरेटर साफ करायचा होता. नेटला काहीच काम नव्हतं.

भल्या पहाटे वाल्दिर वकिलांच्या घरातला फोन वाजला. जॉशनं तो फोन केलेला होता. त्यांच्या दोघांच्यातला एकमेकांना शुभेच्छा देण्याचा संवाद काही क्षणातच आटोपला.

''मला कित्येक दिवसांत नेटकडून काहीच बातमी नाहीये.''स्टॅफोर्ड म्हणाला.

''पण त्याच्याकडे तो सॅट फोन आहे ना!'' वाल्दिर बचावाच्या

पावित्र्यात म्हणाला. जशी काही मि. ओ रॉयलेची बाजू घेऊन बोलण्याची वाल्दिरची जबाबदारीच होती.

"हो, आहे ना. कुठूनही आणि केव्हाही तो मला फोन करू शकतो. मग त्याने तो केला नाही? आणि यामुळेच मला त्याची काळजी वाटतेय."

"खराब हवेमध्ये सुद्धा तो फोन वापरता येतो का?"

"नाही, नसेल येत वापरता."

"गेल्या आठवड्यात आमच्याकडे बऱ्याच ठिकाणी वादळासह मुसळधार पाऊस झालेला आहे, तसा हा सीझन पावसाळ्याचा आहे."

"तुला तुझ्या माणसाकडून सुद्धा काही कळलं नाही का?"

"नाही. ते दोघं बरोबर आहेत आणि जेव्ही चांगला मार्गदर्शक आहे, त्याची बोट चांगली आहे, त्यांना काही अडचण येऊ नये असं मला वाटतं."

"मग त्यांनी फोन का केला नाही?"

"ते काही सांगता येणार नाही. पण आकाश स्वच्छ नाहीये. फोनचा ते प्रयत्न करत असतील पण तो लागत नसेल."

त्यांच्याबद्दल जरा काही कळलं तर वाल्दिरनं तातडीनं जॉशला कळवायचं असं ठरलं. वाल्दिर आपल्या खोलीच्या उघड्या खिडकीशी गेला आणि कोरूंबाच्या गर्दीच्या रस्त्यावरची वाहतूक पाहात राहिला. टेकडीच्या पलीकडेच पराग्वे नदी होती. पेंटॅनलच्या भागात गेलेल्या पण परत न आलेल्यांच्या अनेक गोष्टी त्याला माहिती होत्या. धैर्य, धडाडी, साहस यांच्या त्या गाथा होत्या. तरीपण पेंटॅनलचं आकर्षण निर्भय आणि शूर तरुणांना भुलवत होतं.

जेव्हीच्या वडिलांनी तीस वर्षे या नद्यांवरच बोट चालवण्यात घालवली होती, पण एका अपघातात ते बळी पडले आणि त्यांचा देहसुद्धा सापडलेला नव्हता.

एका तासानंतर वेलीला वाल्दिर वकिलांची कचेरी सापडली. तो वाल्दिर यांना भेटला नव्हता, पण या मोहिमेचा सर्व खर्च हे वाल्दिर वकीलच करीत आहेत हे जेव्हीकडून त्याला कळलं होतं.

"मला वकीलसाहेबांना तातडीनं भेटणं अत्यंत जरूरीचं आहे." तो त्यांच्या सेक्रेटरीला कळवळून सांगत होता. ऑफिसमध्ये आवाज ऐकून वकील साहेबच आतून बाहेर आले. "कोण आहेस रे तू?"त्यांनी विचारले.

"वेली. जेव्हीनं मला सांतालौरा बोटीवर मदतीला घेतलं होतं."

"सांतालौरा?"

"हो"

"जेव्ही कुठाय?"

"तो अजून पेंटॅनलमध्येच आहे."

"मग बोट कुठाय?"

"बोट बुडाली."

वाल्दिरला आता कल्पना आली होती की हा मुलगा अतिशय थकलेला आहे आणि घाबरलेलापण.

"तू जरा बस." ते म्हणाले. सेक्रेटरी पाणी आणायला धावली. "आता तू मला काय झालं ते तरी सांग."

वेलीनं खुर्चीचा हात घट्ट पकडून धरला होता आणि तो घाईघाईनं बोलायला लागला, "सांतालौरा बोटीबरोबर एक छोटी बोट घेतलेली होती. त्या छोट्या बोटीतून ते आदिवासी इंडियन टोळीवाल्यांच्या वस्त्या शोधायला म्हणून गेले. जेव्ही आणि मि. ओ रॉयले."

"केव्हा?"

"मला नेमका वार माहीत नाही, पण काही दिवस झाले. मला त्यांनी सांतालौरा बोटीवरच थांबायला सांगितलं होतं. तेवढ्यात मोठं वादळ आलं. मी पाहिलेलं सर्वात मोठं वादळ होतं ते. अगदी मध्यरात्री बोटीचा दोर तुटला आणि बोट सुटली आणि आडवी झाली. मी पाण्यात फेकला गेलो, नंतर एका जनावरांची वाहतूक करणाऱ्या बोटीनं मला वाचवलं."

"तू इथे कधी आलास?"

"अर्धा तासच झालाय."

सेक्रेटरीनं पाण्याचा ग्लास आणला. वेलीनं त्यांचे आभार मानले आणि कॉफी मिळेल का असं विचारलं. वाल्दिर सेक्रेटरीच्या टेबलावरून पुढे ओणवे झाले आणि बिचाऱ्या वेलीला न्याहाळलं. वेली म्हणजे एकूण घाणच होती. त्याच्या अंगाला शेणामुताचा वास येत होता.

"मग ती बोट गेलीच म्हणायचं?"

"हो, मला त्याचं फार वाईट वाटतंय, पण मला काहीच करता येण्यासारखं नव्हतं. मी इतकं भयंकर वादळ कधीही पाहिलेलं नाही."

"वादळाच्या वेळी जेव्ही कुठं होता?"

"ते पुढे कबिक्सा नदीतून जाणार होते. त्या नदीतच कुठेतरी असणार मला त्यांच्याबद्दल सुद्धा भीती वाटतेय."

वाल्दिर त्यांच्या चेंबरमध्ये गेले आणि त्यांनी दरवाजा आतून लावून घेतला आणि परत खिडकीशी येऊन उभे राहिले. स्टॅफोर्ड तीन हजार मैलांवर होता. छोट्या बोटीमध्ये जेव्ही सुखरूप असू शकेल पण कुठल्याही प्रकारचे निष्कर्ष काढण्यात अर्थ नाहीये.

दोन-तीन दिवस तरी स्टॅफोर्डला फोन करायचा नाही असं त्यांनी ठरवलं. आपण थोडा वेळ जेव्हीला देऊ या, मला खात्री आहे तो नक्की कोरूंबाला परत येईल.

जेव्हीनं धडपड करून बोटीचं इंजिन चालू केलं होतं पण पेट्रोलची वायर ढिली सोडली की ते बंद पडत होतं आणि जास्त ओढलं तर चालू राहायचं पण सांतालौरा बोट जेव्हा सोडली तेव्हाच्या ताकदीच्या मानाने ही ताकद निम्म्यानं पण नव्हती.

पहिली वस्ती पार केली. नंतर एक तीक्ष्ण वळण होतं. नंतर वर्तुळाकार मार्गानं नदी जात होती, मग एक तिठा आला. त्यावेळी त्यांच्याबरोबरच्या आदिवासी वाटाड्यानं एका दिशेला बोट दाखवलं. वीस मिनिटानंतर त्यांचा छोटा तंबू त्यांना दिसला. सकाळी जेव्हीनं जिथे अंघोळ केली होती तिथे बोट थांबवली. तिथल्या एका भक्कम झाडाच्या बुंध्याला बांधून ठेवली. त्यांनी तो तंबू सोडवला. सर्व सामान गोळा केलं आणि मुखियाला त्यांनी जिथे राहावं असं वाटत होतं तेथे वस्तीवर ते आले.

रॅचेल अद्याप परतली नव्हती.

रॅचेल त्यांच्यातली नव्हती म्हणून तिची झोपडी त्या लंबवर्तुळाकार परीघावर वस्तीतल्या इतर झोपड्यांसमवेत नव्हती. जंगलाच्या नजीक वस्तीपासून १०० फुटांवर एकाकीच होती. इतरांच्या झोपड्यांच्या तुलनेत ती लहान होती. जेव्हीनं असं का? असं विचारल्यावर ''तिचं काही कुटुंब नाहीये म्हणून झोपडी लहान'' असा त्यांच्या बरोबरच्या आदिवासी तरुणीने खुलासा केला. नेट, जेव्ही आणि त्यांच्या बरोबरचा आदिवासी असे तिघेजण वस्तीच्या शीवेनजीक एका झाडाखाली वस्तीतले नित्याचे व्यवहार पाहात रॅचेलची वाट बघत उभे होते. रॅचेलच्या आधी त्यांच्या वस्तीमध्ये कूपर नावाचे पती-पत्नी धर्मप्रचारकाचं काम करीत होते. त्यांच्याकडून त्यांच्याबरोबरचा आदिवासी पोर्तुगीज भाषा शिकलेला होता. त्याला काही इंग्रजी शब्द सुद्धा माहीत होते. ते तो मधूनमधून नेटकडे पाहून वापरायचा. इपिका वस्तीतल्या आदिवासी जमातीनं पहिल्यांदा गोरी माणसं पाहिली ती म्हणजे कूपर दांपत्य. सौ. कूपर मलेरियानं गेल्या आणि श्री. कूपर जिथून आले होते तिथे परत गेले. प्रौढ पुरुषांचा त्यावेळी जास्त वेळ शिकार आणि मासेमारी यात जायचा. आदिवासी त्यांच्या पाहुण्यांना सांगत होता. तरुण मुलींच्या मागे चाळे करत फिरायचे. प्रौढ स्त्रिया घरातल्या म्हणजे स्वयंपाक, साफसफाई, धुणीभांडी वगैरे कामात गुंतलेल्या असायच्या. त्याच बरोबर मुलांचं संगोपन, त्यांच्याकडे लक्ष ठेवणं हीही कामं त्यांच्या गळ्यात असायची. एक म्हणजे विषुववृत्ताच्या दक्षिणेकडल्या सर्वच प्रदेशांमध्ये सर्वच कामं अगदी आरामात चालायची. घड्याळाला फार महत्त्व

दिलंच जायचं नाही आणि त्यापलीकडची स्थिती या आदिवासी इंडियन टोळ्यांच्या वस्तीतनं असायची, म्हणजे तिथे तर घड्याळंच नसायची.

झोपड्यांची दारं कायमच उघडी असतं. एका झोपडीतून दुसऱ्या, पुढे तिसऱ्या या सर्व झोपड्यांतून मुलं पळापळ करायची. सावलीत बसून तरुण मुली वेण्या घालत असायच्या आणि त्यांच्या आया चुलीशी बसून स्वयंपाकाचं बघायच्या.

स्वच्छता सर्वांनाच आवडायची. सामाईक जागांवर केर झाडून काढत असत आणि झोपड्यांच्या आसपासच्या जागा स्वच्छ आणि नीटनेटक्या असत. प्रौढ स्त्रिया आणि मुलं नदीवर जाऊन दिवसाकाठी तीनदा आंघोळ करीत आणि पुरुषमंडळी दोनदा. पुरुष आणि स्त्रियांची एकाचवेळी आंघोळ करण्याची वेळ कधीच येत नसे. आंघोळीच्या वेळी जननेंद्रियाखेरीज शरीराचा सर्व भाग उघडा असे.

मैदानातली जी मोठी चौकोनी इमारत होती ती पुरुषांच्या मनोरंजनाच्यासाठी वापरली जायची. तिथे उशीरा संध्याकाळी पुरुष मंडळी जमत. तिथेच एकमेकांचे केस कापणं, स्वच्छ करणं वगैरे कामं होत व नंतर कुस्त्यांचा कार्यक्रम व्हायचा. प्रतिस्पर्ध्याला जमिनीवर फेकायचं हाच उद्देश असायचा. आडदांड लोकांचा रांगडा खेळ होता तो, अर्थात त्याला नियम होते आणि कोणीही जरी जिंकलं तरी जिंकलेल्याचं हास्यपूर्ण अभिनंदन करूनच निरोप व्हायचा. मतभेद झाले तर मुखिया जो काही निर्णय देईल तो सर्वमान्य असायचा. स्त्रिया झोपड्यांच्या दरवाज्यात उभं राहून कुस्त्यांचा खेळ पाहात असत, पण त्यात त्यांना फार रस असायचा असं वाटतं नव्हतं. निदान त्या तसं दाखवत तरी होत्या. लहान मुलं त्यांच्या वडिलांचं अनुकरण करीत असत.

नेट एका झाडाखाली कापलेल्या झाडाच्याच एका बुंध्यावर बसला होता. आपण कोण आहोत अन् कुठे आलेलो आहोत याचं त्याला राहून राहून आश्चर्य वाटत होतं. प्राचीन काळातलं ते नाटक तो पाहात होता.

.२१.

नेट ज्या वस्तीत राहायला आलेला होता त्या वस्तीतल्या काही आदिवासींना आयेश माहीत होती. दुसऱ्या वस्तीत राहणाऱ्या एकाची ती एक लहान मुलगी होती. त्या सर्वांना तिला साप चावला आहे हे माहिती झालं होतं. त्याबद्दल त्यांच्यात चर्चा चालू होती आणि ही सर्व मंडळी आपल्या मुलांना आपल्यापासून दूर जाऊ न देता त्यांच्यावर लक्ष ठेवून होती. संध्याकाळच्या जेवणाच्या वेळेला ती मुलगी दगावल्याची बातमी आली. मुखियाच्या एका निरोप्याने ही बातमी त्याला दिली आणि काही मिनिटांतच ती सर्व झोपड्यांतून पसरली. आयांनी

त्यांची छोटी छोटी मुलं आपल्या छातीशी धरून ठेवली.

दोन्ही वस्त्यांना जोडणाऱ्या पायरस्त्यावरून जोपर्यंत जा-ये चालू होती तोपर्यंत संध्याकाळची जेवणंच चालली होती आणि सकाळपासून दिवसभर जो माणूस बरोबर होता त्याच्याबरोबर रॅचेल परत येत होती. तिनं वस्तीत जसा प्रवेश केला तशी जेवणाऱ्या मंडळींनी आपलं खाणं, गप्पा मारणं थांबवलं आणि सर्वजण स्तब्ध झाले. रॅचेलकडे रोखून पाहू लागले. ती त्यांच्या झोपड्यांसमोरून जात असताना त्यांनी माना झुकवल्या. काहीजणांकडे पाहून तिनं स्मितहास्य केलं. काहीजणांबरोबर ती काही तरी बोलली, निवेदन करण्यासाठी मुखियापाशी ती बराच वेळ थांबली होती. नंतर ती तिच्या झोपडीच्या दिशेनं चालू लागली, तिच्या मागोमाग लॅको चालला होता. तो लंगडत होता. ज्या झाडाजवळ जेव्ही आणि नेटनं दुपारचा बराचसा वेळ घालविला होता तिथे ती थांबली, पण ते दोघं तिला दिसले नाहीत. त्यांच्याशी गप्पा मारायला तिला उत्साह नव्हता. दिवसभराच्या धावपळीनं, श्रमांनी ती थकली होती. कधी घरी जातेय असं तिला झालं होतं.

"आपल्याला आता काय माहीत आहे?" नेटनं जेव्हीला विचारलं त्यानं हा प्रश्न पोर्तुगीजभाषेमध्ये पुढे पास केला.

"आपल्याला थांबावं लागणार आहे." उत्तर आलं.

"आश्चर्यच आहे – आश्चर्य."

सूर्य डोंगरांच्या मागे मावळत होता त्यावेळी लॅकोनं दोघांना शोधून काढलं. बरोबरचा आदिवासी जेवायला गेला. नेट लॅकोच्या मागेमागे रॅचेलच्या झोपडीपर्यंत गेला. रॅचेल झोपडीच्या दाराबाहेर उभी राहून एका टॉवेलनं आपला चेहरा कोरडा करीत होती. तिचे केस ओले होते. तिनं कपडे बदलले होते.

"गुड इव्हिनिंग मि. ओ. रॉयले" ती अगदी हसऱ्या आवाजात म्हणाली. त्या आवाजात खोटेपणा नव्हता "मेहेरबानी करून मि. ओ. रॉयले वगैरे काही म्हणू नका. याच्याऐवजी फक्त नेट असंच म्हणा."

झोपडी बाहेर एक चौकोनी आकाराचा झाडाचा बुंधा होता त्याकडे बोट दाखवून रॅचेल म्हणाली, "तू जरा इथे बस." अशाच झाडाच्या बुंध्यावर बसून त्यानं दुपार घालवली होती. शेजारीच तीन दगडाची चूल होती. तिच्यावर ती स्वयंपाक करायची.

"दुपारी ती मुलगी गेली त्याचं मला फार वाईट वाटतंय"

"ती आता देवाबरोबर आहे."

"पण तिचे आई-वडील तर इथेच आहेत ना?"

"ते दुःखी आहेत, पण रडत बसलेले नाहीयेत."

हातांची गुडघ्यांवर घडी करून ती दरवाजात बसली होती आणि तिची

नजर दूर कुठेतरी होती. जवळच्या झाडापाशी तो तरुण पाहरा देत थांबला होता अंधार वाढला होता आणि तो आता अंधुकसाच दिसत होता.

"मी तुला माझ्या घरी बोलावलं असतं पण ते योग्य दिसलं नसतं.''

"मी इथे आहे तो ठीक आहे''

"संध्याकाळनंतर फक्त लग्न झालेल्यांनीच झोपडीच्या आत थांबायचं असतं अशी इथली प्रथा आहे.''

"रोममध्ये तुम्ही रोमन लोकांसारखं वागायचं असतं.''

"रोम कुठच्या कुठे दूर आहे.''

"इथून सगळंच काही फारच दूर आहे.''

"हो, अगदी बरोबर आहे. तुला भूक लागलीय?''

"तुझं काय?''

"नाही, माझा आहार फारच कमी आहे.''

"मलाही खायचं नाहीये, पण आपल्याला काही बोलायचंय.''

"मी आजच्या घटनेबद्दल दिलगीर आहे. तू समजून घेशील.''

"शंकाच नाही.''

"माझ्याजवळ काही मॅनीओक भाकऱ्या आहेत आणि इथल्या एका फळाचा रस आहे. तुला आवडत असेल तर मी तुला देते.''

"नको, खरंच नको, मी ठीक आहे. मला भूक नाहीये.''

"आज दिवसभर काय केलंस.''

"सकाळी आम्ही मुखियाबरोबर नाश्ता केला. चालत चालत परत पहिल्या वस्तीशी आलो, बोटीत बसलो, मुखियाच्या वस्तीपर्यंत आलो, तिथे मुखियाच्या झोपडी मागे तंबू ठोकला आणि तुझी वाट पाहात थांबलो.''

"तुमचं येणं मुखियाला आवडलं?''

"हो आवडलं असणार. कारण आम्ही इथे आणखी राहावं असं तो सांगत होता.''

"माझ्या या मंडळींबद्दल तुमचं काय मत आहे?''

"ते सगळे नंगे आहेत.''

"ते तसेच राहात आलेले आहेत''

"त्यांच्याशी जमवून घ्यायला तुला किती वेळ लागला?''

"मला माहीत नाही – काही वर्षं लागली – इतर गोष्टींप्रमाणे ते हळूहळू जमतं. पहिली तीन वर्षं मला घरचीच आठवण फार व्हायची. फार दुःखी व्हायचे मी. त्यावेळेला माझं वय मोटार चालवणं, पिझ्झा खाणं, चांगले चांगले सिनेमे पाहणं यात अधिक ओढ घ्यायचं, पण नंतर तुम्ही जमवून घेता.''

"आपण हे सर्व करतोय अशी फक्त कल्पना करणंसुद्धा मला जमणार नाही."

"इथे प्रश्न झोकून देण्याचा आहे. चौदा वर्षांची असताना मी ख्रिस्ती झाले आणि त्याचवेळी मला जाणीव झाली की मिशनरी होण्यासाठीच आपला जन्म झालेला आहे. मी काय काम करायचं हे त्यावेळी मला काहीच माहीत नव्हतं, पण देवावर माझा ठाम विश्वास होता."

"देवाने तुझ्यासाठी काय पण नामी जागा निवडलीय. व्वा!"

"तुझ्या बोलण्याच्या पद्धतीला मी दाद देते."

"मला माफ कर. मी तुला परत विनंती करतो, पण आपल्याला ट्रॉयबद्दल थोडं बोलायचंय, तर ते बोललं तर चालेल का?" झाडांच्या सावल्या लांबत होत्या. ते एकमेकांपासून दहा फूट अंतरावर होते तरीसद्धा एकमेकांना स्पष्टपणे पाहू शकत होते, पण थोड्याच वेळात अंधार त्या दोघांमध्ये खूपच अंतर निर्माण करणार होता.

"तुला काय बोलायचंय?" तिच्या बोलण्यात निरीच्छता होती.

"ट्रॉयला तीन बायका आणि आम्हाला माहीत असलेली सहा मुलं होती – तू एक आश्चर्य होतं – सहाही मुलं त्याला आवडत नव्हती पण तुझ्याबद्दल त्याच्या मनात माया होती. सहा मुलांना त्यानं काहीही ठेवलेलं नाहीये. त्यांची कर्जं फेडता येतील एवढीच रक्कम त्यांना देऊ केलेली आहे. बाकी सर्व मालमत्ता दि. २ नोव्हेंबर १९५४ रोजी न्यू आर्लिन्स मधल्या कॅथोलिक हॉस्पिटलमध्ये जन्म झालेल्या रॅचेल नावाच्या मुलीला देऊ केलेली आहे. ट्रॉय आणि एव्हलीन यांची रॅचेल ही मुलगी आहे. ट्रॉय आणि एव्हलीन यांचं लाक्षणिकरीत्या लग्न झालेलं नव्हतं. ट्रॉय आणि एव्हलीन हे दोघेही आज हयात नाहीत आणि ही रॅचेल म्हणजे तू आहेस असं आमचं म्हणणं आहे."

नेट जे काही बोलत होता. ते शब्द रॅचेलच्या कानांवर आघातासारखे पडत होते, पण तिने चेहऱ्यावर काही दाखवलं नाही. स्मशान शांतता होती. अंधारात तिची फक्त बाह्यकृतीच दिसत होती. रॅचेलने काही बोलण्यापूर्वी थोडा विचार केला, "ट्रॉयला मी आवडत होते हे खोटं आहे. गेल्या वीस वर्षांत आम्ही एकमेकांशी बोललो नाही."

"ते इथे महत्त्वाचं नाहीये. त्यानं त्याची सर्व मालमत्ता तुझ्यासाठी ठेवलेली आहे. तुला त्यानं ही संपत्ती का दिली हे विचारायची संधी कोणालाही मिळाली नाही. शेवटच्या मृत्युपत्रावर सही केल्या केल्या चौदाव्या मजल्यावरून त्यानं उडी मारून आत्महत्या केली. या मृत्युपत्राची प्रत मी तुझ्या साठी आणलेली आहे."

"मला नाही पाहायची ती."

"माझ्या जवळ इतरही कागद आहेत की ज्याच्यावर तुझ्या सहीची आवश्यकता

आहे. त्यावर तू उद्या सह्या केल्यास तरी चालेल, पण उद्या मात्र पहिल्या प्रथम तेच काम. ते काम झालं की मी परत जायला मोकळा.''

''कसले कागद आहेत ते?''

''कायद्यासंबंधातले आहेत आणि त्यांवर सह्या करणं हे तुझ्या हिताचं आहे.''

''तुम्ही माझ्या हिताची चिंता करू नका.'' तिचे हे शब्द जरा तिखट होते आणि त्यात जरा राग होता. नेटला तिचं प्रत्युत्तर लागलं.

''ते खरं नाहीये.'' नेट अडखळत बोलला.

''हो तसंच आहे ते. तुम्हाला माझ्या गरजा काय आहेत, मला काय हवंय, मला काय आवडतं, काय नाही हे काहीही माहीत नाहीये. माझी तुम्हाला माहितीच नाहीये त्यामुळे कशामुळे मला फायदा होईल, कशामुळे होत नाहीये हे तुम्ही काय सांगणार?''

''ठीक आहे. तुझं म्हणणं बरोबर आहे. माझ्याबद्दल तुला आणि तुझ्याबद्दल मला काहीही माहिती नाहीये. मी तुझ्या वडिलांच्या मिळकती संबंधात इथे आलेलो आहे. अप्रगत राष्ट्रातल्या आणि कोलॅरॅडो राज्याच्या आकाराच्या दलदलीच्या प्रदेशात स्वत:ला हरवून बसलेल्या, आधुनिक काळात सुद्धा अद्याप अतिप्राचीन संस्कृतीत राहणाऱ्या इंडियन आदिवासी वस्तीवर, एका झोपडी बाहेर अंधारात, एका सुंदर दिसणाऱ्या मिशनरी स्त्री बरोबर मी बोलत बसलोय. आणि ती जगातली सर्वांत श्रीमंत स्त्री आहे याच्यावर माझा विश्वासच बसत नाहीये. होय, तुझंच बरोबर आहे, तुझा फायदा कशात आहे हे मला माहीत नाहीये, पण तरीही कागदपत्रं पाहून त्यावर सह्या कराव्यात असं मला वाटतं. तुझ्या दृष्टीने ते महत्त्वाचं आहे.''

''मी कशावरही सही करणार नाही.''

''ओ ऽ – हे काय चाललंय?''

''मला तुझ्या या कागदपत्रांत काहीही रस नाही.''

''तू ते कागद अद्याप पाहिलेलेही नाहीस.''

''त्याबद्दल तू मला सांग.''

''तो केवळ शिष्टाचाराचा भाग आहे. कोर्टाने आम्हाला अशी आज्ञा केलेली आहे की, आम्ही फेलनसाहेबांच्या प्रत्येक वारसदाराला फेलनसाहेबांनी त्यांच्या मृत्युपत्रात त्यांच्यासाठी काय ठेवलेलं आहे हे लेखी किंवा तोंडी सांगावं आणि त्यावर प्रत्येक वारसाचं काय म्हणणं आहे हे कोर्टाला सादर करावं. ती कार्यवाही आम्ही करत आहोत. आणि तुला शोधत मी इथपर्यंत आलेलो आहे ते त्याच्यासाठीच.''

''आणि मी जर त्याला नकार दिला तर?''

"प्रामाणिकपणे सांगायचं तर मी असा काही विचारच केलेला नाहीये आणि ही इतकी नित्याची बाब आहे की प्रत्येकजण सहकार्य देतोच."

"मला जे काय म्हणायचं आहे ते मी कोणत्या कोर्टात येऊन सांगायचं."

"व्हर्जिनिया. ते या मृत्युपत्राची सत्यता पटवून देण्यासाठीचं कोर्ट आहे आणि तू तेथे न जाता सुद्धा हे काम होऊ शकेल."

"तसं करावं असं मला वाटत नाही."

"मग माझ्याबरोबर बोटीत बस. आणि आपण वॉशिंग्टनला जाऊ."

"मी इथून हलणार नाही" मग जरा काही मिनिटं स्तब्धतेत गेली. अंधारामुळे नीरव शांततेची तीव्रता जास्तच जाणवली. झाडाखाली तो मुलगा शांतपणे बसला होता. आदिवासींच्या झोपड्यांतून आता निजानीज व्हायला लागल्यासारखी दिसत होती. क्वचितच एखाद्या तान्ह्या मुलाचं रडणं कानावर येत होतं.

"मी तुझ्यासाठी थोडा रस आणते." हे वाक्य ती केवळ कुजबुजल्यासारखंच म्हणाली आणि ती तिच्या झोपडीत गेली. नेट उभा राहिला. हात वर लांब केले. सर्व शरीर ताणलं, अंगावर बसलेल्या डासाला मारण्यासाठी चापट्या मारल्या त्याच डासांना दूर घालविण्यासाठीचं मलम त्याच्या तंबूमध्ये होतं.

तिच्या झोपडीत एक लहान दिवा मिणमिणत होता. रॅचेलच्या हातात एक पणती होती. त्याच्या मध्यावर ज्योत होती "ही इथल्या एका झाडाची पानं आहेत" ती दरवाज्याजवळ खाली बसता बसता म्हणाली, "ती आम्ही दिव्यावर जाळतो. त्यानं डास दूर पळतात. इथे दिव्याच्या जवळ बस." तिनं सांगितलं तसं नेटनं केलं. ती आत जाऊन दोन कपांमध्ये रस घेऊन आली. अंधारामुळे तो रस त्याला दिसत नव्हता. "हा 'मका जुनो'. संत्र्यासारख्या फळाचा रस." ते दोघे जमिनीवर एकत्र बसले. जवळ जवळ एकमेकांना खेटून बसले. त्यांच्या पाठी झोपडीच्या भिंतीला टेकल्या होत्या – पणतीचा दिवा पायापासून फार लांब नव्हता.

"अगदी हळू बोल." ती म्हणाली, "अंधारात आवाज लांबवर जातो आणि आदिवासी आता झोपायच्या मागे आहेत. आपल्याबद्दल त्यांना सुद्धा कुतूहल वाटतंय."

"त्यांना काहीही कळत नाहीये."

"हो, पण ते ऐकण्याचा प्रयत्न नक्कीच करतील."

कित्येक दिवसांत त्याने अंगास साबण लावलेला नव्हता. एकाएकी त्याला त्याच्या आरोग्याची काळजी वाटायला लागली. त्यानं एक लहान घुटका घेतला, नंतर दुसरा.

"तुझ्या घरी कोणी माणसं आहेत का?"

"होती. माझ्या घरात माणसं होती. माझी दोन लग्नं झालीयेत आणि दोन

घटस्फोट. मला चार मुलं आहेत. सध्या मी एकटाच आहे.''

''काडीमोड ही सध्या फार सोपी गोष्ट आहे, नाही?''

नेटनं त्या कोमटशा रसाचा एक छोटा घुटका घेतला. आत्तापर्यंत तरी त्यास अतिसाराची बाधा झालेली नव्हती की बऱ्याच परदेशी व्यक्तींना ज्याचा हमखास त्रास होतो. अंधारात घेत असलेलं ते पेय धोकादायक नव्हतं.

दोन अमेरिकन एका निबीड अरण्यात गप्पा मारत होते. गप्पांसाठी इतर खूप विषय होते तरी घटस्फोट का टाळता येत नाही या विषयावरच बोलणं का यावं?

''प्रत्यक्षात हे घटस्फोट सुखासुखी घेतलेले नाहीयेत.''

''तरीपण आपण पुढे जात असतो. आपण लग्न करतो, नंतर घटस्फोट. परत आपण कोणीतरी शोधतो, पुन्हा लग्न पुन्हा घटस्फोट. पुन्हा कोणालातरी शोधायचं.''

''आपण?''

''मी ते सर्वनाम म्हणून वापरतेय. आपण आपल्याला सुसंस्कृत, सुशिक्षित म्हणवतो आणि तोच विचित्रपणा पुन:पुन्हा करत असतो. आदिवासी इंडियन लोकांच्यात कधीच घटस्फोट होत नाहीत.''

''त्यांनी माझी पहिली बायको पाहिलेली नाहीये.''

''का? ती फार भांडखोर होती का?''

नेटनं एक उसासा टाकला. त्याने आणखी थोडा रस प्यायला. तो विचार करत होता, 'तिला मजा वाटतेय, वाटू दे! त्यांच्यापैकी कोणाशी तरी तिला खूप गप्पा मारायच्या होत्या बहुतेक.' नेट स्वत:ला सांगत होता.

''नाही, माझ चुकलं, मी नको ते विचारतेय आणि ते महत्त्वाचं पण नाही.'' रॅचेल म्हणाली.

''नाही, ती काही वाईट बाई नव्हती. सुरुवातीच्या काळात तर नाहीच नाही. मी काम पण खूप करायचो, दारू खूप प्यायचो. मी जेव्हा ऑफिसमध्ये नसायचो तेव्हा बार मध्ये असायचो. ती प्रथम संतापायची, नंतर ती हलकटपणा करायला लागली आणि शेवटीतर महादुष्टपणानं वागायला लागली. हळूहळू गोष्टी आवाक्याच्या बाहेर गेल्या आणि आम्ही ऐकमेकांचा द्वेष करू लागलो.''

अगदी थोड्या वेळात नेटचा हा कबुलीजवाब पार पडला. त्याबाबतची चर्चा दोघांना पुरेशी वाटली. त्याच्या वैवाहिक जीवनाच्या मोडतोडीचा हिशोब त्यास त्यावेळी महत्त्वाचा वाटत नव्हता.

''तू लग्न केलं नाहीस ना?''

''नाही.'' तिनं एक घुटका घेतला. ती डावखोरी होती. तिनं तिचा कप

जेव्हा उंचविला तेव्हा तिच्या हाताचा कोपरा नेटच्या हाताला लागला. ''पॉलनी लग्न केलेलं नव्हतं हे तुला माहीत आहे ना?''

''पॉल? कोण?''

''सर्वांत पहिला धर्म प्रचारक.''

''हां-हां, तो पॉल.''

''तू बायबल वाचतोस का?''

''नाही.''

''मी कॉलेजमध्ये असताना एकदा प्रेमात पडले होते. मला त्याच्याशी लग्न करायचं होतं, पण देवानं मला तिथंच थांबवलं.''

''का?''

''कारण मी इथे यावं अशी त्याची इच्छा होती म्हणून. ज्या मुलावर मी प्रेम केलं तो सच्चा ख्रिश्चन होता, पण शारीरिकदृष्ट्या दुर्बळ होता. तो कधीही या मिशनरी क्षेत्रात आला नसता.''

''तू किती काळ इथे राहणार आहेस?''

''इथून हलण्याचा माझा इरादा नाहीये.''

''मग हे इंडियन आदिवासी तुझं दफन करणार?''

''मी आत्ता तरी त्याबद्दलची चिंता करत नाही.''

''आदिवासींच्या क्षेत्रात काम करणारे बरेचसे मिशनरी ते काम करीत असलेल्या क्षेत्रातच मृत्यू पावतात ना?''

''नाही. बरेचसे निवृत्त होऊन त्यांच्या घरी जातात. त्यांच्या कुटुंबात त्यांची माणसे असतात, ते त्यांची क्रियाकर्म करतात.''

''तुझ्या कुटुंबात खूप माणसं आहेत, मित्रपण आहेत. तू जर घरी जायचं ठरवलं तर तुला खूप प्रसिद्धी मिळेल.''

''इथे राहण्याचं ते एक आणखी कारण आहे. ते म्हणजे माझी सध्याची जी कर्मभूमी आहे तिथेच माझं घर आहे, इथली माणसं माझी माणसं आहेत. मला पैशांची गरज नाही.''

''वेडेपणा करू नकोस.''

''मी वेडेपणा करत नाहीये – मला पैशांची काहीही किंमत नाहीये हे तू पक्कं ध्यानात घे.''

''तू किती श्रीमंत आहेस, हे तुझं तुलाच माहिती नाहीये.''

''मी ते विचारलेलं नाहीये. आज मी काम करत असताना माझ्या डोक्यात पैशाचा विचारसुद्धा नव्हता. उद्या मी तसंच करणार आहे आणि परवा सुद्धा तसंच''

''तुझी संपत्ती अकरा बिलियन डॉलर्सच्या घरात आहे.''

"त्याचा माझ्या मनावर काही परिणाम होईल असं तुला वाटतंय?"

"माझ्या मनावर परिणाम झालाय."

"तुम्ही पैशाचीच पूजा करणारे आहात. नेट, तू त्या संस्कृतीतला आहेस की जिथे प्रत्येक गोष्ट पैशांनीच मोजतात. तोच त्यांचा धर्म आहे."

"हो. आमच्या संस्कृती मध्ये लैंगिकसुखालासुद्धा महत्त्व आहे."

"हो. पैसे आणि लैंगिक सुख मान्य. आणखी काय?"

"प्रसिद्धी. प्रत्येकालाच अतिमहत्त्वाची व्यक्ती व्हायलाच हवं असतं."

"ती दुःख देणारी संस्कृती आहे. लोक वेडेपणाच्या उन्मादात वावरत असतात. इतरांनी आपल्याकडे एक श्रीमंत व्यक्ती म्हणून पाहावं, आपल्याला मान द्यावा, यासाठी खूप पैसे मिळवायचे, सारखं काम काम करत राहायचं. मिळालेल्या पैशांनी अशा वस्तू खरेदी करायच्या की त्यामुळे इतरांवर आपली छाप पडेल. त्यांच्याजवळ किती आणि काय आहे त्यावरून त्यांचं मोजमाप केलं जातं."

"मला पण त्यात धरलंयस का?"

"तू आहेस तसा?"

"मला तसं वाटतं."

"मग बरोबर आहे. देव तुझ्या आजूबाजूलासुद्धा नाहीये. आता मला जाणवतं की तू खरोखरच एकटा आहेस. अगदी एकटा. देव म्हणजे काय हे तुला माहीत नाही."

नेटनं थोडी हालचाल केली. आपली बाजू मांडण्यासाठी थोडा विचार केला पण वास्तवता अशी होती की त्याच्याकडे काहीही युक्तिवाद शिल्लक नव्हता. त्याच्याजवळ आयुधं नव्हती – शस्त्रं नव्हती. उभं राहिला पाया नव्हता. "माझा देवावर विश्वास आहे." तो खरं बोलत होता पण त्यात दुर्बलता होती.

"ते म्हणणं सोपं आहे." ती म्हणाली. तिचे शब्द सावकाश होते पण त्यात मृदुता होती, "आणि मी तुझं बोलणं खोटं आहे असं म्हणत नाहीये. पण बोलणं एक प्रकार असतो आणि वागणूक तशी असणं हा दुसरा प्रकार असतो. तो झाडाखाली बसवलेला दुबळा मुलगा आहे ना, तो लॅको. त्याचं वय सतरा आहे आणि वयाच्या मानानं तो फारच बारीक आणि दुबळा आहे. तो कमी दिवसांचा जन्मलेला आहे. या वस्तीत येणारा प्रत्येक रोग त्याला प्रथम होतो, वयाच्या तिशीपर्यंत तरी तो पोचेल की नाही याची मला शंका आहे. पण लॅकोला त्याची फिकीर नाहीये – बऱ्याच वर्षांपूर्वी लॅको ख्रिश्चन झाला आणि या वस्तीतल्या इतर कोणाचाही लॅको इतका आनंदी आंतरात्मा नसेल. दिवसभर तो देवाशीच बोलत असतो. आता सुद्धा तो प्रार्थनेत गर्क असेल. त्याला

कुठीलीही काळजी नाही की भीती नाही. त्याला जर कुठला प्रश्न पडला तर तो थेट देवालाच आठवतो आणि तो प्रश्न त्याच्याकडेच पाठवतो.''

नेटनं अंधारात लॅको जिथे बसला होता तिकडे पाहिलं. लॅको प्रार्थना करत असलेला दिसेल असं त्याला वाटलं, पण त्याला काहीच दिसलं नाही.

ती बोलत होती, ''त्या छोट्या इंडियन आदिवासी मुलाचं या पृथ्वीवर स्वतःच्या मालकीचं काहीही नाही, पण तो स्वर्गात संपत्ती साठवतोय. त्याला पण माहीत आहे की तो जेव्हा मृत्यू पावेल तेव्हा तो स्वर्गात देवाबरोबर अनंतकाळपर्यंत त्या संपत्तीचा उपभोग घेत राहील – लॅको खरोखर खऱ्या अर्थाने श्रीमंत आहे.''

''ट्रॉयबद्दल तुझं काय मत आहे?''

''ट्रॉय जेव्हा निवर्तले तेव्हा मला नाही वाटत की ते वृत्तीने धार्मिक होते, आणि तसं असलं तर मला वाटतं की ते नक्की नरकामध्ये खितपत पडलेले असणार.''

''तू सुशिक्षित आहेस आणि तुझा त्यावर विश्वास नसावा.''

''खरोखरच प्रत्यक्षात नरक ही तशी जागा आहे. नेट, तू बायबल वाच. आत या क्षणाला ट्रॉय त्याचे सर्वच्या सर्व अकरा बिलियन डॉलर्स एका ग्लासभर थंड पाण्यासाठी उधळून द्यायला तयार होईल इतकी त्याच्या अंगाची लाही लाही होत असेल.''

एका मिशनरी व्यक्तीशी आध्यात्मासंबंधीच्या चर्चेत भाग घेण्यासाठी नेटचा अभ्यास अपुरा होता. त्याची त्याला कल्पना होती. थोडावेळ तो काही बोलला नाही. तिनं तो धागा पकडला – काही मिनिटं गेली. वस्तीतलं शेवटचं तान्हं बाळ झोपी गेलं असेल – रात्र काळीकुट्ट आणि शांत – आकाशात चंद्र नव्हता की तारे नव्हते, त्यांच्या पायांसमोरच असलेल्या पणतीच्या ज्योतीचाच काय तो उजेड होता. तिने अगदी अलगदपणे त्याला स्पर्श केला. त्याच्या दंडावर तीन वेळा चापट्या मारल्या आणि म्हणाली, ''तू अगदी एकटा आहेस याची मला कल्पना नव्हती. माझ्या बोलण्यामुळे तुला जर काही दुःख झालं असेल तर मला माफ कर.''

''ठीक आहे.''

तिनं तिची बोटं त्याच्या दंडावर तशीच ठेवली, त्या बोटांना पुरुषाच्या कुठल्यातरी भागाला स्पर्श करायची आतून अगदी तीव्र इच्छा लागून राहिली होती.

''तू खरोखरच चांगला माणूस आहेस.''

''नाही, मी प्रत्यक्षात खरोखरच चांगला माणूस नाहीये. मी खूप वाईट गोष्टी करतो केल्या आहेत. मी दुबळा आहे. मी सहजासहजी मोडणारा आहे आणि मला याबद्दल काही बोलायचं नाही. मी इथे देवाला शोधायला आलेलो

नाही. तुला शोधणंच अत्यंत अवघड गोष्ट होती. कायद्यानुसार मी तुला हे कागद द्यायला पाहिजेत.''

''मी त्या कागदांवर सही करणार नाही आणि मला ते पैसेही नकोत.''

''हे असं काही म्हणू नकोस.''

''तू माझी विनवणी वगैरे करू नकोस. माझा निर्णय अखेरचा आहे. आपण पैशाबद्दल बोलायचं नाही.''

''माझे इथं येण्यामागचं कारण केवळ पैसे हेच आहे.''

तिने तिची बोटं बाजूला घेतली, पण ती स्वत: नेटच्या बाजूला कललेल्या स्थितीतच होती. त्यांचे गुडघे एकमेकांच्या गुडघ्यांना टेकलेले होते.

''तू इथे आलास, तुझे कष्ट वाया गेले याबद्दल मला वाईट वाटतं.'' परत संवादामध्ये खंड पडला. नेटला तिच्यापासून दूर व्हायचं होतं पण स्वत: उठून थोडं दूर जाऊन उभं राहणंसुद्धा त्याला धोकादायक वाटत होतं.

लॅको काहीतरी म्हणाला आणि त्यामुळे नेट जरा चमकला. तो दहा फुटांपेक्षा कमी अंतरावर होता तरी पण दिसू शकत नव्हता.

''त्याला त्याच्या घरी जायचंय.'' ती उठता उठता म्हणाली. ''त्यांच्या मागोमाग जा.''

नेट हलकेच उठून उभा राहिला. त्याचे सर्व सांधे आणि स्नायू दुखत होते, ''मला उद्या निघायचंय.''

''ठीक आहे. मी मुखियाला सांगेन.''

''तो काही अडचण निर्माण करणार नाही ना?''

''बहुतेक नाही.''

''बरोबर आणलेली कागदपत्रं आणि मृत्युपत्र तुला दाखवायला मला तुझी फक्त तीस मिनिटं हवीयेत.''

''त्याच्यावर आपण बोलू. रात्री तुला झोप चांगली लागू दे.''

वस्तीकडे परत जाताना तो लॅकोच्या पाठीला जवळजवळ खेटूनच चालत होता

''या इकडे'' जेव्हीने अंधारातूनच खुणावलं. पुरुषांसाठीच्या मोठ्या इमारत वजा झोपडीच्या व्हरांड्यासारख्या भागात त्याने दोन झोपण्यासाठीचे झुले अडकवून घेतलेले होते. कसं काय जमवलं तू हे, असं नेटनं जेव्हा विचारलं तेव्हा त्याने उद्या सांगेन असं उत्तर दिलं. लॅको अंधारात दिसेनासा झालेला होता.

. ३० .

वेक्लिफ न्यायाधीशसाहेब कोर्टामधलं त्यांचं कामकाज चालवत होते. त्यांच्यापुढे बोर्डावर बऱ्याच केसेस होत्या. काम संपवायला त्यांना बराच उशीर होणार होता. बाहेर त्यांच्या केबिनमध्ये जॉश व्हिडीओसह थांबला होता. येरझारा घालत होता, पण डोक्यात विचार दक्षिण गोलार्धातले होते. हातात मोबाईल फोन होता. अद्याप नेटकडून काहीच बातमी नव्हती.

वाल्दिरनं सांगितलेला निरोप तो पुन:पुन्हा डोक्यात आणत होता– पेंटॅनल हा खूप मोठा भाग आहे, त्याच्या बरोबरचा गाईड चांगला माहीतगार, अनुभवी आणि हुषार आहे. बोट चांगली मोठी आहे, आदिवासी इंडियन टोळ्यांतली माणसं सारखी जागा बदलत असतात आणि त्यांचा शोध कोणाला न लागावा असं त्यांना वाटत असतं, सगळं काही व्यवस्थित आहे. काळजीचं काहीही कारण नाही. नेटकडून काही कळलं की ताबडतोब जॉशला फोन करून कळवायचं आश्वासन त्यानं दिलंय.

त्यांना आता शोधून परत आणण्यासाठी कोणाला पाठवायचं का? असा सुद्धा विचार त्यानं केला, पण कोरूंबापर्यंत जाणं सुद्धा एक आव्हानच आहे. त्यापुढे पेंटॅनलमध्ये घुसून त्यांना शोधून काढणं हा भाग तर त्याला अशक्य कोटीतला वाटला. तरी पण त्याला वाटत होतं की त्यानं वाल्दिरकडे जावं अन् तिथेच बसून राहावं म्हणजे नेटकडून जेव्हा केव्हा काही कळेल ते लगेचच आपल्याला कळेल.

जॉश गेले सहा दिवस दररोज बारा बारा तास काम करत होता आणि फेलन प्रकरण आता स्फोट होण्याच्या स्थितीत होतं. जॉशला दुपारचं काही खायला सुद्धा वेळ मिळत नव्हता, तर ब्राझीलला जाणं तर दूरच.

जॉशनं आपल्या मोबाईलवर वाल्दिरशी संपर्क साधायचा प्रयत्न केला पण लाईन काही मिळत नव्हती.

वेक्लिफसाहेब त्यांच्या केबिनमध्ये आले. आपला न्यायाधीशाचा झगा काढता काढता "माफ करा हं. मला तुम्हाला तिष्ठत ठेवावं लागलं" असं म्हणाले. आपण किती कामात असतो असं दाखवून, जॉश सारख्या प्रसिद्ध वकिलावर त्यांना आपली छाप पाडायची होती.

ते दोघे व्हिडीओचा पहिला भाग पाहात होते. त्यावर त्यावेळी कुणीही काहीही टीका टिप्पणी केली नाही. ट्रॉय फेलन व्हील चेअरवर बसून त्या खोलीत येतात तेव्हापासून त्या व्हिडीओची सुरुवात होती. त्यात जॉश, ट्रॉयच्या समोर मायक्रोफोन ॲडजस्ट करतोय आणि समोर तिघे मानसोपचारतज्ज्ञ डॉक्टर्स,

प्रश्न विचारायच्या यादीचे कागद आपल्या समोर ठेवून तयार होते, असं दिसत होतं. एकवीस मिनिटं तपासणी चालली होती आणि त्यांनी एक मतानं 'ट्रॉय यांना, ते काय करत आहेत, याची पूर्ण जाणीव आहे.' असं जाहीर केलं, तेव्हा व्हिडीओचा पहिला भाग संपला. वेक्लिफसाहेबांना किंचितसं हसू आलं आणि ते, ते लपवू शकले नाहीत.

त्या खोलीतून मानसोपचारतज्ज्ञ डॉक्टर बाहेर गेले. ट्रॉयसाहेबांच्या समोर असलेला कॅमेरा चालूच ठेवलेला होता. ट्रॉयनं स्वत:च्या हातानं लिहिलेलं मृत्युपत्र बाहेर काढलं. त्यावर त्यांनी सही केली, ती सही त्यांनी त्यांची मानसिक स्वास्थ्याची तपासणी झाल्यानंतर चार मिनिटांनी केलेली होती.

''या इथे ते उडी मारतायत.'' जॉश म्हणाले.

कॅमेरा जागेवरून काही हलवला गेलेला नव्हता. त्याच्यामध्ये फक्त एका झटक्यात व्हीलचेअर मागे ढकलून ट्रॉय उभे राहातायत असं दिसलं होतं आणि लगेचच ते कॅमेऱ्याच्या आवाक्यामधून नाहीसे झालेले होते. क्षणभर जॉश, टिप डर्बन आणि स्नीड आश्चर्यचकित होऊन पाहताना आणि म्हातारबुवांमागे धावलेले दिसले होते. व्हिडीओतला तो भाग अगदी नाट्यपूर्ण होता. साडेपाच मिनिटं कॅमेरा, तिथल्या मोकळ्या खुर्च्यांवर रोखलेला दिसत होता. काही आवाजांचीच नोंद त्यावर झालेली दिसत होती. नंतर ज्या खुर्चीत ट्रॉय बसलेले होते त्यात स्नीड जाऊन बसलेला दिसला, तो थरथर कापताना दिसत होता आणि अगदी रडायच्या बेताला आलेला होता, तरीपण कॅमेराकडे पाहून त्यानं काय पाहिलं ते सांगितलं. नंतर जॉश, टिप आणि डर्बननी सुद्धा तसंच केलं.

एकोणचाळीस मिनिटांचा तो व्हिडीओ पाहिल्यानंतर ''फेलनसाहेबांनी कशावर सही केलेली होती ते आपल्याला कसं कळणार?'' वेक्लिफसाहेबांनी हा एक प्रश्न केला होता, आणि त्याला कोणी उत्तर दिलेलं नव्हतं. वारसदारांपैकी रेक्स आणि लिब्बिगैल यांनी मृत्युपत्रांच्या सतत्येबद्दल शंका घेणारा अर्ज यापूर्वीच कोर्टाला सादर केलेला होता. त्यांचे वकील अनुक्रमे हार्क गेटी आणि वॅलीब्राईट यांनी त्या संबंधात वर्तमानपत्रांतून मुलाखती देऊन भरपूर प्रसिद्धी मिळवली होती. त्यामुळे आम जनतेचं त्याकडे लक्ष वेधवलं होतं.

इतरही वकील त्याचप्रमाणे करणार. जॉशची बहुतेक सर्व वकिलांबरोबर बातचीत झालेली होती, सर्वांची कोर्टामध्ये अर्ज दाखल करण्याची धडपड चालू असणारच.

''या देशातल्या प्रत्येक कर्जबाजारी माणसाला ट्रॉयच्या इस्टेटीतला हिस्सा हवाय.'' जॉश म्हणत होता, ''याबद्दल अनेकांची भिन्नविभिन्न मतं असू शकतील.''

''त्याच्या आत्महत्या करण्यामुळे तुमची काही अडचण झालीय का?'' वेक्लिफ- साहेबांनी विचारलं.

“हो नक्कीच, पण त्यांनी या सर्वाची फार काळजीपूर्वक आखणी केलेली होती, त्यांचा मृत्युसुद्धा केव्हा आणि कसा हे त्यांनी ठरवलं होतं.” जॉश म्हणाला.

“ते दुसरं जाड वहीसारखं की ज्यावर त्यानं पहिल्यांदा सही केलेली होती त्या मृत्युपत्राबद्दल काय?” वेक्लिफ विचारत होते.

“त्यावर त्यांनी सही केलेली नाहीये.”

“नाही कसं, त्या व्हिडीओमध्ये सही करताना दिसतंय.”

“सही नाहीये ती, सहीच्या जागी त्यांनी – मिकी माऊस – लिहिलंय.” जॉश म्हणाला.

वेक्लिफ त्यांच्या ऑफिसच्या वहीमध्ये या सर्वांची नोंद घेत होते. लिहिता लिहिता ते थांबले आणि म्हणाले, “मिकी माऊस?”

“जज्जसाहेब, १९८२ पासून १९९६ पर्यंत ट्रॉय फेलन यांच्याकरिता मी अकरा मृत्युपत्रं बनवली. काही बऱ्याच पानांची, जाड होती. काही अगदीच कमी पानांची होती आणि त्यात अनेक प्रकारांनी त्यांच्या इस्टेटीची वाटणी केलेली होती. कायद्यानुसार प्रत्येकवेळी नवीन मृत्युपत्र तयार करताना त्याच्या आधीचं मृत्युपत्र नाहीसं करावं लागतं. मी नवीन मृत्युपत्र तयार करून त्यांच्या ऑफिसमध्ये आणायचो, प्रत्येक पान न् पान ते वाचायचे, त्यातल्या काही बाबींवर ते शंका विचारायचे. शंका निरसन झाल्यावर ते शेवटी सही करायचे. नवीन मृत्युपत्र मी माझ्या ऑफिसमध्ये ठेवायचो. नवीन मृत्युपत्रावर सही करण्यासाठी जेव्हा ट्रॉय यांच्या ऑफिसमध्ये ते मी घेऊन जायचो, त्याचवेळी त्या आधी केलेली मृत्युपत्र पण बरोबर आणायचो. नवीन मृत्युपत्रावर सही झाल्या झाल्या ट्रॉय माझ्याकडून त्या आधीचं मृत्युपत्र मागून घ्यायचे आणि त्यांच्या टेबलाशेजारीच त्याचे छोटे छोटे कपटे करून टाकायचे आणि नाहीसं करून टाकायचे. तो एक समारंभच असायचा आणि त्यावेळी ते अगदी आनंदी असायचे. काही दिवस ते आनंदात दिसायचे, पण थोड्याच दिवसांत त्यांचा एखादा मुलगा त्यांना पिसाळून टाकायचा आणि नंतर मग परत नवीन मृत्युपत्र तयार करायच्या बद्दल ते बोलायला लागायचे.”

“त्यांच्या वारसदारांनी असं जर सिद्ध केलं की त्यांनी स्वहस्ताक्षरात लिहिलेल्या मृत्युपत्रावर सह्या करतेवेळी त्यांची मानसिक स्थिती वैद्यकीयदृष्ट्या सुदृढ नव्हती ते एक मानसिक रुग्ण होते, तर मग त्यांचं वैध असं कोणतंच मृत्युपत्र राहणार नाही, कारण त्यापूर्वीची सर्व मृत्युपत्रं नाहीशी करून टाकलेली आहेत. मग त्या बाबतीत ते मृत्युपत्राशिवाय वारले असंच चित्रं दिसेल.” वेक्लिफ म्हणाले.

“हो, आणि मग त्या बाबतीत व्हर्जिनिया राज्यातल्या कायद्यानुसार त्यांची

मिळकत त्यांच्या सर्व वारसदारांमध्ये म्हणजे मुलांच्यात सारखी वाटली जायला हवी.''

"सात मुलं आणि अकरा बिलियन डॉलर्स.''

"सात मुलं आपल्याला माहिती आहेत ती, आणि अकरा बिलियन हा बराचसा ढोबळ आकडा आहे. तुम्ही मृत्युपत्राबाबत काय करणार आहात?''

मृत्युपत्राबाबतचा हा खटला खूप काळ चालला पाहिजे असं वेक्लिफसाहेबांना वाटत होतं आणि जॉशसह इतर सर्व वकील मंडळी या लढाईमुळे खूप श्रीमंत होणार आहेत याची वेक्लिफना कल्पना होती.

लढाई म्हटली म्हणजे त्याला दोन बाजू असायलाच हव्यात. आतापर्यंत फक्त एकच बाजू पुढे आलेली दिसत होती. कोणीतरी ट्रॉय फेलन यांचं हस्तलिखित मृत्युपत्र हेच खरं मृत्युपत्र आहे याचं समर्थन करण्यासाठी उभं राहिलं पाहिजेना?

"रॅचेल लेनकडून काही निरोप?'' वेक्लिफ साहेबांनी विचारलं.

"नाही. पण त्यांना आम्ही शोधतोय.''

"ती आहे कुठे?''

"ती मिशनरी धर्मप्रसारक आहे आणि दक्षिण अमेरिकेमध्ये कुठेतरी आहे. आम्हाला ती सापडलेली नाहीये, तिला शोधून काढायला आम्ही काही माणसं तिकडे पाठवली आहेत.'' जॉशला आपण 'काही माणसं' हा शब्द निष्काळजीपणे वापरल्याचं ध्यानात आलं.

वेक्लिफसाहेब छताकडे पाहात होते. ते कुठल्या तरी विचारात गढले होते. "मिशनरी असलेल्या आपल्या अनौरस मुलीला फेलन यांनी अकरा बिलियन डॉलर्स का द्यावेत?''

"जज्जसाहेब, मला याचं उत्तर काही देता येणार नाही. त्यांच्या वागणुकीचं मला इतक्या वेळा आश्चर्य वाटलंय की शेवटी शेवटी मला त्यांच्या अशा वागण्याचा कंटाळा यायला लागला.''

"दिसायला तसं वेडेपणाचं वाटतंय. होय की नाही?''

"विचित्र वाटतं खरं.''

"तुम्हाला तिच्याबद्दल माहिती होती?''

"नाही.''

"आणखी काही माहीत नसलेले वारस असू शकतील का?''

"काहीही शक्य आहे.''

"मनाचा समतोलपणा नसलेला फेलन हा माणूस होता असं तुम्हाला वाटतं का?''

"नाही. तो माणूस विलक्षण विचित्र, तऱ्हेवाईक, चमत्कारिक, लहरी, क्षुद्र,

कद्रू वृत्तीचा होता, पण ते जे काही करायचा त्याची त्याला पूर्ण कल्पना असायची.''

''जॉश, त्या मुलीला शोधून काढा.''

''आमचे प्रयत्न चालू आहेत.''

रॅचेल आणि मुखिया या दोघांनीच चर्चा केली. नेट पडवीतल्या झुल्यानजीक बसलेला होता. त्या दोघांचे चेहरे त्याला दिसत होते. ते काय बोलतायत ते कानांवर येत होतं. आभाळातल्या ढगांनी मुखियाला बेचैन केलं होतं. तो काही बोलायचा, मग रॅचेल काय बोलते ते ऐकायचा, मग आकाशाकडे पाहायचा. जणू आकाशातून काही आपत्ती येऊन कोसळणार होती. रॅचेल जे काही सांगेल ते मुखिया ऐकायचा. तसेच बऱ्याच बाबतीत सल्ला पण मागायचा.

आदिवासींची सकाळची जेवणं आवरली होती. दुसऱ्या दिवसाच्या जेवणाच्या व्यवस्थेकरिता जुळवाजुळवीला सुरुवात झाली होती. पुरुषांसाठी असलेल्या मोठ्या झोपडीच्या जवळपास छोट्या छोट्या समूहामध्ये शिकारी जमा झाले आणि आपल्या बाणांच्या पात्यांना धार लावणं, धनुष्यांच्या दोऱ्यांचा ताण नीट करणं वगैरे कामांच्या मागे लागले होते. मासे मारणाऱ्यांनी त्यांची जाळी पसरून त्यांच्या दुरुस्त्या चालल्या होत्या. तरुण मुलींनी आपल्या झोपड्यांच्या आजूबाजूचा परिसर स्वच्छ करून सारवणं चालू केलेलं होतं. त्यांच्या आया शेतातनं फळभाज्या, फळं गोळा करण्यासाठी जवळच्या जंगलाच्या भागाकडे निघाल्या होत्या.

त्या दोघांचं चर्चासत्र संपत आलेलं होतं. ''मोठं वादळ होणार आहे असा त्यांचा अंदाज आहे. तुमच्या जाण्याला त्यांची काही हरकत नाहीये. आणि तुम्ही एखाद्या वाटाड्याची मागणी जर त्यांच्याकडे केली तर तो त्याला तयार होणार नाही, कारण हे येणारं वादळ फार धोक्याचं ठरू शकेल आणि अशा धोक्यात एखाद्या वाटाड्याला तो घालणार नाही.''

''आम्ही वाटाड्याशिवाय जाऊ शकू का?'' नेटनं विचारलं.

''होय.'' जेव्ही म्हणाला आणि नेटनं त्याच्याकडे अशा नजरेनं पाहिलं की नेट त्याबाबत अनेक बाजूंनी विचार करतोय, असं जेव्हीला कळावं.

''ते शहाणपणाचं होणार नाही.'' रॅचेल म्हणत होती, ''नद्या एकमेकांत मिळालेल्या आहेत. हरवण्याची शक्यता आहे. या इथल्या इपिका आदिवासींपैकी काही मासेमारी कोळी पावसाळ्यातल्या या अशा नद्यांमध्ये हरवलेले आहेत.''

''हे वादळ कधी संपणार आहे?'' नेटनं विचारलं.

''आपल्याला थांबायला पाहिजे आणि मग आपण पाहू.''

नेटनं खूप खोलवर श्वास घेतला, त्यावेळी त्याचे खांदे खाली गेले. तो

दु:खी झाला होता, दमला होता. सर्वांगावर डास चावल्याच्या खुणा होत्या. खाण्याची अबाळ होत होती. या साहसी मोहिमेचा त्याला आता उबग यायला लागला होता. जॉशशी त्याचा संपर्क नव्हता म्हणून तो काळजीत पडला असेल याची त्याला काळजी वाटत होती. ज्या विशेष कामासाठी म्हणून त्याला पाठवलं होतं त्याच्यापैकी काहीच साध्य होत नव्हतं. घराची ओढ लागण्यासारखं घरही त्याला नव्हतं, पण त्याला कोरूंबाला परत जायचं होतं. तिथल्या छोट्या हॉटेलातली कॉफी त्याला प्यायची होती. तुरळक गर्दीच्या निवांत रस्त्यांवरनं फिरायचं होतं. त्याला एकटं असण्याच्या स्वातंत्र्याची आणखी एक संधी हवी होती. माफक दारू पिऊन, स्वत:चा आब राखून राहता येतं हे त्याला दाखवायचं होतं.

"मला वाईट वाटतं." ती म्हणाली.

"मला खरोखरच परतायला हवं. माझ्या ऑफिसमधली लोकं माझ्याकडून काही निरोप येतोय का, याची वाट पाहतायत. हे सर्व होण्यासाठी मी जरुरीपेक्षा जास्त वेळ दिलाय."

ती ऐकत होती, पण त्याची ती काही पर्वा करत नव्हती. त्याच्या कायदा कचेरीतली काही लोकं काळजीत पडली असतील पण त्याच्याशी तिचं काहीही देणं घेणं नव्हतं.

"आपण काही बोलू शकू का?"

"काल गेलेल्या मुलीचा क्रियाकर्म विधी, त्या शेजारच्या वस्तीमध्ये आज आहे, त्यासाठी मला तिथे जायला हवं. तू पण माझ्याबरोबर चल. आपल्याला बोलायला बराच वेळ मिळेल."

लॅको पुढे चालत होता. त्याच्या उजव्या पायात लहानपणापासूनच व्यंग होतं. त्याचं पाऊल पिळल्यासारखं पडत होतं, त्यामुळे प्रत्येक पावलागणीक तो डाव्या बाजूला झुकायचा आणि मग उजव्या बाजूला. तो एक झटका द्यायचा. ते पाहणं सुद्धा त्रासदायक होतं. रॅचेल त्याच्या मागे होती. रॅचेलच्या मागे नेट तिची पिशवी घेऊन चालला होता. जेव्ही काही ऐकतोय असं त्या दोघांना वाटू नये म्हणून तो मुद्दामच मध्ये बरंच अंतर ठेवून चालत होता. लंबवर्तुळाकार परिघालगतच्या झोपड्या मागे पडल्यानंतर काही शेतीच्या जमिनी लागल्या. त्यांच्या नंतर पडीक जमिनींचे तुकडे, त्यामध्ये लावलेली झाडं-झुडपं उगवली होती, तो भाग मागे पडला.

"हे इपिका आदिवासी जंगलामधनं काही जमिनींचे तुकडे शेतीयोग्य करून, त्यावर त्यांना लागणारे धान्य आणि भाजीपाला पिकवतात." ती बोलत होती. नेट तिच्यामागे जवळच राहून चालत होता. ती तिच्या लाठीसारख्या सडपातळ

पायांनी लांब लांब ढांगा टाकून चालत होती. जंगलातून दोन मैल चालणं हा तिच्या हातचा मळ होता. "या जमिनीतून ते खूप उत्पन्न घेतात आणि काही वर्षांनंतर त्यांचा कस जातो, उत्पन्न मिळेनासं होतं. मग त्या जमिनी ते सोडून देतात. जंगलातला नवीन भाग घेतात. त्यावर मेहनत करून लागवडी योग्य करून घेतात. मध्ये बराच काळ गेल्यानंतर पूर्वीच्या जमिनीचा कस परत येतो. हे चक्र अव्याहत चालू राहतं. जमिनी म्हणजे या इपिकांचं सर्वस्व आहे, तेच त्यांचं जीवन आहे. आणि याच जमिनी सुसंस्कृत म्हणवणारे त्यांच्याकडून हिरावून घेतायत."

"मी हे पूर्वी ऐकलेलं आहे."

"हो तसंच चाललंय. आपण त्यांचं शिरकाण करून, त्यांच्यात रोगराई पसरवून त्यांची लोकसंख्या कमी करतोय. आपण त्यांच्या जमिनी बळकावतोय. नंतर मात्र त्यांच्यासाठी राखीव जागा ठेवणं, ही नाटकं आपण का करतोय, हेच मला कळत नाहीये."

वाटेत शेतातून काम करणाऱ्या दोन लहान नग्न स्त्रियांकडे तिनं हात हलवून त्यांना अभिवादन केलं.

"बायकांना इथे मेहनती कामं करावी लागतात." नेट म्हणाला.

"हो, पण मुलांना जन्म देण्यापेक्षा हे नक्कीच कमी त्रासाचं आहे."

"शेतातून काम करणाऱ्या बायका पाहायला मला तरी आवडतायत."

हवा दमट होती, पण झोपड्यांच्या परिसरातल्या त्या धुराच्या वासाने भरलेल्या हवेपेक्षा बरी होती. ते जंगलात शिरले तेव्हा तर नेट घामाने ओला व्हायला लागला होता.

"आता तू तुझ्याबद्दल काहीतरी सांग नेट." ती तिच्या खांद्यावरून मागे वळून पाहात म्हणाली, "तुझा जन्म कुठे झाला?"

"ते सांगायला बराच वेळ लागेल."

"तू थोडक्यात सांग."

"याही पेक्षा कमी महत्त्वाच्या मुद्यांवर आपण बोलू शकतो."

"हे काय, सारखा भडकतोयस – तुला बोलायचं होतं म्हणून आपण बोलतोय. हे अंतर जायला अर्धा तास लागतो."

"बॉल्टिमोरमध्ये माझा जन्म झाला. आम्ही दोघं भाऊ, मी त्यातला मोठा. मी पंधरा वर्षांचा असताना माझे आईवडील वेगळे झाले. माझं माध्यमिक शिक्षण सेंट पॉलमध्ये झालं. हॉपिकन्समधून मी पदवी घेतली. पुढे कायद्याचं शिक्षण जॉर्ज टाऊनमध्ये घेतलं. त्यानंतर मी वॉशिंग्टनमध्येच आहे."

"तुझं लहानपण आनंदात गेलं?"

"हो, मला तसं वाटतं. मी खूप खेळलो. माझ्या वडिलांनी नॅशनल ब्रुवरीमध्ये तीस वर्षं नोकरी केली आणि त्यांना कोल्टस् आणि ओरिओल्सची तिकिटं मिळायची. त्यामुळे लहानपणी खूप चांगला बेसबॉलही पाहिला. बॉल्टिमोर हे एक छान शहर आहे. अन् तुझ्या लहानपणांच्या आठवणींबद्दल आपण बोलायचं का जरा?"

"तुला आवडणार असेल तर माझी हरकत नाही, पण माझं लहानपण तसं काही आनंदात गेलेलं नाहीये."

कमाल आहे! ह्या बिचाऱ्या मुलीच्या आयुष्यात आनंदाचा क्षण कधी आलेलाच नव्हता का? नेटच्या डोक्यात हा विचार आला होता.

"मोठा झाल्यावर वकीलच व्हायचं हे तू लहानपणी ठरवलं होतंस का?"

"नाही, नक्कीच नाही. सरळवृत्तीचा कुठलाही मुलगा मोठेपणी आपण वकील होणार असं कधीच ठरवत नसतो. मला तर कोल्टस किंवा ओरिओल्सकडनं किंवा दोघांच्या टीम्स मधून खेळायचं होतं."

"तू चर्चमध्ये जातोस का?"

"हो, प्रत्येक ख्रिसमस आणि ईस्टरच्या वेळी."

पायवाट आता तिथे नव्हतीच, ते आता गवतातून चालले होते. चालता चालता नेट रॅचेलच्या बुटांकडे लक्ष देऊन होता आणि जेव्हा त्याला बूट दिसेनासे झाले तेव्हा तो म्हणाला, "ज्या सापाच्या दंशामुळे ही आयेश मुलगी गेली तो साप कुठल्या प्रकारचा होता."

"त्याला बिमा म्हणतात, पण तू काळजी करू नकोस."

"का? का काळजी करू नको?"

"कारण तुझ्या पायात बूट आहेत. हे साप फार लहान असतात, फुरश्यासारखे, ते घोट्याखालच्या भागात चावतात."

"पण त्यातल्या मोठ्या प्रकारचाच साप मला चावेल, त्याचं काय?"

"नेट, तू शांत हो."

"पण या लॅकोचं काय? त्यानं तर कधीच बूट वापरले नाहीयेत."

"हो, पण त्याची नजर फार चांगली आहे, त्याला साप दिसतो."

"पण हा बिमा प्रकारचा साप फारच विषारी असतो आणि तो चावला की मृत्यू अटळ."

"तू म्हणतोस ते खरं आहे पण या विषाचा परिणाम दूर करणारं अँटिव्हेनिन नावाचं औषध बाजारात उपलब्ध असतं. माझ्याकडे ते पूर्वी असायचं, पण काल माझ्याकडे ते नव्हतं आणि ते जर असतं ना, तर काल ती मुलगी दगावली नसती."

"आणि तुझ्याकडे जर खूप पैसे असते, की त्यामुळे त्या औषधाचा खूप मोठा साठा इतर औषधांसह तू तुझ्या कपाटात ठेवू शकली असतीस. कोरूंबाला जाण्यासाठी व परत येण्यासाठी तू चांगल्या प्रकारची बोट विकत घेऊ शकली असतीस. तू तुझा एक चांगला दवाखाना बांधू शकली असतीस. तुला एखादं चर्च, एखादी शाळा बांधता आली असती आणि ख्रिस्ताचे विचार संपूर्ण पेंटॅनल भागात तू पसरवू शकली असतीस."

ती थांबली आणि एकदम फिरली. ते आता आमनेसामने झाले होते, "तू ज्या पैशांबद्दल बोलतोयस ना, ते पैसे मिळविण्याकरता मी काहीही केलेलं नाहीये. ज्यानं ते पैसे मिळवलेत तो मला माहीतही नाही. पुन्हा त्याचा उल्लेखही तू माझ्याजवळ करू नकोस." तिचं बोलणं पक्क होतं. तिच्या चेहऱ्यावर विफलतेचा, नाउमेदीचा भावनेचा अंशही नव्हता.

"देऊन टाक ना. दान-धर्म करून टाक."

"ते देऊन टाकायला ते पैसे माझे नाहीयेत."

"ते उधळले जाणारेयत – लाखांनी वकिलांच्या घशात जाणार आहेत आणि जे काही राहतील ते तुझ्या भावंडांच्यात ते वाटतील आणि ज्यांना ते मिळायला नको आहेत त्यांना जर ते मिळले ना तर मी जे म्हणतो ते खरं होतं की नाही तू बघ, ही मंडळी काय अनर्थ करून ठेवतील याची तुला कल्पना नाहीये. पैशांमुळे ज्या ज्या वाईट गोष्टी करता येणं शक्य असतं, त्या त्या सर्व ही मंडळी घडवून आणतील. आणि त्यामुळे होणारी दुर्दशा, हालअपेष्टा, डोकेदुखी यामुळे लोकांचं, समाजाचं, भयानक प्रकारचं नुकसान होणार आहे. वाटेल तसा खर्च करूनसुद्धा काही रक्कम उरणार आहे, ती त्यांच्या मुलाबाळांकडे जाईल आणि ही फेलन संपत्ती, पुढची संपूर्ण पिढीच्या पिढी, बिघडवून टाकणार आहे."

त्याचा तळवा तिनं स्वतःच्या हातात घेतला, थोडासा दाबला आणि म्हणाली, "तू काळजी करू नकोस. मी त्यांच्याकरिता प्रार्थना करेन."

ती वळली आणि परत चालणं सुरू केलं. लॅको खूप पुढे गेलेला होता. जेव्ही मागे दृष्टीपथात होता. न बोलता ते शेतातल्या एका ओढ्याजवळून चालत होते. नंतर ते एका उंच उंच वृक्ष असलेल्या भागात आले. झाडांचे शेंडे वर एकमेकांत गुंतून वर छत तयार झालेलं होतं. हवेत एकदम थंडावा आला.

"आपण इथे थोडं थांबू या." ओढा वळण घेऊन रानातल्या, या भागातून जात होता. या ओढ्याला पार करून त्यांची वाट जात होती. ओढ्यातलं पाणी इतकं निर्मळ होतं की तळाचा निळसर पिवळसर रंगाचा खडक दिसत होता. ती पाण्याशी गुडघे टेकून ओणवी झाली. झऱ्याचं पाणी तोंडावर मारलं.

“हे पाणी प्यायला हरकत नाही.” ती म्हणाली, “हा झरा डोंगरातून येतो.”

नेट तिच्याजवळ बसला. पाण्यात हात घालून हे त्याने कितपत गार आहे पाहिलं. पाणी गार आणि स्वच्छ होतं.

“ही माझी आवडती जागा आहे.” ती म्हणत होती, “मी बहुतेक दरारोज इथे आंघोळीसाठी येते. इथेच प्रार्थना करते, ध्यान करते.”

“ही जागा पेंटॅनलमधली आहे यावर विश्वास बसत नाहीये. हे पाणी खूपच गार आहे.”

“आपण पेंटॅनलच्या एका कडेला आहोत. बोलिव्हियातले डोंगर फार दूर नाहीयेत. इथेच जवळपास पेंटॅनलचा प्रदेश सुरू होतो आणि तो पूर्वेकडे खूप पुढेपर्यंत पसरलाय.”

“हो, मला माहिती आहे. तुला शोधण्यासाठी विमानाने आम्ही या प्रदेशावरून फिरलोय.”

“ओहो! तुम्ही तेही केलंय तर!”

“हो फारच छोटी भरारी होती ती, पण आम्हाला पेंटॅनलचं छान दर्शन घडलं.”

“पण तुम्ही मला शोधू शकला नाहीत.”

“नाही. थोड्या वेळातच आम्हाला एका वादळानं गाठलं. आम्हाला निकडीनं उतरावं लागलं. सुदैव आमचं, आम्ही जीवानिशी बचावलो. म्हणून पुन्हा छोट्या विमानात बसायचं नाव म्हणून काढणार नाही.”

“इथे कुठे जवळपास विमान उतरायला जागा नाहीये.”

त्यांनी त्यांचे बूट, मोजे काढले आणि पाय झऱ्याच्या पाण्यात बुडवले. ते दोघंच होते. लॅको किंवा जेव्ही दोघेही दृष्टीपथात नव्हते.

“जेव्हा मी लहान मुलगी होते तेव्हा मी माझ्या वडिलांबरोबर म्हणजे ज्यांनी मला दत्तक घेतलं होतं ते. त्यांच्याबरोबर मोंटाना राज्यातल्या एका छोट्या गावात राहात होते. वडील चर्चमधल्या धर्मगुरूचे काम करायचे, त्या गावाच्या बाहेर असाच एक छोटासा झरा होता. तिथे मी तासन्तास जाऊन, पाण्यात पाय बुडवून बसायची.

“तू लपून बसायचीस?”

“हो कधी कधी.”

“आत्ता सुद्धा तू अशीच लपून बसलीयस का?”

“नाही.”

“पण मला तर तसंच वाटतंय.”

“नाही, चुकतोयस तू नेट – मी माझ्या योग्य जागी आहे. माझ्या सर्व इच्छा, आकांक्षा – फार पूर्वीच मी प्रभूला अर्पण केलेल्या आहेत. तो जिथे जा म्हणून सांगतो तिथे मी जाते. तुला वाटतं मी एकाकी आहे, पण तसं नाहीये.

प्रत्येक पावलागणीक तो माझ्याबरोबर चालतोय. चालता चालता मी त्याच्याशी बोलते. माझ्या मनातले विचार त्याला माहीत असतात. माझ्या गरजा काय आहेत ते तो जाणून असतो. तो माझी भीती घालवतो. मला धैर्य देतो. माझ्या चिंता दूर करतो. जगाच्या या भागात मी सर्वार्थाने आणि पूर्णार्थाने स्वस्थ जीवन जगते आहे.''

''असं मी पूर्वी कधी ऐकलेलं नाहीये.''

''काल रात्री तू म्हणाला होतास की, तू दुबळा आहेस. सहजासहजी मोडणारा आहेस, त्याचा अर्थ काय होता?''

''खरं जे काय असतं ना, ते कुणाजवळ तरी कबूल करावं अशी आपल्या आतल्या मनाची इच्छा असते, अंतरात्म्याची म्हणू हवं तर. व्यसनमुक्ती केंद्रात मी होतो, तेव्हा सर्गीयोनं हे मला सांगितलेलं होतं आणि तसं केलं की बरं वाटतं आणि ते मला पटलं होतं!'' त्याचा अनुभव नेटनं घेतलेला होता आणि त्याच्याबद्दलचं सर्वच जर खरं खरं तिला सांगायचं म्हटलं, तर तिला त्याचा झटकाच बसेल.

''मी एक दारुड्या आहे.'' तो म्हणाला. जवळजवळ अभिमानानंच सांगितल्या सारखं तो सांगत होता आणि ते सांगताना कुठलीही लाज वाटू द्यायची नाही असं त्याला व्यसनमुक्ती केंद्रात सांगितलं होतं. आणि या व्यसनापायी मी गेल्या दहा वर्षांत, चार वेळा मरणाच्या दारातून परत आलेलो आहे. व्यसनमुक्ती केंद्रातून बाहेर पडूनच मी इथे आलेलो आहे. मी पुन्हा दारूला शिवणार नाही, असं मी खात्रीलायक दृष्ट्या आत्तासुद्धा सांगू शकत नाही. मी तीन वेळा कोकेनची नशा अनुभवलीय आणि पुन्हा कधी कोकेन घेणार नाही असंही काही सांगू शकत नाही. चार महिन्यांपूर्वी व्यसनमुक्ती केंद्रात असतानाच मी नादारीसाठी अर्ज केलेला आहे. आयकर चुकवण्याच्या गुन्ह्याखाली माझ्यावर एक खटला चालू आहे. त्यात पन्नास टक्के शक्यता अशी आहे की मला तुरुंगात जावं लागेल. माझ्या वकिलीची सनद रद्द होईल. माझे दोनदा घटस्फोट झालेले आहेत हे तुला माहीत आहेच. दोन्ही बायका माझा तिरस्कार करतात. माझ्या मुलांनाही त्यांनी तसं फितवलं आहे. माझं आयुष्य मी स्वत: उद्ध्वस्त केलेलं आहे.'' हे सर्व उघड करून सांगताना त्याच्या चेहऱ्यावर आनंद किंवा दडपणातून बाहेर पडल्या नंतर वागणुकीत जो मोकळेपणा येतो तो दिसत नव्हता.

ती कणभर सुद्धा विचलित झाली नव्हती आणि म्हणाली, ''आणखी काही?''

''हो आहे. मी दोनदा आत्महत्येचा प्रयत्न केला, माझ्या आठवणीनुसार दोनदा. पहिल्या वेळी केला होता, तेव्हा मला व्यसनमुक्ती केंद्रात पाठवलं गेलं आणि दुसरा प्रयत्न अगदी काही दिवसांपूर्वीच कोरूंबामध्ये. मला वाटतं ती ख्रिसमसची रात्र होती.''

"कोरूंबामध्ये?"

"हो माझ्या हॉटेलच्या खोलीत. कमी किमतीची व्होडका मी मरेपर्यंत प्यायली होती."

"बिचारा नेट."

"मी वेडा आहे. सरकू आहे. मला रोग आहे आणि मला सल्ला देणाऱ्यांकडे माझी ही सर्व कृत्यं मी किती तरी वेळा कबूल केलेली आहेत."

"तू ही कृत्यं देवाकडे कधी कबूल केलेली आहेस का?"

"मला खात्री आहे की ही सारी त्याला माहीत आहेत."

"मी मानते की हे सारं त्याला माहीत आहे, पण तू त्याच्याकडे तशी विनवणी केल्याशिवाय तो तुला मदत करणार नाही. त्याला सगळ्या विश्वाची काळजी घ्यायचीय. तो सगळीकडे आहे, पण तुला त्याच्याकडे जायला पाहिजे प्रार्थनेद्वारे. आणि त्याला तू हे सारं सांग. तू त्याला मला माफ कर, माझ्यावर दया कर, मला या दुर्गुणांच्या कचाट्यातून सोडव अशी विनवणी कर."

"त्याने काय होणार आहे?"

"तुझी सारी पापं तो माफ करेल. तुझी पाटी पुन्हा स्वच्छ होईल. तुझी व्यसनं जातील. साऱ्या मर्यादा सोडून तू वागलायस, त्याबद्दल तो तुला माफ करेल आणि तू नव्यानं ख्रिस्ताच्या शिकवणींवर विश्वास ठेवायला लागशील."

"इन्कमटॅक्स, आयकरवाल्यांचं काय?"

"त्याचे परिणाम कदाचित तुला भोगावे लागतील, पण ते भोगण्याची मानसिक, शारीरिक ताकद तुला तो देईल. तो विषय कसा काय हाताळायचा याबद्दल तुला तो मार्गदर्शन करेल. प्रार्थनेद्वारे तुम्ही कुठल्याही संकटाचा सामना करू शकता. त्यावर मात करू शकता."

नेटनं अशी प्रवचनं पूर्वी ऐकलेली होती. पूर्वी अनेकदा तो जगन्नियंत्याला शरण गेलेला होता. या बाबतीत तो प्रवचनंसुद्धा देऊ शकेल इतकी माहिती आणि तपशील त्यानं जमवला होता. व्यसनांपासून सुटकेच्या प्रयत्नांत तो बऱ्याच अधिकारी व्यक्तींना, धार्मिक-आध्यात्मिक गुरुंना भेटला होता. त्यांचं मार्गदर्शन त्यानं मागितलं होतं, त्यांच्याशी चर्चा केल्या होत्या. मधला तीन वर्षांचा काळ तो सर्व प्रकारच्या व्यसनांपासून दूर होता. त्या काळात अल्कोहोलिक ॲनॉनिमस या दारूपासून मुक्तता मिळवून देणाऱ्या केंद्रात व्यसनमुक्तीसाठी आलेल्या रुग्णांना दारूपासून मुक्त कसं व्हायचं याबाबतचा एक बारा कलमी आराखडा तयार केलेला होता. त्याबाबतचं मार्गदर्शन करण्याचं काम त्यानं केलेलं होतं. अलेक्झांड्रियामधल्या एका चर्चच्या तळघरात हे केंद्र होतं. हे काम केल्यानंतरही तो कोसळला होता.

त्याला वाचवायचं काम ती का करत नाहीये? भरकटलेल्या माझ्यासारख्याला परत त्यांच्यात आणण्याचं तिचं काम नाहीये का?

"प्रार्थना कशी करायची हे मला माहीत नाहीये." तो म्हणाला.

तिनं त्याचा हात हातात घेतला आणि जोरानी दाबला.

"नेट, तू तुझे डोळे मीट आणि मी जे काय म्हणते ते म्हण. हे भगवंता, मी खूप पापं केलेली आहेत. त्याबद्दल मला माफ कर आणि माझ्या विरुद्ध जे कोणी पापीवृत्तीने वागलेले आहेत त्यांना पण तू माफ कर." नेटनं ही वाक्यं तशीच्या तशी उच्चारली आणि तिचा हात आणखीनच जरा जोरानी दाबून धरला. देवाला केलेल्या प्रार्थनेसारखीच भावना त्यात होती. तो म्हणत होता, "सर्व प्रकारच्या व्यसनांपासून, मोहांपासून दूर राहू शकण्यासाठी आणि सर्व प्रकारच्या परीक्षांना, संकटांना, सामोरं जाण्यासाठी लागणारं धैर्य, ताकद, तू मला दे." तो पुन:पुन्हा हेच म्हणत राहिला. त्याच्याकडनं देवासाठीची प्रार्थना म्हणवून घेणं सोपं होतं, पण नंतरची त्याची मागणी कशी काय पुरी करणार?

"आमेन – तथास्तु!" ती म्हणाली. त्यांनी डोळे उघडले पण त्याने तिचे हात तसेच हातात ठेवले. झऱ्याचं पाणी तळाच्या खडकांवर मृदुपणे आपटून होणारा आवाज ते ऐकत राहिले. त्याच्या अंगावरचं ओझं गळून बाजूला पडलं आहे आणि त्याला अगदी हलकं हलकं असं नव्यानंच वाटायला लागलं. त्याच्या डोक्यात लख्ख प्रकाश पडला होता. त्याची सदसद्‌विवेकबुद्धी, त्याचा आत्मा एकदम कुठल्यातरी बंधनातून मुक्त झाल्यासारखं त्याला वाटत होतं. तरीपण नेटनं एकूणच इतकं पाप केलेलं होतं, की त्या पापाच्या एकूण वजनाचा किती भाग गळून पडलाय आणि अद्याप किती त्याला चिकटून आहे हे त्याला अद्याप कळलं नव्हतं.

अद्याप त्याच्या मनात बाहेरच्या 'खऱ्या' जगाबद्दलची खूप भीती होती. पेंटॅनलमध्ये निधड्या छातीनं वावरणं सोपं आहे कारण तिथे आकर्षणंच एकूण कमी, पण तिकडे घराकडे त्याच्याकरता ताट वाढून ठेवलंय हे त्याला दिसत होतं.

"नेट, तुझ्या पापाचं परिमार्जन झालं आहे." ती म्हणाली.

"कुठल्या पापाचं? एकूण खूप पापं होती."

"सगळीच्या सगळी."

"हे म्हणणं सोपं आहे, पण मागे खूप कचरा आहे."

"आज रात्री आपण पुन्हा प्रार्थना करू या."

"इतरांपेक्षा माझ्यासाठी जास्त प्रार्थनेची गरज आहे आणि वेळही जास्त लागेल."

"माझ्यावर विश्वास ठेव – देवावर भरवसा ठेव, त्यानं फार फार वाईट गोष्टी पाहिल्यात."

"मी तुझ्यावर विश्वास ठेवू शकतो. पण तो देव, त्यानंच माझ्यावर या साऱ्या आपत्ती आणल्यायत."

तिनं त्याचा हात आणखीनच दाबून धरला. बरेच क्षण ते दोघे त्यांच्या आजूबाजूच्या पाण्यातून येणारे बुडबुडे पाहात राहिले. शेवटी ती म्हणाली, "चला, आपल्याला आता निघायला हवं." तरीपण कोणीच उठलं नाही.

"मी त्या मुलीच्या दफनाबद्दल विचार करत होतो." नेट म्हणाला.

"विचार कसला?"

"आपल्याला तिचा देह दिसेल, नाही?"

"हो, आपण तिथे गेल्याशिवाय दफन होणार नाही."

"म म.... मी नाही येत तिथे, मी आणि जेव्ही परत खेड्यात जाऊन वस्तीवर थांबतो."

"तू माझ्याबरोबर आलास तर आपण आणखी काही तास बोलू शकू."

"नाही, मला त्या लहान मुलीचं शव पाहायचं नाहीये."

"ठीक आहे. मी समजू शकते."

त्यानं तिला उभं राहायला मदत केली. प्रत्यक्षात तिला त्याच्या मदतीची काहीच जरूर नव्हती. तिने आपले बूट पायात सरकवेपर्यंत दोघांनी हात धरलेलेच ठेवलेले होते. नेहमीप्रमाणे लॅको हवेतून प्रकट झाला आणि ते दोघे वाट चालू लागले. थोड्याच वेळात अंधाऱ्या जंगलात दिसेनासे झाले.

नेटनं जेव्हीला एका झाडाखाली झोपलेला पाहिलं. दोघं पायाखाली सापबीप काही येत नाहीये ना? असे पाहात पाहात, प्रत्येक पाऊल काळजीपूर्वक टाकत, आल्या वाटेने ते खेड्यातल्या वस्तीकडे परतले.

. ३१ .

मुखियाला हवामान शास्त्रातलं फार काही कळत होतं असं मुळीच नव्हतं. तो म्हणत होता तसं वादळही झालेलं नव्हतं. दिवसाचा कंटाळवाणा वेळ जेव्ही आणि नेटनं झुल्यावर झोपा काढून घालविला. त्या वेळात दोनदा पावसाच्या सरी आल्या. प्रत्येक सरीच्यानंतर आकाशातले ढग बाजूला होऊन सूर्य दर्शन देत होता, ओली झालेली जमीन त्याच्या उष्णतेने भाजून काढत होता. हवेत उष्म्यासह आर्द्रता वाढत होती. छताखाली हे दोघे क्वचितच हालचाल करत होते, पण घामाने डबडबले होते.

आदिवासींचं कामाचं वेळापत्रक सूर्याच्या उष्णतेवर अवलंबून होतं. काही काम करत असले तरच ते या दोघांना दिसायचे. जेव्हा बाहेर रणरणतं ऊन

असायचं तेव्हा हे सर्वच्या सर्व त्यांच्या झोपड्यांमधून किंवा झाडाच्या सावल्यात असायचे. मधूनमधून पडणाऱ्या पावसांच्या सरींतून मुलं खेळायला बाहेर यायची. जेव्हा सूर्य ढगाआड जायचा तेव्हा स्त्रिया अंगणातल्या किंवा नदीवरच्या कामांसाठी बाहेर यायच्या.

पेंटॅनलमधल्या एक आठवड्याच्या वास्तव्यानंतर अनुत्साही, गतिहीन आयुष्याला तो कंटाळला. त्याच्या संवेदना बधिर व्हायला लागल्या होत्या. येणारा प्रत्येक दिवस, अदल्या दिवसासारखाच जात होता. अनेक शतकात काहीच बदल झालेला नव्हता.

दुपारनंतर रॅचेल परत आली. ती आणि लॅको परस्पर मुखियाकडेच गेले होते. दफनविधीचा वृतांत त्याला सांगितला. आल्यानंतर ती नेट आणि जेव्हीशी बोलली, पण ती खूप दमली होती. व्यवहाराच्या इतर काही गोष्टी बोलण्यापूर्वी तिला डुलकीची गरज होती.

"आणखी एखादा तास घालवायचा, त्यात काय एवढं?" ती जाताच, नेट स्वत:शीच बोलला. ती सडपातळ होती, पण काटक-कणखर होती. ती मॅरॅथॉनसारख्या स्पर्धांमधनं सुद्धा भाग घेऊ शकली असती.

"तुम्ही कशाकडे पाहाताय?" जेव्हीनं हसत हसत विचारलं.

"नाही, काही नाही."

"वयानं ती किती असेल?"

"बेचाळीस."

"तुमचं वय किती आहे?"

"अठ्ठेचाळीस"

"तिचं लग्न झालंय?"

"नाही."

"तुम्हाला असं वाटतयं, की ती कधी कुठल्या पुरुषाबरोबर राहिली असेल?"

"ते तू तिलाच का नाही विचारत?"

"तुम्हाला असं वाटतं, ती राहिली असेल?"

"मला काय करायचं त्याच्याशी?"

ते परत झोपले. कारण दुसरं काही करायलाच काही नव्हतं. काही तासांनी कुस्त्या सुरू होतील. पुढे जेवण, नंतर अंधार. नेटच्या स्वप्नात सांतालौरा बोट यायची. साधीच बोट होती पण त्यावरचं राहणं त्याला आवडलं होतं. पण प्रत्येक जाणाऱ्या तासागणीक त्याच्या स्वप्नातली ती बोट आणखी आणखीनच छान दिसायला लागायची. त्याच्या स्वप्नात ती एक आलिशान, आरामदायी, विलास नौका होऊन जायची.

कुस्त्यांपूर्वीच्या तयारीसाठी, म्हणजे केस विंचरून डोक्यावर बांधण्यासाठी, मोठ्या चौकोनी इमारती नजीक लोकं जमू लागले होते. इपिका आदिवासींच्यातले पुरुषसुद्धा लांब केस ठेवतात. केस कापत नाहीत, त्यांच्या केसांची ठेवण सरळ असते. नेट आणि जेव्ही तिथून हळूच सटकले. एक आडदांड इपिका आदिवासी त्यांच्याकडे पाहून आपले दात विचकावून "अरे, असे पळून काय जाताय. या कुस्तीला, या माझ्याशी" असं आव्हानात्मक काहीतरी ओरडला असं त्यांना वाटलं. नेटनं तर धूम ठोकली. त्यांच्यातल्या एका योद्ध्याने, त्याला आडवं उचलून धरून गरागरा फिरवून, भिरकावून दिलंय आणि अवकाशात आपण हातपाय लांब पसरलेल्या स्थितीत आहोत, असं दृश्य त्याच्या डोळ्यांपुढे आलं. जेव्हीलासुद्धा त्या कार्यक्रमात भाग घ्यायचा नव्हता की त्या कुस्त्या पाहायच्या नव्हत्या. रॅचेलनी नेटला दुपारनंतर, बाकीची बातचीत पुरी करण्याकरिता बोलावलं होतं ते त्याच्या पथ्यावर पडलं. तिनं नेटला या आदिवासी पहिलवानांपासून वाचवलं होतं. नाहीतर कोण जाणे आदिवासी पहिलवानांनी नेटला कुस्तीच्या आखाड्यात खेचलंसुद्धा असतं.

ती आणि नेट झोपडीतून बाहेर पडले ते थेट नदीकडे गेले. पहिल्या दिवशी ते जिथे बसले होते त्या झाडाखालच्या बाकावर जाऊन बसले. या वेळी ते एकमेकांच्या जरा जास्त जवळ बसले. त्यांचे गुडघे एकमेकांना टेकलेले होते.

"तू गेला नाहीस ते बरं झालं." ती म्हणाली. झोपेनं तिच्यात काही उत्साह आला होता, असं काही तिच्या चेहऱ्यावरून दिसत नव्हतं.

"का?"

"प्रत्येक खेड्यात आदिवासींचा एक डॉक्टर असतो. त्याला ते शल्यन म्हणतात. औषधोपचारासाठी लागणारी औषधं बनवण्यासाठी तो काही वनस्पती, मुळं वगैरे शिजवतो. औषधोपचार करताना तो भुताखेतांना सुद्धा बोलावतो. त्यांची मदत घेतो. त्यांच्याबरोबर इतर उपचार विधी असं सुद्धा काही असतं. त्यामुळे खूप कटकटी सुद्धा उद्‌भवत असतात – वगैरे वगैरे."

"ओ ऽऽ जुन्या काळातले वैद्य."

"तसंच काहीतरी. पण त्यांचा जास्त भरवसा भुताखेतांवर असतो. या आदिवासींच्या जगात अनेक भुतंखेतं आहेत आणि भुताखेतांवर या शल्यन मंडळींचं नियंत्रण असतं. पण एक गोष्ट नक्की आहे की, या भागात मी इथे डॉक्टर म्हणून काम करतेय ते त्यांना खुपतंय, ते त्यांना आवडत नाहीये. त्यामुळे परिस्थिती अशी आहे की शल्यनच माझे शत्रू आहेत किंवा मी त्यांची शत्रू आहे असं म्हणूया. कारण माझं इथे असणंच त्यांच्या अस्तित्वाला असलेला धोका आहे. त्यामुळे माझ्याविरुद्ध कायम काहीतरी आगळीक किंवा कुरापत

काढत असतात. ख्रिश्चन धर्मातल्या लोकांना ते छळतात. नव्यानं ख्रिश्चन धर्म स्वीकारलेल्यांवर हल्ले करतात. मी इथून निघून जावं असं सतत त्यांचं सांगणं असतं आणि त्यासाठी ते सतत सर्व खेड्यांच्या-वस्तींच्या मुखियांकडे, मला घालविण्यासाठी पाठपुरावा करत असतात. पण हा दररोजचाच झगडा आहे. नदीच्या खालच्या अंगाला एक खेडं आहे तिथे मी एक शाळा चालवायचे, लिहायला-वाचायला शिकवायचे. ही सोय मुख्यत: ख्रिश्चन धर्माच्या लोकांकरिता म्हणून होती, पण इतरांना सुद्धा त्यात प्रवेश होता. गेल्या वर्षी मलेरियाची म्हणजे हिवतापाची साथ आली. त्यात तिघेजण मरण पावले. मी इथे येऊन जे काही करते त्याचा हा दुष्परिणाम आहे असं त्या वस्तीच्या मुखियाच्या डोक्यात त्यांच्या एका शल्यननी भरून दिलं. ती शाळा आता बंद आहे.''

नेट फक्त ऐकत होता. तिचं धैर्यच मुळात कौतुक करण्यासारखं होतं आणि आता तर ते उंच उंच शिखरं गाठत होतं. इथली उष्णता, इथले सुस्त जीवन यामुळेच इपिका आदिवासी समाजात आराम आहे. कुठल्याही प्रकारची अशांतता, झगडे, कुरबुर असा काही प्रकार असतो त्यावर त्यांचा विश्वासच नाही. तसं काही नसतंच अशी त्यांची ठाम समजूत आहे.

''आयेशचे म्हणजे जी मुलगी मेली तिचे आई-वडील ख्रिश्चन आहेत आणि धर्मावर त्यांचा गाढ विश्वास आहे. शल्यननी असं पसरवून दिलंय की त्यांनी जर शल्यनला बोलावलं असतं तर ती मुलगी वाचू शकली असती. मीच त्या मुलीवर औषधोपचार करावे अशी तिच्या आईवडिलांची इच्छा होती. बिमा या सापाचा प्रकार या भागात तर सगळीकडेच आहे आणि या सापांच्या दंशावर शल्यन लोकांनी सांगितलेले घरगुती उपचार खूप आहेत आणि त्यापैकी कुठलाही यशस्वीरीत्या उपयोगी पडला आहे असं माझ्या पाहण्यात आलेलं नाहीये. त्या मुलीच्या उपचारासाठी मी तिथे गेले होते, पण ती त्यापूर्वीच गेलेली होती. मग मी तिथून इकडे परतले. त्यानंतर एक शल्यन तिथे आला. त्या खेड्याच्या मध्यभागी असलेल्या मैदानात त्याने भुताखेतांना पाचारण करण्याचे विधी केले आणि शेवटी त्याने तिच्या मृत्यूसाठी मला दूषणं दिली आणि देवाला दूषणं दिली.''

तिचे शब्द टपाटप पुढे पडत होते. वेग नेहमीच्या मानानं जास्त होता. जणू काही तिला जास्तीत जास्त माहिती कमीत कमी वेळात सांगायची होती.

''आज दफनविधीच्यावेळी हेच शल्यन आणि त्याचे अनुयायी तिथे येऊन, वेडेवाकडे हातवारे करून, घोषणा द्यायला लागले. तिच्या बिचाऱ्या आईवडिलांना त्यांच्या मुलीच्या जाण्यामुळे आधीच दु:ख झालेलं, त्यात या शल्यनांच्या आगळिकीमुळे त्यांच्या दु:खात आणखीच भर पडत होती. मला त्या वेळी ते विधीसुद्धा पूर्ण करवून घेता आले नाहीत.''

बोलता बोलता तिचा आवाज मोठा व्हायला लागला ते तिच्या ध्यानात आलं. तिनं आपला ओठ चावला.

नेटनं तिच्या हातावर थोपटलं, "ठीक आहे, ते आता होऊन गेलंय."

तिला आदिवासींच्या समोर रडून आपलं दुःख कमी करणं शक्य होत नसे. आदिवासींच्या समोर कुठल्याही संकटाचा सामना धीराने करणारी, धैर्यवान, सोशिक, ताकदवान, नीतिमान अशी स्त्री अशी तिची प्रतिमा होती. पण ती नेटच्या सान्निध्यात रडू शकत होती, त्या रडण्याचा अर्थ नेट योग्य प्रकारे समजून घेऊ शकेल असं तिला वाटणं साहजिक होतं.

तिनं तिचे डोळे पुसले आणि स्वतःच्या भावनांना आवर घातला. ती म्हणाली, "सॉरी!"

"राहू दे. मनावर घेऊ नकोस तू." तिला मदत करायच्या इच्छेने नेट म्हणाला. स्त्रियांच्या अश्रूंनी मोठ-मोठ्यांचे, धीर-गंभीर चेहऱ्यांचे मुखवटे गळून पडतात, मग ते अश्रू घरात पत्नीने ढाळलेले असोत किंवा हॉटेलात मैत्रिणीने ढाळलेले असोत.

खेड्यातल्या त्या मैदानात कुस्तीचा फड रंगात आलेला होता. चीत्कारण्याचे, ओरडण्याचे आवाज ऐकू येत होते. नेटच्या ध्यानात जेव्हीचा विचार आला. खरोखरच तो त्या मल्लांच्या आव्हानाला बळी तर पडला नसेल?

"तू आता जावंस असं मला वाटतं." शांततेचा भंग करीत ती म्हणाली. तिच्या भावनांचा आवेग आता आवाक्यात आलेला होता.

"काय?"

"लगेचच तुम्ही जर इथून निघालात तर बरं होईल."

"मी तर निघायला उत्सुकच आहे, पण एकदम तुम्ही निघा हे काय? तीन तासांनंतर तर अंधार पडेल."

"घाई कर असं सांगायला कारणच तसं आहे."

"सांग ना, मी ऐकतोय"

"आज दुसऱ्या एका खेड्यात मलेरियाची लागण झालेला एक रुग्ण आढळलाय. हा रोग डास मोठ्या झपाट्यानं पसरवतात."

नेटनं खाजवणं सुरू केलं आणि कुठल्याही क्षणाला तो बोटीत उडी मारून बसायला तयार होता. मग त्याला गोळ्यांची आठवण झाली.

"मला काही धोका नाहीये. मी क्लोरो– काय ते घेतोय."

"क्लोरो क्विनाईन."

"तेच ते."

"कधीपासून चालू केलंस ते."

"युनायटेड स्टेट्स सोडण्यापूर्वी दोन दिवस आधी"

"आता त्या गोळ्या कुठायत ?"

"मी त्या मोठ्या बोटीवर ठेवून आलोय."

तिनं नापसंतीनं डोकं हलवलं, "तू त्या गोळ्या तुझी साहस सफर चालू करण्यापूर्वी, सफरीच्यामध्ये आणि सफर पूर्ण झाल्यावर सुद्धा काही दिवस घ्यायला पाहिजे होत्यास."

वैद्यकशास्त्रातल्या तज्ज्ञ अधिकारी व्यक्तीच्या दटावणीवजा स्वराच्या स्वरूपात तिचा आवाज होता, जसा काही मृत्यू अगदी समोरच येऊन ठेपला आहे अशा आविर्भावात ती बोलत होती.

"आणि त्या जेव्हीचं काय?" तिनं विचारलं, "तो पण गोळ्या घेतोय?"

"तो सैन्यात होता. मला वाटतं तो या सर्वांच्या पलीकडे आहे."

"नेट, मला यावर काही बोलायचं नाहीये. मी मुखियाशी आधीच बोललेली आहे. आज त्यानं दोन मासेमार कोळी, सूर्योदयापूर्वीच नदीवर पाठवलेले आहेत. पहिल्या दोन तासांत पुराच्या पाण्यात मार्ग काढणं अवघड जाईल. नंतर रस्ता सापडायला फार त्रास होणार नाही. दोन कॅनो होड्यांतून तो तीन मार्गदर्शक देणार आहे आणि मी लॅकोला दुभाषा म्हणून पाठवेन. एकदा का तुम्ही झेको नदीपर्यंत पोचलात की पुढे पराग्वे नदीपर्यंत सरळ मार्ग आहे."

"झेको किती लांब आहे?"

"दोन तास आणि पुढे पराग्वे सहा आणि तुम्ही आता पाण्याच्या प्रवाहाबरोबर जाणार आहात."

"काय असेल ते असो, तू आधीच हे सर्व आखलेलं आहेस."

"नेट माझ्यावर तू विश्वास ठेव. मला दोनदा मलेरिया झालेला होता आणि तुला तो होऊ नये असं मला वाटतं. दुसऱ्या वेळीतर मी मृत्युच्या दारातनं परत आलेली आहे."

ती मृत्यू पाहू शकेल असं नेटला कधी वाटलंच नाही.

रॅचेल जंगलात दडून राहिली आणि त्याच्या जवळच्या कागदपत्रांवर सह्या करायला तिनं नाकारलं तर फेलन मिळकतीच्या बाबतीत सगळा गोंधळ उडून जाईल आणि त्यात आणखी ती जर मृत्युमुखी पडली तर फेलन मिळकतीतले गुंते सोडवता सोडवता वर्षानुवर्षे जातील.

त्याला तिचं कौतुक वाटलं. तो तिचा चाहता बनला होता. त्याच्यात जे काही नव्हतं ते सर्व तिच्या ठायी होते. ते शौर्य, धाडस, निडरता तिच्या रक्तात होती. ती काटक आणि चिवट होती. तिचा जगतनियंत्यावर अढळ विश्वास होता, श्रद्धा होती. तिची राहणी साधी होती. डोक्यात चांगले विचार होते. या

जगात आपलं काय काम आहे आणि नंतरच्या जन्मात आपण कुठे असायला हवं याबाबत ती पूर्णपणे जागरूक होती. ''रॅचेल तू मरू नकोस.'' तो म्हणाला.

''मृत्युबद्दल मला काही भीती वाटत नाही. ख्रिस्ती माणसाला मृत्यू म्हणजे बक्षीस वाटतं, पण नेट, तू माझ्यासाठी प्रार्थना कर.''

''मी तुला आश्वासन देतो की मी जास्तीत जास्त वेळा प्रार्थना करणार आहे.''

''खरोखरच तू एक चांगला माणूस आहे. तुझ्याकडे चांगलं हृदय आहे अन् चांगलं मन आहे. तुला फक्त थोडीशी मदत, मार्गदर्शन हवंय.''

''हो, मी पुरेसा खंबीर मनाचा नाहीये हे मला माहीत आहे.''

त्याच्या खिशात घडी घातलेल्या एका लिफाफ्यात ते कागद होते. ते त्याने बाहेर काढले.

''आपण यावर निदान चर्चा तरी करूया का?''

''हो, तुझ्यावर मेहेरबानी म्हणून केवळ. तू इतक्या दूर आलेला आहेस तर तुझ्या कायद्यासंबंधात आपण थोडं बोलू. चल.''

''धन्यवाद!'' त्यानं तिच्या हाती पहिला कागद ठेवला ती होती ट्रॉयच्या एक पानी मृत्युपत्राची प्रत. तिनं तो कागद सावकाश वाचला. काही काही ठिकाणी त्याचं हस्ताक्षर तिला लागत नव्हतं, तिथे ती थोडं थोडं थांबायची. तिचं वाचून झाल्यावर तिनं विचारलं, ''हे मृत्युपत्र कायदा मानेल?''

''हो, कायदा त्यावर आक्षेप घेऊ शकत नाही.''

''हे तर अगदी साधं आहे.''

''हस्ताक्षरात लिहिलेली मृत्युपत्रं कायदेशीर असतात, असं कायदा सांगतो.''

तिनं ते परत वाचलं. झाडांच्या सावल्या लांब लांब पडायला लागल्याचं नेटच्या लक्षात आलं. त्याला अंधाराची भीती पाण्यावर आणि जमिनीवर सुद्धा वाटायची. त्याला लवकर निघायचं होतं.

''ट्रॉयनी त्याच्या इतर मुलांची काळजी यात घेतलेली दिसत नाहीये, हो ना?'' तिनं गमतीनं विचारलं.

''तुझीपण कुठे त्यानं पर्वा केलीय – वडील म्हणून तो कर्तव्यात कमी पडला.''

''माझ्या आईनं प्रथम जेव्हा त्यांच्याबद्दल काही माहिती सांगितली, तो दिवस मला आठवतो. उन्हाळा संपायला आला होता. माझे वडील नुकतेच कॅन्सरच्या आजाराने वारले होते. आयुष्य फार हलाखीचं चाललं होतं. कसं तरी करून ट्रॉयनी मला शोधून काढलं होतं. त्याची अन् माझी भेट घडवून आण अशी त्यानं माझ्या आईच्या मागे भुणभुण लावली होती. माझे खरे आईवडील

कोण आहेत त्याबद्दल तिनं मला सांगितलं होतं. त्यावेळी मला त्याचं विशेष काही वाटलं नव्हतं. ही माणसं कोण आहेत हे माहीत नव्हतं. त्यांना मी कधी भेटले नव्हते, त्यांच्याबद्दल मला काही वाटायचं कारण काय? मला त्यांची पर्वा नव्हती. मला त्यांना भेटावं असं वाटत नव्हतं. माझ्या जन्मदात्या आईनं आत्महत्या केली हे मला कळलं. नेट, तू यातून काय अर्थ काढतोस? माझ्या खऱ्या आईवडिलांनी, दोघांनीही आपला शेवट आत्महत्येने केलेला आहे. माझ्या रक्तातच तसं काही असेल का?''

''नाही, तू त्यांच्यापेक्षा मनानं खूप सुदृढ आहेस.''

''पण मृत्यू मला हवा हवासा वाटतो नेट.''

''तू असं काही म्हणू नकोस – मग तू ट्रॉयला कधी भेटलीस?''

''एक वर्ष गेलं – त्याचं आणि माझ्या आईचं फोनवर वारंवार बोलणं व्हायला लागलं, आपलं वाईट व्हावं असं त्याला वाटत नाही असं तिचं ठाम मत झालं. आणि एक दिवस तो आमच्या घरी आला, त्याच्याबरोबर चहा बिस्किटं झाली. नंतर तो गेला. त्याने माझ्या कॉलेज शिक्षणाकरता पैसे पाठविले. त्याच्या कंपनीत मी नोकरी करावी याबद्दल आग्रह करायला लागला. तो वडिलांसारखं वागायला लागला आणि माझा त्यांच्याबद्दलचा तिरस्कार आणखीनच वाढला. मग माझी आई वारली आणि सारं जग माझ्यावर सर्व बाजूंनी येऊन कोसळतंय अशी स्थिती निर्माण झाली. मी माझं नाव बदललं आणि वैद्यकीय शिक्षण चालू केलं. माझ्या आयुष्यात आलेल्या त्या सर्व निवर्तलेल्या व्यक्तींसाठी नेहमी जशा प्रार्थना आजवर करत आलेले आहे तशाच प्रार्थना मी ट्रॉयसाठी केलेल्या आहेत. तो मला विसरलेला असेल असं मी धरून चालले होते.''

''प्रत्यक्षात तसं नव्हतं.'' नेट म्हणाला. एक काळा डास त्याच्या मांडीवर येऊन बसला, त्यावर इतक्या जोराचा फटका त्यानं मारला की एखाद्यावेळी तिथली कातडीच फाटायची. मलेरियाचे जंतू वाहणारा तो डास असेल तर निदान आणखी दुसऱ्या कोणाला तरी पुढे ती लागण होऊ नये. हाताच्या पंजाच्या आकाराचा वण त्याच्या मांडीवर उमटला होता.

त्यानं तिच्या हातात हक्क सोडून दिल्याचं पत्रं आणि हे मृत्युपत्र तिनं पाहिलं आहे अशी माहिती देणारं पत्र, असे दोन्ही कागद दिले. तिने ती दोन्ही कागद काळजीपूर्वक वाचले आणि म्हणाली, ''मी कशावरही सही करणार नाही, मला पैसे नकोयत.''

''तू ते कागद फक्त तुझ्याकडे ठेवून दे. त्यावर प्रार्थना कर.''

''तू माझी चेष्टा करतोयस?''

''नाही. मी पुढे काय करायला हवं ते मला कळत नाहीये.''

"मी तुला काहीही मदत करू शकणार नाही. तू माझ्यावर एक मेहेरबानी करशील का?"

"हो, कुठलीही."

"मी कुठे आहे हे कोणालाही सांगू नकोस – मी ही भीक म्हणून मागतेय. नेट, माझा हा वैयक्तिक एकांतवास सांभाळणं तुझ्या हातात आहे."

"मी तुला वचन देतो, पण त्याचबरोबर तू वास्तवाचं भान ठेवलं पाहिजेस."

"तुला काय म्हणायचंय?"

"जे काय घडलंय, घडतंय ते दूर सारता येणार नाहीये. तू जर हे पैसे घेतलेस तर कदाचित तू या जगातली सर्वांत श्रीमंत स्त्री म्हणून गणली जाशील आणि तू नाकारलेस तर त्यामुळे जे काही घडेल, त्यांच्या परिणामांच्या ओझ्याने तू आणखीनच दडपली जाशील."

"मला त्याची पर्वा नाही."

"तू तुझं नशीब समज की प्रचलित माध्यमांपासून तू दूर आहेस. आता आमच्याकडे चोवीस चोवीस तास चालणारी बातमीपत्रं असतात आणि साऱ्या जगात घडणाऱ्या घटनांचा तासातासांचा वृत्तांत त्यावर प्रसारित होत असतो. त्यानुसार संध्याकाळी प्रसिद्ध होणारी वृत्तपत्रं, साप्ताहिकं, पाक्षिकं, मासिकं या सर्वांमधून कुठलीच गोष्ट छपून राहूच शकत नाही. आपल्यादृष्टीनं या सर्व गोष्टी, बातम्या, कचराच असतो, पण त्यांच्या दृष्टीने प्रत्येक बातमीला विशेष महत्त्व असतं, तपशिलांसह आणि भडक मायने देऊन या बातम्या लोकांपुढे आणल्या जातात."

"पण मला ते कसं शोधून काढू शकतील?"

"प्रश्न चांगला आहे. आमचं नशीब चांगलं होतं की ट्रॉय तुझ्या मागावर होता. पण आमच्या माहितीप्रमाणे तो कुठे दुसऱ्या कोणाजवळ बोललेला नाहीये."

"मग मला कसलाच धोका नाहीये. बरोबर? तू सांगणार नाहीस – तुझ्या कंपनीतले इतर वकील लोकही काही बोलणार नाहीत."

"हो, ते बरोबर आहे."

"तू इकडे आल्यावर हरवला गेलास, मी तुला सापडलेली नाहीये असं सांगणार आहेस. बरोबर?"

"हो पूर्णतया."

"तू मला मदत केली पाहिजेस नेट. इथे माझं घर आहे, ही माझी माणसं आहेत. मला इथून आता पळून जायचं नाहीये."

“आदिवासींच्यात राहणाऱ्या महिला मिशनरी धर्मप्रसारकाने वारसा-हक्काद्वारे मिळालेल्या अकरा बिलियन डॉलर्सच्या संपत्तीला नाकारले.” काय मथळा आहे! ही गोष्ट मिळविण्यासाठी प्रसिद्धी माध्यमातली गिधाडं हेलिकॉप्टर घेऊन पाण्यात, जमिनीवर, आकाशात चालणारी वाहनं घेऊन पेंटॅनलवर आक्रमण करतील. नेटला रॅचेलबद्दल कीव वाटली.

“मला जे शक्य असेल ते मी करीन.” तो म्हणाला.

“मी हे वचन समजू?”

“हो, मी वचन देतो.”

निरोप देणाऱ्या समितीचं नेतृत्व स्वतः मुखिया आणि त्याच्या पत्नीनं केलं होतं. त्यांच्या मागे जेव्ही – त्याच्या मागे पुन्हा दहा एक माणसं – ही सर्वजण पायवाटेने नदीच्या दिशेने निघाली, “आता चल निघ, जायची वेळ झाली.” ती म्हणाली.

“मलाही तसंच वाटतं. म्हणजे अंधार पडण्यापूर्वी आम्ही धोक्याचा पट्टा पार करू शकू.”

“हो – मुखियानं बरोबर अनुभवी नावाडी दिलेले आहेत. देव तुम्हा सर्वांचं संरक्षण करेल. तुम्ही तुमच्या प्रार्थना कराच.”

“मी तर नक्कीच करेन.”

“नेट, मी दररोज तुझ्यासाठी प्रार्थना करणार आहे. तू चांगलं हृदय असलेला, एक चांगला माणूस आहेस. तुला कुठल्याही प्रकारचा अपघात होता कामा नये.”

“धन्यवाद. तुला लग्न करायचंय?”

“नाही, ते शक्य नाही.”

“त्यात अशक्य काही नाही. मी पैशांची काळजी घेईन, तू आदिवासींची घे. आपण मोठी झोपडी घेऊ, आपले कपडे काढून टाकून देऊ अन् या आदिवासींसारखंच होऊन राहू.”

ते दोघं हसले. मुखिया त्यांच्याजवळ आला तेव्हा सुद्धा त्या दोघांच्या चेहऱ्यावर हास्य होतं. निरोप घेण्यासाठी हॅलो किंवा गुडबाय किंवा तसंच काहीतरी म्हणायला नेट उभा राहिला. उभं राहता राहता क्षणभर त्याच्या डोळ्यांपुढे अंधेरी आली. पोटातून छातीत आणि पुढे डोक्यात गेलेली भोवळ त्याला जाणवली. क्षणातच तो सावरला गेला. डोळ्यांसमोरचं दृश्य साफ झालं आणि हे रॅचेलच्या ध्यानात आलं का, हे पाहण्यासाठी त्यानं तिच्याकडे पाह्यलं.

त्याला चक्कर आली त्याच क्षणी तिनं मुखियाकडे पाहिलं होतं म्हणून तिच्या ते ध्यानात आलेलं नव्हतं. नेटच्या पापण्या दुखायला लागल्या, त्याचे सारे सांधे ठणकायला लागले होते.

निरोप द्यायला आलेल्या सर्वच इपिका आदिवासींना पाहुण्यांविषयी आपलेपणा वाटला होता, बहुतेकजण नदीच्या पाण्यात सुद्धा आलेले होते. जेव्हीच्या बोटीत अन्नपदार्थ ठेवले आणि मार्गदर्शनासाठी दोन कॅनो होड्या दिल्या होत्या. त्यापैकी एकात लॅको बसला होता. नेटनं रॅचेलचे आभार मानले, मुखियाचे आभार मानले. आता निरोप समारंभ पार पडला होता. बोट चालू करण्याची वेळ आलेली होती.

गुडघाभर पाण्यात नेटनं रॅचेलला नाजूकपणे आलिंगन दिलं. तिच्या पाठीवर अलगदपणे थोपटत म्हणाला, ''आभारी आहे.''

''आभार कशासाठी?''

''मलाही माहीत नाही. कदाचित तुझ्यामुळे मला, माझ्या कायदा संबंधातल्या व्यवसायात भरपूर पैसे मिळवण्याची संधी उपलब्ध झाली, त्याकरता म्हण हवं तर.''

ती हसली आणि म्हणाली, ''नेट, मला तू आवडलास, आवडतोस. मला पैसा, वकिली व्यवसाय किंवा वकील मंडळी यांच्या कोणाबद्दलच काही देणं घेणं नाही.''

''मलाही तू आवडतेस.''

''कृपया परत येऊ नकोस.''

''तू काळजी करू नकोस.''

सर्वजण यांचं संभाषण कधी थांबतंय याची वाट पाहात होते. नावाडी त्यांच्या होड्यांतून तयार होते. जेव्हीच्या हातात वल्हं मारायच्या इराद्यानं तयार होतं, नेटनं बोटीत पाय ठेवला आणि म्हणाला, ''आपण आपला हनीमून कोरूंबामध्ये करू.''

''गुडबाय नेट – रॅचेल मला मिळाली नाही असं तू तुझ्या सहकाऱ्यांना सांग.''

''होय, तसंच सांगणार आहे. बरं येतो.'' स्वत:ला त्याने बोटीवर ढकललं. बोटीत बसला मात्र, अन् त्याचं डोकं भयानक ठणकायला लागलं. गरगर फिरायला लागलं. बोट पाण्यात पुढं जायला लागली तसा त्यानं रॅचेलच्या दिशेने हात केला. आदिवासींच्या दिशेनं हात हलविला. पण त्यांच्या आकृत्या अंधुक-अस्पष्ट व्हायला लागल्या. पाण्याच्या वेगामुळे आदिवासींच्या कॅनो होड्या पाण्याबरोबर पुढे पुढे जात होत्या. दोन्ही होड्यांतल्या वल्ही मारण्याला एक प्रकारची लय होती, एक ताल होता. ठराविक अंतराने दोघांची वल्ही

मारली जात होती. त्यांचं ते पुढे जाणंसुद्धा पाहायला गंमत वाटत होती, वल्ही मारताना त्यांना किंचितसे सुद्धा श्रम होत असतील असं वाटत नव्हतं. ते वेळ घालवत नव्हते. त्यांना घाई होती. नेट आणि जेव्हीच्या बोटीचं इंजिन तिसऱ्या प्रयत्नाला चालू झालं. काही मिनिटांतच त्यांनी कॅनो होड्यांना गाठलं. जेव्हीनं बोटीचा वेग कमी केला, नदीतल्या पहिल्या वळणाच्या ठिकाणी नेटनं खांद्यावरून मागे पाहिलं. रॅचेल, मुखिया आणि इतर आदिवासी जागेवरून हलले नव्हते.

नेटला घाम आला होता. मध्येच सूर्य ढगाआड जायचा त्याचवेळी त्याच्या चेहऱ्यावर आलेली वाऱ्याची झुळूक सुखद गारठ्याचा आनंद देऊन गेली, त्यावेळी त्याला आपण घामेजलो आहोत हे जाणवलं. त्यानं मान-कपाळावरून हात फिरवला. बोटं ओली झालेली न्याहाळली. प्रार्थना म्हणण्याऐवजी तो म्हणत होता, "च्यायला, मी तर आजारी पडणार आहे असं दिसतंय!"

त्याला ताप भरत होता, पण झपाट्यानं वाढण्याची चिन्हं दिसत होती. वाऱ्याच्या झुळकीनं त्याला हुडहुडी भरली. तो आपल्या जागेवर अंगाची जुडी करून बसला, इकडे तिकडे पाहात राहिला. त्याला वाटलं थोड्या वेळात तापाचा जोर कमी होईल. काही मिनिटांनी जेव्हीनं त्याला पाहिलं तेव्हा त्याला तो ठीक दिसला नाही म्हणून त्याने विचारलं, "नेट, तुम्ही ठीक आहात ना?"

त्यानं नकारार्थी मान हलवली. ठणका डोक्यातून पाठीच्या कण्यात गेला. नाकातून पाणी गळत होतं ते त्यानं पुसलं.

नदीतल्या दोन वळणांनंतर बाजूची झाडं कमी झाली. बाजूच्या जमिनींची पातळी कमी होत गेली. पाणी जमिनींवर पसरत गेलं. पुढे ते त्या होड्या आणि त्यांची बोट एका सरोवरासारख्या परिसरात शिरली, त्या सरोवरच्या मध्यावर तीन मोठी पण वठलेली झाडं होती. नेटनं जाताना ही तीन झाडं पाहिलेली नव्हती. परतताना त्यांनी दुसरा मार्ग घेतलेला होता. पाण्याचा वेग कमी झाल्यामुळे कॅनो होड्यांचा पण वेग कमी झालेला होता. पण आश्चर्यकारक सफाईनं दोघं वल्ही मारत होती आणि थोड्या कमी वेगानं का होईना पण बऱ्यापैकी अंतर कापत चालल्या होत्या. नावाडी इकडे तिकडे पाहात नव्हते, त्यांना रस्ता बरोबर माहीत होता.

"जेव्ही, मला मलेरिया झालाय असं वाटतंय." नेट म्हणाला. त्याचा आवाज घोगरा झाला होता, घशात खवखव वाटत होती.

"तुम्हाला कसं माहीत पडलं?" जेव्हीनं बोटीचा वेग थोडा कमी केला.

"रॅचेलनं मला सावध केलं होतं. काल एका खेड्यात तिनं मलेरियाची एक लागण झालेली पाहिली होती, म्हणून तिनं आपल्याला लवकर बाहेर पडायला सांगितलं होतं."

"तुम्हाला ताप आहे?"

"हो आणि माझ्या दृष्टीमध्ये फरक पडतोय.''

जेव्हीनं बोट थांबवली आणि कॅनोमधल्या दोघा नावाड्यांना हाक मारली. ते पुढे इतके लांब गेले होते की दिसतही नव्हते. त्यानं रिकामे पेट्रोलचे ड्रम बाजूला केले. तंबू बाहेर काढला. बोटीवर उभा केला. हे सर्व करताना तो बोलत होता, "तुम्हाला थंडी वाजत असेल.'' बोट हलत होती.

"तुम्हाला पूर्वी कधी मलेरिया झालेला होता का?''

"नाही. पण माझे बरेचसे मित्र त्यानं मेलेले आहेत.''

"काय?'' जेव्ही आश्चर्यानं उद्गारला.

"गंमत केली हो. त्यानं माणसं मरत नाहीत पण आजारपण फार त्रासदायक असतं.''

अलगदपणे नेट आपलं डोकं शक्य तितक्या स्तब्ध ठेवून तंबूमध्ये शिरला. तंबू बोटीच्या मध्यावर लावला होता. डोक्याला उशी म्हणून एका पांघरुणाची वळकटी होती. तंबूच्या दोऱ्या त्यानं बाजूला ठेवलेल्या पेट्रोलच्या रिकाम्या ड्रम्सना बांधल्या होत्या.

पुढे गेलेल्या कॅनो होड्या मागे आल्या होत्या. बोटीच्या शेजारी त्यांच्या होड्या थांबल्या होत्या. नेटला काय झालं याचं त्यांना कुतूहल होतं. लॅकोनं पोर्तुगीज भाषेमध्ये विचारलं, जेव्हीनं मलेरिया हा शब्द उच्चारलेला नेटनं ऐकला. आदिवासी आपापसात चक् चक् असं काही तरी बडबडले आणि पुढे निघाले.

आता बोट जरा जास्तच वेगानं निघाली होती. नेट बोटीच्या तळावर आडवा झालेला होता. बोट पाणी कापत पुढे जात होती हे नेटला जाणवत होतं. एखादी फांदी पाण्यातून आडवी येऊन बोटीवर आपटत होती. पाण्यातून आडवी येणारी एखादी फांदी जी जेव्हीच्या नजरेतून सुटून बोटीवर आपटायची, त्यामुळे एखादा धक्का बोटीला बसायचा त्यावेळी नेट चक्रावून जायचा, पण जेव्ही त्याची एवढी काळजी करत नव्हता. नेटचं डोकं भयानक ठणकत होतं. भरपूर दारू प्यायल्यानंतरच्या दुसऱ्या दिवशी सुद्धा त्याचं डोकं इतकं कधी दुखलं नव्हतं. त्याचे सांधे, स्नायू थोडेसे जरी हलले तरी मस्तकापर्यंत कळ जायची. तो आता गार पडत चालला होता. हुडहुडी आणखीच भरत होती. दूर अंतरावर थोडा गडगडटाचा आवाज आला. नेटला वाटलं आलं वादळ. काय आश्चर्य आहे. त्याचीच इथे यावेळी कमतरता होती.

पाऊस लगेचच आला नाही. नदीच्या प्रवाहाने पुन्हा एकदा पश्चिमेकडे वळण घेतलं. आकाशात सूर्याच्या प्रकाशाने नारिंगी, पिवळ्या रंगांची उधळण केलेली होती. त्याचे काही अवशेष अद्याप बाकी होते. नदीच्या प्रवाहाने पुन्हा

वळण घेतलं आणि प्रवाह पुन्हा पूर्वेकडे जात होता अंधाराकडे. दोन वेळा कॅनो होड्यांतले आदिवासी तिठ्यांजवळ थाबले. त्यांनी रस्त्याच्या बरोबरपणाबद्दल खातरजमा करून घेतली आणि पुढे गेले. जेव्हीनं आपली बोट कॅनो होड्यांच्या मागे शंभर एक फूट ठेवली होती, पण अंधार पडायला लागल्यानंतर हे अंतर त्यानं कमी ठेवलं. बोटीत तळाबरोबर तंबूमध्ये झोपलेला नेट त्याला दिसत नव्हता तरी पण त्याला त्रास होतोय याची जाणीव त्याला होती. जेव्हीला मलेरियानं गेलेला एक माणूस माहित होता.

प्रवासाला दोन तास झाले होते. गोंधळात टाकणाऱ्या प्रवाहांच्या जंजाळातून आदिवासी नावाड्यांनी त्यांना पार करून आणलं होतं आणि आता ते एका सरोवरासारख्या भागात आलेले होते. कॅनो वल्हवणाऱ्यांना थोडी विश्रांतीची जरूरी होती. ते थोडा वेळ थांबले. लॅकोनं जेव्हीला बोलावून घेतलं आणि चुकण्यासारखा भाग आपण सुरक्षितपणे पार करून आलेलो आहोत आणि या पुढचा भाग त्यामानाने सोपा आहे हे सांगितलं. झेको नदी आता दोन तास पुढे आहे आणि ती नदी थेट पराग्वे नदीला जाऊन मिळते, असंही सांगितले.

"पुढचा भाग आम्ही आमचे जाऊ शकू का?" असं जेव्हीनं विचारलं. लॅको कडून "नाही" असं उत्तर आलं. पुढे आणखी काही तिठे आहेत की तिथे चुकायला होईल. या तिठ्याच्या आसपासच्या काही खुणा आदिवासींना माहीत असतात त्यामुळे त्यांना मार्ग काढणं सोप जातं. झेको नदीच्या काठावर अशा काही जागा आहेत की त्या भर पुरातही पाण्यात जात नाहीत तेथे हे आदिवासी रात्र काढतील.

"अमेरिकन बाबा कसा आहे?" लॅकोनं विचारलं. 'बरा नाहीये' असं जेव्हीनं उत्तर दिलं.

नेटला त्यांचं बोलणं ऐकू येत होतं. बोट थांबलेली त्याला कळलं होतं. तापाने पायाच्या बोटापासून ते थेट डोक्यापर्यंत सारं अंग फणफणत होतं. अंगावर घाम होता. कपडे घामानं ओले झालेले होते. बोटीचा तळ ॲल्युमिनियमचा होता, तो पण ओला झालेला होता. त्याचे डोळे सुजले होते आणि सुजल्यामुळे ते घट्ट मिटले गेले होते. तोंड कोरडं पडलं होतं. उघडायला लागलं तरी पण दुखत होतं. नेट इंग्रजी भाषेत जेव्हीकडे काही तरी मागत होता ते जेव्हीच्या ध्यानात आलं, पण तो उत्तर देऊ शकला नाही. नेटची शुद्ध हरपत होती.

अंधारात कॅनो होड्या सावकाश चालल्या होत्या, जेव्ही त्यांच्या मागोमाग जवळच राहिला होता. मधून मधून तिठ्याच्या जागी तो त्याच्या बोटीचे फ्लॅश लाईट वापरून कॅनो होड्यातल्या वाटाड्यांना मदत करत होता. धीम्या वेगानं त्यानं आपली बोट चालू ठेवली होती. एकदाच ते थांबले, त्यावेळी त्यांनी

बरोबर आणलेला ब्रेड आणि फळाचा रस घेतला. शरीर धर्म होते ते पार पाडले आणि पुन्हा ताजेतवाने झाले. खाण्यासाठी ते थांबले होते त्यावेळी दोन्ही होड्या आणि बोट बांबूंनी बांधून एकत्र तरंगत राहिले होते.

लॅकोला अमेरिकन माणसाची फार काळजी वाटतेय असं दिसत होतं. त्याच्याबद्दल मिशनरी बाईंना मी काय सांगू? हे तो जेव्हीला विचारत होता. जेव्हीनं त्याला मलेरिया झाला आहे असं सांगितलं.

पुढे काही अंतरावर आकाशात विजा चमकायला लागल्या आणि त्यांनी आपलं जेवणं, विश्रांती आवरती घेतली. आदिवासींनी होड्या चालू केल्या आणि होत्या त्या ताकदीनिशी त्यांनी वल्ही मारायला सुरूवात केली. जमीन सोडून त्यांना बराच वेळ झालेला होता आणि वादळ सुरू झालं तर कुठे आसरा घ्यावा अशी जागाही नव्हती.

बोटीचं इंजिन बंद पडलं. जेव्हीनं त्याचा शेवटचा पेट्रोल टँक जोडला आणि पुन्हा इंजिन चालू केलं, जेव्हीनं पेट्रोल पुरवठा अर्ध्यानं केला होता. यामुळे त्याला हे पेट्रोल सहा तास पुरणार होतं आणि त्या वेळात तो पराग्वे नदीपर्यंत नक्कीच जाऊ शकणार होता. त्या नदीवर वाहतूक असणार – काठावर घरं असतील आणि थोड्याच वेळात सांता लौरा. त्याला झॅको नदी पराग्वे नदीला कुठे मिळते ती जागा पक्की माहीत होती. तसंच पुढे गेल्यावर त्यांना नक्कीच वेली भेटणार होता.

आकाशात विजा चमकत राह्यल्या, आणि त्यांच्यावर किंवा जवळपास कुठे कोसळतायत की काय अशी भीती वाटत होती, पण तसं काही होत नव्हतं. प्रत्येक लखलखाटाबरोबर नावाडी आणखीनच नेटानं मार्ग कापण्याचे काम करत होते. पण ते आता थकायला लागले होते. एकदा तर लॅकोनं बोटीची एक बाजू पकडली होती आणि दुसऱ्यानं दुसरी बाजू. बोटीवरून जेव्ही दोघांच्या डोक्यावर बॅटरीचा उजेड पाडत होता आणि एकत्रितरीत्या ते एखाद्या तराफ्यासारखे पुढे जात होते.

काठावरची झाडं झुडपं दाट व्हायला लागली. नदीचं पात्र सुद्धा रुंद झालेलं होतं. दोन्ही बाजूचे काठ म्हणजे पक्क्या जमिनी होत्या. आदिवासी आता बऱ्याच गप्पा मारत होते, जेव्हा एकदा त्यांनी झेको नदीत प्रवेश केला तेव्हा त्यांनी वल्ही मारायचं थांबवलं. फारच थकलेले होते बिचारे आणि त्यांना कधी एकदा थांबतोय असं झालं होतं. त्यांच्या नेहमीच्या झोपेच्या वेळेपेक्षा तीन तास होऊन गेले होते असा जेव्ही मनाशी विचार करत होता. त्यांनी एक जागा निवडली आणि ते थांबले. जमिनीवर उतरले.

लॅकोनी तो मिशनरी बाईंचा मदतनीस, हरकाम्या म्हणून गेली कित्येक वर्षे

काम करत असल्याचं सांगितलं. त्यानं मलेरिया झालेले खूप पेशंट पाहिलेले होते. त्याला स्वत:ला तीनदा मलेरिया झालेला होता असं त्यानं सांगितलं. त्यानं नेटच्या अंगावरचा तंबू बाजूला केला आणि त्याच्या कपाळाला हात लावला. ताप बराच आहे असं त्यानं जेव्हीला सांगितलं. जेव्ही बोटीच्याबाहेर चिखलात बॅटरी हातात धरून उभा होता. त्याला आता बोटीत चढण्याची घाई झालेली होती.

नेटला तपासल्यानंतर लॅकोनं सांगितलं की, आत्ता तरी काही करता येण्यासारखं नाही. ताप उतरेल, पण नंतर पुन्हा अठ्ठेचाळीस तासात ताप चढेल. नेटच्या सुजलेल्या डोळ्यांमुळे त्याला काळजी वाटत होती. मलेरियाच्या बाबतीत असं पूर्वी त्यानं कधीही पाहिलेलं नव्हतं.

आदिवासींच्यातला जो सर्वात वृद्ध होता त्यानं अंधारात नदीकडे एका ठिकाणी बोट दाखवून काही तरी लॅकोला सांगितलं. लॅकोनं जेव्हीला नदीच्या मध्यभागी राहा असं त्याचं भाषांतर करून सांगितलं. छोटे छोटे फाटे पाहू नका, त्यातल्या त्यात डाव्या बाजूच्या फाट्यांमध्ये शिरू नका. दोन तासात तुम्ही पराग्वे नदीशी पोचायला हवं. जेव्हीने त्यांचे मनापासून पुन्हा आभार मानले आणि तो निघाला.

ताप कमी झालाच नाही. एक तासानंतर जेव्हीनं नेटला पाहिलं. त्याचा चेहरा भाजून निघत होता. नेटचं मृतावस्थेतल्या व्यक्तीसारखं मुटकुळं झालेलं होतं, तो अर्धवट शुद्धीत होता. असंबद्ध बडबड करत होता. जेव्हीनं बळंच त्याच्या तोंडात थोडं पाणी घातलं. बरचसं त्याच्या चेहऱ्यावर मारलं.

झेको नदीचं पात्र रुंद होतं आणि बोट चालवणं सुलभ होतं. बाजूच्या काठावरचं एक घर त्यांनी पार केलं होतं. गेल्या महिनाभरात त्यांनी घर असं पाहिलं नव्हतं. समुद्रात चुकलेल्या साहसी दर्यावर्दींना मार्गदर्शकासारखं ते वाटत होतं. आकाशातले ढग बाजूला झाले आणि चंद्र दिसला. समोरच्या नदीच्या पाण्यावर त्याचा प्रकाश पडला होता.

"नेट, मी बोलतोय ते तुम्हाला ऐकू येतंय का?" जेव्ही त्याला ऐकू जाईल एवढ्या मोठ्या आवाजात विचारत होता, "आपलं नशीब बदलतंय." चंद्राच्या मागोमाग ते पराग्वे नदीकडे जात होते.

.३२.

आता थोड्याच वेळात ते पराग्वे नदीशी पोचणार होते, पुढे एक वळण होते. वळणावर वळताना बाजूकडनं एक उजेडाचा झोत पुढे पुढे येत असलेला दिसला. त्याच्या मागोमाग डिझेल इंजिनाचा धक् धक् आवाज ऐकू आला

तेव्हाच जेव्हीनं ती कोणत्या प्रकारची बोट होती ते ओळखलं होते. तीस फूट लांब आणि आठ फूट रुंद, बुटाच्या खोक्याच्या आकाराची ती चलाना प्रकारची बोट होती, त्या बोटीचा तळ रुंद असतो. चलाना प्रकारच्या बोटी माल वाहतुकीसाठी वापरल्या जातात. अशा बऱ्याच बोटी जेव्हीनं पराग्वे नदीतून नेलेल्या होत्या.

त्या बोटीचा कप्तान सुद्धा त्याच्या ओळखीचा निघाला. बोटीवरच्या खोलीतल्या भिंतीत अडकवलेल्या पलंगावर तो झोपला होता. बोट चालविणाऱ्याला जेव्हीनं बोट थांबवायला सांगितलं. रात्रीचे तीन वाजले होते. त्याने त्याची जॉन बोट त्या बोटीच्या जवळ नेली आणि तो चलाना बोटीवर चढला. कप्तानानं त्याला दोन केळी खायला दिली, जेव्हीनं त्याला त्यांची हकीगत थोडक्यात सांगितली. दरम्यान कप्तानाच्या मदतनीसांने कडू-गोड कॉफी आणून दिली. ते उत्तरेकडे पोर्टो इंडिगोकडे चालले होते. तिकडे एक सैनिकांची छावणी होती. तिथल्या सैनिकांना लागणाऱ्या वस्तू ते घेऊन चालले होते. जेव्हीला वीस लिटर पेट्रोल द्यायला ते तयार झाले. कोरूंबाला परतल्यावर ते परत करण्याचं आश्वासन जेव्हीनं त्यांना दिलं. नदीवर चालणाऱ्या बोटीवरची माणसं एकमेकांना मदत करायला कधीही तयार असतात.

त्यांनी जेव्हीला आणखी कॉफी आणि काही साखर लावलेले ब्रेडचे टोस्ट दिले. जेव्हीनं सांतालौराबद्दल, वेलीबद्दल विचारणा केली. कबिक्सा नदी पराग्वेला जिथे मिळते तिथे जुन्या धक्क्याला लागून आम्ही ती उभी केली होती, असं जेव्हीनं सांगितलं.

त्यांनी नकारार्थी माना हलविल्या. "नाही ती तिथे नव्हती." कप्तान म्हणाला. त्याच्या हाताखालच्या माणसांनी त्याला दुजोरा दिला. त्यांना सांता लौरा बोट माहिती होती, पण त्यांनी ती बघितलेली नव्हती आणि नदीवर असती तर त्यांच्या नजरेतून ती नक्कीच सुटली नसती.

"ती तर तिथे असायलाच पाहिजे." जेव्ही ठासून सांगत होता.

"नाही. काल दुपारी कबिक्सा नदी पराग्वेला जिथे मिळते ती जागा आम्ही पास केली आणि तिथे सांतालौराची नावनिशाणी सुद्धा नव्हती."

आम्हाला शोधण्यासाठी म्हणून कदाचित वेलीनं, कबिक्सा नदीमध्ये आत काही मैल नेली असेल. काळजीनं जेव्हीचं मानसिक स्वास्थ्य बिघडायची वेळ आली होती. सांतालौरा जागेवरून हलविल्याबद्दल वेलीवर नेट चांगलाच भडकणार असं त्याला वाटत होतं. तो त्याला माफही करेल पण त्या आधी त्याच्यावर तो चांगलं तोंडसुख घ्यायला चुकणार नाही.

त्याची खात्री होती बोट कुठे जाणार नाही. त्यानं आणखी थोडी कॉफी प्यायली आणि नेटबद्दल, त्याला झालेल्या मलेरियाबद्दल त्याने काही माहिति

दिली. पेंटॅनलमध्ये मलेरियाची साथ येऊ घातली आहे याचीही माहिती त्याने त्यांना दिली. जेव्ही तसा अघळपघळ बोलणाऱ्यांपैकी होता.

चलाना बोटीवरून आणलेलं पेट्रोल जेव्हीनं त्याच्या जॉन बोटीच्या इंजिनाच्या टाकीत भरलं. पावसाळ्यात कोरूंबाकडे जाणारी वाहतूक वरच्या दिशेने जाणाऱ्या वाहतुकीच्या तिप्पट वेगाने होत असते. जेव्हीकडे असलेली जॉन बोट, तिचं इंजिन चांगल्या स्थितीमध्ये जर राहिलं तर कबिक्सा तिठ्याला ते चार तासांत पोचू शकणार होते. पुढे व्यापारी ठाण्याला दहा आणि कोरूंबाला अठरा तासांत. सांतालौरा सापडल्यानंतर पुढे ती बोट वापरायची आणि जॉन बोटीतनं सांतालौरा मध्ये सामानाची हलवा-हलवी करायची त्यात थोडा वेळ जाईल, पण झुला आणि खाण्याचे पदार्थ यांचा फायदा होईल.

जेव्हीनं सांतालौराशी आल्यावर थोडी विश्रांती घ्यायचं ठरवलं होतं. नेटला व्यवस्थित बिछान्यावर ठेवायचं होतं. नेट सॅटफोन वापरून वाल्दिरशी बोलेल. वाल्दिर पुढे कोरूंबाच्या एखाद्या चांगल्या डॉक्टरशी बोलून ठेवेल आणि जेव्ही अन् नेट तेथे पोचल्या पोचल्या नेटवर तातडीनं औषध इलाज सुरू होतील.

चलानाच्या कप्तानाने जेव्हीला बिस्किटांचा आणखी एक पुडा दिला आणि एक कप कॉफी दिली. जेव्हीनं पुढच्या आठवड्यात कोरूंबामध्ये त्यांची गाठ घेण्याचं त्यांना आश्वासन दिले, त्यांचे आभार मानले आणि त्याची जॉन बोट त्यांच्या बोटीपासून सोडवून घेतली. नेट जिवंत होता, पण शुद्ध हरपलेली होती. ताप उतरलेला नव्हता.

कॉफीमुळे जेव्हीच्या हृदयाचे ठोके जलद पडायला लागले होते. त्याची झोप उडालेली होती. तो पेट्रोल कमी जास्त करणाऱ्या तारेशी खेळत होता. इंजिनाच्या आवाजातलं सातत्य कमी जास्त व्हायला लागलं तेव्हा त्यानं कमी वेगानं जाण्याचं ठरवलं. पण इंजिन चालू ठेवलं. अंधार कमी होत होता, पण नदीवर धुकं पसरत होतं.

पहाटे नंतर एक तासानं ते कबिक्सा आणि पराग्वे संगमाशी पोचले. सांतालौरा तिथे नव्हती. जेव्हीनं जुन्या धक्क्या जवळच नांगर टाकून बोट उभी केलेली होती, जवळच्या झाडाला दोरानं बांधली पण होती. जेव्ही जवळच्या घराच्या मालकाला शोधायला गेला. मालक गोठ्यात गाईची धार काढत होता. त्यानं जेव्हीला ओळखलं. त्यानं त्या दिवशीच्या वादळाची आणि त्याच वादळात बोट आडवी होऊन वाहून गेल्याची हकीगत जेव्हीला सांगितली. मध्यरात्रीच्या वेळी ते वादळ आलं होतं. वादळ, वारा, पाऊस, विजांचा गडगडाट महाभयानक होता. तसं वादळ त्यानं यापूर्वी कधीच पाहिलं नव्हतं असं सांगितलं. ती रात्र, तो, त्याची बायको, मुलगा यांनी पलंगाखाली दडून काढली होती.

"बोट कुठं बुडली?'' जेव्हीनं विचारलं.

"मला माहीत नाही.''

"बोटीवर मुलगा होता त्याचं काय?''

"कोण वेली? तेही मला माहीत नाही.''

"तू कोणाजवळ चौकशी केलीस का? इतर कोणी त्याला पाहिलंय का?''

"नाही, मला माहीत नाही. त्या दिवसापासून नदीवरून आलेल्यापैकी कोणाशीच माझं बोलणं झालेलं नाही'' तो सांगत होता. त्या वादळाच्या रात्री निसर्गानं भयानकच तांडव घातलेलं होतं. वेलीबद्दल त्याला फार वाईट वाटत होतं. त्याचं असं म्हणणं होतं, की त्या रात्री वेली जर त्या बोटीवर असेल तर त्याचं जिवंत असणं अवघड आहे.

नेट मात्र जिवंत होता. लक्षात येण्यासारखा ताप उतरला होता. त्याचा आवाज क्षीण होता. त्याचं अंग गार पडलं होतं अन् त्याला तहान लागली होती, त्यानं स्वतःच्या बोटांनी डोळे उघडले आणि आजूबाजूला पाणीच पाणी पाहिलं, बोट बाजूच्या काठाला लावलेली, काठावरचं ते शेतकऱ्याचं घर त्याच्या नजरेला पडलं.

"जेव्ही'' तो म्हणाला. त्याचा घसा दुखत होता, आवाजात कंप होता. तो बसला. डोळ्यांच्या पापण्या हळुवार चोळल्या. बुबुळांना पापण्यांच्या बाहेरून अलगदसं हलवलं, त्याच्या डोळ्यांपुढे स्पष्ट आकृत्या दिसत नव्हत्या. जेव्हीनं काहीच उत्तर दिलेलं नव्हतं. त्याच्या शरीराचा प्रत्येक भाग दुखत होता. स्नायू, सांधे ठणकत होते. रक्त जसं काही मोठ्या दाबानं मेंदूकडे ढकललं जात होतं. मानेवर, गळ्यावर बारीक बारीक पुटकुळ्या उठल्या होत्या, अन् तो त्या नको तितक्या खाजवत होता. स्वतःच्याच शरीराच्या वासाने त्याला मळमळायला लागलं होतं.

जेव्हीच्या मागोमाग तो शेतकरी आणि त्याची बायको बोटीपर्यंत आली. त्यांच्या-जवळ आता पेट्रोलचा एकही थेंब शिल्लक उरलेला नव्हता. त्या शेतकऱ्याला सुद्धा यांच्याबद्दल कीव वाटायला लागली.

"नेट, तुम्ही आता कसे आहात?'' बोटीत पाय ठेवता ठेवता जेव्हीनं विचारलं.

"मरतोय मी.'' नेटच्या तोंडातून शब्द बाहेर पडले.

जेव्हीनं नेटच्या कपाळाला हात लावला, नंतर अल्लादपणे पुटकुळ्यांना स्पर्श केला, "तुमचा ताप आता उतरलाय.''

"आपण कुठे आहोत?''

"कबिक्सा संगमावर – आणि वेली इथे नाहीये – सांतालौरा बोट वादळात बुडाली.''

"आपलं कमनशीब हात धुऊन आपल्या मागे लागलंय." नेट म्हणाला आणि डोक्याचा ठणका पुन्हा जाणवला म्हणून कण्हत म्हणाला, "वेली आहे कुठे?"

"मला माहीत नाहीये. कोरूंबाला पोहचेपर्यंत तुम्ही तग धराल ना?"

"त्याच्या आधीच... पाहू काय होतं ते"

"नेट, तुम्ही पडून राहा."

जेव्हीनं बोट काठापासून दूर घेतली आणि प्रवाहाने जायला लागला. शेतकरी आणि त्याची बायको घोट्याभर चिखलात उभी राहून त्यांच्याकडे हात करत होते. जेव्ही पुढे जाण्याच्या दिशेकडे पाहात होता.

नेट थोडा वेळ बसला होता. चेहऱ्याला होणारा वाऱ्याचा स्पर्श त्याची मरगळ, दु:ख, कमी करत होता. पण थोड्याच वेळात वाऱ्याचा गारठा त्याला सहन होईनासा झाला. हुडहुडी पायापासून वर छातीपर्यंत सरकायला लागली, हळूच तो तंबूमध्ये शिरला आणि आडवा झाला. त्यानं वेलीच्या सुरक्षिततेसाठी मनातल्या मनात प्रार्थना म्हणायला सुरुवात केली, पण क्षणातच त्याचे विचार आपल्याला मलेरिया कसा काय झाला या प्रश्नाकडे स्थिरावले.

हार्कनं खूप काळजी घेऊन, 'हे अडॅम्स' या हॉटेलमध्ये दुपारच्या जेवणाची व्यवस्था केली होती. जेवणात ऑयस्टर, म्हणजे शिंपल्यातली कालवं, मीठ-मीरपूड घालून कच्ची खायची असतात, उकडलेली, कच्ची अंडी, कॅव्हीयर म्हणजे खाऱ्या पाण्यातल्या माशांच्या अंड्यांचं लोणचं आणि मिमोसा पालेभाजी, आणि बरोबर सामन मासे असा बेत होता.

मीटिंग अत्यंत महत्त्वाची आहे आणि मीटिंगबद्दल संपूर्ण गुप्तता राखायची आहे असं मीटिंगला येणाऱ्यांना पुन:पुन्हा बजावलं होतं. त्यानं एक साक्षीदार असा मिळवलेला आहे की तो हा खटला त्यांना जिंकून देऊ शकणार होता.

फेलन परिवारातल्या मुलांच्याच वकिलांना फक्त सभेला बोलावलं होतं. फेलनच्या बायकांनी अद्याप मृत्युपत्राच्या वैधतेबद्दल आव्हान देणारे खटले कोर्टात दाखल केलेले नव्हते आणि मृत्युपत्राविरुद्धच्या खटल्यात सामील व्हायला त्या उत्सुकही दिसत नव्हत्या. त्यांची कायदेशीर बाजू तशी भक्कम नव्हतीच. फेलनच्या बायकांनी जर खटले दाखल केले तर बिनबुडाचे म्हणून मी त्याकडे पाहणारसुद्धा नाही, अशा प्रकारचा काही तरी उल्लेख वेक्लिफ न्यायाधीशसाहेबांनी त्यांच्या वकिलांशी केलेला होता.

मुलांच्या बाबतीत हे खटले बिनबुडाचे असोत किंवा नसोत, त्यांनी या बाबतीत कोर्टात आव्हान द्यायचंच असा चंग बांधलेला होता. या आव्हानाच्या मुळाशी एकच महत्त्वाची बाब होती ती अशी की, फेलनने हे मृत्युपत्र केलं

त्यावेळी त्याची मानसिक स्थिती योग्य नव्हती. मृत्युपत्रासारख्या अती महत्त्वाच्या कागदपत्रांवर सही करण्याच्या वेळी ज्या प्रकारचं मानसिक स्वास्थ्य असावं लागतं, तसं फेलन यांचं नव्हतंच असं मुलांचं मत होतं. खटले दाखल करण्यात त्यांनी मुळीच वेळ दवडलेला नव्हता.

प्रत्येक वारसामागे जास्तीत जास्त दोन वकिलांनाच सभेमध्ये भाग घ्यायला परवानगी होती, पण जर एकच असेल तर ते स्वागतार्ह होते. रेक्स याच्या तर्फे हार्क स्वत: एकटाच होता. वॅली ब्राईट हा देखील एकटाच होता, तो लिब्बीगैल तर्फे आलेला होता. रँबलला तर एकच वकील माहीत होता तो म्हणजे यान्सी – मेरी रॉस तर्फे ग्रीट होता. कायदेशास्त्राचा प्राध्यापक म्हणून काही काळ काम केलेल्या मॅडम लँगहॉर्न गीना आणि कोडी यांच्या वकील म्हणून तिथे आल्या होत्या. ट्रॉय ज्युनियरने वडिलांच्या मृत्यूनंतर तीन वकील कंपन्यांना नेमलं होतं आणि नंतर त्यांना कमीही केलं होतं, हाकलून दिलं होतं म्हणाना. चारशे वकील एकत्र काम करण्याऱ्या एका कंपनीपैकी एक त्याचा वकील होता. 'हेंबा आणि हॅमिल्टन' हे त्या वकिलांच्या कंपनीचं नाव होतं आणि त्यांच्या कंपनीची ओळख करून देताना तो म्हणाला होता की आमची कंपनी म्हणजे वकिलांचा एक संघ आहे आणि त्यात अनेक छोटे छोटे समूह आहेत.

सर्वजण जमल्यावर हार्कने दरवाजा बंद केला आणि त्यांना माहिती द्यायला सुरुवात केली. त्याने माल्कम स्नीडबद्दल माहिती दिली की, तो दररोज जवळजवळ चोवीस तास ट्रॉय फेलनबरोबर असायचा, "त्यानं फेलनबरोबर तीस वर्षं काढलेली आहेत" हे त्यानं गंभीरपणे सांगितलं. "कदाचित त्यानं त्याचं शेवटचं मृत्युपत्र लिहायलासुद्धा मदत केलेली असेल आणि मृत्युपत्र लिहिण्याच्या वेळी ट्रॉय फेलनची मनस्थिती मृत्युपत्र लिहिण्यायोग्य नव्हती असं तो कदाचित सांगू शकेल."

वकिलांना या बातमीनं आश्चर्यच वाटलं. सर्व वकिलांचे चेहरे आनंदी झालेले हार्कनं पाहिले आणि म्हणाला, "या मृत्युपत्राबद्दल त्याला काहीही माहिती नाही आणि फेलनच्या मृत्युपूर्वी तो मानसिकदृष्ट्या अगदी शहाणा आणि सुदृढ होता. त्याचं मन पारदर्शक होतं, त्याची सारासार विवेक बुद्धी अगदी शाबूत होती असं तो सांगू शकतो असंही त्यानं मला सांगितलं. आहे."

"त्याला किती पैसे हवे आहेत?" हार्कचा पाल्हाळ थांबवत वॅली ब्राईट म्हणाला,

"पाच मिलियन डॉलर्स." दहा टक्के ॲडव्हान्समध्ये बाकी तडजोड झाल्यावर वकिलांना हा आकडा फार मोठा वाटला नाही, दाव्याच्या एकंदर आकड्याच्या तुलनेत स्नीडनं मर्यादा राखूनच रक्कम मागितलेली होती.

"आपल्या अशीलांकडे आत्ता त्याला द्यायला काहीही रक्कम उपलब्ध नाही." हार्क म्हणत होता, "त्याला ॲडव्हान्स रक्कम देऊन, त्याला आपल्याकडे वळवून घ्यायचा का नाही, हे आपण सर्वांनी ठरवायचंय. प्रत्येक वारसदाराला पंच्याऐंशी हजार द्यावे लागणार आहेत. त्यामुळे स्नीडबरोबर करार करायला हरकत नसावी. त्याच्या साक्षीमुळे आपण खटला जिंकू किंवा निदान तडजोड करायला तर नक्कीच भाग पाडू."

खटल्यांच्या कामांसाठी जर काही रकमांची जरुरी भासली तर ती उपलब्ध करण्याच्या प्रत्येक वकिलाच्या व्यवस्था निरनिराळ्या होत्या. विली ब्राईटनं बँकेकडून आधीच खूप कर्ज घेतलेलं होतं, त्याला सरकारी करांच्या रकमा भरायच्या होत्या. त्या उलट हंबा आणि हॅमिल्टन या कंपनीचे वकील वर्षाकाठी एक एक मिलियन डॉलर्स मिळवत होते.

"खोटी साक्ष देणाऱ्याला आपण पैसे द्यायचे असं तुम्ही सुचवताय की काय?" हॅमिल्टननी विचारलं.

"तो खोटं बोलतोय का, खरं, त्याच्याशी आपल्याला काय करायचंय?" हार्क उत्तरला. हार्कला कोणीही कसाही, कुठलाही प्रश्न विचारू शकत होता, "कुणालाही काहीही माहीत नाहीये, फेलन बरोबर तो एकटा होता. स्नीडसारखी पार्श्वभूमी असलेले इतर कोणीही साक्षीदार नाहीत. स्नीड जे बोलेल तेच खरं धरलं जाईल."

"हा सगळं काळंबेरं असलेला प्रकार वाटतोय." हेंबानं दुजोरा दिला.

"दुसरी कुठली चांगली कल्पना तुमच्याकडे आहे का?" ग्रीट गुरगुरत म्हणाला. तो मिंमोसाचा चौथा घास खात होता. हेंबा आणि हॅमिल्टन हे एका मोठ्या आणि चांगल्या प्रसिद्ध वकील कंपनीचे वकील होते. खालच्या आणि हलक्या प्रकारच्या लांड्यालबाड्या करून खटले जिंकायची त्यांना सवय नव्हती. खटल्यांच्या बाबतीत लाचलुचपत नसते असं त्यांचं म्हणणं नव्हतं, पण त्यांचे पक्षकार म्हणजे चांगल्या मोठमोठ्या मातब्बर उद्योगपतींच्या श्रीमंत कंपन्या असत. मोठमोठी सरकारी कंत्राटं मिळविण्यासाठी या कंपन्यांना सरकारी अधिकाऱ्यांना, राजकारणी व्यक्तींना भरमसाठ रकमा द्यायला लागत. त्या रकमा या कंपन्या त्यांच्या या विश्वासू वकिलांच्यामार्फतच त्यांच्या स्वित्झर्लंडमधल्या गुप्त खात्यातनं पाठवत असत. पण हे वकील – एका मोठ्या प्रतिष्ठित वकील कंपनीद्वारे आलेले – या छोट्या वकिलांकडे त्यांच्या कारवायांकडे, उपहासाने पाहात असत. त्यांनी या हार्क, ग्रीट आणि ब्राईट यांना तुच्छ ठरवून टाकलं होतं.

"माझे पक्षकार याला मान्यता देतील असं मला वाटत नाही." हॅमिल्टन म्हणाला.

"तुझा पक्षकार तर अशा प्रस्तावाचं मोठ्या आनंदानं स्वागत करील.'' हार्क म्हणाला. ट्रॉय ज्युनियरच्या चेहऱ्यावर नीतिमान व्यक्तीचा मुखवटा ही कल्पनाच हार्कला हास्यास्पद वाटली. "ट्रॉय ज्युनियर हा कसा आहे हे तुमच्यापेक्षा आम्हाला माहिती आहे. प्रश्न आहे, आम्ही जे म्हणतोय त्याला तुम्ही तयार आहात का नाही?''

"आपण वकिलांनी आपल्या पक्षकाराकरिता पाच लाख डॉलर्स उभे करायचे असं तुम्हाला सुचवायचंय का?'' हेंबा म्हणाला. त्याच्या बोलण्यात तिरस्काराची झाक होती.

"अगदी बरोबर.'' हार्क म्हणाला.

"मग अशा प्रकारच्या योजनेला आमची कंपनी कधीही साथ देणार नाही.''

"मग तुमच्या कंपनीला दिलेलं काम काढून घेतलंच म्हणून समजा.'' ग्रिट त्यांना चिडवण्यासाठी गाण्यांच्या सुरात, तालात म्हणाला.

"मृत्युपत्राची भानगड सुरू झाल्यापासूनची, ट्रॉय ज्युनियरनी बदलेली तुमची ही चौथी कंपनी आहे हे लक्षात असू द्या म्हणजे झालं.''

प्रत्यक्षात ट्रॉय ज्युनियरनी त्यांना काढून टाकण्याची धमकी यापूर्वीच दिलेली होती, त्यामुळे हार्कच्या बोलण्यावर ते शांत राहिले आणि त्यांचं बोलणं ऐकून घेतलं. हार्कनं बाजी जिंकली होती.

"आपल्या पक्षकाराकरिता काही रोख रक्कम जमा करणं तसं प्रत्येकालाच त्रासाचं आहे, तर यावर मी एक मार्ग काढलाय – मी एका बँकेशी याबाबत बोलणी केलीयेत. एका वर्षाकरता पाच लाख (पाचशे हजार) डॉलर्स ही बँक द्यायला तयार आहे. त्याकरिता आपणा सर्वांच्या सह्या, या कागदपत्रावर लागणार आहेत. मी माझी सही केलेलीच आहे.''

"मी दुसरी सही करतो.'' ब्राईट मोठ्या उत्साहाने म्हणाला. तो बिनधास्त होता कारण त्याच्याकडे घालवायसारखं काहीच नव्हतं.

"मला एक शंका विचारायचीय.'' यान्सी म्हणाला, "स्नीडला आपण आधी पैसे द्यायचे आणि नंतर तो बोलणार. बरोबर?''

"बरोबर.''

"मग असं नाही का करता येणार? तो काय सांगणार ते आपण आधी ऐकावं.''

"त्यानं काय सांगायचं त्यासाठी आधी काही पूर्वतयारी करावी लागेल, हा भाग महत्त्वाचा आहे. एकदा का त्याला आपण पैसे दिले की तो आपलाच आहे. हा खटला जिंकण्याच्या दृष्टीनं त्याची साक्ष कशी असायला पाहिजे हे आपणच ठरवायचं आहे. त्याच्याशिवाय साक्ष द्यायला दुसरं कोणीही पुढे येऊ

शकणार नाहीये, हे आपण ध्यानात घ्यायला हवं. अर्थात याला अपवाद त्याची– म्हणजे ट्रॉय फेलनची सेक्रेटरी.''

''तिला आणखी किती पैसे द्यायचेत?'' ग्रीटनं विचारलं.

''तिची साक्ष फुकट! – स्नीड बरोबरच्या करारात तिच्या साक्षीचा अंतर्भाव आहे.''

मोठं घबाड हाती लागण्याचे प्रसंग आयुष्यातून एकदाच येत असतात. वकील मंडळींनी गणितं केली, कमीत कमी जोखमीत सोन्याची खाण हाती लागणार होती.

''स्नीडला जे काही द्यायचंय ते दिल्यावर आपल्याला हवी तशी साक्ष तो देणार आणि त्यासाठी त्याला जे पैसे द्यायचे आहेत ते कुठून आणायचे. ही जी व्यवस्था करणार आहोत, ती सर्व माहिती मला माझ्या कंपनीला कळवावी लागेल, त्यांच्याकडून मान्यता घ्यावी लागेल. पण एवढं मी पाहीन की, याबद्दल कुठेही काहीही बोललं जाणार नाही. जरूर ती गुप्तता पाळली जाईल.'' लँगहॉर्न बाईंनी हे सारं सांगून सर्वांना आश्चर्यात टाकलं.

''जरूर ती गुप्तता? अरे आपल्या सर्वांच्या वकिली करण्याच्या सनदा काढून घेतल्या जातील – तुम्हाला गुन्हेगार ठरवलं जाईल – साक्ष देणाऱ्याला लाच देणं हा गुन्हा आहे.'' यान्सी म्हणत होता.

''तुम्ही काहीतरी गैरसमज करून घेताय.'' ग्रीट म्हणत होता.

''खोटी साक्ष वगैरे काहीही प्रकार इथे नाहीये. स्नीड जे काही सांगेल तेच खरं असणार आहे. त्याला खोटं ठरवणाऱ्यांना काहीतरी पुरावा तरी पुढे आणावा लागेल? तो जर असं म्हणाला की त्यानं ट्रॉय फेलनचं मृत्युपत्र लिहायला मदत केली आणि त्यावेळी म्हातारा वेडा होता, तर छातीवर हात ठेवून जगातलं कोण सांगणार आहे की नाही तसं नव्हतं म्हणून? हा जो करार आहे ना, ही सध्याच्या परिस्थितीतली एक उत्तम व्यवस्था आहे आणि याला मान्यता देण्यातच शहाणपणा आहे.''

''चार जणांची आता याला मान्यता आहे.'' हार्क म्हणाला.

''मी सही करतो.'' यान्सी म्हणाला.

हेंबा आणि हॅमिल्टन जागच्या जागी चुळबुळत होते, ''आम्हाला कंपनीतल्या आमच्यापेक्षा जास्त अनुभवी अधिकारी भागीदारांशी याबाबत बोलणं करायला लागेल.'' हॅमिल्टन म्हणाला.

''या बाबत अत्यंत गुप्तता राखायला लागेल याबद्दल तुम्हाला आणखी काही सांगायला नको ना?'' गल्लीबोळात क्रिकेट खेळणारा, रात्रीच्या कॉलेजला जाऊन वकिलीची परीक्षा पास झालेला, लुंगेसुंगे, गरिबांची वकिली करत

आलेला – ब्राईट हा वकील होता. श्रीमंत माणसांची, स्वत:ला मोठे अब्रूदार समजणाऱ्यांची, दुसऱ्यांना कमी लेखणाऱ्यांची, नीती आणि अनीतिच्या गप्पा करणारे पण प्रत्यक्षात तसे नसणाऱ्यांची वकिली करणाऱ्या मोठमोठ्या ऑफिसात बसून काम करणाऱ्या वकिलांना चिडवणीच्या सुरात सांगत होता.

"नको, तुम्ही त्याची आठवण करून द्यायला नको." हेंबा म्हणाला. रेक्सला फोन करून वकिलांच्या सभेत काय ठरलं हे सांगायचं हार्कनं ठरवलं होतं आणि नंतर रेक्सनं त्याच्या भावाला म्हणजे ट्रॉय ज्युनियरला फोन करून ही माहिती द्यायची, आणि त्यानं नेमलेले नवीन वकील या व्यवस्थेमध्ये अडचण निर्माण करतातयत याची त्याला कल्पना द्यायची – म्हणजे हेंबा आणि हॅमिल्टन कंपनीला डच्चू दिला जाईल.

"मग आपण झटपट या मागं लागायचं." हार्कनं सर्वांना जाणीव दिली. "स्नीड सध्या कफल्लक अवस्थेत आहे. त्यामुळे तातडीनं त्याला कोणाबरोबर तरी करार करावाच लागेल. आपल्याला जर उशीर झाला तर तो दुसऱ्या बाजूला जाऊन मिळेल."

"माहिती करता म्हणून मी विचारते हे." लॅंगहार्न म्हणत होती, "ही दुसरी बाजू कोण? त्याबद्दल आपल्याला काही माहिती मिळेल का? आपण सर्वजण मृत्युपत्राच्या वैधतेबद्दल कोर्टात आव्हान देत आहोत पण ते सत्य आहे असे कोर्टाकडून मान्य करून घेणारा कोणीतरी असेलच ना? रॅचेल लेन कुठे आहे?"

"उघड आहे, ती कुठे तरी लपून बसलीय." हार्क म्हणाला, "ती कुठे आहे हे जॉशला माहीत आहे आणि तो तिच्या संपर्कात आहे आणि तिच्या हिताचं संरक्षण करण्यासाठी ती एका वकिलाला नेमणार आहे असं तो सांगत होता."

"अकरा बिलियन डॉलर्सचा मामला आहे. तिच्याबाजूनं ती काहीतरी करणारच की!" ग्रीटनं दुजोरा दिला.

अकरा बिलियन डॉलर्स रकमेचा आकडा क्षणभर त्यांच्यातल्या प्रत्येकाच्या डोक्यात घोळला. त्याची सहा भागात वाटणी केल्यावर त्यावर त्यांचे टक्के, त्यातली स्नीडला जाणारी रक्कम वजा केल्यावर सुद्धा भलीमोठी रक्कम उरत होती.

परागवे नदीवरच्या व्यापारी ठाण्याच्या फर्नांडो या व्यापाऱ्याच्या दुकानाजवळ दुपारच्या वेळी जेव्ही आणि नेट कसेबसे पोहोचले. बोटीच्या इंजिनाने फारच त्रास दिला होता. दुपारचं कडक ऊन परिसर भाजून काढत होतं. फर्नांडो

पडवीतल्या झोपाळ्यावर झोका घेत होता. फर्नांडो वयस्कर होता. सारं आयुष्य त्यानं या नद्यांच्या परिसरात घालवलं होतं. जेव्हीच्या वडिलांना तो ओळखायचा. जेव्ही आणि फर्नांडो या दोघांनी नेटला मदत केली. तापाने तो फणफणत होता. त्याच्या पायात बधीरपणा आलेला होता आणि त्यातला जोर पार कमी झाला होता. तिघेजणं नेटच्या कलानं घेऊन हळूहळू धक्यापासून दुकानाच्या पायऱ्या चढून वर पडवीपर्यंत आले. झोपाळ्यावर नेटला आडवा केल्यावर जेव्हीनं गेल्या आठवड्याचा वृत्तांत थोडक्यात फर्नांडोला सांगितला. फर्नांडोला नदीवरच्या एकूण एक बातम्या मिळत असत.

"गेल्या आठवड्यातल्या एका रात्री तुफान वादळ झालं, त्यात सांतालौरा बुडालं." फर्नांडो म्हणाला.

"वेलीला तू पाहिलंस?" जेव्हीनं विचारलं.

"हो, जनावरं वाहणाऱ्या एका बोटीनं त्याला वर घेतलं. ती बोट इथे थांबली होती. वेलीनंच मला ही गोष्ट सांगितली. सध्या तो कोरूंबामध्ये आहे. हे नक्की."

वेली जिवंत आहे हे कळल्यानंतर जेव्हीनं सुटकेचा श्वास टाकला. बोट बुडाली हा नुकसानीचा भाग दु:खद होता. पेंटॅनल भागातली सांतालौरा ही एक फारच चांगली बोट होती आणि त्याच्या ताब्यात असताना ती बुडाली हे त्याला फार लागून राहिलं. त्याचं बोलणं चालू असताना फर्नांडो नेटचं निरीक्षण करत होता. नेटला त्याचं बोलणं विशेष असं ऐकू येत नव्हतं, ते जे काय बोलत होते ते त्याला कळतही नव्हतं आणि बोलणं ऐकावं आणि ते कळावं असंही त्याला वाटत नव्हतं.

फर्नांडोनं नेटच्या मानेवरच्या पुरळाला हात लावला आणि म्हणाला, "हा मलेरिया नाहीये." जेव्ही झोपाळ्याजवळ आला, नेटकडे पाहिलं. त्याचे केस भिजलेले होते, डोक्यावर सपाट बसलेले होते, डोळे सुजलेले होते.

"मग काय आहे?" त्यानं विचारलं.

"मलेरियामध्ये असं मानेवर पुरळ येत नाही. ते डेंग्यूमध्ये येतं."

"डेंग्यू ताप?"

"हो, मलेरियासारखाच असतो. थंडी वाजून ताप येणं, स्नायू, सांधे दुखणं हा रोगसुद्धा डासच पसरवतात. पण पुरळ म्हणजे डेंग्यू."

"माझ्या वडिलांना डेंग्यू झाला होता, त्यावेळचं त्यांचं आजारपण महाभयानक होतं. त्यावेळी ते मरता मरता वाचले होते."

"लवकरात लवकर याला तुम्ही कोरूंबाला घेऊन जा."

"तुम्ही मला तुमची मोटरबोट द्याल का?"

फर्नांडोच्या मोडक्यातोडक्या इमारतीच्या मागल्या बाजूला त्याची मोटरबोट धक्क्याला बांधली होती. जेव्हीच्या मोटरबोटपेक्षा त्याची कंडिशन चांगली होती. इंजिन जेव्हीच्या बोटीपेक्षा पाच हॉर्स पॉवरने जास्त ताकदवान होतं. ते तातडीने मोटरबोटीजवळ गेले. जरूर ती साफसफाई केली. पेट्रोल टाक्यातून भरलं आणि एका तासात अर्धवट शुद्धीतल्या नेटला झोपाळ्यावरून धक्क्याशी आणलं, बोटीत बसवलं त्याच्यावर तंबूचं पांघरूण घातलं. जेव्ही कोरूंबाकडे निघाला सुद्धा. ते काय करतायत हे नेटला काहीही कळत नव्हतं.

ते निघाले तेव्हा दुपारचे अडीच वाजले होते. कोरूंबा म्हणजे नऊ ते दहा तासांचा प्रवास होता. जेव्हीनं वाल्दिरचा फोन नंबर फर्नांडोला दिला होता. पराग्वे नदीवरच्या एखाद्याच बोटीत रेडिओ-वायरलेसच्या यंत्रणेची सोय असायची. फर्नांडोला जर अशी एखादी बोट दिसली तर नेट-जेव्हीची खबर वाल्दिरला त्यानं द्यायची असं ठरलं.

जेव्ही आता चांगल्या वेगानं सुटला होता. दणादण पाणी कापत भरपूर वेगानं जाणारी बोट हाताळताना जेव्हीला अगदी बरं वाटत होतं. बोटीच्या मागे राहणारा पाणी कापल्यानंतरचा पट्टा लांबवर दिसत होता.

एखाद्या वेळी डेंग्यू तापामध्ये रुग्ण दगावूसुद्धा शकतो. त्याचे वडील आठ दिवस मरणप्राय स्थितीमध्ये होते. तापाने फणफणलेले, डोक्यात भयानक ठणका होता. डोळे उघडले की उजेडाचा असह्य त्रास त्यांना व्हायचा, त्यामुळे त्याच्या आईनं त्यांना अंधाऱ्या खोलीतच ठेवलं होतं. त्यांनी नदीवरचं काबाडकष्टांचं जीणं काढलेलं होतं. अत्यंत सोशीक, पण त्यांना जेव्हा कण्हताना जेव्हीनं पाहिलं तेव्हा त्याला वाटलं होतं हे काही फार दिवस आपल्यात राहत नाहीत. त्याच्या घरी डॉक्टरांची दररोजची भेट होतीच पण शेवटी ताप उतरला.

तंबूच्या कापडामधून त्याला नेटचे फक्त पाय दिसत होते. शरीराचा बाकी इतर काहीच भाग दिसत नव्हता, तो नक्की मरणार नाही.

. ३ ३ .

पहिल्यांदा तो जागा झाला तेव्हा तो काही पाहू शकला नाही. परत जागा झाला तेव्हा अंधार पडला होता. त्यानं जेव्हीकडे पाणी किंवा कुठलेही पेय किंवा पावाच्या तुकड्यासारखं काहीतरी तोंडात टाकायला मागण्याचा प्रयत्न केला. पण त्याचा आवाज उमटत नव्हता. बोलायला सुद्धा श्रम आणि हालचाल लागते आणि एखादे यंत्र चालू असले की त्याच्या आवाजापेक्षा मोठा आवाज काढून बोलायची वेळ आली की हे जाणवतं. त्याच्या सांधे दुखण्यामुळे त्याच्या

शरीराची एक गठडी झाली होती आणि बोटीच्या तळाच्या ॲल्युमिनियमच्या पत्र्याला चिकटून बसली होती.

तंबूमध्ये घामट किंवा काहीतरी विचित्र वास भरलेला होता, त्यात रॅचेल त्याच्या शेजारी होती. तिनं पण तिच्या शरीराची गठडी केलेली होती. त्या दोघांचे गुडघे एकमेकांना टेकलेले होते. तिच्या झोपडीसमोर ते नदीकाठी बसले असताना किंवा नंतर एकदा बाकावर बसले असतान जसे टेकलेले होते तसे, दुसऱ्या कुणा मनुष्य प्राण्याच्या शरीराच्या, निष्पाप सहवासासाठी आसुसलेल्या स्त्रीनं, अगदी नाजूकपणे आणि अती काळजीपूर्वक पण जाणिवपूर्ण केलेला तो स्पर्श होता. अकरा वर्षं ती आदिवासींच्यात राहिली होती, पण त्यांचं नग्न स्थितीतलं हिंडणं, फिरणं, वावरणं त्यामुळे नागरी संस्कृतीमधल्या व्यक्तींमध्ये आणि आदिवासींच्यात दुरावा राहात होता. साधं आलिंगनही अवघड गोष्ट होती, काय कुरवाळणार? कुठे थोपटणार? काय कवटाळणार? नक्कीच तिनं कुठल्याही पुरुषाला साधा स्पर्शसुद्धा केलेला नसेल.

त्याला तिचं चुंबन घ्यायचं होतं, गालावरचं असतं तरी चाललं असतं कारण साध्या प्रांजळ प्रेमाचा साधा ओलावा सुद्धा तिला कोणी कधी दाखवला नसेल. "तुझं सगळ्यात शेवटचं चुंबन कधीचं होतं?" हे त्याला तिला विचारायचं होतं, "कधी काळी तू प्रेमात पडली होतीस तर त्यात शारीरिक भाग किती होता?"

पण ते सारे प्रश्न त्याने त्याच्याजवळच ठेवले होते आणि त्या ऐवजी त्या दोघांनाही माहीत नसलेल्या लोकांसंबंधी बोलत राहिले होते. पियानो शिकवायला तिच्याकडे एकजण यायचा, पण त्याच्या श्वासाला इतकी दुर्गंधी यायची की त्यामुळे तिच्या पियानोच्या पांढऱ्या पट्ट्या पिवळ्या होऊन गेल्या होत्या. लक्रॉस नावाचा एक चेंडूनं खेळायचा खेळ शिकवायला एक शिक्षक नेटकडे यायचा तो व्हील चेअरवर बसून. हाच खेळ खेळताना त्याच्या पाठीच्या कण्यास दुखापत झालेली होती, त्यामुळे त्याला लकवा झाला होता. रॅचेलच्या एका मैत्रिणीला लग्नाआधी दिवस गेले, म्हणून तिचे आईवडील तिला इतके बोलले की त्यामुळे तिनं आत्महत्या केली. नेटचा एक भाऊ रक्ताच्या कॅन्सरनी गेला होता.

त्यानं तिचे गुडघे चोळले, तिला ते आवडलं. पण त्यापुढे तो काही जाऊ शकला नाही. मिशनरी झालेल्या स्त्रीबरोबर तसा काही व्यवहार करण्याचं त्याचं धाडस झालं नाही.

ती त्याला मलेरियापासून नक्कीच वाचवणार आहे, तिला दोनदा मलेरिया झालेला होता. ताप चढून तो उतरतो, पोटामध्ये बर्फासारखी हुडहुडी भरते, मग ती जाते. मधून मधून मळमळ होत असते. मग काही तास काहीच नसतं. तिनं त्याच्या हातावर थोपटलं आणि त्याला धीर देऊन सांगितलं, "तू मरणार

नाहीयेस, सगळं ठीक होईल.'' ती सगळ्यांना हेच सांगायची, हाही विचार त्याच्या मनात आला. मृत्यूचं स्वागत करावं, असंही तिचं सांगणं असायचं.

स्पर्श थांबला. त्यानं डोळे उघडले. शेजारी रॅचेलला हात लावण्याचा प्रयत्न केला, पण ती गेलेली होती.

जेव्हीनं नेटचं हे भ्रमातलं बोलणं दोनदा ऐकलं होतं. प्रत्येकवेळी त्यानं बोट थांबवली होती. नेटवरचं तंबूचं कापड दूर करून त्याच्या तोंडात तो बळेच पाणी ओतत होता आणि काही पाणी त्याला सोसेल तसं, त्याच्या घामेजलेल्या केसांतूनही ओतायचा.

''आपण कोरूंबाच्या अगदी जवळ आलो आहोत.'' असं तो पुनः पुन्हा सांगत होता, ''आता अगदी थोडं अंतर.''

कोरूंबा शहरातले दिवे त्याला पहिल्यांदा दिसले तेव्हा त्याच्या डोळ्यांत पाणीच आलं. पेंटॅनलमधून परतताना पूर्वीच्या प्रवासाच्यावेळी असे दिवे खूप वेळा त्यानं पाहिले होते. पण त्या दिव्यांचं आजच्याइतकं स्वागत त्यानं यापूर्वी कधीही केलेलं नव्हतं. खूप दूरवरनं, टेकडीवर चमकणारे दिवे त्याला दिसत होते. त्यानं ते वेगवेगळे मोजायला सुरुवात केली. नंतरचे दिवे एकमेकांच्यात इतके मिसळलेले होते की मोजणंच शक्य नव्हतं.

रात्री ११ वाजताच्या सुमाराला ते काठाशी उथळ पाण्यात एक जुना धक्का होता. त्याला त्यानं बोट लावली. त्यावेळी धक्क्याला इतर कुठलीही बोट नव्हती. बाजूला उंचवट्यावर पैसे टाकून फोन करण्याची व्यवस्था होती, त्या फोनशी जेव्ही पळाला.

रात्रीच्या झोपायचे कपडे चढवून, वाल्दिर दिवसातली शेवटची सिगरेट ओढत, टी.व्ही. पाहात बसला होता. बायको त्याला तक्रारवजा काही तरी सांगत होती. त्याकडे त्याचं पूर्ण दुर्लक्ष होतं, त्याचवेळी फोन वाजला. बसल्या जागीच फोन घेऊन त्यानं बोलायला सुरुवात केली आणि फोन कुणाचा आहे हे समजताच ताडकन उभा राहून बोलणं चालू ठेवलं.

''काय झालं काय? कुणाचा फोन आहे?'' बायकोनं झोपण्याच्या खोलीकडे जाता जाता विचारलं.

''जेव्ही परत आलाय.'' त्यानं खांद्यावरून सांगितलं.

''कोण जेव्ही?''

तिला ओलांडून बाहेर जाता जाता तो म्हणाला, ''मी नदीकडे चाललोय.'' आणि हे त्यानं सांगितलं असतं आणि नसतं तरी काही फरक पडत नव्हता.

गावाबाहेर राहणाऱ्या त्याच्या डॉक्टर मित्राला त्यानं उठवलं, तो नुकताच झोपण्याच्या खोलीत गेलेला होता. त्याच्या हातापाया पडून त्याला त्याच्या

हॉस्पिटल-मध्ये थांबायला तयार केलं, आणि मी एक पेशंट घेऊन येतोय त्याच्यावर तातडीनं उपचार करणं जरुरीचं आहे असं त्यानं सांगितलं.

जेव्ही धक्क्यावर येरझारा घालत होता. नेटला त्यानं एका सपाट दगडावर बसवलं होतं. नेट डोकं गुडघ्यांवर टेकून बसला होता. वाल्दिर आल्या आल्या तो आणि जेव्ही या दोघांनी त्याला अलगद उचलून गाडीच्या मागल्या सीटवर आडवा केला आणि ते सुसाट वेगानं निघाले.

वाल्दिरला विचारण्यासारखे खूप प्रश्न होते, पण कुठून सुरुवात करायची हे ठरत नव्हतं. उलट तपसाणीसारखे प्रश्न आपण नंतर विचारू असं ठरवून त्यानं साध्या साध्या प्रश्नांनी सुरूवात केली, ''हा आजारी कुठे पडला?'' हे त्यानं पोर्तुगीज भाषेत विचारलं. जेव्ही वाल्दिरच्या शेजारी बसून जागे राहण्यासाठी डोळे चोळत होता. या आधीची झोप त्याने आदिवासींबरोबर घेतलेली होती. ती म्हणजे काही डुलक्यांचीच. ''नाही आत्ता तरी काही सांगता येत नाहीये.'' तो म्हणाला. ''दिवस एकमेकांत इतके मिसळले गेलेत की, पण हा डेंग्यू ताप आहे – चौथ्या किंवा पाचव्या दिवशी पुरळ उठतं आणि ते उठून सुद्धा दोन दिवस झालेत, तरी पण मला निश्चित काही सांगता येणार नाही.''

आता ते भरगावातून वाहतूक नियंत्रक दिव्यांची पर्वा न करता भरवेगाने चालले होते. बाजूची, फुटपाथलगतची उपाहार गृहं बंद व्हायला लागली होती. रस्त्यावर तुरळक वाहतूक होती.

''तुम्हाला ती बाई सापडली?''

''हो''

''कुठे?''

''डोंगराच्या पायथ्याच्या जवळ, मला वाटतं तो भाग बोलिव्हियामध्ये येतो, पोर्टो इंडिओच्या दक्षिणेकडे.''

''ती जागा नकाशावर आहे.''

''नाही.''

''मग तुम्ही कसं तिला शोधलंत?''

कुठलाही ब्राझिली माणूस आपण रस्ता चुकलो होतो असं कधीच कबूल करणार नाही, आणि त्यातल्या त्यात जेव्हीसारखा अनुभवी आणि मुरलेला तर नाहीच नाही. आणि असं जर कबूल केलं तर, त्याला स्वतःच्या मानसन्मानाची काही पर्वा आहे की नाही?

''पेंटॅनलच्या त्या भागामध्ये सध्या पावसाळा आहे. पाणी फुगून सर्व परिसरभर पसरलेलं आहे आणि त्यामुळे त्या भागात नकाशांचा काहीही उपयोग होत नाही. आम्हाला एक मासेमारी आदिवासी भेटला. त्यांनी मदत केली. वेली कसा काय आहे?''

“वेली मस्त आहे – बोट बुडाली” वाल्दिरला वेली वाचल्याच्या आनंदापेक्षा बोट बुडाल्याचं दु:ख जादा होतं.

“अशी वादळं मी कधी पाहिली नव्हती. तीन वेळा आम्ही असल्या भयानक वादळांच्या तडाख्यात सापडलो.”

“ती बाई काय म्हणाली?”

“मला माहीत नाही. मी तिच्याशी खरं म्हणजे एक शब्दसुद्धा बोललेलो नाहीये.”

“तुम्हाला पाहून तिल आश्चर्य नाही वाटलं?”

“तसं तिच्या चेहऱ्यावरून वाटलं नाही. ती फारच थंड होती. आपला अमेरिकन दोस्त तिला आवडला. ”

“त्यांच्या बोलण्यातून काय निष्कर्ष निघाला?”

“त्यांना विचारा.” जेव्ही म्हणाला. जेव्हीला ते काही कळण्यासारखी शक्यता नव्हती म्हणून वाल्दिर पुन्हा त्यावर काही बोलला नाही. मागल्या सीटवर नेट छातीशी गुडघे घेऊन गठडी करून बसला होता. त्यांचं बोलणं त्याला ऐकू येत नव्हतं आणि कळण्यासारखंही नव्हतं. नेटचीच तब्येत ठीक झाल्यावर वकील म्हणून दोघं चर्चा करतील तेव्हा त्याला ते सारं कळेल.

ते हॉस्पिटलच्या गेटशी आले तेव्हा फुटपाथशी व्हिलचेअर तयार होती. त्या दोघांना त्यात नेटला घातलं आणि वॉर्डबॉयच्या मागोमाग ते जाऊ लागले. हवेत उष्मा आणि दमटपणा दोन्ही होतं. हॉस्पिटलच्या दारात पांढऱ्या कपड्यांच्या वेषात अनेक साफसफाई करणारे, परिचारिका, वॉर्डबॉईज, डॉक्टर्स, त्यांचे असिस्टंट्स उभे राहून सिगरेट ओढत गप्पा मारत होते. हॉस्पिटलमध्ये वातानुकूल करण्याची यंत्रणा नव्हती.

वाल्दिरचा डॉक्टरमित्र कामाचा माणूस होता. त्याने कागदपत्रं करायचं काम दुसऱ्या दिवशीच्या सकाळवर ढकललं. त्यांनी मोकळ्या पॅसेजमधून, कॉरिडॉरमधून, मधल्या मोठमोठ्या हॉलमधनं ढकलत नेटला थेट तपासणीच्या खोलीत आणलं. तिथे एका अर्धवट झोपेतल्या नर्सनी नेटला आपल्या ताब्यात घेतलं. जेव्ही आणि वाल्दिर कोपऱ्यात जाऊन उभे राहिले. डॉक्टर आणि नर्सनी नेटच्या अंगावरचे सर्व कपडे उतरवले. नर्सनी त्याला अल्कोहोल आणि पांढऱ्या कपड्यांनी पुसून काढलं. डॉक्टरांनी पुरळ काळजीपूर्वक पाहिले. ते अगदी हनुवटीपासून सुरू झालेले होते, ते कंबरेपर्यंत होते. सर्वांगावर डासांनी चावलेल्या खुणा होत्या. काही काही खुणांच्या जागी इतकं खाजवलं होतं की तिथे लाल लाल चट्टे तयार झालेले होते, त्याच्या शरीराचा ताप, रक्तदाब, हृदयाचे ठोके यांच्या नोंदी घेतल्या.

“डेंग्यू ताप दिसतोय.” दहा मिनिटांनंतर डॉक्टर म्हणाले. त्यानंतर त्यांनी नर्सला काय करायचं, काय नाही करायचं आणि औषधांची एक लांबलचक यादी सांगितली. तिनं फार काही लक्ष दिलेलं दिसलं नाही, तिच्या दृष्टीने हे नेहमीचंच होतं. तिनं नेटचे केस धुवायला सुरुवात केली.

नेट काही तरी बडबडत होता, पण त्याचा काही अर्थ लागत नव्हता. भूतकाळातल्या काही गोष्टी तो बडबडत असावा. त्याचे डोळे सुजलेलेच होते आणि बंद होते. आठवड्यात त्यानं दाढी केलेली नव्हती. वॉशिंग्टनमध्ये एखाद्या बारच्या बाहेर एखाद्या गटारात अशा अवस्थेत तो पडलेला असणं काही अशक्य नव्हतं.

“अद्याप खूप ताप आहे.” डॉक्टर म्हणत होते. “तो भ्रमिष्ट अवस्थेत आहे. आपण त्याला अँटिबायोटिक्स, पेनकिलर आणि खूप पाणी, रक्तवाहिन्यांद्वारे द्यायला सुरू करायचं आणि खाण्याचं नंतर पाहू.”

नर्सनी नेटच्या डोळ्यांवर घट्ट बँडेज बांधून टाकलं. हातावरची एक रक्तवाहिनी पाहिली. वरच्या बाजूला घट्ट दाबून धरून फुगवल्यावर त्यामध्ये इंजेक्शनची सुई घुसवली. तिच्या कपाटातून तिनं एक पिवळा गाऊन काढला आणि तो नेटच्या अंगावर चढवला. डॉक्टरांनी पुन्हा एकदा त्याचा ताप पाहिला. “लवकरात लवकर तो उतरायला लागेल.” त्यानं नर्सला सांगितलं, “आणि उतरला की मला माझ्या घरी कळव.” तो त्याच्या घड्याळाकडे पाहात म्हणाला. वाल्दिरने त्याचे आभार मानले. “मी सकाळी पुन्हा एकदा त्यांना तपासेन.” डॉक्टर म्हणाले आणि ते त्यांना तिथे साडून गेले.

सौ. स्टॅफोर्ड लंडनमधल्या प्राचीन वस्तू विकणाऱ्या एका दुकानातल्या वस्तू पाहात होत्या.

स्टॅफोर्ड इकडे अमेरिकेतच होता. झोपला होता. फोन वाजायला लागला. दहा-बारा वेळा रिंग वाजल्यानंतर जॉशनी तो घेतला. पहाटेचे दोन वाजलेले होते.

“मी वाल्दिर बोलतोय”

“कोण? वाल्दिर? बोल बोल” जॉशनं डोकं चोळलं, डोळे किलकिले केले, “बरं झालं, फोन केलास. तुमच्या फोनची वाटच पाहात होतो.”

“तुम्ही पाठवलेला माणूस परत आलाय.”

“चांगली बातमी आहे. देवाची कृपा आहे म्हणायची.”

“पण तो फारच आजारी आहे.”

“काय? काय झालंय त्याला?”

“डेंग्यू नावाचा मलेरियासारखा ताप त्याला आलेला आहे. डासांच्या चावण्यामुळे होतो तो आणि या भागात तो बऱ्याचजणांना येतो.”

“त्यानं अशा प्रकारचे कुठले ताप येऊ नयेत म्हणून जरूर ती इंजेक्शनं घेतलेली होती.” जॉश उठून उभा राहिला होता. कंबरेत वाकून डोक्याचे केस ओढत होता.

“डेंग्यू होऊ नये म्हणून घेण्याचं असं कुठलं इंजेक्शन नाहीये.”

“तो मरणार वगैरे नाहीये ना?”

“नाही नाही. आत्ता तो हॉस्पिटलमध्ये आहे. माझा एक चांगला मित्र आहे आणि तो चांगला डॉक्टर पण आहे. तो त्याची सर्व काळजी घेतोय. त्यानं सांगितलंय की तुमचा माणूस बरा होईल.”

“मला त्याच्याशी कधी बोलता येईल.”

“उद्या येईल कदाचित, आत्ता तर त्याच्या अंगात खूप ताप आहे आणि तो शुद्धीवर नाहीये.”

“त्याला ती बाई सापडली आहे का?”

“हो!”

“ग्रेट!” जॉशनं सुटकेचा निश्वास टाकला आणि बिछान्यावर बसला. “मग ती प्रत्यक्षात तिथे आहे तर! मला त्याच्या खोलीचा नंबर दे.”

“नाही. इकडे खोल्यांतून फोन नाहीयेत”

“स्पेशल रूममध्ये आहे ना तो? वाल्दिर, तुम्ही पैशाची काळजी करू नका हो! आणि मला तुम्ही हे नक्की सांगा की, तुम्ही त्याची काळजी घेण्यामागे कुठलीही कसूर करत नाही ना?”

“तो चांगल्या तज्ज्ञ डॉक्टरांच्या देखरेखीखाली आहे, पण इथली हॉस्पिटल्स तुमच्या तिकडल्यांपेक्षा वेगळी आहेत.”

“मी समक्ष यायला पाहिजे का तिकडे?”

“तुम्हाला यायचं असलं तर या. पण तशी जरूर नाहीये. तुम्ही येऊन इथल्या हॉस्पिटल्सची स्थिती काही सुधारू शकणार नाही. हुषार, तज्ज्ञ, अनुभवी डॉक्टरांच्या हातात तो आहे एवढं मात्र मी सांगू शकतो.”

“त्याला तिथे किती दिवस राह्यला लागेल?”

“थोडे दिवस लागतील. उद्या सकाळी आपल्याला जरा जास्त माहिती मिळू शकेल.”

“तुम्ही मला उद्या सकाळी फोन करा. माझं नेटबरोबर बोलणं होणं हे अत्यंत महत्त्वाचं आहे. वाल्दिर तुम्ही त्याचं गांभीर्य ध्यानात घ्या.”

“हो, मी लवकर फोन करीन.”

जॉश गार पाणी आणायला किचनमध्ये गेला. नंतर त्याने त्याच्या खोलीतच येरझारा मारल्या. तीन वाजता त्या त्यानं थांबवल्या आणि त्यानं एक मग भरून कडक कॉफी बनवली आणि तळघरातल्या आपल्या ऑफिसमध्ये गेला.

नेट अमेरिकन म्हणजे श्रीमंत, म्हणून त्यांनी औषधोपचारात कुठल्याही प्रकारची काटकसर केली नाही. त्यांनी सर्वात चांगल्या चांगल्या औषधांचा मारा रक्तवाहिन्यावाटे नेटच्या शरीरात त्यांनी केला. ताप थोडा उतरला. घाम कमी झाला. वेदना थांबल्याच. उत्तमोत्तम अमेरिकन औषधं त्यांनी वापरली होती. नेट हॉस्पिटलमध्ये आल्यानंतर दोन तासांनी त्याला त्याच्या तथाकथित स्पेशल खोलीमधल्या पलंगावर नर्स आणि तिच्या मदतनिसांनी आडवं केलं, त्यावेळी तो चक्क घोरत होता.

नेटच्या खोलीत त्या रात्री आणखी पाच रुग्ण होते. नशीब त्याच्या डोळ्यांवर बँडेज होतं आणि त्याला झोपेची औषधं देऊन झोपवलं होतं. अन्यथा इतर रुग्णांच्या उघड्या जखमा त्याला दिसल्या असत्या, काही जणांच्या शरीरांना कंप सुटलेला होता. एकजण तर जवळजवळ मृत अवस्थेतच तेथे पडून होता. त्या खोलीत एक प्रकारची दुर्गंधी पसरलेली होती पण तो वास नेटला येत नव्हता.

.३४.

फेलन भावंडांमध्ये रेक्स त्यातल्या त्यात हुशार होता. त्याच्या नावावर कुठल्याही प्रकारची मालमत्ता नव्हती. आधी भरमसाठ खर्च करायचा आणि मग त्यासाठी पैशाची कुठूनतरी व्यवस्था करायची, हेच करण्यात त्याचं सारं आयुष्य गेलं तरी त्याला आकड्यात फार रस होता, गम्य होतं. ती बुद्धी त्याला वडिलांकडून मिळालेली होती. इतर बऱ्याच चांगल्या गोष्टी वडिलांकडून त्याला मिळायला हरकत नव्हत्या, पण त्या त्याच्या वाट्याला आल्या नव्हत्या आणि नको त्या आल्या होत्या. सर्व फेलन भावंडांमध्ये सर्वांनी कोर्टाला सादर केलेले सहाच्या सहा आव्हानांचे अर्ज वाचण्याची कुवत आणि धमक फक्त रेक्समध्येच होती. ते त्याने वाचले आणि त्यानंतर त्याच्या ध्यानात आलं होतं की, या सहाच्या सहा वकिलांनी केलेले सर्व अर्ज एकसारखे होते सर्वांचा मजकूर एकसारखा होता.

सहा वकील एकच खटला लढतायत आणि प्रत्येकाला वेगवेगळा आणि तो सुद्धा बेसुमार मोबदला हवाय. कुटुंबातल्या सर्वांनी एकत्र यायची हीच वेळ

आहे. त्यांनी सर्वप्रथम ट्रॉय ज्युनियरशी बोलायचं ठरवलं आणि त्याचा त्याच्या वकिलांशी, नीति-अनीतिवरून खटका उडण्याची शक्यता होती.

दोघांनी गुप्तपणे भेटायचं ठरवलं, कारण त्यांच्या बायका एकमेकांचा तिरस्कार करायच्या. त्यामुळे त्यांना ही भेट कळू द्यायची नव्हती आणि काही कळलंच नाही तर वादाचा प्रश्न उद्‌भवायचा नाही. आपला जर आर्थिक फायदा करून घ्यायचा असेल तर आपापासातली भांडणं बाजूला ठेवायला पाहिजे असं रेक्सनं त्याला फोनवर सांगितलं.

उपनगरातल्या एका रेस्टॉरंटमध्ये सकाळच्या न्याहारीच्या निमित्ताने ते एकमेकांना भेटले. सुरुवातीला इथले चांगले पदार्थ कोणते वगैरे किंवा त्यावेळी चालू असलेले फुटबॉलचे सामने यावर त्यांचं बोलणं झालं, तोपर्यंत त्यांच्यातला दुरावा संपलेला होता. स्नीडच्या गोष्टीनं रेक्सनं मुद्याचं बोलायला सुरुवात केली. स्नीडची मागणी फारच मोठी होती, पण त्याची साक्ष खटल्याचा निर्णय कुठल्याही बाजूला फिरवू शकते. ट्रॉय ज्युनियरच्या वकिलांखेरीज सर्व वकिलांनी हुंडीच्या कागदपत्रावर सही करायचं मान्य केलेलं होतं, आणि "तुमचे वकील या योजनेमध्ये अडकाठी निर्माण करतायत." हे तो स्वत:चे डोळे मोठे करून सांगत होता.

"साला पाच मिलियन डॉलर्स मागतोय?" स्नीडच्या मागणी रकमेच्या आकड्यावर, विश्वास न बसत असल्यासारखं दाखवत ट्रॉय ज्युनियर म्हणाला.

"हा सौदा आहे आणि डॅडींनी जेव्हा मृत्युपत्र लिहून काढलं तेव्हा तो एकटा तिथे हजर होता, असं म्हणायला तो तयार आहे. आत्ता फक्त पाच लाख द्यायचेत. बाकीच्या रकमेबद्दल नंतर आपण त्याला टांग देऊ."

ट्रॉय ज्युनियरला हे पटलं. वकिलांना बदली करणं, कमी करणं ही गोष्ट त्याला काही नवी नव्हती. तो जर स्वच्छ मनाचा, चांगल्या विचारांचा असता तर जो पवित्रा त्याच्या वकिलांनी घेतलेला होता तो योग्य होता, असं त्यांनी म्हणायला काही हरकत नव्हती. हेंबा आणि हॅमिल्टन ही फर्म एक उत्तम नावलौकिक असलेली वकिलांची कंपनी होती. चारशे वकील काम करीत असलेली संगमरवरी नक्षी-कामांनी सजविलेला दर्शनी भाग असलेली भव्य इमारत त्यांच्या कर्तृत्वाची साक्ष देत होती.

रेक्सनं विषय बदलला, "तू ते सहा आव्हान अर्ज पाहिलेस का?" ट्रॉय ज्युनियरच्या तोंडात स्ट्रॉबेरी होती, ती चावता चावता तो मानेनेच नाही म्हणाला. त्याच्या वतीने जो अर्ज दिला होता तो सुद्धा त्यानं वाचला नव्हता. हेंबा आणि हॅमिल्टन कंपनीनं त्याबाबत त्याच्याशी चर्चा केलेली होती आणि मगच त्यावर त्यानं सही केलेली होती. आव्हान अर्ज चांगला दहा बारा पानी होता आणि खाली गाडीत त्याची बायको बिफ् त्याची वाट पाहात बसली होती.

"पण मी काळजीपूर्वक आणि सावकाश सर्व अर्ज वाचलेले आहेत आणि सर्व अर्ज एकसारखे आहेत. आपण सहा वकील नेमले आहेत आणि प्रत्येकजण तेच काम करतोय ते एकाच मृत्युपत्राच्या वैधतेवर आव्हान देतायत, आणि आपण त्यांना सहापट पैसे देतोय काय वेडेपणा चाललाय हा?"

"मी पण तशाच प्रकारचा विचार करतोय." ट्रॉय ज्युनियरचा स्वर सहकार्याचा होता.

"आणि तडजोड घडून आली की सर्वजण श्रीमंत व्हायची स्वप्न पाहातायत. तुझा वकील किती पैसे घेणार आहे?"

"हार्क गेटीला किती मिळणार आहेत?"

"पंचवीस टक्के."

"माझ्या वकिलाला तीस हवे होते. आम्ही वीसच देऊ असं सांगितलं, झाला तयार." व्यवहार कुशलतेच्या निमित्ताने एकमेकांच्या व्यवहार कुशलते बाबत चकमक झाली. इथे ट्रॉय ज्युनियरने रेक्सच्या वर मात केलेली होती.

"आपण आकड्यातच बोलूया" रेक्स म्हणत होता, "आपण असं धरून चालूया की आपण स्नीडशी करार केला, त्यानं आपल्याला हवी तशी साक्ष दिली अन् खटल्याचा निकाल आपल्या सारखा लागला तर मिळकतीची वाटणी करायची वेळ येईल. प्रत्येक वारसदाराला माझ्या गणितानुसार वीस मिलियन डॉलर्स मिळतील. आपल्या दोघांना मिळून चाळीस मिलियन मिळतील त्याच्यातले पाच लाख हार्कला मिळणार आणि चार लाख तुमच्या वकिलाला जाणार. मग उरले एक तीस मिलियन."

"बरोबर."

"मग मी इथे असं सुचवतो की तुझ्या वकिलांना आपण इथे डच्चू देऊ या आणि तू आमच्या बरोबर ये, हार्क आपली टक्केवारी जरा कमी करेल. टी.जे. आपल्याला एवढ्या वकिलांची जरुरी नाहीये. त्यांचा फक्त एकमेकांवर कुरघोडी करण्याचा प्रयत्न चालू आहे. त्यात आपला काहीही फायदा नाहीये. त्यांना सगळ्यांना मिळून आपल्यातली बरीच मोठी रक्कम जाणार आहे."

"माझं आणि हार्क गेटीचं काही जमत नाही."

"नाही? मग मी त्याच्याबरोबर बोलेन. मी तुला विनंती करतो की आपण एकमेकांत सहकार्याचं नातं ठेवूया."

"पण हार्कला काढून टाकून माझ्याच वकिलांना पुढे करण्यात काय हरकत आहे?"

"कारण हार्कनीच स्नीडला आणलेलं आहे. स्नीडला जे पैसे द्यायचे आहेत ते ज्या बँकेकडून आपल्याला कर्ज म्हणून घ्यायचे आहेत, ती बँक हार्कनीच

शोधून काढली. कर्जावर सही करायला हार्क तयार आहे. तुझे वकील नाहीत. ते नीति- अनीतीचा मुद्दा पुढे करतायत. नीति-अनीतिबाबत आपण थोडी तडजोड करतोयत याची हार्कला सुद्धा कल्पना आहे, पण हा व्यवहार आहे.''

''तो मला वाटेल ते बोललेला आहे. कुटील, कपटी, हरामी वगैरे वगैरे.''

''हो आणि तोच आता आपल्या कपट कारस्थानात पुढारी आहे. आपण एकत्र आलो तर तो त्याची टक्केवारी पंचवीसवरून वीसवर आणेल. नंतर आपण मेरी रॉसला आपल्यात घेऊन मग तो ती सतरावर आणेल, लिब्बीगैल आली तर चौदावर आणेल.''

''लिब्बीगैल आपल्यात मुळी यायचीच नाही.''

''यायची शक्यता नाकारता येणार नाही. आपण तिघांनी जाऊन तिला गळ घातली आणि यात आपला सर्वांचाच फायदा आहे असं जर तिला पटवून दिलं तर होईल तयार.''

''पण त्या गुंड नवऱ्याचं काय?'' ट्रॉय ज्युनियरनं प्रामाणिकपणाने विचारलं. ट्रॉय ज्यु. त्याच्या भावाशी बोलत होता, त्यालाही हा प्रश्न होताच. या भावानं अंगावरचे कपडे उतरवत नाच करणाऱ्या नर्तिकेबरोबर विवाह केलेला होता, त्या बायकोची संमती रेक्स या व्यवस्थेला कशी मिळवणार होता कोण जाणे.

''आपण एक एक पायरी पुढे जाऊ या. आपण मेरी रॉसला विचारू. तिचा वकील म्हणजे तो ग्रीट आणि तो मला काही फार हुशार वाटत नाही.''

''आपापसात भांडण्यात काहीही अर्थ नाही.'' ट्रॉय ज्युनियर विषण्णतेने म्हणाला.

''त्यामुळे आपलं नुकसान होतंय अन् तिसऱ्याचाच फायदा होतोय – आपापल्यात समेट घडवून आणायला ही योग्य वेळ आहे.''

''आईला खूप बरं वाटेल.''

झेको परिसरातली वरच्या पातळीवरची जमीन गेली कित्येक दशकं आदिवासी लोक वापरत आलेले आहेत. तिथे नदीवर मासे मारायला जाणारे कोळी रात्रीच्या वेळी जाळी टाकून मुक्काम करीत असत. नदीवर वाहतूक करणाऱ्या बोटींना थांबण्याची ती एक जागा झालेली होती. रॅचेल, लॅको आणि टेन नावाचा आणखी एक आदिवासी असे तिघेजण एका झोपडी बाहेरच्या पडवीवजा जागेत एका छपराच्या आधाराने वादळ, पाऊस कमी व्हायची वाट पाहात उभे होते. वरच्या गवताच्या छपरातून थोडं पावसाचं पाणी, गळत होतं. वाऱ्याने पावसाचे थेंब बाजूने अंगावर येत होते. तिघे जवळ जवळ पूर्णच भिजलेले होते. पायाशी कॅनो होड्या होत्या. तासभर त्यांना वादळाशी सामना करावा लागला होता.

मोठ्या मुश्किलीने ते इथवर पोहोचले होते. रॅचेलचे कपडे भिजलेलेच होते, पण पावसाचं पाणी कोमटसर होतं. आदिवासींच्या अंगावर, कंबरेचा करगोटा, कातड्याचा लंगोट याखेरीज काही कपडेच नव्हते.

रॅचेलकडे सुरुवातीला जुनं इंजिन असलेली एक मोटर बोट होती. ती तिच्या आधीचे धर्मप्रसारक कूपर यांची होती. जेव्हा पेट्रोल असेल तेव्हा ती इपिका आदिवासींच्या चारही वस्त्यांवर बोटीनं जात येत असे. त्या बोटीनं कोरूंबाला जायला तिला दोन पूर्ण दिवस लागायचे आणि परतण्याच्या प्रवासाला चार दिवस.

एकदा ते इंजिन बिघडलं ते पार दुरुस्त करण्याच्या पलीकडे. नवीन घ्यायला पैसे नव्हते. जितक्या काटकसरीने वागता येईल, त्यानुसार एक वर्षाला लागणाऱ्या खर्चाचा अंदाज ती जागतिक आदिवासी कल्याण संघाच्या केंद्राकडे पाठवत असे. त्याचबरोबर चालू स्थितीतली जुनी मोटरबोट विकत घेण्यासाठी लागणाऱ्या रकमेचा अंदाज ती द्यायची आणि रक्कम पाठवावी यासाठी विनवण्या करायची. फक्त तीनशे डॉलर्सला एक बोट कोरूंबामध्ये मिळत होती, पण संस्थेला तेवढीसुद्धा सोय करणं जमत नव्हतं. जगभरच्या मिशनऱ्यांना लागणाऱ्या कमीत कमी पैशांची सोय करतानाच संस्थेला अवघड जात होतं, त्यामुळे रॅचेलच्या हाताशी पैसा कमीच असे. तिला मिळालेली रक्कम औषधं, बायबल आणि ख्रिश्चन धर्मातल्या धार्मिक गोष्टींची पुस्तकं यांच्यासाठीच खर्च होऊन जात असे. मोटार-बोटीसाठी लागणाऱ्या रकमेची मागणी तुम्ही पुन्हा पुढल्या वर्षी ठेवा. त्यावेळी कदाचित ती मान्य होऊन जाईल, असं संस्था दर वर्षी म्हणत होती.

तिनं हे सर्व विनातक्रार स्वीकारलेलं होतं. देवाला जेव्हा वाटेल की रॅचेलसाठी आता मोटरबोटीची जरूर आहे, तिला ती मिळाली पाहिजे, तेव्हा ती मिळणार. त्याला तसं केव्हा वाटेल, ते तो देवच जाणो! त्याची आता तिनं काळजी करायची नाही असं ठरवलं होतं.

ती या चारही वस्त्यांतून पायीच फिरायची. लॅको लंगडत का होईना कायम तिच्याबरोबर असायचा. वर्षातून एकदा ऑगस्टमध्ये ती मुखियाला एक कॅनो होडी आणि वाटाड्या पराग्वेपर्यंत जाण्यासाठी द्या, अशी विनंती करायची. पराग्वे नदीवर तिला कोरूंबाला जाणारी चलानासारखी जनावरं वाहणारी, बोट मिळण्यासाठी थांबायला लागायचं. दोन वर्षांपूर्वी तिला तीन दिवस थांबायला लागलं होतं, नदीलगतच्या एका तरंगत्या शेतातल्या गोठ्यामध्ये तिला झोपायला लागलं होतं. शेताचा मालक आणि त्याची बायको यांच्या दृष्टीने प्रथम ती एक परकी व्यक्ती होती, नंतर ती त्यांची मित्र झाली. त्यांच्याबरोबरच्या सहवासात तिच्यातल्या धर्मप्रचारकानं काम केलं आणि त्या तीन दिवसांतच तो शेतकरी

आणि त्याची बायको हे ख्रिश्चन बनून गेले. त्यांना तिनं प्रार्थना करायला शिकवलं. नेट आणि जेव्ही बरोबर तिला आणखी एक दिवस राहायचं होतं. ती कोरूंबाला जाणाऱ्या बोटीसाठी थांबणार होती. ज्या छपराखाली ती आणि लॅको उभे होते ते छप्पर वाऱ्यानं उडून गेलं. तिनं लॅकोचा हात हातात घेतला आणि नेटच्या सुरक्षिततेसाठी प्रार्थना सुरू केली.

स्टॅफोर्डनं सकाळची न्याहरी कामाच्या टेबलाशी बसूनच केली. ऑफिस सोडून कुठेही जायचं नाही असं त्यानं ठरवलं होतं. त्याच्या सेक्रेटरींना त्याला काहीही सांगायला यायचं नाही, त्याला कुठला फोन द्यायचा नाही अशा सक्त सूचना दिलेल्या होत्या, पण या सूचना द्यायच्या पूर्वीच त्यांनी त्याच्यासाठी त्या दिवसासाठी सहा मीटिंग्ज ठरविल्या होत्या, त्यानं त्या सर्व पुढे ढकलायला सांगितले. दहा वाजता त्यानं वाल्दिरला फोन लावला. वाल्दिरच्या सेक्रेटरीनं तो कुठे बाहेर मीटिंग-साठी गेला आहे असा निरोप दिला. 'वाल्दिरकडे मोबाईल आहे मग त्यानं का नाही केला फोन?' स्टॅफोर्ड स्वत:शीच बोलत होता.

जॉशच्या एका सहकाऱ्यानं डेंग्यू तापाची माहिती इंटरनेटवरून मिळवून त्याचा तपशील दोन पानांवर छापून दिला. त्याला कोर्टात जायचं होतं तेव्हा जाता जाता तो जॉशला, 'वैद्यकीय बाबतीतली आणखी काही माहिती जमवायची असेल तर मी जमवून देईन' असं म्हणून तो गेला.

जॉशनं माहिती वाचून काढली. बाजूला एक इंच मार्जीन ठेवून डबल स्पेसिंगमध्ये ती छापलेली होती–

डेंग्यू ताप व्हायरल इन्फेक्शनमुळे होतो. विषुववृत्तीय प्रदेशात मुख्यपणे त्याचा प्रादुर्भाव होतो. इडेस प्रकारच्या डासांमुळे हा रोग होतो. हे डास दिवसाउजेडी चावतात. दमून जाणं, थकवा येणं हे त्याचं पहिलं लक्षण. त्याच्या पाठोपाठ डोळ्यांच्या मागल्या भागात तीव्र डोकेदुखी, मग थोडा थोडा ताप चढायला लागतो. नंतर तो खूप चढतो. त्यातच खूप घाम येतो. मळमळ वाटायला लागते. ओकाऱ्या होतात. जसजसा ताप वाढतो तसतसे पोटऱ्यांचे स्नायू दुखायला लागतात. सांधे आणि स्नायू या तापात दुखतात म्हणून त्याला अस्थीभंजन ज्वर (ब्रेकबोन फीवर) असंही म्हणतात. ही सर्व लक्षणं असताना अंगावर पुरळ उठतं. मध्ये एक दोन दिवस ताप उतरलेला राहतो पण नंतर पुन्हा सर्व ताकदीनिशी चढायला लागतो. एका आठवड्यानंतर इन्फेक्शन कमी होतं आणि धोका टळतो. त्याला काही उपाय नाही, औषध नाही. त्याच्यासाठी कुठलीही लस अद्याप शोधण्यात आलेली नाहीये. एक

महिना विश्रांती, प्रवाही आहार, त्यानंतर रुग्ण मूळ, सामान्य स्थितीमध्ये येतो. आता हे सर्व मध्यम स्थितीतल्या आजाराला लागू आहे. डेंग्यू ताप याच्यापुढे आणखी भयानक स्थितीत रुग्णाला नेऊ शकतो. ताप वाढल्यामुळे मेंदूमध्ये रक्तवाहिन्या फुटून मेंदूमध्ये रक्त पसरतं किंवा रुग्णाला झटके येणं, या गोष्टी होतात. अशा बाबतीत रुग्ण दगावतो, पण असा भयानक प्रकारचा डेंग्यू लहान मुलांना जास्त करून होतो.

फेलनचं जेट विमान नेटला आणण्यासाठी कोरूंबाला पाठवायला स्टॅफोर्डची तयारी होती. विमानामध्ये फक्त डॉक्टर आणि नर्स आणि एखादं दुसरा मदतनीस एवढेच पाठवायचे असंही त्यानं ठरवलं होतं.

“हं! इकडे वाल्दिर यांच्याशी बोला” इंटरकॉमवरून सेक्रेटरी बोलत होती. दुसरे इतर कुठलेही कॉल स्टॅफोर्डला द्यायचे नाहीत असा हुकूम होता.

वाल्दिर हॉस्पिटलमधून बोलत होता, “मी मि. ओ. रॉयलेंना आत्ताच पाहिलं.” तो सावकाश आणि मुद्देसूद बोलत होता, “ते सुधारतील असं डॉक्टर सांगतायत पण आत्ता तरी ते अद्याप पूर्ण शुद्धीवर नाहीयेत.”

“तो बोलू शकतो का?”

“नाही, आत्ता तरी नाही. वेदनांचा त्यांना त्रास होऊ नये अशी औषधं त्यांना दिलेली आहेत.”

“तज्ज्ञ डॉक्टर त्याच्यावर उपचार करतायत ना?”

“उत्तमात उत्तम डॉक्टर – माझा अगदी चांगला मित्र आहे तो – आत्ता डॉक्टर त्याच्या बेडपाशीच आहेत.”

“मि. रॉयलेंना घरी कधी पाठविण्यात येऊ शकेल, असं तुम्ही त्यांना विचारा. मी एका खास विमानाने, एक डॉक्टर,एक नर्स त्याला आणण्यासाठी कोरूंबाला पाठवतो.”

हातात फोन ठेवूनच वाल्दिरनं डॉक्टरांशी बोलणं केलं आणि म्हणाला, “नाही, इतक्या लवकर नाही. हॉस्पिटलमधनं गेल्या गेल्या त्याला विश्रांतीची जरूर आहे.”

“हॉस्पिटलमधनं घरी कधी सोडणार?”

वाल्दिर परत डॉक्टरांशी काही बोलला आणि म्हणाला, “डॉक्टर आत्ता तसं काही सांगू शकत नाहीयेत.”

जॉशनं आपल डोकं गदगदा हलवलं, समोरच्या नाश्त्याच्या प्लेटमधलं बेगल कचऱ्याच्या टोपलीत फेकलं, “तू नेटबरोबर काही तरी बोलू शकतोस का?” जॉशनं वाल्दिरला गुरगुरतच विचारलं.

"नाही. तो आत्ता झोपलेला आहे."

"हे बघ वाल्दिर नेट बरोबर माझं लवकरात लवकर माझं बोलणं होणं अत्यंत जरूरीचं आहे."

"हो, मला कल्पना आहे, पण मला वाटतं तुम्ही ते जरा सबुरीनं घ्यावं."

"मला खरोखरच सबुरीची सवय नाहीये."

"ते पण मला माहीत आहे, पण यावेळी तुम्ही जरा प्रयत्न करा."

"मला दुपारनंतर फोन करा."

जॉशनं टेलिफोन रिसिव्हर क्रेडलवर आपटला आणि येरझारा घालायला लागला. नेटसारख्या नाजूक प्रकृतीच्या माणसाची मानसिक स्थिती केव्हाही दोलयमान होऊ शकते. आणि अशा माणसाला आपण विषुववृत्ताजवळच्या, विविध प्रकारच्या धोक्यांना सामोरं जायला लावलं इथेच आपली पहिली चूक झाली असं जॉशला वाटलं. केवळ तो मोकळा होता, उपलब्ध होता हे ते कारण होतं. त्याला बदलाची जरूरी होती, तर दोन तीन आठवडे त्याला सुट्टीवर दुसरीकडे कुठे पाठवून द्यायला हवं होतं आणि दरम्यानच्या काळात त्याने जे काही घोटाळे करून ठेवले होते ते निस्तरून घेता आले असते. या कामासाठी नेटच्या खेरीज जॉशच्या फर्ममध्ये इतर आणखी चार भागीदार होते. त्यांना अर्थात जॉशपेक्षा कमी अधिकार होते. भागीदारीचा हिस्सा त्याच्या अनुभवाच्या प्रमाणात होता, टिप या चारांपैकी एक होता. नेट सुधारण्यासाठी आपण काही तरी करावं, असं जॉशसारखं टिपला पण वाटायचं पण इतर म्हणायचे की आपण नेटपासून फारकत घ्यावी.

नेटच्या सेक्रेटरीला दुसरं काम देण्यात आलं. नेट आणि डर्बन यांच्या नंतरच्या उरलेल्यांच्यात जो अधिक हुशार होता. त्याला नेटच्या केबिनमध्ये स्थान दिलं होतं, त्यानं तोही आनंदला होता.

डेंग्यू तापाच्या तडाख्यातून नेट सुटला असता तर इन्कमटॅक्सवाले थांबूनच होते.

दुपारच्या सुमाराला शिरेमधून देत असलेल्या इंजेक्शनची पिशवी रिकामी झाली तरी पण कुणाचंही लक्ष गेलं नाही. त्यानंतर काही तासांनी नेटला जाग आली. त्याचं डोकं हलकं झालं होतं, पण दुखत नव्हतं ताप पण नव्हता. अंगात कडकपणा आला होता, पण घाम नव्हता. त्याच्या डोळ्यांवर वजनदार कापसाचा बोळा ठेवलेला होता. त्याची जाणीव त्याला झाली, त्यानं हातानं चाचपडलं. चिकट पट्टीनं तो चिकटवला होता. थोड्या विचारांती त्यानं पाहायचं ठरवलं. त्याच्या डाव्या हाताला शिरेतनं द्यायच्या इंजेक्शनची व्यवस्था अडकवली होती म्हणून त्यानं त्याच्या उजव्या हाताच्या बोटांनी चिकटपट्टी काढण्याचा

प्रयत्न चालू केला. बाजूंच्या खोल्यांतून येणारे आवाज, इकडे तिकडे करणाऱ्या लोकांच्या पावलांचे आवाज, त्याच्या कानांवर पडत होते. बाजूच्या हॉलमधले लोक त्यांच्या कामात असलेले वाटत होते आणि नेटच्या बाजूच्या एका कॉट वरून, दु:खातिरेकाने कण्हण्याचा आवाज सातत्यानं येत होता.

नेटनं हळूहळू चिकटपट्टी केसापासून, कातडीपासून सोडवली. ज्यानं चिकटवली होती त्याला शिव्या देऊन झाल्या. त्यानं कापसाचा बोळा बाजूला केला. तो डाव्या कानाच्या बाजूला लोंबकळत राहिला. त्याच्या डोळ्याला पहिलं दृश्य दिसलं, ते भिंतीवरच्या रंगाच्या सुटत आलेल्या खपल्यांचं, पिवळा पडत चाललेल्या पांढऱ्या रंगाच्या सिलींगचे दिवे बंद होते. खिडक्यांच्या फटींतून सूर्यकिरण आत डोकावत होते. कोपऱ्यातून वरच्या अंगाला लटकलेली जळमटं त्याला दिसली. छतालगत फिरणारा तकलादू पंखा फिरता फिरता, झोके घेत करकरत होता. चट्टे पडलेले, व्रण पडलेले, जागोजागी गाठी असलेले एका वयस्कर व्यक्तीचे दोन पाय त्याच्या दृष्टीला पडले. पावलांच्या तळव्यांवर जखमा होत्या, घट्टे होते. त्या दृश्यानं त्याच्या पोटात मळमळ सुरू झाली. डोकं वर उचलून त्यानं पाहिलं तर ते एका लहानशा माणसाचे होते. कृश आणि लुकडा इतका, की तो त्या गादीवर पडल्यावर जो काही खड्डा होईल त्यातच तो मावून जात होता. बहुतेक मेलेलाच होता तो.

खिडकीजवळच्या पलंगावरचा रुग्ण कण्हत होता. ती व्यक्ती सुद्धा अशीच सुकलेली. गादीवर बसून होती. हातपाय अंगाजवळ घेऊन शरीराचा चेंडू बनविलेला होता, दु:खातिरेकाने अर्धवट शुद्धीतच कण्हत होती. खोलीमध्ये मलमूत्र यांच्या दुर्गंधीबरोबर जखमांमध्ये कुठल्याही जंतूंचा प्रादुर्भाव होऊ न देणाऱ्या अँटिबॅक्टेरियल औषधांचा वास मिसळला होता. खालच्या बाजूच्या हॉलमध्ये नर्सेस, परिचारिका हास्यविनोद करीत होत्या. बाजूच्या सर्वच भिंतींवरच्या रंगाच्या खपल्या पडत होत्या. नेटच्या खोलीमध्ये नेटच्या बेडखेरीज इतर आणखी पाच खाटा होत्या आणि त्या कशा लावलेल्या होत्या तर इतस्तत: पडलेल्या सारख्या.

त्याच्या खोलीतला तिसरा रुग्ण दरवाज्याजवळच्या खाटेवर होता. त्याच्या अंगावर ओल्या लंगोटीखेरीज काहीही नव्हतं. उघडा होता तो. त्याच्या अंगावर जागोजागी उघड्या लाल रंगाच्या जखमा दिसत होत्या. तोही मेल्यासारखाच दिसत होता. रुग्णाच्या दृष्टीनं तो मृत असणं चांगलं होतं. नेटच्या कॉटजवळ दाबायला कुठलंही बटन नव्हतं, दोरी नव्हती की वाजवायला घंटा नव्हती. फोन नव्हता. कोणाला बोलवायचं झालं तर ओरडायचं. याच्या ओरडण्यानं मृत रुग्णांना जाग येईल. हे प्राणी जागे होऊन नाचायला लागतील आणि नेटलाही त्यांच्यात घेतील.

पायांना झोका देऊन जमिनीवर उभं राहावं, हाताला लावलेली, शिरेमधनं द्यायच्या इंजेक्शनची व्यवस्था ओढून काढून फेकून देऊन रस्त्याकडे धूम ठोकावी असं त्याला वाटत होतं. त्या खोलीत जितकी रोगराई होती, तेवढी नक्कीच बाहेरच्या खुल्या जगात असणार नाही, याची त्याला खात्री होती. हा वॉर्ड त्याला महारोग्यांच्या वॉर्डसारखा वाटत होता.

पण त्याचे पाय विटांसारखे जड झालेले होते. त्याने ते उचलायचा प्रयत्न केला. एकावेळेला एकच, पण ते सुद्धा शक्य होत नव्हतं. त्यानं डोळे मिटून घेतले. त्याला रडावंसं वाटत होतं. इथे येण्यापूर्वी दर दिवसाला एक हजार डॉलर्स दराच्या वॉलनटहिलमधल्या वास्तव्याला सोडून तो इथे तिसऱ्या जगातल्या अविकसित देशामधल्या एका टुकार हॉस्पिटलमध्ये पडून आहे. वॉलनटहिलमध्ये हवी ती गोष्ट नुसतं बटन दाबण्याचा अवकाश की हजर. जमिनीवर गालिचे, बाथरूम सर्व अद्ययावत सोईंनी परिपूर्ण, सर्वांगाला मसाज करायला थेरपिस्ट, काय नव्हतं तिथे?

जखमा झालेला दरवाजाजवळचा रुग्ण रेकत ओरडला. नेटला हे सारं सहन होत नव्हतं. त्यानं कानाजवळचा कापसाचा बोळा काळजीपूर्वक परत डोळ्यांवर ठेवला. चिकटपट्ट्या जशा होत्या तशा लावल्या, फक्त या वेळी जरा जास्त घट्ट.

. ३५ .

स्नीडनं स्वत: एक कराराचा मसुदा करून आणला होता. त्यासाठी त्यानं कुठल्याही वकिलाची मदत घेतलेली नव्हती. हार्कनं तो वाचून पाहिला. मसुदा त्यालासुद्धा चांगला वाटला. 'साक्ष देण्याच्या कराराचा मसुदा' असं त्याचं शीर्षक होतं. स्नीड प्रत्यक्षात वस्तुस्थिती काय होती त्याचा तपशील प्रथम देणार होता. कराराच्या मसुद्यात काय कलमं होती, त्याबद्दल हार्कला काहीही देणं घेणं नव्हतं. हार्कनं करारावर सही केली आणि त्याला अर्धा मिलियन डॉलर्सचा चेक दिला. नाजुकपणे स्नीडने तो घेतला. त्यावर लिहिलेला शब्दन्‌शब्द काळजीपूर्वक वाचला, घडी घालून आपल्या कोटाच्या आतल्या खिशात ठेवून दिला. "आता कुठून सुरुवात करायची ते सांगा." असं त्यानं हसत हसत विचारलं.

बऱ्याच गोष्टी त्याच्याकडून घ्यायच्या होत्या. तो काय काय सांगणार आहे हे फेलन वारसदारांना माहिती करून घ्यायचं होतं. सर्वात महत्त्वाच्या प्रश्नाने, हार्कनं सुरुवात केली, "ज्या दिवशी फेलनचा मृत्यू झाला त्यादिवशी त्याच्या मनाची स्थिती सर्वसाधारणपणे कशी होती?"

स्नीड खुर्चीतल्या खुर्ची फिरला. कपाळावर आठ्या आल्या. चेहरा चिंताक्रांत झाला. खूपशा विचारात असल्यासारखं त्यानं दाखवलं खरं तर त्याला सत्य काय होतं ते सांगायचं होतं, पण त्याच्या मन:चक्षूंपुढे साडेचार मिलियन डॉलर्स दिसत होते. "त्याचं डोकं फिरलेलं होतं" तो म्हणाला.

हार्कनं मान हलविली. साक्ष बरोबर दिशेनं जाणार आहे, "तुम्हाला त्यात काही निराळेपणा वाटत होता?"

"नाही, त्यांच्या आयुष्यातल्या शेवटच्या दिवसांत ते विचारी माणसासारखे क्वचितच वागायचे?"

"तुम्ही किती वेळ त्यांच्याबरोबर असायचात?"

"जवळ जवळ दिवसाचे चोवीस तास."

"तुम्ही झोपायचात कुठं?"

"हॉलच्या खालच्या बाजूला माझी खोली होती, पण मला बोलावण्यासाठी माझ्या खोलीत इलेक्ट्रिक बेल बसवली होती आणि त्यांच्या पलंगाजवळ दाबायचं बटन असायचं. त्यांनी बोलावलं की मी तिथे जायला पाहिजे असा दंडक होता. कधी कधी मध्यरात्री फेलन मला बोलावून घ्यायचे अन् त्यांना हवं असायचं काय तर औषधाची गोळी किंवा पाणी. तो केवळ बटन दाबायचा. माझ्या खोलीतली घंटा खर्रकन वाजायची, मी त्यांना हवं असेल ते नेऊन द्यायचो."

"त्यांच्याबरोबर आणखी कोण राहायचं?"

"नाही, कोणी नाही."

"इतर आणखी कोणाबरोबर ते वेळ घालवायचे?"

"निकोलेट नावाची त्यांची एक सेक्रेटरी होती. तरुण होती, त्यांना ती आवडायची."

"तिच्याबरोबर त्यांचे संबंध कसे होते?"

"या माहितीची या खटल्यामध्ये मदत होणार आहे का?"

"होय."

"हो – जनावरांप्रमाणे ते एकमेकांबरोबर तशा प्रकारचे चाळे करायचे."

हार्कला किंचितसं हसू फुटलं. फेलनचे त्यांच्या आयुष्यात आलेल्या शेवटच्या सेक्रेटरीबरोबरसुद्धा लैंगिक संबंध होते असं जर कोणी सांगत असेल तर त्याबद्दल कोणालाही आश्चर्य वाटण्याचं कारण नव्हतं.

खटला फेलन वारसदारांच्या बाजूनं होण्यासाठी लागणारा तपशील स्नीडकडून मिळायला लागला होता.

"बरोबर स्नीड, अशाच तपशिलांची आम्हाला गरज आहे. विचित्रपणा,

तऱ्हेवाईकपणा, वेडसरपणा, माथेफिरूपणा याबाबतीत त्यांचं बोलणं, वागणं याची माहिती आम्हाला हवीय. या सर्वांचा एकत्रित परिणाम असा की आपल्याला ठामपणे असं सांगता येईल की, सारासार बुद्धी शाबूत असलेल्या माणसासारखे ते वागत नव्हते. तुम्हाला वेळ आहे तर तुम्ही हे सारं लिहून काढा, लिहायला लगेचच सुरुवात करा, विविध प्रसंगांच्या नोंदी करा, एकमेकांचे संदर्भ देत देत एकापुढे एकाची मांडणी करा, निकोलेटबरोबर बसून चर्चा करा. हवी तर ती काय म्हणते ते ऐका आणि खात्री करा की त्या दोघांच्यात लैंगिक संबंध होते.''

''आपण जे काय सांगू ते ती म्हणेल.''

''मग चांगलंच आहे. तुम्ही एकदा एकत्र बसा. काय काय बोलायचं, काय माहिती द्यायची हे ठरवा, त्याच्या नोंदी करा. वकील कोर्टात प्रश्न विचारतात त्याची उत्तरं कशी द्यायची याच्या तालमी करा. वकील उलटे सुलटे विचारतात, त्यानं बावरून जायचं नाही. कोर्टात काय बोलणार आहोत, काय सांगणार आहोत, हे पूर्णपणे ठरवून घ्या, एकदा जे काय सांगू त्यात नंतर काहीही बदल करायचा नाही. तुम्ही दोघं जे काही सांगणार आहात ते एकमेकांच्या तपशिलांना पूरक असलंइपाहिजे.''

''आम्ही जे काही सांगू ते खोटं आहे असं कुणीच म्हणू शकणार नाही.''

''कुणीही नाही? एखादा ड्रायव्हर, एखादी घरकाम करणारी मोलकरीण, एखादी पूर्वीचे संबंध असलेली, कदाचित जुनी सेक्रेटरी सुद्धा असू शकेल.''

''हो, तशी इतर माणसं त्यांच्या दिमतीला होती, पण चौदाव्या मजल्यावर फेलन आणि मी यांच्याखेरीज कोणीही राहात नसे. तो फारच एकाकी पडलेला माणूस होता आणि खूपसा वेडा.''

''त्या तीन मानसोपचारतज्ज्ञांनी त्याची जी परीक्षा घेतली त्यावेळी तो कसा काय शहाण्या माणसासारखे वागला?''

स्नीडनं त्यावर क्षणभर विचार केला. त्याला हवं होतं तसं उत्तर सापडत नव्हतं, ''त्याचं विश्लेषण तुम्ही कसं काय करणार?'' स्नीडनं हार्कलाच उलटा प्रश्न केला.

''फेलनसाहेबांना त्यांच्या प्रश्नांना उत्तर देणं कठीण जाणार होतं असं तुम्हाला वाटत होतं, कारण त्यांच्या वागण्यात बोलण्यात सुसंबद्धपणा कमी असायचा. आणि याची जाणीव फेलनसाहेबांना सुद्धा होती, म्हणून हे तज्ज्ञ डॉक्टर्स काय काय प्रश्न विचारतील याची यादी त्यांनी तुलाच करायला सांगितली. तुम्ही फेलनसाहेबां-बरोबर त्यासाठीच्या तयारीत वेळ घालविला. तुम्ही पण त्यासाठी खूप परिश्रम घेतलेत. साध्या साध्या गोष्टी... त्यांना नीटपणे नावं सांगणं जमत नव्हतं, म्हणजे त्यांच्या मुलांची नाव सांगणं. ही नावं तो पार

विसरलेला होता, कुठल्या कॉलेजात जातात, कोणाशी त्यांची लग्नं झालेली आहेत वगैरे वगैरे. एखाद्या लहान मुलासारखा त्यांचा अभ्यास तुम्ही त्यांच्याकडनं करून घेतलात. विविध कंपन्यांमधले त्यांचे शेअर्स, भागीदारीचे प्रमाण वगैरे याचा तपशील, किंवा सध्याची त्यांच्या शेअर्सची बाजारातली किंमत वगैरे हेही तुम्ही त्यांना सांगून त्यांच्याकडून पाठ करवून घेतलं होतं. दोन दिवस यामध्ये गेले होते. आर्थिक क्षेत्रातल्या बातम्यांचा तपशील तुम्ही त्यांना देत होतात आणि त्या मानसोपचारतज्ज्ञ परीक्षकांसमोर सर्व तयारीनिशी तुम्ही त्यांना आणून बसवलं होतं. हे कसं काय तुमच्या आणि फेलनसाहेबांच्यातल्या संबंधात बसवता येईल हे आपल्याला इथे ठरवायचंय.''

स्नीडला ते एकदम आवडलं. बसल्याजागी कपोल-कल्पित, खोट्या गोष्टी वकिलांना कशा जुळवता येतात याचं त्याला आश्चर्य वाटलं. ''एकदम बरोबर. हो असंच सर्व घडलं आणि त्यामुळेच मानसोपचारतज्ज्ञ परीक्षकांना फेलनसाहेबांनी गंडवलं.''

''मग तुम्ही आता यावर काम करा आणि जितकं जास्त काम तुम्ही या गोष्टींवर कराल तितकी जास्त ती गोष्ट चांगली होईल आणि तितकी जास्त प्रभावी तुमची साक्ष होईल. दुसऱ्या बाजूचे वकील तुमच्यावर हल्ला करतील. तुम्ही सांगितलेल्या प्रत्येक शब्दाबद्दल तुमची उलट तपासणी घेतील. तुम्हाला खोटारडे म्हणतील. या सर्वांना तुम्ही अगदी तयार असलं पाहिजे. तुम्ही जे काही रचून सांगणार आहात ते प्रथम लिहून काढा. पुन:पुन्हा वाचा, पाठ करा.''

''मला तुमची ही कल्पना आवडली.''

''तारखा, वेळा, ठिकाणं, प्रसंग, तऱ्हेवाईकपणा – सगळं अगदी योग्य ठिकाणी बसवा. निकोलेटनी सुद्धा या सर्व गोष्टी तिच्या मनात घडलेल्या पाहिल्या पाहिजेत. तुमच्या आणि तिच्या सांगण्यात जरा सुद्धा फरक येता कामा नये. तुम्ही जी गोष्ट बनवाल ती तुम्ही तुमच्या मनात कशी घडेल, घडत गेली हे पाहा. तिला तुम्ही गोष्ट लिहून द्या आणि तुम्हाला उरलेले पैसे हवेत ना! मग प्रयत्नाला लागा.''

''मला तयारीसाठी किती वेळ आहे?''

''चार-पाच दिवस आहेत असं समजा. मी आणि आमचे इतर वकील मित्र, यांना सर्वांना ही साक्ष आधी व्हिडीओवर पाहायची आहे. आम्ही तुम्हाला प्रश्न विचारू आणि तुम्ही तुमचा रोल कसा करताय हे आम्ही पाहू. काही सूचना करू. कुठे काही बदल करावासा वाटला तर करू. काही ठिकाणी आम्हाला जर असं वाटलं की तुम्ही असं असं बोलायला हवं होतं, तर तसं तुमच्याकडून बसवून घेऊ. आणखी एकदोन व्हिडीओ करून घेऊ. कुठे कमतरता राहणार

नाही हे आपण पाहू. सगळं व्यवस्थित होईल. त्यानंतर तुम्ही कोर्टामध्ये साक्ष द्यायला पक्के व्हाल.''

स्नीड घाईघाईनं गेला. त्याला पैसे बँकेत भरायचे होते. एक नवी मोटर गाडी घ्यायची होती. निकोलेटला सुद्धा एक मोटर गाडी हवी होती.

रात्रीच्या वॉर्डबॉयनं सलाईन – ग्लुकोजची रिकामी झालेली पिशवी पाहिली. त्या पिशवीवर मागच्या बाजूला द्रव पदार्थ देणं थांबवायचं नाही अशी हातानं लिहिलेली सूचना होती. ती रिकामी पिशवी त्यानं औषधं देण्याच्या काऊंटरवर नेली. तिथे एका नर्सने त्या पिशवीत जी काही औषधं घालायची होती ती घालून त्याला ती पिशवी परत दिली. हॉस्पिटलमध्ये एक अतिशय श्रीमंत अमेरिकन पेशंट भरती केलेला आहे, अशी बातमी पसरलेली होती.

या अमेरिकन पेशंटला जरूरी नसलेली औषधं ही मंडळी देत होती.

सकाळी न्याहरीच्या आधी, जेव्ही हॉस्पिटलमध्ये पोहोचला होता. त्यावेळी नेट अर्धवट शुद्धीत होता, डोळे किलकिले करून पाहण्याचा प्रयत्न तो करायचा पण बाहेरच्या उजेडाचा त्रास होऊन परत डोळे मिटायचा. जेव्ही, त्याच्या कानाशी तोंड नेऊन ''माझ्याबरोबर वेली आलाय'' असं हलक्या आवाजात म्हणाला. त्याने आणि नर्सने दोघांनी मिळून त्याचा पलंग ढकलत ढकलत हॉलच्या खालच्या अंगाच्या व्हरांड्यात नेला. तिथे सूर्यप्रकाश येत होता. नर्सनी पलंगाच्या डोक्याकडची बाजू जरा वर करून दिली आणि नेटला जरा बसल्या स्थितीत केलं. नेटच्या डोळ्यांवरचा कापसाचा बोळा, पट्ट्या काढल्या. नेटनं हळूच डोळे उघडले, सुरुवातीला त्याला सर्व धूसर दिसत होतं. हळूहळू नजरेत सर्व येऊ लागलं, जेव्ही त्याच्यापासून काही इंचावरच होता, ''आता सूज उतरलीय'' असं तो म्हणाला.

''हॅलो नेट'' वेली म्हणाला. तो पलंगाच्या दुसऱ्या बाजूला उभा होता. नर्स तिथून निघून गेली.

''हॅलो वेली'' नेट म्हणाला. त्याचे शब्द खोलातून आल्यासारखे सावकाश आले. त्याच्यावर औषधाचा अंमल होता. नशेत असल्यासारखं त्याचं बोलणं होतं, पण तो आनंदी होता. झोपेची आणि वेदना न कळण्याची औषधं दिल्यानंतरची त्याची जी स्थिती म्हणजे मधला काही काळ त्याचं अस्तित्वच नाहीसं झालेलं होतं. ती स्थिती त्याला आवडली होती.

जेव्ही त्याच्या कपाळावर हात लावून म्हणाला, ''आता ताप पण पळालेला आहे.'' दोघं ब्राझिली एकमेकांकडे पाहून हसले आणि त्या पेंटॅनलच्या साहसी सफरीमध्ये त्या दोघांकडून अमेरिकन मारला गेला नाही याचं समाधान त्यांच्या चेहऱ्यावर दिसत होतं.

"तुला काय झालं?" नेटनं शब्द वेगवेगळे उच्चारत वेलीला विचारलं, नशेत असल्यासारखे शब्द येणार नाहीत यासाठी त्याने प्रयत्न केला होता.

जेव्हीनं ते वाक्य पोर्तुगीज भाषेत भाषांतर करून वेलीला सांगितलं. वेली एकदम उत्साहित झाला. लांब लांब वाक्यं करून वादळ, पाऊस, विजा, बोट बुडणं या सर्वांची माहिती दिली. अर्ध्या मिनिटानी जेव्ही त्याला थांबवायचा, वेलीचं बोलणं भाषांतर करून नेटला सांगायचा. नेटनं डोळे उघडे ठेवण्याचा प्रयत्न करीत सारं ऐकलं, पण हे करत असताना त्याची शुद्ध जात-येत होती. मध्ये मध्ये तरंगल्यासारखी त्याची अवस्था व्हायची.

थोड्याच वेळात वाल्दिर तिथे आला त्यानं नेटला बेडवर बसलेलं पाहिलं, त्याला बरं वाटलं. नेटला अभिवादन केलं, नेटला बर वाटतंय हे पाहून त्यानं नेट समोरच देवाचे आभार मानले. त्यानं त्याच्या जवळचा मोबाईल फोन बाहेर काढला. पटापट त्यावरचे आकडे दाबले आणि तो नेटला म्हणाला, "तुम्ही आता जॉश बरोबर बोला. त्याला तुमची काळजी वाटतेय."

"मला नीट बोल....." असं बोलता बोलता नेट अर्धवट बेशुद्ध झाला.

"हे बघा – इकडे स्टॅफोर्डबरोबर बोला" नेटच्या हातात तो पातळ फोन सरकवत वाल्दिर म्हणाला. त्याच्या मागची उशी त्यानं नीट केली. नेटनं फोन तोंडाशी नेला आणि म्हणाला, "हॅलो ऽ ऽ"

"नेट" तिकडून उत्तर आलं "नेट तूच बोलतोयस ना?"

"जॉश?"

"नेट तू मरणार नाहीयेस, असं तू तुझ्या स्वतःच्या तोंडानं सांग प्लीज"

"मला खात्री नाहीये." नेट म्हणाला. वाल्दिर हलक्या हातानं, फोन नेटच्या जवळ धरायला मदत करीत म्हणाला, "जरा मोठ्यानं बोला" जेव्ही आणि वेली जरा मागे झाले. "नेट तुला रॅचेल सापडली का?" जॉश तिकडून ओरडून विचारत होता.

नेटनं क्षणभर विचार केला. कपाळावर आठ्या उमटल्या, त्यानं आपले विचार केंद्रित करण्याचा प्रयत्न केला आणि म्हणाला, "नाही."

"काय?"

"तिचं नाव रॅचेल लेन नाही."

"काय वेड्यासारखं काय बरळतोयस?"

परत नेटनं विचार करण्याचा प्रयत्न केला. त्याला, त्याचा सुद्धा ताण सहन होत नव्हता. तो थोडासा पलंगावर खाली झाला, त्यानं तिचं नाव आठवायचा प्रयत्न केला. कदाचित तिनं तिचं शेवटी नावच सांगितलेलं नव्हतं, "मला माहीत नाही." तोंडातल्या तोंडात गुळमुळीत बोलल्यासारखं बोलला. ओठांची

कमीत कमी हालचाल झालेली होती. वाल्दिरनं फोन आणखी त्याच्या ओठांजवळ धरला.

"नेट माझ्याशी बोल – तुला पाहिजे होती तीच बाई तुला भेटली का?"

"होय भेटली – इकडे सर्व काही सुरळीत जमलं आहे. तू फक्त जरा सबुरीनं घे."

"त्या बाईबद्दल आणखी काही माहिती?"

"ती छान आहे."

जॉश जरा घुटमळला, आता वेळ घालवणं त्याच्यादृष्टीनं योग्य नव्हतं.

"बरं, ते चांगलं झालं, मुख्य म्हणजे तिनं कागदपत्रांवर सह्या केल्यात का?"

"मला तिचं नाव आठवत नाहीये."

"तिनं कागदांवर सह्या केल्या का?"

बोलण्यात मध्ये थोडा खंड पडला. नेट आणखी खाली झाला, हनुवटी छातीवर टेकली आणि जशी काय त्याला एकदम डुलकी लागली. वाल्दिरनं त्याचा दंड हलवला. त्याचं डोकं हलवून फोनमध्ये बोल असं सुचवलं. "मला खरोखरच ती आवडली." नेट एकदम बडबडल्यासारखं बोलून गेला, "अगदी खूपच"

"तुला झोपेची औषधं देऊन या जगाचा संपर्क जवळ जवळ तोडला होता –बरोबर?"

"हो."

"तुझ्या डोक्यातली झोप, वेदना, गुंगी हे सारं कमी झाल्यावर तू मला फोन कर. ओके?"

"माझ्याकडे फोन नाहीये."

"वाल्दिरचा फोन वापर, पण तू मला फोन कर प्लीज."

त्याचं डोकं होकारार्थी हललं, त्याचे डोळे मिटले गेले.

"ए – मी तिला विचारलं माझ्याशी लग्न करशील का म्हणून." हे तो फोनमध्ये म्हणाला आणि परत त्याची हनुवटी छातीवर टेकली.

वाल्दिरनं त्याच्या हातातला फोन काढून घेतला आणि तो कोपऱ्याशी गेला. फोनमध्ये त्यानं नेटच्या प्रकृतीची संपूर्ण माहिती जॉशला दिली.

"मी तिथे यायला पाहिजे का?" जॉशनं हे तीन तीनदा विचारलं.

"नको, नको. त्याची गरज नाही. तुम्ही थोडा धीर धरा, बस."

"मी तुमचं धीर धरा, धीर धरा हे सांगणं ऐकून कंटाळलोय."

"मला तुमची मन:स्थिती समजतीय."

"त्याला लवकर बरं करून घे – वाल्दिर."

"तो आता ठीक आहे – सुधारतोय."

"त्याच्या बोलण्यावरून तरी मला तसं वाटत नाहीये."

जॉश त्याच्या ऑफिसच्या खिडकीशी उभा होता. बाहेरच्या इमारती न्याहाळताना टिप डर्बन तिथे आला, त्यानं त्याच्या मागून दरवाजा लावून घेतला. एक खुर्ची त्याच्या जवळ ओढली. त्यावर बसला आणि विचारलं, "काय म्हणत होता तो?"

जॉश खिडकीच्या बाहेरच बघत राहिला होता, "त्याला ती सापडली, छान आहे. माझ्याशी लग्न करशील का, असं नेटनी तिला विचारलं." त्याच्या आवाजात विनोदाचा थोडा सुद्धा अंश नव्हता. तरीसुद्धा टिपला त्यातला विनोद जाणवला. दोन काडीमोडांच्यामध्ये नेटच्या स्त्रियांच्या बाबतीतल्या भावना जरा जास्तच विवश व्हायच्या हे त्याला ठाऊक होतं.

"तो कसा आहे?"

"आता त्याला वेदना जाणवत नाहीयेत – वेदना न जाणवणाऱ्या औषधांचा भरपूर मारा त्याच्यावर केलेला आहे आणि आता तो बरा आहे."

"म्हणजे तो आता मरण्याची वगैरे काळजी नाहीये."

"आत्ता दिसतंय तरी तसं.'

डर्बन हसायला लागला, "हा आपला दोस्त असा आहे की त्याला भेटलेली प्रत्येक स्त्री त्याला आवडतेच."

जेव्हा जॉशने फिरून डर्बनकडे पाहिलं तेव्हा जॉशच्या चेहऱ्यावर डर्बनला छद्मी स्मित हास्य दिसलं. "ती रूपवान आहे," तो म्हणत होता, "नेट कर्जबाजारी, ती फक्त बेचाळीस वर्षं वयाची आणि गेल्या कित्येक वर्षांत तिनं गोरा माणूस पाहिलेला नसणार."

"दिसायला ती जरी कुरूप असती ना, तरी नेट त्याची पर्वा करणार नाही. सध्या जगातली ती एक सर्वात श्रीमंत स्त्री आहे हे महत्त्वाचं."

"मी त्याला त्या कामगिरीवर पाठवलं ना, त्यावेळी मी त्याच्यावर मेहेरबानी करतोय अशी माझी कल्पना होती, पण या मिशनरी स्त्रीला तो फितवेल, तिला फूस लावेल अशी सुतराम शंका मला आलेली नव्हती."

"तुला असं वाटतं? नेटनं तिला मोहात पाडलं?"

"त्या जंगलात काय घडलं असेल ते आपल्याला इथं बसून काय समजणार?"

"मला शंका वाटते," टिपनं विचारपूर्वक बोलत होता, "आपल्याला नेट पूर्णपणे माहीत आहे. ती पण त्याच्यासारखीच असेल असं आपण समजू नये."

जॉश कोचाच्या एका हातावर बसला होता, नेटच्या वागण्याची त्याला गंमत वाटत होती. जमिनीकडे पाहात पाहात तो खुदूखुदू हसत होता आणि ही गंमत त्याच्या चेहऱ्यावर दिसत होती, "तू म्हणतोस ते बरोबर आहे. माझं असं काही ठाम मत नाहीये की नेटवर ती भाळेल, पण काही सांगता येत नाही."

"तिनं कागदपत्रांवर सह्या केल्यात का?"

"आम्ही तितकं काही बोलूच शकलो नाही. मला असं वाटतयं की तिनं सह्या केलेल्या असाव्यात. त्याशिवाय तो तिथनं हललाच नसता."

"तो इकडे कधी येतोय?"

"त्याची तब्येत प्रवास करण्यायोग्य झाल्या झाल्या."

"तसं काही तू धरून चालू नकोस हं – अकरा बिलियनचा मामला आहे. थोडा वेळ इकडे तिकडे काढला तरी काही फरक पडत नाही."

.३६.

हॉस्पिटलच्या व्हरांड्याच्या भागात पलंगावर, डॉक्टरांचा अमेरिकन पेशंट तोंड उघडं ठेवून डोकं उशीच्या एका बाजूला झालेलं, डोळ्यांवरचा कापसाचा बोळा काढलेला, अर्धवट बसलेल्या स्थितीत झोपलेला आढळला. पेंटॅनलच्या सफरीवरचा त्याचा मित्र बाजूला भिंतीशी बसून डुलक्या काढत होता. शिरेतल्या इंजेक्शनची पिशवी डॉक्टरांनी पाहिली, त्यांनी ती बंद केली. नेटच्या कपाळाला हात लावून पाह्यला. ताप नव्हता.

"मि. ओ. रॉयले " पेशंटच्या खांद्यावर थोपटत मोठ्यानं त्यांनी हाक मारली. जेव्ही एकदम उठून उभा राहिला – डॉक्टरांना इंग्रजी येत नव्हतं.

नेटनं त्याच्या खोलीत जायला हवं असं त्यांना सांगायचं होतं. जेव्हीनं हे भाषांतर करून नेटला सांगितलं. त्यानं आढेवेढे घेतले, जेव्हीनं तसं डॉक्टरांना सांगितलं. जेव्हीनं आतल्या खोलीतले मरायला टेकलेले पेशंट पाहिले होते, त्यांच्या उघड्या, चिघळणाऱ्या जखमा, तिथली दुर्गंधी... त्याने डॉक्टरांना सांगितलं की जवळ बसून मी त्यांची काळजी घेतो. सायंकाळी अंधार पडेपर्यंत तो तिथे त्याच्या पेशंटजवळ बसून राहील. आणि नंतर त्याला तो आत घेऊन जाईल. डॉक्टर ठीक आहे म्हणाले आणि गेले.

व्हरांड्यानंतर मोकळी जागा, त्या पलीकडे आणखी एक वॉर्ड होता. त्याला तुरुंगासारख्या गज असलेल्या खिडक्या होत्या. आतले पेशंट खिडकीशी येऊन व्हरांड्याकडे पाहात असत. त्यांना त्या खोलीतून बाहेर येता येत नसे. दुसरे दिवशी सकाळी त्यांच्यातला पिंगट रंगाच्या कातडीच्या एक पेशंट खिडकीशी

येऊन –बहुतेक वेडा होता तो – दोन हातात दोन गज धरून त्या दोन गजांमधून त्यानं त्याचं डोकं बाहेर काढलं अन् नेट आणि जेव्ही यांच्याकडे पाहात काहीतरी मोठ्या-मोठ्याने ओरडायला लागला. त्याचा आवाज कर्कश्श होता आणि आसमंतात घुमत होता.

"तो काय म्हणतोय?" नेटनं विचारलं. त्या वेड्याच्या ओरड्यानं तो आश्चर्यचकित झाला होता. त्याच्या डोक्यातलं दुखणं पार नाहीसं झालं होतं.

"वेडा आहे तो बहुतेक. मलाही तो काय बोलतोय हे कळत नाहीये."

"या वेड्यांबरोबर मलाही त्यांनी वेड्यांच्या हॉस्पिटलमध्ये ठेवलं आहे."

"हो मलाही वाईट वाटतंय; पण काय करणार, हे गाव लहान आहे."

तो वेडा आता आणखीनच कर्कश ओरडायला लागला होता. आतल्या बाजूनं एक नर्स आली. तिनं त्याला दटावलं अन् त्याचं ओरडणं थांबलं. ती जायला निघाली तेव्हा अशी काही भाषा त्यानं तिच्याबाबत वापरली की ती ऐकायला तिथे थांबली नाही. तो परत नेट आणि जेव्ही यांच्याकडे रोखून पाहिला लागला. त्यानं गज इतके घट्ट पकडून धरले होते की त्याची बोटं पांढरी पडायला लागली. आता तो उड्या मारून पुन्हा आरडाओरडा करायला लागला.

"बिचारा!" नेट म्हणाला.

त्याचं ओरडणं आता विव्हळण्यात बदललं होतं. काही मिनिटांनंतर एक पुरुष परिचारक तिथे आला. त्यानं त्याला तिथून दुसरीकडे नेलं. त्याला जायचं नव्हतं. थोडी झटापट झाली. इतर पेशंट पाहात होते. पण तो परिचारक त्याला दुसऱ्या खोलीत घेऊन जायचा प्रयत्न करत होता. त्या वेड्यानं हातानं गज इतके घट्ट पकडून धरले होते की ते सोडवायला सुद्धा खूप ताकद लागत होती. त्याच्या विव्हळण्याचं रूपांतर किंकाळ्यात झालं. परिचारक त्या वेड्याच्या पाठीला धरून त्याला मागे खेचत होता, पण शेवटी परिचारकांनी तो नाद सोडून दिला आणि तो तिथून बाजूस झाला. आता त्या वेड्यानं त्याची चड्डी काढली आणि तो हसायला लागला आणि हसत हसत गजामधून त्याने नेट, जेव्हीच्या दिशेने लघवी केली. गजाचे हात वेड्यानं काढले होते त्याचा फायदा घेऊन परिचारकानं त्याला मागे ओढलं, नेल्सन नावानं प्रसिद्ध असलेली पकड घातली आणि त्याला खेचून तो घेऊन गेला. नेट आणि जेव्हीच्या नजरेआड जसा तो गेला तसं त्याचं ओरडणं एकदम थांबलं.

बहुतेक असं ओरडणं हा नित्याचाच क्रम असावा. नंतर मात्र अंगणाच्या भागात शांतता होती. नेट म्हणाला, "जेव्ही मला लवकर इथून बाहेर काढा बुवा."

"म्हणजे काय?"

''मी आता बरा झालोय, मला इथून बाहेर काढा. माझा ताप गेलेला आहे. माझी ताकद वाढतेय – खरोखरच.''

''डॉक्टरांनी सांगितल्याशिवाय आपल्याला जाता येणार नाही आणि त्याचं काय?'' त्यानं नेटच्या तळव्याच्या मागल्या बाजूला लावलेल्या शिरेतल्या इंजेक्शनच्या व्यवस्थेकडे बोट दाखवलं.

''हे काही नाही.'' हातानं सुई बाहेर खेचून काढतं नेट म्हणला ''जेव्ही माझे कपडे कुठे आहेत ते बघ. मी स्वत:च आता डिसचार्ज घेतोय.''

''तुम्हाला डेंग्यूबद्दल कल्पना आहे ना? माझ्या वडिलांना डेंग्यू झाला होता...''

''माझा डेंग्यू पळालाय – मला खात्री आहे.''

''नाही, तो परत येतो – आणि परत आल्यावर तर आणखीनच त्रास होतो – फार फार वाईट''

''माझा यावर विश्वास नाही . जेव्ही तू प्लीज मला हॉटेल मध्ये घेऊन चल. मला तिथे बरं वाटेल. तिथे तू माझ्या बरोबर राहा, तुझे पैसे मी भरेन. आणि पुन्हा मला जर ताप आला तर तू माझी देखभाल तिथे कर, औषध दे, पण प्लीज, प्लीज जेव्ही मला इथून जायचंय.''

जेव्ही नेटच्या पलंगाच्या पायाच्या बाजूला उभा होता. नेटचं इंग्रजी बोलणं इतर कोणाला कळतंय का हे पाहण्यासाठी जेव्हीनं इकडे तिकडे पाहिलं. ''मला माहीत नाही.'' तो म्हणाला. त्याच्या मनाची चलबिचल होत होती – मनात त्याला वाटत होतं की नेट जे काय म्हणतोय ते काही वाईट नाहीये.

''मी तुला दोनशे डॉलर्स देतो – तू माझ्या मापाचे काही कपडे घेऊन ये आणि मला इथून हॉटेलमध्ये घेऊन चल आणि मी बरा होईपर्यंत, माझी देखभाल करण्या-साठी दररोज तुला पन्नास डॉलर देईन.''

''मी इथे तुमचा मित्र म्हणून आहे, पैशाचा प्रश्न नाहीये.''

''जेव्ही, मी पण तुझा मित्र आहे. मित्र मित्रांना मदत करतात. मी त्या आतल्या खोलीत जाणार नाही. तू ती आजारी माणसं पाहिलीस ना? त्या खोलीतलं गलिच्छ वातावरण, उद्वेग आणणारी अस्वच्छता, नरक आहे तिथे नरक. तिथले रोगी जागेवरच मल-मूत्र विसर्जन करतायत, डॉक्टरसुद्धा कधी येतात, कधी नाही. साफ करायला पण कोणी दिवस दिवस येत नाहीत. कस काय राहणार तिथे? तशात तिथेच, जवळ वेड्यांचं हॉस्पिटल. मेहेरबानी करून जेव्ही मला तू इथून घेऊन चल – मी तुला चांगले पैसे देईन.''

''तुमचे पैसे सांतालौराबरोबर पाण्यात गेलेत.''

त्याचा आवाज एकदमच बंद झाला. सांतालौरा बोटीतच त्याचं सर्व सामान

होतं आणि ती बोट बुडालेली आहे हे तो पार विसरून गेलेला होता. त्याचे कपडे, त्याच्या इतर वस्तू, पैसे, पासपोर्ट, ब्रीफकेस, त्याच्या सेटफोन, इतर कगदपत्रं सर्व काही गेलेलं होतं. रॅचेलचा निरोप घेऊन पेंटॅनलमधून बाहेर पडल्यानंतरचे काही काही क्षण त्याच्या स्मृतीत ताजे होते, पण सांतालौरा, त्याच्या वस्तू हे सारं तो पार विसरून गेलेला होता.

"युनाटेड स्टेट्समधून मी पैसे मागवून घेईन, तू काहीही काळजी करू नकोस. मी तुला भरपूर पैसे देईन, पण मला कसंही करून इथून आता बाहेर काढ, प्लीज."

जेव्हीला पूर्ण कल्पना होती की, काही काही वेळा डेंग्यू प्राणघातकसुद्धा होऊ शकतो. तूर्तास तरी नेटचं दुखणं आटोक्यात होतं असं दिसत होतं, पण तापाचं काही सांगता येत नव्हतं. उलटायची शक्यता नाकारता येत नव्हती. त्याला हॉस्पिटल-मधून पळून जावसं वाटणं साहजिक होतं. "बरं आपण काहीतरी करू." इकडे तिकडे पाहात जेव्ही म्हणाला. त्याच्या जवळपास कुणीही नव्हतं.

"मी काही मिनिटांत येतो."

नेटनं डोळे मिटून घेतले. पासपोर्ट गमवल्याबद्दल तो काही विचार करत राहिला. त्याच्या जवळ काहीही पैसे नव्हते, अगदी पेनी सुद्धा. कपडे, मोबाईल फोन, सॅटफोन, क्रेडिट कार्ड्स, टूथब्रश, पेस्ट काही काहीही नव्हतं. अर्थात त्याच्या घरीसुद्धा त्याचं असं काहीच नव्हतं. बरचसं कर्ज होतं. नादारी जाहीर करायची वेळ आलेली होती. हप्त्यांवर घेतलेली मोटरगाडी त्याच्याकडे राहणार होती, थोडेफार कपडे, फर्निचर आणि त्याच्या आय. आर. ए. खात्यात काही पैसे होते, बाकी काही नाही. जॉर्ज टाऊन मधला भाड्याचा फ्लॅट, तो जेव्हा व्यसनमुक्त केंद्रात दाखल झाला तेव्हाच त्यानं परत केलेला होता. यूएसए मध्ये परत गेल्या नंतर त्याला राहायला जागा नव्हती. नाव घेण्यासारखं घर नव्हतं. त्याची दोन मोठी मुलं, लांब होती आणि त्यांना नेटबद्दल काही आपलेपणा राहिलेला नव्हता. शाळांमध्ये असलेल्या दुसऱ्या लग्नाच्या बायकोपासूनच्या मुलांना त्यांची आई खूप दूर घेऊन गेलेली होती, ती अद्याप शाळांमध्ये शिकत होती. गेल्या सहा महिन्यांत त्यानं त्या मुलांना पाहिलेलं नव्हतं आणि ख्रिसमसच्या सणात त्यांची आठवणसुद्धा त्याला झालेली नव्हती.

एका कॅन्सर पेशंटच्या जवळच्या नातेवाईकाने एका डॉक्टरवर दहा मिलियन डॉलर्सचा लावलेला दावा, नेटनं त्याच्या चाळिसाव्या वाढदिवसाच्या दिवशीच जिंकला होता. त्या डॉक्टरच्या पेशंटला कॅन्सर झालेला आहे असं निदान त्यानं पेशंटला जेव्हा तपासलं होतं तेव्हा करता आलं नव्हतं म्हणून त्या पेशंटच्या

नजिकच्या नातेवाईकानं नुकसान भरपाईचा लावलेला तो दावा होता. तो नेटच्या वकिलीच्या कारकिर्दीतला सर्वांत मोठा जिंकलेला दावा होता. त्याच्या फर्मला फी पोटी चार मिलियन डॉलर्स मिळालेले होते. त्या वर्षी नेटला दीड मिलियन डॉलर्स बोनस म्हणून जादा मिळाले होते. त्यानं नवीन घर, किमती कपडे, मौल्यवान दागिने, हिरे, पाचू, नवीन गाडी वगैरे विकत घेतलं. लांब लांब ट्रिपा त्यानं मारल्या आणि त्यानं काही बेभरवशाच्या गुंतवणुकी केल्या. त्यात बरीच रक्कम खर्च झाली. त्यावर्षीच कोकेनचा नाद असलेल्या कॉलेज मधल्या पोरीच्या मागे तो लागला आणि तिथेच घसरगुंडी सुरू झाली. पार रसातळाला जाईपर्यंत. स्वत:चं स्वत:ला सावरता आलं नाही. दोन वर्षं, व्यसनमुक्ती मुक्तता केंद्रात त्याची रवानगी झाली. त्याची दुसरी बायको पैसे घेऊन पळून गेली. पैसे उडवल्यानंतर ती परत आली, पण फारच थोडा काळ त्याच्या बरोबर राह्यली.

कधी काळी त्याच्याकडे भरपूर पैसे होते. वर उंचीवर बसून आपण स्वत:कडे पाहात आहोत असं समजून तो जेव्हा विचार करायला लागला तेव्हा त्याला एकाकी पडलेला, आजारी पडलेला, कर्जबाजारी आणि आरोपी आणि त्यामुळे घरी जायला घाबरत असलेला, यूएसए मधल्या आकर्षणांना आपण परत बळी पडू की काय या विचारांनी धास्तावलेला असा नेट दिसत होता.

या मोहिमेसाठी बाहेर पडताना रॅचेलला आपण शोधून काढायचं हा विचार प्रामुख्याने त्याच्या डोक्यात होता. इतर विचार त्यादिवशी मागे पडलेले होते. रॅचेल बरोबर तो तिच्या झोपडी बाहेर बसलेला असताना त्याच्या मनात रॅचेलबद्दल बरंच कुतूहल होतं. सही करतेय की नाही या बद्दल एक उत्कंठा होती. ते आता संपलं होतं. तो आता आडवा पडलेला होता. मनात आता दुसरं काय येणार? काळज्यांचे विचार, पुन्हा व्यसन, पुन्हा व्यसनमुक्ती केंद्र, पुन्हा सर्गीयो, या सगळ्यांतून परत जावं लागतंय की काय? हेच विचार. या चक्रातून बाहेर कसं पडायचं?

इथे कोरूंबा मध्ये राहून परागवे नदीवर, जेव्ही बरोबर चलाना बोटींतून सारखं अप डाऊन करणं, दारू-अमली पदार्थ, भुरळ घालणाऱ्या बायायांपासून दूर राहणं, त्याच्या रक्तातला व्यवसाय म्हणजे वकिली बंद करणं, हे सारं त्याला कसं जमणार? त्याला परत तर जायलाच हवं आणि पुढे येणाऱ्या आपत्तींना धैर्यानं, विचारपूर्वक तोंड देणंच शहाणपणाचं आहे हे त्यानं ठरवलं.

कर्णकर्कश किंकाळीनं त्याला त्याच्या दिवास्वप्नांतून जागं केलं. लाल केसांचा किंकाळ्या फोडणारा वेडा परत आला होता.

जेव्हीनं नेटचा पलंग ढकलत व्हरांड्यामधून हॉस्पिटलच्या मुख्य दरवाजापर्यंत

आणला. दरवाजाच्या बाजूलाच साफ-सफाईसाठी लागणाऱ्या सामानाची एक लहान खोली होती. एका साफसफाई करणाऱ्या कर्मचाऱ्याला मदतीला घेऊन जेव्हीनं नेटला बिछान्यावरून खाली घेतलं, त्या लहान खोलीत नेलं. नेट फारच अशक्त वाटत होता थरथरत होता, पण इथून जायचंच असं त्यानं ठाम ठरवलेलं होतं. खोलीमध्ये नेटच्या अंगावरचा गाऊन त्यानं फाडून काढला. अर्धी चड्डी त्याच्या पायातनं चढवली. ढगळा असा शर्ट त्याच्या अंगावर चढवला. पायात रबरी सपाता. डोळ्याला प्लॅस्टिकचा गॉगल, डोक्याला डेनिमची टोपी घातली. तो आता थोडाफार ब्राझिली वाटत होता. कपडे चढवताना झालेले श्रम सुद्धा नेटला पेलवले नाहीत. टोपी चढवता चढवता त्याला चक्कर आली, आडवा पडला. आजूबाजूला, ब्रश, केरसुण्या, झाडू, बादल्या, बांबू, डेटॉलचे डबे, जंतुनाशक पावडरी, कापडांचे बोळे, कापसाची बंडलं या सामानांच्यात नेट आडवा झाला. जेव्हीनं नेटच्या खांद्याखाली हात घालून त्याला उभा केला, ओढत ओढत पुन्हा बिछान्याशी आणला. बिछान्यावर आडवा केला, त्याच्या अंगावर चादर घातली. तेवढ्यात नेटनं डोळे उघडले आणि विचारलं, ''काय झालं?''

''तुम्हाला चक्कर आली होती.'' उत्तर आलं, जेव्ही कॉट ढकलत होता. दोन परिचारकांच्या बाजूनं तो गेला तेव्हा जेव्हीची त्यांनी दखल घेतलेली नव्हती. ''आपण लढवलेली शक्कल तितकीशी चांगली नाहीये.'' जेव्ही म्हणाला. ''तू जात राहा'' हे ही तो स्वत:शीच म्हणत होता.

बाहेरच्या व्हरांड्याशी आल्यावर जेव्हीनं पलंग थांबविला. बिछान्यातून पाय बाहेर काढून नेटला जमिनीवर उभं केलं. परत त्याला चक्करल्यासारखं वाटलं, तरीपण पावलं टाकण्याचा प्रयत्न तो करायला लागला. जेव्हीनं एक हात मागून खांद्याखालून धरला, दुसऱ्या हाताने त्याच्या दंडाला धरून त्याला स्थिर केलं.

''जरा सावकाशीनं घ्या.'' जेव्ही म्हणत होता, ''छान, घाई नको.''

हॉस्पिटलमध्ये दाखल करून घेणाऱ्या कारकुनांचं, या दोघांकडे लक्ष गेलं नव्हतं की कुठल्या परिचारकाचं, की कुठल्या वॉर्डबॉइजचं, की बाहेर पायऱ्यांवर विड्या ओढणाऱ्या सफाई कामगारांचं. सगळे आपल्या आपल्या नादात होते. सूर्याच्या किरणांची तिरीप नेटला जाणवली, तो जेव्हीच्या खांद्यावर आणखी रेलला. त्यांनी तसाच रस्ता क्रॉस केला, पलीकडे जेव्हीचा ट्रक उभा होता.

एका चौकात मोठ्या ट्रकला ठोकर देता देता जेव्ही सुदैवाने बचावला होता. ''कृपा करून तू जरा सावकाश गाडी चालवलीस तर बरं होईल'' नेटनं त्याला सुनावलं. त्याला आता घाम यायला लागला होता. अन् पोटात मळमळायला लागलं.

''सॉरी.'' जेव्ही म्हणाला, त्यानं त्याच्या ट्रकचा वेग कमी केला. हॉटेल

पॅलेसशी त्यानं ट्रक थांबवला. स्वागत कक्षातल्या टेबलाशी बसलेल्या मुलीशी गोड गोड बोलून त्यानं तिच्यावर छाप पाडली आणि काही तरी करून दोन बेड्स असलेली एक खोली त्यानं मिळविली. नेटकडे पाहात, "माझा मित्र फार आजारी आहे" हे तो तिच्या कानांत कुजबुजला होता आणि खरोखरच नेटचा चेहराच ते सांगत होता. त्यांच्या जवळ कुठल्याही प्रकारचं लगेज, बॅगा वगैरे काही सामान नव्हतं आणि त्यामुळे त्या दोघांविषयी त्या देखण्या मुलीनं विचित्र आणि वेगळ्या काही कल्पना करून घेऊ नयेत याबद्दल तो देवाची प्रार्थना करता होता.

खोलीत गेल्या गेल्या नेट बिछान्यावर कोसळलाच. 'हॉस्पिटलमधून पलायन' या प्रकाराने नेटची फारच दमछाक झालेली होती. जेव्हीनं टीव्ही चालू केला, फुटबॉलच्या खेळाचं प्रक्षेपण चालू होतं, पण थोड्याच वेळात त्याचा त्याला कंटाळा आला अन् स्वागत कक्षातल्या त्या स्मार्ट मुली बरोबर गप्पा मारण्यासाठी तो पळाला.

यूएसएमध्ये फोन लावून देण्यासाठी नेटनं हॉटेलमधल्या टेलिफोन ऑपरेटरशी संपर्क साधण्याचा प्रयत्न चालविला होता. जॉश बरोबर आपण काही तरी बोललो होतो असं नेटला काहीतरी अंधुकसं आठवत होतं, त्यामुळे त्याला फोन करणं जरुरीचं वाटत होतं. त्यानं पुन्हा टेलिफोन ऑपरेटला फोन लावला. यावेळी ती फोनवर आली आणि पोर्तुगीज भाषेत काहीतरी बोलायला लागली. नेटनं तिला इंग्रजी भाषेत बोलायची विनंती केली. तिने इंग्रजीत नेटला कॉलींग कार्ड आहे का? असं विचारलं, कॉलींग कार्ड म्हणजे टेलिफोनवरचे नंबर दाबायचे त्यानंतर स्टार दाबायचं आणि मग फोन चालू होतो. ते कार्ड विकत घ्यावं लागत. कॉलींगकार्ड म्हटल्यावर नेटनं टेलिफोन ठेवून दिला. बिछान्यावर आडवा झाला, झोपून गेला. डॉक्टरांनी वाल्दिरला फोन केला. वाल्दिरला हॉटेल पॅलेसच्या बाहेरच्या बाजूला जेव्हीचा ट्रक उभा असलेला दिसला आणि जेव्ही पोहण्याच्या तलावाकाठी एका खुर्चीवर बीअर पीत असलेला आढळला. वाल्दिर काठावर बसला, "मि.नेट ओ. रॉयले कुठं आहेत?" असं विचारलं. त्यांच्या चेहऱ्यावर वैताग दिसत होता "वर त्यांच्या खोलीत आहेत." जेव्हीनं उत्तर दिलं आणि बीअरचा आणखी एक घुटका घेतला.

"ते इथं का आले?"

"त्या हॉस्पिटलमध्ये त्यांना राहायचं नव्हतं म्हणून आणि तुम्ही त्यांना दोष देताय?"

स्वत: वाल्दिरनी, त्यांचं एक कुठलं छोटसं ऑपरेशन झालं होतं, ते त्यांनी कोरूंबापासून चार तासांच्या अंतरावरच्या कॅम्पोग्रँडो या शहरामध्ये करून घेतलं

होतं. ज्याच्या जवळ थोडे फार पैसे आहेत असा कोणीही माणूस कोरूंबामधल्या हॉस्पिटलमध्ये आपल्यावर उपचार करून घेणार नाही. "ते कसे आहेत?"

"मला तर ठीक वाटतायत."

"त्याच्याबरोबर तू थांब."

"मी आता तुमचा नोकर म्हणून काम करत नाहीये."

"हो, पण त्या बोटीबद्दल आत्ता काहीतरी करायला हवं ना?"

"आता ती बुडलेली आहे, मी तर ती वर काढू शकत नाही. आता तुफान, वादळ आलं त्याला मी तरी काय करणार? आणि मी काय करावं असं तुमचं म्हणणं आहे?"

"तू फक्त नेट ओ रॉयलेवर लक्ष ठेवून बस."

"त्यांना पैसे हवेत, ते तुम्ही मागवून घ्या. "

"मला काय करता येईल ते मी करतो."

"आणखी, त्यांना एक पासपोर्टसुद्धा हवाय, त्यांच्या सर्व काही गोष्टी गेल्यात"

"तू फक्त त्यांच्याकडे लक्ष दे, बाकी मी पाहतो."

रात्री नेटला पुन्हा हळूहळू ताप भरला, तशातसुद्धा त्याला झोप लागली होती. पण तापामुळे त्याचा चेहरा तापला होता. या ताप भरण्यामुळे एक मोठा प्रश्न निर्माण होणार होता. त्याच्या भुवयांवरच्या बाजूला घामाचे थेंब साठू लागले होते. केसांतून घाम येत होता, केस ओले होत होते. उशीवर त्याचं डोकं जिथे टेकवलं होतं तिथला भाग ओला झाला होता. अंगात ताप होताच, आणि आता त्याचं शरीर थरथरायला लागलं होतं. हुडहुडीच्या लाटा त्याच्या शरीरातनं सरकत होत्या, शरीर थकल्या सारखं झालं होतं. त्याच्या शरीरात यापूर्वी दिलेल्या औषधांचा काही भाग शिल्लक होता म्हणून त्याच्यावर झोपेचा थोडा अंमल होता. डोळ्यांच्या मागल्या बाजूनं एक प्रकारचा दाब वाढायला लागला होता, त्यामुळे जेव्हा तो डोळे उघडायचा प्रयत्न करायचा तेव्हा इतक्या प्रचंड वेदना व्हायच्या की तो किंचाळ्या फोडतोय की काय असंच त्याला वाटायचं. तोंडातला सर्व द्रव भाग पोटाच्या भागाकडे गेला आणि तोंड पार कोरडं पडलं होतं.

नेट शेवटी कण्हायला लागला. दोन्ही कानशिलांच्या मागे घणाघाती दणके बसल्यासारखं त्याला वाटतं होतं. नेटला ते सहन होत नव्हतं. जेव्हा त्यानं डोळे उघडले तेव्हा त्याला साक्षात मृत्यू पुढे दिसत होता. सर्व अंगभर घाम होता आणि चेहऱ्या मधून जाळ बाहेर पडत होता. गुडघे, हाताचे कोपरे मुडपताना

कळा येत होत्या, "जेव्ही, जेव्ही" असं क्षीण आवाजात तो बोलत होता, हाक मारत होता.

त्यांच्या दोघांच्या पलंगामधल्या टेबलावरचा टेबल लँप जेव्हीनं लावला, अन् नेट आणखीच मोठ्यानं कण्हू लागला, "नको तो दिवा, नको, बंद कर तो दिवा.", जेव्ही बाथरूममध्ये पळाला. तिथला दिवा लावला, म्हणजे थेट त्याच्या डोळ्यांवर उजेड न पडता, खोलीतला अंधार कमी झाला. दिव्यातून पार पडण्याकरिता औषधाच्या दुकानामधून जेव्हीनं वेदनाशामक गोळ्या, ॲस्पिरिन, बर्फ, थर्मामीटर आणि पिण्याचं पाणी विकत आणलं होतं, इतकी तजवीज त्याला पुरेशी वाटली होती.

एक तास गेला, जेव्ही प्रत्येक मिनिट मोजत होता. ताप १०२° पर्यंत गेला, थंडी वाजून हुडहुडी भरत होती, त्यानं नेट इतका थरथरायचा की सारा पलंग त्यामुळे हलायचा. जेव्हा नेटचं हलणं थांबून तो जेव्हा स्तब्ध व्हायचा तेव्हा जेव्ही त्याच्या तोंडात औषधाच्या गोळ्या कोंबायचा वर पाणी घालायचा. गार पाण्यातनं पिळून काढलेल्या टॉवेलानं तो त्याचा चेहरा पुन:पुन्हा पुसून काढत होता. मधून मधून गार पाण्याचा टॉवेल त्याच्या कपाळावर, चेहऱ्यावर ठेवून द्यायचा. नेट शांतपणे हे सारं सहन करत होता. दातांवर दात घट्ट धरून मोठ्या धाडसानं वेदनांना तोंड देत होता. हॉटेलच्या छोट्या का होईना त्या खोलीत राहून नेट या तापाचा आघात सहन करणार होता. वारंवार त्याला किंकाळ्या फोडाव्या असं वाटायचं, पण भिंतीचं पडलेलं प्लॅस्टर त्याच्या डोळ्यांपुढे यायचं. त्या हॉस्पिटलमधली दुर्गंधी त्याला आठवायची अन् तो सारं सहन करायचा.

पहाटे चार वाजता ताप १०३° पर्यंत चढला. नेटची शुद्ध हरपायला लागली होती. त्यानं आपले गुडघे हनुवटीशी दाबून धरले, पोटऱ्यांशी हात गुंडाळले, स्वत:ला घट्ट गुंडाळून घेतलं, अन् तशातच पुन्हा थंडी फटकारायची, हात सुटायचे, पाय लांब व्हायचे, सारं शरीर थरथरायला लागायचं.

सरते शेवटी ताप १०५° पर्यंत चढला. नेटच्या मेंदूमध्ये कुठेतरी नक्कीच काहीतरी इजा होणार असं जेव्हीला वाटत होतं. त्या नंतर तर, नेटच्या बिछान्यावरच्या चादरीतून घामाचं पाणी, खाली जमिनीवर थेंब थेंब पडू लागलं अन् मग मात्र जेव्ही घाबरला, त्याच्या मित्राला फारच त्रास होत होता, हॉस्पिटलमध्ये चांगली औषधं होती.

तिसऱ्या मजल्यावर हॉटेलमध्ये काम करणारा एक गडी झोपला होता, त्याला जेव्हीनं जाऊन उठवलं. दोघांनी मिळून नेटला लिफ्टपाशी ओढत आणलं, पुढे लॉबी मधून दरवाज्याशी आणलं. मग नंतर ट्रक मध्ये चढवलं.

जेव्हीनं वाल्दिरला फोन केला. सकाळचे ६ वाजले होते.

वाल्दिरच्या जेव्हीला भरपूर शिव्या देऊन झाल्या, अन् मग त्यानं डॉक्टरांना फोन करण्याचं मान्य केलं.

.३७.

काय काय औषधं द्यायची हे डॉक्टरांनी घरूनच फोनवर सांगितलं आणि चांगली खोली मिळण्याबद्दल प्रयत्न करतो असं म्हणाले. पण हॉस्पिटलमधल्या सर्व खोल्या भरलेल्या होत्या, म्हणून हॉलमध्येच एक कॉट लावली. इतरही पेशंट ह्या हॉलमध्ये होतेच. नर्सनी नेटला डॉक्टरांनी सांगितलेली औषधं, इंजेक्शनं प्लॅस्टिकच्या पिशवीत भरून ती इंजेक्शनच्या सुईवाटे शिरेतनं द्यायला सुरुवात केली. नेटची कॉट नर्स बसतात त्या बाकाजवळच होती, म्हणून नेटकडे लक्ष देणं त्यांना सोपं जाणार होतं. जेव्हीला त्यांनी जायला सांगितलं, त्याला बसून राहण्याखेरीज दुसरं काही करता येण्यासारखं नव्हतं.

सकाळची घाईची कामं आटपल्यानंतर एक परिचारक एक कात्री घेऊन आला, त्यानं नेटची अर्धी चड्डी आणि टी शर्ट कापून काढला आणि हॉस्पिटलचा पिवळा गाऊनसारखा गणवेश नेटच्या अंगावर चढवला. हे सर्व करताना त्यानं नेटला बेडवर पूर्ण पाच मिनिटं चक्क नागडा ठेवला होता. आजूबाजूची लोकं जा-ये करत होती, पण कोणीही त्याच्याकडे पाहातही नव्हतं. नेटला त्याची पर्वाही नव्हती. थोड्याच वेळात कॉटवरच्या चादरी घामानं भिजल्या म्हणून बदलल्या. त्याचे कापून काढलेले कपडे कचऱ्यात फेकून दिले. परत नेट ओ रॉयलेला स्वतःचे असे कपडे नव्हते.

हुडहुडी भरून नेट थरथरायला लागून कण्हायला लागला की जवळचा एखादा डॉक्टर येऊन शिरेतल्या इंजेक्शनचा वेग वाढवायचा आणि जेव्हा नेट झोपी जाऊन मोठ्या मोठ्यानं घोरायला लागायचा तेव्हा कोणीतरी येऊन इंजेक्शनचा वेग कमी करायचा.

एक कॅन्सरचा रोगी दगावला आणि त्याच्या रिकाम्या झालेल्या कॉटवर नेटची रवानगी झाली. कॉट डॉक्टरांच्या खोलीच्या लगतच्याच खोलीत होती. त्याही खोलीत नेटच्या कॉटच्या दोन्ही बाजूला दोन रुग्ण होते. त्यातला एक पाय तुटलेला कामगार होता आणि दुसरा मूत्रपिंड निकामी होऊन मृत्युमार्गाला लागलेला. डॉक्टरांनी नेटला दिवसात दोनदा तपासलं. ताप १०२° आणि १०४° मध्ये वर खाली होत होता. वाल्दिर दुपारी उशिरापर्यंत थांबला होता. त्याला नेटशी बोलायचं होतं, पण नेट जागा होत नव्हता. त्यानं त्या दिवसात

घडलेलं सारं काही स्टॅफोर्डला सांगितलं. नेटनं केलेली घाई त्याला आवडलेली नव्हती. ''डॉक्टरांच्या म्हणण्या प्रमाणे चिंता करण्यासारखं काहीही नाही.'' हॉलमध्ये उभं राहून मोबाईल फोनवर स्टॅफोर्डशी बोलताना वाल्दिर म्हणत होता, ''मि. नेट ओ रॉयले बरे होतील.''

''वाल्दिर त्याला मरू देऊ नकोस'' जॉश अमेरिकेमधून आर्जवत होता. टेलिफोनद्वारे बँकेत पैसे पाठवायची व्यवस्था जॉश करत होता,आणि पासपोर्टचं काम एकाला करायला सांगितलं आहे, ते होईल असंही त्यानं सांगितलं.

पुन्हा एकदा शिरेत द्यायच्या इंजेक्शनच्या पिशवीतलं द्रव संपलं. संपलेलं कोणी पाहिलेलं नव्हतं. काही तास त्यावर गेले. औषधाचा अंमल उतरला, त्यावेळी अंधार पडला होता. बहुधा मध्यरात्रीची वेळ होती. नेटच्या खोलीतल्या इतर बेडवर काहीही हालचाल दिसत नव्हती. नेट जागा झाला, काही क्षणांपूर्वी तो बेशुध्द होता हे त्यालासुद्धा खरं वाटत नव्हतं इतकी त्याला आता उभारी वाटत होती. बाजूच्या कॉटवरचे रुग्ण त्याला स्पष्टपणे दिसत नव्हते. खोलीचं दार उघडं होतं. हॉलमध्ये मंदसा प्रकाश दिसत होता. कुठल्याही प्रकारचा आवाज नव्हता, सगळीकडे चिडीचूप शांतता होती.

त्यानं घामानं भिजलेल्या गाऊनला हात लावला, गाऊनच्या आत तो नागडा आहे हे त्याच्या ध्यानात आलं. त्यानं आपले डोळे चोळले. पाय लांब करून ताणले. त्याचं कपाळ अद्याप गरम लागत होतं. त्याला तहान लागलेली होती. याच्या आधी घेतलेलं जेवणही त्याला आठवत नव्हतं. आजूबाजूचे रुग्ण जागे होतील म्हणून त्यानं काही हालचाल करायची टाळलं. आता मात्र एखाद्या नर्सनी त्याच्या जवळ येणं अत्यंत जरुरीचं होतं.

चादरी ओल्या झालेल्या होत्या आणि पुन्हा थंडी वाजणं सुरू झालं आणि ऊब कुठे येत होती. तो पुन्हा थरथरायला लागला, कापत होता, हात पाय एकमेकांवर घासत होता, दात एकमेकांवर घट्ट दाबून धरले होते. थोड्या वेळानं थंडी वाजायची थांबली. त्यानं झोपायचा प्रयत्न केला. एखाद-दुसरी डुलकी लागली. त्यात थोडी रात्र गेली. परत पुन्हा थंडी वाजायला सुरुवात झाली. आता तर त्याच्या कानशिलाजवळ फारच दुखायला लागलं होतं. त्यानं रडायला सुरुवात केली. त्यानं उशी आपल्या कानशिलाभोवती घट्ट दाबून धरली होती आणि आणखी दाबायचा प्रयत्न करत होता.

अंधारात माणसाच्या आकाराची एक आकृती त्या खोलीतल्या सर्व बेड पाहात पाहात नेटच्या बेडपाशी येऊन थांबली. त्या आकृतीनं चादरी खाली आजाराशी झगडत असलेल्या नेटला पाहिलं. त्याचं क्षीण आवाजातले, उशीच्या

खाली दबलेलं कण्हणं ऐकलं. त्या आकृतीनं नेटच्या हातावर नाजूकसा स्पर्श केला आणि हलक्या आवाजात ती म्हणाली, "नेट". साधारण परिस्थितीमध्ये नेटला आश्चर्यच वाटलं असतं, पण भ्रमावस्थेत जाणं ही तर त्याची नेहमीचीच बाब झालेली होती. त्यानं डोक्याची उशी छातीवर घेतली आणि ती आकृती नीट पाहण्याचा प्रयत्न केला.

"मी रॅचेल आहे." ती आकृती म्हणाली,

"रॅचेल?" तो कुजबुजला, श्वास घेणं त्याला अवघड जात होतं. त्यानं उठून बसायचा प्रयत्न केला. नंतर त्यानं त्याचे डोळे हाताच्या बोटांनी उघडायचा प्रयत्न केला "रॅचेल?"

"मी आलेय नेट, देवानेच मला तुला वाचवण्यासाठी पाठवलंय." त्यानं तिच्या चेहऱ्याला हात लावायचा प्रयत्न केला, तेव्हा तिनं त्याचा हात हातात घेऊन नाजुकसं चुंबन घेतलं, "नेट तुला काहीही होणार नाहीये, तू मरणार नाहीयेस. देवाने तुझ्यासाठी काही योजना तयार केलेल्या आहेत."

तो काहीही बोलू शकला नाही, त्यानं तिच्यावर नजर स्थिर करण्याचा प्रयत्न केला. "रॅचेल तू खरंच आली आहेस का?" तो म्हणाला, "का हेसुद्धा एखादं स्वप्नच."

तो आडवा झाला. डोकं उशीवर टेकवलं. स्नायूंमध्ये मोकळेपणा येत होता. साऱ्या अंगाची जखडलेल्यासारखी स्थिती झालेली होती. त्यात जरा हलकेपणा येत होता. सांधे हलवता यायला लागले. त्यानं डोळे मिटलेलेच ठेवले होते, पण तिचा हात त्यानं धरून ठेवलेला होता. डोळ्यांमागचं ठसठसणं कमी होत होतं. त्याच्या कपाळाची, चेहऱ्याची आग होत होती ती कमी व्हायला लागली. तापाने त्याची शक्ती खाल्ली होती आणि त्याच्यावर परत ग्लानीचा अंमल चढला. आताची झोप म्हणजे औषधांचा परिणाम नव्हता तर केवळ अति शीण, थकवा यामुळे आलेली होती.

आता त्याला देवदूतांची, पऱ्यांची स्वप्नं पडायला सुरुवात झालेली होती. मऊशार कापडांचे लांब लांब झगे परिधान करून, ढगांमध्ये आकाशात विहार करत ते त्याचे रक्षण करीत होते. कसले तरी मंत्र ते म्हणत होते. ते मंत्र त्या प्रार्थनेपूर्वी त्यानं कधी ऐकलेले नव्हते पण ते त्याला ओळखीचे वाटले.

दुसऱ्या दिवशी दुपारी त्याला हॉस्पिटलमधून जायला परवानगी मिळाली. ताप पूर्णपणे उतरलेला होता. अंगावरचं पुरळ साफ गेलेलं होतं. सांधे, स्नायू अगदी थोडे थोडेच दुखत होते. नेटनं डॉक्टरांना सोडण्याची विनंती केली ती त्यांनी मान्य केली. बहुतेक डॉक्टरांनासुद्धा हा रुग्ण त्रासदायक वाटत होता.

जेव्ही आणि वाल्दिर यांच्या बरोबर नेट हॉस्पिटलमधून बाहेर पडला.

हॉस्पिटलमधून बाहेर पडल्या पडल्या ते एका रेस्टॉरंटशी थांबले. तिथे नेटनं भात आणि उकडलेले बटाटे यांचा नाश्ता केला. पचायला जड आणि मसालेदार असे पदार्थ त्याने टाळले. जेव्हीनं मात्र त्यांचा समाचार घेतला. दोघांनाही सपाटून भूक लागलेली होती, वाल्दिरने मात्र फक्त कॉफीच घेतली अन् सिगारेट ओढत त्या दोघांचं खाणं पाहात राहिला.

हॉस्पिटलमध्ये रॅचेल आलेली अन् गेलेली कुणीही पाहिली नव्हती. नेटनं जेव्हीच्या कानात हे सांगितलं होतं. त्यानं नंतर नर्सेसकडे चौकशी केली होती. जेव्हीनं त्या दोघांना सोडलं आणि तो स्वत: शहरामध्ये रॅचेल दिसतेय का पाहायला गेला. तिथे जनावर वाहणाऱ्या बोटींवर काम करणाऱ्या एक दोन कामगारांकडे त्यानं चौकशी केली. त्यांच्यापैकी कोणाबरोबर तिनं प्रवास केलेला नव्हता. तिथल्या कुणी कोळ्यांनी तिला पाहिलेलं नव्हतं. पेंटॅनल मधून कुणी एखादी गोरी स्त्री कोरूंबामध्ये आलेली आहे का? किंवा येताना कोणी पाहिलेलं आहे का? त्याने प्रत्येकाला विचारलं. तर सगळ्यांचीच नकारार्थी उत्तरं होती, पाहिलं असं कोणी सांगत नव्हतं.

वाल्दिरच्या ऑफिसमधून नेट स्टॅफोर्डला फोन लावण्याचा प्रयत्न करत होता. मागच्यावेळचं स्टॅफोर्डबरोबरचं संभाषण काय होतं हेही त्याला नीटसं आठवत नव्हतं. एक दोन चुकीचे फोन लागल्यानंतर एकदाचा फोन लागला. तो मीटिंगमध्ये होता, तातडीनं त्यानं मीटिंग सोडली अन् फोन घेतला.

''नेट, सर्वांत आधी तू कसा आहेत ते मला सांग.''

''ताप गेलेला आहे.'' वाल्दिर आरामखुर्चीत बसलेला होता, त्याच्याकडे पाहात नेट म्हणाला, ''माझी तब्येत आता चांगली आहे, थोडा अशक्तपणा आहे, थोडंफार दमायला होतं, पण ठीक आहे''

''तुझ्या बोलण्यावरून तर तू छान वाटतोयस, तू तातडीनं इकडे यावंस असं मला वाटतं.''

''तू आणखी थोडे दिवस दे असं माझं मत आहे''

''मी इथून विमान पाठवतोय, आज रात्री ते इथून निघेल''

''नको जॉश, तू तसं करू नकोस. मला जेव्हा योग्य वाटेल त्यावेळी मी येईन.''

''ठीक आहे, पण त्या स्त्रीबद्दल मला काहीतरी सांग.''

''आपल्याला ती सापडलीय, तीच ट्रॉय फेलनची अनौरस मुलगी आहे आणि तिला इस्टेटीमध्ये काहीही इंटरेस्ट किंवा रस नाहीये.''

''पण या इस्टेटीचा तू ताबा घे असं तू तिला सांगितलं नाहीस का?''

"जॉश, तू तिच्याशी याबाबत काही बोलूच शकणार नाहीस. मी प्रयत्न केला पण व्यर्थ, काही उपयोग झाला नाही."

"काहीतरी सांगू नकोस. अशा भाग्यावर कुणी लाथ मारून जाऊच शकत नाही. मला कल्पना आहे की तिने पैसे घ्यावे म्हणून तू खूप प्रयत्न केले असशील."

"मी तिला काय समजावून देणार? ती त्या या सगळ्याच्या पलीकडे गेलेली आहे. मला आजपर्यंत जी जी माणसं भेटलीयत ना, त्यात सर्वांत सुखी प्राणी कोण असेल तर तीच. पूर्णपणे समाधानी. उरलेलं आयुष्य आदिवासींच्या कल्याणाकरिता जे जे काय करावं लागेल त्यात घालवण्यात तिला आनंद आहे असं तिला वाटतं आणि तशीच देवाची इच्छा आहे. असं तिचं म्हणणं आहे."

"तिनं कागदांवर सह्या केल्यात का?"

"नाही."

जॉश बोलायचाच थांबला. काही क्षण तसेच गेले. जॉशला तो एक दणकाच होता. पण त्यानं तो सोसला."

"तू चेष्टा करतोयस का?" न राहवून तो शेवटी अगदी हलक्या आवाजात म्हणाला.

"सॉरी बॉस, नाही. मी तिला खूप समजावयाचा प्रयत्न केला, कागदांवर सह्या तरी कर अशी विनवणी केली, पण तिच्यावर काहीही परिणाम झाला नाही. तिनं शेवटपर्यंत त्यावर नाही म्हणजे नाही सह्या केल्या."

"तिनं मृत्युपत्र वाचलं का?"

"होय."

"अन् त्यामुळे तिला अकरा बिलियन डॉलर्स मिळणार आहेत असं तू तिला सांगितलयंस ना?"

"हो. ती एकटी एका गवताचं छप्पर असलेल्या झोपडीमध्ये राहते. तिथे पाणी, वीज, खाणं, कपडे यातलं काहीही नाही. फोन नाही, फॅक्स नाही आणि ती काय गमावतेय याबद्दल तिला काही फिकीरही नाही. जॉश ती अश्मयुगात राहतेय आणि तिला तसंच राह्यचंय आणि पैशामुळे त्यात काहीही बदल होणार नाही."

"हे समजण्यापलीकडलं आहे."

"असंच माझं पण मत होतं, मी तिथे जाऊन आलोय."

"ती हुशार आहे का रे?"

"जॉश ती एम.डी. डॉक्टर आहे. चर्च मिशन मेडिकल कॉलेजमध्ये तिचं वैद्यकीय शिक्षण झालेलं आहे आणि ती पाच भाषा बोलते."

"डॉक्टर आहे ती?"

"हो, पण मी तिच्याबरोबर वैद्यकीय क्षेत्रातल्या खटल्या संबंधात काहीही बोललेलो नाहीये."

"ती दिसायला चांगली आहे असं तू म्हणालास."

"असं मी म्हणालो?"

"हो, दोन दिवसांपूर्वी तू असं फोनवर म्हणाला होतास. तू त्यावेळी औषधांच्या अमलाखाली होतास."

"हो, मी अर्धवट शुद्धीत होतो – आणि खरोखरच दिसायला ती चांगली आहे."

"म्हणून तू तिच्यावर भाळलास?"

"नाही, आम्ही मित्र बनलोत." कोरूंबामध्ये ती येऊन गेली असं जॉशला सांगण्यात काही अर्थ नव्हता. कोरूंबामध्ये आपण तिला शोधून काढू शकू आणि इथे कोरूंबामध्ये असतानाच शहरी वातावरणात तिच्या बरोबर ट्रॉय फेलनच्या मिळकतीबद्दल चर्चा करू अशी नेटला आशा होती.

"पेंटॅनलमध्ये तिला शोधून काढणं हा एक खरोखरच विलक्षण अनुभव होता हे मात्र नक्की." नेट म्हणाला.

"तुझ्या काळजीनं इकडे माझी झोप उडाली होती."

"शांत हो मित्रा, शांत हो. मी इकडे सहीसलामत आहे."

"पाच हजार डॉलर्सची मनीऑर्डर मी पाठवली आहे. वाल्दिर तुला पैसे देईल"

"थँक्यू बॉस."

"मला उद्या परत फोन कर."

वाल्दिरनं नेटला जेवायचं निमंत्रण दिलं, पण नेटनं नम्रपणे ते नाकारलं. त्यानं वाल्दिरकडून पैसे घेतले आणि तो पायीच कोरूंबाच्या रस्त्यांवर फिरायला बाहेर पडला. प्रथम तो कपड्यांच्या दुकानात गेला, तिथे त्यानं अंडरवेअर, अर्ध्या चड्ड्या, साधे पांढरे टी शर्ट, बूट, मोजे विकत घेतले. पॅलेस हॉटेलमध्ये हे सर्व सामान घेऊन खोलीत जाईपर्यंत तो दमून गेला होता. नंतर त्यानं दोन तास झोप काढली.

जेव्हीनं रॅचेलचा शोध घेण्याचा खूप प्रयत्न केला पण तिचा मागमूसही त्याला लागला नाही. गर्दीच्या रस्त्यांवर गर्दीत ती कुठे दिसतेय का म्हणून तो बराच वेळ पाहात थांबला होता. नदीवरच्या बोटींच्या व्यवसायातल्या, त्याच्या परिचयाच्या बऱ्याच लोकांकडे रॅचेलबद्दल त्यानं विचारणा केली होती. कोणालाच

ती आलेली कळलं नव्हतं. गावातल्या बऱ्याच हॉटेल्समध्ये जाऊन अशा प्रकारची कोणी स्त्री तिथे उतरली होती का, अशा चौकशा करून झाल्या, बेचाळीस वर्षांची कोणीही अमेरिकन स्त्री एकटी प्रवास करताना कोणीही पाहिलेली नव्हती.

संध्याकाळ होत आली तशी नेटनं सांगितलेली हकीकत खरी असेल यावर जेव्हीला शंका यायला लागली. डेंग्यूमुळे माणसाला भ्रम होतो, नसलेल्या गोष्टी त्यानं पाहिल्या असं पेशंट सांगायला लागतो. न ऐकलेला आवाज त्यानं ऐकल्याचं सांगतो, प्रत्यक्षात नसलेली गोष्ट व्यक्ती त्यानं पाहिली असं सांगतो. आणि हे सर्व त्यांना मध्यरात्रीतून दिसलेलं असतं. तरीपण जेव्हीनं शोध जारी ठेवला होता. झोपेचा हप्ता झाल्यावर कोरूंबा शहराचा नकाशा जवळ ठेवून नेट स्वत: सुद्धा खूप फिरला. दुपारी जेवण झाल्यावर तो परत बाहेर पडला. हातात पाण्याची बाटली घेऊन सावली सावलीतून तो सावकाश चालत होता. नदीच्या काठावर एके ठिकाणी तो बसला. शेकडो मैलांच्या अंतरावर पुढे अथांग पसरलेला भव्य असा पेंटॅनलचा परिसर त्याच्या डोळ्यांपुढे आला.

थोड्याशा श्रमांनीसुद्धा तो थकून जायचा. रॅचेलला शोधण्यासाठी तसा तो खूपच भटकला त्यामुळे तो खूपच थकला. तिथून तो उठला आणि रखडत रखडत पुन्हा हॉटेलमध्ये आला आणि विश्रांतीसाठी परत झोपला. जेव्हीनं दरवाजावर टक टक केलं त्यावेळी तो जागा झाला. संध्याकाळी ७ वाजता एकत्र जेवण्याच्या निमित्ताने एकमेकांना भेटायचं असं ठरलेलं होतं. जेव्ही आला तेव्हा ८ वाजून गेले होते. आल्या आल्या रिकाम्या दारूच्या बाटल्या कुठे दिसतायत का हे त्यानं सगळ्या खोलीभर फिरून पाहिलं. त्या नव्हत्या.

रस्त्यालगतच्या एका रेस्टॉरंटमध्ये त्यांनी तंदुरी चिकन खाल्लं. बाहेर रस्त्यावर हसत, खिदळत पायी चालणारी मंडळी खूप दिसत होती. कुठून तरी नादमधुर संगीताचे स्वर ऐकू येत होते. बाहेर चैतन्य दिसत होतं. लहान मुलं, मुली, तरुण तरुणी हातात आइस्क्रीमचे कोन घेऊन गप्पा गोष्टी, हास्य विनोद करत जाताना दिसत होती. बारमधून गर्दी उडालेली रस्त्यावर सुद्धा कळत होती. इकडे रस्त्यांवर एकटं एकटं फिरण्यात बिलकूल धोका वाटत नव्हता. यूएसएमध्ये असं फिरणं शक्यच नव्हतं. तिथे कोणीतरी मागून येऊन गळ्याशी पिस्तूल लावून पैसे काढून घेण्याचा आणि त्याच्या मनासारखी लूट मिळाली नाही तर पिस्तुलाच्या गोळीनं मारलं जायचा धोका होता.

त्यांच्या जवळच्या एका टेबलाशी एक जण थंडगार बीअरचा आस्वाद घेत होता. तो घेत असलेला प्रत्येक घुटका नेट पाहात होता.

जेवण झाल्यावर दुसऱ्या दिवशी सकाळी त्या दोघांनी लवकर भेटायचं अन्

शोधकार्य परत सुरू करायचं, असं ठरवून एकमेकांचा निरोप घेतला. जेव्ही एका दिशेने गेला नेट दुसऱ्या. नेटची खूप विश्रांती झालेली होती. लगेचच बिछान्यावर जाऊन पडायला तो तयार नव्हता. तो चालत राहिला, नदीपासून दोन-तीनशे फूट अलीकडे तो होता. तिथले रस्ते शांत होते. दुकानं बंद झालेली होती. घरातनं दिवे दिसत नव्हते. वाहतूक कमी झालेली होती. जवळच त्याला चर्च दिसलं. त्यात उजेड होता. "ती इथे असणार" असं स्वत:शीच पण मोठ्यानं बोलला. प्रवेशद्वार सताड उघडं होतं. रस्त्यालगतच्या फूटपाथवरून देवळाचा अंतर्भाग त्याला दिसत होता. तिथली आडवी लाकडी बाकं दिसत होती. व्यासपीठावर कोणी दिसत नव्हतं. क्रॉसवरची ख्रिस्ताची मूर्ती, गुडघे टेकून प्रार्थनेमध्ये मग्न असलेली काही पाठमोरी भाविक मंडळी त्याला दिसत होती. तरल आणि मधुर अशा ऑर्गनच्या स्वरांनी त्याला आतमध्ये खेचलं. तो दाराशीच थांबला. त्यानं गुडघे टेकून बसलेली माणसं मोजली. पाच होती पण कोणीही एकमेकांशेजारी बसलेलं नव्हतं. आणि रॅचेलशी थोडंफार साधर्म्य असलेली एकही व्यक्ती त्यात नव्हती. ख्रिस्ताच्या मूर्तीच्या खाली असलेल्या ऑर्गनसमोरच्या खुर्चीतही कोणी बसलेलं नव्हतं. संगीत ऐकू येत होतं, ते ध्वनिमुद्रित होतं आणि एका स्पीकर मधून येत होतं.

त्यानं थांबायचं ठरवलं, त्याच्याकडे वेळ होता कदाचित ती दिसेल. शेवटच्या बाकाशी जाऊन एकटाच बसला. क्रॉसवरच्या ख्रिस्ताची मूर्ती न्याहाळली – त्याच्या हातातनं मारलेले खिळे, त्याच्या बाजूची तलवार, त्याच्या चेहऱ्यावर वेदना. खरोखरच इतक्या अमानुषपणे त्यांनी ख्रिस्ताला मारलं का? आत्तापर्यंतच्या आयुष्यात त्यानं धर्मावर कधी विश्वास ठेवलेला नव्हता. तरी पण ख्रिस्तासंबंधीच्या कुमारी असतानाच मेरीनं ख्रिस्ताला जन्म दिला होता, पाण्यावरून चालत जाण्यासारखा चमत्कार, त्याला व्हेल सारख्या का कुठल्या मोठ्या आकाराच्या प्राण्यानं गिळलं होतं, जुडासनं केलेला विश्वासघात, पायलेटच्या समोर झालेली सुनावणी, हाता-पायांना खिळे मारून क्रॉसवर त्याला लटकावलं, मग ईस्टरच्या सणामध्ये पुन्हा त्याचं अवतरणं आणि नंतर शेवटचं तो स्वर्गात गेला अशा या सर्व गोष्टी घडल्या होत्या का? हे प्रश्न त्याच्या डोक्यात होते. नेटला ख्रिश्चन धर्मासंबंधीची प्राथमिक अशी सर्व माहिती होती, कदाचित त्याच्या आईनं ही सर्व त्याला दिली होती. त्याच्या दोन्ही बायका पण कधी चर्चमध्ये जाणाऱ्यांपैकी नव्हत्या. पण दुसरी कॅथॉलिक होती. म्हणजे कडवे ख्रिस्ती. तिच्याबरोबर नवरा म्हणून राहात असतानाच्या प्रत्येक ख्रिसमसच्या मध्यरात्रीस ते दोघं नाचायला गेलेले होते.

त्यानंतर तिघंजणं चर्चमध्ये आले, त्यापैकी एक तरुण होता त्यानं गिटार

घेऊन व्यासपीठाच्या बाजूच्या दरवाजानं प्रवेश केला. व्यासपीठावर उभा राहून त्याने आपल्या गिटारीच्या तारा छेडत गायला सुरुवात केली. रात्रीचे साडेनऊ वाजले होते. श्रद्धा आणि प्रार्थनेतल्या भावामुळे त्याच्या चेहऱ्यावर समाधान खुलून उमटलं होतं. पुढच्याच एका बाकालगत बसलेली एक लहानखुरी स्त्री टाळ्या वाजवून एकटीच गायला लागली.

हे संगीत कदाचित रॅचेलला इथे खेचून आणेल. आधुनिक भाषा बोलणाऱ्या, चांगला चांगला पेहराव करून, वास्तुशास्त्रज्ञांनी त्यांची कल्पकता पणाला लावून उभारलेल्या, रंगीबेरंगी काचांच्या खिडक्यांनी नटवलेल्या चर्चमध्ये येऊन, ख्रिस्ताच्या मूर्तीपुढे नतमस्तक होऊन बायबलमधल्या प्रार्थना करणाऱ्या भाविकांबरोबर प्रार्थना करायला रॅचेलला नक्कीच आवडेल. कोरूंबामध्ये आल्यावर ती या चर्चमध्ये नक्कीच आलेली असणार.

गाणं संपल्यानंतर त्या तरुणाने बायबलमधले काही महत्त्वाचे धार्मिक उतारे वाचून दाखवले, त्याबाबत लोकांना माहिती देऊ लागला. पोर्तुगीज भाषेत तो सावकाश सावकाश बोलत होता. नेटनं त्याच्या साहसी सफरीमध्ये पोर्तुगीज बोलणारे जे लोक पाहिले होते, ते सारे भराभर बोलत असत. गोड स्वरात, अरळ अरळ आवाजात आणि तालात बोलणाऱ्या त्या तरुणांच्या भाषणानं नेटवर मोहिनी घातली. खरं म्हणजे त्याच्या बोलण्यातला एकही शब्द नेटला कळत नव्हता, तरी तो त्याचं बोलणं मनातल्या मनात आठवायचा प्रयत्न करायचा. या प्रयत्नात त्याचे विचार वाहत गेले.

त्याचं शरीर औषधांमुळे, येऊन गेलेल्या आजारानं शुद्ध होऊन गेलं होतं. पोषक खाणं आणि विश्रांतीमुळे त्याची तब्येत सुधारली होती. तो पुन्हा पूर्वीसारखा झालेला होता. आणि या कल्पनेनंच त्याच्या मनात धाकधूक सुरू झाली. भूतकाळ परतत होता, भविष्यकाळाशी जोड घेऊ पाहात होता. मनाचा कमकुवतपणा, दुबळेपणा, त्याच्या साऱ्या समस्या, त्यानं रॅचेलच्या तिथेच मागे सोडून दिल्या होत्या. त्या त्याला परत चिकटू पाहात होत्या. इथे आता या क्षणाला त्याला रॅचेल त्याच्या जवळ हवी होती. प्रार्थना करायला तिनं त्याला मदत करायला हवी होती.

त्याच्या कमकुवतपणाची त्याला लाज वाटायला लागली. त्याला कमीपणा आणणाऱ्या अवगुणांची तो गणती करायला लागला. या यादीनं तर त्याला दुःखच व्हायला लागलं. हे सर्व राक्षस त्याची घरी वाटत पाहात आहेत. चांगले मित्र आणि वाईट मित्र, अड्डे आणि तिथली आकर्षणं, तिथली दडपणं त्याला झुगारून टाकता येणं अवघड जातं. व्यसनमुक्ती केंद्रात कायमचंच जाऊन राहता येणं शक्य आहे का? तिथल्या सर्गीयोसारख्या माणसाच्या संगतीसाठी

दररोज हजार डॉलर्स मोजायला लागतात ते कुठून आणायचे? काही दाम दिल्याशिवाय आयुष्य जगताच येत नाहीये, असंच त्याला वाटलं.

तो तरुण प्रार्थना करत होता त्यानं डोळे घट्ट मिटून घेतलेले होते. हात तो अलगद्पणे वर करत होता. नेटनंसुद्धा त्याचे डोळे मिटून घेतले आणि देवाची आळवणी करायला सुरुवात केली. देव त्याची प्रार्थना ऐकत होता.

दोन्ही हातांनी नेटनं त्याच्या बाकासमोरची फळी घट्ट धरली. त्याने परत आपल्या साऱ्या अवगुणांची, वाईट सवयींची यादी आठवली. त्या साऱ्या कमतरता, कमीपणा आणणाऱ्या आसक्ती, इच्छा, मोह या साऱ्यांनी त्याला त्रास होत होता. सभ्य जीवन जगण्याच्या आड त्या येत होत्या. हे सारं तो देवापुढे पुटपुटला, त्यापासून मला सोडव अशी प्रार्थना केली. देवापुढे त्यानं स्वत:ला पार उघडं करून ठेवलं होतं. हे सर्व होईपर्यंत नेटचे डोळे पाण्यानं डबडबले होते "मला माफ कर, माझ्याकडून अनंत चुका झालेल्या आहेत, मला मदत कर. देवा, या पुढे तरी माझ्याकडून चांगल्या गोष्टी घडू देत. मला मदत कर, मला मदत कर." तो पुटपुटत होता.

जितक्या झटपट ताण त्याच्या शरीरातून गायब झालेला होता तितक्याच वेगानं त्याच्या आत्म्यावरची दडपणं दूर झाली होती. अल्लद हाताने त्याच्या पापांची यादी पुसून टाकली होती. आता पाटी स्वच्छ होती. त्यानं सुटकेचा दीर्घ असा सुस्कारा टाकला, त्याच्या हृदयाच्या स्पंदनांचा वेग वाढलेला होता.

गिटारचे स्वर त्याला पुन्हा ऐकू यायला लागले. त्यानं डोळे उघडले गालावरचे अश्रू पुसले. व्यासपीठावरच्या तरुणाकडे न पाहाता नेटने क्रॉसवरच्या वेदना, पीडांनी व्यथित, मृत्यूकडे जाणाऱ्या ख्रिस्ताच्या प्रतिमेकडे पाहिलं, त्याच्यासाठी तो मृत्यू स्वीकारत होता.

एक आवाज त्याला हाक देत होता. तो आवाज आतला होता, तो आवाज त्याला व्यासपीठाकडे चल असं सांगत होता. हे निमंत्रण त्याला गोंधळात टाकणारं होतं. त्याच्या अंतरात परस्परविरोधी भावनांचा झगडा सुरू होत होता. त्याचे डोळे एकाएकी कोरडे पडले.

या छोट्याशा शहरातल्या ज्या शहरात मी कदाचित परत येणार सुद्धा नाहीये– या छोट्याशा एकाकी चॅपेलमध्ये आणि इथलं जे संगीत आहे, जे गाणं इथे गायलं जातंय ते मला कळत पण नाहीये आणि अशा या ठिकाणी मी का रडतोय? अनेक प्रश्न त्याच्यापुढे उभे राहिले. त्यांच्या उत्तरांच्या बाबतीत युक्तिवाद शक्य होता.

नेटची कुकर्मं इतकी होती, की सहजासहजी देव ती सर्व माफ कशी करू शकतो? तरी पण नेटला स्वत:ला तरी त्याच्या खांद्यावरचं त्या कुकर्मांचं ओझं

उतरल्यासारखं वाटत होतं. पण खरी परीक्षा यापुढेच होती. देवाने दाखवून
दिलेला मार्ग अनुकरणं म्हणजे धार्मिक आचरण ते तितकं सोपं नव्हतं.

तो संगीत ऐकत होता, ते संगीत त्याला आता विचित्र वाटायला लागलं.
देव कसा त्याला बोलावेल? नेट ओ रॉयले होता एक दारूड्या, व्यसनी,
स्त्रीलंपट, बेजबाबदार बाप, हलकट नवरा, लोभी-लालची वकील, लबाड,
करचुकवा गुन्हेगार, मनाला क्लेश देऊन यादी वाढतच होती.

तो गोंधळला. त्याला भोवळ आली. संगीत थांबलं होतं. तो तरुण दुसऱ्या,
पुढच्या गाण्याची तयारी करत होता. नेट लगबगीनं चॅपेलच्या बाहेर पडला. तो
जेव्हा कोपऱ्याशी वळला तेव्हा त्यानं मागे वळून पाहिलं ते रॅचेल कदाचित
त्याच्या दृष्टीला पडेल अशा आशेनं. आणि देवानं त्याच्या पाठलागावर
कुणाला पाठवलं नाहीये ना, याचीसुद्धा त्याला खात्री करून घ्यायची होती.

त्याला आता कोणाशी तरी बोलायचं होतं, संवाद साधायचा होता. ती
कोरूंबामध्ये होती हे त्याला माहीत होतं, तिला शोधून काढायचंच असं त्यानं
ठाम ठरवलं होतं.

.३८.

मध्यस्थ म्हणजे दलाल, हा ब्राझील मधल्या व्यवहारातला एक अपरिहार्य
भाग असतो. कुठलाही व्यवसाय असो, मग ती बँक असो की कायदा तज्ज्ञांचं
ऑफिस असो, हॉस्पिटल किंवा वैद्यकीय व्यवसाय करणारा एखादा डॉक्टर
असो, या मध्यस्थाच्या कार्यभागाशिवाय चालूच शकत नाही. व्यवहारात त्याचा
भाग नसतो, पण तो व्यवहार सुलभ, कटकटीचा न होता होण्यात त्याचा
सहभाग असतो. काही देशांमध्ये नोकरशाहीचा पगडा दैनंदिन व्यवहारांवर
जबरदस्त असतो. जुने नियम, जुने कालबाह्य कायदे यांच्या आधाराने ही
नोकरशाही, व्यवहारांमध्ये अडथळे निर्माण करत असते. अशा ठिकाणी या
दलालांना नोकरशाहीतल्या कारकुनांपासून ते थेट वरच्या अधिकाऱ्यांपर्यंत प्रवेश
असतो. त्यांच्याशी या दलालांचे संबंध असतात. दलालांना कायदे माहीत
असतात. एखादं काम होण्यासाठी कशा प्रकारे अर्ज करायचे, कुठल्या टेबलांवरून
तो अर्ज फिरतो व शेवटी कुठला अधिकारी तो मान्य करतो, हे सारं त्यांना
माहीत असतं. प्रत्येक टेबलशी काम करणारा कारकून किंवा अधिकारी यांच्याशी
त्यांचे संबंध असतात. विशिष्ट काम होण्यासाठी कोणाला किती पैसे द्यावे
लागतात हे त्यांना माहिती असतं, त्यावरून त्या कामाकरता किती खर्च होतो
याची त्यांना कल्पना असते. त्यात ते त्यांची दलाली मिळवून त्या कामाची

किंमत, ज्याला काम करवून घ्यायचं आहे त्याला सांगतात. ब्राझीलमध्ये कुठलाही शासकीय कागद किंवा दस्तऐवज रांगेत तास न् तास उभं राहिल्याशिवाय मिळत नाही. मध्यस्थ किंवा दलाल ते काम तुमच्यासाठी करेल, माफक पैशांच्या बदल्यात तो तुमच्यासाठी रांगेत उभा राहिल किंवा आरटीओ कडून तुमची मोटरकार, ट्रक पास करवून आणून देईल. कुठलाही व्यवहार पार पाडण्यासाठी किंवा एखादं काम करवून घेण्यासाठी तुम्ही या दलालांवर विसंबून राहू शकता. ब्राझीलमध्ये हे दलाल अवाजवी दलाली मुळीच घेत नाहीत, त्यामुळे नोकरशाहीचा अडथळा ब्राझीलमध्ये अजिबात कटकटीचा नाही.

एखाद्या वकील किंवा डॉक्टर यांच्यासारख्या नावाच्या पाट्या हे दलाल लोक आपल्या ऑफिसच्या बाहेर लावतात, वर्तमानपत्रांतून जाहिरात करतात. या प्रकारच्या व्यवसायाला कुठल्याही विशिष्ट प्रकारचं शिक्षण, अनुभव लागत नाही. फक्त बोलका स्वभाव, हसतमुख चेहरा, थोडी कळ काढायची क्षमता हेच यांचं भांडवल.

वाल्दिरच्या ओळखीच्या दलालाला, सॅओ पावलो मधला एक दलाल माहिती होता. मोठ मोठ्या अधिकारी व्यक्तींशी त्याच्या चांगल्या ओळखी होत्या, समाजात त्याला मान होता. त्यानं दोन हजार डॉलरच्या बदल्यात नेटचा नवा पासपोर्ट आणून द्यायचं कबूल केलं.

जेव्हीनं पुढचे काही दिवस नदीवर चलाना प्रकारच्या बोटी दुरुस्त करण्यात घालविले. त्यावेळी येणाऱ्या जाणाऱ्यांकडे रॅचेलबद्दल तो चौकशी करायचा. शुक्रवार संध्याकाळपर्यंत रॅचेल कोरूंबाला आलीच नाही या निष्कर्षाप्रत तो आला. निदान गेल्या दोन आठवड्यात तर नाहीच नाही. जेव्हीला बहुतेक मासेमारी करणारे लोक माहीत होते. सर्व कप्तान, सर्व खलाशी यांच्याशी त्याच्या ओळखी होत्या आणि सर्व मंडळी बोलघेवडी होती. आदिवासींच्यात राहणारी एखादी अमेरिकन स्त्री एकाएकी जर शहरात आली असती, तर त्या सर्वांना ते माहिती झालं असतंच.

नेटनं त्या आठवड्याच्या शेवटच्या दिवसांपर्यंत शोध चालू ठेवला होता. तो रस्त्यावरनं चालत फिरत होता, कुठे गर्दी दिसली तर तिथे जाऊन, त्याचं तो निरीक्षण करायचा. जवळ जवळ सर्व हॉटेल्स, रेस्टॉरंट्स त्यानं पालथी घातली होती. काही काही वेळा त्याने काही चेहरे पुन:पुन्हा निरखून पाहिले, पण रॅचेलच्या चेहऱ्याशी थोडा का होईना मिळता जुळता एखादाही चेहरा त्याला दिसला नव्हता. आठवड्याच्या शेवटच्या दिवशी दुपारी एक वाजता तो वाल्दिरच्या ऑफिसमध्ये आला आणि त्याचा पासपोर्ट त्यानं ताब्यात घेतला. त्याच्या

नव्यानं झालेल्या मित्राचा त्यानं निरोप घेतला. परत भेटण्याचं आश्वासनं दिलं. दोघांना वाटत होतं की तो आता कुठला परत येतोय. दुपारी दोन वाजता जेव्हीनं नेटला एअरपोर्टवर सोडलं. विमान जिथून सुटलं त्याच्या जवळच्या हॉलमध्ये ते अर्धातास नुसते बसून राहिले. तिथे एकच विमान उभं होतं, त्यातून कर्मचारी सामान बाहेर काढत होते आणि परत सामान भरण्याची तयारी चालली होती. जेव्हीला काही काळ युनाटेड स्टेट्समध्ये राहायचं होतं, त्यासाठी त्याला नेटची मदत हवी होती. तो नेटला शेवटी म्हणाला ''नेट साहेब, मला तुम्ही एक युनायटेड स्टेट्स् मध्ये नोकरी मिळवून द्या!'' नेटनं त्याचं बोलणं सहानुभूतीसह ऐकलं, त्याला त्याच्या स्वत:च्याच रोजगाराची खात्री नव्हती.

''मी तिथे गेल्यानंतर मला जे काही करता येईल ते मी नक्की करीन'' कोलोरॅडो आणि पश्चिम भागातल्या इतर काही प्रदेशांबद्दल, की जिथे नेट सुद्धा कधी गेलेला नव्हता त्याबद्दल दोघांनी गप्पा मारल्या. पेंटॅनलमध्ये दोन आठवडे जेव्हीबरोबर घालवल्यानंतर नेटच्या लक्षात आलं होतं, की जेव्हीला डोंगरदऱ्यांच्या भागाबद्दल प्रेम आहे. विमान सुटायची वेळ आली तेव्हा त्या दोघांनी एकमेकांना मिठ्या मारल्या आणि एकमेकांचं शुभ चिंतन केलं. नेटचं सारं सामान एका छोट्या हँडबॅगमध्ये मावलं होतं. ती हँडबॅग घेऊन तळपत्या उन्हात उभ्या असलेल्या विमानाकडे तो निघाला.

वीस उतारूंची क्षमता असलेलं टर्बो-प्रॉप विमान कॅंपो ग्रँडेला पोहोचण्यापूर्वी दोन ठिकाणी थांबलं होतं. त्या त्या ठिकाणी सॅओ पावलोला जाण्यासाठी काही उतारू विमानात चढले होते. नेटच्या शेजारी एक महिला प्रवासी बसली होती तिने हवाई सुंदरीकडून बीअर मागून घेतली. नेटनं ती बीअरची बाटली दहा इंचावरून न्याहाळली. नाही, यापुढे कधीही नाही. त्यानं स्वत:ला बजावलं. त्यानं डोळे मिटून घेतले आणि 'या मोहाच्या क्षणी मला तू वाचव' अशी देवाकडे प्रार्थना केली. त्यानं कॉफी मागवली.

डॅलेसला जाणारं विमान मध्यरात्री होतं. वॉशिंग्टन डी.सी.ला ते दुसऱ्या दिवशी सकाळी ९ ला पोचणार होतं. रॅचेलला शोधायच्या निमित्ताने नेट तीन आठवडे त्याच्या देशाच्या बाहेर होता.

त्याची गाडी कुठे होती याबद्दल तो साशंक होता. त्याला रहायला जागा नव्हती आणि जागा घेण्यासाठी पैसे नव्हते. पण त्यानं काळजी करायचं कारण नव्हतं, जॉश सर्व पाहणार होता.

विमानाने ढगाखाली येऊन आपली उंची नऊ हजार फुटांवर आणली. नेट जागा होता. कॉफी पित होता. घराच्या जवळपासच्या रस्त्यांची त्याला भीती

वाटत होती. रस्ते बर्फासारखे थंड आणि पांढरे फटक होते. जमीन जाड बर्फानी आच्छादलेली होती. डॅलेसजवळ विमान जसं आलं तसा त्याला आनंद वाटायला लागला, पण तो आनंद फारच थोडावेळ टिकला. नेटला एकदम आठवलं की त्याला हिवाळा कधीच आवडत नसे. त्यानं पातळशा कापडाची पँट घातली होती. पायात मोजे नव्हते, साध्या चपला होत्या. अंगावर सॅओ पावलोच्या विमानतळावर स्वस्तात विकत घेतलेला पोलो शर्टसारखा दिसणारा शर्ट होता. त्याच्या अंगावर कोट नव्हता.

शहराच्या उपनगरातल्या एखाद्या टुकार हॉटेलमध्ये नेटनं राहायचं ठरवलं होतं. ४ ऑगस्ट नंतर पहिल्यांदाच वॉशिंग्टनमध्ये राहायची वेळ येत होती. त्याच्या स्वत:च्या वाईट सवयींनी त्याच्यावर ही वेळ आणली होती. भूतकाळ विसरायचा म्हटला तरी तो विसरला जाणं अवघड होतं.

पण नेट आता बदललेला होता. तो आता पूर्वीचा नेट नव्हता. त्याचं वय अठ्ठेचाळीस होतं. पन्नाशीला तेरा महिने बाकी होते. त्याला निराळ्या प्रकारचं जीवन जगायचं होतं. देवानं त्याच्यात धैर्य, धमक, ताकद निर्माण केलेली होती. त्यानं त्याचा निर्धार आणखीनच कणखर केला होता. अजून त्याच्याकडे तीस वर्षे होती. दारूच्या बाटल्या रिकाम्या करण्यात ती घालवायची नव्हती की व्यसनांच्या तडाख्यात आपण सापडतोय की काय या सततच्या भीतीमध्ये त्याला स्वत:ला जखडवून घ्यायचं नव्हतं.

विमान टर्मिनलशी येत होतं, खिडकीतून एअरपोर्टच्या टारमॅकवरचं बर्फ काढणारी यंत्रं त्याला दिसत होती. धावपट्ट्या ओल्या दिसत होत्या आणि बर्फाची भुरभुर चालू होती. टर्मिनलच्या इमारतीमध्ये नेटनं पाऊल ठेवलं आणि बोचरी थंडी अंगाला येऊन बिलगली. कोरूंबाच्या रस्त्यावरची उष्णता, घाम यांची त्याला आठवण झाली. जॉश नेटची वाट पाहात इमिग्रेशनच्या दाराशी उभा होता. त्याच्या हातात नेटसाठी आणलेला एक गरम ओव्हरकोट होता.

"तू तर फारच भयानक दिसतोयस." हे त्याचे पहिले शब्द होते.

"थँक्स!" नेटनं त्याच्याकडच्या गरम ओव्हरकोटावर झडपच घातली आणि तो अंगावर चढवला.

"तुझ्या अंगावरचं मांसच गायब झालंय."

"७ किलो वजन कमी करायचं असेल तर तुम्ही योग्य जातीचा डास निवडा."

दोघे चालायला लागले, गर्दीत मिसळून दरवाज्याशी पोचले. गर्दीत लोक एकमेकांना धक्के देत लवकरात लवकर बाहेर पडण्याच्या इराद्याने पुढे घुसायचा प्रयत्न करत होते. दरवाजाच्या भागात तर प्रत्येकजण स्वत:ला आवळून घेत आणि

पुढे दाब देत पुढे पुढे होत होता. "घरी तुझं स्वागत असो," नेट स्वतःलाच म्हणत होता.

"तुझ्या जवळ तर काहीच सामान नाहीये." नेटच्या सामानाच्या छोट्या बॅगेकडे पाहात जॉश म्हणाला.

"या जगात माझ्या मालकीच्या अशा या एवढ्याच वस्तू आहेत."

पायात मोजे नाहीत, हातात हँडग्लोव्हज नाहीत. बाहेर फुटपाथवर आल्यावर नेट गारठायला लागला. लगेचच जॉशची गाडी त्याच्या जवळ येऊन उभी राहिली. बाहेर आदल्या रात्री वॉशिंग्टनमध्ये बर्फासह तुफान वादळ झालं होतं. इमारतीच्या कडेने दोन दोन फूट बर्फ साठलं होतं.

"कोरूंबामध्ये काल ३३ डिग्री सेल्सिअस तापमान होतं." एअरपोर्टच्या भागातून बाहेर पडता पडत नेट म्हणाला.

"आता त्याचा उल्लेखसुद्धा नको."

"हो, मी प्रयत्न करतो."

"गायले सध्या लंडनमध्ये आहे. तो फ्लॅट रिकामा आहे. तिथे तू सध्या राहा."

जॉशचं घर खूप मोठं होतं, जवळजवळ पंधरा माणसं त्याच्या घरात राहू शकत होती.

"धन्यवाद, माझी गाडी कुठे आहे?"

"माझ्या गॅरेजमध्ये आहे."

त्याला ते माहीत होतं. हप्त्यांनी घेतलेली ती 'जग्वार' गाडी होती. त्याला खात्री होती की, जॉशनं ती सर्व्हिसिंग करून ठेवलेली असणार. त्याचे हप्ते जॉशने भरलेले असणार, "थँक्यू जॉश."

"तुझं सगळं सामान मी माझ्या छोट्या कोठीच्या खोलीत ठेवलं आहे. तुझे कपडे, वैयक्तिक वापरातलं सामान तुझ्या गाडीमध्ये ठेवलेलं आहे."

"पुन्हा, पुन्हा थँक्स जॉश!" नेटला याबद्दल तर खात्रीच होती.

"तुला कसं काय वाटतंय?"

"मी मस्त आहे."

"नेट, मी डेंग्यू तापाबद्दलची सर्व माहिती वाचलीय. त्यातून पूर्ण बरं व्हायला पुरा एक महिना लागतो. एकदम चांगला व्हायला दोन महिने, तू पूर्ण विश्रांती घे. मग आपण तुझ्या कामाचं पाहू."

"मी थोडा अशक्त आहे एवढंच. झोप भरपूर काढतोय, द्रव पदार्थ खूप घेतोय."

"द्रव पदार्थ म्हणजे कुठले?"

"तुला शंका बरोबर येतात हं."

"हो, तुझ्या बाबतीत तशी परिस्थिती आहे."

"जॉश मी आता बदललो आहे, मी स्वच्छ आहे. आता कुठलेही अडथळे नाहीयेत " जॉशनं अशी आश्वासनं बऱ्याच वेळा ऐकलेली होती. ज्या बोलण्यानं कटुता निर्माण होणार होती ती बोलणी नकळत सुरू झाली होती. दोघांनी बोलणं थांबवलं. रस्त्यावरची वाहतूकही नेहमीच्या मानानं कमी होती.

पोटोमॅक नदी अर्धी अधिक बर्फाने भरलेली होती. बर्फाचे मोठे मोठे ढिगारे किंवा ठोकळे म्हणा, जॉर्जटाऊनच्या दिशेने वाहत निघाले होते. 'चेन' पुलावर गर्दीमुळे त्यांची गाडी थांबली. नेटनं बोलायला सुरवात केली, "मी आता ऑफिसमध्ये जायचं नाही असं ठरवलं आहे. आता काम करायचं नाही."

जॉशकडून काहीही प्रतिक्रिया नव्हती. त्याचा एक जुना जिवलग मित्र आणि वैद्यकीय क्षेत्रातल्या खटल्यांबाबत वाकबगार असलेला एक अनुभवी वकील काम करायचं थांबवतोय असं म्हटल्यानंतर जॉश सारख्याला दु:ख होणं साहजिकच होतं. उलट काहीही कटकट न निर्माण होता ही ब्याद टळतीय हे पाहून त्याला आनंद व्हायला हरकत नव्हती. आणखी तिसरा भाग म्हणजे कुठल्याही परिस्थितीत नेटनं आपल्या फर्ममध्ये काम करणं कोणाच्याच दृष्टीनं सोयीचं नव्हतं म्हणून त्याला दु:ख वगैरे वाटायचं कारण नव्हतं. आयकर चुकविण्याच्या गुन्ह्याबद्दल त्याला त्याची सनदही गमवावी लागणार होती, हेही उघड होतं. त्यामुळे तो सहजपणे म्हणाला, "का?"

"जॉश त्याला खूप कारणं आहेत. मी पार कंटाळलोय या धंद्याला, एवढंच मी तूर्तास म्हणतोय. "

"वीस वर्षांनंतर वकील मंडळी कंटाळतात आणि रिटायर होतात."

"हो तसं मी ऐकलंय."

"बरं, आता या रिटायरमेंटबद्दलचं बोलणं आपण थांबवूया." नेटचा इरादा पक्का होता, जॉशलासुद्धा त्यानं तो बदलावा असं वाटत नव्हतं. दोन आठवड्यानंतर 'सुपरबाउल'चे फुटबॉल सामने सुरू होणार होते. रेड स्कीनची टीम यावेळी त्यात भाग घेणार नव्हती. त्यांनी त्याबद्दल बोलणं चालू केलं. बाहेर बर्फाचा मारा खूप होता. रस्त्यावर बर्फाचे थरच्या थर साठत होते. नेटचं मन काही उल्हसित होत नव्हतं.

वॉशिंग्टन डी.सी.च्या वायव्य परिसरातल्या 'वेस्ले हाईट्स' या संकुलात जॉश स्टॅफोर्डचं स्वत:चं भलं मोठं घर होतं. या खेरीज 'चीझस्पीक' भागात जॉशचं एक छोटं घर आणि 'मेन' मध्ये एक दोन खोल्यांचा फ्लॅट होता. त्याची

चार मुलं मोठी होऊन त्यांच्या त्यांच्या मार्गाला लागत होती, त्यामुळे घराबाहेर पडली होती. सौ. स्टॅफोर्ड जगाचा एक एक भाग पाहण्याच्या निमित्ताने बऱ्याच काळ फिरतीवर असायच्या आणि जॉशला त्याचं काम बरं वाटायचं.

जॉशनी त्याच्या गाडीमध्ये नेटसाठी म्हणून घेतलेले काही गरम कपडे होते, ते त्यानं नेटच्या ताब्यात दिले. जॉशनं नेटची व्यवस्था पाहुण्यांसाठी असलेल्या एका खास खोलीत केलेली होती. नेटनं गरम पाण्यानं शॉवर खाली मनमुराद अंघोळ केली. ब्राझीलमध्ये शॉवर असायचा पण पाण्याला जोर नसायचा. त्याच्या खोली-मधल्या बाथरूममध्ये शॉवरला कधी गरम पाणी आलेलंच नव्हतं. साबण म्हणजे एखाद दुसरा तुकडा असायचा आणि या दोन्ही अंघोळींच्या संदर्भात सांतालौरावरचं बाथरूम म्हणजे औरच होतं. तो शॉवर, त्याची ती दोरी. आपण आपल्याला समजत होतो त्यापेक्षा बरेच जास्त कणखर आहोत असं त्याचं मत झालेलं होतं. रॅचेलसाठी काढलेल्या साहसी मोहिमेनं त्याला बरंच काही शिकवलं होतं.

दाढी झाली, दात घासणं झालं. त्याच्या या सवयींसंदर्भात पेंटॅनलमधल्या रहिवाशांच्या सवयींबाबत तो विचार करत होता. स्वत:च्या प्रांतात आल्यामुळे त्याला समाधान वाटत होतं.

जॉशचं घराच्या तळघरात असलेलं ऑफिस, वॉशिंग्टनच्या उच्च भागात असलेल्या ऑफिसपेक्षा मोठं होतं आणि तसाच पसारा होता. दोघं तिथे कॉफीकरता भेटले. आता नेटची मोहीम कशी पार पडत गेली याची माहिती जॉशला हवी होती. नेटनं रॅचेलला शोधण्याची सुरुवात त्या कमनशिबी, छोट्या विमानातल्या सर्वेक्षणापासून झाली, ते विमान कसे अपघातग्रस्त झाले, ती मेलेली गाय, ती तीन लहान मुलं, त्यांचा सणाचं वातावरण नसलेला ख्रिसमस या सर्व गोष्टी सांगितल्या. त्या दोन मुलांबरोबर केलेली घोड्यावरची रपेट, वाटेत सुसरीची झालेली भेट, हे सर्व जास्त तपशिलानंच सांगितलं. त्यांची हेलिकॉप्टरनी झालेली सुटका, ख्रिसमसच्या रात्री तो पिऊन धुत्त झालेला होता ते सांगायला त्याला तोंड नव्हतंच. त्यानं जेव्हीबद्दल, सांतालौरावरचा मदतनीस मुलगा वेलीबद्दलची माहिती सांगितली. सांतालौरा बोट सोडून जॉन बोटीतून जेव्ही आणि तो जाताना चुकले, भीतीनं त्यांची गाळण उडाली होती, पण जीव वाचवण्याची धडपड मार्ग दाखवत होती. शहरी संस्कृतीत मनुष्यप्राण्याला जीवन जगताना, ज्या बाबतीत भीती उद्‌भवत असते अशा कुठल्याही अनुभवांना सामोरे जायला लागू नये अशी एक सामुदायिकरीत्या केलेली व्यवस्था असते, ती लक्षात घेता पेंटॅनलच्या भागात ज्या काही भयंकर अनुभवांना सामोरे जायला लागते, ते अनुभव केवळ अंगावर काटा आणणारे होते.

जॉशला तर या सहसी सफरीच्या अनुभवांबद्दल कमालीचं आश्चर्य वाटलं. नेटला अशाप्रकारच्या जीवघेण्या प्रसंगातून जायला लागल्याबद्दल जॉशला त्याची माफी मागायची होती, पण काहीतरी निराळ्या प्रकारचा अनुभव देणारी सफर जर करायची असेल तर थोडेफार रोमांचकारी प्रसंग हवेतच की नाही? अर्थात नेट जसं जसं वर्णनं सांगायला लागला तसं तसं सुसरी, मगरींचं आकारमान वाढायला लागलं होतं. प्रत्यक्षात नेटला मनुष्यप्राण्याला गिळंकृत करू शकणारा एकच पाणअजगर त्यांच्या बोटीजवळ येत असताना दिसला होता, पण जॉशला सांगताना त्याचे दोन झाले होते. नेटनं स्थानिक आदिवासी इंडियन्स लोक, त्यांचं नग्नतेतलं वावरणं, मसाले, तेल न वापरता केलेल्या सपक पदार्थांचं खाणं, त्यांचं संथ, अनुत्साही जगणं, मुखिया त्यांना जाऊ द्यायला तयार नव्हता हे सर्व जॉशला सांगितलं.

रॅचेलच्याबद्दल जेव्हा तो सांगायला लागला तेव्हा जॉश त्याची कोर्टाच्या कामांची नोंदवही पुढे घेऊन टिपणं करायला सरसावला. नेटनं तिचं तपशीलवार वर्णन केलं. तिचं नाजूक, गोड आवाजातलं बोलणं, तिच्या चपला, तिचे जंगलातून जाताना वापरायचे बूट, तिचं रुबाबदार पण आदबपूर्ण चालणं, तिची झोपडी, वैद्यकीय सामानाची पिशवी, लंगडत चालणारा लॅको, ती चालत चालली असताना आदिवासींचं तिच्याकडे पाहणं वगैरे, सर्पदंशामुळे मेलेल्या मुलीची हकीगतही त्यानं कथन केली. तिनं सांगितलेली तिच्या भूतकाळातली माहिती त्यानं सांगितली.

कमीतकमी शब्दांत पण कुठलाही मुद्दा किंवा भाग न वगळला जाता ज्याप्रमाणे नामांकित आणि अनुभवी वकील कोर्टात आपल्या गोष्टी सांगत असतात त्याप्रमाणे नेटनं रॅचेलसाठी पेंटॅनलची जी मोहीम केली त्याचा संपूर्ण वृत्तांत जॉशला दिला. रॅचेलबद्दलची जी काही माहिती नेटला मिळाली होती, जमवता आली होती ती सर्व आता जॉशला ज्ञात झालेली होती. तिला मृत्युपत्रासंबंधातल्या कागदांवर सह्या करण्यासाठी नेटनं जेव्हा सांगितलं, त्यावेळी रॅचेलनं जे शब्द वापरले होते ते जसेच्या तसे नेटनं जॉशला सांगितले. ट्रॉय फेलनच्या त्याच्या स्वतःच्या हस्ताक्षरातलं मृत्युपत्र, तिलासुद्धा अतिशय बाळबोध प्रकारातलं वाटलं होतं. त्यावर तिनं केलेली टीका टिप्पणी त्याला आठवली. पेंटॅनलहून परतीच्या प्रवासाबद्दल नेटला किती कमी आठवत होते त्याची जाणीव यावेळी नेटला झाली. डेंग्यू तापामुळे त्याची जी परिस्थिती झालेली होती त्याबद्दल फारच कमी माहिती त्यानं जॉशला दिली. त्यातून तो वाचला याचंच त्याला आश्चर्य वाटत होतं.

एका स्त्री कर्मचाऱ्याने त्यांच्यासाठी सूप आणि चहा आणला.

“थोडक्यात आपल्या खटल्याचं चित्र आता स्पष्ट झालंय.” सूपचे तीन चार चमचे तोंडात गेल्यानंतर जॉश म्हणाला, “ट्रॉयच्या मृत्युपत्रात तिला मिळणारी मिळकत तिनं जर घ्यायची नाकारली, तर ती मिळकत तशीच राहील आणि कुठल्याही कारणास्तव हे मृत्युपत्र जर कोर्टामध्ये अवैध ठरलं तर कुठलंच मृत्युपत्रं अस्तितवात असणार नाही”

“पण हे मृत्युपत्र कोर्टात अवैध ठरेलच कसं? ट्रॉयनं उडी मारण्यापूर्वी तीन मानसोपचारतज्ज्ञांनी त्याला तपासलं होतं नां?”

“पण आता निरनिराळी मतं पुढे करणारे खूप मानसोपचारतज्ज्ञ पुढे आलेले आहेत. त्यांना भरपूर पैसे दिले गेलेले आहेत. त्यामुळे आता चांगलाच गोंधळ उडणार आहे. यापूर्वी केलेली त्यांची सर्व मृत्युपत्रं नाहीशी करून टाकलेली आहेत. आणि अशी जर परिस्थिती निर्माण झाली, की ट्रॉय फेलन हे वैध मृत्युपत्राशिवाय मृत्यू पावले, तर त्यांची मिळकत सर्व वारसदारांच्यात सारखी वाटली जाणार आणि रॅचेलला काहीच नको असल्याने तिचा हिस्सा सुद्धा उरलेल्या सहा जणांच्यात वाटला जाणार. ”

“आणि या प्रत्येक नालायक वारसाला कित्येक बिलियन डॉलर्स मिळणार!”

“हो, तसंच.”

“तशी शक्यता फार कमी आहे. आपली बाजू तशी भक्कम आहे, तरीपण काही सांगता येत नाही.”

नेट हातात एक खारं बिस्किट घेऊन खोलीमध्ये येरझारा घालायला लागला, तो मनात विचार जुळवत होता, “रॅचेलला जर काही नकोच आहे तर मृत्युपत्राच्या वैधतेबद्दल आपण भांडायचंच कशाला?”

“तीन कारणं आहेत.” जॉश म्हणाला. नेहमीप्रमाणे त्यानं त्याचा सांगोपांग विचार केला होता. त्यानं एक घटनाक्रम मनात ठरवला होता. त्याचे तीन भाग होते. एक एक भाग तो नेटला सांगत होता, “पहिला आणि सर्वांत महत्त्वाचा मुद्दा म्हणजे माझ्या पक्षकारानं कायदेशीररीत्या वैध असं मृत्युपत्र बनविलेलं आहे. त्याला त्याची मिळकत ज्याला द्यायची होती त्याला त्यानं ती दिलेली आहे. त्याचा वकील म्हणून मृत्युपत्राची वैधता सांभाळणं हे मी माझं परम कर्तव्य मानतो आणि याशिवाय मला दुसरा अन्य मार्गच नाहीये. दुसरा मुद्दा – ट्रॉय फेलनला त्याच्या मुलांबद्दल काय वाटत होतं याची मला पूर्ण कल्पना आहे. त्याची संपत्ती त्यांच्या हातात जर पडली तर ती कशा प्रकारे खर्च होईल याच्या कल्पनेने सुद्धा ट्रॉय व्यथित होत असत, याबद्दल माझ्याजवळ कैक वेळा त्यांनी तसं बोलून दाखविलेलं आहे आणि व्यक्तिशः मलासुद्धा एकेकाला जर एकएक बिलियन डॉलर्स मिळाले तर काय घडेल याची पूर्ण कल्पना आहे.

तिसरा मुद्दा – रॅचेलनं तिचा निर्धार बदलण्याची शक्यता असू शकते.''

''ते तू धरून चालूच नकोस.''

''नेट, हे बघ ती सुद्धा एक माणूसच आहे. ते कागद आत्ता तिच्याकडे आहेत. ती काही दिवस थांबेल आणि परत त्यावर विचार करेल. संपत्तीची हाव तिच्या मनात नसेल, पण उपलब्ध पैशांचा उपयोग ती चांगल्या कामांसाठी नक्कीच करू शकते हे तिच्या ध्यानात येईल. चॅरिटेबल ट्रस्ट, फाउंडेशन यासारखी काही व्यवस्था करता येते याबद्दल तू तिला काही माहिती सांगितली आहेस का?''

''मला स्वत:लाच त्याबद्दल नीटशी माहिती नाहीये. जॉश, मी कोर्टात भांडणारा एक वकील आहे ते तू ध्यानात घे.''

''आपल्याला ट्रॉय फेलनचं मृत्युपत्र वैध आहे यासाठी कोर्टात भांडायचं आहे, पण जिच्यासाठी आपण भांडणार आहोत तीच इथं नाहीये आणि तिचीच बाजू आपल्याला मांडायचीय.''

''तिची बाजू आपण का मांडणार?''

''हा खटला तिचा कुणी वकील असल्याशिवाय कोर्टात उभाच राहणार नाही.''

जॉशच्या पुढे नेटचं वकिली ज्ञान, डावपेच तोकडे होते. जॉशनं नेटला घोळात घेतलं होतं अन् तो त्यात सापडत चालला होता. नेटनं डोळे मिटले आणि तो म्हणाला, ''तू काहीतरी विनोद करतोयस.''

''नाही. आपण आता आणखी उशीर करून चालणार नाही. ट्रॉयच्या मृत्यूला आता महिना होऊन गेलाय. रॅचेलच्या ठावठिकाण्याबद्दल जज्ज वेक्लिफसाहेब सारखी विचारणा करतायत. मृत्युपत्राच्या वैधतेच्या विरोधात सहा खटले दाखल झालेत आणि हे मृत्युपत्र अवैध ठरावं म्हणून मोठमोठी दडपणं यायला लागलीयत. प्रत्येक बाब वृत्तपत्रांत प्रसिद्ध होतीय. रॅचेलला या मिळकतीत काहीही रस नाहीये याबद्दलची नुसती कुणकुण जरी कोणाला लागली, तरी आपल्या हातातला हा खटला गेलाच असं तू समज. फेलन कुटुंबीय, वारसदार, त्यांचे वकील वेडे होऊन जातील. ट्रॉय फेलनच्या सर्वांत शेवटच्या इच्छेबद्दलचं महत्त्वच जज्ज साहेबांना वाटणं कमी होईल.''

''म्हणजे मी तिचा वकील म्हणून कोर्टात उभा राहणार?''

''हो, दुसरा मार्गच नाहीये नेट. तुला वकिलीच्या व्यवसायातून बाहेर पडायचं असेल तर ती चांगली गोष्ट आहे, पण ही केस शेवटचीच म्हणून तू घे. तिच्या वतीनं तू कोर्टात हजर राहणं, तिची बाजू मांडणं, तिच्या हितांचं रक्षण करणं, एवढंच तू पाह्यचं, बाकी कटकटीचा भाग आम्ही पाहू.''

"तुझ्या कंपनीमध्ये मी एक भागीदार आहे.''

"ती म्हणजे मामुली बाब आहे. कारण आपल्या दोघांची उद्दिष्टं एकच आहेत. आपण-मिळकत-रॅचेल या सर्वांनाच हे मृत्युपत्र वैध असण्यात मतलब आहे, त्यामुळे आपणा सर्वांचेच प्रयत्न हे मृत्युपत्र खरं आहे हे सिद्ध करण्याच्या दिशेनेच असणार. पण कागदावर आम्ही असं दाखवणार की तू ऑगस्टमध्येच कंपनी सोडली आहेस.''

"आणि प्रत्यक्षात तसंच खरं आहे.''

दोघांनी ते कटू सत्य मान्य केलेलं होतं. जॉशनं चहाचा घुटका घेतला, नेटवरची नजर त्यानं हलवली नव्हती.

"एकदा आपण दोघे मिळून जज्ज वेक्लिफसाहेबांना भेटायला जाऊ. तू रॅचेलला भेटला आहेस असं सांगू आणि सध्यातरी ती इथे येऊ शकत नाहीये, पण तिच्या हितांचं रक्षण करण्यासाठी तिनं तुला नेमलंय.''

"जज्ज साहेबांना असं सांगणं म्हणजे खोटं बोलणं आहे. ''

"नेट, हे तर फारच किरकोळ खोटं बोलणं आहे आणि या खोटं बोलण्याबद्दल नंतर जज्जसाहेबच आपले आभार मानणार आहेत. त्यांना हा खटला किंवा याची सुनावणी लवकरात सुरू व्हायला हवीय, पण रॅचेलच्या बाजूनं कुणी उभं राहिला तयार असल्याशिवाय ही सुनावणी सुरूच होऊ शकत नाहीये. तू जर तिचा वकील म्हणून उभा राहणार असशील तर तू तुझं काम कर, खोटं बोलायचं काम मी करीन.''

"मी एकट्यानं तिच्यावतीनं खटला चालवायचा आहे. आणि हा माझा शेवटचाच खटला असणार आहे. बरोबर? ''

"होय.''

"मी हे गाव सोडून जाणार आहे, जॉश, मी इथे राहणार नाही.'' असं नेट म्हणाला आणि हसायलाच लागला आणि पुढे म्हणाला, "मग मी जाणार कुठे? आणि राहणार तरी कुठे?''

"म्हणजे तू काहीच ठरवलं नाहीयेस?''

"नाही, मी अद्याप त्याचा विचार केला नाही. ''

"मला एक कल्पना सुचतेय.''

"बरोबर, हे सगळं तुलाच सुचणार आहे.''

"चीझस्पीक-बे भागात माझा एक साधासा फ्लॅट आहे. तिथे तू राहा. नाही तरी सध्या तो रिकामाच आहे. हिवाळ्यात आम्ही तो वापरत नाही. इथून दोन तासांच्या अंतरावरच्या सेंट मिचेल्स या काउंटीमध्ये तो येतो. तुझ्याजवळ गाडी आहे. जेव्हा काम असेल तेव्हा तू माझ्याकडे यायचंस आणि काम करायचंस,

माझ्याकडे कधी कधी राहूही शकतोस पण तुझा पत्ता म्हटलं म्हणजे तो चीझस्पीक-बे भागातला.''

जॉशच्या पुस्तकांच्या कपाटातली पुस्तकं तो पाहात होता. चोवीस तासांपूर्वी कोरूंबातल्या एका बागेतल्या बाकावर बसून, जाणाऱ्या येणाऱ्या लोकांच्यात कुठे रॅचेल दृष्टीला पडतीय का हे पाहात तो सँडविच खात होता. त्यावेळी यापुढे आपण स्वत:हून कोर्टात म्हणून कधी जायचं नाही असं त्यानं मनाशी ठरवलं होतं.

जॉशच्या आग्रही सांगण्यातही त्याला तथ्य वाटत होतं आणि रॅचेलपेक्षा चांगला पक्षकार त्याला कधी मिळेल याची कल्पनासुद्धा तो करू शकत नव्हता. सुनावणी पुढे खटल्यापर्यंत जाणार नाही असं त्याचंही मत होतं. ज्या रकमेसाठी हा खटला येऊ पाहातोय त्या रकमेच्या आकड्याची अवाढव्यता पाहता त्याला मिळणाऱ्या फीच्या रकमेमध्ये पुढे आणखी काही वर्षं जगण्यासाठी लागणाऱ्या पैशांची ददात मिटेल असंही त्याला वाटत होतं.

जॉशनं त्याचं सूप संपवलं आणि त्याच्या यादीतल्या पुढच्या मुद्याकडे पाहात म्हणाला, ''दरमहा तुला तुझ्या फी पोटी दहा हजार डॉलर्स मिळावेत असं मी सुचवतो.''

''जॉश, तुझं मन मोठं आहे.''

''नेट हे पैसे आपल्याला ट्रॉय फेलनच्या मिळकतीतूनच काढायचे आहेत. तुला इतर कुठलाच खर्च राहणार नाहीये आणि हे सर्वच्या सर्व पैसे तुझे म्हणून तुला बाजूला ठेवता येतील. आणि पुन्हा तू तुझ्या स्वत:च्या पायावर उभं राहिला सक्षम होशील.''

''पण मध्ये एक अडथळा आहे.''

''हो बरोबर, इन्कमटॅक्सच्या संबंधातली तडजोड होईपर्यंत थोडीशी धाकधूक आहे, पण तेही नीटपणे पार पडेल असं मला वाटतं. ''

''तुझं जज्जसाहेबांबरोबर काही बोलणं झालेलं आहे का?''

''हो, मधून मधून आम्ही फोन वर बोलतो. मागल्या आठवड्यात आम्ही एकदा दुपारचं जेवण बरोबर घेतलं होतं.''

''हो, म्हणजे तो तुझा दोस्त आहे?''

''बरेच दिवस आम्ही एकमेकांना ओळखतो, त्यामुळे तू तुरुंग वगैरे विसर. सरकार एक भला मोठा दंड ठोठावेल, पाच वर्षं तुझी सनद रद्द राहील आणि केस बंद होऊन जाईल.''

''मग माझा परवाना जर त्यांच्या ताब्यात राहणार असेल तर मला हा खटला कसा चालवता येणार?''

"आजमितीला तरी तुझा वकिलीचा परवाना रद्द स्थितीत नाहीये. या केस पुरता तो वापरता येईल."

"सरकार किती दिवस थांबेल असं तुला वाटतंय?"

"एक वर्ष. आणि तुझी केस प्राधान्य दिलेल्यांपैकी नाहीये."

"आभारी आहे जॉश, मी तुझा अत्यंत आभारी आहे. तुझे उपकार मी कसे फेडणार आहे कोण जाणे?" हे बोलता बोलता नेटला थकवा आलेला होता. रात्रभरचा विमान प्रवास, त्या आधीचा जंगलातला भयानक प्रवास नंतरची जॉश बरोबरची मानसिक तणाव उत्पन्न करणारी बातचीत, त्याला अंधाऱ्या खोलीमध्ये उबदार बिछान्यात मस्तपैकी झोप काढायची होती.

. ३१ .

रविवारी सकाळी सहा वाजता नेटनं गरम पाण्याच्या शॉवरखाली अंघोळ केली. गेल्या चोवीस तासांतली ही त्याची तिसरी अंघोळ होती. जॉशच्या घरातून बाहेर पडण्याची तो तयारी करू लागला. आदली एकच रात्र त्यानं वॉशिंग्टन शहरात काढली होती आणि आता त्याला चीझस्पीक-बे मधल्या कॉटेजमध्ये जायची घाई झाली होती. तसा तो वॉशिंग्टन डी.सी. शहरात गेली सव्वीस वर्षे राहिला होता, पण आता मात्र इथं राह्यचंच नाही असं त्यानं ठरवलं होतं. त्याला लवकरात लवकर शहराच्या बाहेर पडायचं होतं.

जॉश त्याच्या तळघरातल्या ऑफिसमध्ये, थायलंडमधल्या त्याच्या एका पक्षकाराशी फोनवर बोलत होता. खाणींमधून तेल आणि ज्वलनशील वायू काढण्याबद्दलच्या काँट्रॅक्टबद्दल त्यांचं चाललेलं बोलणं त्यानं अर्धवट असं ऐकलं. नेटला वकिलीच्या व्यवसायापासून बाजूला व्हायचं होतं. जॉश नेटपेक्षा बारा वर्षांनी मोठा होता, अतिशय श्रीमंत होता आणि रविवारीसुद्धा सकाळी सहा वाजता ऑफिसच्या टेबलाशी बसून कामाला लागण्यातच त्याला जीवनातला आनंद मिळत होता. "जॉशसारखा माझा प्रकार होऊ नये असं मला वाटतं." नेट स्वत:शीच बोलत होता, आणि तसं होऊ द्यायचं नाही असं त्यानं ठरवलं होतं. एकदा का ऑफिसला जायला सुरुवात केली ना, की ते सारं मागे आलंच. त्याला त्या रहाटगाडग्यात सापडायचं नव्हतं. चार वेळा तो व्यसनमुक्ती केंद्राच्या वाऱ्या करून आलेला होता. कामाच्या धबडग्यात सापडलं की पाचवी वारी पुढे होतीच. जॉशसारख्या खंबीर मनाचा तो नव्हता, पुढच्या दहा वर्षांतच कधीतरी स्वर्गाची वाट.

व्यवसायापासून दूर जाण्यातसुद्धा त्याला एक प्रकारची गंमत वाटत होती.

एखाद्या कुत्र्यासारखं डॉक्टरांच्या मागे लागणं हा काही चांगला व्यवसाय नव्हता. तो नाही केला तरी चालण्यासारखं होतं. पण रॅचेलसाठी काम करताना त्याला एक वेगळं समाधान मिळणार होतं. त्याचा भूतकाळ त्याच्या डोळ्यांपुढे उभा राहिला. त्यानं चालवलेले खटले-सुनावण्या, बरेचसे खटले त्याने जिंकलेले होते. त्याची चढलेली धुंदीसुद्धा त्याला आठवत होती आणि त्यामुळेच त्याचा तोल जायचा. व्यावसायिक यश त्याला गटारापर्यंत घेऊन जायचं.

आता त्याच्या डोक्यातली तुरुंगात जायला लागतंय की काय, ही भीती टळलेली होती आणि त्यामुळे या पुढचं आयुष्य चांगल्या प्रकारे घालवायचं असा निर्धार त्यानं केला.

त्यानं एका बॅगेत मावतील एवढे कपडे घेतले, बाकी सर्व त्यानं जॉशच्या गॅरेजमध्येच ठेवून दिले. तो जेव्हा बाहेर पडला त्यावेळी बर्फ पडायचं थांबलं होतं, रस्त्यावरचं बर्फ काढणारे ट्रक काम करत होते. रस्ते ओले आणि निसरडे झाले होते. दोन-एकशे फूट अंतर गेल्यावर त्याच्या ध्यानात आलं की, गेल्या पाच महिन्यांत त्यानं स्टिअरिंग व्हील हातात धरलेलंच नव्हतं. रस्त्यावर वाहतूक नव्हती, तरी पण तो विस्कॉन्सीनच्या रस्त्यानं सावकाशच चालला होता, पुढे तो बेस्ट-वे लागला. त्या रस्त्यावरचं बर्फ काढून रस्ता साफ केलेला होता.

स्वत:च्या अतिउत्तम अशा गाडीतून तो एकटाच चालला होता आणि आता त्याला पुन्हा आपण अमेरिकन आहोत असं वाटायला लागलं होतं. जेव्हीचा कर्ण-कर्कश आवाज करीत जाणारा ट्रक त्याच्या डोळ्यांपुढे आला. या बेस्ट-वेवर त्याचा कसा काय निभाव लागला असता याचा विचार त्याच्या मनात आला, त्याचबरोबर गरीब बिचारा वेली त्याच्या डोळ्यांसमोर आला. त्याच्या कुटुंबामध्ये तर एकही गाडी नव्हती. त्यांना दोघांना पत्रं पाठवायची असं नेटनं ठरवलं.

गाडीमधल्या फोनकडे त्याचं लक्ष गेलं आणि त्याच्या विचारांची तंद्री मोडली. त्यानं फोन कानाशी लावला. अन् "अजून चालू आहे वाटतं." असं स्वत:शीच बोलला. अर्थात जॉशनं त्याची सर्व बिलं भरलेली होती. नेटनं सर्गीयोला त्याच्या घरी फोन लावला. ते दोघं वीस मिनिटं बोलले. मधल्या काळात सर्गीयोला नेटनं का फोन केला नाही याबद्दल नेटजवळ त्यानं त्याची नाराजी व्यक्त केली. सर्गीयोला नेटची काळजी वाटायची. पेंटॅनलमधली टेलिफोनची परिस्थिती नेटनं सर्गीयोला सांगितली आणि आता घटना जरा निराळं वळण घेतायत असं त्यानं सांगितलं. ज्या मार्गांनी आता जायचंय त्यात पुढे पुढे कुठल्या अडचणी येणार आहेत त्याबद्दल काहीच सांगता येत नाहीये असंही सांगितलं. पण एकंदरीत साहसी सफर अद्याप जारी आहे असं त्यानं सर्गीयोला

सांगितलं. तो वकिली सोडणार आहे, त्याचं तुरुंगात जाणं टळणार आहे एवढ्या बातम्या त्यानं सर्गीयोला दिल्या.

दारूबिरू कधी घेतलीस का? असे प्रश्न सर्गीयोनं विचारले नाहीत. नेटच्या बोलण्यात आत्मविश्वास आणि निर्धार जाणवत होता. नेटनं चीझस्पीक-बे मधल्या कॉटेज वरचा टेलिफोन नंबर सर्गीयोला दिला आणि लवकरच कधीतरी दुपारचं खाणं दोघं मिळून एकत्र घेऊ असं दोघांनी ठरवलं आणि फोन बंद केला.

नंतर नॉर्थ-वेस्टर्न भागातल्या इव्हॅन्स्टॉन काउंटीमध्ये राहणाऱ्या त्याच्या मुलाला त्यानं फोन लावला. तो घरात नव्हता, त्यानं आन्सरिंग मशिनवर निरोप ठेवला. पदवी वर्गात अभ्यास करणारा तेवीस वर्षांचा विद्यार्थी रविवारी सकाळी ७ वाजता घरात नसतो म्हणजे काय? चर्चमधल्या सकाळ सकाळच्या माससाठी तर तो गेला नसेल ना? तसं असेल असं नेटला वाटत नव्हतं. नेटला माहिती करून घ्यायची गरजही वाटली नाही. त्याचा मुलगा जे काही करत असेल ते त्याला करू दे, बापासारखं पोरीबाळींबरोबर फिरून, त्यांच्याशी तसे संबंध ठेवून, त्यानं बापासारखं वागू नये असं त्याचं प्रामाणिक मत होतं. त्याची मुलगी एकवीस वर्षांची होती, पीट्स-बर्गमध्ये ती अधून मधून कॉलेज जॉईन करायची. रम या दारूची एक बाटली आणि झोपेच्या गोळ्याची एक बाटली घेऊन तो जेव्हा मोटेलमध्ये राहायला गेला होता, त्या रात्री त्याच्या मुलीशी तो फोनवरून बोलला होता. त्यावेळी ती कुठल्या शाखेतलं शिक्षण घेत होती याबद्दल त्यांचं बोलणं झालं होतं. त्याला तिचा फोननंबर सापडत नव्हता.

नेटला सोडल्यानंतर त्या दोघांच्या आईनं लग्न केलेलं होतं. तिच्याबद्दल नेटला अतीव तिरस्कार वाटत असे. जरूर असेल तरच तो तिच्याशी बोलायला तयार असायचा. काही दिवस थांबू असं नेटनं ठरवलं, पण शेवटी त्याच्या मुलीचा फोन नंबर त्याला तिच्या आईला फोन करूनच घ्यायला लागणार होता.

ओरेगॉनला जाऊन त्याच्या लहान दोन मुलांना भेटण्यासाठीची दुःखदायी ट्रिप त्याला करायची होती. त्यांच्या आईनं सुद्धा पुन्हा लग्न केलेलं होतं आणि ते सुद्धा पुन्हा एका वकिलाशीच आणि उघड होतं त्याला दारूचं व्यसन नव्हतं. त्याला तिची माफी मागून तिच्याबरोबरचे संबंध सुधारवयाचे होते. आता त्याबद्दलच्या बोलण्याला कशी सुरुवात करायची याबद्दल तो जरा साशंक होता, पण प्रयत्न करायचा निर्धार त्यानं केलेला होता.

ॲनॉपोलिसमध्ये एका रेस्टॉरंटमध्ये ब्रेकफास्टसाठी तो थांबला. काऊंटरशी उभे असलेल्यांच्यात त्या दिवशीच्या हवामानाच्या अंदाजाबद्दलचं चाललेलं बोलणं, तो 'वॉशिंग्टन पोस्ट' पाहात असताना त्यानं ऐकलं. त्या दिवसाच्या मथळ्याच्या बातम्यांवरून फार काही घडलेलं नव्हतं असं त्याच्या ध्यानात

आलं. त्यात काही बदल नव्हतेच. मध्यपूर्वेमध्ये, आयर्लंडमध्ये तंग वातावरण, खासदारांची भ्रष्टाचाराची प्रकरणं, शेअर मार्केट मधले चढ-उतार, समुद्रात कुठेतरी ऑईल टँकर मधलं तेल सांडून समुद्रावर पसरलेलं, एड्स करता निघालेलं आणखी एक औषध, दक्षिण अमेरिकेमध्ये काही ठिकाणी आतंकवाद्यांनी निरपराध शेतकऱ्यांवर केलेला गोळीबार, रशियामधली गडबड वगैरे वगैरे.

त्याच्या अंगावरचे कपडे त्याला ढगळ होत होते म्हणून त्यानं तीन अंड्यांचं आमलेट, सागुती आणि काही खारी बिस्किटं खाल्ली. काउंटरशी उभे असलेल्यांच्यात आज बर्फ पडणं चालूच रहाणार आहे याबद्दल एकमत झालेलं दिसत होतं.

चीझस्पीक खाडी त्यानं बे-ब्रीजवर ओलांडली. पूर्वेच्या तटालगतच्या रस्त्यांवरचं बर्फ नीट साफ केलेलं नव्हतं. त्याची जग्वार गाडी दोन वेळा घसरली होती म्हणून त्यानं वेग कमी केला. गाडी एकच वर्ष जुनी होती, हप्त्यांवर घेतलेली होती, हप्ते कुठपर्यंत भरायचेत हे त्याच्या ध्यानात नव्हतं. त्याची सेक्रेटरी या सर्व गोष्टी पाहायची. त्यानं फक्त रंग सिलेक्ट केलेला होता. लवकरात लवकर हप्ते भरून टाकून गाडी सोडवून घ्यायची आणि नंतर ती विकून टाकायची. आणि चारही चाकांनी खेचणारी एखादी जुनी पण चांगली गाडी घ्यायचं त्यानं ठरवलं. वकील म्हटलं की त्याला त्याची इभ्रत राखण्यासाठी नवीन फॅन्सी गाडी लागते. आता वकिली बंद करायची म्हटल्यावर तशा रुबाबदार, महागड्या गाडीची त्याला जरूर लागणार नव्हती.

इस्टनला तो स्टेट हायवे तेहतीसला वळला, त्यावेळी त्या रस्त्यावर २ इंच जाडीचा भुसभुशीत बर्फ होता. रस्त्यावर मोटारींच्या चाकांच्या खुणा उमटलेल्या होत्या. त्यावरूनच नेट जात होता. थोडं अंतर गेल्यावर अद्याप झोपेत असलेल्या किनाऱ्यालगतच्या नावाडी-खलाशी कोळ्यांच्या व रस्त्याच्या वाड्या, त्यानं पार केल्या. चीझस्पीकच्या काठचा परिसर बर्फाने झाकला गेला होता. खाडीचं पाणी गडद निळ्या रंगाचं दिसत होत. सेंट मिशेल वाडीची वस्ती अवघी तेरा हजारांची होती. तेहेतीस नंबरचा रस्ता त्या वाडीतला मुख्य रस्ता समजला जात होता. वाडीतल्या भागातून जाणाऱ्या त्या रस्त्यावर दोन्ही बाजूनं दुकानं होती, एकमेकांना लागून जुन्या इमारती उभ्या होत्या, छान प्रकारे जतन केलेल्या. पोस्टकार्डवरच्या फोटोसाठी एकदम योग्य.

सेंट मिशेल गाव त्याला लहानपणापासून माहीत होतं. सागरी वाहतुकी संबंधातल्या सर्व बाबींचं फार पूर्वी पासून तिथे एक संग्रहालय होतं. शिंपल्यांमधल्या कालवांसंबंधी दरवर्षी तिथे एक महोत्सव भरायचा. ते एक गजबजलेलं बंदर होतं. वस्त्यांमध्ये रात्रीच्या निवासाकरिताची आणि सकाळच्या न्याहरीची सोय करणारी काही घरं होती. त्यामुळे सुट्ट्यांच्या काळात मौज मजा करायला

येणाऱ्यांची तिथे गर्दी उडायची. पोस्टाची इमारत आणि त्याजवळचं चर्च त्यानं पार केलं. चर्चचा रेक्टर प्रवेशद्वारालगतच्या पायऱ्यांवरचं बर्फ फावड्यानं स्वत: बाजूला करत होता.

जॉशचे कॉटेज ग्रीन स्ट्रीटवर मुख्य रस्त्याच्या शंभर फूट आत उत्तरेकडे तोंड करून होतं. कॉटेजमधून बंदर दिसायचं. जुन्या प्रकारचं व्हिक्टोरियन स्टाईलचं, दर्शनी भागाला आडवा पॅसेज-व्हरांड्यासारखा भाग आणि दोन्ही बाजूंना दोन चांदाई, अशा प्रकारचं बराचसा भाग सौम्य रंगाने रंगविलेला होता. कडा आणि पट्ट्यांना पांढरा आणि पिवळा रंग होता. घरासमोर एक छोटासा हिरवळीचा भाग होता. मोटारीनं आत येण्याच्या रस्त्यावर दोन फूट बर्फाचा थर होता. नेटनं त्याची गाडी रस्त्यावरच उभी केली आणि धडपडतच तो मुख्य प्रवेश दरवाजाशी गेला. दरवाजा उघडला. दिव्याचं बटन ऑन करून पार मागच्या बाजूपर्यंत चालत गेला. मागल्या दरवाजाला लागून एक कपाट होतं. त्यात त्याला एक फावडं मिळालं. त्यानं एक तास मोटारीच्या रस्त्यावरचं बर्फ बाजूला करण्यात घालविला. रस्त्यापासून पोर्चपर्यंतचा भाग त्यानं स्वच्छ केला आणि त्यानं गाडी आत घेतली.

घर जुन्या काळातल्या विविध प्रकारच्या किमती वस्तूंनी सजवलेलं होतं. घर स्वच्छ करण्यासाठी एक बाई दर बुधवारी येत होती. उन्हाळ्याच्या सुरुवातीचे दोन-तीन आठवडे आणि हिवाळ्यात एक आठवडा जॉश तिथे राहायला येत असे पण गेल्या अठरा महिन्यांत तो फार फार तर तीन किंवा चारच रात्री तिथे तो झोपला असेल. या कॉटेजमध्ये चार बेडरूम अॅटॅच्ड टॉयलेटसह होत्या. कॉटेज मस्तच होती.

नेटला किचनमध्ये कॉफी पावडर सापडली नाही आणि तिथेच पहिली निकडीची परिस्थिती निर्माण झाली. नेटनं कॉटेजला कुलूप लावलं आणि गावातल्या दुकानातून कॉफी आणायला निघाला. फुटपाथवरचा बर्फ काढलेला होता, पण ते ओले होते. फुटपाथवरून जाताना त्याला एका केश कर्तनालयाच्या एका खिडकीत लटकविलेला थर्मामीटर दिसला, त्यावरचं पस्तीस डिग्री फॅरेनहाईट टेंपरेचर त्याला दिसत होतं. दुकानं अद्याप उघडलेली नव्हती. दुकानांच्या बंद खिडक्या, दरवाजांकडे पाहात पाहात नेट पुढे जात होता. त्याचवेळी चर्चच्या घंटेचा आवाज त्याच्या कानांवर आला. चर्च पुढेच होतं.

चर्चमध्ये प्रवेश केल्या केल्या सकाळी लवकर येणाऱ्यांपैकी एकाने एक माहितीपत्रक नेटच्या हातात ठेवलं. त्या चर्चचा रेक्टर म्हणजे मुख्य धर्मोपदेशक फादर फिल लँकेस्टर हे होते. हे फादर शरीराने लुकडे-बारीकसे, बुटकेसे होते,

डोळ्याला गोल काड्यांचा चष्मा होता, त्यांचं वय पस्तीस ते पन्नासच्या दरम्यान असेल. सकाळी अकराच्या प्रवचनासाठीचा त्यांचा पेहेराव म्हणजे झगा, तसा जुनाटसाच आणि पातळ कापडाचा होता, दमट हवेमुळे बहुतेक खराब झालेला असावा. त्यावेळी तिथे त्या छोट्या आवारात उपस्थित असलेले भाविकगण नेटने मोजले, स्वत: फादर आणि ऑर्गन वाजवणारा धरून एकवीसजणं होती, त्यातली खूपशी वयस्कर मंडळीच होती.

त्या चर्चची बांधणी सुरेख होती. कमानीचं छत होतं, भाविकांना प्रार्थना करण्यासाठीची बाकं उत्तम काळ्याशार लाकडाची होती. चार खिडक्या होत्या, रंगीत काचा होत्या. एकटा आलेला भाविक जेव्हा शेवटच्या बाकाशी बसला तेव्हा स्वत: फिल उठून त्याच्याशी आले आणि त्याचं त्या ट्रिनिटी चर्चमध्ये स्वागत केलं. त्या चर्चमध्ये येणाऱ्या प्रत्येकाला तिथे अगदी घरीच असल्यासारखं वाटायचं. फिल थोडंसं नाकातून बोलायचे, त्यांचा आवाज इतका मोठा होता की त्यांना मायक्रोफोनची गरजच भासायची नाही. देवाने पृथ्वीतलावर हिवाळा व उन्हाळा या दोन ऋतूंची निर्मिती केली म्हणून त्याचे आभार फिलनी मानले आणि आज हिवाळ्यात पडलेल्या बर्फवृष्टीमुळे, त्याचं नियमन या ऋतूंवर आहे हे त्यानं दाखवून दिलं आहे. त्यांनी प्रथम काही स्तोत्रं आणि प्रार्थना म्हणवून घेतल्या. मध्येच एकदा फिलनी शेवटून दुसऱ्या बाकावर बसलेल्या नेटकडे पाहिलं, दोघांनी एकमेकांकडे स्मित हास्य केलं आणि क्षणभर नेटला असं वाटलं की बहुतेक हे फिल आपल्याला नेहमी येणाऱ्या भाविकांमध्ये नेऊन बसविणार.

उत्साह या विषयावर ते प्रवचन देत होते. उपस्थित जनसमूहाचे सरासरी वय पाहता तो विषय तसा उचित वाटत नव्हता. नेटनं प्रवचनाकडे लक्ष द्यायचा प्रयत्न केला, पण त्याचं मन काही स्थिर होत नव्हतं. त्याचं मन राहून राहून कोरूंबातल्या त्या छोट्या चॅपेलमधल्या क्रुसावरच्या, मरणाच्या दारातल्या, वेदनांनी त्रासलेल्या, ख्रिस्ताच्या प्रतिमेकडे जात होतं. तो गिटार वाजविणारा तरुण त्याच्या डोळ्यांपुढे येत होता. त्या चर्चचे उघडे दरवाजे, उघड्या खिडक्या, त्यातून आत येणारी हवा याची त्याला आठवण येत होती.

फादर फिल दुखावले जाऊ नयेत अशा इच्छेने तो त्यांच्या मागच्या भिंतीवरच्या दिव्याकडे पाहात राहिला होता. त्यांच्या चष्म्याच्या काचांची जाडी त्याच्या ध्यानात आलेली होती आणि ज्या प्रकारानं तो त्यांच्याकडे पाहात होता, ते लक्षात घेता त्याचा या प्रवचनामध्ये इंटरेस्ट नाही किंवा गोडी नाही हे त्यांच्या ध्यानात येण्याची शक्यता नव्हती. या छोट्याशा चर्चमध्ये त्याला सुरक्षित वाटत होतं. नुकत्याच करून आलेल्या साहसी सफरीतल्या अनिश्चिततेच्या वातावरणाचा

नेटवर फारच वाईट परिणाम झालेला होता. तशी अनिश्चितता आता संपलेली होती. ताप, वादळं, विजांचा कडकडाट, मुसळधार पाऊस याचं भय आता उरलं नव्हतं. वॉशिंग्टनमध्ये असतानाचे धोके, व्यसनं यापासून तो दूर राहणार होता. त्याच्यातल्या स्वत्वाच्या अस्तित्वाची प्रचिती इथे त्याला द्यायची होती. आयुष्यात पहिल्या प्रथमच आपण निखळ शांततेचा आस्वाद घेत आहोत याची जाणीव त्याला आज इथे होत होती. तो कुणाला घाबरत नव्हता, देवाने त्याला संरक्षण दिलेलं होतं. देवानं त्याला मार्ग दाखवला होता, तो मार्ग कुठे जातो हे त्याला माहीत नव्हतं, पण त्याच्या मनातली भीती आता पार नाहीशी झालेली होती. धीर धर, धीर धर असं तो स्वत:ला बजावत होता.

त्याने नंतर एक प्रार्थना म्हटली, त्याचा जीव वाचवल्याबद्दल देवाचे आभार त्याने मानले. त्याने रॅचेल करता सुद्धा प्रार्थना केली, कारण त्याला खात्री होती की ती सुद्धा त्याच्यासाठी प्रार्थना करत असणारच.

मनाच्या निर्मळतेनं त्याच्या चेहऱ्यावर स्मितहास्य उमटलं होतं. प्रार्थना संपल्यावर त्यानं डोळे उघडले आणि त्यानं पाहिलं की फादर फिल त्याच्याकडे पाहून अभिनंदनाचं हास्य करीत होते.

फादर फिलचे भक्तगणांना आशीर्वाद देऊन झाले आणि ते नेटच्या बाजूने जाऊन दरवाजात निरोप द्यायला उभे राहिले. बाहेर पडणारे भाविकगण फिल यांचे त्यांच्या प्रवचनाबद्दल आभार मानत होते. त्यांचं ते प्रवचन नेहमीपेक्षा चांगलं झालं, वगैरे वगैरे सांगत होते. एखादा चर्च संबंधातल्या माहितीबद्दल विचारणा करत होता. रांग हळू हळू सरकत होती, तशी प्रथा होती. मध्येच ते एखाद्याला, "तुझी मावशी कशी आहे?" असं विचारायचे आणि तो जर तिची व्यथा सांगत असेल तर त्याकडे गंभीर चेहरा करून पाहायचे. दुसऱ्याला "तुझी कंबर काय म्हणतेय? बरी आहे ना?" असं विचारत, आणि तिसऱ्याला, "काय जर्मनी कशी काय वाटली?" त्याचे हात हातात घेऊन दाबत. तो जे काही सांगायला लागला तर त्याच्या तोंडाजवळ कान नेत, त्याचा प्रत्येक शब्दन् शब्द ते ऐकत होते. त्यांना प्रत्येकाच्या मनात काय काय होतं याची कल्पना होती.

नेट रांगेच्या शेवटी शांतपणे उभा होता, त्याला घाई नव्हती कारण काम असं काही नव्हतंच. "सुस्वागतम" एका हातानं शेकहँड करत दुसऱ्या हातानं त्याचा दंड पकडून फादर फिल म्हणाले, "ट्रिनिटी मध्ये तुमचे स्वागत असो." त्यांनी नेटला इतकं घट्ट पकडून ठेवलं होतं की त्याला वाटलं की खूप वर्षांत त्यांच्या चर्चमध्ये नव्यानं कोणी आलेलंच नसावं.

"मी नेट ओ रॉयले" तो म्हणाला व पुढे पुष्टी जोडली,"वॉशिंग्टनहून आलोय." त्यामुळे त्याच्या मोठेपणाची कल्पना त्यांना येणार होती.

"आजच्या सकाळच्या प्रार्थनेच्या सत्रात तुम्ही आमच्यात सामील झालात याचा मला खूप आनंद झालाय." फिल म्हणाले. त्यांच्या चष्म्यातल्या काचेमागे, त्यांचे मोठ्या आकाराचे डोळे आनंदातिशयाने नाचताना दिसत होते. त्यांच्या चेहऱ्यावरच्या सुरकुत्या त्यांचं वय पन्नासच्या आसपास असावं हे सांगत होत्या. मुळात लाल असणारे त्यांच्या डोक्यावरचे केस बरेचसे पांढरे होत चाललेले होते.

"मी काही दिवस स्टॅफोर्ड कॉटेजमध्ये राहणार आहे." नेट म्हणाला.

"हां हां, छान आहे ते घर. तुम्ही आलात कधी?"

"आजच सकाळी."

"तुम्ही एकटे आहात?"

"हो."

"मग आज तुम्ही माझ्याकडे दुपारी जेवायलाच या. "

त्यांच्या या आक्रमक आदरातिथ्याचं नेटला हसू आलं.'

"ओऽ थँक्यू. पण..."

फिल यांच्या चेहऱ्यावर हास्य दिसत होतं.

"नाही, ते काही चालायचं नाही, मी तुम्हाला हा आग्रहच करतोय, आणि जेव्हा जेव्हा बर्फ पडतं ना, तेव्हा तेव्हा माझी पत्नी सामिष स्ट्यू करते आणि आत्ता ते तयार होत असेलच. आमच्याकडे हिवाळ्यात पाव्हणे फार कमी येतात. माझी राहायची जागा या चर्चच्या मागल्या बाजूलाच आहे."

ज्या गृहस्थाच्या घरी दर रविवारी दुपारी पाहुणा हा जेवायला असायचाच अशाच्या तावडीत नेट सापडला होता.

"खरं म्हणताय? मी तर जाता जाता इथे नुसता थांबलो होतो आणि मी –"

"त्यात आम्हाला आनंद आहे." नेटचा हात धरून त्याला खेचत व्यासपीठाकडे नेण्याचा प्रयत्न करीत फिल म्हणत होते, "वॉशिंग्टन मध्ये तुम्ही काय करता?'

"मी एक वकील आहे." नेट म्हणाला. तपशील सांगायला लागला तर बिकट परिस्थिती ओढवेल.

"मग तुम्ही इकडे कसे आलात? "

"ती भली मोठी गोष्ट आहे."

"मग काय मजाच आहे. मी आणि माझी बायको लौरा आम्हा दोघांना गोष्टी ऐकायला मजा वाटते. आपण बराच वेळ जेवणात घालवू आणि तुमची गोष्ट ऐकू. आपला वेळ छान जाईल." त्यांच्या उत्साहाला आवर नव्हता, त्यांना नव्यानं बातचीत करायला खूप दिवसांत कोणी जणू भेटलंच नव्हतं आणि नव्यानं ओळख झालेल्या व्यक्तीबरोबर गप्पा मारायला ते अगदी आसुसलेले होते.

नेटनं विचार केला, त्याच्या कॉटेजमध्ये दुपारच्या खाण्यासाठी काहीही नव्हतं तसेच सगळी दुकानं अद्याप तरी बंद दिसतायत, मग का नाही त्यांच्या निमंत्रणाचा स्वीकार करायचा? ते व्यासपीठाच्या कडेने मागच्या बाजूच्या दरवाजाकडे जात होते. त्यांची पत्नी लौरा चर्चमधले दिवे मालवत होती. तिच्याकडे पाहून फिल मोठ्याने म्हणाले, "हे बघ लौरा, हे आहेत नेट ओ रॉयले, वॉशिंग्टनहून आलेत आणि दुपारच्या लंचला ते आपल्या बरोबर आहेत." लौरा त्याच्या जवळ आली. तिच्या चेहऱ्यावर हास्य होतं, तिनं नेट बरोबर हस्तांदोलन केलं. लौराच्या डोक्यावरचे केस पांढरे होत आलेले होते, ते मानेपर्यंत कापलेले होते. नेटला ती तिच्या नवऱ्यापेक्षा दहा एक वर्षांनी मोठी वाटली. दुपारच्या जेवणाला एकाएकी एखादा पाव्हणा येतो याचं तिला आश्चर्य वाटलं, पण चेहऱ्यावर तिनं ते आणू दिलं नाही. अशा प्रकारच्या आश्चर्यांची तिला बहुतेक चांगली सवय होती असं नेटला वाटलं. "तुम्ही मला फक्त नेट म्हणूनच म्हणा " तो म्हणाला.

"काही हरकत नाही आम्ही नेट म्हणू." फिल त्यांचा अंगरखा काढत म्हणाले. तिघे आता चर्चला लागूनच पण रस्त्यालगतच असलेल्या फ्लॅटशी आलेले होते. बर्फावर अलगद पाय ठेवून आत शिरत होते. "आजचं माझं प्रवचन कसं काय वाटलं?" फिलनी त्यांच्या निवासस्थानाच्या व्हरांड्यात प्रवेश करता करता त्यांच्या पत्नीला विचारलं. "छान होतं." उत्साहाची एकही छटा चेहऱ्यावर न आणता ती म्हणाली. नेटनं ते ऐकलं, पाहिलं. त्याच्या चेहऱ्यावर मंदसं हास्य उमटलं. त्याला वाटत होतं की प्रत्येक रविवारी हाच प्रश्न याच ठिकाणी, याच वेळी फिल त्यांच्या पत्नीला विचारत असणार आणि त्यांना सुद्धा हेच उत्तर गेली कित्येक रविवार मिळत आलेलं असणार.

त्यांचं दुपारच्या जेवणाचं आमंत्रण स्वीकारावं का नाही या द्वंद्वात नेट होता, पण जेव्हा का त्यानं त्यांच्या घरात पाय ठेवला अन् स्टोवर उकळत असलेल्या स्ट्यूचा मस्त वास वाऱ्याबरोबर त्याच्या नाकाशी आला आणि ते द्वंद्व विरघळलं. फिलनी फायर प्लेसमधल्या भगव्या रंगाच्या निखाऱ्यांना छडीनं डिवचून चेतवलं, उष्णता वाढवली आणि लौरा जेवणाच्या व्यवस्थेकडे लागली.

स्वयंपाकघर आणि हॉल यामध्ये डायनिंग टेबल आणि चार खुर्च्या, मागून हालचाल करायला थोडीशी जागा, एवढीच डायनिंग हॉलची खोली होती. जेवणाचं निमंत्रण नेटनं स्वीकारलं हे बरं झालं, नाही म्हणायला त्याला वावच नव्हता.

"तुम्ही आज आमच्याबरोबर जेवायला आहात याचा आम्हाला खूप आनंद झालाय." खुर्च्यांवर बसता बसता फिल म्हणत होते, "आज आपल्याबरोबर

कुणीतरी पाहुणा दुपारच्या जेवणाला यावा, असं मला सकाळपासूनच वाटत होतं''

रिकाम्या खुर्चीकडे बोट दाखवून नेट म्हणाला ''ती जागा कुणाची आहे?''

''आम्ही दर रविवारी चारजणांसाठीच्या जेवणाची व्यवस्था मांडतो.'' लौरा म्हणाली आणि पुढची माहिती, माहिती विचारणाराच मिळवेल असं मानून तिनं बोलणं थांबवलं. त्यांनी बोटात बोटं अडकवून, दोन्ही पंजे एकमेकांत पकडले, डोळे मिटून, 'ज्याने आम्हाला उन्हाळा, पावसाळा, हिवाळा, हे ऋतू दिलेले आहेत, जो आमच्या खाण्या पिण्याची काळजी वाहतो त्या देवाचे आभार मानले आणि आमच्या गरजांची आम्ही जशी काळजी करतो, तसं माझ्याबरोबरच्या इतरांच्या गरजांचीसुद्धा पूर्तता होतेय की नाही हे पाहण्याची आम्हाला सुबुद्धी दे' असं देवाला सांगून त्यांनी प्रार्थनेचा शेवट केला. शेवटचे शब्द एखाद्या बंदुकीच्या गोळी प्रमाणे नेटच्या डोक्यात घुसले. तेच शब्द खूप खूप वर्षांपूर्वी त्याने ऐकलेले होते.

जेवणाचे पदार्थ, एकमेकांकडे देत-घेत असता, त्यांचं बोलणं त्या सकाळच्याच नित्यनैमित्तिकाबाबतच चाललं होतं. त्या सकाळी चर्च मधल्या प्रवचनाला चाळीस-एक लोक उपस्थित होते. बर्फामुळे उपस्थिती रोडावली होती, त्यात फ्ल्यूची साथ त्या भागात आलेली होती. त्यांच्या आसमंतातल्या नैसर्गिक सौंदर्याबद्दल नेटनं आनंद व्यक्त केला, त्यांच्या साध्या राहणीबद्दल त्याला कौतुक वाटत होतं. हे दोघं सेंट मिशेलमध्ये गेली सहा वर्षे राहात होते. निम्मं जेवण झाल्यावर लौरा नेटच्या चेहऱ्याकडे पाहून म्हणाली, ''तुमचा चेहरा जानेवारी महिन्यात कसा काय काळवंडलाय? खरं म्हणजे वॉशिंग्टनमध्ये असं काही होत नाही.''

''नाही, मी नुकताच ब्राझीलमधून आलोय.'' त्या दोघांनी खाणं थांबवलं. थोडे पुढे झुकले. साहसी मोहिमेचं वर्णन करणं आलं. स्ट्यू तर फारच चवदार, स्वादिष्ट झालेलं होतं. त्याचा आस्वाद घेत घेत नेटनं आपली गोष्ट सांगणं चालू केलं.

पाच पाच मिनिटांनी, ''आता जरा एक दोन घास खाऊन घ्या'' असं लौरा म्हणायची, नेट तसे घास घ्यायचा, चावायचा, स्वाद घ्यायचा, आणि पुढे गोष्ट चालू करायचा. रॅचेलचा उल्लेख त्यानं केवळ आपल्या 'एका पक्षकाराची मुलगी असाच केलेला होता. आता या कथनामध्ये वादळ आणखी उग्र झालेलं होतं, सापांची लांबी, जाडी वाढलेली होती, आदिवासी इंडियन्स जरा जास्तच खुनशी आणि द्वेषपूर्ण वागत होते. आल्यापासून दुसऱ्यांदा नेटनं ही गोष्ट सांगितली होती. प्रत्येक वेळा इकडे तिकडे थोडीशी अतिशयोक्ती होत होती, पण मुद्याच्या बाबी त्यानं जशाच्या तशा ठेवल्या होत्या. त्याचं त्याला सुद्धा आश्चर्य

वाटत होतं. सांगायला म्हणून गोष्ट छान होती आणि श्रोत्यांना या गोष्टीची लांबवलेली आवृत्ती ऐकायला मिळत होती. रोमांचकारी, रसभरीत वर्णनं ऐकायला मजा वाटत होतं, मध्ये मध्ये श्रोतेसुद्धा प्रश्न विचारत होते, नेट उत्तरं देत होता.

लौरानं जेव्हा टेबलावरच्या वस्तू आवरून गोड चॉकलेट केक, स्वीट डिश म्हणून आणला, तेव्हा तो आणि जेव्ही इपिका आदिवासींच्या पहिल्या वसाहतीशी आलेले होते.

"तुम्हाला पाहून तिला आश्चर्य वाटलं का?" आदिवासींच्या एका वस्तीतून नेटला भेटण्यासाठी जेव्हा रॅचेलला त्यांनी आणलं होतं तेव्हाच्या सीनच्या संदर्भात फिल यांनी हा प्रश्न विचारला होता.

"नाही, मला तसं वाटलं नाही " नेट म्हणत होता, "आम्ही येणार होतो त्याची तिला कल्पना होती बहुतेक. "

नेटनं त्याच्या कुवतीनुसार, अश्मयुगात वावरणाऱ्या आदिवासींच्या राहणीची, त्यांच्या संस्कृतीची माहिती दिली, पण त्यात त्याला नेमकेपणा आणता आला नाही. ब्राउनी केकचे मोठमोठे तुकड्यांचे दोन घास घेऊन मटकाविले. मधल्या तपशिलाचे काही तुकडे कथन करत करत प्लेट साफ केली. त्यांनी आपल्या समोरच्या प्लेट्स बाजूला सारल्या, त्या ठिकाणी कॉफी आली. कॉफी गप्पा मारत मारत संपवली. फिल आणि लौरा यांची त्या दिवशीचं लंच खाण्यापेक्षा गप्पांनीच जास्त रंगलं होतं.

नेट जेव्हा जायला निघाला तेव्हा दुपारचे तीन वाजत आले होते. फिल आणि लौरा या दोघांनाही अगदी अंधार पडेपर्यंत नेटबरोबर गप्पा मारत बसायला आवडलं असतं, पण नेटला आता थोडं चालायचं होतं. नेटने त्या दोघांचे मनापासून आभार मानले आणि तो बाहेर पडला, एकमेकांकडे पाहात निरोपासाठी साठी हात हलवत असताना नेटला असं वाटत होतं की, जसं काही कित्येक वर्षे ते एकमेकांना ओळखत होते.

एक तासभर सेंट मिशेलच्या रस्त्यांवर नेट चालत होता. गावातले रस्ते अरुंद होते. शंभर वर्षांपूर्वी त्याची आखणी केलेली होती, तरी पण अर्वाचीन काळाशी सुसंगत सारं काही होतं. भटके कुत्रे नव्हते की बेवारशी दिसणाऱ्या मोकळ्या जमिनी कुठे नव्हत्या, की मोडकळीला आलेल्या, कोणी राहत नसलेल्या इमारती कुठे दिसत नव्हत्या. बर्फ पडलेला होता तरी स्वच्छतेत कुठे कमीपणा दिसत नव्हता. रस्त्यांवरचं बर्फ यंत्रांनी साफ केलेलं होतं, बाजूचे फूटपाथ स्वच्छ होते, शेजारी एकमेकांना त्रास होईल असं वागताना कुठे दिसत नव्हतं. खाडीच्या काठावर एका धक्क्याशी नेट थांबला. समुद्रातल्या शिडांच्या जहाजांकडे तो पाहात राहिला. तो तशाप्रकारच्या जहाजात कधी बसलेला नव्हता.

नाईलाज होईपर्यंत आता या सेंट मिशेल मधून आपण बाहेर पडायचं नाही असा त्याने निर्धार केला. त्या कॉटेजमध्ये राहायचं, अगदी जॉश आपल्याला जा म्हणून सांगेपर्यंत. त्याचे पैसे वाचतील आणि एकदा फेलन प्रकरण संपलं की आपण इथनं हलण्याचा विचार करू, तोपर्यंत इथेच चिकटून राहायचं.

संध्याकाळी बंदराच्या जवळ, बंद व्हायच्या बेताला त्याला जीवनोपयोगी वस्तूंचं एक दुकान मिळालं. त्यानं कॉफी, हवाबंद सूपचे काही डबे, खाऱ्या बिस्किटांची काही पाकिटं, सकाळच्या न्याहरीला ओटमिलचा एक पुडा एवढ्या गोष्टी खरेदी केल्या. पैसे देण्याच्या काऊंटरशी, बीअरच्या बाटल्या ओळीनं मांडून ठेवल्या होत्या. नेटनं बाटल्यांकडे पाहून हास्य केलं आणि तो स्वत:शीच म्हणाला, 'गेले ते दिवस आता.'

.४०.

मेरी रॉसने तिच्या वकिलाला ग्रीटला सुट्टी दिली. आदल्या आठवड्याच्या शेवटच्या दिवशी झालेल्या चर्चेची ती परिणती होती.

ग्रीट सुद्धा सरळपणे वागला नाही. त्यानं तिच्यासाठी केलेल्या एकशे अठ्ठेचाळीस तास कामाचे पैसे मोजले. आणि दर तासाला सहाशे डॉलर या दराने अठ्ठ्याऐंशी हजार आठशे डॉलरचं बिल तिला पाठवून दिलं. त्यानं त्याचं तासाप्रमाणे लावलेलं बील, त्याच्या पक्षकाराला मिळणाऱ्या रकमेच्या एका ठराविक टक्क्यांवर अवलंबिलेलं होतं. ग्रीटला ६०० डॉलर्स हा दर फारच कमी वाटत होता. त्याला त्याच्या पक्षकाराला मिळणाऱ्या रकमेतला $^{१}/_{४}$ वाटा हवा होता. त्याला मिलियन्सनी डॉलर्स हवे होते. त्याची मदत किंवा त्याच्या वकिलीची जरूर नसल्याचा निरोप त्याला फॅक्सने आला होता. त्या फॅक्सकडे तो पाहात होता. त्याचं भाग्य इतक्या सहजपणे त्याच्या हातातून जात होतं. दोन-तीन महिन्यांच्या कज्जे-कानूंच्या झगड्यानंतर फेलन इस्टेटीच्या वाटणीसंबंधी तडजोड होऊन मामला मिटेल आणि प्रत्येक वारसाला वीस मिलियन डॉलर्स मिळतील आणि त्याच्या एक चर्तुथांश म्हणजे पाच मिलियन डॉलर्स त्याला मिळणार होते आणि ग्रीटनं ते मिळण्यापूर्वीच ते खर्च करायचे प्लॅन आखले होते.

त्याने हार्कच्या ऑफिसमध्ये त्याला शिव्या देण्यासाठी फोन केला, पण मिस्टर गेटी फारच कामात असल्यामुळे त्यांना ग्रीटशी बोलायला त्याक्षणी तरी वेळ नाहीये असं सांगण्यात आलं.

आता फेलनसाहेबाच्या पहिल्या कुटुंबातल्या संबंधातले तीन वारसदार

हार्ककडे होते पण त्याच्या फी ची टक्केवारी पंचवीस वरून वीसवर आणि नंतर सतरावर आलेली होती, तरीपण एकूण मिळणाऱ्या रकमेत भरीव वाढ होणार होती. श्रम आणि काम मात्र तेवढंच राहणार होतं.

गेटीनं दहाच्यानंतर चर्चासत्रासाठीच्या खोलीत प्रवेश केला आणि त्यावेळी फेलनकुटुंबीयांपैकी इतर वारसांचे वकील एका महत्त्वाच्या मुद्यावर चर्चा करण्यासाठी तिथे येऊन थांबले होते. गेटीनं खोलीत शिरता शिरता जाहीर केलं, ''मला एक घोषणा करायची आहे. मि. ग्रीट आता या चर्चासत्रामध्ये नाहीत. मेरी रॉस यांनी त्यांचं वकीलपत्र रद्द करून मला दिलंय. मीसुद्धा खूप विचारांती त्यांना होकार दिलाय.'' या सत्रात भाग घेणाऱ्यांच्या वकिलांच्या कानावर हे शब्द एखादा छोट्या बाँबसारखे पडले.

मिसेस मेरी रॉसला मि. ग्रीटपासून वेगळं पाडण्यासाठी या पठ्ठ्यानं काय क्लृप्ती योजली असेल असा विचार यान्सी आपल्या केसाळ दाढीतून बोटं फिरवत फिरवत करत होता. रँबलच्या आईनं त्याला यान्सी पासून दूर करण्यासाठी खूप प्रयत्न केले, पण रँबलला मुळातच त्याच्या आईचा खूप तिटकारा होता म्हणून यान्सीला त्याची काळजी नव्हती.

हार्कने ट्रॉय ज्यु.चे सुद्धा वकीलपत्र घेतलेलं आहे असं जेव्हा जाहीर केलं तेव्हा मादाम लँगहॉर्नलासुद्धा आश्चर्य वाटलं. थोडा धक्कासुद्धा बसला, पण थोड्या वेळानं त्याची तीव्रता कमी झाली. कारण तिची पक्षकार गीना फेलन स्ट्राँग तिच्या सावत्र भाऊ-बहिणींचा कमालीचा दु:स्वास करायची आणि यामुळे ती नक्कीच त्यांच्या वकिलांबरोबर जाणार नाही याची तिला खात्री होती. तो एक तिला दिलासा होता, तरी पण तिनं तिच्या पक्षकाराबरोबर एका चांगल्या हॉटेलमध्ये जेवणाचा कार्यक्रम घडवून आणायचा आणि तिच्या पक्षकाराचे तिच्याबरोबरचे संबंध चांगले ठेवण्याचा प्रयत्न करायचं ठरवलं.

या बातमीने वेली ब्राइटच्या मानेवरचे केस ताठ उभे राह्यले. हार्क पक्षकारांना पळवायचा प्रयत्न करायला लागला होता. ट्रॉय फेलनच्या पहिल्या कुटुंबापैकी लिब्बीगैल अद्याप हार्कच्या कच्छपी गेली नव्हती आणि तिला पळवायचा जर हार्कनं प्रयत्न केला तर त्याचा आपण खूनच करायचा असं ब्राईटनं ठरवलं होतं.

''माझ्या पक्षकारापासून तुम्ही दूर राहायचं, समजलं हार्क?'' हार्कला उद्देशून वेली ब्राईट मोठ्यानं म्हणाला अन् खोलीतलं वातावरण एकदम तंग झालं.

''थंड व्हा ब्राईटसाहेब, तुम्ही थंड व्हा.''

''हे थंड व्हा वगैरे मला काही सांगायचं नाही. तुम्ही आमचे पक्षकार पळवताय अन् गप्प कसं राहायचं?''

"मी मिसेस जॅकमनना पळवलेलं नाहीये, त्यांनीच मला फोन केला. मी त्यांना फोन केलेला नव्हता."

"तुम्ही काय प्रकारची खेळी चालवलीय हे आम्हाला माहीत आहे. तुम्ही आम्हाला खुळे समजताय काय?" हे वेली इतर वकिलांकडे पाहात म्हणाला. इतर वकील खरोखरच स्वत:ला वेडे समजत नव्हते, पण वेली ब्राईटच्या बाबतीत त्यांना शंका होती. प्रत्यक्षात कोणत्याही वकिलाला दुसऱ्या वकिलावर विश्वास ठेवायचा नव्हता, कारण यामध्ये उद्‌भवत असलेली रक्कम फारच मोठी होती. त्यामुळे तुमच्या समोरचा वकील केव्हा तुमच्यावर सुरी चालवून तुम्हाला बाजूला करेल याची खात्री देता येत नव्हती.

त्यानंतर स्नीडला पुढे आणण्यात आलं आणि त्याच्या येण्यानं चर्चेचा केंद्रबिंदूच बदलला. बिचारा स्नीड बंदूकधारी सैनिकांच्या ताफ्यासमोर भिंतीलगत उभ्या केलेल्या गुन्हेगारासारखा दिसत होता. तो टेबलालगत असलेल्या शेवटच्या खुर्चीत बसला. दोन व्हिडीओ कॅमेरे त्याच्या दिशेने लावले होते, "ही केवळ रंगीत तालीम आहे." हार्कने त्याला दिलासा दिला, "तुम्ही आरामात बसा, अगदी बिनधास्त." त्याला विचारायच्या प्रश्नांच्या याद्या घेऊन वकील मंडळी सरसावून बसली.

हार्क स्नीडच्या मागे जाऊन उभा राहयला, त्याचे खांदे थोपटले आणि म्हणाला, "स्नीड तुम्ही आता इथे तुमची साक्ष देताय. प्रथम प्रतिपक्षाचे वकील तुम्हाला प्रश्न विचारतील, त्यांना प्रथम संधी देण्यात येईल. तर आता पुढचे दोन तास आम्ही तुमच्या शत्रूपक्षात असणार असं समजा आणि उत्तरं द्या. कळलं?"

स्नीडला हे सारं फार सोपं जाणार होतं अशी प्रत्यक्षातली बाब नव्हती, पण त्यानं पैसे घेतले होते त्याची किंमत तर त्याला मोजायला लागणारच होती.

हार्कने आपले प्रश्न विचारायचे कागद पुढे घेतले आणि प्रश्न विचारायला सुरुवात केली. सुरुवात अगदी साध्या साध्या म्हणजे, त्याचा जन्म कधी झाला, कुटुंबाची पार्श्वभूमी, शालेय शिक्षण, वगैरे वगैरे सारख्या प्रश्नांनी केली. स्नीडनी-सुद्धा त्या प्रश्नांची उत्तरं, शांतपणे दिली. तो जरा निश्चिंत झाला, मग मोठ्या फेलनसाहेबाबरोबर काढलेल्या सुरुवातीच्या काळातले काही प्रश्न विचारले, या खेरीज हजारएक प्रश्न असे विचारले की, खरोखरच त्या प्रश्नांचा त्या मृत्युपत्राच्या खटल्याशी सुतराम संबंध नव्हता.

वकिलांनी स्नीडला मध्ये थोडा वेळ बाथरूममध्ये जाण्यासाठी दिला, नंतर त्याचा ताबा मादाम लँगहॉर्ननी घेतला आणि फेलन कुटुंबाबद्दल त्यांनी खूप प्रश्न विचारले. फेलनच्या बायका, त्यांची मुलं, त्यांच्या बायकांना दिलेल्या

सोडचिठ्ठ्यांची प्रकरणं, त्यांची बाहेरची प्रकरणं इत्यादी या प्रश्नांची काय जरूरी आहे, असं स्नीडला वाटत होतं पण वकिलांना मात्र प्रश्न विचारण्यात मजा वाटत होती.

"तुम्हाला रॅचेल लेन बद्दलची माहिती होती का?" लँगहॉर्ननं विचारलं. स्नीडने क्षणभर विचार केला आणि म्हणाला, "मी या उत्तराबद्दल काही विचार केलेला नाहीये!" म्हणजे दुसऱ्याप्रकारे याचा अर्थ असा होता की, या प्रश्नाचं उत्तर स्नीडने कसं द्यावं याबद्दल वकिलांनी त्याला मदत करावी. त्यावर "तुम्ही काय उत्तर दिलं असतंत." असं स्नीडनं गेटींना विचारलं.

हार्ककडे काल्पनिक उत्तर तयार होतंच, "तुम्ही असं म्हणायचं, की फेलनच्या सर्व भानगडी, त्याची लग्नाबाहेरची प्रकरणं, त्यापासून झालेली मुलं, याची सर्व माहिती तुम्हाला होती. तुमच्या नजरेतून काहीच सुटलेलं नव्हतं. फेलन सर्वकाही तुम्हाला सांगायचा. त्यानं तुमच्यापासून काहीही लपवून ठेवलेलं नव्हतं. त्यानं त्याच्या, अस्तित्वात असलेल्या सर्व अनौरस अपत्यांची माहिती तुम्हाला दिलेली होती. तुम्ही जेव्हा फेलन बरोबर काम करायला लागलात तेव्हा रॅचेल दहा एक वर्षांची असेल. फेलन तिला भेटायचा खूप प्रयत्न करायचा पण त्याला ती टाळायची. तिच्या त्या प्रकारच्या वागण्यानं फेलनला खूप दुःख व्हायचं असं तुम्हाला वाटायचं. फेलन असा माणूस होता की त्याला जे काही हवं असेल ते तो मिळवायचाच आणि अशा पार्श्वभूमीवर रॅचेलच्या धुडकावून लावण्यामुळे तो अतिशय भडकून जायचा. आणि त्यामुळे रॅचेल त्याला आवडेनाशी झालेली होती असं तुम्हाला वाटायला लागलं होतं. त्या तशा परिस्थितीत त्यानं आपली सारी इस्टेट रॅचेलला देऊन टाकणं तुम्हाला वेडेपणाचं वाटत होतं.'

अगदी सहजपणे खोटी गोष्ट तयार करण्याच्या हार्कच्या हातोटीबद्दल, स्नीडला त्याचं अतिशय कौतुक वाटायला लागलं होतं. इतर वकिलांनासुद्धा हार्कची ही कला प्रशंसनीय वाटली. "तुम्हाला अशा प्रकारचं उत्तर कसं काय वाटलं?" हार्कने सर्वांना उद्देशून प्रश्न केला.

त्यांनी सर्वांना होकारार्थी माना हलविल्या, "रॅचेल लेनच्या पार्श्वभूमीबद्दल सर्व प्रकारचा तपशील स्नीडकडे तयार असायला हवा." ब्राईट म्हणाला.

हार्कने तयार केलेल्या या गोष्टीनुसार, रॅचेलबद्दलची माहिती स्नीडने कॅमेऱ्या-समोर दिली आणि मध्ये मध्ये त्याने, त्याची स्वतःची बुद्धी वापरून आणखी काही गोष्टी घुसडल्या. त्या गोष्टीसंबंधात त्याला कोणी आव्हान देण्याची शक्यताच नव्हती. कोर्टामध्ये स्नीडने कशी काय जबानी द्यायची हे सर्व त्या वकिलांनी मिळून स्नीडकडून बसवून घेऊन झाल्यावर स्नीडच्या एकंदर तयारीबद्दल सर्व वकिलांनी समाधान व्यक्त केलं. तरीपण त्यांच्या मनात

आयत्यावेळी हा भयानक माणूस कोर्टात काय बोलेल याची भीती होतीच, कारण हा माणूस जे काही बोलेल ते सर्व सत्यच धरलं जाणार होतं, कारण त्याचं म्हणणं खोडून काढायला कोण पुढे येणार?

एखाद्या प्रश्नासाठी स्नीडकडे समर्पक उत्तर नसायचं तेव्हा त्याला मदत लागायची, त्यावेळी तो, 'मी याबद्दल काही विचार केलेला नाहीये' असं म्हणायचा, त्यावेळी वकील मंडळी त्याला मदत करायला पुढे सरसावयाची. हार्ककडे अशा वेळी उत्तर तयार असायचं. इतर वकीलसुद्धा या खोट्या गोष्टी विकसित करायला हातभार लावत. कल्पना लढवून त्याची उत्तरं ते तयार करायचे. हार्क सर्वांच्या गोष्टी ऐकायचा आणि सर्वांना पटेल असं शेवटचं उत्तर तो तयार करायचा. स्नीडला, कसं उत्तर द्यायचं ते तो सांगायचा.

प्रसंगांची जुळवाजुळव करून, घटना एकत्र करून, लोकांचा सहज विश्वास बसेल अशी गोष्ट तयार करण्यात आली. या गोष्टीतून तात्पर्य असं काढण्यात आलं की, जेव्हा मृत्युपत्रावर फेलनसाहेबांनी सही केली तेव्हा ते साफ वेड लागलेल्या स्थितीत होते. स्नीडला खोटी गोष्ट रचायला वकिलांनी मदत केलेली होती.

स्नीडकडून त्यांना हव्या त्या स्वरूपात उत्तरं वदवून घेता आली होती, त्याच-बरोबर वकिलांना असंही वाटायला लागलं होतं, की कदाचित स्नीड स्वत:ची जादा हुशारी वापरून काहीतरी नको ते सांगेल आणि स्वत:ची विश्वासार्हता गमावून बसेल आणि सर्वच मेहनत फुकट जाईल. त्याच्या साक्षीमध्ये जरा सुद्धा संशयाला जागा असता कामा नये असा वकिलांचा प्रयत्न होता.

स्नीडची गोष्ट तयार करण्यात वकिलांनी तीन तास घालवले. नंतरचे दोन तास त्याला उलटे सुलटे प्रश्न विचारून, स्नीडकडून ती गोष्ट त्याच्या मनावर पक्की बिंबविण्यात आली. स्नीडला दुपारचं लंचसुद्धा त्यांनी घेऊ दिलं नव्हतं.

तुम्ही खोटं बोलताय, जुळवलेल्या गोष्टी तुम्ही सांगताय असं सर्व वकिलांनी त्याला म्हणून घेतलं. एका वेळीं लँगहॉर्नने विचारलेल्या प्रश्नामुळे तर स्नीडच्या डोळ्यांत अश्रू उभे राहिले होते, शेवटी अतिश्रमाने तो अगदी कोलमडायच्या बेतात आला होता. शेवटी त्यांनी त्याला त्या व्हिडीओ फिल्मसह घरी पाठवलं आणि ते पुन:पुन्हा पाहून, कुठे चुका राहिल्या असतील तर त्या सुधारून घ्यायला सांगितलं होतं. त्यावेळी तरी स्नीडची साक्ष देण्यासाठी जरूर तेवढी तयारी झालेली नव्हती. काही काही गोष्टींमध्ये संशय यायला जागा होत्या. खोट्या गोष्टींची पुन:पुन्हा उजळणी करून कुठे संशयाला जागा राहणार नाही, अशी तयारी होणं जरुरीचं होतं. साक्षीची त्यानं मनापासून तयारी करायची आणि ती सुद्धा वकिलांच्या मर्जीला उतरेपर्यंत असं त्यानं स्वत:च्या मनाशी

आणि तो त्याच्या नव्या रोव्हर गाडीतून घरी जायला निघाला. त्यादिवशी तो पराकोटीचा थकला होता.

वेक्लिफसाहेबांना दुपारचं जेवण ऑफिसमध्येच आरामात कोणाबरोबर घ्यायला आवडायचं. यावेळेला त्यांनी जॉशला बोलावलं होतं. जॉशनं वाटेतल्याच एका सँडविचच्या दुकानातून काही सँडविच आणि कोल्ड कॉफी विकत घेतली आणि बरोबर त्यांच्या जेवणाच्या वेळेला तो वेक्लिफसाहेबांच्या ऑफिसमध्ये दाखल झाला. ऑफिसमधल्या कोपऱ्यातल्या एका टेबलाशी दोघे बसले आणि गप्पा जेवण सुरू झालं. दोघांनीही आपण कामात कसे व्यग्र आहोत, अशा प्रकारचं बोलणं सुरू केलं. जॉशला फेलन खटल्याबद्दलचं बोलणं सर्व प्रथम सुरू करायचं नव्हतं. पण त्या खटल्याचं त्याच्यावरचं दडपण वाढत चाललं होतं. तो म्हणाला, ''आम्हाला रॅचेल सापडलीय.''

''वा, फारच चांगली बातमी आहे, कुठे मिळाली तुम्हाला ती?'' वेक्लिफ-साहेबांच्या चेहऱ्यावरचा सुटकेचा भाव उघड दिसत होता.

''ती कुठे आहे ते आम्ही कोणाला सांगू नये असं तिनं आमच्यावर बंधन घातलं, निदान सध्या तरी.''

''ती या देशात आहे?'' जज्जसाहेब खाता खाता थांबले आणि विचारलं.

''नाही, जगाच्या एका दूरच्या कोपऱ्यात ती शांततेनं आणि मोठ्या समाधनानं जीवन जगतेय.''

''तुम्हाला कशी काय सापडली ती?''

''तिच्या वकिलानं तिला शोधून काढलंय.''

''कोण आहे तिचा वकील?''

''तो माझ्याच कंपनीत पूर्वी काम करायचा. त्याचं नाव आहे नेट ओ रॉयले. तो पूर्वी माझा भागीदार होता मागल्या ऑगस्ट मध्ये त्यानी आमची फर्म सोडली.''

वेक्लिफसाहेबांनी डोळे किलकिले केले आणि मनाशीच त्यांनी काही आडाखे बांधले, ''काय योगायोग आहे नाही? तिनं तिच्या वडिलांच्या वकिलाच्या फर्ममध्ये पूर्वी भागीदार असलेल्या व्यक्तीलाच आपला वकील निवडलंय.''

''नाही, योगायोग वगैरे काही नाहीये. मी तिच्या वडिलांचा वकील असल्यामुळेच मला तिला शोधण्यासाठी काहीतरी व्यवस्था करावी लागली. मीच नेट ओ रॉयलेला तिला शोधण्यासाठी पाठवलं, त्याला ती सापडली आणि तिनं त्याला तिचा वकील म्हणून नेमलं. बस इतकं साधं आहे.''

''ती कोर्टामध्ये कधी येणार आहे?''

“मला नाही वाटत ती प्रत्यक्षात इथे हजर राहील.”

“तिला मृत्युपत्राबद्दलची माहिती कळाली आहे आणि तिनं ते मृत्युपत्र मान्य केलंय याबद्दल तुमच्याकडे काय पुरावा आहे?”

“ती कागदपत्र येतायत, ती फार विचारी स्त्री आहे आणि खरं सांगायचं तर तिचे प्लॅन्स काय आहेत याबद्दल मला काहीही माहिती नाही.”

“जॉशसाहेब आपल्याकडे जे मृत्युपत्र आहे त्याला कोर्टात आव्हान दिलं गेलेलं आहे, लढाई यापूर्वीच सुरू झालेली आहे. ती थांबवता येणार नाहीये. तिनं इथे येऊन जबानी द्यावी, त्याबद्दल कोर्टाला काहीतरी करावंच लागेल.”

“जज्जसाहेब तिनं तिचा कायदेशीर प्रतिनिधी पाठविलेला आहे. तिच्या हिताचं संरक्षण करायला तो समर्थ आहे. खटला सुरू होऊ द्या, तिचा वकील तिची बाजू मांडेल. दुसरी बाजू काय पुढे आणतेय ते येऊ द्या.”

“मला तिच्याशी बोलता येईल का?”

“अशक्य आहे.”

“म्हणजे काय?”

“हे बघा, तिनं मिशनरी काम अंगावर घेतलेलं आहे. जगाच्या एका कोपऱ्यात ती सध्या राहतेय पृथ्वीच्या दुसऱ्या गोलार्धात, त्यामुळे ते अवघड आहे.”

“मग मला नेट ओ रॉयलेंना भेटायचंय.”

“केव्हा?”

वेक्लिफ त्यांच्या टेबलाशी गेले, त्यांचं अपॉईंटमेंटचं रजिस्टर त्यांनी पाहिलं, फारच व्यस्त होतं ते. त्यांचं सारं आयुष्य काम, रजिस्टर, कामांच्या वह्या, डायऱ्या, कॅलेंडर यांनी बांधलं गेलं होतं. त्यांची सेक्रेटरी या सर्व नोंदी ठेवत असे. “या बुधवारी जमेल का?”

“हो, दुपारच्या लंचच्यावेळी? आपण फक्त तिघंच असू आणि ही भेट तुमच्या कुठल्याही नोंदींमध्ये यायला नको.”

“चालेल.”

ती संपूर्ण सकाळ वाचनात घालवायची असं रॉयले वकीलसाहेबांनी ठरवलं होतं. चर्चच्या रेक्टर फिलसाहेबांनी फोन केला अन् ते सर्व बदलायची वेळ आली “आज तुम्ही मोकळे आहात का?” त्यांच्या वजनदार आवाजात त्यांनी फोनवर विचारलं होतं.

“मी चर्चच्या तळघरात काम करणार आहे, तिथे थोडंफार नूतनीकरण करतोय आणि मला एक मदतनीस हवाय. मला वाटत होतं की तुम्ही अगदी

कंटाळला असाल. सेंट मिशेल या छोट्या गावात फार काही घटना घडतात असंही नाही की फार मोठ्या ॲक्टिव्हिटीज चालतात असंही नाही आणि हिवाळ्यात काही करायला जर नसलं तर माणूस अगदी वैतागून जातो. म्हणून तुम्हाला म्हटलं याल का म्हणून? तुमचाही वेळ चांगला जाईल, मलाही मदत होईल आणि आजही भरपूर बर्फ पडणार आहे असा हवामान खात्याचा अंदाज आहे, त्यामुळे तुम्हाला बाहेरही कुठे पडता येणार नाहीये.''

लँबस्ट्यूचा आरोमा, स्वाद नेटच्या मनापुढे आला. अजून बरंच स्ट्यू उरलेलं होतं. ''दहा मिनिटांत मी येतोय, तुम्ही पुढे व्हा.''

चर्चच्या व्यासपीठाच्या खालच्या बाजूलाच तळघर होतं. तळघराला जाणाऱ्या तकलादू जिन्याच्या लाकडी पायऱ्या खाली उतरून जाताना हातोड्यानं ठोकल्याचे आवाज नेटच्या कानावर पडले. तळघर म्हणजे चांगला लांब, रुंद पण उंची कमी असेला मोठा हॉल होता. त्यात खोल्या आणि मध्ये एक हॉल बांधायचं काम होतं आणि ते बरेच दिवसांपासून चाललेलं दिसत होतं आणि बरेच दिवस चालणार आहे असं वाटत होतं. फळ्या कापायच्या दोन घोड्यांच्यामध्ये, फिल महाशय हातात मोजण्याचा टेप घेऊन उभे होते. त्यांनी फ्लॅनेलचा शर्ट घातलेला होता. जीनपँट होती, पायावर जाडे भरडे बूट चढवले होते. त्यांच्या खांद्यावर लाकडाचा भुस्सा पडलेला होता. इमारत कामावरचा सुतार म्हणूनच त्यांच्याकडे कोणी पाहिलं असतं.

''तुम्ही आलात त्याबद्दल आभार.'' चेहऱ्यावर मोठ्ठं हसू आणून फिल महाशय म्हणाले.

''तुम्ही मला बोलावलंत त्या बद्दल मीच तुमचे आभार मानतो. मला सुद्धा वेळ कसा काढायचा हा प्रश्नच होता.'' नेट म्हणाला

''मी भिंतीवरचे तक्ते लावतोय.'' भिंतीकडे हात दाखवत फिल म्हणाले, ''दोघं असलं की जरा सोपं जातं. श्री. फिक्वा म्हणून एक आहेत, ते यायचे मदतीला पण त्यांचंही वय झालंय, ऐंशी वर्षांचे आहेत आणि आताशा त्यांची पाठ दुखते म्हणून ते येईनासे झालेत.''

''तुम्ही हे काय करताय?''

''बायबलच्या अभ्यासाकरता सहा खोल्या तयार करतोय. मधल्या भागात मध्यम आकाराचा एक हॉल, त्याचा उपयोग छोट्या सभा, चर्चा वगैरेंसाठी वापरता येईल. हे काम मी दोन वर्षांपूर्वी चालू केलं. आपल्याकडे जी काही रक्कम उपलब्ध होते, त्यात काही फार करता येत नाही. काम मीच करतोय, माझीपण तब्येत चांगली राहाते.''

फादर फिल यांची शरीरयष्टी खूप वर्षांपासून आहे तशीच होती. ''मला

तुम्ही मार्गदर्शन करा, त्याप्रमाणे मी काम करीन.'' नेट म्हणत होता, ''तुम्ही लक्षात ठेवा मी पेशानं वकील आहे.''

''असं म्हणतात की वकिलांच्या कामात सचोटीचा अभाव असतो.''

''नाही, तसं काही नसतं.''

तक्त्याची एक एक बाजू दोघांनी धरली, तक्ता बांधकाम चालू असलेल्या खोलीच्या भिंतीशी उभा धरला, मोकळ्या जागेत उचलून बसवला. ६'' × ४'' मापाचा तक्ता होता, तो जागेवर बरोबर फिट बसला. नेटच्या ध्यानात आलं की हे काम दोघांनीच करण्यासारखं आहे, एकाला करणं फारच त्रासाचं होतं. ''हा तक्ता तुम्ही धरून उभे राहा.'' फिलनं नेटला सांगितलं, अन् त्यांनी बऱ्याच खिळ्यांनी तो पक्का केला, जागेवर तो पक्का बसला. खाली उतरून त्या तक्त्याकडे पाहिलं, त्यांना पाहिजे तसा तो बसला होता. त्यांच्या चेहऱ्यावर समाधान दिसत होतं. त्यानंतर त्यांनी हातात टेप घेतला आणि ते दुसरी जागा मोजायला लागले.

''तुम्ही सुतारकाम कुठे शिकलात?'' नेटनं फिलकडे पाहात कुतूहलाने विचारलं.

''सुतारकाम माझ्या रक्तातच आहे, जोसेफ सुतारच होते.'' फिल म्हणाले.

''कोण जोसेफ?''

''अहो येशू ख्रिस्ताचे वडील''

''ओह, ते जोसेफ होय?''

''नेट, तुम्ही बायबल वाचता का नाही?''

''नाही, फार वेळा नाही''

''नाही, तसं करू नका. तुम्ही बायबल वाचणं तर, फारच जरुरीचं आहे.''

''हो, मी आता वाचायला सुरुवात करणार आहे.''

''मी मदत करीन तुम्हाला, ...म्हणजे तुम्हाला जरूर असेल तरच हं.''

''धन्यवाद.''

फिल महाशयांनी नुकत्याच बसविलेल्या तक्त्यावर मापं लिहिली, पुन्हा मोजली, पुन्हा लिहिली, पुन्हा तपासली. आता नेटच्या ध्यानात आलं होतं की इतका जास्त वेळ का लागला ते. फिल महाशय त्यांच्या पद्धतीनं आरामात काम करत होते, मध्ये मध्ये बराच वेळ कॉफी ब्रेकसाठी घालवत होते.

एका तासानंतर ते दोघे मुख्य दालनावर नेणाऱ्या जिन्याशी आले. वर येऊन रेक्टरच्या ऑफिसमध्ये आले. बेसमेंटपेक्षा या ऑफिसमधलं तापमान दहा अंशांनी जास्त होतं. छोट्या गॅसवर कॉफीचं भांडं होतं, त्यात कॉफी उकळत होती. कॉफीचा स्वाद त्या खोलीत पसरला होता. त्यांनी दोन कपांत कॉफी ओतली आणि भिंतीवरच्या कपाटात ओळीत नीट लावलेल्या पुस्तकांकडे ते

पाहू लागले. "दररोज आपण काय काय करावं या बाबतीतली सर्व माहिती देणारं हे फार चांगलं पुस्तक आहे माझ्याच एका मित्रानं लिहिलंय ते." पुस्तकांपैकी एक पुस्तक बाहेर काढता काढता फिल महाशय म्हणत होते. त्या पुस्तकावरची धूळ त्यांनी त्यांच्या हाताच्या पंजाने साफ केली आणि ते नेटच्या हातात ठेवले. त्या पुस्तकाला पुठ्ठ्याचं कव्हर घातलेलं होतं. फिल महाशय पुस्तकांबाबत फार जागरूक होते, सर्व पुस्तकं अगदी चांगल्या स्थितीत असावीत याबद्दल त्यांचा कटाक्ष असे. दुसरं एक पुस्तक त्यांनी काढलं ते नेटच्या हातात दिलं आणि ते म्हणाले, "हे बायबलच्या अभ्यासाचं पुस्तक आहे. खास करून जे लोक कामात खूप व्यस्त असतात त्यांच्यासाठी म्हणून लिहिलेलं आहे, फार छान पुस्तक आहे हे."

"मी अति व्यग्र माणूस आहे असं तुम्हाला कोणी सांगितलं?"

"तुम्ही वॉशिंग्टनमधले एक वकील आहात ना?"

"तांत्रिक दृष्ट्या आहे, पण ते दिवस आता गेले."

हाताच्या दोन्ही पंजांची बोटं एकमेकांवर आपटत फिलसाहेब एका धर्मोपदेशका-सारखं बोलायला लागले. "तुम्हाला जे काय व्यक्त करायचं ते स्पष्टपणे सांगून टाका, मी इथे तुम्हाला मदत करायला उभा आहे."

नेटनीसुद्धा त्याच्या गत-चालू आयुष्यातल्या दुःखद गोष्टींचं कथन केलं. त्यातल्या त्यात इन्कमटॅक्स संबंधात त्याची किती मानहानी झाली, त्यात त्याचं वकिलीचा परवाना काढून घेतला जाण्याची वेळ येणार आहे की काय, इतकी वेळ आलेली, तुरुंगात जाणं वाचणार होतं एवढंच समाधान, पण न परवडणारा दंड त्याला भरावा लागणार आहे हे सर्व सर्व सांगितलं.

तरी पण तो त्याच्या भविष्याबद्दल दुःखी नव्हता, तो त्याचा व्यवसाय सोडणार होता, यातच त्याला सुख वाटत होतं.

"आता काय करण्याचा तुमचा विचार आहे?"

"नाही, मी काहीच ठरवलेलं नाहीये."

"तुमचा देवावर विश्वास आहे?"

"हो, असं मला वाटतं."

"मग तुम्ही निर्धास्त व्हा. तोच तुम्हाला मार्ग दाखवेल."

ते त्या सकाळी बोलत राहिले ते पार दुपारच्या लंचची वेळ होईतोपर्यंत. मग ते दोघे फिल महाशयांच्या घरात गेले आणि त्यांनी पुन्हा एकदा त्या लँबस्ट्यूवर ताव मारला. लौरा थोड्या वेळानंतर त्यांच्याबरोबर जेवायली आली. लहान मुलांच्या किंडर गार्टनच्या वर्गावर ती शिकवायचं काम करायची. दुपारच्या जेवणासाठी तिला फक्त दररोज अर्धा तासच मिळायचा.

दुपारी दोन वाजता त्यांनी तळघरातल्या कामाला परत सुरुवात केली. फिल महाशयांच्या कामाचा प्रकार नेटने पाहिला आणि त्याचं ठाम मत झालं की हे काम त्यांच्या आयुष्यात पुरं होण्यासारखं नव्हतं. जोसेफ हे खूप चांगले सुतार होते पण फिल महाशयांचं ते खरं काम नव्हतं. त्यांनी फक्त प्रवचनंच द्यावीत हे खरं, भिंतीसाठीची प्रत्येक मोकळी जागा मोजायची, परत मोजायची त्यावर विचार करायचा, त्याकडे मानेचे वेगवेगळे कोन करत त्या न्याहाळायच्या, नंतर परत त्या मोजायच्या, जो तक्ता त्या मोकळ्या जागांवर बसणार होता त्याचंही अशाच प्रकारे मोजमाप व्हायचं. मग बऱ्याच पेन्सिलीच्या खुणा त्यावर व्हायच्या, की ज्यानं आर्किटेक्टसुद्धा गोंधळात पडेल आणि मग भीतीपूर्ण हातानं विजेवर चालणारी गोल पात्याची करवत घेऊन ते तक्ते कापायचे, ते तक्ते मोकळ्या जागांच्या ठिकाणी बसते करून, खिळे मारून, पक्के करायचे. काम व्हायचं ते बिनचूक व्हायचं आणि ते झाल्यानंतर फिलसाहेबांना मोठ्या संकटातून पार पडल्यासारखं वाटायचं.

दोन वर्गाच्या खोल्या तयार झाल्यासारख्या वाटत होत्या. आता त्या रंगवण्यासाठी हातात घ्यायच्या होत्या, त्या दिवशीच्या संध्याकाळच्या शेवटाला. आपण पुढच्या दिवशी नक्की रंगारी होणार हे नेटला माहीत पडलेलं होतं.

.४१.

ट्रिनिटी चर्चच्या त्या थंडगार तळघरात दोन दिवस, आरामात केलेल्या अंग-मेहनतीच्या कामामुळे एकूण कामात फार मोठी भर पडली नव्हती. बऱ्याच वेळा कॉफी पान झालं होतं, लँबस्ट्यू संपून गेलं होतं. काही तक्ते जागेवर बसले होते, थोडं रंगकाम झालं होतं, पण मैत्रीचे धागे घट्टपणे विणले गेले होते.

मंगळवारी रात्री फोन वाजला तेव्हा नेट त्याच्या नखांवरचा रंग खरडून काढत होता. जॉश फोनवर होता. व्यवहारी जगात परत बोलवत होता. ''जज्ज वेक्लिफ-साहेबांनी तुला उद्या भेटायला बोलावलंय.'' तो म्हणत होता, ''मी तुला यापूर्वी फोन करण्याचा प्रयत्न केला होता.''

''त्यांना काय हवंय?'' नेटने विचारलं. त्याच्या आवाजात भीती होती.

''ते तुझ्या नवीन पक्षकाराबद्दल काही माहिती विचारतील, आणखी काय?''

''जॉश, मी खरोखरच सध्या कामात आहे. इथे एका चर्चमधल्या तळघरातल्या खोल्यांच्या नूतनीकरणाचं काम चालू आहे तिथे मी काम करतोय. सुतारकाम, रंगकाम वगैरे काम मी अंगावर घेतलंय.''

"खरं म्हणतोयस की काय?"

"हो आणि त्यांनाही ते लवकर संपवायचं आहे."

"त्या प्रकारच्या कामात तुला रस आहे हे मला माहीत नव्हतं. पण मित्रा, मला वाटतं तू ही केस हातात घ्यायचं कबूल केलेलं आहेस, तसं मी जज्जसाहेबांना सांगितलेलंही आहे. तुझी इथे जरुरी आहे तेव्हा आपण या मीटिंगला यावं हे खरं."

"केव्हा आणि कुठे?"

"माझ्या ऑफिसमध्ये सकाळी अकरा वाजता ये, तिथून आपण दोघं बरोबर जाऊ."

"मला तुझं ऑफिस पाहायचंसुद्धा नाहीये, तिथे आल्यानंतर मला माझा त्रासाचा भूतकाळ आठवतो. मी तुला थेट कोर्टातच भेटतो."

"हरकत नाही. दुपारी बारा वाजता जज्ज वेक्लिफसाहेबांच्या ऑफिसमध्ये."

नेटनं फायर प्लेसमधल्या निखाऱ्यांवर एक छोटा लाकडाचा ओंडका ठेवला आणि पोर्च समोरच्या मोकळ्या जागेत पडत असलेल्या बर्फाच्या, पांढऱ्या कणांच्या चांदण्या पाहत बसला. त्या वाऱ्यावर उडून पुढे कुठे जात आहेत हे तो पाहात होता. उद्या त्याला सूट-टाय चढवून, हातात एक ब्रीककेस घेऊन, पुन्हा त्या भूत-काळातल्या व्यवसायाचा भाग बनणं आवश्यक होतं. "युवर ऑनर, मी जे म्हणतो ते जज्जसाहेबांना पटेल." असं बोलणं किंवा "यावर माझा आक्षेप आहे." असं अधूनमधून ओरडणं किंवा विरुद्ध पक्षाच्या साक्षीदारांना विविध प्रश्न विचारून भंडावून सोडणं असं लाखोजण करत होते आणि तेच तो परत करायला जाणार होता. पण हे हातात घेतलेलं काम करताना हे सारं करायचं नाही असं त्यानं मनाशी ठरवलं होतं. तो स्वत:ला वकीलसुद्धा म्हणवून घ्यायला तयार नव्हता. त्याप्रकारच्या वकिलीचे दिवस आता मागे पडलेले होते, त्याबद्दल तो देवाचे आभार मानत होता.

हातात घेतलेलं हे काम अशा प्रकारचं, हे त्याचं शेवटचं काम असणार होतं आणि ते सुद्धा केवळ रॅचेलकरिता तो करायला तयार झालेला होता. पण दुसरी गोष्ट अशी होती की, रॅचेलकरिता कोणी काही करावं असं स्वत: रॅचेललासुद्धा वाटत नव्हतं.

रॅचेलला पत्र पाठवायचं असं तो खूप वेळा घोकत होता पण त्याच्यानं ते पत्रसुद्धा पाठवणं झालेलं नव्हतं. एकच दीड पानाचं पत्रं त्यानं जेव्हीला पाठवलं होतं, त्यासाठीसुद्धा त्याला बरेच श्रम पडले होते आणि त्यात त्याचे दोन तास गेलेले होते.

इकडे वॉशिंग्टनमध्ये गेले तीन दिवस सतत बर्फ पडत होतं आणि त्यावेळी

त्याला आठवण येत होती कोरूंबामधल्या दमट हवामानाची, तिथल्या रेस्टॉरंटची, कॉफी घरांची आणि अशा ठिकाणाची की जिथे सर्व गोष्टी करणं पुढच्या दिवसा-पर्यंत थांबू शकत होतं. इकडे पडणाऱ्या बर्फाची तीव्रता मिनिटा मिनिटाला वाढत होती, कदाचित बर्फाचं वादळही येऊ घातलं जात होतं. दुसऱ्या दिवशी रस्तेही बंद राहण्याची शक्यता वाटत होतं. कोर्टात जावंही लागणार नाही असं ती नेटला वाटत होतं.

जॉशनं ग्रीकडेलीमधून जादा सँडविचेस, जादा कॉफी, जादा चहा मागवून घेतलेला होता. दुपारच्या वेळी जज्जसाहेबांच्या ऑफिसमध्यल्या त्यांच्या केबिन मधल्या लंचच्या टेबलावर या सर्व पदार्थांची जॉशनी नीट मांडणी करून ठेवली आणि तो आणि नेट जज्जसाहेबांची वाट पाहात होते.

''ही कोर्टाची फाईल.'' जाडजूड, बाईंड केलेलं, लालरंगाच्या रजिस्टरसारखं दिसणारं एक पुस्तक जॉशनं नेटच्या हातात ठेवलं. त्याखेरीज आणखी एक पिवळ्या रंगाची फाईल त्याच्या हातात देत तो म्हणाला, ''तू हे दिलेलं उत्तर, लवकरात लवकर वाचून काढ आणि मला त्यावर तुझी सही हवीय.''
''मिळकतीच्या बाजूचं उत्तर त्यांनी दिलंय?'' नेटनं विचारलं.
''नाही, ते उत्तर उद्या देणार आहेत. हे रॅचेल लेनचं उत्तर आहे, त्याच्यावर फक्त एक सही कर. बस्स.''
''जॉश, इथे काहीतरी चुकतंय, मृत्युपत्राच्या सत्यतेच्या आव्हानाच्या बाबींमध्ये मी माझ्या पक्षकारातर्फे सही करतोय आणि माझ्या पक्षकाराला त्याची काहीही कल्पना नाहीये.''
''तिला एक प्रत पाठवून दे.''
''कुठे पाठवायची?''
''तिच्या माहीत असलेल्या पत्त्यावर. जागतिक आदिवासी कल्याण संघ, ह्यूस्टन, टेक्सास. त्या फाईलमध्ये तो पत्ता लिहिलेला आहे.''
जॉशनं जे काही केलं होतं त्यावर नेटनं निराशेनं आपलं डोकं गदगदा हलवलं. प्राचीन काळात जुलमी राजे, माणूसप्राण्यांना घेऊन जसा पटावरचा खेळ खेळत असत, त्या खेळातल्या सोंगट्यांची आठवण त्याला झाली आणि त्या सोंगट्यात आणि आपल्यात काहीच फरक नाहीये याचं त्याला फार दुःख झालं. मृत्युपत्रानं ज्या व्यक्तीला मिळकत मिळणार होती त्या व्यक्तीनं म्हणजे रॅचेलनं दिलेलं उत्तर चार पानांचं होतं आणि त्यात प्रतिपक्षाने म्हणजे सहाही जणांनी केलेले मुद्दे खोटे आहेत, चुकीचे आहेत असं प्रतिपादन केलेलं होतं.

नेट जेव्हा हे सहा अर्ज वाचत होता तेव्हा जॉश आपल्या मोबाईल फोनवर बोलत होता.

प्रतिपक्षानं केलेले सर्व आरोप खोडून काढल्यानंतर दाव्याचं स्वरूप फारच सोपं राहिलं होतं. ट्रॉय फेलन यांनी त्यांचं हे शेवटचं मृत्युपत्र जेव्हा लिहिलं, तेव्हा ते काय करतायत याचं त्यांनातरी भान होतं की नाही कोण जाणे!

न्यायालयीन उठाठेव, ही वकील मंडळी, मानसोपचारतज्ज्ञ आणि साक्षीदार यांच्या दरम्यानची होती. फेलन ग्रुपमधले आजी माजी नोकर वर्ग, ट्रॉय फेलनच्या जुन्या मैत्रिणी, त्यांच्या इमारतीतले सफाई कामगार, लिफ्ट चालक, कार ड्रायव्हर्स, त्यांच्या विमानांचे वैमानिक, त्यांचे वैयक्तिक सुरक्षा सेवक, त्यांच्या तब्येतीसंबंधी काळजी वाहणारे डॉक्टर्स, त्यांचा ज्या कोणी वेश्यांशी संबंध आलेला होता त्या वेश्यांसह ज्या कोणी त्यांच्या बरोबर काही काळ घालविला असेल अशा साऱ्यांना साक्षीसाठी कोर्टात बोलावण्यात येणार होतं. उलटे सुलटे प्रश्न विचारून त्यांना भंडावून सोडलं जाणार होतं.

या साऱ्यांना तोंड द्यायची नेटला मुळीच इच्छा नव्हती. जशी जशी तो फाईल वाचायला लागला तशीतशी ती फाईल त्याला जड वाटायला लागली. या खटल्याचं कामकाज पूर्ण झाल्यावर एका खोलीत मावणार नाहीत एवढे कागदपत्रं जमा होणार होते.

जज्ज वेक्लिफसाहेबांच्या नेहमीच्या सवयीनुसार त्यांनी सबबी सांगत बारा वाजून वीस मिनिटांनी खोलीत प्रवेश केला. अंगावरचा झगा काढता काढता, त्यांना उशीर झाल्याबद्दल त्यांनी दिलगिरी व्यक्त केली. "तुम्ही नेट ओ रॉयले ना?"असं म्हणत त्यांनी नेटचा हात आपल्या हातात घेतला.

"होय जज्जसाहेब, तुमची ओळख झाली फार बरं वाटलं." त्याच वेळी जॉशनं मोबाईल फोनवर चाललेलं आपलं संभाषण थांबवलं. ते तिघे त्या खोलीतल्या कोपऱ्यातल्या छोट्या टेबलाशी बसले आणि खाणं चालू केलं. "तुम्हाला जगातली सर्वात श्रीमंत महिला शोधता आली तुमचं कौतुक केलं पाहिजे. जॉशनीच हे मला सांगितलं. कधी सापडली तुम्हाला ही मुलगी?" सँडविचचा समाचार घेता घेता वेक्लिफसाहेबांनी नेटला विचारलं.

"दोन आठवड्यांपूर्वी."

"आणि ती कुठे आहे हे तुम्ही मला सांगू शकत नाही, बरोबर? "

"त्यांचा पत्ता मी कोणाला सांगू नये अशी मला त्यांनी आर्जवपूर्ण विनंती केलीय, मी ती मानतोय."

"जरूर त्यावेळी त्या कोर्टात हजर राहतील?"

"त्यांना हजर राहायची गरज पडणार नाही." जॉशनं मध्येच उत्तर दिलं,

त्याच्या हातातल्या फाईलमध्ये स्टॅफोर्ड मेमोचा उतारा होता आणि त्यात एखाद्या खटल्याच्या संदर्भात कोर्टात उपस्थित राहण्यासंबंधीची नियमावली होती. त्यात एक कलम स्पष्ट होतं की, ''रॅचेलला ट्रॉय फेलनच्या मानसिक स्थितीबद्दल जर काहीच माहिती नसेल तर कोर्टात बोलावून तिला त्याखटल्यासंबंधातले प्रश्न विचारता येत नाहीत.''

''पण ती दावेदारांपैकी एक आहे.'' वेक्लिफसाहेब म्हणाले

''हो आहे, पण हा खटला मोठे ट्रॉय फेलन हे मृत्युपत्र करतेवेळी वेडे होते अशा बाबतीतला आहे. तिच्या अनुपस्थितीबद्दल आक्षेप घेता येणार नाही, आम्ही तिच्या वतीनं तिच्या अनुपस्थितीत खटला चालवू शकतो.''

''आक्षेप कोणाला घेता येणार नाही?''

''तुम्ही आक्षेप घ्यायचा नाही साहेब.''

''तिला उपस्थित राहता येणार नाहीये आणि जरूर त्यावेळी, तिच्या अनुपस्थितीत हा खटला चालू ठेवण्याबद्दल मी न्यायाधीश महाराजांकडे परवानगी मागण्याचा अर्ज देईन.'' नेट म्हणाला. नेट हे सांगत असता जॉश नेटकडे कौतुकाने पाहात होता आणि 'आता तू योग्य मार्गावर आला आहेस' असं मनातल्या मनात म्हणत होता.

''मला वाटतं जेव्हा तशी वेळ येईल तेव्हा आपण त्याबद्दल विचार करू.'' वेक्लिफसाहेब म्हणाले, ''ती सापडेल की नाही याचीच मला काळजी वाटून राहिलेली होती.'' वेक्लिफ म्हणत होते, ''रॅचेलला तुम्ही कसं शोधून काढताय याबद्दल मला उत्सुकता होती. या खटल्यासंबंधातल्या सर्व वारसदारांना खटला लवकरात लवकर चालू व्हावा असं कळकळीनं वाटतंय यात शंका नाहीये.''

''आम्ही आमचा युक्तिवाद उद्या सादर करू.'' जॉश म्हणाला, ''आम्ही लढाईला तयार आहोत.''

''मृत्युपत्र सत्य आहे अशी बाजू मांडणाऱ्यांबद्दल काय?''

''तिचं उत्तर कसं असावं याबद्दल मला अजून थोडं काम करायचं आहे'' नेट गंभीरपणे म्हणाला, जसं काही हे उत्तर तयार करायला त्याने खूप कष्ट घेतलेले होते आणि त्याला अजूनही थोडाफार त्रास घ्यायला लागणार होता, ''पण उद्या मी ते आपल्याला सादर करेन.''

''तुम्ही तिला नक्की शोधलेलं आहे ना?''

''होय.''

''मृत्युपत्राप्रमाणे मिळकत ताब्यात घेण्यासाठी ती तयार आहे, असं तिचं एक पत्र आणि विरुद्ध पक्षाच्या दावेदारांनी सादर केलेले दावे तिला मान्य नाहीत असं दुसरं पत्रं, अशी दोन पत्रं तुम्हाला कोर्टात सादर करावी लागतील, बरोबर?''

"तसं मी आत्ता या क्षणाला काहीही सांगू शकत नाही."

"माझ्या हातात तशाप्रकारची पत्रं जोपर्यंत येत नाहीत तोपर्यंत हा खटला उभाच राहू शकत नाही."

"तुम्ही म्हणताय हे मला पटतंय, पण ती जिथे आहे तिथून पत्रं इथपर्यंत यायला खूप वेळ लागतो. माझ्या हातात पडल्या पडल्या मी ते तुम्हाला सादर करेन."

जॉश त्याच्या चेल्याकडे पाहून स्मितहास्य करत होता.

"तुम्ही तिला शोधून काढलंत, तिला मृत्युपत्राची प्रत दाखवली. इतर वारसदारांनी ते खोटं ठरवण्यासाठी कोर्टात धाव घेतल्याचं तिला सांगितलं. मृत्युपत्राप्रमाणे मिळकत तिला मिळण्यासाठी तिला कोर्टात यावं लागणार आहे, याचीही तिला कल्पना दिलीत त्याप्रमाणे जरूर त्यावेळी ती कोर्टात यायला तयार आहे?"

"होय साहेब." नेट म्हणाला. अर्थात तसं म्हणण्यावाचून त्याला दुसरं गत्यंतरच नव्हतं.

"आणि तसं प्रतिज्ञापत्र तुम्ही करून द्यायला तयार आहात?"

"साहेब, हे जरा विचित्रच होतंय नाही का?" जॉशनं विचारलं.

"होत असेल, पण हे मृत्युपत्र खरं आहे आणि ते मला मान्य आहे आणि त्यावर इतरांनी घेतलेले आक्षेप मला मान्य नाहीत अशा रॅचेलच्या सहीच्या पत्राशिवाय आपल्याला ह्या खटल्याचं काम पुढे चालू करता येणार नाही, ते फार अवघड आहे. पण आपण असं म्हणू शकतो की, आम्ही तिच्याशी संपर्क साधलेला आहे आणि तिच्या सूचनांनुसार कोर्टातली कारवाई चालवत आहोत आणि त्यासाठी तुम्हाला तसं ॲफिडेव्हीट करून द्यायला लागेल."

"जज्जसाहेब तुमचं म्हणणं आम्हाला मान्य आहे." जशी काही ती जज्ज साहेबांची स्वत:चीच कल्पना होती. नेटकडून अशा प्रकारचं ॲफिडेव्हीट करून घ्यावं असं जॉशनंच जज्जसाहेबांना त्यापूर्वीच्या भेटीत सुचवलं होतं, "साहेब, नेट त्या प्रतिज्ञापत्रावर सही करेल, तुम्ही काळजी करू नका."

नेटनं मान हलवली आणि सँडविचचा एक मोठा तुकडा तोंडात घेतला. तो मनातल्या मनात विचार करत होता की, आता आणखी काही खोटं करायला सांगू नका म्हणजे झालं.

"ट्रॉय आणि रॅचेल यांचे आपापसातले संबंध कसे होते?" वेक्लिफसाहेबांनी विचारलं.

सँडविचचा तुकडा चावून खाण्यात नेटनं थोडा वेळ घालवला, "साहेब, आपण हे सगळं अनौपचारिकपणे बोलतोय हो ना?"

“हो, हो. हा फक्त आपल्या गप्पांचा भाग आहे.”

पण अशा गप्पांमुळेच काही खटले हरले गेलेत, काही जिंकले गेलेत. “त्यांचे आपापसातले संबंध तसे फार जवळचे नव्हते. तिनं गेल्या कित्येक वर्षांत ट्रॉयना पाहिलं सुद्धा नव्हतं.”

“मृत्युपत्र वाचल्यानंतरची तिची सर्व प्रथमची प्रतिक्रिया काय होती?”

वेक्लिफ आता गप्पा मारण्याच्या मूड मध्ये होते. आडून आडून प्रश्न विचारून न्यायाधीशसाहेबांना रॅचेलबद्दल आणखी काही जाणून घ्यायची इच्छा होती.

“तिला फारच आश्चर्य वाटलं होतं.” नेटनं उत्तर दिलं.

“मिळकत एकूण किती किमतीची आहे, हे तर तिनं नक्कीच विचारलं असणार, हो ना?”

“हो, तसं विचारलं, मला ती प्रथम भारावून गेल्यासारखी वाटली, कोणाच्याही बाबतीत तसं वाटणं शक्य होतं.”

“तिचं लग्न झालंय?”

“नाही.”

रॅचेलबाबतचे प्रश्न आणखी काही काळ चालू राहावेत असं जॉशला वाटत नव्हतं. कारण त्यात धोका होता. एखाद्या प्रश्नाच्या अनुशंगानं रॅचेलला या मिळकतीत काहीच रस नव्हता, असं जर कुठे व्यक्त झालं तर वेक्लिफ त्याच दिशेने प्रश्न विचारत राहतील. नेट जर सत्य सांगत राहिला तर काहीतरी विचित्रच घडून बसेल, असं वाटूनं जॉश मध्ये म्हणाला, “जज्जसाहेब तुम्हाला कल्पना आहेच” तो अगदी नम्रपणे म्हणत होता. संभाषणाचा ओघ दुसऱ्या दिशेने वळवण्याच्या प्रयत्नात,“ही केस तशी फार गुंतागुंतीची नाहीये साहेब. सर्वांचे अर्ज, पुरावे मागवून घ्या आणि खटल्याची लवकरात लवकरची तारीख जाहीर करा. या केसमध्ये फारच मोठ्या रकमेचा संबंध येतोय, आणि प्रतिपक्षसुद्धा या खटल्याचा सोक्षमोक्ष लवकरात लवकर लागावा याच मताचा असणार आहे.”

मृत्युपत्राच्या सत्यतेबाबतचे खटले जितके लांबवता येतील तितके लांबवण्याकडे सगळ्या वकिलांचा कल असतो, मग हे लोक एवढी घाई का करतायत? खटले लवकरात लवकर निकालात काढा असं म्हणणारा वकील निराळाच असतो. सर्व साधारणपणे असे खटले खूप दिवस चालू राहावेत अशा दृष्टीनेच वकिलांचे प्रयत्न चालू असतात त्यामुळे त्यांच्या फीचा आकडा वाढत असतो.

जॉशच्या सूचनेचं वेक्लिफसाहेबांना आश्चर्यच वाटलं. ते म्हणाले, “तुम्ही असं सुचवताय म्हणजे आश्चर्यच आहे. तुमच्या मनात आणखी दुसरं आहे तरी काय, ते तरी मला कळू द्या.”

"तुम्ही ही शोधचर्चा लवकरात लवकर घडवून आणा. सर्व वकिलांना तुमच्या ऑफिसमध्ये एकदा बोलवा. प्रत्येक वकिलानं त्याच्या पक्षकारातर्फे त्यांना जो काही पुरावा कोर्टाला सादर करायचा असेल, तो त्यांनी सादर करावा. त्यांना ज्या-कोणाच्या साक्षी नोंदवून घ्यायच्या असतील त्या त्यांनी नोंदवून घ्याव्यात. त्यांना जर काही सूचना द्यायच्या असतील तर त्यांनी द्याव्यात. अशा प्रकारची माहिती सर्व वकिलांकडून घेण्यात यावी, साक्षीदारांकडून साक्षी नोंदवून घ्याव्यात, या सर्वांसाठी तीस दिवसांचा अवधी द्यावा असं मला वाटतं आणि त्यानंतर नव्वद दिवसांनंतरची तारीख खटल्याच्या सुनावणीसाठीची ठेवावी अशी माझी सूचना आहे."

"हे तर फारच जलद होतंय."

"सुप्रीम कोर्टाच्या बाबतीत अशा प्रकारची पद्धत अंमलात आणली जाते आणि त्याप्रमाणे तसं घडतं सुद्धा. प्रतिपक्षाच्या लोकांना तर अशी कल्पना आवडेलच. खटला इतका लवकर जर उभा रहाणार असेल तर ही मंडळी आनंदानं नाचायलाच लागतील, कारण त्यापैकी प्रत्येकजण आजमितीला कर्जाच्या प्रचंड ओझ्याखाली दबलाय."

"काय हो रॉयले, तुमचा पक्षकार पैसे घ्यायला कितपत उत्सुक आहे?"

"साहेब, तुम्हाला जर असे पैसे मिळणार असते तर तुमची प्रतिक्रिया काय झाली असती?" असं नेटने विचारलं. त्यावर सगळेच जण हसले.

अखेर ग्रीटनं हार्कची सर्व तटबंधी मोडून काढून त्याला फोनवर गाठलाच. "मी या बाबतीत स्वत: जज्जसाहेबांना भेटणार आहे." हे ग्रीटचे पहिले शब्द होते.

हार्कनं त्याच्या रेकॉर्ड प्लेअरवरचं रेकॉर्डचं बटन दाबलं आणि म्हणाला, "नमस्कार ग्रीट साहेब."

"तुम्ही मंडळींनी स्नीडला पाच मिलियन डॉलर्सला विकत घेतलेला आहे असं मी जज्जसाहेबांना सांगणार आहे आणि स्नीड जे काही सांगणार आहे ते सर्व खोटं असणार आहे."

ग्रीटला फक्त ऐकू जावं इतपतच मोठ्यानं हार्क हसला.

"तुम्ही तसं करू शकत नाही ग्रीट साहेब."

"का नाही करू शकणार?"

"तुम्ही स्वत:ला जितकं हुशार समजता ना? तितकी हुशारी तुमच्याकडे नाही. तुम्ही माझं ऐका, स्नीडच्या बाबतीत आपण कशी काय पावलं टाकायची त्याबद्दल आपण सर्वांनी मिळून एक कागद तयार केलाय, त्यात आपण सर्वांनी

मिळून काय ठरवलं ते लिहून काढलेलं आहे आणि त्यावर तुमचीपण सही आहे हे तुम्ही विसरू नका. म्हणजे जे काही कृष्णकृत्य आपण सर्वांनी मिळून करायचं ठरवलं होतं त्यात तुम्हीही भागीदार आहात. त्यामुळे तुम्हालासुद्धा आमच्याबरोबर गुन्हेगार ठरवलं जाईल आणि स्नीडच्या बाबतीतली गोष्ट तुम्हाला माहिती झाली ती केवळ त्यावेळी तुम्ही मेरी रॉसचे वकील होतात म्हणूनच आणि ही माहिती तुम्ही जर दुसरीकडे कुठे उघड केली तर वकील आणि पक्षकार यांच्यातलं विश्वासाचं नातं असतं त्याला तडा घालवायचं काम तुम्ही करणार आहात. वकील आणि त्याचा पक्षकार यांच्यात एक विश्वासाचं नातं असतं. पक्षकाराने दिलेली माहिती त्याच्या वकिलाने जर दुसऱ्या कोणाजवळ उघड केली तर कायद्याने तो गुन्हा ठरतो. तसा विश्वासघात तुम्ही करणार असलात तर त्याची शिक्षा तुमची वकिलीची सनद रद्द होण्यात होते हे तुम्ही विसरू नका.''

''गेटी तू अत्यंत नालायक माणूस आहेस? माझा पक्षकार तू चोरलायस.''

''तुमचा पक्षकार तुमच्या कामावर खूष होता तर तो माझ्याकडे कसा काय आला?''

''मी पाहून घेईन तुझ्याकडे.''

''तुम्ही मूर्खासारखं काहीतरी करून बसू नका.''

ग्रीटनं धाडकन फोन रिसीव्हर क्रेडलवर आपटला. हार्कला त्याक्षणी मजा वाटत होती, नंतर तो त्याच्या कामाला लागला.

दुसऱ्या दिवशी नेट एकटाच आपल्या गाडीतून गेला. पोटोमॅक नदीचा पूल त्यानं पार केला. लिंकन मेमोरियल मागं टाकलं. वाहत्या वाहनांबरोबर तो जात चालला होता. त्याला घाई नव्हती. पुढे गाडीच्या विंडशिल्डवर बर्फाचे कण तडतड आपटत होते. खूप बर्फ पडणार होतं असा वेधशाळेचा अंदाज होता, पण प्रत्यक्षात तसा फार बर्फ पडत नव्हता. पेनसिल्व्हानियाच्या रस्त्यावरच्या लाल दिव्याशी तो थांबला होता, तेव्हा मागचा भाग दिसणाऱ्या आरशात त्यानं पाहिलं त्यावेळी इतर इमारतींच्या समूहात ती इमारत दिसली. त्या इमारतीत त्यानं गेली तेवीस वर्षं घालवली होती. सहाव्या मजल्यावरची त्याच्या ऑफिसची खिडकी त्याला अस्पष्टशी दिसत होती.

जॉर्ज टाऊनच्या 'एम' रस्त्यावर तो आला. त्या रस्त्यावरचे जुने ओळखीचे बार त्याला दिसायला लागले. या बारमधून त्याने रात्री उशीरापर्यंत मजा केलेली होती, आता कोणाबरोबर ती मजा केलेली होती ते त्याला आठवत नव्हतं. पण दारू देणाऱ्या बार टेंडर मुलांची नावं त्याला आठवत होती, त्यांचे चेहरे त्याच्या डोळ्यां-समोर येत होते. त्या बारपैकी प्रत्येकाबद्दलची एक एक गोष्ट त्याला

आठवत होती. कोर्टात दिवस तणावपूर्ण वातावरणात जायचा. ऑफिस मध्येही भरपूर काम व्हायचं, मग संध्याकाळी शरीराचा अन् मनाचा थकवा घालवण्यासाठी तो या मयखान्यांचा आश्रय घ्यायचा. दारूच्या समवेत त्याच्या साऱ्या जाणिवा हलक्या होऊन जायच्या. दारू घेतल्याशिवाय त्याला घरी जाताच येत नसे. विस्कॉन्सीनवर तो उत्तरेकडे वळला अन् त्याच्या डोळ्यांसमोर तो बार दिसला. तिथे त्याने एका कॉलेजकुमार-बरोबर मारामारी केलेली होती. त्या मुलाला नेटपेक्षाही जास्त दारू चढलेली होती. त्या मुलाबरोबर आलेल्या कॉलेजातल्या मैत्रिणीनं त्याला मारामारी करायला फूस दिलेली होती. बारटेंडरने त्या तिघांना धक्के देऊन बाहेर काढलं होतं, दुसऱ्या दिवशी बँडेडच्या पट्ट्या कपाळावर लावून नेट कोर्टात हजर झालेला होता.

पुढेच एक रेस्टॉरंट होतं. तिथे एकाकडून त्यानं कोकेन मिळवलं होतं आणि त्याच्या प्राशनानं त्याची स्थिती आज मरतो का उद्या, अशी झालेली होती. हॉस्पिटल-मध्ये त्याला दाखल केलं होतं. तिथे नार्कोटिक विभागाचे इन्स्पेक्टर चौकशीला आले अन् कोकेन विकणाऱ्या त्याच्या त्या दोन मित्रांची तुरुंगात रवानगी झाली.

त्याच्या आयुष्यातले ऐन उमेदीचे आणि श्रीमंतीतले दिवस त्यानं या परिसरात घालवले होते. त्याच्या बायका त्याची घरी वाट पाहात ताटकळत असायच्या आणि मुलं त्याच्या सहवासाविना वाढत होती. त्यांना दिलेल्या दु:खाबद्दल नेटला आता पश्चात्ताप वाटत होता. जॉर्जटाऊन मागे टाकलं आणि त्यानं पुन:श्च या भागात यायचं नाही असा निर्धार केला.

स्टॅनफर्ड मधल्या घरी त्यानं त्याच्या गाडीत आणखी काही कपडे भरले, स्वत:साठी लागणाऱ्या वस्तू घेतल्या आणि तो घाईत बाहेर पडला.

त्याच्या खिशात दहा हजार डॉलर्सचा चेक होता. रॅचेलसाठी करायच्या वकिलीच्या कामाच्या फीच्या बदल्यात जॉशने ते पैसे विसार म्हणून दिलेले होते.

इन्कमटॅक्स खात्याची साठहजार डॉलर्सची मागणी होती. तेवढीच रक्कम त्याला दंड होणार होता. दुसऱ्या बायकोपासूनची मुलं अद्याप सज्ञान झालेली नव्हती, त्यांच्या पालनपोषणासाठी तिला तीस हजार द्यायचे होते. मध्यंतरी तो व्यसनमुक्ती केंद्रात काही महिने होता त्याकाळात या रकमा वाढल्या होत्या.

नादारी जाहीर करण्यामुळे त्याच्या कर्जातून त्याची सुटका होणार नव्हती. त्याचं आर्थिक भविष्य अत्यंत अंध:कारमय होतं हे तो कळून चुकला होता. त्याच्या लहान मुलांसाठी त्याला दरमहा प्रत्येकी तीन हजार डॉलर्सची व्यवस्था करणं आवश्यक होतं. वयानं मोठ्या असलेल्या दोन मुलांसाठी, त्यांच्या फी

साठी, त्यांच्या राहण्याच्या, जेवण्याच्या सोयीसाठी त्याला तितकाच खर्च पडत होता. फेलनच्या खटल्यामुळे काही काळाची त्याची व्यवस्था होऊ शकणार होती पण जॉश आणि जज्जसाहेब यांच्या त्या दिवशीच्या संभाषणानुसार हा खटला लवकरात लवकर निपटला जाण्याची शक्यता होती. त्यामुळे फार काही महिन्यांची सोय होईल असं त्याला वाटत नव्हतं. या खटल्याचं काम झाल्यावर नेटवर इन्कमटॅक्स खात्यातर्फे कारवाई झाली असती. तो गुन्हा घडल्याचं कबूल करणार होता नंतर त्याचं लायसन्स रद्द होणार होतं. 'भविष्याची उगाच काळजी करत बसू नका,' असं फादर फिल त्याला सारखं सांगत असत, "नेट, तुमची काळजी करायला तो वर बसलाय ना, तो समर्थ आहे. तुम्ही फार विचार करू नका." त्याला परत परत असं वाटत होतं की त्यानं जे गमावलंय त्या बदल्यात देवानं त्याला खूप काही दिलं आहे.

नेटनं आत्तापर्यंत फक्त कायदा आणि त्या बाबतीतल्या वकिलांच्या पद्धतीनुसार सारं काही लेखन केलेलं होतं. पांढरा कागद, डाव्या बाजूला खूप मोठा समास, दोन ओळींमध्ये जास्त अंतर, अशा प्रकारच्या मसुद्यासारख्या लेखनाची त्याला सवय आणि त्याला आता रॅचेलला पत्र लिहायचं होतं. रॅचेलचा पत्ता जागतिक आदिवासी कल्याण संघ, ह्युस्टन हा त्याला माहीत होता.

पाकिटावर 'जे कोणी रॅचेल लेन संबंधातला वैयक्तिक खाजगी पत्रव्यवहार पाहात असेल त्यांना' असं मोठ्या अक्षरात तो लिहिणार होता. जागतिक आदिवासी कल्याण संघ केंद्राच्या ह्युस्टनच्या मुख्य ऑफिसमध्ये अगदी वरच्या स्तरावरच्या अधिकाऱ्याला रॅचेल लेन ही कोण आहे, ती कुठे काम करतेय हे नक्कीच माहीत असणार आणि त्यांच्यापैकी कोणाला तरी हेसुद्धा नक्की माहीत असणार की, सध्या वर्तमानपत्रांतून ज्यांच्या आत्महत्येबद्दलच्या बातम्या येत होत्या ते ट्रॉय म्हणजे तिचे वडील होते. ट्रॉय, त्यांचं मृत्युपत्र आणि रॅचेल या गोष्टी एकत्र आल्या की कोणी तरी नक्कीच तर्क करणार की ट्रॉयची मिळकत रॅचेललाच मिळाली असणार असा नेटचा आडाखा होता.

नेटला असंही वाटत होतं की रॅचेल स्वत:हून ह्युस्टनमधल्या मुख्य कचेरीशी संपर्क साधेल आणि फेलन ग्रुपकडून तिच्याबद्दल कोणी कधी चौकशी केली का? याबद्दल विचारणा करेल. ती ज्या अर्थी हॉस्पिटलमध्ये आलेली होती, म्हणजे ती कोरूंबामध्ये आलीच होती. त्याचवेळी तिनं ह्युस्टनला फोन लावून, तिचा तपास करीत नेट नावाचा कोणीतरी पेंटॅनल मध्ये आल्याची माहितीही त्यांना दिली असल्याची शक्यता होती.

पेंटॅनल मधल्या दरवर्षाच्या खर्चासाठी म्हणून मुख्य कचेरीतून दरवर्षी काही

रक्कम तिच्यासाठी कोरूंबा येथे पाठवली जात असे, त्याचा उल्लेख तिनं नेटजवळ केलेला होता. त्यासाठी मुख्य कचेरीशी तिचा वर्षातून दोनदा फोनने संपर्क होत असे, मध्ये मध्ये पत्रव्यवहारही होत असे. नेट पाठवणार असलेलं पत्रं जर योग्य हातात पडलं तर ते नक्कीच तिच्यापर्यंत पोहोचवलं जाईल अशी त्याला खात्री होती.

त्यानं पत्राच्या सुरुवातीला तारीख घातली, नंतर 'प्रिय रॅचेल' असं लिहिलं.

एक तास झाला, नेट फायरप्लेसमधल्या ज्वाळांकडे पाहात होता, पत्रात लिहायच्या नेमक्या शब्दांबद्दल तो विचार करत होता. शेवटी त्याने त्याच्या पत्राची सुरुवात, तू तुझ्या लहानपणी बर्फात खेळण्याचा आनंद लुटला असशीलच अशा वाक्यानं केली. आता मात्र ती त्या आनंदाला मुकत असणार. तिच्या बालपणीच्या गावी मोंटानामध्ये असा बर्फ पडत असणारच. कोरूंबामध्ये तिला कधी नेटची आठवण येत होती का? वगैरे वगैरे प्रश्न विचारले होते. पत्र लिहीत असताना बाहेर एक फूट जाडीचं बर्फ साठलं होतं.

मी हे पत्र तिचा वकील म्हणून तिला लिहीत असल्याचं त्यानं कबूल केलं आणि एकदा का त्यानं स्वत:ला तिचा वकील म्हणवून घेतलं अन् मग त्याच्या पत्राचा ओघ वाढला. स्वच्छ शब्दांत त्यानं खटल्याची माहिती पत्रात लिहिली.

त्यानं फादर फील यांचा, त्यांच्या बरोबर तो काम करत असलेल्या कामाचा उल्लेख त्या पत्रात केला. फिल यांच्या बरोबर तो 'बायबल'चा अभ्यास करतोय आणि त्यात त्याला फारच आनंद वाटतोय, तो तिच्याकरिता पण नेमानं प्रार्थना करतो असंही त्यानं त्यात लिहिलं होतं.

तीन पानांचं पत्र संपल्यानंतर नेटला स्वत: बद्दल अभिमान वाटायला लागला होता. ते पत्र त्यानं दोनदा वाचलं, आता ते पाठवण्यायोग्य झालं आहे असं त्याला वाटलं. यदा कदाचित हे पत्र तिच्या झोपडीपर्यंत पोचलंच तर ती ते पुन:पुन्हा वाचेल आणि पत्रातल्या कमकुवत बाबींचा ती विचार सुद्धा करणार नाही.

रॅचेलला परत भेटण्याची नेटला इच्छा झाली.

.४२.

चर्चच्या बायबलच्या अभ्यासाच्या खोल्यांच्या नूतनीकरणाचं काम अतिसावकाश होण्याचं एक कारण म्हणजे फिलसाहेबांची सकाळी फार उशिरा उठण्याची सवय. लौरा सकाळी आठ वाजता किंडरगार्टनचे वर्ग घेण्यासाठी घराबाहेर पडत असे. फिलसाहेब मात्र उशिरापर्यंत पांघरुणातच स्वत:ला गुरफटून झोपलेले

असत. फिलसाहेब रात्री उशिरापर्यंत बाहेर असत आणि ते त्यांच्या सकाळी उशिरा उठण्याचं कारण म्हणून ते पुढे करीत असत. रात्री उशिरापर्यंत जुन्या काळचे, कृष्ण-धवल सिनेमे ते पाहात असत.

फिलसाहेबांनी नेटला सकाळी साडेसातलाच फोन केला, तेव्हा त्याला आश्चर्यच वाटलं, "तुम्ही आजचं वर्तमानपत्र पाहिलंय का?" त्यांनी विचारलं.

"नाही, मी वर्तमानपत्र वाचत नाही." नेटनं उत्तर दिलं. त्याला सकाळी उठल्या उठल्या वर्तमानपत्र वाचायची सवय होती, ती व्यसनमुक्ती केंद्रात दाखल झाल्या पासून सुटली होती आणि त्या उलट फिलसाहेब दररोज पाच पाच वर्तमानपत्रं वाचत असत. आणि हे वाचत असताना त्यांना प्रवचन देण्यासाठी लागणारी खूप काही माहिती उपलब्ध होत असे.

"मला वाटतं, तुम्ही ते वाचा." फिल म्हणत होते.

"का का?"

"त्यात तुमच्याबद्दल एक बातमी आहे म्हणून."

नेटनं आपले बूट चढवले आणि दोन गल्ल्यांच्या पलीकडल्या, मुख्य रस्त्यावरच्या रेस्टॉरंटमध्ये तो चालत चालत गेला. शहरातल्या एका मुख्य वर्तमानपत्राच्या पहिल्या पानावर फेलन ग्रुपच्या मिळकतीच्या वारसदाराला नेटनं शोधून काढल्याची बातमी छापलेली होती. फेअरफॅक्स काउंटीच्या सर्किट कोर्टात वारसदाराच्या वकिलाने म्हणजे श्री. नेट ओ रॉयले यांनी तिच्या वतीने म्हणजे वारसदाराच्यावतीने, कागदपत्र सादर केलेले होते. ट्रॉय फेलनननी सर्वांत शेवटी केलेलं मृत्युपत्र खोटं आहे, याबाबत इतर वारसदारांनी जे अर्ज कोर्टात दाखल केलेले होते त्याचं खंडन या कागदपत्रात श्री. नेट ओ रॉयले यांनी केलेलं होतं.

वारसदारांबद्दलची काही माहिती वार्ताहरांना मिळाली नसल्यामुळे त्याबद्दल विशेष काही लिहिलेलं नव्हतं, त्यामुळे सर्व बातमी त्या वकिलाबद्दलच होती.

नेटनं एक प्रतिज्ञापत्र कोर्टात दाखल केलेलं होतं, त्यात उल्लेख केल्यानुसार नेटनेच ज्याला इस्टेट मिळाली आहे त्या वारसदाराला शोधून काढलं होतं. फेलन-साहेबाने त्यांच्या हस्ताक्षरात केलेल्या मृत्युपत्राची प्रत नेटने तिला दाखवली होती, त्या मृत्युपत्रामुळे उद्‌भवत असलेल्या कायदेशीर बाबींची चर्चाही नेटने तिच्याबरोबर केलेली होती आणि तिचं वकीलपद मिळवलं होतं. रॅचेल लेन नेमकी कुठे आहे त्याबद्दल बातमीत काहीच उल्लेख नव्हता.

स्टॅफोर्ड यांच्या वकिलांच्या कंपनीमध्ये नेट पूर्वी एक भागीदार म्हणून होता, त्यावेळी तो वैद्यकीय क्षेत्रासंबंधातल्या न्यायालयीन चौकशांच्या संबंधातले खटले चालविण्यात मशहूर होता. ऑगस्ट महिन्यात त्यांनी कंपनी सोडली

होती. ऑक्टोबरमध्ये त्यांनी नादारीसाठी अर्ज केलेला होता. आयकर चुकवल्याबद्दल नोव्हेंबरमध्ये त्यांच्यावर आयकर खात्यानं कारवाई सुरू केलेली होती, त्या कारवाईचा निष्कर्ष अद्याप जाहीर व्हायचा होता. साठ हजार डॉलर्स कर चुकविण्याचा आरोप त्यांच्यावर ठेवलेला होता. मुख्य बातमीशी काहीही संबंध नसलेल्या या तपशिलाखेरीज, त्याचा दोनदा घटस्फोट झालेला आहे याचीही माहिती वार्ताहरांनी त्यात दिलेली होती. मानखंडना परिपूर्ण करण्यासाठी वॉशिंग्टन डी.सी. मधल्या एका बार मधला, एका हातात दारूचा प्याला असलेला, कित्येक वर्षांपूर्वीचा त्याचा एक फोटोपण छापलेला होता.

ठिपक्या ठिपक्यांनी बनलेली त्याची ती प्रतिमा तो पाहात होता, डोळे चमकत होते. मद्याच्या अतिसेवनामुळे पडलेले काळे डाग गालांवर दिसत होते. चेहऱ्यावर बावळटासारखं हसू होतं आणि अगदी खालच्या दर्जाच्या लोकांच्या समवेत त्याला वेळ काढायला आवडतं असं काहीतरी त्यावरून स्पष्ट होत होतं. ते सारं पाहून, आठवून नेटला अतिदुःख वाटलं. पण त्याचं आयुष्य एकेकाळी होतंच तसं. पण तो भूतकाळ होता.

ही बातमी ट्रॉय फेलनच्या आयुष्यातल्या त्याचे तीन वेळचे घटस्फोट, त्याच्या तीन बायका, त्याची सात मुलं, अकरा बिलियन डॉलर्सची त्याची मालमत्ता आणि त्यानं चौदाव्या मजल्यावरून खाली उडी मारून केलेली आत्महत्या या सर्वांच्या उल्लेखाशिवाय पूर्ण झालीच नसती.

याबद्दल आणखी काही विचारायला श्री. ओ रॉयले उपलब्ध नव्हते. श्री. स्टॅफोर्ड यांच्याजवळ सांगायला काहीही नव्हतं. फेलनसाहेबांच्या इतर वारसांच्या वकिलांनी यापूर्वीच खूप काही वर्तमानपत्रांतून सांगितलं असल्याने वार्ताहरांनी त्यांना प्रश्न विचारले नाहीत.

नेटनं वर्तमानपत्राची घडी केली, जागेवर ठेवून दिली आणि कॉटेजवर परतला. साडेआठ वाजले होते. तळघरातलं बांधकाम चालू व्हायला अद्याप दीडतास होता.

त्या जंगली कुत्र्यांना आता नेटचा वास लागला होता, पण माग काढणं त्यांना जमणार नव्हतं. वॉशिंग्टन डी.सी.च्या पोस्ट ऑफिसमध्ये एक पेटी जॉशनं भाड्यानं घेतली होती व तो पत्ता त्याने सर्वांना दिलेला होता. नेटच्या नावाची सर्व पत्रं तिथेच पडत होती. नेटच्या ऑफिससाठी नवा फोन घेतलेला होता, तो नाथन ओ रॉयले या नावावर घेतलेला होता. जॉशची सेक्रेटरी तो फोन हाताळत होती. निरोप नेटला पोहोचत होते.

सेंट मिशेलमध्ये फिल आणि त्यांची पत्नी लौरा यांनाच फक्त नेट म्हणजे कोण हे माहीत होते. बॉल्टिमोरचा तो एक यशस्वी धनवान वकील होता आणि

तो एक पुस्तक लिहितोय अशीही एक अफवा नेटबद्दल सेंट मिशेल मध्ये होती. लपून राहणं नेटला आवडायला लागलं होतं आणि रॅचेलसुद्धा याच कारणास्तव अशी अज्ञातवासात राहिली असेल.

रॅचेल लेनच्या उत्तराच्या प्रती फेलनसाहेबांच्या इतर वारसदारांच्या सर्व वकिलांना पाठविण्यात आल्या. सर्वांनाच ते धक्कादायक होतं. खरोखरच ती जिवंत होती, आणि झुंज देणार होती. नेटसारखा वकील निवडणं जरा विचित्रपणाचं होतं. गुंतागुंतीचे खटले चालविण्यात आणि त्यात यशस्वी होण्यात नेटची ख्याती सर्वश्रुत होती, पण फेलनग्रुपचे वकील आणि जज्जसाहेब वेक्लिफ हे दोघे मिळूनच काहीतरी सूत्रं हलवत असले पाहिजेत. व्यसनमुक्ती केंद्रातून जॉशनं नेटला बाहेर काढलं होतं, पुन्हा एकदा माणसात आणून त्याच्याकडे या केसचं काम त्यानं सोपवलं असणार. त्याला पुढे करून जॉशच हा खटला चालवतोय असं विरुद्ध पक्षाच्या सर्व वकिलांना आत कुठेतरी वाटत होतं.

पेनसिल्व्हानियाच्या अगदी गर्दीच्या भागातल्या एका अगदी नव्या इमारतीत मिस लँगहॉर्न वकीलबाईंचे ऑफिस होतं. तिथे शुक्रवारी सकाळी फेलन कुटुंबीयांचे सर्व वकील जमले होते. लँगहॉर्नबाईंची कंपनी चाळीस तरुण आणि महत्त्वाकांक्षी वकिलांच्या ताफ्याची होती. कंपनी नव्यानं स्थापन केलेली होती. वकिलीच्या क्षेत्रात त्या कंपनीला त्याचं महत्त्व अद्याप सिद्ध करायचं होतं. खूप केसेस जिंकायच्या होत्या, एक इभ्रत निर्माण करायची होती. कंपनीच्या अग्रस्थानी लँगहॉर्न होत्या. कंपनीचं ऑफिस आकर्षक होतं. सजावट फारच दिखाऊ आणि भडक प्रकारची होती. त्या कंपनीचे सर्व वकील खटल्यांच्या क्षेत्रात यशस्वी होण्यासाठी उतावळे झालेले होते.

प्रत्येक शुक्रवारी सकाळी आठ वाजता सर्व वकिलांनी भेटायचं ठरवलेलं होतं. फेलन कुटुंबीयांनी मृत्युपत्रावर घेतलेल्या आक्षेपांबद्दलच्या न्यायालयीन खाचाखोचांबद्दल दोन तास चर्चा करायची, लढा देण्याच्या दृष्टीने जरूर तो आराखडा तयार करायचा हे काम करायचं ठरलं होतं. हे भेटणं, आराखडा तयार करणं या कल्पना लँगहॉर्न-बाईंच्या. खटला चालू ठेवणं महत्त्वाचं होतं हे त्यांनी जाणलं होतं आणि वकील एकत्र जमले की फक्त आपापसातली उणीदुणी काढणं एवढंच काम व्हायचं. आपापसात भांडल्यामुळे विनाकारण फार मोठ्या रकमेची उधळपट्टी होणार होती. खटल्याच्या एका बाजूला अनेक वकील होते आणि तेच एकमेकांवर वार करत होते.

एकमेकांचे पक्षकार पळवापळवीचं काम आता थांबलं होतं अशी लँगहॉर्नची खात्री झालेली होती. तिचे स्वतःचे पक्षकार गीना आणि कोडी तिला चिकटून

होते, रँबल यान्सीला धरून होता. बिली ब्राईट तर लिब्बीगैल आणि स्पाईक यांच्याच घरी राहत होता. हार्ककडे उरलेले तिघे म्हणजे ज्यु. ट्रॉय, रेक्स आणि मेरी रॉस होते आणि तेवढ्यावर तो संतुष्ट होता. आपापसात होणारी भांडणं आता थांबली होती. एकमेकांच्यातलं नातं आता घट्ट होत होतं, सर्वांनी मिळूनच जर लढत दिली तरच त्यात यश मिळणार आहे अशी सर्व वकिलांची खात्री झालेली होती, अन्यथा हार.

पहिला मुद्दा स्नीड होता. प्रत्येक वकिलाने स्नीडचा व्हिडीओ पुन:पुन्हा कित्येक तास खर्च करून पाहिला होता. त्यातल्या त्रुटी घालविण्यासाठी, त्यात सुधारणा आणण्याच्या दृष्टीने प्रत्येक वकिलाने आपापली लांबलचक टिपणं तयार केलेली होती. कपोलकल्पित गोष्टींची रचना लाज आणणारी होती. यान्सी पूर्वी सिनेमा करता गोष्टी लिहायचा, त्यानं स्नीडकरता पन्नास पानांचं नाटक तयार केलं होतं. त्यात खोटी कुभांडं रचलेली होती. ट्रॉयला मूर्ख, वेड्या माणसाच्या पंगतीत नेऊन बसवलं होतं.

दुसरा मुद्दा निकोलेटचा. ट्रॉयची सेक्रेटरी, तिला सुद्धा व्हिडीओवर ते अभिनय करायला लावणार होते. काही गोष्टी तिला सांगायच्या होत्या. भारी भारी कल्पना होत्या. त्या तीन मानसोपचारतज्ज्ञांच्यासमोर परीक्षेला जाण्यापूर्वी ट्रॉय आणि निकोलेट लैंगिक संबंधात गर्क होते आणि त्यातच ट्रॉयला पक्षाघाताचा झटका आला होता. पक्षाघाताचा झटका म्हणजे मानसिक क्षमतेवर आघातच असतो. नामी कल्पना होती. ती सर्वांनी उचलून धरली आणि फेलनच्या मृत्यूनंतरची शवतपासणीची सूचना ओघानेच येणार होती. प्रत्यक्षात झालेल्या शव-तपासणीचा अहवाल या कोणीही पाहिलेला नव्हता. बिचारा फेलन खाली विटांच्या फरसबंदीवर डोक्यावर आपटला होता. मेंदूचा चेंदामेंदा झालेला होता. तपासणीतून काय निष्पन्न होणार होतं? त्याला झटका आलेला होता हे तरी कसं काय त्यात कळणार होतं?

तिसरा मुद्दा प्रत्येक वकिलांनी नेमलेल्या वेगवेगळ्या चार मानसोपचारतज्ज्ञांचा. ग्रीट बाहेर पडल्यामुळे ते पाचाचे चार झालेले होते. चारजणांना हाताळणं सोपं जाणार होतं, एवढंच नव्हे तर त्यांना आपल्याला हवं तसं त्यांच्याकडून वदवून घेता येणार होतं. हे चारजणं, चार वेगवेगळ्या मार्गांनी एकाच निष्कर्षावर पोहचणार असतील तर ते जास्त सोयीस्कर होणार होतं. त्या चारही मानसोपचारतज्ज्ञांसमवेत चर्चा करणं जरुरी होतं. त्यांना वेडेवाकडे प्रश्न विचारून, त्यांची चांगली तयारी करून घ्यायला हवी होती. विरुद्ध पक्षाच्या वकिलांनी विविध प्रकारचे प्रश्न विचारून त्यांच्यावर दडपण आणल्यानंतर त्यांच्याकडून चुकीची उत्तरं जाता कामा नयेत इतपत तयारी त्यांच्याकडून करून घेणं जरुरीचं होतं.

चौथा मुद्दा इतर साक्षीदार – फेलनसाहेबांच्या निकटवर्ती असणारी काही माणसं गोळा करणं जरूर होतं, यासाठी स्नीड काही मदत करू शकेल असं त्यांचं मत होतं.

चर्चेचा शेवटचा विषय रॅचेल लेन आणि तिचा वकील यांनी कोर्टात हजर राहण्यासंबंधी. ''या फाईलमध्ये असा एकही कागद नाही आहे की त्यावर रॅचेलची सही आहे.'' हार्क म्हणत होता, ''ती तर संन्यस्त जीवन जगतेय. ती कुठे राहतेय हे तिच्या वकिलाशिवाय कोणालाही माहीत नाही. तो वकीलपण तिचा पत्ता देत नाहीये. तिला शोधायला त्याला एक महिना लागला. तिनं कशावरही सही केलेली नाहीये. तांत्रिकदृष्ट्या कोर्टाला सुद्धा ती कोर्टाच्या कक्षेत येत नसल्याने, तिच्यावर बळजबरी करता येत नाहीये आणि मला आतून असं वाटतंय की ती पुढे यायला तयार नाही.''

''मोठ्या रकमेच्या लॉटरीत काही लोक जिंकणारे असतात. लॉटरीचा निकाल लागल्यानंतर बरेच दिवस ते पुढे येत नाहीत, तसा प्रकार इथे आहे.'' ब्राइट म्हणत होता. ''ही मंडळी मुद्दामच लगेच पुढे येत नाहीत कारण या माणसाला लॉटरी लागली आहे असं एकदा का कळलं की प्रत्येक जण त्याचा दरवाजा ठोठावत पुढे येतो.''

''तिला पैसे नको असतील तर काय?'' हार्कन विचारलं आणि खोलीमध्ये शांतता पसरली.

''मग ती वेडीच असणार.'' ब्राईट झटकन बोलून गेला. त्याचे शेवटचे दोन शब्द काही क्षणांच्या अंतराने उमटले. त्याला तसं असणं अशक्य कोटीतलं वाटत होतं.

बाकी सर्व जेव्हा स्वत:ची डोकी खाजवत होते, तेव्हा हार्कनं आपलं घोडं पुढं दामटलं, ''फक्त एक शक्यता आहे आणि त्याचा आपण विचार केलेला नाही असं होऊ नये. व्हर्जिनिया राज्याच्या कायद्यानुसार एखाद्याला मृत्युपत्राद्वारे मिळत असलेली संपत्ती तो नाकारू शकतो आणि मृत्युपत्रातल्या इतर काही तरतुदींनुसार ती इस्टेट जशीच्या तशी राहते. हे मृत्युपत्र जर हाणून पाडलं गेलं तर इथे इच्छापत्र किंवा वारसापत्र असा प्रकारच राहणार नाहीये, मग तशा परिस्थितीत सर्व मिळकत फेलनच्या सात वारसदारांत समान वाटली जाईल.''

डोळे दीपवणाऱ्या रकमांसंबंधी हिशेब होऊ लागले. अकरा बिलियन (अब्ज) डॉलर्स वजा कर भागिले सहा, त्यावर वकिलांनी त्यांची टक्केवारी लावली, पूर्वी फी सहा आकडी संख्येची होती ती आता सात आकडी होत होती.

''हे फार ताणलं जातंय.'' लँगहॉर्नने हे वाक्य सावकाश उच्चारलं. तिच्या डोक्यांतसुद्धा ही गणितं चालली होती.

"मला एवढी काही खात्री नाहीये." हार्क म्हणला. त्याला इतरांपेक्षा जास्त माहिती होती हे उघड होतं.

"इतरांनी पुढे केलेले दावे नाकारणं, धुडकावून लावणं हा फार सोपा प्रकार आहे. मि. रॉयले ब्राझीलमध्ये गेले होते, त्यांनी रॅचेलला शोधून काढलंय. त्यांनी रॅचेलला ट्रॉय बद्दलची माहिती दिली, तिचा वकील म्हणून त्यानं स्वत:ला नेमून घेतलं. या मृत्युपत्राची सत्यता कोर्टाने पडताळून पाहावी यासाठीच्या अर्जावर तिनं सही केलेली नाहीये. काहीतरी संशयास्पद घडत आहे असं मला सारखं वाटतंय."

त्यावर यान्सी म्हणाला, "ब्राझील?"

"हो तो नुकताच ब्राझीलहून परतलाय."

"तुम्हाला हे कसं कळलं?"

हार्कनं आरामात एका फाईलला हात घातला, त्यातले काही कागद काढत तो म्हणाला, "माझ्याकडे शोधकार्य करणारा एक चांगला माणूस आहे. खोलीत एकदम शांतता पसरली, "नेट ओ रॉयलेचं प्रतिज्ञापत्रक आणि रॅचेलचं उत्तर कोर्टात सादर केल्याचं समजल्यानंतर, मी त्या शोधकार्य करणाऱ्याला गाठलं. त्याला ही माहिती जमवण्यासाठीचं काम दिलं. त्यानं तीन तासांत माहिती जमवली. त्यानं सांगितलेली माहिती आहे ती अशी, २२ डिसेंबरला नेट ओ रॉयले डलेस विमानतळावरुन 'वरीग फ्लाईट क्र ८८२' ने साओ पावलोला रवाना झाला. तिथून 'वरीग फ्लाईट क्र. १४६' ने काम्पो ग्रँडेला गेला, पुढे एअर पेंटॅनलच्या स्थानिक वाहतूक करणाऱ्या एका छोट्या विमानानं कोरूंबा नावाचं हे लहान गाव आहे, तिथे तो गेला. कोरूंबाला तो २३ तारखेला पोचला. तिथे तो तीन आठवडे होता आणि मग तो डलेसला परतला."

"तो काय सुट्टीसाठीसुद्धा तिकडे गेला असेल." ब्राईट म्हणाला. तो सुद्धा इतरांप्रमाणेच आश्चर्यचकित झालेला होता. "तसं सुद्धा असेल कदाचित, पण मला तसं वाटत नाही. मागल्या ऑक्टोबर पासून रॉयले व्यसनमुक्ती केंद्रात होता आणि ही त्याची काही पहिली वेळ नव्हती. ट्रॉयने ती आत्मघातकी उडी घेतली तेव्हा तो त्या केंद्रातच होता. २२ डिसेंबरला तो तिथून बाहेर आला आणि त्याच दिवशी तो ब्राझीलकडे रवाना झाला. तिकडे जाण्यामागे रॅचेलला शोधून काढणं एवढाच त्याचा उद्देश होता."

"हे तुम्हाला कसंकाय माहिती झालं?" यान्सीनं विचारलं.

"शोधकार्याच्या क्षेत्रात दर्दी असलेल्यांना हे काही फार अवघड नसतं."

"तो व्यसनमुक्ती केंद्रात होता हे तरी कसं कळलं?"

"ते सुद्धा त्यांचंच काम."

हॉलमध्ये बराच वेळ शांतता होती. सगळ्यांना हे सारं पचवायला जरा वेळ लागत होता. इतर वकील एकीकडून हार्कचा हेवा करत होती आणि त्याचं कौतुकही. त्यांच्याकडे नसलेली माहिती हार्ककडे असायची याचं त्यांना फार वाईट वाटत होतं आणि त्याचबरोबर तो त्यांच्या टीममध्ये होता याचंही त्यांना फार समाधान वाटतं होतं.

"ही माहिती मिळवायला सुद्धा सगळ्या ठिकाणी वट असायला लागतो आणि असा वकूब असलेलाच माणूस माहिती मिळवायला नेमायला लागतो. आपण जेवढी मिळवता येईल तेवढी माहिती गोळा करायची, सर्व ताकदीनिशी मृत्युपत्र खोटं आहे असा हल्ला करायचा. रॅचेल लेनला सही करायला भाग पाडण्यासाठी कोर्ट काही करू शकत नाही त्याबाबत आपण काही बोलायचं नाही. ती स्वत: जर कोर्टात उपस्थित राहणार नसेल आणि आपण केलेली विधानं खोडून टाकण्यासाठीचं पत्रसुद्धा ती पाठवणार जर नसेल तर तिला ही संपत्ती नकोय हे त्यावरून सिद्ध होतंय."

"नाही, मला नाही तसं वाटत." ब्राइट म्हणाला

"तुम्ही वकील आहात म्हणून तसं म्हणताय."

"मग तुम्ही कोण आहात?"

"तुम्ही जितके लोभी आहात तितकाच मी सुद्धा आहे. पण वॅली, या जगात असेही काही लोक आहेत की ते पैशानेच सर्व काही साध्य होतं, असं म्हणणाऱ्यांपैकी नसतात."

"असे वीस जण आहेत." यान्सी म्हणाला. "आणि ते सर्व माझे पक्षकार आहेत." यावरून हास्याची खसखस फुटली.

चर्चासत्र संपलं असं जाहीर करताना त्या ठिकाणी जी काही चर्चा झाली ती सर्वजणांनी गुप्त राखायची असं ठरवलं गेलं. प्रत्येकाने तसं वागायचं ठरवलं होतं, पण दुसरा तसं वागेल अशी कुणालाही खात्री नसायची. पण ब्राझील बद्दलची बातमी जरा डोकेखाऊच होती.

.४३.

तो लिफाफा तपकिरी रंगाचा होता. कोर्ट कचेऱ्यांच्या कामांसाठी वापरण्यात येणाऱ्या लिफाफ्यांच्या तुलनेत तो जरा मोठा होता. जागतिक आदिवासी कल्याण केंद्र, ह्युस्टन, या पत्त्याखेरीज त्या शेजारी, 'दक्षिण अमेरिकेतल्या पेंटॅनल भागात काम करणारी मिशनरी रॅचेल लेन यांच्यासाठी खाजगी' असंही मोठ्या अक्षरात लिहिलेलं होतं.

येणारी पत्रं ताब्यात घेणाऱ्या कारकुनाने ते पत्र हातात घेतलं, क्षणभर त्याकडे पाहात त्याचं निरीक्षण केलं आणि वरच्या मजल्या वरच्या उच्च अधिकाऱ्यांकडे पाठवून दिलं. सकाळपासून या टेबलावरून त्या टेबलावर असं ते पत्रं फिरत राहिलं अन् अखेर ते दक्षिण अमेरिकेतल्या आदिवासींच्यात काम करणारे धर्म प्रसारक मिशनरी यांच्या आपापसांतल्या कामांचे ताळमेळ ठेवणारी, त्यांच्या त्यांच्यातले पत्रव्यवहार याबाबतचे काम करणारी नेव्हा कोल्लीयर हिच्या टेबलावर पोहोचलं. तिचा त्या पत्रावर विश्वासच बसेना. जागतिक आदिवासी कल्याण संघामध्ये रॅचेल लेन नावाची मिशनरी काम करते आहे. तिच्या खेरीज कोणालाच माहीत नव्हतं.

सकाळपासून ज्यांनी ज्यांनी हे पत्र हाताळलं होतं त्यांपैकी कोणालाच या रॅचेल लेनचा आणि सध्याच्या बातम्यांतून असलेल्या रॅचेल लेनचा काही संबंध आहे हे माहीत नव्हतं. त्या सोमवारच्या सकाळी कामांना अद्याप उत्साहाने सुरुवात झालेली नव्हती. आदल्या दिवशीच्या सुट्टीचा तो परिणाम होता.

नेव्हानं आपल्या केबिनचा दरवाजा आतून बंद करून घेतला. नेव्हानं तो लिफाफा उघडला. आत एक पत्र होतं आणि, त्यावर 'ज्या व्यक्तीला हे लागू पडत असेल तिच्यासाठी,' असं शीर्षक होतं. त्याखेरीज एक बंद छोटा लिफाफा होता. नेव्हानं पत्रं मोठ्यानं वाचलं. रॅचेल लेनबद्दल थोडी का होईना माहिती तिच्याशिवाय दुसऱ्या कोणाला कशी काय मिळाली याचं तिला आश्चर्यच वाटलं.

'जे कोणी रॅचेल लेनचा पत्रव्यवहार हाताळत असेल त्यांना'

सोबतच्या लिफाफ्यात, रॅचेल लेन ही आपल्या ब्राझीलमध्ये काम करणाऱ्या मिशनऱ्यांपैकी एक आहे, तिच्यासाठी एक पत्र आहे. कृपया ते न उघडता तिच्या पर्यंत पोहोचतं केलं जावं अशी विनंती आहे.

दोन आठवड्यांपूर्वी मी रॅचेल लेनला, पेंटॅनलमध्ये राहणाऱ्या इपिका इंडियन आदिवासी जमातींच्या वस्तीमध्ये भेटलो. त्या वसाहतीत, तुम्हाला माहीत आहेच, की ती गेली अकरा वर्षे राहात आहे. कायद्याच्यासंदर्भातल्या एका गोष्टीसाठी मला तिची भेट घेणं जरूर होतं म्हणून तिला शोधून काढून, तिची मी भेट घेतली.

तुम्हाला माहिती म्हणून मी सांगतो की, तिचं छान चाललंय. कुठल्याही परिस्थितीत तिचा पत्ता कोणालाही सांगणार नाही असं वचन मी तिला दिलेलं आहे. न्यायालयीन बाबींच्या संदर्भात तिला कोणीही भेटू नये, तिचं मनःस्वास्थ्य बिघडवू नये, तिला त्रास देऊ नये अशी तिची इच्छा होती आणि मी तिच्या इच्छेविरुद्ध नाही. नवी स्वयंचलित बोट विकत घेण्यासाठी तिला पैशांची गरज

आहे. त्याचप्रमाणे औषधे व शस्त्रक्रियेकरिता लागणारी अवजारे विकत घेण्यासाठीसुद्धा तिला जादा रकमेची गरज आहे. मी या गोष्टींसाठी लागणारी रक्कम देऊ शकतो. कृपया मला फक्त मार्गदर्शन करावे.

मी पुन:श्च तिला पत्र लिहायचा विचार करत आहे, पण तिला पत्रे कशी मिळतात याची मला कल्पना नाहीये. हे पत्र संस्थेला मिळालेलं आहे, मी रॅचेल लेनला पाठविण्यासाठी जे पत्र संस्थेकडे दिलेलं आहे ते संस्थेने तिच्याकडे पाठविलेलं आहे अशा अर्थाचे पत्र या पत्राचे उत्तर म्हणून तुम्ही मला कृपया पाठवाल का?

धन्यवाद.

असा मजकूर लिहिलेलं पत्र होतं.

त्या पत्राखाली नेट ओ रॉयले सही केलेली होती व खाली सेंट मायकेल, मेरीलँड, येथील त्याच्या कॉटेजवरचा फोन नंबर आणि वॉशिंग्टन येथील त्याच्या ऑफिसचा पत्ता लिहिलेला होता.

रॅचेल लेनबरोबर पत्रव्यवहार करणे ही फार सोपी गोष्ट होती. वर्षातून दोनदा १ मार्च आणि १ ऑगस्ट रोजी जागतिक आदिवासी कल्याण संघ, त्यांना लागणारी औषधं व इतर साहित्य, म्हणजे धार्मिक पुस्तकं, पत्रकं वगैरे एका खोक्यामध्ये पॅक करून कोरूंबा येथील पोस्ट ऑफिसच्या पत्त्यावर पाठवत असे. पोस्ट ऑफिस ते सामान तीस दिवसांपर्यंत त्यांच्या ऑफिसमध्ये ठेवून घ्यायला तयार असे. दरम्यानच्या काळात ते सामान घेऊन जाण्यासाठी जर कोणी आलं नाही तर ते सर्व सामान ह्यूस्टन येथील संस्थेच्या पत्त्यावर परत पाठविले जायचं. पण तसं कधी झालेलं नव्हतं. ऑगस्ट महिन्यात रॅचेल कोरूंबाला येत असे, त्याच वेळी ती ह्युस्टन येथील कचेरीत फोन करत असे. दहा मिनिटं का होईना तिला इंग्रजी भाषेची प्रॅक्टिस करता यायची. ती तिचं सामान ताब्यात घ्यायची आणि परत इपिका जमातीच्या वसाहतीत परतायची. मार्च महिन्यात पावसाळा होऊन गेलेला असायचा, त्यावेळी ती चलाना प्रकारच्या बोटीतून नदीच्या प्रवाहाविरुद्धच्या दिशेने सामानासह परतत असे. झेको नदीच्या तोंडाशी एका तरंगत्या शेताजवळ म्हणजे फझेंडाजवळ ती सामान उतरवून घ्यायची. लॅको तिच्या बरोबर असायचाच. सामानाची खोकी लॅको इपिका वस्तीपर्यंत आणायची व्यवस्था करायचा. ऑगस्ट महिन्यातल्या सामानापेक्षा मार्च महिन्यातलं सामान लहान आणि कमी असायचं.

गेल्या अकरा वर्षांच्या काळात रॅचेल लेनला वैयक्तिक, स्वत:साठी असं एकही पत्र आलेलं नव्हतं. निदान जागतिक आदिवासी कल्याण संघाच्या ह्युस्टन येथील मुख्य कचेरीतून तर नाहीच नाही.

नेव्हाने तिच्या वैयक्तिक डायरीमध्ये नेटचा फोन नंबर आणि पत्ता लिहून घेतला आणि महिन्याभरात म्हणजे मार्चमध्ये तिच्यासाठी जे काही सामान पाठवलं जाणार होतं त्याबरोबर ते पत्र पाठवून देता येईल असा विचार केला आणि ते पत्र स्वत:च्या टेबलाच्या ड्रॉवरमध्ये ठेवून दिलं.

त्यातल्या एका छोट्या खोलीकरता दोन बाय चारचा तुकडा कापण्यासाठी त्यांनी तासभर काम केलं. जमिनीवर लाकडाचा भुस्सा पसरला होता. फिल यांच्या डोक्यावर सुद्धा काही भुस्सा पडलेला होता. स्वयंचलित करवतीचा कर्र असा आवाज अद्याप त्यांच्या कानात आवाज करत होता. कॉफीची वेळ झालेली होती. भिंतीला टेकून ते जमिनीवर बसले. बाजूला हवा गरम करण्याचा पोर्टेबल इलेक्ट्रिक हिटर होता. फिल यांनी बरोबर आणलेल्या थर्मासमधली कडक कॉफी दोन कपांमध्ये ओतली.

"तुम्ही कालचं प्रवचन चुकवायला नको होतं." फिल हसत हसत म्हणत होते.

"कुठं होतं हे प्रवचन?"

"कुठं म्हणजे काय इथंच."

"काय? विषय काय होता?"

"व्यभिचार!"

"त्याच्या बाजूनं ते प्रवचन होतं की त्या विरुद्धच्या?"

"केव्हाही त्याच्या विरुद्धच."

"पण तुमच्याकडे जे लोकं येतात त्यांच्यापैकी काहीजण त्याच्या बाजूने सुद्धा बोलणारे असतीलच की नाही?"

"मी वर्षातून एकदा प्रवचन देतो."

"तेच प्रवचन?"

"हो, पण त्यात नावीन्य असतं."

"तुमच्याकडे येणाऱ्यांपैकी कोणाबाबत तरी असा या जवळच्या भूतकाळात व्यभिचारासंबंधी प्रश्न कधी आलेला होता का?"

"काही वर्षांपूर्वी आमच्या एका तरुण सभासदाला वाटत होतं की तिच्या नवऱ्याचे बॉल्टिमोर मधल्या कुठल्यातरी एका स्त्रीबरोबर संबंध आहेत. तिचा नवरा आठवड्यात एकदा तरी कामाच्या निमित्ताने प्रवासासाठी बाहेर पडायचा आणि घरी परतल्यावर तो फार बदललेला असायचा. नवा जोम, नवी ताकद त्याला प्राप्त झालेली असायची. ही ताकद, तो जोम तीन चार दिवसांतच ओसरायचा आणि परत तो पहिल्यासारखी कटकट करायला लागायचा. तिची

खात्री झाली होती तिचा नवरा दुसऱ्या कुठल्यातरी स्त्रीच्या प्रेमात पडलेला आहे."

"मग त्याचा पाठलाग सुरू झाला."

"तो एका मालिश करणाऱ्याकडे जायचा."

फिलसाहेब विचित्र आवाज करून मोठमोठ्यानं हसायला लागले. संभाषणात निर्माण झालेल्या विनोदापेक्षा त्यांच्या चेहऱ्याकडे पाहूनच एखाद्याला हसू यावं असे विचित्र भाव त्यांच्या चेहऱ्यावर होते. विनोदाचा भाग संपल्यावर पुन्हा दोघांनी कॉफी प्यायला सुरुवात केली. मग फिलसाहेबांनी विचारलं, "नेट, तुमच्या आयुष्यात तुम्हाला व्यभिचारासारख्या प्रश्नाला कधी सामोरं जायला लागलं होतं का?"

"नाही, माझ्या बाबतीत व्यभिचार हा भाग, तसा प्रश्न वगैरे कधीच नव्हता. माझ्या आयुष्याचा तो एक भागच होता. कुठल्याही साधारण रूप असलेल्या स्त्रीला माझ्या जाळ्यात आणणं मला कधीच अवघड गेलं नाही. माझं लग्न झालेलं होतं, पण इतर स्त्रियांशी संबंध ठेवताना मी व्यभिचार करतोय असं मला वाटायचं सुद्धा नाही. त्यात मला पाप वगैरे काही वाटायचं नाही, मला तो एक खेळच वाटायचा. एखाद्या बहकलेल्या, बिघडलेल्या माणसासारखा मी वागत होतो फिलसाहेब. "

"मी हे विचारायला नको होतं."

"नाही. तुम्ही तसं वाटून घेऊ नका – अशा प्रकारची कबुली अंतरात्म्याला शांत करते. मी ज्याप्रकारे वागत होतो ना त्याची मला आता लाज वाटते. बाया, दारू, जुगार अड्डे, अमली पदार्थ, मारामाऱ्या, भांडणं, घटस्फोट, स्वतःच्या मुलांकडे केलेलं दुर्लक्ष, जे जे करू नये ते सारं मी केलेलं आहे. माझं आयुष्य म्हणजे एक गलिच्छ गटार झालेलं होतं. मला कधी कधी वाटतं, की ते गेलेले दिवस मला परत जगायला मिळावेत – पण जाऊ दे मी सध्या बदललोय, आणि तीच गोष्ट माझ्या दृष्टीने मला महत्त्वाची वाटते."

"नेट, तुमच्या आयुष्याची अजून खूप वर्षं बाकी आहेत."

"हो आहेत, पण बाकी वर्षं कशी घालवाची हे मला कळत नाहीये."

"नेट तुम्ही धीर धरा, देव तुम्हाला मार्ग दाखवेल."

"हो, नक्कीच आणि ज्या प्रकारानं आपण इथे काम करतोय ते पाहून तर बराच काळ मला इथं काम करता येईल असं वाटतंय."

फिल हसले, पण त्यांच्या हसण्याचा आवाज आला नाही. ते म्हणाले, "नेट तुम्ही बायबलचा अभ्यास करा. प्रार्थना करा, भगवंताला तुझ्यासारख्या लोकांचीच गरज आहे."

"हो, मलाही तसं वाटतं."

"माझ्यावर विश्वास ठेवा. माझा स्वत:चा देवावरचा विश्वास दृढ व्हायला मला दहा वर्षं घालवावी लागली. मी पण इकडे तिकडे खूप भटकलो पण एके ठिकाणी स्थिरावलो. खूप प्रवचनं ऐकली आणि सावकाश चर्चकडे खेचला गेलो."

"तुमचं वय काय?"

"मी चर्चच्या व्यवस्थेत शिरलो तेव्हा माझं वय छत्तीस वर्षांचं होतं."

"म्हणजे त्या वेळी चर्चसंबंधातली कामं करणाऱ्यांच्यात सर्वांत तुम्हीच जास्त वयाचे होतात का?"

"नाही – चाळिशीतले प्रौढ चर्चच्या व्यवस्थेत असणं ही काही फार विचित्र गोष्ट नव्हती, पण काही काहींच्या आयुष्यात अशा गोष्टी घडतात."

"चर्चच्या सर्व व्यवस्थांबद्दलची माहिती घ्यायला किती वेळ लागतो?"

"चार वर्षे."

"लॉ कॉलेजपेक्षा वाईट प्रकार आहे हा."

"हे शिक्षण इतकं काही वाईट नसतं. माझ्या मतानं तर तुम्ही तो काळ अगदी आनंदात घालवत असता."

"लॉ कॉलेजबद्दल मी तसं काही म्हणणार नाही."

दोघांनी पुन्हा एकत्र तासभर काम केलं. मग दुपारच्या जेवणाची वेळ झाली. बाहेरचा बर्फ आता पूर्ण वितळला होता. टिल्घमानमध्ये एक क्रॅब रेस्टॉरंट होतं. तिथे नेट फिल महाशयांना दुपारच्या लंचसाठी न्यायला उत्सुक होता.

"गाडी मस्त आहे." नेटच्या गाडीत पुढच्या सीटवर बसून पट्टा लावता लावता फिल म्हणाले. चकाचक स्वच्छ असलेल्या जग्वार गाडीच्या आतल्या भागावर फिलच्या अंगावरचे भुश्याचे बरेचसे कण पडले. नेटला त्याची पर्वा नव्हती.

"अहो, ही गाडी भाड्यानं घेतलेली आहे. माझ्याजवळ हप्ते द्यायला सुद्धा पैसे नाहीयेत म्हणून माझी स्वत:ची अशी गाडी नाहीये. हप्ता दरमहा आठशे डॉलरचा पडतो. एवढे पैसे मी कुठून आणायचे?"

"माफ करा हं, सॉरी मी उगाचच बोललो."

"पण मला हीपण नकोय. एखादी छोटी मस्त ब्लेझरसारखी सुद्धा चालेल."

त्यांनी गाव सोडलं तशी तेहेतीस क्रमांकाचा रस्ता अरुंद झाला आणि आता ते खाडी लगतच्या वळणावळणाच्या रस्त्यानं जात होते.

फोन वाजला तेव्हा नेट त्याच्या बिछान्यात लोळत होता. झोप काही अजून लागत नव्हती. फक्त दहा वाजलेले होते. दक्षिणेकडल्या मोहिमेनंतर सुद्धा त्याचं शरीर वॉलनटहिलवरच्या दिनक्रमानुसारच चाललं होतं. मधूनच काही

काही वेळा, डेंग्यू तापात त्याला जसा थकवा यायचा, तसा थकवा त्याला कधी कधी जाणवायचा. त्याच्याकडे जेव्हा भरपूर काम होतं तेव्हा तो ऑफिसमध्ये रात्री नऊ काय दहापर्यंत काम करायचा असं जर कोणाला सांगितलं तर त्यावर कोणी विश्वास ठेवायला तयार होणार नाही. त्यानंतर एखाद्या बारमध्ये ड्रिंक्स आणि जेवण ते मध्यरात्री एकपर्यंत चालायचं. तशा दिनक्रमाचा विचार करून करून त्याला कंटाळा आलेला होता.

कॉटेजवर क्वचितच कोणाचा फोन येत असे, म्हणून त्यानं तो झटकन घेतला. काही तरी झंझट आहे असं त्याला वाटत होतं. एका स्त्रीचा तो आवाज होता, ''नेट ओ रॉयले बोलताय ना आपण?''

''हो, मी नेट ओ रॉयले बोलतोय.''

''नमस्कार, मी नेव्हा कोलियर बोलतेय. ब्राझीलमधल्या आमच्या एका धर्मप्रसारकाला पाठविण्यासाठी तुमच्याकडून एक पत्र आम्हाला मिळालंय.''

अंगावरचं पांघरुण त्यानं बाजूला फेकून दिलं आणि तो बिछान्यातून बाहेर उडी मारून उभा राह्यला, ''हो, तुम्हाला माझं पत्र मिळालंय ना?''

''हो, आम्ही ते सकाळी वाचलंय – रॅचेलला पाठवायचं पत्र मी उद्याच तिच्याकडे रवाना करतेय.''

''फारच छान – तुम्ही तिला पत्र कसं पाठवता?''

''वर्षातल्या एका विशिष्ट दिवशी आम्ही ते कोरूंबाला पाठवतो.''

''धन्यवाद! मी तुमचा अत्यंत आभारी आहे. मला आणखी एक पत्र तिला पाठवायचंय.''

''काही हरकत नाही, पण कृपया तुम्ही तिचं नाव पाकिटावर घालू नका.''

त्यानं हिशेब केला त्यावेळी ह्युस्टनमध्ये नऊ वाजलेले होते. नक्कीच ती तिच्या घरून बोलत होती, ते त्याला विचित्र वाटलं. आवाजात मधुरता होती, बहुतेक ओढून ताणून आणलेली.

''का, नाव लिहिण्यामुळे काही विपरीत घडणार आहे का?''

''नाही पण ती कोण आहे हे माझ्याशिवाय कोणालाच माहीत नाहीये आणि आता ते तुम्हाला माहीत झालेलं आहे म्हणजे या जगात ती कोण आहे, कुठे आहे, हे फक्त दोघांनाच माहीत आहे.''

''तिचा पत्ता मी कोणालाही सांगायचा नाही असं वचन तिनं माझ्याकडून घेतलेलं आहे.''

''तिला शोधणं फारच अवघड होतं का हो?''

''तुम्ही तसं म्हणू शकता, पण इतरांनी कोणी तिला शोधून काढलं तर मला काहीच फरक पडत नाही.''

“पण तुम्ही कसं काय तिला शोधलंत?”

“तिच्या वडिलांना ती कुठे होती हे माहीत होतं – ट्रॉय फेलन तुम्हाला माहीत आहे ना?”

“हो. बातम्यातली कात्रणं, मी एकत्र करून ठेवली आहेत.”

“त्यांच्या मृत्युपूर्वी ती पेंटॅनलमध्ये काम करतेय ही माहिती त्यांनी काढून ठेवलेली होती. आता ही माहिती त्यांनी कशी मिळवली हे काही मला माहीत नाही.”

“हो त्यांच्याकडे साधनं होती.”

“हो होती. साधारणपणे कुठल्या भागात होती हे आम्हाला कळलं होतं आम्ही तिकडे गेलो एका मार्गदर्शकाला बरोबर घेतलं. एक दोनदा रस्ता चुकलो, हरवलो पण शेवटी ती सापडली. तुम्हाला तिच्याबद्दल चांगली माहिती आहे?”

“कोणालाच रॅचेल लेनबद्दल पूर्ण माहिती असेल असं मला वाटत नाही. ती कोरूंबाहून माझ्याशी वर्षातून एकदाच म्हणजेच ऑगस्ट महिन्यामध्ये फोनवरून बोलते. पाच वर्षांपूर्वी एकदाच तिनं सुट्टी घेतली होती. त्यावेळी तिच्याबरोबर एकदा मी दुपारचं लंच घेतलं होतं आणि त्यामुळे मी काही असं म्हणू शकत नाही की तिला मी चांगली ओळखते.”

“आता इतक्यात तुम्ही तिच्याकडून काही ऐकलंय का?” नेटनं विचारलं.

“नाही.”

दोन आठवड्यांपूर्वी रॅचेल कोरूंबाला आलेली होती हे त्याला माहीत होतं, कारण ती त्याच्या हॉस्पिटलमध्ये आलेली होती. त्याच्याशी ती बोललेली होती, तिनं त्याला स्पर्श केलेला होता आणि त्याच्या तापामुळे त्याची शुद्ध हरपली होती. त्याच्या शुद्धीबरोबर लेनसुद्धा गेली. पण कोरूंबामध्ये ती आलेली असताना तिनं ह्युस्टनच्या ऑफिसमध्ये फोन लावला नव्हता हे विचित्रच होतं.

“तिचं चांगलं चाललंय.” तो म्हणाला. “तिथल्या लोकांच्यातच तिनं तिचं घर बनवलंय.”

“तुम्ही तिला शोधून का काढलंत?”

“कोणीतरी ते काम करणं जरुरीचं होतं. तुम्हाला कल्पना आहे तिच्या वडिलांनी काय केलंय ते?”

“मी समजावून घ्यायचा प्रयत्न करतेय.”

“कोणी तरी रॅचेलला जाऊन ते सांगायला हवं होतं आणि ते काम कुठल्यातरी वकिलालाच करणं भाग होतं आणि आमच्या कंपनीत मीच असा एक होतो की त्याला दुसरं काहीही चांगलं काम करायला नव्हतं, म्हणून मी तिकडे गेलो.”

"आणि तुम्ही तिच्या वतीनं कोर्टात उभे राहणार आहात का?"

"तिच्या बाबतीतल्या घटनांकडे तुमचं लक्ष असेलच असं मला वाटतंय."

"संस्थेला तिच्याबाबतीतल्या घटनांकडे एवढं लक्ष देऊन चालणार नाही. ती आमच्यातलीच एक आहे असं आम्ही म्हणतो. पण यापुढच्या बदलत्या परिस्थिती-मध्ये काय होतंय हे सांगणं कठीण आहे."

"तुम्ही काही तरी विचित्र बोलताय आणि मला तर असं वाटायला लागलंय की, तुम्हाला ती समजलीच नाहीये."

"वडिलांकडून मिळणाऱ्या संपत्तीचा विनियोग ती कसा काय करणार आहे?"

नेटनं डोळे चोळले – संभाषणात तो थोडा थांबला. पलीकडली सन्मान्य स्त्री तिच्या कक्षेचं उल्लंघन करतेय हे तिला कळतंय की नाही याची नेटला कल्पना नव्हती, "मिस. कोलियर मला संभाषणात कठोरता आणायची नाहीये, पण मी आणि रॅचेलनी तिला तिच्या वडिलांकडून जी काही मालमत्ता, संपत्ती मिळणार आहे त्याबद्दल जी काही चर्चा केलेली आहे त्याबद्दल मी इथे काही बोलू शकत नाही."

"सॉरी – तुम्ही म्हणता ते बरोबर आहे. मी जादा चौकसपणा दाखवायची काही गरज नाहीये. जागतिक आदिवासी कल्याण संघाचा याबद्दल कसा काय दृष्टिकोन राहील याबद्दल मी विचार करतेय."

"रॅचेल लेन जोपर्यंत तुम्हाला काही सांगत नाही तोपर्यंत तुम्हाला विचार करायची गरज नाही."

"ठीक आहे, म्हणजे मी फक्त वर्तमानपत्रांकडे लक्ष ठेवायचं एवढंच मी करू शकते."

"हो, वर्तमानपत्रांत प्रत्येक गोष्टीचा उल्लेख झालेला असेल."

"तिला तिकडे काही गोष्टी तातडीने हव्या आहेत असं तुम्ही तुमच्या पत्रात म्हटलं आहे."

रॅचेलकडे सर्पदंश विष विरोधी लस नसल्यामुळे तिला एका मुलीला वाचवता आलं नाही त्याची संपूर्ण गोष्ट नेटनं तिला सांगितली व तो म्हणाला, "जरूर ती औषधं, पुरेशी उपकरणं अशी तिला कोरूंबामध्ये मिळू शकत नाहीत, तिला ज्याची जरूर आहे अशा गोष्टी मला तिकडे पाठवायच्या आहेत."

"याबद्दल मी तुमचे आभार मानते. तुम्ही जागतिक आदिवासी कल्याण संघाकडे रक्कम पाठवा आणि त्याबरोबर पाठविलेल्या पत्राची एक प्रत मिस. कोलियर यांच्याकडे पाठवा, मी लगेचच तिला हव्या असलेल्या वस्तूंकरिता पैशांची सोय करीन, त्यातून तिला हव्या त्या वस्तू, औषधं, बँडेजेस, उपकरणं,

मोटर बोट घेता येईल एवढं मी पाहीन. आमच्याकडे अशा चार हजार रॅचेल काम करतात. आमच्याकडे पैशाची उपलब्धता कमी पडते.''

''पण या सर्व रॅचेल मला भेटलेल्या रॅचेलसारख्या वैशिष्ट्यपूर्ण आहेत का?''

''हो, त्या सर्वांना देवानंच निवडलेलं आहे.''

त्यांनी दोघांनी एकमेकांच्या संपर्कात राहण्याचं आश्वासन दिलं. नेटनी त्याला जी काही आणि जितकी काही पत्रं रॅचेलला पाठवायची होती ती त्यानं पाठवयाचं ठरवलं. नेव्हा ती कोरूंबाला पाठवेल. दोघांपैकी कोणा एकाशी रॅचेल प्रथम बोलेल त्यांनी दुसऱ्याला कळवायचं असं ठरलं.

बिछान्यात पडल्यावर नेटनं फोनवर झालेलं सर्व बोलणं परत आठवून पाहिलं. नेटच्यात आणि रॅचेलच्यात जे काही बोलणं झालं होतं त्यात आश्चर्यकारक असं काहीच नव्हतं. त्यानं तिला फक्त एवढंच सांगितलं होतं की तिच्या वडिलांचा मृत्यू झालेला आहे आणि त्यांनी तिच्यासाठी एवढी संपत्ती मागे ठेवली आहे की त्यामुळे ती जगातली सर्वांत श्रीमंत महिला म्हणून गणली जाणार होती. डेंग्यू तापानं नेट फारच आजारी आहे असं तिला लॅकोकडून कळलं असणार म्हणून ती कोरूंबा येथे नेटला पाहायला आलेली होती. नेटला तिनं पाहिलं आणि जागतिक आदिवासी कल्याण संघाच्या ह्युस्टनच्या कचेरीला फोन न करता – त्यांच्याकडे साहजिकच तिला मिळणाऱ्या पैशांची तिने वाच्यता केली नव्हती – ती तिच्या आदिवासींच्यातल्या घराकडे परतली होती.

नदीच्या काठावर नेटनं रॅचेलचा जेव्हा निरोप घेतला होता तेव्हाच तिला संपत्तीमध्ये काहीही रस नाहीये असं त्याला वाटलं होतं. आता तर त्याची तशी खात्रीच झालेली होती.

.४४.

जज्जसाहेब वेक्लिफ यांनी फेब्रुवारी महिन्यातले शेवटचे दोन आठवडे संबंधित साक्षीदारांच्या साक्षी नोंदवून घेण्यासाठीची फेअरफॅक्स काऊंटी कोर्टातली खास खोली रिझर्व केलेली होती. साक्षी नोंदवण्याचे काम १७ फेब्रुवारीला सुरू झाले. पंधराजणांच्या साक्षी नोंदवून घ्यायच्या होत्या. जागा आणि वेळ यावर वकील मंडळींच्यात एक मत होत नव्हतं, पण वेक्लिफसाहेबांनी हस्तक्षेप केला आणि वर उल्लेख केलेली जागा पक्की केली. तासामागे तास, दिवसामागे दिवस, साक्षी नोंदवायचं काम पूर्ण होईपर्यंत करत राहायचं, असं त्यांनी ठरविलेलं होतं. इतक्या घाईने कोर्टात कधी कोणी कामं झालेली पाहिली

नव्हती, पण या खटल्यात उद्‌भवलेल्या रकमेचा आकडा फारच मोठा होता. वकील मंडळींनी त्यांच्या कॅलेंडवर पूर्वी नोंदलेले कार्यक्रम बाजूला ठेवून दिले आणि या खटल्यासाठी तारखा उपलब्ध करून दिल्या. फेलन खटल्याला सर्व प्रथम अग्रक्रम दिलेला होता.

नेटला ते दोन आठवडे कलकलाटात साक्षीदारांना उलटे सुलटे प्रश्न विचारून बेजार करणाऱ्या वकिलांच्या गर्दीत घालवणं म्हणजे एखाद्या पापाची शिक्षा भोगण्या-सारखं वाटत होतं.

त्याच्या पक्षकाराला जर पैसे नको होते, तर ते इतर कुणालाही मिळाले तर त्याने कशाला त्याची काळजी करायची?

फेलनच्या इतर वारसदारांची त्याची ओळख झाली आणि त्याच्या या मतात बदल झाला.

पहिली जबानी ट्रॉय फेलन ज्युनियरची होती. कोर्टाच्या कारकुनाने त्याच्याकडून सत्य बोलण्याची शपथ वदवून घेतली. त्याचे लाल लाल गाल आणि अस्थिर डोळे यांमुळे एका सेकंदात, त्याच्या विश्वासार्हतेबद्दल टेबलाशी बसलेल्या लोकांना संशय वाटायला लागला. दुसऱ्या टोकाला व्हिडीओ कॅमेरा त्याच्या चेहऱ्याचा क्लोजअप टिपत होता.

जॉशच्या सहकाऱ्यांनी साक्षीदारांना भंडावून टाकण्याजोगे शेकड्यांनी प्रश्न तयार केलेले होते, ते जॉशने नेटकडे दिलेले होते. जॉशच्या सहा-सात सहकाऱ्यांनी अतिशय अभ्यासपूर्वक हे काम केलेलं होतं. या सहकाऱ्यांची आणि नेटची कधी भेट होण्याची शक्यता सुद्धा नव्हती. अर्थात त्याला एकट्याला सुद्धा हे काम पार पाडता आलं असतं. कारण हे जबानी देण्यासारखं साधं काम होतं. अनेक वेळा अशा प्रकारची कामं नेटनं यापूर्वी पार पाडलेली होती.

ट्रॉय ज्युनियरला नेटनं स्वत:ची ओळख करून दिली. ओशाळल्या हास्यानं त्यानं नेटला उत्तर दिलं. कसायाच्या धारदार सुरीखाली मान असलेलं बकरं कसायाकडे पाहून जसं हास्य करतं. त्यावर कसाई म्हणत असतो की नाही नाही फार काही दुखणार नाहीये असं काहीसं ते दृश्य होतं.

"ज्या औषधाचं प्राशन करायला कायद्याने बंदी आहे असं कुठलं औषध आत्ता तुम्ही घेतलेलं आहे का? किंवा तुम्ही मद्याच्या अमलाखाली आहात का? किंवा तुम्हाला डॉक्टरांनी सांगितलेलं असं कुठलं औषध तुम्ही घेतलेलं आहे का?" नेटनं मजेत प्रश्न विचारायला सुरुवात केली, यामुळे टेबलाच्या पलीकडल्या बाजूला बसलेल्या इतर फेलन वारसांच्या वकिलांच्यात अस्वस्थता पसरली. त्यातल्या त्यात हार्क शांत दिसत होता, त्यानं पण नेटसारख्याच खूप जबान्या नोंदवून घेतल्या होत्या.

ट्रॉय ज्युनियरच्या चेहऱ्यावरचं हसू मावळलं. "नाही" असं उत्तर त्यानं रागावून दिलं होतं. आदल्या दिवशी घेतलेल्या दारूमुळे त्या क्षणाला त्याचं डोकं ठणकत होतं पण तो पूर्णपणे शुद्धीवर होता.

"आणि तुम्हाला पूर्णपणे कल्पना आहे की तुम्ही इथे जे काही सांगणार आहात ते पूर्णपणे सत्य असणार आहे. तशी शपथ तुम्ही घेतलेली आहे?"

"होय."

"साक्ष देताना खोटं सांगितलं तर त्याचे काय परिणाम होतात याची तुम्हाला कल्पना आहे ना?"

"हो."

"या समोर बसलेल्या वकिलांपैकी तुमचे वकील कोण आहेत?" समोरच्या वकिलांकडे बोट दाखवत नेटनं विचारलं.

"हार्क गेटी"

नेटच्या उद्धटपणाने समोरच्या वकिलांच्यात द्वेषाची भावना पसरली. यावेळी सर्वांबरोबर हार्कही होता. कोण वकील कोणासाठी काम करतोय हे समजून घेण्याची नेटला जरुरी भासली नव्हती. त्याला प्रतिपक्षाच्या सर्वच लोकांबद्दल राग वाटत होता. पहिल्या दोन मिनिटांतच त्यानं जबानी देणाऱ्याची विश्वासार्हता कवडी मोलाची आहे हे सिद्ध करण्याकडेच जबानीचा एकूण रोख वळविला आणि तसं वातावरण निर्माण केलं. नेटच्या प्रश्न विचारायच्या धाटणीतून ट्रॉय ज्युनियर जे काही सांगतील ते धादांत खोटं आहे. ते कुठल्यातरी अमली पदार्थाच्या नशेत आहेत असं ऐकणाऱ्यांना वाटू लागलं होतं. प्रश्न विचारायच्या अशा प्रकारानं तसं वातावरण निर्माण करण्याचा प्रयत्न करणं ही वकिलाची फार जुनी युक्ती होती.

"तुम्ही एकूण किती बायका केल्या?"

"तुम्हाला किती होत्या?" ट्रॉय ज्युनियरनं उलटा प्रश्न टाकला आणि आपल्या वकिलाकडे, 'उलटा टोला कसा काय हाणलाय' याची प्रशंसा मिळविण्याकरिता पाहिलं. त्याच क्षणाला हार्क समोरच्या टेबलावरचा एक कागद पाहण्यात गर्क आहे असं दाखवत होता.

नेटनं मनाचा तोल राखला. ट्रॉय ज्युनियरच्या वकिलांनी त्यांच्या पक्षकारांची तयारी करून घेताना नेटबद्दल जे काही सांगितलं आहे त्याचा तो परिणाम होता. जाऊ द्या, नेट त्याची पर्वा करत नव्हता.

"हे बघा मी तुम्हाला एक गोष्ट समजावून सांगतो," नेट थोडासुद्धा विचलित झालेला नाही असं दाखवत म्हणत होता, "मी तुम्हाला इथे हे अगदी सावकाश सांगतोय ते तुम्ही लक्षपूर्वक ऐका. मी इथे एक वकील म्हणून तुम्हाला

प्रश्न विचारतोय आणि तुम्ही साक्षीदार म्हणून इथे जबानी द्यायला उभे आहात. मी आत्ता हे सारं तुम्हाला सांगितलं याचा अर्थ तुम्हाला कळालाय का?''

ट्रॉय ज्युनियरनी सावकाश मान हलवली.

''मी प्रश्न विचारणार आहे. तुम्ही उत्तरं द्यायची हे तुम्हाला कळतंय?''

साक्षीदारानं पुन्हा मान डोलावली.

''तुम्ही मला प्रश्न विचारायचे नाहीत. मी उत्तर देणार नाहीये, समजलं?''

''होय.''

''तुम्ही माझ्या प्रश्नांकडे लक्ष दिलंत तर तुम्हाला उत्तर देणं अवघड जाणार नाहीये.''

ट्रॉय ज्युनियरनी पुन्हा मान डोलावली.

''तुम्ही अद्याप गोंधळलेले आहात का?''

''नाही.''

''तुम्हाला परत गोंधळल्यासारखं वाटलं तर त्याबाबत तुमच्या वकिलाला विचारा. मग माझ्या प्रश्नाचं उत्तर द्या.''

''होय.''

''छान! मी प्रश्न पुन्हा विचारतो. तुम्हाला किती बायका होत्या?''

''दोन.''

एक तास होईपर्यंत नेटने ट्रॉय ज्युनियरची लग्नं, त्याची मुलं, त्याचे घटस्फोट-बद्दलची माहिती संपवली होती. तोपर्यंत ट्रॉय ज्युनियर घामाघूम झालेला होता, किती वेळ ही जबानी घेणं चालणार होतं याचं त्याला आश्चर्य वाटत होतं. फेलन वारसदारांचे वकील आपल्या समोरच्या कागदपत्रांकडे पाहात तेच ते प्रश्न स्वत:ला विचारत होते. नेटनी जे काही प्रश्न विचारायचं होतं त्या प्रश्नांच्या यादीकडे पाहिलंसुद्धा नव्हतं. नेट नुसता जबानी देणाऱ्याच्या डोळ्यांत पाहायचा अन् जबानी देणऱ्याला असं काही वाटायचं की तो आपल्या अंगावरची सारी वस्त्रं उतरवून ठेवतोय. तो एका मागे एक प्रश्नांची सरबत्ती सुरू करायचा. बारीकसारीक तपशील सुद्धा त्याच्या दृष्टीने महत्त्वाचा असायचा. पहिल्या बायकोनं शालेय शिक्षण, कॉलेजचं शिक्षण, कुठे घेतलं? तिची पहिली नोकरी तिनं कुठे केली? तिचं हे पहिलंच लग्न होतं का दुसरं? तिच्या नोकऱ्यांचा तपशील? याबद्दल नेट विचारत होता. नंतर त्यानं त्याच्या पहिल्या घटस्फोटाबद्दल विचारलं. मुलांना वाढवण्यासाठी लागणारा किती खर्च तुम्हाला द्यावा लागला? तुम्ही तो सर्व दिला का?

जितका वेळ जबानी चालली होती आणि त्यातून जी काही माहिती बाहेर येत होती त्या माहितीचा खटल्याच्यादृष्टीनं शून्य उपयोग होता. फक्त जबानी

देणाऱ्याला छळ देण्यापलीकडे काहीही साध्य होत नव्हतं, पण त्याचबरोबर जबानी देणाऱ्याची आणखीही काही लफडी कुलंगडी आम्हाला माहिती आहेत आणि जरूर पडल्यास ती बाहेर काढण्यात येतील असा अप्रत्यक्ष दम दिला जात होता. जबानी देण्याऱ्यांनी दावा दाखल केलेला होता. आता छाननी चौकशीला सामोरं जाणं ओघानंच आलं होतं.

ट्रॉय ज्युनियरच्या कामधंद्याची, नोकरी वगैरेंची चौकशी सुरू होईपर्यंत दुपारच्या लंचची वेळ झालेली होती. वडिलांच्या ग्रुपमध्ये त्यानं केलेल्या कामाच्या संबंधात नेटनं जेव्हा त्याला उलटे सुलटे प्रश्न विचारले तेव्हा तो अडखळला. गोंधळला, गडबडलाच. असे डझनांनी साक्षीदार पुढे आणता येण्यासारखे होते की ट्रॉय ज्यु. हा माणूस काय लायकीचा होता, याबद्दल सांगू शकणार होते. त्यानं हातात घेतलेल्या प्रत्येक कामाच्या बाबतीत त्यानं गोंधळ करून ठेवलेला होता. फेलन ग्रुपमधल्या निरनिराळ्या शाखांमधनं त्याला पाठवण्यात आलं होतं. पण कुठेच तो चमक दाखवू शकला नव्हता. उलट चालत्या व्यवस्थेत त्यानं अडथळा निर्माण करून ठेवलेला होता. नेटनं त्याला त्याच्या बरोबर काम केलेल्या सहकामगारांची, निरीक्षकांची, मॅनेजर्सची नावं विचारली. सापळा लावला होता. हे हार्कच्या ध्यानात येत होतं, तेवढ्यात दुपारच्या जेवणाची वेळ झाल्याचं जाहीर केलं गेलं. हार्क त्याच्या पक्षकाराबरोबर हॉलच्या बाहेर पडताना खरं सांगितल्याबद्दल ट्रॉय ज्यु.ला झाडत होता.

दुपारनंतरच्या भागात क्रूरपणाचा कळस होत होता. ट्रॉय ज्युनियरला त्याच्या एकविसाव्या वाढदिवशी मिळालेल्या पाच मिलियन डॉलर्सच्या रकमेबद्दल नेटनं जेव्हा विचारलं तेव्हा फेलन वारसदारांचे तमाम वकील चमकले होते.

"फार जुनी गोष्ट आहे ती." असं म्हणून ट्रॉय ज्युनियरनं प्रश्न झटकून टाकला. नेटबरोबर चार तास जबानी देत घालवल्यानंतर ट्रॉयला पुढचे कटकटीचे प्रश्न कोणते असती हे समजायला लागलं होतं.

"आपण जरा आठवायचा प्रयत्न करू या." नेट हसत हसत म्हणाला. त्याच्या चेहऱ्यावर तो थकल्याचं कोणतंच चिन्ह नव्हतं. या ठिकाणी पूर्वी असा तो बऱ्याच वेळा उभा राहिलेला होता आणि त्यानं जरूर ती माहिती बाहेर येण्याकरता प्रश्नांची सरबत्तीही त्यानं खूप वेळा केलेली होती. नेटच्या नाटकीपणाला तोड नव्हती.

हे सारे प्रश्न विचारून जबानी देणाऱ्यांना त्रास द्यायला नेटला आवडत नव्हतं. या जबानी देणाऱ्याचे चेहरेसुद्धा पुन्हा आयुष्यात त्याला पाहायचे नव्हते. प्रत्येक प्रश्नाबरोबर हा व्यवसाय आता सोडून द्यायचा या त्याच्या निग्रहावर शिक्कामोर्तब होत होतं.

"तुम्हाला पैसे कसे दिले गेले होते?"' त्यानं विचारलं.

"माझ्या बँक अकाउंटमध्ये ते पैसे जमा करण्यात आले होते."

"तुम्ही ते खातं चालवू शकत होतात?"

"हो."

"तुमच्याखेरीज दुसरा कोणी ते खातं चालवू शकत होता का?"

"नाही. फक्त मीच."

"तुम्ही त्या खात्यामधनं पैसे बाहेर कसे काढले?"

"चेकनी."

त्यानं चेक लिहिलेले होते – पहिल्या प्रथम नव्या कोऱ्या निळ्याशार रंगाच्या मासेराती गाडीची खरेदी होती. त्या गाडीबद्दलच ते पंधरा मिनिटं बोलत बसले.

पैसे मिळाल्यानंतर ट्रॉय ज्युनियर परत कॉलेजमध्ये तर गेलाच नव्हता पण ज्या कुठल्या शाळांतून त्यानं जे काही शिक्षण घेतलेलं होतं त्यापैकी कुणीही त्याला परत शाळेत घ्यायला तयार नव्हतं. त्यानं फक्त पार्ट्या केल्या, हे त्यानं कबुलीजबाबाच्या स्वरूपात सांगितलं. नेटनं त्याच्या वयाच्या एकवीस ते तीस वर्षे या काळात केलेल्या नोकऱ्यांच्या बाबत, कामधंद्यांच्या बाबत प्रश्न विचारले आणि त्यातून नऊ वर्षांतल्या काळात त्यानं मौजमजा, मस्ती याखेरीज दुसरं काहीही केलेलं नव्हतं. तो गोल्फ आणि रग्बी खेळायला जायचा, मोटारी बदलायचा. त्यानं एक वर्ष बहामामध्ये, एक वर्ष वैलमध्ये तऱ्हेतऱ्हेच्या बायांबरोबर, मुलींबरोबर घालवलं होतं. शेवटी एकोणतिसाव्या वर्षी त्यानं आपलं पहिलं लग्न केलं आणि पैसे संपेपर्यंत तो छानछोकी जीवन जगला.

मग रस्ता चुकलेला मुलगा बापाकडे परत आला आणि त्यानं त्याला काहीतरी काम द्या असं सांगितलं.

दुपारनंतरचा काळ संपत आला आणि या ट्रॉय ज्युनियरच्या हातात जर फेलन मिळकतीतला काही हिस्सा मिळाला, तर हा इसम काय उत्पात करेल याची कल्पनासुद्धा नेट करू शकत नव्हता. पैसे खर्च करता करता हा मरेल अशी त्याची खात्री झाली.

दुपारचे चार वाजले आणि ट्रॉय ज्युनियरनी त्या दिवसाचं काम आता थांबवा अशी नेटला विनंती केली, पण नेट त्याला तयार नव्हता. तो थोडासाच वेळ विश्रांती करता द्यायला तयार झाला. विश्रांतीच्या काळात एका चिठ्ठीवर काहीतरी लिहून ती वेक्लिफसाहेबांकडे कुणीतरी पाठवली. थोडावेळ सर्वजण थांबून राहिले. नेटनं जे काही प्रश्न विचारावेत असं जॉशला वाटत होतं, अशा प्रश्नांची एक यादी बनवून त्यानं नेटच्या हातात सकाळीच दिलेली होती, त्या यादीकडे नेटनं आत्ता पहिल्यांदा पाहिलं.

वेक्लिफसाहेबांकडून जबानी घेण्याचं काम चालू ठेवावं असा उलटा निरोप आला.

जॉशनी ट्रॉय फेलनच्या मृत्यूनंतर फेलन वारसदारांच्याबद्दल सर्व ती माहिती गोळा करण्यासाठी तशा प्रकारचं काम करणारी एक एजन्सी नेमली होती. जास्त करून आर्थिक बाबींसंबंधी ही माहिती गोळा करण्यात आली होती. वैयक्तिक बाबींवर फार लक्ष दिलं जाऊ नये असं त्यांना सांगण्यात आलं होतं. नेटनी ही माहिती फार भडक स्वरूपात जबानीच्या काळात पुढे आणली होती. "सध्या तुम्ही कुठल्या प्रकारच्या मोटारी वापरता?" जबानीचं काम पुन्हा सुरू झाल्यानंतर हा पहिला प्रश्न होता. आता या जबानीनं दुसऱ्या दिशेनं वळण घेतलेलं होतं.

"पोर्शे."

"ही मोटार तुम्ही कधी विकत घेतली?"

"बरेच दिवस ती माझ्याकडे आहे."

"प्रश्नाचं उत्तर द्यायचा प्रयत्न करा. तुम्ही ती गाडी कधी विकत घेतली?"

"काही महिन्यांपूर्वी."

"तुमच्या वडिलांच्या मृत्यूनंतर का मृत्युपूर्वी?"

"मला नीटसं आठवत नाहीये, पण मला वाटतं मृत्युपूर्वी."

नेटनं एक कागद उचलला, "तुमच्या वडिलांचा मृत्यू कधी झाला?"

"एक मिनिट थांबा. सोमवार होता, मला वाटतं नऊ डिसेंबर."

"ही पॉर्शे गाडी तुम्ही नऊ डिसेंबरपूर्वी विकत घेतलेली आहे?"

"हो तसंच मी म्हणालो. मृत्यूच्या पूर्वीच."

"नाही – इथे परत चूक होतेय. डिसेंबर दहा – तुम्ही आर्लिंग्टनमधल्या आयर्व्हिंग मोटर्स या दुकानातून काळ्या रंगाची एक पॉर्शे करेरा टर्बो ९११ ही गाडी सुमारे नव्वद हजार डॉलर्सला विकत घेतली होतीत का?" नेटनं हातातल्या कागदाकडे पाहात हा प्रश्न विचारला होता.

ट्रॉय ज्युनियरने वैतागून वळून त्याच्या वकिलाकडे पाहिलं. हार्कनं त्याला "उत्तर दे, त्याच्याकडे कागद आहेत." असं खुणावलं.

"हो, मी घेतली."

"तुम्ही त्या दिवशी आणखी काही मोटारी घेतल्यात का?"

"होय."

"किती."

"एकूण दोन."

"दोन्ही पोर्शे"

"होय."

"एकूण एक लक्ष ऐंशी हजार डॉलर्स का?"

"हो, तशीच काही तरी रक्कम होती."

"तुम्ही ही रक्कम कशी दिलीत?"

"नाही, मी गाड्या उधारीवर घेतल्या."

"त्यानं उधारीवर द्यायला तुमची पत होती का?"

"हो निदान आयर्व्हिंग मोटर्स या कंपनीला तरी तसं वाटतं."

"त्यांना त्यांचे पैसे हवेत का नकोत?"

"हो, तसं ते म्हणू शकतात."

नेटनं आणखी काही कागद उचलले.

"तुम्ही हे पैसे द्यावेत म्हणून त्यांनी तुमच्यावर दावा लावलाय. म्हणजे त्यांना पैसे किंवा त्यांनी दिलेल्या मोटारी यांपैकी काही तरी एक द्यायला पाहिजेच की नाही?"

"हो."

"तुम्ही आज इथे जबानी द्यायला आलात ते या गाड्यांतूनच का?"

"हो – कोर्टाच्या पार्किंग एरियामध्ये त्या उभ्या केलेल्या आहेत."

"बरं मी आता सरळ विचारतो की, १० डिसेंबरला तुमच्या वडिलांच्या मृत्यूनंतर दुसऱ्याच दिवशी तुम्ही आयर्व्हिंग मोटर्सकडे गेलात आणि दोन महागड्या मोटारी उधारीवर विकत घेतल्यात आणि आता दोन महिन्यांनंतर सुद्धा तुम्ही अद्याप त्याचे दहा सेंटसुद्धा त्यांना दिलेले नाहीत आणि म्हणून त्यांनी तुमच्यावर दावा लावलेला आहे. बरोबर?"

साक्षीदारानं होकारार्थी मान हलवली.

"तुमच्या विरुद्ध चालू असलेला हा एकच खटला आहे का?"

"नाही." ट्रॉय ज्युनियरनी हार मानल्यासारखं उत्तर दिलेलं होतं. नेटला त्याच्याबद्दल आता अनुकंपा वाटायला लागली होती. त्यानं एका कंपनीकडून भाड्यानं फर्निचर आणलेलं होतं. त्याचं भाडं वेळेवर दिलं जात नसल्यामुळे त्या कंपनीनं ट्रॉय ज्युनियरवर दावा लावलेला होता. अमेरिकन एक्स्प्रेस कंपनीला पंधरा हजार डॉलर्स हवे होते. ट्रॉय फेलनच्या मृत्यूच्या बातमीनंतर एका आठवड्यातच एका बँकेने ट्रॉय ज्युनियरला कोर्टात खेचलं होतं. ट्रॉय ज्युनियरनं त्या बँकेकडून गोड गोड बोलून, त्याच्या वैयक्तिक जात मुचलक्यावर पंचवीस हजार डॉलर्सचं कर्ज उचललं होतं. कोर्टात ट्रॉय ज्युनियरवर गुदरलेल्या सर्व दाव्यांची माहिती असलेले कागद नेटकडे होते.

पाच वाजता आणखी एक कारण पुढे केलं गेलं, आणखी एक कागद वेक्लिफसाहेबांच्या खोलीत गेला. वेक्लिफसाहेब स्वत: ज्या हॉलमध्ये जबानी

नोंदवण्याचं काम चालू होतं तेथे आले आणि त्यांनी कामकाजाची प्रगती कशी चालली आहे याबद्दल चौकशी केली, "तुम्ही या वारसदाराच्या जबानीचं काम केव्हा पुरं करणार आहात?" त्यांनी नेटला विचारलं.

"बराच वेळ लागेल असं दिसतयं." नेटनं ट्रॉय ज्युनियरकडे पाहात उत्तर दिलं. ट्रॉय ज्यु. आपल्याच तंद्रीत होता. कदाचित तो लवकरात लवकर दारू प्यायला मिळो अशी देवाकडे प्रार्थना करत होता.

"मग सहा पर्यंत काम चालू द्या." वेक्लिफ म्हणाले.

"उद्या सकाळी आपण आठ वाजता काम चालू करू शकणार नाही का?"

जसं काही पिकनिकसाठीच निघायचं अशा आवेशात नेटनं विचारलं.

"साडे आठ वाजता." न्यायाधीश महाशय गरजले आणि ते गेले. त्या शेवटच्या तासात नेटनं ट्रॉय ज्युनियरला निरनिराळ्या विषयांवर विविध प्रश्न विचारून सतावलं. प्रश्न विचारणाऱ्याला हे प्रश्न विचारून नेमकं काय साधायचंय हे जबानी देणाऱ्याला कळत नव्हतं. पट्ट्याला बांधून कुत्रा न्यावा तसा ट्रॉय ज्यु. नेटच्या मागे जात होता. एखाद्या विषयावरचं प्रश्न विचारले जात असताना ज्युनियरला वाटायचं आता या विषयावरच बरंच काही नेट विचारेल, पण तेवढ्यात नेट आणखी निराळ्याच विषयावरचे प्रश्न विचारायला सुरुवात करायचा.

ट्रॉयच्या मृत्यूच्या दिवसापासून त्याच्या मृत्युपत्राचं वाचन होईपर्यंत म्हणजे ९ डिसेंबर ते २७ डिसेंबर या काळात ट्रॉय ज्युनियरनी किती पैसे खर्च केलेले होते? ख्रिसमसच्या सणानिमित्त त्यानं बायकोसाठी काय खरेदी केलेली होती? या भेटींसाठी त्यानं पैसे कसे दिले? त्यानं त्याच्या मुलांकरता काय आणलं होतं? परत पाच मिलियन डॉलर्सशी प्रश्न आला, त्यानं त्यावेळी काही रक्कम शेअर्स किंवा रोख्यांमध्ये गुंतवली होती का? बिफ्चं गेल्या वर्षीचं उत्पन्न किती होतं? तिच्या पहिल्या नवऱ्यापासून झालेल्या मुलांचा ताबा कोर्टाने तिच्या पहिल्या नवऱ्याला का दिला? हा खटला चालवायला त्यानं किती वकिलांना नेमलं आहे? आणि त्याच्या वडिलांच्या मृत्युपासून कितीजणांना नेमून व नंतर हाकलून दिलं आहे? असे बरेच बरेच प्रश्न नेटनं विचारले.

बरोबर सहा वाजता हार्क उठला आणि जबानीचं काम आज थांबवण्यात येत आहे असं त्यानं जाहीर केलं. नंतर दहा मिनिटांतच ट्रॉय ज्युनियर दोन मैलांवरच्या एका हॉटेलच्या बारमध्ये होता.

स्टॅफोर्डच्या पाहुण्यासाठी राखलेल्या खोलीत नेट त्या रात्री झोपला. सौ. स्टॅफोर्ड घरात कुठे तरी होत्या, पण त्या त्याला दिसल्या नाहीत. जॉश न्यूयॉर्कला कामासाठी गेलेला होता.

दुसऱ्या दिवशी ठरल्यावेळी जबानीचं काम सुरू झालं. माणसं तीच होती

पण दुसऱ्या दिवशीचे वकिलांचे कपडे आदल्या दिवशीच्या मानाने साधे होते. ज्युनियरनी लाल सुती स्वेटर चढविलेला होता.

ज्युनियरचा दारू प्यायलेला चेहरा नेटच्या परिचयाचा होता. लाल डोळे, डोळ्या सभोवतालची सुजवट गुलाबी कातडी, नाक-गाल-भुवयांवर घामाचे थेंब होते. तसाच त्याचा चेहरा असायचा. अनेक वर्षे दारू प्यायल्यानं दुसऱ्या दिवशीची त्यापुढे येणारी मरगळ घालवणं, हे दात घासणं, दाढी करणं, आंघोळ करणं यासारखंच एक काम असायचं. कुठल्यातरी गोळ्या घ्यायच्या, भरपूर पाणी प्यायचं, कडक कॉफी प्यायची वगैरे वगैरे. आणि हे सर्व करून सुद्धा कोणी तुमच्याकडे तशा दृष्टीनं पाहिलं, तर मात्र तुम्हाला चक्क निर्लज्ज बनावं लागतं.

"ट्रॉय ज्युनियर, तुम्हाला कल्पना आहे की तुम्ही खरं सांगायला कालच्या शपथेने बांधलेले आहात." नेटनं सुरुवात केली.

"होय."

"तुम्ही मादक पदार्थ किंवा दारू याच्या कुणाच्या अमलाखाली आहात का?"

"नाही."

"ठीक आहे, तर आपण तुमच्या वडिलांच्या मृत्यूच्या तारखेकडे म्हणजे ९ डिसेंबरकडे जाऊ – तीन मानसोपचारतज्ज्ञांनी तुमच्या वडिलांची परीक्षा घेतली त्यावेळी तुम्ही कुठे होतात?"

"त्या इमारतीतल्या कॉन्फरन्स रूममध्ये, माझ्या कुटुंबातल्या मंडळींबरोबर होतो."

"ती परीक्षा तुम्ही पाहिली? बरोबर?"

"हो, पाहिली."

"त्या खोलीमध्ये दोन रंगीत टी.व्ही. सेट होते. बरोबर? प्रत्येक सेट सव्वीस इंच रुंदीचा होता का?"

"तुम्ही म्हणताय तर असेल, मी त्यांची रुंदी काही मोजली नव्हती."

"पण जे काय घडत होतं ते तुम्ही पाहू शकत होतात?"

"होय."

"तुम्ही आणि टी.व्ही.चा पडदा यामध्ये काहीही अडथळा नव्हता आणि तुम्हाला तुमचे वडील व्यवस्थितपणे दिसू शकत होते."

"होय."

"टी.व्ही. वर जे काही बोललं जात होतं ते तुम्हाला ऐकू यायला काही अडचण येत होती का?"

"नाही."

नेट ट्रॉय ज्यु.ला कुठे नेतोय याची वकिलांना कल्पना होती. केसमधला तो नकोसा वाटणारा भाग होता, पण टाळण्यासारखाही नव्हता. सहा वारसदारांपैकी प्रत्येकाला त्या प्रश्नाचं उत्तर द्यावं लागणार होतं.

"म्हणजे ती परीक्षा तुम्ही पूर्णपणे पाहिली आणि ऐकली ना?"

"त्यामधला काही भाग चुकला का?"

"नाही."

"या तिघांपैकी डॉ. झाडेलची नेमणूक तुमच्या कुटुंबाने केलेली होती ना?"

"हो."

"त्यांना कोणी शोधलं?"

"वकिलांनी."

"मानसोपचारतज्ज्ञांची नेमणूक करणाऱ्या वकिलांवर तुम्ही पूर्णपणे विश्वास टाकला होता ना?"

"होय."

महत्त्वाची परीक्षा घेण्याच्या कामासाठी डॉ. झाडेल या मानसोपचारतज्ज्ञाची नेमणूक करण्यासाठी ट्रॉय ज्युनियरनी, त्याच्या भाऊ-बहिणींनी, त्यांच्या वकिलांनी, काय काय चाळण्या लावल्या होत्या याचा उहापोह पुढच्या दहा मिनिटांत झाला. डॉ. झाडेल हे अत्यंत विश्वासार्ह, अनुभवी आणि नावाजलेले असे मानसोपचारतज्ज्ञ होते.

"त्यांनी ज्या प्रकारे तुमच्या वडिलांची परीक्षा घेतली त्याबाबत तुम्ही समाधानी आहात का?" नेटनं विचारलं.

"हो, असं वाटतं."

"झाडेल यांच्या कामगिरीत कुठे काही कमतरता होती असं तुम्हाला वाटलं का?"

"नाही, असं मला वाटत नाही."

डॉ. झाडेल यांनी घेतलेल्या परीक्षेबाबत ट्रॉय ज्यु. समाधानी होता. तीनही डॉक्टरांनी जो काही निष्कर्ष काढला होता त्याबद्दलही त्याला काही म्हणायचं नव्हतं, म्हणजे ते तीनही डॉक्टर्स जेव्हा इमारतीमधून बाहेर पडत होते त्यावेळी तुमचे वडील ट्रॉय फेलन हे जे काही स्वत: करत होते त्याची त्यांना पूर्ण कल्पना होती. त्यावेळी ते वेडेबिडे मुळीच नव्हते असं नेटनं ट्रॉय ज्युनियरकडून कबूल करून घेतलं होतं, म्हणजे नेटनं त्याची पार वाटच लावली होती.

"परीक्षा झाल्यानंतर तुमच्या वडिलांची मानसिक स्थिती, त्यांचं मानसिक

संतुलन बिघडलयं हे प्रथम केव्हा तुमच्या ध्यानात आलं?'' नेटनं विचारलं.

''जेव्हा त्यांनी खाली उडी घेतली तेव्हा.''

''नऊ डिसेंबरला?''

''होय.''

''तुम्हाला एकदम ही शंका आली?''

''होय.''

''ही शंका तुम्ही डॉ. झाडेल यांच्याकडे व्यक्त केली असणारच. मग त्यावेळी ते काय म्हणाले?''

''डॉ. झाडेल यांच्याबरोबर माझं काहीही बोलणं झालेलं नाही.''

''काहीही नाही?''

''नाही.''

''नऊ डिसेंबरपासून सत्तावीस डिसेंबरपर्यंत म्हणजे ज्या दिवशी कोर्टात मृत्युपत्राचं वाचन झालं, त्या दिवसाच्या आधीच्या काळात तुम्ही डॉ. झाडेल यांच्याबरोबर किती वेळा बोललात?''

''नाही, मी त्यांच्याशी काही बोलल्याचं मला आठवत नाही.''

''तुम्ही त्यांना पाहिलंसुद्धा नाहीत?''

''नाही.''

''तुम्ही त्यांच्या ऑफिसमध्ये त्यांना फोनसुद्धा केलेला नाही?''

''नाही.''

''तुम्ही त्यांना ९ डिसेंबरपासून पाहिलेलं आहे का?''

''नाही.''

आता त्याला नेटनं दरीच्या कडेपर्यंत नेलं होतं, फक्त ढकलून द्यायचं बाकी होतं.

''तुम्ही डॉ. झाडेल यांना हाकलून का दिलंत?''

''हा प्रश्न तुम्हाला आमच्या वकिलांना विचारावा लागेल.'' तो म्हणाला.

त्याला वाटतं होतं की काही काळ नेट प्रश्न विचारायचा थांबेल.

''फेलनसाहेब, मी तुमच्या वकिलांची जबानी इथे नोंदवत नाहीये. मी विचारतोय डॉ. झाडेल यांना का काढून टाकण्यात आलं?''

''तुम्ही याबाबत माझ्या वकिलांना विचारा. तो आपल्या न्यायालयीन डावपेचांचा भाग आहे.''

''डॉ. झाडेल यांना काढून टाकण्यापूर्वी तुमच्या वकिलांनी त्याबद्दल तुमच्याशी चर्चा केली होती का?''

''मला माहीत नाही. मला काही आठवत नाहीये.''

"डॉ. झाडेल यांना काढून टाकलं आहे याबाबत तुम्हाला बरं वाटतंय का?"

"होय नक्कीच."

"का?"

"कारण त्यांचं निदान चुकीचं होतं. हे बघा माझे वडील हे एक नंबरचे बदमाश आणि ढोंगी होते. त्यांनी परीक्षेची वेळ मारून नेली. सर्व आयुष्यच त्यांनी दुसऱ्यांना फसवण्यात घालवलं आहे. नंतर त्यांनी खिडकीतून खाली उडी मारली. त्यांनी झाडेल आणि इतर बावळटांना पार फसवलं आहे. ते त्यांच्या नाटकीपणाला बळी पडले. त्यांचं डोकं पार ठिकाणावर नव्हतं."

"का? त्यांनी उडी मारली म्हणून?"

"होय, त्यांनी उडी मारली म्हणून. कारण त्यांनी त्यांची सारी मिळकत अज्ञात असलेल्या वारसाला दिली म्हणून. कारण वारसदारांना त्यांच्या मिळकतीचा भाग मिळताना त्यावर भराव्या लागणाऱ्या करासाठी सवलत मिळण्यासाठी काही व्यवस्था केलेली नव्हती म्हणून. कारण काही वेळ ते वेडाच्या भरात होते. ते स्वत:ला जर वेडे समजत नव्हते तर मानसोपचार तज्ज्ञांकडून परीक्षा करून घेण्याचं खरं कारणच काय होतं? मृत्युपत्रावर सही करण्यापूर्वी ते शहाणे होते, वेडे नव्हते ते सिद्ध करवून घेण्यासाठी तीन तीन अतिशहाण्या मानसोपचार तज्ज्ञांची काय गरज होती?"

"पण त्या तीन अतिशहाण्यांनी 'ते वेडे नव्हते' असा निर्वाळा दिला त्याचं काय?"

"हो, त्यांचं सर्टिफिकेट पार चुकीचं होतं. त्यानं उडी मारली. शहाणी माणसं खिडकीतून उडी मारून आत्महत्या करत नसतात."

"तुमच्या वडिलांनी त्या हस्तलिखित मृत्युपत्रावर सही करण्याऐवजी त्या जाड बाऊंडबुकासारख्या मृत्युपत्रावर सही करून जर उडी मारून आत्महत्या केली असती तरी ते वेडे ठरले असते का?"

"तसं घडलं असतं तर आम्हाला इथे यायची वेळच आली नसती."

दोन दिवसांतल्या त्या जबानी नोंदण्याच्या सत्रात, नेटवर मात करण्याजोगा हा एकच काय तो मुद्दा ट्रॉय ज्युनियरनं नोंदवला होता. उंचीवर गेलेल्याला एकदम कसं आपटायचं ही कला सुद्धा नेटला चांगली साध्य होती.

"आपण आता 'रुस्टर इन' बद्दल बोलू." नेटनं जाहीर केले. त्यासरशी ट्रॉयचे खांदे तीन इंचानी खाली गेले.

तो उद्योगधंद्याच्या क्षेत्रात सपाटून आपटी खाल्लेला ट्रॉय ज्युनियरचा उद्योग होता. नेटकडे त्याची सुद्धा तपशीलवार पूर्ण माहिती होती. या व्यवहारात

त्याला नादारी जाहीर करण्यापर्यंत मजल गेलेली होती. एकापाठोपाठ एक पुन:पुन्हा नादारी जाहीर करण्यासारखे नुकसानीचे धंदे, ट्रॉय ज्युनियरने हाताळले होते त्यासर्वांबाबत इथे प्रश्न विचारले गेले.

ट्रॉय ज्युनियरचं आयुष्यच एकंदरीत दु:खात गेलं होतं तरी पण त्याच्याबद्दल कोणालाही सहानुभूती वाटत नव्हती. बिचाऱ्या ट्रॉय ज्यु.ला वडील होते पण वडिलांचं प्रेम त्याला कधीच लाभलं नव्हतं. ट्रॉयची मुलं त्यांच्या त्यांच्या व्यवहारात, व्यवसायात जेव्हा जेव्हा अपयशी झालेली होती त्या त्या वेळी ट्रॉयला आनंद व्हायचा. तसं ट्रॉयनी जॉशला सांगितलेलं होतं.

नेटनं ट्रॉय ज्युनियरला साडेपाचला सुटका दिली, दुसरा दिवस संपला होता. पुढची जबानी रेक्सची होती. पूर्ण दिवस तो हॉलमध्ये थांबून होता आणि त्या दिवशीही त्याची जबानी नोंदवून न घेता पुढल्या दिवसावर ढकलली, त्याचा त्याला फार राग आलेला होता.

जॉश न्यूयॉर्कहून परतला होता. संध्याकाळच्या जेवणाला नेट त्याच्या बरोबर होता.

.४५.

नेट जेव्हा ट्रॉय ज्युनियरची जबानी नोंदवून घेत होता, तो संपूर्ण दिवस हॉलमध्ये बसून रेक्स आपल्या मोबाईल फोनवर बोलत होता. रेक्सला बऱ्याच वेळा या न्यायालयीन खटल्यांना सामोरं जायला लागलं होतं. न्यायालयीन बाब आली म्हणजे थांबणं आलं, हे त्याला चांगलं समजून चुकलं होतं. वकिलांकरता थांबायचं, जज्ज, साक्षीदार, तज्ज्ञ मंडळी, कोर्टाच्या तारखा, अपिलाच्या तारखा या सर्वांसाठी थांबायला लागतं त्याचप्रमाणे इथेसुद्धा जबानी नोंदवून घेण्यासाठी त्याला थांबायला लागणार हे तो धरून चालला होता. त्याची वेळ आली. उजवा हात वर करून त्यानं सत्य सांगण्याची शपथ घेतली. त्याला नेटबद्दल तिरस्कार वाटायला लागलेला होता. हार्क आणि ट्रॉय ज्युनियर या दोघांनी पुढे काय येणार आहे त्याबद्दल त्याला सावध केलेलं होतंच. वकील हा प्राणी कातडीच्या आत एखाद्या जीवघेण्या रोगाच्या जिवाणूसारखं गळू करत असतो. नेटनं पुन्हा भडकून जाण्यासारखे प्रश्न विचारायला सुरूवात केली. हॉलमध्ये तंग वातावरण निर्माण झालं. तीन वर्षे एफबीआय खातं रेक्सच्या मागावर होतं त्याची चौकशी करीत होतं. १९९० मध्ये एक बँक बुडाली होती, रेक्स त्या बँकेचा डायरेक्टर होता. त्यानं त्या बँकेमध्ये पैसेही गुंतवलेले होते. बँकेत ठेव ठेवणाऱ्या ठेवीदारांचे पैसे बुडाले होते. जी कर्जे व्याजाने दिली होती ती बुडीत ठरली होती. कोर्टात

जे खटले चालू होते त्यांचे निर्णय काही लागत नव्हते. बँकेचा अध्यक्ष तुरुंगात होता आणि बँकेच्या कारभाराची थोडीफार माहिती असलेल्यांना वाटत होतं की, आता रेक्सला सुद्धा तुरुंगाची हवा दाखविली जाईल. रेक्सचे बरेच व्यवहार असे लांडी-लबाडीचे होते म्हणून नेटलासुद्धा जबानीचं नाव पुढे करून, तासन्तास प्रश्न विचारून, त्याचं वस्त्रहरण करायला खूप वाव होता.

मजा म्हणून मधून मधून नेट त्याला आठवण करून द्यायचा, की त्यानं खरं सांगायची शपथ घेतलेली आहे. एफबीआयचेसुद्धा काही अधिकारी ही जबानी पाहण्याकरता, ऐकण्याकरता या हॉलमध्ये उपस्थित असण्याची शक्यता आहे.

फोर्ट-लॉडरडेल भागातले स्ट्रिपटिजचे सहा क्लब प्रत्यक्षात रेक्सच्या मालकीचे आहेत, पण कागदोपत्री ते त्याच्या बायकोच्या नावावर आहेत असं दुपारच्या जेवणापर्यंतच्या काळात नेटनं उघडकीला आणलं होतं. बंदुकीच्या द्वंद्वात मारल्या गेलेल्या एका गुंडाच्या मालकीचे ते क्लब होते, ते रेक्सने त्याच्याकडून विकत घेतलेले होते. संभाषणाच्या ओघात या क्लबबद्दलची चर्चा होणं स्वाभाविक होतं. नेटनं एका पुढे एक असे, त्या संबंधातले सर्व विषय चर्चेला घेतले. लेडी-लक, लोलिताक्लब, टिफनी वगैरे वगैरे आणि असे शेकडोंनी प्रश्न विचारले. त्यानं तिथे काम करणाऱ्या मुलींबद्दल विचारलं, स्ट्रिपटीज करणाऱ्या मुलींबद्दल विचारलं, त्या कुठून आल्या, त्या किती पैसे मिळवतात, तशा प्रकारचे नाच करताना त्यांनी अमली पदार्थांचं सेवन केलेलं असतं का? नाच करताना मधून मधून त्या क्लबमध्ये नाच पाहायला आलेल्या गिऱ्हाईकांना स्पर्श करतात का? आणखी असेच कितीतरी प्रश्न नेटनं एकामागोमाग विचारले. कातडीचं दर्शन घडवणाऱ्या धंद्याची आर्थिक समीकरणं कशी असतात याचीही माहिती विचारली. त्या तीन तासांत त्यानं जगातल्या अत्यंत गर्हणीय व्यवसायाचं संपूर्ण चित्र लोकांपुढे उभं केलं. "भूतकाळात तुझी बायको सुद्धा हा व्यवसाय करत होती का?" असं नेटनं त्याला विचारलं. त्याचं उत्तर हो असं होतं, अर्थात रेक्सला ते देणं जड गेलं होतं. त्याचा चेहरा रागानं लालबुंद झाला होता. तो त्याच्या जागेवरून उठून टेबलावर उभा राहून नेटच्या अंगावर झडप घालतोय का काय असं हॉलध्ये उपस्थित असलेल्यांना वाटलं होतं.

"ती तिथे हिशेब ठेवण्याचं काम करत असे." हे उत्तर त्यानं दातावर दात घट्ट दाबून बोलल्यासारखं दिलेलं होतं.

"तिनं कधी टेबलावर उभं राहून नाच केला होता का?"

परत क्षणभर शांतता. रेक्सनी टेबलाच्या कडा घट्ट पकडून धरल्या होत्या, "तिनं तसा नाच नक्कीच कधी केलेला नव्हता." ते नक्कीच खोटं होतं आणि

हॉलमधल्या प्रत्येकाला ते माहीत होतं.

नेटनं सत्य शोधण्याकरता समोरच्या टेबलावरच्या कागदातले काही कागद वरखाली केले, काही कागदांचं निरीक्षण केलं. आणि फक्त जननेन्द्रियच झाकलं जाईल इतपत असा अरुंदसा पट्टीसारखा कापडाचा तुकडा अंगावर असलेला आणि उपस्थित पुरुषांच्या वैषयिक भावना चेतवण्यासाठी वाकडा केलेला पार्श्वभाग अशा स्थितीतला रेक्सच्या बायकोचा – अंबरचा एक फोटो नेट त्यातून बाहेर काढतो की काय, असं काही जणांना वाटलं.

संध्याकाळी सहा वाजता पुढच्या दिवशी हेच काम पुढे चालू होईल असं सांगून जबानी नोंदविणं थांबवण्यात आलं. व्हिडीओ कॅमेरा थांबला व चित्रीकरण करणारे तंत्रज्ञ त्यांच्या सामानाची आवराआवरी करू लागले. रेक्स दाराशी थांबला होता. नेटकडे बोट करून म्हणाला, ''उद्या माझ्या बायकोबद्दलचे प्रश्न विचारायचे नाहीत, समजलं?''

''रेक्स ते अशक्य आहे. कारण तुझी सर्व मिळकत तू तिच्या नावावर ठेवलेली आहेस.'' नेटनं काही कागद त्याच्या दिशेने दाखवले जसं काही सारा पुरावा नेटकडे होता. हार्कनं त्याच्या पक्षकाराला, रेक्सला दंडाला पकडून हॉलच्या बाहेर नेलं.

नेट नंतर कोर्टाच्या त्या हॉलमध्ये तासभर एकटाच बसून होता. कागद तपासत होता. काढलेल्या नोट्स तपासत होता यावेळी त्याला सेंट मायकेल्स मधल्या त्या कॉटेजच्या पोर्चमध्ये बसून समोरचा खाडीचा देखावा पाहात बसायची इच्छा झाली होती अन् फिलबरोबर बोलण्याची जबरदस्त इच्छा झाली.

ही तुझी शेवटची केस आहे आणि हे कामसुद्धा तू केवळ रॅचेलसाठी करतोयस, असं तो स्वत:ला वारंवार बजावत होता.

दुसऱ्या दिवशी दुपारी फेलन वारसदारांचे वकील आपापसांत उघड उघड चर्चा करत होते की रेक्सची जबानीसुद्धा तीन ते चार दिवस चालणार आहे. रेक्सलासुद्धा सात मिलियन डॉलर्सचं कर्ज होतं आणि सावकारांनी त्याच्याविरुद्ध कोर्टात दावे लावलेले होते. काही सावकारांना डिकरीसुद्धा मिळालेल्या होत्या, पण रेक्सच्या स्वत:च्या नावावर अशी कोणतीच इस्टेट नव्हती, सर्व काही त्याची बायको अंबर, की जी पूर्वी स्ट्रिपटीज प्रकारचा नाच करायची, तिच्या नावावर होतं. कोर्टानं दिलेल्या निकालाच्या प्रती नेटनं टेबलावर ठेवल्या, प्रत्येक निकालाचा सर्व बाजूने ऊहापोह केला आणि परत त्या प्रती होत्या तशा फाईलमध्ये ठेवून दिल्या. संथपणे चालणाऱ्या प्रकाराचा नेटशिवाय सर्वांनाच कंटाळा आलेला होता. जितक्या खालच्या पातळीवर रेक्सला नेता येईल तितकं

खाली न्यायचा नेटचा प्रयत्न होता.

दुपारनंतरच्या भागामध्ये नेटनं ट्रॉयला उडी मारून आत्महत्या करण्याची जरुरी का वाटली? त्याची कारणं काय होती याचं विश्लेषण करणं सुरू केलं. त्या संबंधात ट्रॉय ज्युनियरला जशा प्रकारे प्रश्न विचारणं सुरू केलं होतं त्याच प्रकाराने त्यानं रेक्सला हाताळायला सुरुवात केली. पण यावेळी हार्कनी रेक्सला चांगलं पढवून ठेवलेलं होतं. डॉ. झाडेलच्या बाबतीतल्या प्रश्नांना रेक्सनं दिलेली उत्तरं चाकोरीबद्ध होती. उत्तर देण्याबाबत त्याची पूर्ण तयारी करून घेतलेली होती. त्या पार्टीनं ठरविलेलं उत्तरच रेक्सनी दिलं. तीन मानसोपचारतज्ज्ञांचं निदान चुकीचं का होतं कारण काही मिनिटांतच ट्रॉयनं उडी मारली होती. ट्रॉय फेलन ग्रुपमध्ये तो काही काम का करू शकला नाही याबाबत जेव्हा प्रश्न विचारले तेव्हा रचनात्मक, ज्यातून काहीतरी निष्पन्न होईल, चांगलं साध्य होईल असं काही करण्याची असमर्थता याच गोष्टी रेक्सच्या बाबतीतही सिद्ध होत होत्या. नंतरचे दोन तास रेक्सला वारसा हक्काने मिळालेले पाच मिलियन डॉलर्स त्यानं कसे उधळले यात गेले.

साडेपाच वाजता नेटने जबानी संपल्याचं अचानक जाहीर केलं आणि तो खोलीमधून बाहेर पडला.

चार दिवसांत दोघांच्याच जबानीचं काम होऊ शकलं होतं. व्हिडीओवर या दोघांना अगदी उघडं नागडं केलं होतं. जबानी ऐकणं आणि पाहणंसुद्धा मनाला क्लेशदायी होत होतं. फेलन वारसदारांचे वकील त्यांच्या त्यांच्या स्वतःच्या मोटारीतून निघून गेले. खटल्यातला वाईटात वाईट भाग संपला होता कदाचित – की कुणास ठाऊक आणखीही काही पुढे होता.

फेलन वारसदार त्यांच्या बाल्यावस्थेत असतानाच बिघडले होते. वडिलांनी त्यांच्याकडे दुर्लक्ष केलेलं होतं, पैसे मिळवायची आणि पैसे खर्च करण्याची अक्कल आलेली नसताना, त्यांच्या ताब्यात अमाप पैसा दिला गेला. योग्य शिक्षण न देता त्यांच्याकडून भरीव कामाची अपेक्षा केली गेली. वारसदारांचे निर्णय, निवडी, पसंती पार चुकीच्या ठरल्या होत्या. या सर्वांचं खापर शेवटी ट्रॉयवर ठेवण्यात आलं. मुलं बिघडली याचं कारण सर्वस्वी ट्रॉय असंच वारसदारांच्या सर्व वकिलांचं म्हणणं होतं.

शुक्रवारी सकाळी लिब्बीगैलला मानाच्या स्थानी नेऊन बसविण्यात आलं. तिचे डोक्यावरचे केस बारीक कापलेले होते. कानाच्या बाजूला आलेले केस एखाद्या काळ्या कापडाच्या पट्टीसारखे चिटकवलेले दिसत होते, वर डोक्यावर कुठेतरी छोटासा भाग पांढरा झालेला दिसत होता. गळ्यात आणि हातात स्वस्तात मिळणारे दागिने घातलेले होते.

लिब्बीगैलनं नेटकडे घाबरूनच पाहिलं. तिच्या भावांनी त्याच्याबद्दल बरंच काही सांगितलं होतं.

तो शुक्रवारचा दिवस होता. नेटला त्यादिवशी लवकरात लवकर शहराच्या बाहेर पडायची जरुरी भासत होती. एखाद्याला कमालीची भूक लागल्यानंतर आपण कधी एकदा खाणं खातोय असं होतं ना, तसं त्याला आपण या शहराच्या बाहेर कधी एकदा पडतोय असं झालेलं होतं. त्यानं तिच्याकडे पाहून स्मित हास्य केलं आणि प्रश्नांची सुरुवात केली. सुरुवातीला तिचं लग्न, मुलं वगैरेबाबत प्रश्न विचारले. पहिली तीस मिनिटं छान गेली. मग मात्र तो तिच्या भूतकाळाबद्दल विचारू लागला. त्यातला पहिला प्रश्न "अमली पदार्थांचं सेवन आणि दारू पिणं या व्यसनांपासून सुटका करून घेण्यासाठी तुम्ही व्यसनमुक्ती केंद्रात किती वेळा जाऊन आलेला आहात?"

या प्रश्नानं तिला धक्काच बसला. नेटला ते जाणवलं. त्याने विचारलं, "मी चार वेळा जाऊन आलेलो आहे. कबूल करायला मला शरम वाटत नाही." त्याच्या बिनधास्त बोलण्यानं तिची भीड जरा चेपली. "मला खरोखर आठवत नाहीये," तिनं उत्तर दिलं, "पण गेली सहा वर्षे मी अगदी स्वच्छ आहे."

"आश्चर्य आहे!" नेट म्हणाला. एक व्यसनी व्यक्ती दुसऱ्या व्यसनी व्यक्तीचं अभिनंदन करत होती, "तुमच्या बाबतीत हे घडलं, फार चांगली गोष्ट आहे."

या प्रश्नानंतर त्या दोघांखेरीज त्या खोलीत इतर कोणीही नसल्यासारखं ते काही वेळ बोलत राहिले. नेट फार चौकस असल्यासारखं बोलत होता, त्याबद्दल त्याने तिची माफी मागितली. तिनं पाच मिलियन डॉलर्स कसे खर्च केले याबद्दल विचारलं. तिनं भारी भारी अमली औषधं आणि वाईट वाईट माणसांबद्दल बऱ्याच गोष्टी सांगितल्या. तिच्या भावांच्या आयुष्यातल्या घटनांच्या तुलनेत तिच्या आयुष्यातल्या नंतरच्या भागात स्थैर्य आलेलं होतं. तिनं स्पाईक नावाच्या माणसाशी लग्न केलेलं होतं. स्पाईक हा हेल्मेट जॅकेट घालून मोठ्या हॉर्स पॉवरच्या मोटर सायकलवरून गावोगावी फिरणाऱ्या बायकर्स मंडळींपैकी एक होता. त्यालासुद्धा पूर्वी खूप व्यसनं होती पण त्यानं त्यापासून स्वत:ची सुटका करून घेतलेली होती आणि हे दोघे बॉल्टिमोरला एका छोट्या घरात राहात होते.

"तुमच्या वडिलांच्या इस्टेटीमधला सहावा हिस्सा तुम्हाला जर मिळाला तर तुम्ही काय कराल?" नेटनं विचारलं.

"खूप गोष्टी विकत घेईन." ती म्हणाली, "तुम्ही किंवा इतर कोणीही जे काही कराल तेच मी पण करेन, पण यावेळी मी विचार करूनच पैसे खर्च करीन हे मात्र नक्कीच."

"सर्वांत पहिली कुठली वस्तू तुम्ही विकत घ्याल?"

"सर्वांत प्रथम मी स्पाईक करता हार्ले डेव्हिडसनची सर्वांत भारी मोटरसायकल विकत घेईन. नंतर एक छान घर – मॅन्शन सारखं जरी नसलं तरी पण मोठे पण आटोपशीर." तिच्या खर्च करण्याच्या कल्पनांबरोबर तिचे डोळे लुकलुकत चमकत होते.

तिची जबानी दोन तासांपेक्षा सुद्धा कमी वेळात आवरली गेली. त्यानंतर तिची बहीण मेरी रॉस फेलन जॅकमन ही जबानीसाठी टेबलाशी बसली. तिनं सुद्धा घाबरलेल्याच नजरेनं नेटकडे पाहिलं. जसं काही नेटच्या जिवणीच्या कोपऱ्यातून टोकदार सुळे बाहेर आलेले होते. फेलन यांच्या पाच सज्ञान वारसदारांपैकी मेरी रॉस ही एकटीच अशी होती की जी आपल्या पहिल्या लग्नाच्या जोडीदाराबरोबर राहात होती, तिच्या जोडीदाराचं हे दुसरं लग्न होतं ही गोष्ट निराळी. तो एक ऑर्थोपेडिक होता. मेरी रॉसचा पेहेराव आकर्षक असायचा, ती दागदागिने सुद्धा चांगल्या प्रकारचे वापरत असे.

सुरुवातीच्या प्रश्नांमधून तिच्या कॉलेज शिक्षणाच्या काळातली तिची माहिती पुढे आली. तिच्या बाबतीत कुठली व्यसनं, कुठल्या वाईट सवयी, पोलिसांची अटक, कॉलेजमधून काढणं अशा काही गोष्टी घडलेल्या नव्हत्या. पैसे मिळाल्यानंतर ती तीन वर्षं तस्कनी भागात आणि नंतरची दोन वर्षे नाईस इथे राहिली होती. अठ्ठाविसाव्या वर्षी तिनं एका डॉक्टरशी लग्न केलं, त्यांना दोन मुली होत्या. एक सात वर्षांची होती आणि दुसरी पाच वर्षांची होती. पाच मिलियन डॉलर्स पैकी शिल्लक किती उरले आहेत हे काही स्पष्ट झालं नाही. गुंतवणुकीचा भाग डॉक्टर पाहात होता. त्यामुळे या पैशांपैकी आता काहीही राहिलेलं नाहीये अशी नेटची खात्री झाली होती. या दोघांचं राहणं वरवर श्रीमंती दिसत होतं, पण प्रत्यक्षात ते कर्जबाजारी होते. जॉशनी मेरी रॉसची माहिती काढली होती, त्यावरून मेरी रॉसचं घर मोठं होतं, ड्राईव्हवेवर पार्क केलेल्या इंपोर्टेड गाड्यांचा ताफा, फ्लोरिडामध्ये एक मोठा फ्लॅट होता. डॉक्टरांचं दरवर्षाचं उत्पन्न साडेसात लाख डॉलर्स एवढं होतं, उत्तर व्हर्जिनियामधल्या मोटारी धुण्याच्या सर्व धंद्यांमध्ये त्याने भागीदारी घेतलेली होती त्यात त्याला नुकसान झालेलं होतं. धंदा गुंडाळला पण कर्जापोटी दरवर्षाला त्याला अडीच लाख रुपये द्यावे लागत होते.

या डॉक्टरचा अलेक्झांड्रीयामध्ये एक फ्लॅट होता. तिथे त्याची एक ठेवलेली बायको होती. मेरी रॉस आणि तिचा नवरा हे एकमेकांबरोबर असे फारच कमी वेळा असत. नेटनं हे मुद्दे इथे काढायचे नाहीत असं ठरवलं होतं त्याला बाहेर पडायची घाई झालेली होती, पण ती दुसऱ्या कोणाच्या ध्यानात येणार नाही एवढी खबरदारी त्यानं घेतली होती.

दुपारच्या जेवणाच्या सुट्टीनंतर रॅंबल पाठीला पोक काढत बावळटासारखा त्या हॉलमध्ये आला. त्याचा वकील यान्सी त्याच्या बरोबर होता. त्याचा पक्षकार कितपत शहाणपणानं उत्तर देतोय याची त्याला धास्ती वाटून राह्यली होती. या मुलाचे केस गडद लाल रंगाचे होते. चेहऱ्यावर त्याच रंगाच्या पुटकुळ्या होत्या. त्याच्या चेहऱ्यावरचा कुठलाही भाग असा नव्हता की त्याला सुरी किंवा कात्री लागलेली नव्हती. कित्येक रिंगा, कित्येक विविध प्रकारचे खडे त्याच्या चेहऱ्यावर अडकवलेले होते. त्याच्या काळ्या जॅकेटची कॉलर मागल्याबाजूनं वर करून ताठ केलेली होती, आणि कानाच्या पाळ्यांना लावलेल्या रिंगांना व डुलांना ती लागत होती.

काही प्रश्न विचारल्यानंतर हे सिद्ध झालं होतं की, हा पोरगा जितका बावळट दिसत होता तितकाच मूर्ख पण होता. त्याला पाच मिलियन डॉलर्स उपलब्ध व्हायची संधी अद्याप मिळालेली नव्हती, म्हणून नेटला त्यानं पाच मिलियन डॉलर्स कसे उधळले वगैरे विचारण्याचा प्रश्न आला नाही. रॅंबल क्वचितच कधी शाळेत गेलेला होता. एकलकोंड्यासारखा तो बेसमेंटमध्ये राहायचा, त्यानं कधी कुठे नोकरी केली नाही की कधी काही पैसे मिळवले नाहीत. या गोष्टी नेटनं या जबानीद्वारे पुढे आणल्या होत्या. त्याला गिटार वाजवायला आवडायची. त्याला एक फेमस रॉकस्टार व्हायचं होतं. त्यानं वाद्यवादकांचा एक क्लब स्थापन केलेला होता. 'राक्षसी माकडं' हे त्या बॅंडचं यथार्थ नाव होतं, अर्थात ते नाव नोंदवावं की नाही याबाबत त्याचं नीट काही ठरत नव्हतं. तो कधीही कुठला खेळ खेळला नव्हता. चर्चचा अंतर्भाग त्यानं कधीही पाहिला नव्हता. तो त्याच्या आईशी कमीत कमी बोले. जेव्हा तो जागा असेल आणि जेव्हा संगीत तो ऐकत नसे किंवा वाजवत नसे त्यावेळी तो एम टीव्ही पाहात राहायचा.

या मुलाला जर सुधारायचा, ताळ्यावर आणायचं असेल तर त्यासाठी लाखो डॉलर्स खर्च येणाऱ्या उपयांची जरुरी पडेल, असं नेटला वाटलं. एका तासाच्या आत या मुलाच्या जबानीचं काम पूर्ण झालं.

त्या आठवड्यातली शेवटची जबानी देणारी गीना होती. तिच्या वडिलांच्या मृत्यूनंतर चारच दिवसांत तिनं आणि तिचा नवरा कोडी यांनी अडतीस लाख डॉलर्सचं घर विकत घेण्याचा करार केलेला होता. तिनं शपथ घेतल्या घेतल्या ही माहिती पुढे आणून नेटनं तिच्यावर हल्लाच चढविला होता. ती त त प प करायला लागली आणि तिनं तिच्या वकिलाकडे पाहिलं. मिस. लॅंगहॉर्न सुद्धा तितकीच बावरली होती. तिच्या पक्षकाराने या कराराबद्दल तिला काहीही माहिती दिलेली नव्हती.

“घराचे पैसे देण्यासाठी तुमच्याकडे काय तरतूद आहे?” नेटनं विचारलं.

त्या प्रश्नाचं उत्तर तिच्याकडे होतं पण ती कबूल करू शकत नव्हती.

“आमच्याकडे पैसे आहेत” बचावाचा पवित्रा घेत ती म्हणाली, मग काय नेटला आयताच दरवाजा उघडून मिळाला होता, तो सरळ त्यात घुसलाच.

“आपण तुमच्याकडे असलेल्या पैशांविषयीच बोलू.”

नेट हसत म्हणाला, “तुमचं वय तीस वर्षांचं आहे, नऊ वर्षांपूर्वी तुम्हाला पाच मिलियन डॉलर्स मिळालेले आहेत. बरोबर आहे ना?”

“हो मिळालेत.”

“त्यातले किती उरलेत?”

ती उत्तर द्यायला बराच वेळ झगडत होती. उत्तर देणं इतकं काही सोपं नव्हतं, कोडीकडे खूप पैसे होते. त्याने बऱ्याच ठिकाणी गुंतवणूक केलेली होती. खर्च पण खूप केलेले होते. त्यांनी एकमेकांचे पैसे एकमेकांच्यात मिसळून टाकले होते, त्यामुळे कोणाच्या पैशांची कुठे कशी गुंतवणूक आहे, कोणाची किती शिल्लक रक्कम आहे याचा तपशील तयार करणं तशी फार सोपी बाब नव्हती. नेटनं तिला दोर दिला आणि तिनं तो स्वतःच्या हातानं स्वतःच्याच गळ्यात अडकवून घेतला.

“तुम्ही आणि तुमचे पती यांचे मोकळे, न गुंतवलेले असे किती पैसे आहेत?”

“मला पाहायला लागेल.”

“अंदाज सांगा, अगदी नक्की रक्कम नकोय मला.”

“साठ हजार डॉलर्स.”

“तुमची स्थावर मालमत्ता कितीची आहे?”

“फक्त आम्ही राहतो ते एक घरच.”

“तुमच्या घराची किंमत काय होईल?”

“मी काही त्याचं व्हॅल्युएशन करून घेतलेलं नाहीये.”

“तुमचा अंदाज सांगा, बस्स.”

“तीन लाख डॉलर्स.”

“आणि तुम्ही ते केवढ्याला गहाण ठेवलंय?”

“दोन लाख डॉलर्स.”

“तुमची एकूण गुंतवणूक कितीची आहे?”

तिनं काही आकडे कागदावर मांडले आणि डोळे मिटले आणि म्हणाली, “पाच मिलियन डॉलर्सच्या आसपास.”

“इतर काही ढोबळ मालमत्ता?”

“नाही.”

नेटनं स्वत:चे काही हिशोब केले आणि म्हणाला, "नऊ वर्षांत तुमच्याकडच्या पन्नास लक्ष डॉलर्सपैकी तुमच्याकडे तीन ते चार लक्ष डॉलर्सच फक्त उरलेले आहेत. मी म्हणतो ते बरोबर आहे?"

"नाही. मला वाटतं तुम्ही म्हणता ती रक्कम कमी आहे."

"मग मला तुम्ही सांगा की घराची रक्कम तुम्ही कशी आणि कुठून देणार आहात?"

"कोडी काम करतो त्याच्या उत्पन्नातून देऊ."

"तुमच्या मृत पित्याच्या इस्टेटीचं काय? त्यातून काही मिळेल असं धरलंय?"

"हो, त्यातून थोडेफार कदाचित मिळतील."

"तुम्हाला ज्यानं घर विकलंय, त्यानं तुमच्यावर दावा लावलाय बरोबर आहे?"

"हो आणि आम्ही पण त्याच्यावर प्रतिदावा लावलाय, त्याला इतर कारणंपण खूप आहेत."

ती हिकमती, लबाड, बोलघेवडी होती. अर्ध खरं अर्ध खोटं सांगण्यात ती तरबेज होती. नेटला ती आता फेलन वारसदारांपैकी सर्वात जास्त महाभयानक आणि धोकादायक स्त्री वाटायला लागली होती. कोडीनं धाडस दाखवून काही गुंतवणुकी केलेल्या होत्या त्याबद्दल त्यांनी चर्चा केली आणि त्यावरून पैसे कुठे गेलेले आहेत ते उघड झालेलं होतं. १९९२ मध्ये तांब्याच्या व्यवहारात पैसे गुंतवून त्यानं कित्येक लाख डॉलर्सचा जुगार खेळला होता. पाच लक्ष डॉलर्स त्यानं पॅक्ड् चिकन या धंद्यात घातलेले होते ते बुडाले. छताच्छादित जिवाणू शेतीच्या व्यवसायात त्यानं सहा लाख डॉलर्स गुंतवले होते, उष्ण हवेची एक लाट आली आणि सर्व जिवाणू, किडे मरून गेले.

लहानपणी फाजील लाडाने बिघडवली गेलेली आणि प्रौढपणा न आलेली अपरिपक्व अशी ही जोडी होती. तिसऱ्या कुणाचे तरी पैसे हे दोघं उडवत होते आणि मोठमोठी स्वप्नं पाहात होते.

जबानीचा शेवट येत होता. खड्ड्यात उडी मारायला, खड्डा खणण्यासाठी, नेट त्यांच्या हातात टिकाव-फावडं देत होता. ती स्वत: स्वत:साठी खड्डा खणत होती. नेटला माहिती देता देता, वडिलांच्या पैशाची तिला मुळीच अपेक्षा नव्हती आणि नाही. तिच्या वडिलांवर तिचं खूप प्रेम होतं, त्यांनीही तिच्यावर खूप प्रेम केलेलं होतं आणि खरोखरच त्यांची मानसिक स्थिती चांगली असती तर त्यांनी नक्कीच त्यांच्या मुलांसाठी काही तरी रक्कम ठेवली असती. त्यांनी ती अनोळखी अशा परक्या व्यक्तीला देऊन त्यांनी त्यांच्या मनाच्या अस्वस्थतेचा,

आजारीपणाचा पुरावाच पुढे ठेवलाय आणि माझ्या वडिलांचा जो नावलौकिक आहे, प्रतिष्ठा आहे, त्याचं रक्षण करण्यासाठीच हा खटला ती लढत होती असं तिने प्रतिपादन केलं.

शेवटी तिनं केलेलं भाषण तिच्या वकिलांनी तिच्याकडून बऱ्याच वेळा प्रॅक्टिस करवून घेऊन, घडवून आणलं होतं, पण त्याचा हवा तसा परिणाम झालेला नव्हता.

नेट जबानी घेतच राहिला. पाच वाजता तो शेवटी कंटाळला.

तो शहराबाहेर पडला. बॉल्टिमोरला जाणाऱ्या रस्त्यावर वाहतुकीच्या गर्दीत तो सापडला. त्याच्या डोक्यात फेलन वारसदारांबद्दलचेच विचार होते. त्यांना अडचणीचं वाटण्यापर्यंत त्याने त्यांच्या आयुष्यात डोकावून पाहिलं होतं. त्यांचं संगोपन ज्याप्रकारे झालं होतं, त्यांना ज्या प्रकारे वाढवलं गेलं होतं, त्या कारणाने आता त्याला त्यांच्याबद्दल सहानुभूती वाटायला लागली होती. जीवनाबद्दलच्या मूल्यांबद्दल त्यांना कधी काही शिकवलंच गेलेलं नव्हतं. जगात प्रतिष्ठेनं कसं राहता येईल याबद्दल त्यांना काही सांगितलं नव्हतं. त्यांच्या लेखी पैसा आणि संपत्ती ह्याच सर्वोच्च महत्त्वाच्या गोष्टी होत्या. त्यांच्या भोवतीचं त्यांचं पोकळ जगणं आकार घेत होतं, याचं त्याला वाईट वाटत होतं.

ट्रॉय फेलन हा स्वत: त्याचं मृत्युपत्र स्वहस्ताक्षरात लिहिताना पूर्णपणे शहाणा होता, याची आता नेटला खात्री पटलेली होती. त्याची स्वत:ची संपत्ती चांगल्याप्रकारे खर्च व्हावी अशी त्याची इच्छा होती आणि ही संपत्ती या बेताल, बेलगाम, बेहिशोबी उधळ्या मुलांच्या हातात जर पडली, तर आवर घालता येणार नाही असा गोंधळ, अनाचार, ही मुलं करतील म्हणून त्यानं आपली सारी संपत्ती रॅचेलच्या हवाली केली, की जिला या संपत्तीत काडीचा रस नव्हता. संपत्ती आणि पैसा हेच ज्यांचं सर्वस्व आहे अशांना या मिळकतीपासून त्यानं लांब ठेवलं होतं.

ट्रॉयनी स्वत:च्या हस्ताक्षरात केलेल्या मृत्युपत्राची सत्यता प्रस्थापित करण्यासाठी नेटनं सर्वतोपरी प्रयत्न करण्याचा निर्धार केलेला होता, त्याचबरोबर पृथ्वीच्या उत्तर गोलार्धातली कोणीही एक व्यक्ती फेलन संपत्ती वाटपाबद्दल अंतिम निर्णय घेऊ शकणार नव्हती.

सेंट मिशेलमध्ये तो पोचला तेव्हा उशीर झालेला होता. तो जेव्हा ट्रिनिटी चर्च समोरून गेला तेव्हा तिथे थांबण्याची त्याला जबर इच्छा झालेली होती. तिथे थांबावं, आत जाऊन ख्रिस्ताच्या प्रतिमेपुढे नतमस्तक होऊन, गेल्या आठवड्यात त्यानं जी पापं केलेली होती त्याबद्दल त्याच्याकडे क्षमा मागावी, माफ कर अशी त्याच्याकडे प्रार्थना करावी असं मनोमन वाटत होतं. या पाच

दिवसांच्या जबानीच्या कारवाईनंतर आधी पापांची कबुली, माफीबद्दलची प्रार्थना आणि नंतर एक चांगल्या प्रकारची शॉवरखालची अंघोळ ह्या गोष्टी अत्यंत आवश्यक होत्या.

.४६.

मोठ्या शहरातून प्रॅक्टिस केलेल्या आणि शहरातलं अतिशय धावपळीचं जीवनाची सवय असलेल्या नेटसारख्या माणसाला चर्चमध्ये एखादं प्रवचन ऐकण्यात, प्रार्थनेत वेळ घालवणं वगैरे गोष्टी फार अवघड जात होत्या. उलट फिल चर्चच्या संबंधातल्या गोष्टींत सदैव रमलेले असायचे. त्यांच्या चर्च परिवारातल्या एखाद्या कुटुंबात जर कोणी आजारी असेल तर फिल यांनी त्याच्या घरी जाऊन आजारी माणसाची चौकशी करावी अशी त्या कुटुंबातल्या सदस्यांची अपेक्षा असायची. एखाद्या कुटुंबात जर कुठे कोणाचा मृत्यू झाला असेल त्यांच्या घरी जाऊन विधवा झालेल्या स्त्रीचं फिल सांत्वन करीत असत. एखादा शेजारी जाता जाता त्यांच्या घराशी जर थांबला तर फिल यांना वेळ असो वा नसो, ते आणि लौरा त्या गृहस्थाला आपल्या घरात बोलावून घेत. त्याला बसवून घेते, थोडावेळ त्याच्याशी गप्पा मारत असत. काही काही वेळा ते स्वत: आपल्या घराच्या पोर्चमधल्या झोपाळ्यावर बसून जाणाऱ्या येणाऱ्याला हाक मारून बोलावून घेत असत आणि तो पण आपल्या प्रमाणेच दुसऱ्यासाठी आपला थोडा वेळ देऊ शकतो का नाही हे पाहात असत. चर्चच्या परिवारात दोन वृद्ध असे होते की त्यांना फिल यांनी आपल्या घरी आठवड्यातून एकदा तरी यावं व गप्पा माराव्यात असं वाटायचं. फिल त्यांच्याकडे त्याप्रमाणे जायचे, पण तिथे गप्पा अशा व्हायच्याच नाहीत. हे तिघेजण फायर प्लेसजवळच्या खुर्च्यांवर तासभर फक्त बसून असत आणि डुलक्या काढत असत. गप्पा झाल्या तर त्यांना हव्या असत, पण व्हायलाच हव्यात असा त्यांचा आग्रह नसायचा. आत्तापर्यंतच्या काळात नेटनं फेलन कुटुंबीयांचे बहुतेक सारे तपशील त्यांना कथन केलेले होते. आता त्यांचे संबंध विश्वासाने बांधले गेलेले होते.

नेटला भेटायला, त्याच्याशी गप्पा मारायला फिलसाहेब स्टॅफोर्ड कॉटेजवर येत असत, असेच ते आले होते. दोघे गप्पा मारत दर्शनी प्रवेशद्वाराच्या पायऱ्यांवर बसले होते. दोघांनी अंगावर लोकरीचे जाड कपडे घातले होते, नेटने मायक्रो-ओव्हनमध्ये बनवलेल्या गरम गरम कोकोचा आस्वाद घेत त्यांच्या गप्पा चालल्या होत्या. समोर अथांग पसरलेला समुद्र दिसत होता, बंदर दिसत होतं, जेटीच्या धक्क्यावर आपटणाऱ्या लाटांचा आवाज त्यांना ऐकू येत होता. आपापसातला

संवाद रेंगाळत चालायचा, काहीकाळ कोणीच काही बोलायचंसुद्धा नाही.

"मी माझ्या गाडीनं एका ट्रिपवर जाणार आहे" नेटनं शांतपणे सांगितलं. "येणार माझ्याबरोबर?"

"कुठं?"

"मला माझ्या मुलांना भेटावसं वाटतंय. मला दोन लहान मुलं आहेत ऑस्टिन आणि अंजेला. ओरेगांव राज्यातल्या सलेम या गावी ते राहतायत. पहिल्यांदा मी तिथे जाईन. इव्हनस्टॉन – नॉर्थवेस्टर्न मध्ये माझा मुलगा पदवी शिक्षण घेतोय आणि माझी मुलगी पीटस्‌बर्गमध्ये आहे, छान ट्रीप होईल ती."

"किती दिवस?"

"घाई घाई करायची नाही, काही आठवडे लागतील. गाडी चालवायचं काम मी करीन."

"तुमची आणि त्यांची नुकती अशी कधी भेट झाली होती?"

"डॅनियल आणि केटलन ही माझ्या पहिल्या लग्नापासूनची मुलं. त्यांना भेटून वर्ष होऊन गेलं असेल. नंतरच्या लग्नापासूनची दोन मुलं आहेत, ती लहान आहेत. त्यांना घेऊन मी मागल्या जुलैमध्ये ओरियल्सच्या गेम्स पार्कमध्ये घेऊन गेलेलो होतो आणि तिथेच मी त्यावेळी भरपूर दारू पिऊन तर्र झालो होतो, आर्लिंगटनला मी कसा परतलो हे माझं मलाच आठवत नाही."

"या फेलन खटल्याच्या पार्श्वभूमीवर तुम्हाला सध्या त्यांची फार आठवण येत असेल नाही?"

"हो नक्कीच. मी सुद्धा त्यांच्या बरोबर फार वेळ घालवलेला नाहीये. मलासुद्धा त्यांच्याबद्दल फार कमी माहिती आहे."

"तुम्ही कामासाठी खूप वेळ दिला."

"मी कामही खूप करायचो आणि दारूही खूप प्यायचो. मी कधी घरीच नसायचो, मी क्वचितच सुट्टी घ्यायचो. मुलांना घेऊन मला व्हेगासला जाता आलं असतं, त्यांना एखाद्यावेळी गोल्फ खेळायला नेता आलं असतं. मला बहामामध्ये खोल समुद्रातले मासेमारीची मजा मुलांबरोबर अनुभवता आली असती, पण ह्या गोष्टी मी कधी केल्याच नाहीत."

"तुम्हाला आता भूतकाळ बदलता येणार नाही."

"तुम्ही म्हणता ते बरोबर आहे. पण तुम्ही माझ्याबरोबर का येत नाही? आपण तासन् तास गप्पा मारू शकू."

"तुमच्या निमंत्रणाबद्दल मी आभारी आहे, पण मला ही जागा सोडता येत नाही. तळघरातल्या कामाला आता कुठे जरा वेग येतोय आणि तो वेग मला कमी होऊ द्यायचा नाहीये."

नेटनं बेसमेंटमध्ये चाललेल्या कामाची प्रगती त्या दिवशी सकाळी पाहिलेली होती आणि खरोखरच कामाला वेग आलेला होता. फिल महाशयांचं वीस वर्षे वयाच्या आसपासचं एकच अपत्य होतं, त्यानं कॉलेज सोडून दिलेलं होतं. पश्चिम किनाऱ्याकडे त्यानं पलायन केलेलं होतं. तो नेमका कुठे राहात होता हे लौरा आणि फिल या दोघांनाही माहीत नसल्याचा उल्लेख, त्यांच्याच बोलण्यातनं एकदा अनावधानाने झाला होता. गेल्या वर्षभरात आईवडिलांना त्यानं एकदाही फोन केलेला नव्हता. "तुमच्या ट्रिपचा उद्देश सफल होईल असं तुम्हाला वाटतं?"

"कशाची अपेक्षा करावी, याबद्दल मी विचारच करत नाही. मला माझ्या मुलांना जाऊन घट्ट मिठी मारायची आहे आणि मी त्यांच्याशी ज्या प्रकारे वागलेलो आहे त्याबद्दल मला त्यांच्याकडे एकदा माफी मागायचीये. त्यातून त्यांचा काय फायदा होणार आहे याचा मी आत्ता तरी विचार करत नाहीये."

"तुम्ही तुमच्या मुलांना भेटायला जरूर जा, त्यामधून जे काय निष्पन्न होईल ते होवो. त्यातला एक भाग असा आहे की, तुम्ही त्यांच्याशी निष्ठुरपणे वागलेला आहात हे त्यांच्या मनात बसलेलं आहे. तुम्ही तुम्हाला आसुडाचे फटके जरी मारून घेतले ना, तरी त्यानं काहीही होणार नाहीये. पण त्यांना भेटणं जरुरीचं आहे आणि नवीन संबंधाची सुरुवात कोणी तरी करायलाच हवी."

"मी माझ्या मुलांशी फार फार वाईट वागलेलो आहे, ते मला फार डाचतंय हो."

"नेट, तुम्ही स्वतःला फटकारून घेऊ नका. तुम्ही तुमचा भूतकाळ विसरायचं ठरवलेलं आहे ना, मग बस्स आहे. देवाची सुद्धा त्याला परवानगी आहे. ख्रिश्चन धर्म स्वीकारण्यापूर्वी पॉलनी सुद्धा खूप ख्रिश्चन धर्मीयांची हत्या केलेली होती आणि पूर्वी जे काही त्यानं केलेलं होतं, त्यासाठी त्यानं स्वतःला फटकारलं नव्हतं. प्रत्येक गोष्टीला क्षमा करता येते. तुम्ही आता काय आहात ते आता तुमच्या मुलांना कळू दे."

मासेमारी करणाऱ्यांची एक लहान बोट धक्क्यापासून समुद्रात आत जायला निघालेली होती. समोरच्या मोठ्या पडद्यावर, एखाद्या बिंदूसारखी ती दिसत होती. नेटच्या मनःचक्षूंवर, जेव्ही आणि वेली एका चलाना प्रकारच्या बोटीमधून इंजिनाचा धक् धक् आवाज करत चाललेले आहेत असं दिसत होतं. बोटीमध्ये पेंटॅनल परिसरात न्यायचा माल भरलेला होता. बोटीचा ताबा सांभाळणाऱ्या चक्राशी जेव्ही होता. वेली गिटार वाजवत डेकवर उभा होता. सार जग त्यांच्या दृष्टीनं शांत शांत होतं.

फिल घरी गेल्यानंतर बराच वेळ नेट फायर प्लेसजवळ बसला होता. रॅचेलला पाठविण्यासाठी त्यानं एक पत्र लिहायला घेतलं होतं. त्याचं हे तिसरं पत्र होतं. त्यानं पत्राच्या वरच्या भागात २२ फेब्रुवारी अशी तारीख आणि शनिवार असा वार लिहिला आणि पुढे लिहिलं, प्रिय रॅचेल. हा मागचा आठवडा मी तुझ्या भाऊ, बहिणींबरोबर फार वाईट प्रकारे घालविलेला आहे. त्याने त्यांच्याबद्दलची माहिती लिहिली. ट्रॉय ज्युनियरनी सुरुवात केली आणि रँबलच्या जबानीनं शेवट केला. तीन पानांचा हा मजकूर झाला. त्यांना जर मिळकतीतले हे पैसे मिळाले तर ते किती वेड्याप्रमाणे खर्च होतील आणि समाजाला अपरिमित हानी पोहोचेल, कशा प्रकाराने हे पैसे उधळले जातील याचं त्याने अगदी प्रांजळपणे विवरण केलं. आणि त्यामुळे त्यांना हे पैसे मिळणं किती धोक्याचं आहे हे नमूद केलं. त्या भाऊबहिणींचं संगोपन अती वाईट रीतीनं झालेलं होतं म्हणूनच ते जबाबदार, परिपक्व, सुशिक्षित नागरिक म्हणून गणले जाणाऱ्यांपैकी नाहीत याचाही त्याला खेद वाटतो, असंही त्यानं लिहिलेलं होतं.

मोटरबोट, औषधं, वैद्यकीय उपकरणं विकत घेण्यासाठी पाच हजार डॉलर्सचा चेक, जागतिक आदिवासी कल्याण संघाच्या ह्युस्टनच्या कचेरीत पाठवत आहे. तिला जर आणखी काही हवं असल्यास ते तिनं निःसंकोचपणे ते सांगावं. त्याच्याकडे पैशांची कमतरता नाही असंही त्यानं लिहलं. तिला मिळणारी जी रक्कम आहे त्याच्यावरचं एका दिवसाचं व्याजच दोन मिलियन डॉलर्स एवढं आहे. त्यामुळे या पैशांच्या मदतीनं खूप खूप चांगल्या गोष्टी करता येतील हेही त्यानं तिच्या निदर्शनाला आणून दिलं.

फेलन वारसदारांच्या वकिलांनी सामूहिकरीत्या मानसोपचारतज्ज्ञ – झाडेल, फ्लोवे आणि थेईशन या त्रयींची हकालपट्टी केली, ती त्यांची फार मोठी चूक ठरली होती. वकिलांनी या तिघांना धमकावलं होतं. त्यांचा अपमान केलेला होता आणि बदनामी करून त्यांची कधीही न भरून येणारी हानी केलेली होती.

फेलन वारसदारांच्या वकिलांनी जी नवीन मानसोपचारतज्ज्ञांची तुकडी नेमलेली होती त्यांना त्यांचं मत बनविण्यासाठी स्नीडनं दिलेल्या खोट्या बनावट साक्षीतल्या घटनांच्या तपशीलाचा उपयोग करून घेता आला होता. फ्लोवे, झाडेल आणि थेईशन यांना त्यांचं मत प्रत्यक्ष परीक्षेवरून करावं लागलं होतं.

सोमवारी नेटनं त्या तिघांची जबानी नोंदवून घेतली. सुरुवात झाडेल यांच्यापासून झाली. त्यांनी फेलनची परीक्षा घेतली त्यावेळचा व्हिडीओ दाखवला. तुम्ही जो निवाडा दिलेला आहे तो बदलायला तुम्हाला काही कारण सापडतंय

का? असं नेटनं त्यांना विचारलं. झाडेल यांनी अपेक्षित 'नाही' असं उत्तर दिलं. आत्महत्येपूर्वी हा व्हिडीओ घेतलेला आहे. हार्क आणि फेलन वारसदारांच्या इतर वकिलांच्या आग्रहा-नुसार काही तासांतच त्यांच्याकडून शपथेवरची प्रतिज्ञापत्रकं बनविण्यात आलेली होती. ही प्रतिज्ञापत्रकं नेटनं झाडेल यांना हॉलमध्ये कोर्टाच्या कामकाजाची नोंद घेणाऱ्या कारकुनांसाठी मोठ्यानं वाचून दाखवायची विनंती केली.

"तुम्हाला या पत्रकामधला एखादा भाग काढून टाकावासा वाटतो का?" नेटनं विचारलं.

"नाही." हार्क यांच्याकडे पाहात डॉ. झाडेल म्हणाले.

"तुम्ही फेलन साहेबांची परीक्षा घेतलेल्याला आज दोन महिने होऊन गेलेले आहेत. मृत्युपत्रासारख्या महत्त्वाच्या कागदपत्रावर सही करण्याइतपत फेलन यांचं मानसिक संतुलन, सही करतेवेळी चांगलं होतं, असं आजही तुम्ही म्हणू शकता का?"

"होय" हार्क यांच्याकडे हास्य करत झाडेल म्हणाले.

त्याचवेळी फ्लोवे आणि थेईशन यांच्याही चेहऱ्यावर हास्य होतं. ज्या वकिलांनी त्यांची नेमणूक केलेली होती आणि नंतर त्यांना हाकलून दिलं होतं त्या वकिलांवर बाजू उलटवायला तिघेही उत्सुक होते.

प्रत्येकाला नेटनं व्हिडीओ टेप दाखवला, तेच प्रश्न प्रत्येकाला विचारले आणि त्यांच्याकडून तीच ती उत्तरं आली होती. कोर्टाच्या नोंद पुस्तकात रीतसर नोंद होण्यासाठी प्रत्येकाकडून त्याने शपथेवर नोंदवलेल्या प्रतिज्ञापत्राचं वाचन करून घेण्यात आलं.

स्नीडला हॉलमध्ये आणण्यात आलं. मोठ्या सन्मानानं, जबानी देण्याच्या खुर्चीत त्याला बसवलं गेलं. त्यानं काळा सूट परिधान केलेला होता आणि गळ्याशी बो टाय लावला होता. प्रत्यक्षात तो जरी हुशार नव्हता तरी जो वेष त्यानं चढवला होता त्यावरून पाहणाऱ्याला तरी तो हुशार आहे असं वाटण्याची शक्यता होती. त्याने जबानी देतेवेळी कपडे कशा प्रकारचे घालावेत याच्या सूचना फेलन वारसदारांच्या वकिलांनी त्याला मोठ्या अभ्यासपूर्वक दिलेल्या होत्या. स्नीडकडून ज्याप्रकारे जबानी दिली जायला हवी त्यासाठी या सर्व वकिलांनी गेले कित्येक आठवडे फार मेहनत-पूर्वक त्याची तयारी करून घेतलेली होती. अनवधनाने आपणच एखाद वेळेला खरं काही सांगून जाऊ की काय, असं स्नीडलाच मधून मधून वाटायला लागलं होतं. शब्दन् शब्द बरोबर असायला हवा होता. हॉलमधल्या सर्वांचा त्याच्या बोलण्यावर विश्वास बसेल अशी हवा त्यानं निर्माण करायला हवी. बोलण्यात थोडा सुद्धा उद्धटपणा येणार

नाही याची खबरदारी त्यानं घ्यायला हवी. तो जे काही सांगेल तेच निखालस सत्य आहे, असं सर्वांना वाटलं पाहिजे. त्यांने सांगितलेल्या सर्व गोष्टी विश्वासार्ह वाटल्या पाहिजेत अशी जबाबदारी सर्व वकिलांनी स्नीडवर टाकलेली होती.

जॉश खूप वर्षं स्नीडला ओळखत होता. ''या नोकराला मला काही करून हाकलायचं आहे'' असं फेलन वारंवार जॉशला म्हणायचा. फेलन करता जॉशनं एकूण अठरा इच्छापत्रं बनविलेली होती, त्यापैकी फक्त एकातच या माल्कम स्नीडचा उल्लेख होता. एक मिलियन डॉलर्सची बक्षिसी त्यात फेलननी त्याला दिलेली होती. या त्यांच्या इच्छापत्रात फेलनसाहेबांनी स्नीडला किती रक्कम दिलेली आहे याची विचारणा स्नीडने थेट फेलनसाहेबांकडेच केली, म्हणून रागावून जाऊन फेलन साहेबांनी ते इच्छापत्र रद्द करवलं आणि पुढे एका महिन्यातच पुढचं नवं इच्छापत्र बनवून घेतलं.

स्नीडनं पैसे घेतले होते आणि या जबानीच्या वेळी तो त्याच्या मालकांना हवं तसं बोलणार होता. जबानी देणाऱ्या वारसदारांच्या यादीमध्ये त्यांच्याबरोबर स्नीडचंही नाव जोडलं गेलं होतं. वारसदारांच्या जशा केवळ पैशासाठीच कोर्ट कचेऱ्या चालल्या होत्या, त्यांच्याप्रमाणे स्नीडसुद्धा केवळ पैशाकरता ही जबानी देत होता. त्याला पैसे दिले जाणार होते आणि जॉशला हे माहीत होतं. नव्यानंच त्यानं एक नवीन रेंजरोव्हर गाडी विकत घेतलेली होती. दरमहा अठराशे डॉलर्स भाडं असलेल्या कॉम्प्लेक्समध्ये त्यानं जागा घेतलेली होती, विमानाच्या पहिल्या वर्गातून प्रवास करून तो एक रोमची ट्रिप करून आलेला होता. ही माहिती दोन आठवड्यांतच जॉशने जमा केलेली होती.

स्नीड व्हिडीओ कॅमेरासमोर आरामात होता, बिनधास्त होता. गेले वर्षभर त्याला कॅमेऱ्याकडे पाहण्याची प्रॅक्टिस होती असं त्याला वाटत होतं. मागला पूर्ण शनिवार आणि अर्धा रविवार त्यानं हार्कच्या ऑफिसमध्ये घालवला होता आणि हार्कनं त्याला उलटे सुलटे प्रश्न विचारून त्याची चांगली तयारी करून घेतलेली होती. त्या तयारीचे व्हिडीओ त्यानं तासन् तास पाहिलेले होते. ट्रॉय फेलनच्या शेवटच्या दिवसातल्या घटनांसंबंधी अनेक खोट्यानाट्या गोष्टी त्यानं रचल्या होत्या, लिहून काढल्या होत्या, कित्येक पानं त्यानं भरलेली होती. फेलनसाहेबांच्या शेवटच्या काळातली, आकर्षक दिसणारी, पण बिनडोक सेक्रेटरी निकोलेटबरोबर त्यानं खूप प्रॅक्टिस करून घेतली होती.

स्नीड तयार होता. पैशांच्याबाबत नेट प्रश्न विचारेल असं वकिलांना वाटत होतं. जबानी देण्यासाठी तुम्हाला कुणी पैसे दिलेले आहेत का, असं जर विचारलं तर 'नाही' असं चोख सांगायचं असं त्याला सांगण्यात आलेलं होतं. अगदी सोपं होतं ते. अर्धा मिलियन डॉलर्स त्यानं घेतलेले होते, त्याबद्दल

त्याला खोटं बोलावंच लागणार होतं. आणि वारसदारांना हवा आहे त्याप्रमाणे जर खटल्याचा परिणाम जाहीर झाला तर उरलेले साडेचार मिलियन डॉलर्स स्नीडला मिळणार होते, फेलनबद्दल तो खोट्यानोट्या गोष्टी सांगणार होता आणि पैशांसाठी त्याला खोटं बोलणं भागच होतं.

नेटनं त्याची स्वतःची ओळख करून दिली आणि मोठ्या आवाजात स्नीडला विचारलं, ''ही जबानी देण्यासाठी तुम्हाला किती पैसे मिळणार आहेत?''

फेलन वारसदारांच्या वकिलांना वाटत होतं की, ''ही जबानी देण्यासाठी तुम्हाला पैसे मिळणार आहेत का?'' असा नेटचा पहिला प्रश्न असेल आणि त्यानुसार स्नीडचं साधं उत्तर असणार की, ''नाही, मला काहीही पैसे मिळणार नाहीयेत.'' पण विचारलेला प्रश्नाचा रोख ''किती मिळाले आहेत?'' असा होता, आणि नेटनं विचारलेल्या प्रश्नाचा आवाज हॉलमध्ये घुमत होता, पण स्नीडला त्याचं उत्तर देणं काही जमत नव्हतं. उत्तर देताना तो घुटमळला आणि तिथेच तो चुकला. तो वेड्यासारखा हार्ककडे पाहात राहिला, त्याची पाठ कडक झाली आणि नजर एखाद्या हरणासारखी स्थिर झाली अडकल्यासारखी.

मि. नेट ओ रॉयले प्रश्न विचारण्यापूर्वी पूर्ण अभ्यास करतात आणि प्रश्न विचारण्यापूर्वीच त्यांना सर्व काही माहीत असतं असं नेटबद्दल वारसदारांच्या वकिलांनी स्नीडला बजावलं होतं. त्यानंतर काही त्रासदायक क्षणांचा काळ गेला आणि नेटनं स्नीडकडे मान वाकडी करून, कपाळावर आठ्या आणून पाहिलं. आणि काही कागद उचलले.

''जाऊ दे स्नीड, मला माहीत आहे की तुम्हाला पैसे दिलेले आहेत. किती दिलेत ते सांग. किती?''

स्नीडनी आपल्या हाताच्या पंजाची बोटं मोडली अगदी तुटतील एवढी. त्याच्या कपाळावरच्या आठ्यांमधनं घामाचे थेंब दिसायला लागले होते, ''नाही मी नाही.''

''हे असं काय स्नीड. मागल्या महिन्यातच तुम्ही एक नवी कोरी रेंजरोव्हर गाडी घेतलीत. बरोबर आहे की नाही?''

''हो आणि त्याचं असं आहे की....की....''

''आणि तुम्ही एक दोन रूमचा फ्लॅटसुद्धा पामकोर्टमध्ये भाड्याने घेतलेला आहे. बरोबर आहे का नाही?''

''हो घेतलाय.''

''आणि गेल्याच आठवड्यात तुम्ही दहा दिवसांची रोमची ट्रिप करून आलात की नाही?''

त्याचं सगळं नेटला माहीत होतं. फेलन वारसदारांचे वकील त्यांच्या

खुर्च्यांतून थिजून बसले होते, जितकी खाली मान घालता येत होती तितकी खाली मान घालून, की येणाऱ्या गोळ्या त्यांना चुकवता येतील.

"होय."

"तर तुम्हाला किती पैसे मिळणार आहेत?" नेटनं रागानं विचारलं, "तुम्ही लक्षात ठेवा तुम्ही खरं सांगायची शपथ घेतली आहेस."

"पाच लाख डॉलर्स!" स्नीड बोलून गेला. नेटनं त्याच्याकडे अविश्वासानं पाहिलं. त्याचा जबडा खाली पडत होता. हळूहळू कोर्टाचं कामकाज नोंद करणारे सुद्धा गारठले.

फेलन वारसदारांचे काही वकील, बारीकसा सुद्धा आवाज न करता, श्वासोच्छ्वास करण्याचा प्रयत्न करत होते. तो क्षण महाभयानक होता. कदाचित तो यापेक्षा सुद्धा जास्त भयानक होऊ शकत होता. आणखीन घाबरून जाऊन स्नीड, त्याला आणखी पंचेचाळीस लाख डॉलर्स मिळणार होते. असं सांगतो की काय याची भीती त्यांना वाटायला लागली. पूर्ण रक्कम सांगण्यापूर्वी थोडा वेळ गेला. आपल्या सोयीची जबानी द्यावी म्हणून वारसदारांनी जबानी देणाऱ्याला पाच लक्ष डॉलर्स लाच दिली ही बातमी त्यांच्या विरुद्ध केस जायला कारणीभूत होणार होती. नेटनं काही कागद वरखाली केले, पुराव्यासाठी त्याला आणखी एक कागद हवा होता. त्याच्या कानात स्नीडनं बोललेले शब्द घुमत होते.

"मी धरून चालतो की तुम्हाला हे पैसे मिळालेले आहेत, बरोबर आहे?"

खरं सांगावं की खोटं बोलावं याबद्दल स्नीडचं काही ठरत नव्हतं. स्नीड फक्त म्हणाला, "होय."

नेटनं अंदाजानं एक प्रश्न विचारला, "पाच लाख मिळालेले आहेत, नंतर किती अजून मिळायचेत?"

खोटं बोलायला सुरुवात करावी की नाही याबाबत साशंक होत स्नीड म्हणाला, "नाही" त्याने सहजपणे उच्चार केला. तो विश्वास ठेवण्यासारखा नकार होता. इतर दोन फेलन वकील आता श्वास तरी नीट घेऊ शकत होते.

"तुमची नक्की खात्री आहे?" नेटनं विचारलं. तो मासे पकडायला बसला होता. एखाद्या थडग्यातलं प्रेत उकरून बाहेर काढण्याबद्दल तुमच्यावर कधी खटला भरण्यात आला होता का? असा सुद्धा प्रश्न नेट त्याला विचारू शकला असता.

प्रश्न मोठ्या रकमेचा होता. स्नीडनं आता पक्केपणा दाखवयाचं ठरवलं होतं, "हो नक्कीच मला खात्री आहे." बोलण्यात कणव आणून हे वाक्य तो बोलला होता म्हणूनच ते विश्वासार्ह वाटत होतं.

"तुम्हाला पैसे कुणी दिले?"

"वारसदारांच्या वकिलांनी चेक दिला."

"चेकवर कुणाची सही होती?"

"बँक पे ऑर्डरनी पैसे दिले."

"त्यांनी साक्ष देण्यासाठी पैसे द्यावेत असा हट्ट तुम्ही धरला होता का?"

"हो, तुम्ही तसं म्हणू शकता."

"तुम्ही त्यांच्याकडे गेला होता की ते प्रथम तुमच्याकडे आले होते?"

"मी त्यांच्याकडे गेलो होतो."

"तुम्ही त्यांच्याकडे का गेलात?"

जी माहिती हवी होती त्या भागाकडे हे दोघे येत होते. फेलन वारसदारांच्या गटात आता जरा समाधानाचं वातावरण निर्माण होत होतं. त्यांचे वकील आता कागदांवर काही नोंदी घेऊ लागले होते. स्नीडनी टेबलाखाली आपल्या पायांची चाळवाचाळव केली, चेहऱ्यावर बुद्धिमान असल्याचा आव आणत कॅमेऱ्याकडे पाह्यलं.

"फेलन यांच्या मृत्युपूर्वी मी त्यांच्याजवळ होतो आणि मला पूर्णपणे माहीत होतं की, बिचारे फेलन हे पार वेडे झालेले होते."

"किती वेळ ते वेडे झालेले होते?"

"पूर्ण दिवस."

"ते जेव्हा उठले तेव्हा सुद्धा ते वेडे होते?"

"मी त्यांना सकाळची न्याहारी भरवली त्यावेळी त्यांना माझं नाव सुद्धा आठवत नव्हतं."

"त्यांनी तुम्हाला काय नावानं हाक मारली?"

"नाही. ते माझ्याकडे पाहून फक्त गुरगुरले."

आपल्या हातांच्या कोपऱ्यांवर भार देऊन, त्याच्या टेबलावर असलेल्या कागदांकडे लक्ष न देता नेट वाकला. आता तर ही घोड्यांवरून भाल्यांनी खेळायची लढाई होती. त्यात त्याला आनंद वाटत होता. कुठल्या दिशेने चाललो आहोत याची नेटला कल्पना होती, पण स्नीडला ती नव्हती.

"तुम्ही त्यांना उडी मारताना पाहिलंत?"

"होय."

"पडत असताना सुद्धा?"

"होय."

"आणि खाली फरशीवर आपटताना सुद्धा पाहिलं?"

"होय."

"मानसोपचारतज्ज्ञ जेव्हा फेलनसाहेबांची परीक्षा घेत होते तेव्हा तुम्ही त्यांच्या-जवळ उभे होतात ना?"

"हो."

"त्यावेळी दुपारचे अडीच वाजलेले होते, बरोबर?"

"हो."

"आणि ते दिवसभर वेडाच्या भरात होते?"

"हो."

"तुम्ही फेलन यांच्यासाठी किती वर्षं काम केलंत?"

"तीस वर्षं."

"आणि तुम्हाला त्यांच्याबद्दलची सर्व प्रकारची माहिती होती. बरोबर?"

"एखाद्याला दुसऱ्या व्यक्तीबद्दल जितकी माहिती होऊ शकते तेवढी."

"त्यामुळे तुम्हाला फेलनसाहेबांचे वकील जॉश हेही माहीत आहेत?"

"हो, मी त्यांना बऱ्याच वेळा भेटलेलो आहे."

"फेलन साहेबांचा जॉश स्टॅफोर्ड यांच्यावर विश्वास होता का?"

"मला वाटतं होता."

"मला खात्री आहे की फेलन यांचा जॉश स्टॅफोर्ड यांच्यावर पूर्ण विश्वास होता."

"फेलन साहेबांच्या मानसिक संतुलनाबाबतची जेव्हा परीक्षा घेतली जात होती त्यावेळी फेलनसाहेबांच्या बाजूलाच जॉश स्टॅफोर्ड बसून होते का?"

"हो."

"फेलनसाहेबांची परीक्षा घेतली जात असताना तुमच्या मतानुसार त्यांच्या मनाची परिस्थिती कशी होती?"

"त्यांचं मानसिक संतुलन बिघडलेलं होतं. आपण कुठे बसलेलो आहोत, काय करत आहोत याचं सुद्धा त्यांना भान नव्हतं."

"तुम्हाला नक्की असं वाटतं?"

"हो."

"तुम्ही तसं कोणाला सांगितलंत का?"

"तसं सांगणं माझं काम नव्हतं."

"का नव्हतं?"

"मी तसं केलं असतं तर मला नोकरीवरून कमी केलं असतं. माझ्या नोकरीमुळे मी माझं तोंड बंद ठेवलं होतं."

"फेलनसाहेब त्यांच्या मिळकतीचे भाग करणाऱ्या इच्छापत्रावर सही करणार होते हे तुम्हाला माहीत होतं आणि त्याचवेळी त्यांचं मानसिक स्वास्थ्य बिघडलेलं होतं असंही तुम्हाला वाटत होतं, मग त्याच वेळी फेलनसाहेबांचा विश्वास असलेल्या त्यांच्या वकिलाला तुम्ही हे का सांगितलं नाहीत?"

"ते माझं काम नव्हतं."

"फेलनसाहेबांनी तुम्हाला नोकरीवरून काढून टाकलं असतं?"

"लगेचच. तात्काळ."

"मग त्यांनी उडी घेतल्यानंतर तरी तुम्ही कोणाशी त्यांच्या वेडेपणाबद्दल बोलला होतात का?"

"नाही."

"का नाही?"

स्नीडनं एक खोलवर श्वास घेतला आणि पाय पुन्हा चाळवले. त्याला वाटत होतं की तो छान प्रकारे उत्तरं देत होता, "तो प्रश्न फेलनसाहेब आणि मी यांच्या दरम्यानच्या विश्वासाचा होता." तो गंभीरपणे म्हणत होता, "फेलनसाहेब आणि माझ्या दरम्यान एक विश्वासाचं नातं होतं आणि ते मी जपण्याचा प्रयत्न करत होतो."

"आणि तो विश्वास राखण्याचं कर्तव्य तुम्हाला अर्धा मिलियन डॉलर्स मिळेपर्यंत पाळत होतात. बरोबर?"

झटकन उत्तरासाठीचे शब्द स्नीडला सुचत नव्हते. नेटनं त्याला फार उसंत मिळू दिली नाही. "इथे तुम्ही तुमची जबानीच फक्त विकायला ठेवलेली नाही, तर इथे तुम्ही तुमच्या आणि फेलनसाहेबांच्या दरम्यानचा विश्वासही विकायला ठेवलाय. बरोबर आहे ना मि. स्नीड?"

"माझ्यावर अन्याय झालेला आहे त्याचा मी इथे बदला घेतोय."

"वा ऽ काय आदर्श विचार आहे. या वारसदारांनी तुम्हाला जर पैसे दिले नसते तरीसुद्धा तुम्ही बदला घेतला असतात का?"

स्नीडनं चाचरत कसंबसं उत्तर दिलं, "हो"

त्यावर नेट फेलन वारसदारांच्या गंभीर चेहऱ्याकडे पाहात, जोरजोरात हसत राहिला. नंतर त्यानं स्नीडकडे पाहून सुद्धा हसणं चालूच ठेवलं. तो उभा राहिला आणि त्याच्या टेबलाच्या कडेशी चालत जाऊन स्वतःशीच हसला आणि "कसला चमत्कारिक खटला आहे हा!" असं म्हणत आपल्या जागेवर जाऊन बसला.

त्यानं त्याच्या स्वतःच्या टिपणांकडे दृष्टिक्षेप टाकला आणि प्रश्न विचारणं चालू केलं, "९ डिसेंबरला फेलन मृत्यू पावले. २७ डिसेंबरला त्यांच्या मृत्युपत्राचं वाचन झालं. दरम्यानच्या काळात, फेलनसाहेबांनी मृत्युपत्रावर जेव्हा सही केली तेव्हा ते वेडाच्या भरात होते, शहाणे नव्हते असं तुम्ही कोणाशी बोललेले होतात का?"

"नाही."

"बोलले नसणारच. कारण त्या मृत्युपत्राचं वाचन होईपर्यंत तुम्ही थांबलात, आणि तुम्हाला काहीही दिलेलं नाही असं जेव्हा तुम्हाला कळलं तेव्हा तुम्ही वारसदारांच्या वकिलांकडे जाऊन त्यांच्याबरोबर करार करायचं ठरवलं. मि.स्नीड, असंच आहे की नाही हे?"

स्नीडनी नाही असं उत्तर दिलं पण नेटनं त्याकडे दुर्लक्ष केलं.

"मि. फेलन मानसिकदृष्ट्या आजारी होते का?"

"मी त्या क्षेत्रातला तज्ज्ञ नाहीये."

"तुम्ही म्हणालात की ते ठार वेडे झालेले होते. तसे ते कायमचे वेडे झालेले होते?"

"नाही, त्यांना मधून मधून वेडाचा झटका यायचा."

"किती काळ टिकायचा?"

"वर्षानुवर्षे टिकायचा."

"म्हणजे किती वर्षं?"

"दहा वर्षं – असं मला वाटतं."

"गेल्या चौदा वर्षांच्या काळात फेलनसाहेबांनी अकरा इच्छापत्रं केली. त्यापैकी एका इच्छापत्रात तुम्हाला त्यांनी दहा लाख डॉलर्स ठेवले होते. मानसिकदृष्ट्या ते कधी कधी आजारी होतात असं त्यावेळी तुम्ही कोणाला सांगण्याचा विचार तरी केला होतात का?"

"तसं सांगणं माझं काम नव्हतं."

"मानसोपचारतज्ज्ञांना ते कधी स्वत:हून भेटले होते का?"

"माझ्या माहितीप्रमाणे नाही."

"मनोरुग्णांवर उपचार करणाऱ्या एखाद्या डॉक्टरांना त्यांनी प्रकृती दाखवावी असं तुम्ही त्यांना कधी सूचित केलं होतं का?"

"तशा काही सूचना करणं माझ्या कामाच्या कक्षेत येत नव्हतं."

"फेलनसाहेब जमिनीवर आडवे पडलेले आहेत आणि त्यांच्या हातात एखादी कात्री आहे असं जर तुम्ही पाहिलं असतं तर यांना कुणाच्या तरी मदतीची जरूर आहे, असं तुम्ही इतर कोणाला सांगितलं असतंत का?"

"हो नक्कीच, कोणालातरी बोलावून सांगितलं असतं."

"ते खोकतायत आणि खोकताना थुंकीतून रक्त पडतंय असं जर तुम्ही पाहिलं असतं तर दुसऱ्या कोणाला तुम्ही सांगितलं असतं का?"

"हो."

नेटच्या हातात एक दोन इंच जाड वही होती, त्यात फेलन यांच्या गुंतवणुकीचा सर्व तपशील होता. नेट त्या वहीची काही पानं पुढे मागे करत

म्हणाला, “तुम्हाला झिंग ड्रिलिंगबद्दल काही माहिती आहे का?”

स्नीडनं आठवण्याचा खूप प्रयत्न केला पण नव्यानं त्याच्या डोक्यात इतकी माहिती भरली गेली होती की त्यामुळे त्याला काहीही आठवत नव्हतं.

“डेलस्टार कम्युनिकेशन्स बद्दल?” पुन्हा स्नीडच्या स्मृतीनं दगा दिला होता. त्याने दातावर दात दाबून गाल वर केले आणि मानेनी नाही असं दर्शवलं.

पाचव्या कंपनीच्या नावानं स्नीडच्या डोक्यात काहीतरी संवेदना निर्माण झाली. ती कंपनी माहीत असल्याचं मोठ्या अभिमानानं स्नीडनं वकिलांना सांगितलं. बराच काळ फेलनसाहेबांकडे त्या कंपनीची मालकी होती. नेटनं त्या कंपनीच्या कामगिरीबद्दल, त्या कंपनीची वर्षाची एकूण विक्री, ती कंपनी काय बनवते, कंपनी वर्षाकाठी किती नफा मिळवते वगैरेबद्दल स्नीडला विचारलं. स्नीडनं कुठलंही उत्तर बरोबर दिलं नव्हतं.

“फेलनसाहेबांचा कुठल्या कंपनीत किती हिस्सा आहे याबद्दल तुम्हाला किती माहिती आहे?” नेटनं पुन:पुन्हा विचारलं. नंतर त्यानं फेलनग्रुपच्या कंपन्यांबद्दल विचारलं किती कंपन्या आहेत? कुठल्या कुठल्या क्षेत्रातल्या आहेत? वगैरे. स्नीडनं आठवून काही काही सांगितलं पण बारीकसारीक तपशील त्याला माहीत नव्हता. मधल्या स्तरावरच्या एकाही अधिकाऱ्याचं नाव त्याला माहीत नव्हतं, कंपनीच्या अकाउंट ठेवणाऱ्यांची नावं त्याला माहीत नव्हती.

त्याला माहीत नसलेल्या गोष्टींबद्दल नेट त्याला पुन:पुन्हा विचारत होता. दुपारनंतरच्या भागात स्नीडला आर्थिक बाबतीतले, व्यवस्थापनाच्या संबंधातले हजारोंनी प्रश्न विचारून नेट अगदी थकून गेला आणि शेवटी, मागचा पुढचा विचार न करता त्यानं विचारलं, “तुम्ही अर्धा मिलियन फेलन वारसदारांच्या वकिलांकडून घेतले तेव्हा त्यांच्याबरोबर कुठल्या करारावर सही केलीय का?”

अगदी साधं ‘नाही’ असं उत्तर चाललं असतं, पण अगदी वेगळ्याच प्रकारचा प्रश्न विचारला गेला होता आणि त्या प्रश्नाचं योग्य ते उत्तर आयत्यावेळी देता आलं पाहिजे, अशा प्रकारचं चातुर्य स्नीडकडे नव्हतं. तो घुटमळला. त्याने हार्ककडे पाहिलं नंतर नेटकडे पाहिलं. नेट त्याच्या टेबलांवरच्या कागदांपैकी कुठला तरी कागद शोधत होता. स्नीडला वाटत होतं की नेटकडे कदाचित त्या कराराची प्रत आहे की काय? गेल्या दोन तासात स्नीड काहीही खोटं बोललेला नव्हता आणि त्यानं उत्तरं पण पटपट दिली नव्हती.

“नाही, नक्कीच नाही.” त त प प करत अडखळत हे वाक्य तो बोलला होता, पण कोणालाही ते खरं वाटलं नाही. नेटला त्याच्या बोलण्यातला खोटेपणा जाणवत होता, पण त्यावर त्यानं फार विचारणा केली नाही. तो

विषय त्याने तिथंच थांबवला. नेटला त्या कराराची प्रत कशी मिळवायची हे माहिती होतं.

संध्याकाळी एका अंधाऱ्या बारमध्ये फेलन वारसदारांचे वकील जखमांवर फुंकर घालायला जमले होते. दोन दोन पेग झाल्यानंतर स्नीडची जबानी देण्याची कामगिरी त्यांना फारच खराब वाटायला लागली. त्यांच्या बाजूनं खटल्याचं पारडं झुकतं करण्यासाठी स्नीडचा चांगला उपयोग होणार होता, पण साक्ष देण्यासाठी त्याला जी भली मोठी रक्कम दिली होती त्यानं त्याच्या जबानीवर काळा डाग आणला होता. स्नीडला पैसे दिले गेलेले आहेत याबद्दल नेटला एवढी खात्री कशी होती? त्याला कुठून कळलं हे?

''हे ग्रीटनं सांगितलं असणार.'' हार्क म्हणाला. इतरांनी सुद्धा तेच मत दर्शवलं.

''नाही, ग्रीट दुसऱ्या बाजूला जाऊन मिळालेला नव्हता.''

''तुम्ही एखाद्याचा पक्षकार चोरला म्हणजे हे असंच होतं'' बऱ्याच वेळाच्या शांततेनंतर वॅली ब्रईट म्हणाला.

''तुम्ही गप्प बसा.'' मिस लँगहॉर्न म्हणाल्या.

हार्कला सुद्धा आता भांडायला त्राण उरला नव्हता. त्यानं त्याचं ड्रिंक संपवलं आणि पुढचं मागवलं. जबानी देण्याच्या गदारोळात फेलन वारसदारांचे वकील रॅचेलबद्दल पार विसरून गेले होते. अजूनपर्यंत तिच्या संबंधात कोर्टात काहीही अधिकृतरीत्या नोंदवलं गेलं नव्हतं.

.४७.

ट्रॉयची सेक्रेटरी निकोलेट, तिची जबानी नोंदवून घेण्याचं काम आठ मिनिटांतच आवरलं. तिनं तिचं नाव पत्ता सांगितला, तिच्या नोकरीसंबंधी थोडीफार माहिती सांगितली. ट्रॉय आणि तिच्या लैंगिक संबंधांबद्दल नेट प्रश्न विचारेल अशी फेलन वारसदारांच्या वकिलांची कल्पना होती आणि त्याची मजा लुटायला ते उत्सुक होते. निकोलेट तेवीस वर्षांची होती. कमनीय बांधा, आकर्षक चेहरा, मोह पाडणारी छाती, रेशमासारखे खांद्यापर्यंतचे मुलायम केस या खेरीज तिच्याकडे दुसरं काहीही नव्हतं. तिच्या आणि फेलन यांच्यातल्या लैंगिक संबंधातल्या चटकदार गोष्टी आजच्या जबानी सत्रातलं महत्त्वाचं आकर्षण होतं.

नेट थेट मुद्यावरच आला आणि विचारलं, ''तुम्ही फेलन बरोबर लैंगिक संबंध केला होता का?''

त्या प्रश्नांनी ती अवघडल्यासारखी झाल्याचं नाटक तिनं केलं आणि मग "हो" असं उत्तर तिनं दिलं.

"किती वेळा?"

"मी काही मोजून त्याची नोंद ठेवलेली नाहीये."

"एक एक संबंध किती वेळ चालायचा?"

"साधारणपणे दहा मिनिटं."

"म्हणजे हे किती काळ चाललं होतं. केव्हा सुरू झालं आणि केव्हा संपलं."

"हां – मी त्यांच्याकडे फक्त पाचच महिने होते."

"म्हणजे साधारणपणे वीस आठवडे, दर आठवड्याला किती वेळा तुमचे संबंध असायचे?"

"मला वाटतं आठवड्यामध्ये दोनदा."

"म्हणजे तुमचे असे संबंध चाळीस वेळा झाले. बरोबर?"

"हो. म्हणजे तसं ते खूपच वेळा झालं होतं नाही का?"

"नाही, मला तसं काहीही वाटत नाहीये – तुम्ही हे करताना फेलन त्यांचे सर्व कपडे उतरवून ठेवत असत का?"

"हो."

"म्हणजे ते अशा वेळी संपूर्ण नग्न असायचे?"

"हो."

"त्यांच्या शरीरावर लक्षात येण्याजोग्या काही जन्मखुणा होत्या का?"

जेव्हा साक्षीदार खोटं बोलत असतो तेव्हा ते काही ढोबळ ढोबळ चुका करतात आणि त्यांचे वकीलही बऱ्याच वेळा गाफील असतात. कपोलकल्पित कथा रचताना त्यांचा उत्साह खूप असतो, पण त्यातल्या काही महत्त्वाच्या गोष्टींकडे त्यांचं दुर्लक्ष होतं. हार्क आणि इतर वकिलांना ट्रॉयच्या लिलियन, जेनी आणि टिरा या तीनही बायकांबरोबर चर्चा करून ट्रॉयच्या उजव्या मांडीवर चांगली एक इंच व्यासाची पिंगट रंगाची जन्मखूण आहे हे कळलं असतं.

"लक्षात येण्यासारख्या काही नव्हत्या."

या उत्तरानं त्याला आश्चर्यच वाटलं, पण तसं त्यानं दाखवलं नव्हतं. सेक्रेटरीबरोबर ट्रॉयचा तसा संबंध असणं यावर नेटचा विश्वास बसायला काही अडचण नव्हती कारण जन्मभर तो तसाच वागलेला होता.

"लक्षात येण्यासारखी कोणतीही जन्मखूण नव्हती?"

"नाही."

फेलन वारसदारांच्या वकिलांत घबराट पसरली होती. महत्त्वाचा साक्षीदार

त्यांच्या डोळ्यांसमोर कुचकामी होताना पाहून त्यांना फार वाईट वाटत होतं.

"मला पुढे काहीही प्रश्न विचारायचे नाहीत." असं नेट म्हणाला आणि कॉफी प्यायला शेजारच्या खोलीत गेला.

निकोलेटनी तिच्या वकिलांकडे पाहिलं. ते समोरच्या टेबलाकडे पाहात – नेमकी जन्मखूण कुठे होती याचा विचार करत राहिले. तिनं जबानी देण्याची खुर्ची जेव्हा सोडून दिली तेव्हा नेटनं ट्रॉयच्या मृत्यूनंतरच्या शव-तपासणीच्या वेळी काढलेल्या एका फोटोची, प्रत प्रतिपक्षाच्या गोंधळलेल्या वकिलांच्या टेबलावर सरकवली. तो एकही शब्द बोलला नव्हता. त्या फोटोतल्या मांडीच्या भागावरची ती जन्मखूण स्पष्ट दिसत होती.

बुधवारचा उरलेला दिवस आणि संपूर्ण गुरुवार नेटनं नव्यानं नेमलेल्या मानसोपचचारतज्ज्ञांची जबानी घेण्यात घालविला. पूर्वीच्या त्या तीन मानसोपचारतज्ज्ञांनी दिलेल्या दाखल्याबद्दल त्यांना विचारलं असता 'या तिघांना आपण नेमकं काय करत होतो ते त्यांचं त्यांना माहीत नव्हतं,' असं त्यांनी सांगितलं. त्यांच्या जबान्या काय असतील याची नेटला कल्पना होती आणि ज्यांचं मानसिक संतुलन बिघडलेलं नसतं अशी माणसं खिडक्यातून उड्या मारून जीव देत नसतात, हेच ते पुन:पुन्हा सांगत होते.

झाडेल, फ्लोवे आणि थेईशन यांच्या तुलनेत नव्यानं नेमलेले तज्ज्ञ फार मोठी प्रसिद्धी नावलौकिक लाभलेले नव्हते, त्यातले दोघे सेवानिवृत्त झालेले होते. नियमितपणे कोर्टकचेऱ्यातनं साक्षी, जबान्या देत होते. एकजण विशेष प्रसिद्ध नसलेल्या एका कॉलेजमध्ये शिकवायचं काम करत होता. एकजण उपनगरातल्या एका छोट्या कचेरीत काम करत आपली गुजराण करत होता.

या सर्वांनी कोर्टाच्या प्रक्रियेवर आपली विशिष्ट छाप पाडावी असा उद्देश मुळीच नव्हता. उलट त्या प्रक्रियेतलं वातावरण त्यांना दूषित करायचं होतं. झाडेल, फ्लोवे आणि थेईशन यांच्या निवाड्यावर शिंतोडे उडवून लोकांच्या मनात संभ्रम निर्माण करायचा होता. ट्रॉय फेलन चमत्कारिक स्वभावाचा होता, तऱ्हेवाईक होता हे सर्व ज्ञात होता. ट्रॉय फेलननी मृत्युपत्रावर सही केली त्यावेळी त्याचं मानसिक संतुलन बिघडलेलं होतं, असं चार मानसोपचारतज्ज्ञांचं मत होतं. तिघाजणांनी त्याच्या उलट सांगितलेलं होतं. हा मुद्दा असाच लोंबकळत ठेवायचा आणि मृत्युपत्र सत्य आहे असं जी बाजू म्हणतेय त्यांचा सोशीकपणा, चिकाटीपणा शेवटी पणाला लागेल आणि ते शेवटी तडजोडीला तयार होतील एवढाच त्यामागचा उद्देश होता. जर तडजोड झाली नाही तर वैद्यकीय क्षेत्रातले मोठ मोठे अवजड बोजड शब्द वापरून एकमेकांविरुद्धची मतं पुढे करून

ज्युरींच्या मनात संभ्रम निर्माण करून त्यांना गोंधळात पाडायचं हाच त्यांचा उद्देश होता.

नव्या मानसोपचार तज्ज्ञांना भरपूर पैसे देऊन साक्ष द्यायला बोलावलं होतं, त्यामुळे ते त्यांच्या मतांना एखाद्या जळूसारखे चिकटून होते. नेटनंसुद्धा त्यांनी त्यांची मतं बदलावी यासाठी फार काही प्रयत्न केला नाही. यापूर्वी नेटनं खूप डॉक्टरांकडून अशा जबान्या नोंदवून घेतलेल्या होत्या आणि त्यांच्या वैद्यकीय ज्ञानासंबंधात त्यांच्याबरोबर फार वाग्युद्ध करण्यात अर्थ नसतो या निष्कर्षाप्रत तो आलेला होता. त्यांची विश्वसनीयता, अनुभव याबद्दल प्रश्न विचारून आपला उद्देश साध्य करता येतो असं त्याचं मत होतं. नेटनं त्यांना व्हिडीओ दाखविला आणि पहिल्या तीन मानसोपचारतज्ज्ञांवर टीका करायला वाव दिला. गुरुवारी दुपारी त्या दिवसाचं काम जेव्हा थांबवलं गेलं, तोपर्यंत पंधराजणांकडून जबान्या नोंदवून घेण्यात आल्या होत्या. उरलेल्या जबान्या नोंदवण्याचं काम मार्चच्या शेवटच्या आठवड्यापर्यंत पुढे ढकलण्यात आलं होतं. मुख्य खटल्याचं कामकाज जुलैच्या मध्यापर्यंत चालू व्हावं अशा दिशेने वेक्लिफ साहेबांचे प्रयत्न चालू होते. आता परत ह्याच साक्षीदारांना भर कोर्टात सर्व प्रेक्षकांसमोर साक्ष देण्यासाठी बोलाविण्यात येणार होतं. ज्युरी या सर्वांचा सारासार विचार करून निर्णय ठरवणार होते.

नेट शहरातून पळालाच. व्हर्जिनिया मार्गे तो पश्चिमेकडे गेला. पुढे शेनान्डोह घळीमधून दक्षिणेकडे गेला. गेले नऊ दिवस जबान्या घेऊन घेऊन त्याचं डोकं सुन्न झालं होतं. आयुष्यातल्या एका पायरीशी कामामुळे, त्याच्या वाईट सवयींमुळे त्याची फार नाचक्की, बेअब्रू झालेली होती. तो खोटं बोलायला शिकला होता. फसवणूक, लपवाछपवी, चुकवणं, निष्पाप साक्षीदारांवर हल्ले चढवणं हे सराईतपणे तो करत असे.

नेटच्या गाडीत अंधार होता, शांतता होती. तशात सुद्धा नेटला स्वतःची शरम वाटत होती. त्याला फेलन वारसदारांबद्दल सुद्धा दया वाटायला लागली होती. स्नीडबद्दल तर त्याला कणव वाटत होती. बिचारा जगण्यासाठी धडपड करत होता. नव्यानं नेमलेल्या तज्ज्ञ डॉक्टरांवर त्यानं इतकं तुटून पडायला नको होतं असं आता त्याला वाटत होतं.

त्याची लाज, लज्जा, शरम परत आलेली होती. नेटला त्यामुळे बरं वाटत होतं. आपण केलेल्या दुष्कृत्याबद्दल त्याला शरम वाटत होती. त्याला पश्चात्ताप झालेला होता, त्याचा त्याला अभिमान वाटत होता. अखेर शेवटी तो एक मनुष्यप्राणीच होता. मध्यरात्री तो नॉक्स व्हिलजवळच्या एका साध्याशा मोटेलमध्ये

थांबला. मध्यपश्चिम भागात कँसास आणि आयोव्हामध्ये खूप हिमवृष्टी झालेली होती. त्यानं बिछान्यात बसून समोर नकाशा ठेवून दक्षिण पश्चिम भागात जाण्यासाठीचा मार्ग आखून, ठरवून टाकला.

दुसरी रात्र त्याने ओक्लाहोमा राज्यातल्या शॉव्नी या गावात काढली आणि तिसरी ॲरिझोनामधल्या किंगमॅन इथे व चौथी कॅलिफोर्नियामधल्या रेडिंग येथे काढली.

ऑस्टिन आणि अंजेला ही अनुक्रमे बारा आणि अकरा वयाची – सातवी व सहावीत शिकत असलेली दुसऱ्या लग्नापासूनची मुलं होती. नेटनं जेव्हा त्यांना मागल्या जुलैमध्ये ओरिओलमधल्या गेम्सपार्कमध्ये खेळायला नेलेलं होतं त्यावेळी त्यांना शेवटचं नेटनं पाहिलेलं होतं. त्या दिवसाची सुरुवात छान झालेली होती. दिवसही छान मजेत, आनंदात गेलेला होता, पण शेवट मात्र गलिच्छ प्रकाराने झालेला होता. त्यानंतर तीन आठवड्यांतच त्याचा मागल्या वेळचा अध:पात झालेला होता. त्या पार्कमध्ये नेटनं सहा बीअरच्या बाटल्या रिचवलेल्या होत्या. आईनं सांगितलेलं होतं म्हणून मुलांनी त्या मोजल्या होत्या आणि त्यानंतर त्यानं बाल्टिमोर ते आर्लिंगटच्या दरम्यान दारूच्या अमलाखाली असताना, दोन तास गाडी चालविलेली होती.

त्यावेळी त्या मुलांची आई ख्रिस्ती आणि तिचा दुसरा नवरा थेव या मुलांबरोबर ओरेगॉंला राहायला जाण्यासाठी निघणार होते. गेम्सपार्कमध्ये घेऊन जाण्याच्या निमित्ताने नेटला मुलांना भेटता आलं होतं. चांगल्या वातावरणात एकमेकांना निरोप देता आला असता, पण घरात जाण्याच्या रस्त्यावरच तो त्याच्या पूर्वीच्या बायकोशी भांडला होता आणि मुलांनी हे पाहिलं होतं. त्यांनाही त्यात निराळं काही वाटलं नव्हतं. थेव हातात एक काठी घेऊनच बाहेर आला होता आणि त्यानं नेटला सज्जड दम दिलेला होता. नेट मॅकडोनाल्ड रेस्टॉरंटच्या, अपंगांसाठी म्हणून राखून ठेवलेल्या पार्किंग स्पेसवर गाडी पार्क करून गाडीतच झोपून गेला होता. त्याच्या गाडीच्या मागल्या सीटवर सहा बीअरच्या बाटल्यांचं एक रिकामं खोकं होतं.

चौदा वर्षांपूर्वी ख्रिस्ती जेव्हा नेटला भेटली होती त्यावेळी ती पोटोमॅकमधल्या एका खाजगी शाळेमध्ये मुख्याध्यापिकेचं काम करत होती. नेटची अन् तिची एका खटल्यामुळे ओळख झाली. ती ज्युरी म्हणून आलेली होती, नेट वकील होता. खटल्याच्या दुसऱ्या दिवसाच्या कामाच्यावेळी तिनं काळा स्कर्ट घातलेला होता अन् व्यवहारत: खटला त्याच दिवशी थांबला. एका आठवड्यानंतर नेटनं तिला जेवायला नेलं होतं. पुढे तीन वर्षं नेट स्वच्छ होता. पुन्हा लग्न करायला तेवढा काळ पुरे होता. त्यांना दोन मुलं झाली. पुढे जेव्हा धरणाच्या भिंतीला तडे जायला लागले तेव्हा ख्रिस्ती घाबरली आणि नेटबरोबर राहणं

तिला नकोसं वाटायला लागलं. अखेर धरण फुटलं आणि ख्रिस्ती तिच्या मुलांना घेऊन पळून गेली आणि एक वर्षभर ती परतली नव्हती. अस्थिरतेच्या वातावरणात ते लग्न कसबसं दहा वर्षं टिकलं होतं.

सलेम इथल्या शाळेत ती नोकरी करत होती. वकिलीसंबंधी काम करणाऱ्या एका छोट्या कंपनीत थेव होता. पार पलीकडल्या किनाऱ्याकडे ते पळून गेले, यात तो त्यांना दोष देत नव्हता. वॉशिंग्टनच्या बाहेर त्या दोघांना पळवून लावायला आपणच कारणीभूत आहोत असं नेटला वाटत होतं.

चार तासांच्या अलीकडल्या अंतरावरून मेडफोर्डहून त्यानं शाळेत फोन लावला. त्याला पाच मिनिटं थांबा असं सांगण्यात आलं. खोली बंद करून, कुलूप लावून येईपर्यंत आणि विचारांची जुळवाजुळवी करत तिला बोलायला थोडा वेळ लागणार हे नेट धरून होता. ''हॅलो'' शेवटी ती म्हणाली.

''ख्रिस्ती – मी नेट बोलतोय'' तो म्हणत होता. दहा वर्षं नवरा म्हणून राहिलेली व्यक्ती तिच्या आवाजाची ओळख करून देत होती त्याचा त्याला वेडेपणा वाटला.

''कुठून बोलतोयस तू?'' तिनं विचारलं, जसा काही लगेचच हल्ला करायची तिची तयारी दिसत होती.

''मेडफोड जवळून.''

''ओरेगाँनमधल्या?''

''हो – मला मुलांना भेटायची इच्छा आहे.''

''ठीक आहे, केव्हा भेटायचंय?''

''आज रात्री, उद्या, मला काही घाई नाहीये, मी कारनीच आलो आहे. पाच दिवस लागले इथपर्यंत यायला. मला परिसर बघायचाय. कुठे कुठे जायचं हे काही मी ठरवलेलं नाहीये.''

''ठीक आहे नेट, मी काहीतरी मार्ग काढते. कारण मुलं त्यांच्या शाळेतल्या कार्यक्रमात पार अडकलेली आहेत. तुला कल्पना आहे – संमेलनं, वक्तृत्व स्पर्धा, खेळ वगैरे.''

''कशी आहेत मुलं?''

''चांगली आहेत. मजेत आहेत. चौकशीबद्दल थँक्स.''

''आणि तू कशी आहेस? तुला आयुष्य तसं त्रासातच घालवायला लागतंय, नाही?''

''नाही, मी ठीक आहे. ओरेगाँव मला आवडलंय.''

''थँक्स ख्रिस्ती, मी आता दारू पीत नाही. कायमच स्वच्छ असतो. दारू, अमली पदार्थ यांच्यापासून मी कायमचीच फारकत घेतलेली आहे. मी वकिली

सुद्धा सोडून द्यायचा विचार करतोय. सगळं काही छान चाललंय सध्या.'' हे सर्व तिनं पूर्वी सुद्धा ऐकलेलं होतं.

''चांगली गोष्ट आहे नेट'' ती फार खबरदारीपूर्वक बोलत होती, पुढची बोलायची वाक्यं आधीच मनातल्या मनात तयार करून ठेवत होती. पुढच्याच रात्री त्यांनी रात्रीच्या जेवणाला एकत्र यायचं ठरवलं. मुलांकडून जरूर ती तयारी करून घेण्यासाठी, घर आवरून ठेवण्यासाठी आणि थेवची भूमिका कशी असेल याबाबत तयारी करायला पुरेसा वेळ होता. कोणी काय आणि कसं बोलायचं याची रंगीत तालीम सुद्धा करून घ्यायला वेळ होता.

''मी तुमच्या कोणाच्या मध्ये येणार नाही, ख्रिस्ती.'' फोन ठेवण्यापूर्वी नेटनं आश्वासन दिलं.

थेवनं उशिरापर्यंत कामावर थांबायचं आणि त्यांच्या भेटीच्या मध्ये न यायचं ठरवलं होतं. नेटनं अँजेलाला घट्ट मिठी मारली, ऑस्टिनने फक्त हस्तांदोलन केलं. मुलं किती मोठी झालेली आहेत असं वाक्य सुद्धा उच्चारायचं नाही असं नेटनं ठरवलं होतं. मुलं आपल्या वडिलांबरोबर पुन्हा ओळख करून घेत असताना ख्रिस्ती तिच्या झोपण्याच्या खोलीतच काही तरी करत राहिली.

नेटनं त्यांना भूतकाळात खूप त्रास दिलेला होता. त्याबद्दल त्याने त्यांची माफी मागून तो भूतकाळ काही बदलला जाणार नव्हता. त्यामुळे तसं काही करण्याचा त्याचा इरादा नव्हता. तो घरात जमिनीवर बसला, मुलांशी त्यांच्या शाळेतल्या विविध कार्यक्रमांबद्दल, त्यांच्या सहभागाबद्दल त्यांच्या जवळ बोलला. सलेम एक छान गाव होतं. वॉशिंग्टन डीसीच्या तुलनेत फारच लहान. मुलांना ते आवडलं होतं, मुलं तिथे रमली होती त्यांना खूप मित्र मिळाले होते. त्यांची शाळा चांगली होती. शिक्षक चांगले होते.

रात्रीच्या जेवणात स्पॅगेटी आणि सॅलड होतं. जेवण तासभर चाललं. एका पक्षकाराला शोधण्यासाठी नेटला ब्राझीलच्या जंगलात जावं लागलं होतं त्याच्या गोष्टी त्यानं सांगितल्या. ज्या वर्तमानपत्रांतून याच्याबद्दलच्या बातम्या आलेल्या होत्या त्या ख्रिस्तीच्या पाहण्यात आलेल्या नव्हत्या त्यामुळे फेलन बाबतीत तिला काहीही माहिती नव्हती.

त्याला आता निघायला हवं असं म्हणत बरोबर सात वाजता तो उठला. मुलांनासुद्धा गृहपाठ करायचा होताच आणि शाळासुद्धा सकाळी लवकर होती.

''डॅडी, मला उद्याचा फुटबॉलच्या मॅचमध्ये घेतलेलं आहे, त्यात मला खेळायचंय.'' ऑस्टिन म्हणाला आणि नेटचं हृदय जवळ जवळ धडधडायचं थांबलं. त्याला डॅडी म्हणून पूर्वी कधी कोणी हाक मारलेली होती ते त्याला आठवत नव्हतं.''

"मॅच शाळेतच आहे." अँजेला म्हणाली, "तुम्ही याल का?"

एकमेकांपासून दूर गेलेल्यांनी एकमेकांकडे पाहिलं. कसं काय उत्तर द्यावं या प्रश्नाला, हे नेटला सुचत नव्हतं.

ख्रिस्तीनं यातून मार्ग काढला, ती म्हणाली, "मी येईन. आपण तिथं बोलू."

"हो मी पण नक्की तिथे येईन." नेट म्हणाला. निरोप घेण्यापूर्वी मुलांना त्यानं छातीशी धरलं होतं.

गाडीतून परतताना त्याच्या डोक्यात विचार येत होता की ख्रिस्तीला लागोपाठ दोन दिवस आपण भेटणार आहोत आणि दोन दिवसांच्या सहवासात ख्रिस्ती त्याला तपासणार होती, त्याचे डोळे तिला पाहायचे होते, त्याच्यात झालेला बदल तिला त्याच्या डोळ्यांत कळणार होता.

नेट सलेममध्ये तीन दिवस राहिला. त्यानं फुटबॉलची मॅच पाहिली. त्याच्या मुलाचा खेळ पाहून त्याला त्याच्या मुलाचा अभिमान वाटला. नेटला परत जेवायचं निमंत्रण मिळालं, पण थेव तिथे असेल तरच मी येईन या अटीवर त्यानं ते स्वीकारलं. अँजेला आणि तिच्या शाळेतल्या मित्र-मैत्रिणीं समवेत नेटनं एकदा दुपारचं लंच घेतलं होतं.

तीन दिवसानंतर आता जायची वेळ आली. मुलांना त्यांचे नेहमीचे कार्यक्रम होतेच. पूर्वी काही घडलंच नव्हतं अशा वागण्याचं नाटक करायला ख्रिस्ती कंटाळली होती. नेटला मुलांच्याबद्दल आपलेपणा आणि ओढ वाटायला लागली होती. त्यांनी एकमेकांना फोन, ई-मेल्सद्वारे संपर्कात ठेवण्याची आणि लवकरच परत भेटण्याची आश्वासनं दिली आणि नेट बाहेर पडला.

सलेम सोडताना नेटला फारच वाईट वाटत होतं. आपल्या सोन्यासारख्या परिवारापासून तोडलं जायला आपली गर्हणीय वागणूकच कारण होती. त्याला त्याच्या मुलांचं लहानपण मुळीच आठवत नव्हतं, त्यांचं शाळेत जाणं, शाळेतले खेळ, हॅलोविनचे मुखवटे, ख्रिसमसच्या सणातल्या सकाळी, बाहेर फिरायला जाणं हे काही काही त्याला आठवत नव्हतं. मुलांसमवेत तो नीट वागलेलाच नव्हता मुळी. मुलं त्याची, पण दुसराच कोणीतरी त्यांना वाढवत होता.

नेट पूर्वेकडे जात राहिला. गाड्यांच्या गर्दीत मिसळून गेला.

मोंटानामधल्या वळणावळणांच्या रस्त्याने जात असताना रॅचेलचे विचार त्याच्या डोक्यात आले. मृत्युपत्राच्या सत्यतेला फेलन वारसदारांनी जे आव्हान दाखल केलेलं होतं त्या संबंधात हार्क गेटीनं जी कारणं दाखविली होती ती स्वच्छ आणि उघड होती. एक महिनाभर खपून हे वीस पानांचं आव्हानपत्र त्यानं

तयार केलेलं होतं. ७ मार्चला म्हणजे फेलन यांच्या मृत्युनंतर तीन महिन्यांनी किंवा नेट ओ रॉयलेचं या खटल्याच्या संबंधातलं आगमन झाल्यानंतर दोन महिन्यांनी किंवा रॉयलेनी रॅचेलचा शोध लावल्यानंतर सव्वा महिन्यानंतर आणि आता चार महिन्यांच्या आत म्हणजे जुलैच्या आसपास कोर्टात खटला उभा राहायची वेळ आलेली होती. आणि असं असतानासुद्धा रॅचेलनं कोर्टात येऊन तिनं तिची बाजू मांडावी अशासारखी नोटीस कोर्ट देऊ शकत नव्हतं. कोर्ट रॅचेलवर कायदेशीर दडपण कसं आणू शकत नाही याबद्दल हार्क पुनःपुन्हा प्रश्न विचारत होता. हार्क तिचा उल्लेख – 'बेनामी पार्टी' – असा करत असे. तो आणि त्याचे सहवकील जणू काही एखाद्या सावली-विरुद्ध भांडत होते. त्या स्त्री वारसदाराला अकरा बिलियन डॉलर्स मिळणार होते. ती एखादं साधं, स्वतःच्या माहितीचं पत्र सादर करून सुद्धा फेलनवारसदारांनी जे आव्हान उपस्थित केलेलं आहे ते तिला मान्य नाही असं मत व्यक्त करू शकली असती, आणि ते कायदेशीर ठरलं असतं. स्वतःची बाजू मांडण्यासाठी ती जर एखाद्या वकिलाला नेमू शकते तर कोर्टाच्या अधिकार कक्षेत तिने स्वतःला आणायला हरकत नव्हती.

कालहरण ही वारसदारांच्या दृष्टीनं चांगली बाब होती पण हाती येऊ घातलेली संपत्तीची वाट पाहात बसणं हे त्यांना फार अवघड जात होतं. एक एक आठवडा रॅचेलकडनं काहीच न कळता जात असल्यामुळे हे तिला मिळणाऱ्या संपत्तीत तिला काहीही रस नाही, असा समज दृढ होता. शुक्रवार सकाळच्या एका चर्चासत्रात फेलन वारसदारांच्या वकिलांनी रॅचेलला शोधून काढण्याच्या संबंधात चर्चा केली. त्यांच्या पक्षकारांबद्दल चर्चा केली. त्यांच्या पुढच्या चाली कशा असतील याबद्दल चर्चा केली. रॅचेल स्वतः कोर्टात येत का नाही याबाबत त्यांनी बराच वेळ घालविला. तिला पैसे नको आहेत असं तिचं म्हणणं असेल असं विधान करणं किंवा असं म्हणणं हे शुद्ध वेडेपणाचं आहे असं सर्वांचं मत पडलं. प्रत्येक शुक्रवारी सकाळी एकत्र यायचं असं ठरवून त्या दिवसाची सभा संपली.

आठवडे जात होते. पुढे महिने गेले. लॉटरी लागलेला विजेता बक्षीस घ्यायला पुढे येत नव्हता. ट्रॉयचं शेवटचं मृत्युपत्र सत्य आहे हे कोर्टाकडून मान्य करून घेणाऱ्यांवर आणखी काही दडपणं होती. हार्क, यान्सी, ब्राईट आणि लँग हॉर्न हे स्नीडनं दिलेली जबानी पुनःपुन्हा व्हिडीओवर पाहात होते. तो काय काय बोलला होता हे पाठ करत होते आणि ज्युरींसमोर हवी तशी साक्ष देण्याच्या स्नीडच्या क्षमतेबद्दल त्यांना आता शंका वाटायला लागली होती. नेट ओ रॉयलेनं तर त्याला पार वेडं बनवलं होतं आणि हा वेडा ज्युरींसमोर काय

उजेड पाडणार? ज्युरींच्या समोर साक्ष देताना तर नेटचे वार, फारच भयानक असतील आणि ज्युरी मंडळातले सदस्य बहुतेक मध्यम वर्गातले, दोन वेळच्या जेवणासाठी त्यांना धडपड करायला लागते. अशा वर्गातले भावनाप्रधान, पापभीरू प्रकारातले असतात. त्यांना हेलावून टाकणं नेटसारख्या वकिलाला फार अवघड जाणार नव्हतं. स्नीडने अर्धा मिलियन डॉलर्स तर खिशात घातलेलेच होते. हवं तसं काम त्याच्याकडून करून घेणं तर फार अवघड काम होतं.

स्नीडचा प्रश्न साधा होता – तो खोटं बोलत होता, खोटं बोलणारे कोर्टात बऱ्याच वेळा उघडे पडतात. जबानी देताना स्नीडचं पितळं उघडं पडलं होतं आणि आता त्याच्या खोट्या साक्षीमुळे ज्युरींसमोर त्याची स्थिती काय होईल, याची फेलन वारसदारांच्या वकिलांना कल्पनाच करवत नव्हती. स्नीडचं आणखी एखाद दुसरं सांगणं खोटं पाडलं गेलं की केस हातची गेलीच समजा.

जन्मखुणेच्या बाबींवरून निकोलेटची साक्ष तर पार वाया गेलेली होती.

त्यांचे स्वत:चे पक्षकारच त्यांच्या वकिलांच्या कामगिरीबद्दल खूश नव्हते. रँबल हा सर्वात धोकादायक होता. त्याच्याखेरीज सर्वांना प्रत्येकाला पाच मिलियन मिळालेले होते. कोणत्याही ज्युरीला त्यांच्या पुऱ्या आयुष्यात तेवढे मिळण्याची शक्यता नसते. भले ट्रॉयची मुलं त्यांच्या वडिलांचं प्रेम त्यांना मिळालं नाही अशी तक्रार करोत, पण ज्युरींपैकी निम्मे ज्युरी हे घटस्फोट झालेल्या घरातूनच आलेले असतात.

वारसदारांची लढाई चांगल्या लोकांची आहे, असं तर कोणीच मानलं नसतं आणि समाजातल्या मध्यम स्तरांतल्या लोकांना या वारसदारांवर अन्याय होतोय हे पटवून द्यायचं, त्यांच्याबद्दल सहानुभूती वाटायला लावणं ही अशक्य कोटीतली गोष्ट होती. वीस वर्षं नेट ओ रॉयलेनं वैद्यकीय क्षेत्रातल्या डॉक्टरांना कोर्टामध्ये उघडं करून फटकारलं होतं, तर त्याच्यापुढे या नव्याने नेमलेल्या डॉक्टरांना तो काय मोकळं सोडणार होता!

खटला सुरू व्हायला नको असेल तर तडजोड व्हायला हवी. रॅचेल लेनला संपत्तीमध्ये नसलेला रस हे तडजोडीसाठी सबळ कारण होऊ शकत होतं आणि त्याचाच पाठपुरावा करणं फेलन वारसदारांच्या वकिलांच्या दृष्टीनं योग्य होतं.

फेलन वारसदारांच्या वकिलांनी मृत्युपत्राची सत्यता फेटाळून लावताना जे काही मुद्दे नोंदवले होते, ज्या काही कायदेशीर क्लृप्त्या पुढे केलेल्या होत्या त्याबाबत जॉशला सुद्धा त्यांचं कौतुक करावसं वाटत होतं. त्यातल्या त्यात हार्क सर्वांत हुशार होता. तर्कशुद्ध मुद्दे मांडलेले होते, वेळ बरोबर निवडलेली होती, युक्तिवाद बिनतोड होता, तरीपण ज्या मूळ मुद्याच्या आधारावर त्यांनी हा खटला चालवायचा प्रयत्न केला होता तोच मुळी ठिसूळ होता. तरीपण

नेटला सुद्धा खूप अडचणींचा सामना करावा लागत होता. त्याच्याविरुद्ध पार्टीला तसे प्रश्न नव्हते. नेटच्या पक्षकाराचा पत्ताच नव्हता. नेट आणि जॉश या दोघांनी मिळून गेले दोन महिने ही केस कशीबशी पुढे रेटली होती.

.४८.

नेटच्या सर्वांत मोठ्या मुलानं म्हणजे डॅनियलनी एका दारूच्या बारमध्ये नेटला भेटायचं नक्की केलं होतं. युनिव्हर्सिटीच्या परिसरापासून दोन मैलांवरच्या, खूप दारूची दुकानं असलेल्या भागात तो बार होता. तिथलं संगीत, बीअरच्या झगमगत्या जाहिराती, दारू प्यायला येणाऱ्यांचा आरडाओरडा हे सारं नेटला परिचित होतं. काही महिन्यांपूर्वी जॉर्जटाऊनच्या अशा भागातून, अशा वातावरणातून तो फिरलेला होता. पण या सर्वांचा सध्या त्याच्यावर परिणाम होत नव्हता. एक वर्षापूर्वीची गोष्ट निराळी होती. अशा वातावरणांमधून तो असाच ओरडला होता, एका दुकानातून दुसऱ्या दुकानात झिंगत झिंगत त्यानं रात्री घालवल्या होत्या.

बारमधल्या एका टेबलाशी डॅनियल, एका मुलीसह नेटसाठी थांबला होता. त्या दोघांसमोर अर्ध्या संपलेल्या मोठ्या बीअरच्या बाटल्या होत्या. वडील आणि मुलगा यांनी हस्तांदोलन केलं, कारण त्यापेक्षा चांगल्या तऱ्हेने भेटण्याइतपत त्यांचे चांगले संबंध राहिलेले नव्हते.

"डॅडी, ही माझी मैत्रीण स्टेफ." बरोबरच्या मुलीची ओळख करून देताना डॅनियल म्हणाला, "ती मॉडेल म्हणून काम करते" चांगल्या व्यवसायात असलेल्या स्त्रियांच्या संबंधात तो आहे हे सिद्ध करून देण्यासाठी कदाचित हे वाक्य त्याने पुढे जोडलं होतं.

दुसऱ्या काही कारणांकरता त्या दोघांनीच फक्त, काही वेळ एकत्र गप्पा कराव्यात, असं नेटला वाटत होतं. पण तसं करता येणं शक्य दिसत नव्हतं.

स्टेफच्या बाबतीतली एक गोष्ट त्याच्या ध्यानात आली, ती म्हणजे तिनं करड्या रंगाची लिपस्टिक वापरली होती. ती लिपस्टिक लावल्यानंतर हसताना, बोलताना, ओठांवर उभ्या भेगा पडत नाहीत. मॉडेल म्हणून ती खरोखरच अगदी साधारण आणि काटकुळी होती. एखाद्या लाठीच्या काठीसारखे तिचे दंड आणि हात लुकडे होते. नेटला ते दिसत नव्हते, तरी तिच्या पायावरून हाताची कल्पना त्याला आली होती. पायाच्या घोट्याजवळ दोन्ही पायांना नक्षीचं गोंदकाम केलेलं होतं. पाहिल्या पाहिल्याच नेटला ती आवडली नव्हती आणि त्याच वेळी स्टेफला सुद्धा तो आवडला नव्हता असं त्याला कुठेतरी आत वाटायला लागलं होतं.

एका वर्षापूर्वी डॅनियलनी त्याचं कॉलेजचं शेवटचं वर्ष ग्रिन्नेल इथे संपवलं होतं. नंतरचा उन्हाळा त्यानं हिंदुस्तानात घालवला होता. गेल्या तेरा महिन्यांत नेटनं त्याला पाहिलेलं नव्हतं. डॅनियलनी त्याचं कॉलेजचं शिक्षण सुरू केलं तेव्हा सुद्धा नेटनं त्याची भेट घेतलेली नव्हती की अभिनंदनपर कार्ड पाठवलं नव्हतं, की त्याला कोणती वस्तू भेट म्हणून पाठवली होती. टेबलाशी बसलेल्या दोघांच्यात पुरेशा तणावाचं वातावरण होतं. एकमेकांकडे दोघं निरखून पाहात होते.

एक वेटर जवळ येत असलेला पाहताच डॅनियलनं नेटला विचारलं "तुम्ही बीअर घेणार का?" नेटच्या बाबतीत सध्या हा प्रश्न अतिशय क्रूर होता. एकच घुटका अन् फार मोठा फटका. "नाही, फक्त पाणी" नेट म्हणाला. डॅनियलनं वेटरकडे ओरडून पाणी सांगितलं आणि मग म्हणाला, "अजून पिण्यावर ताबा चालू आहे का?"

"हो, तो ठेवलाच पाहिजे." नेट प्रश्नाचा रोख चुकवत म्हणाला.

"तुम्ही मागल्या उन्हाळ्यापासून पिणं थांबवलं ना?"

"हो – पण आता आपण दुसऱ्या विषयावर बोलू."

"दारूच्या व्यसनापायी तुम्हाला व्यसनमुक्ती केंद्राचा आसरा घ्यायला लागला होता असं डॅनियलनी मला सांगितलेलं होतं." नाकातून सिगरेटचा धूर सोडत स्टेफ म्हणाली. तिला ते वाक्य सुरू करता येऊन संपवता आलं याचंच नेटला आश्चर्य वाटलं. तिचे शब्द सावकाश सावकाश येत होते आणि आवाजही फार प्रयत्नपूर्वक काढल्यासारखा वाटत होता.

"हो, मी बऱ्याच वेळा तिथं जाऊन आलेलो आहे. त्यानी माझ्याबद्दल आणखी काय सांगितलंय?"

"मी पण तिथं एकदा जाऊन आलेली आहे." ती म्हणाली, "पण फक्त एकदाच." ठाम निर्धार करण्याची कुवत असलेल्या तिच्या या गुणाचा, तिला अभिमान वाटत होता. व्यसनमुक्ती केंद्रात आणखी राहता आलं असतं तर तिला आवडलं असतं असंही तिनं सांगितलं. तिच्या समोर दोन बीअरच्या रिकाम्या बाटल्या पडल्या होत्या.

"अनुभव चांगला असतो." एवढ्यावरच नेट थांबला. तिच्याबरोबर बोलायला आवडत असल्याचं भासवणंसुद्धा त्याला जड जात होतं, आणि तसं नसतं दाखवलं, तर एकदोन आठवड्यातच ती त्याच्याबरोबर प्रेमाचे चाळे करायला तयार झाली असती.

"तुझं शिक्षण कसं चाललंय!" त्यानं डॅनियलला विचारलं.

"कसलं शिक्षण?"

"तुला अजून पदवी घ्यायचीय ना?"

"नाही, मी कॉलेज सोडून दिलं." तो तुटक तुटक बोलत होता. बोलताना त्याच्यावर ताण आल्यासारखं वाटत होतं. कॉलेज सोडण्याला नेट जबाबदार होता. नेटला त्याची कल्पना होतीच, कारणही त्याला माहीत होतं. तेवढ्यात वेटरनं पाणी आणून दिलं. "तुमच्या दोघांच खाणं झालंय?" त्यानं विचारलं.

स्टेफनं खाण्याचं टाळलं आणि डॅनियलला एवढी भूक नव्हती. नेटला मात्र कडाडून भूक लागलेली होती अन् त्याला एकट्याला मात्र जेवायचं नव्हतं. त्यानं पबच्या हॉलमध्ये इकडे तिकडे पाहिलं, एका कोपऱ्यात काहीजण सिगरेटमध्ये अफीमसारखा मादक पदार्थ घालून ओढत होते. हा पब म्हणजे लुच्चे, दंगेखोर मंडळींचा एक अड्डाच होता. अशा प्रकारच्या जागा पूर्वी नेटला सुद्धा आवडायच्या.

डॅनियलनं दुसरी सिगरेट पेटवली, कॅमल कंपनीची. तिला फिल्टर नव्हता. कॅन्सर देणाऱ्या कांड्या. बाजारात स्वस्तात झुंबरं मिळतात तशा प्रकारची झुंबरं छताला अडकवली होती, त्याकडे त्यानं मोठा धुराचा लोट सोडला. नेटला खूप राग आला होता.

स्टेफ तिथे दोन कारणांकरता थांबलेली होती. तिच्यामुळे फार मोठी वादावादी आणि हमरीतुमरीवर येणं टळणार होतं. त्याच्या मुलाकडे आता काहीही पैसे नाहीयेत असं नेटला वाटत होतं. जेव्हा डॅनियलला मदतीची जरूर होती त्यावेळी नेटनं त्याला मदतीचा हात दिलेला नव्हता, त्याबद्दल वडिलांना त्याला खूप खूप बोलायचं होतं, पण नेटची तब्येत, मानसिक स्थिती नाजूक होती हे त्याला माहीत होतं. आणि त्याच्या दूषणं देण्यानं तो बिघडेल आणि हा माणूस पुन्हा दारू प्यायला लागेल, आणि त्यात त्यांची वाट लागायची पाळी येईल म्हणून त्यांना झापायचं तो टाळत होता. स्टेफ, त्याच्या या रागावर आणि त्याच्या भाषेवर आळा घालायचा प्रयत्न करीत होती. दुसरं कारण ही मुलाखत शक्य तितक्या लवकर संपवायची होती. हे सर्व व्हायला पंधरा मिनिटं पुरली असती.

"तुझी आई कशी आहे?" त्यानं विचारलं.

डॅनियलनी हसायचा प्रयत्न केला आणि म्हणाला, "चांगली आहे, या गेल्या ख्रिसमसमध्ये मी तिला भेटून आलोय, तुम्ही त्यावेळी इथे नव्हतात."

"मी ब्राझीलमध्ये गेलो होतो."

घट्ट जीन घातलेली, त्याच्याच कॉलेजातली एक मुलगी त्यांच्याजवळून गेली. स्टेफनं तिला डोक्यापासून पायापर्यंत न्याहाळलं. तिच्या डोळयांमध्ये अद्याप चमक शिल्लक दिसत होती. ती मुलगी स्टेफ पेक्षा हडकुळी होती. लुकडेपणात इतकं लैंगिक आकर्षण असतं का?

"ब्राझीलमध्ये काय काम काढलं होतं?"

"एका पक्षकाराचं." नेटला त्या साहसी मोहिमेचा वृत्तांत सांगण्याचा आता कंटाळा आलेला होता.

"इन्कमटॅक्सची काहीतरी भानगड तुमच्या मागे लागलेली आहे, असं आई म्हणत होती."

"तुझ्या आईला खूप आनंद होत असेल याची मला खात्री आहे."

"नाही, त्यामुळे तिला निदान त्रास तरी होत नव्हता. कदाचित तुरुंगात जावं लागणार आहे म्हणे?"

"नाही, आपण दुसऱ्या कशाबद्दल बोलायचं का?"

"डॅडी तोच तर प्रश्न आहे, आपण भूतकाळाखेरीज दुसऱ्या कशावर बोलूच शकत नाही. भूतकाळात जाऊन आपल्याला काही बदल घडवून आणता येत नाही."

त्रयस्थ मध्यस्थ म्हणून स्टेफ उपस्थित होती. तिनं आपले डोळे मोठे करून डॅनियलकडे पाहिलं आणि आता बस्स असंच जणू काही तिनं डोळ्यांनी खुणावलं होतं.

"तू कॉलेज का सोडून दिलंस?" कारण माहिती करून घ्यायची नेटला उत्कंठा होती म्हणून विचारलं.

"खूप कारणं आहेत आणि मी पार वैतागलेलो होतो म्हणून."

"त्याला पैसे कमी पडले." स्टेफनं मदत करण्याच्या हेतूने हे वाक्य टाकलं होतं, तिच्या डोळ्यांत ठेवणीतला चांगला आशय आला होता.

"हे खरं आहे?" नेटनं विचारले.

"हो तेच एकमेव कारण होतं."

स्वत:कडलं चेकबुक काढून त्याच्या मुलाचा प्रश्न सोडवावा ही त्याची सर्वांत पहिली प्रतिक्रिया होती आणि तेच तर त्यानं नेहमी केलं होतं. पैसे देणं, मुलांना दुकानांत घेऊन जाऊन, त्यांच्यासाठी खरेद्या करून त्यांना देणं पालकांचं एवढंच कर्तव्य त्यानं केलेलं होतं. तुम्हाला तुमच्या मुलांबरोबर जर राहता येत नाही तर पैसे पाठवा. डॅनियल आता तेवीस वर्षांचा होता – हे वय कॉलेजमधला पदवीचा अभ्यासक्रम करण्यायोग्य होतं, पण तो फालतू मुलींबरोबर इकडे तिकडे फक्त फिरत होता. आता खरं म्हणजे त्याचे स्वत:च्या हिमतीवर बाहेरच्या जगात वावरायचे दिवस होते. एक बुडायचं तरी नाहीतर तरायचं तरी. इथे हे पूर्वीचं चेकबुक कामाला येण्यासारखं नव्हतं.

"तू आता काही काळ काम कर." नेट म्हणत होता, "त्यातून जे पैसे मिळतील त्यातून तुला हवं ते शिक्षण घेता येईल."

असं करायला स्टेफचा दुजोरा नव्हता. कॉलेजमधून बाहेर पडलेले तिचे असे दोन मित्र होते, पण ते पार धुळीला मिळालेले होते. स्टेफ बडबडत होती. डॅनियल आपल्या जागेवरून उठला. बारटेंडरशी जाऊन आणखी एक बीअरची बाटली घेऊन तो आपल्या जागेवर बसला. ती बाटली त्यानं गटागट संपवली. नेटला दारू पिण्याच्या दुष्परिणामाबद्दल खूप काही सांगता आलं असतं पण ते अगदीच पोकळ, खोटं, ढोंगीपणाचं वाटलं असतं.

चार बीअर पिऊन झाल्यावर स्टेफ गार झाली आणि नेटनी सांगायचं असं काही उरलेलं नव्हतं. तिथल्या कागदी रुमालावर नेटनं त्याचा सेंट मिशेलमधला फोन नंबर खरडला आणि तो कागद डॅनियला दिला आणि म्हणाला, ''मी पुढचे काही महिने या फोनवर आहे. काही मदतीची जरूर भासल्यास मला फोन कर.''

''परत भेटू डॅडी.'' डॅनियल म्हणाला.

''काळजी घे.'' नेट बाहेरच्या गारठलेल्या वातावरणात आला आणि मिशीगन सरोवराच्या दिशेने निघाला.

दोन दिवसांनंतर तो पीटसबर्ग इथे त्याच्या आणखी एका अपत्याला म्हणजे केटलनला भेटायला म्हणून आला होता. केटलनशी त्याची भेट होऊ शकली नाही. दोनदा तो केटलनशी फोनवर बोलला होता. केटलन म्हणजे त्याच्या पहिल्या लग्नापासूनची मुलगी. तो ज्या हॉटेलमध्ये उतरला होता त्याच्या समोरच्याच एका रेस्टॉरंटमध्ये संध्याकाळी साडेसातला जेवणासाठी भेटायचं ठरलेलं होतं. तशी तिची राहण्याची जागा त्या हॉटेलपासून वीस मिनिटांच्या अंतरावर होती. तिनं साडे आठ वाजता नेटला त्याच्या पेजरवर गाठलं. त्यावेळी ती एका हॉस्पिटलमधून बोलत होती. मोटार अपघातात तिचा मित्र जखमी झालेला होता. तिच्या मित्राला त्या स्थितीत सोडून, तिला येता येण्यासारखं नव्हतं असं सांगितलं.

दुसऱ्या दिवशी दुपारची लंच बरोबर घेता येईल का? याबद्दल नेटनं खूप प्रयत्न केला. पण केटलननं सांगितलं की, तिच्या मित्राच्या डोक्याला जबर मार बसलेला आहे आणि तो त्यावेळी लाईफसपोर्टिंग सिस्टीमवर आहे. त्याची तब्येत सर्वसाधारण होईपर्यंत तिनं त्याच्या जवळच बसून राहायचं ठरवलं आहे. आता यावर नेट काहीच करू शकत नव्हता. त्यानं त्या हॉस्पिटलचा पत्ता विचारला. पहिल्या प्रथम तिला तो माहीत नव्हता, नंतर तिनं जो पत्ता सांगितला त्याबद्दल तिला खात्री नव्हती आणि ती त्याच्या मित्राच्या बेडपासून हलायलाच तयार नव्हती म्हणजे भेटायलासुद्धा ती खोलीच्या बाहेर येणार नव्हती त्यामुळे

त्या हॉस्पिटलपर्यंत जाण्याचा प्रश्नच नव्हता.

नेटनं नंतर त्याच्या खोलीतच खिडकीजवळच्या टेबलाशी बसून जेवण घेतलं. खिडकीतून गावातल्या जुन्या भागाचं दृश्य दिसत होतं. तो जेवणातले पदार्थ चिवडत होता आणि त्याच्या मुलीला, त्याला का भेटायचं नव्हतं याचा विचार करत राहिला. तिनं तिच्या नाकात एक रिंग घातली होती म्हणून? का तिच्या कपाळावर तिनं गोंदवून घेतलं होतं म्हणून? का अशा कुठल्या काफिल्यात ती सामील झाली होती की त्यातले सर्व लोक आपल्या डोक्यावरचे सर्व केस काढून टाकून साफ चमन करतात? का ती फारच जाड झालेली होती? का ती फारच हडकुळी झालेली असावी? का ती गरोदर होती? काय काय कारण होतं टाळण्याचं?

तिनंच तिच्याबाबत असं काहीतरी करून घेतलेलं असलं पाहिजे की त्यामुळे तिला तिच्या पित्याची गाठ घ्यायला लाज वाटत असावी असं तो धरून चालला होता का उलट असावं की ती तिच्या वडिलांचा तिरस्कार करत असेल?

या शहरात त्याच्या ओळखीचं कोणीही नव्हतं आणि तो हॉटेलच्या खोलीत एकटाच बसलेला होता. स्वत:बद्दल दया वाटून घेणं, तसंच भूतकाळातल्या त्याच्या स्वत:च्या चुकांबद्दल पुन्हा दु:ख करून घेणं याच गोष्टी त्याच्या मनात गर्दी करून होत्या.

त्यानं फोन उचलला आणि फिल महाशयांना फोन लावला. सेंट मिशेल गावाबद्दल चौकशी केली. फिल आजारी होते असं कळलं आणि तळघरात अजूनही फारच गारठा असल्यामुळे लौरानं त्यांना काम करायला मनाई केलेली होती. नेटला त्या दोघांच्यातल्या संबंधाबद्दल, एकमेकांच्या प्रेमाबद्दल कौतुक वाटत होतं. त्यांच्या भूतकाळात त्यांनासुद्धा खूप दु:खांना सामोरं जायला लागलं होतं. भविष्यकाळातसुद्धा त्यांच्या पुढे अडचणी होत्या. पण तरीसुद्धा ते चर्चच्या तळघरात बायबलच्या अभ्यासासाठी खोल्या बांधायच्या कामात केवढा रस घेत होते व त्यात मन रिझवून सर्व मागची व पुढची दु:खं विसरून जात होते. नंतर त्यानं सर्गीयोला फोन लावला. सर्गीयोनं पुन्हा दररोज कशा प्रकारचा व्यायाम करत जा याबद्दल आग्रहानं सांगितलं. त्याच्या ताब्यात सध्या जे लोक सुधारगृहात होते त्यापैकी बरेचसे सुधारण्याच्या मार्गावर होते. नेटनं सुद्धा त्याचा मनावर संपूर्ण ताबा आहे असं सांगितलं आणि त्याच्या त्या हॉटेलच्या खोलीमध्ये एक छोटासा बार आहे त्यात दारूच्या बाटल्या आहेत आणि त्याला शिवायची सुद्धा त्याला इच्छा होत नाहीये हेही सांगितलं.

त्यानं सलेमला फोन लावून अंजेला आणि ऑस्टिनबरोबर गमतीच्या गप्पा

मारल्या. त्याच्या छोट्या मुलांना, नेट बरोबर गप्पा मारायला आवडत होतं आणि त्याउलट त्याच्या मोठ्या मुलांना त्याला टाळायचं होतं. किती विचित्र प्रकार होता!

त्यानंतर त्यानं जॉशला फोन लावला, तो त्याच्या तळघरातल्या ऑफिसमध्ये होता. त्याच्या डोक्यात त्यावेळी फेलन ग्रुपमधल्या कटकटींबद्दलचेच विचार होते. ''नेट तुला लवकरात लवकर इकडे यायला हवंय'' तो म्हणत होता, ''माझ्याकडे एक योजना आहे.''

.४१.

दोन्ही पक्षांत तडजोड होण्याच्या दृष्टीने हालचाल सुरू झालेली होती, त्यासाठी चर्चेची एक फेरी झाली. त्यात भाग घेण्यासाठी नेटला बोलविण्यात आलेलं नव्हतं. नेट अनुपस्थित असण्याची अनेक कारणं सांगण्यात आली. जॉशनं ही चर्चा त्याच्या ऑफिसमध्ये घडवून आणली होती. नेटला स्वत:ला शक्यतोवर जॉशच्या ऑफिसमध्ये जायचं नव्हतं. दुसरी गोष्ट म्हणजे, नेट आणि जॉश अजूनही एकमेकांच्याबरोबर काम करत आहेत असं प्रतिपक्षाच्या वकिलांना वाटत होतं, प्रत्यक्षात तसं होतंही पण विरुद्ध पक्षाला ते दोघे आता एकत्र काम करत नाहीत असं भासवायचं होतं.

जॉशला मध्यस्थाची भूमिका निभावून न्यायची होती. एका बाजूचा विश्वास त्याला हवा असेल तर दुसऱ्याला थोड्याकाळापुरता का होईना थोडं नाखूष करावंच लागतं. हार्क आणि त्याच्या इतर वकिलांना प्रथम भेटायचं असं जॉशनं ठरवलं होतं. नंतर नेटला बोलवायचं – बोलाचालीत काही वेळ घालवायचा आणि नंतर बऱ्याच दिवसांनंतर अगदी ताणायला लागलं, की तडजोडीवर यायचं असा जॉशचा मनसुबा होता.

सुरुवातीचं बोलणं, एकमेकांना शुभेच्छा देणं, एकमेकांची चौकशी, यांसारख्या उपचाराचा भाग पार पडल्यानंतर जॉशनी तो काय म्हणतो याकडे सर्वांनी लक्ष द्यावं अशी विनंती केली. त्यांना बऱ्याच मुद्यांवर चर्चा करायची होती. फेलन वारसदारांच्या वकिलांना लवकरात लवकर बातचीत कधी सुरू होतीय असं झालेलं होतं.

तडजोड काय एक सेकंदात होऊ शकते. कोर्टामध्ये वादी प्रतिवादींचे जबाब चालू असतात, पुरावे पुढे केले जात असतात, एकमेकांचं अप्रत्यक्षरीत्या उणं दुणं काढलं जात असतं असं असताना दुपारच्या जेवणाच्या सुटीमध्ये सुद्धा एखादेवेळी आकस्मिकरीत्या तडजोड होऊ शकते किंवा तडजोड व्हायला

कित्येक महिन्यांचा काळही जाऊ शकतो. कोर्टातला खटला अगदी अतिसूक्ष्म गतीनं चालू ठेवता येतो, कोर्टातल्या तारखा वर्षानुवर्षे पडत राहतात, एखाद्यावेळी अगदीच किरकोळ काम होतं. मामुलीशा मुद्यावरून काम थांबतं. पुढची तारीख मिळते. एकूण काय? फेलन वारसांच्या वकिलांना लवकरात लवकर तडजोड घडवून आणता आली तर हवी होती, म्हणून तडजोडीच्या दिशेने जॉशच्या ऑफिसमध्ये घडवून आणलेली भेट ही पहिली पायरी होती. त्यांना आशा वाटत होती की अगदी थोड्याच दिवसात आपण लक्षावधी डॉलर्सचे मालक होणार आहोत.

सुरुवातीलाच, फेलनवारसदारांची केस फारच दुबळी असल्याचं जॉशनं सांगितलं. तर त्याउलट फेलन वारसदारांच्या वकिलांनी हस्ताक्षरात लिहिलेलं मोठ्या फेलन-साहेबांचं मृत्युपत्र कोर्टामध्ये सत्य आहे हे सिद्धच होऊ शकत नाही. त्या मुद्यावर त्यांनी तडजोडीच्या चर्चेच्यावेळी पार हलकल्लोळ माजवून द्यायचा असा त्यांचा डाव होता. या हलकल्लोळ माजवायच्या डावाची जॉशला काहीच माहिती नव्हती. पण हस्तलिखित मृत्युपत्राची सत्यता कोर्टातसुद्धा नाकारली जाण्याची शक्यता सुतराम नव्हती, असं जॉशचं ठाम मत होतं. फेलन यांच्या मृत्युच्या आदल्या दिवशी जॉशनं नवीन मृत्युपत्राच्या चर्चेमध्ये दोन तास फेलन यांच्याबरोबर घालवले होते आणि त्यावेळी त्यांचं मानसिक संतुलन अगदी उत्तम प्रकारचं होतं आणि त्या चर्चेच्या वेळी स्नीड त्यांच्या जवळपास सुद्धा नव्हता. हे सर्व कोर्टामध्ये तो सांगायला तयार असल्याचं फेलन वारसदारांच्या वकिलांना सांगितलेलं होतं.

फेलन कुटुंबीयांनी म्हणजे त्यांच्या घटस्फोटित बायका, सर्व मुलं, त्यांचे वकील या सर्वांनी त्या तीन मानसोपचारतज्ज्ञांची सर्व खबरदारी घेऊन काळजीपूर्वक निवड केलेली होती आणि ते सर्व तज्ज्ञसुद्धा त्यांच्या शाखेमध्ये, सर्वमान्य आणि चांगली ख्याती असलेले होते. नव्यानं नेमलेल्या चार मानसोपचार तज्ज्ञांमध्ये काहीही दम नाहीये, ना ते सुशिक्षित आहेत की त्यांना त्यांच्या क्षेत्रात काही मान-मान्यता आहे. त्यांनी दिलेले अहवाल कुचकामी आहेत. पहिली तुकडी आणि ही नंतरची तुकडी यांच्यातल्या सामन्यामध्ये पहिलीच तुकडी जिंकणार असं जॉशचं मत होतं.

वॅली ब्राईट त्यादिवशी त्याचा सर्वात चांगला सूट घालून आला होता. तो फार काही बोलत नव्हता. जॉशचं बोलणं, तो दातांवर दात घट्ट धरून ऐकत होता. आपल्याकडून काहीतरी वेड्यासारखं बोललं जाऊ नये म्हणून त्यानं आपला खालचा ओठ दातांमध्ये घट्ट दाबून धरलेला होता. आपल्या नोटपॅडवर तो टिपणं करून घेत होता. प्रत्यक्षात त्याचा शून्य उपयोग होता, पण इतर

वकील तसं करत होते म्हणून तोही तसं करत होता. समोरचा वकील जर काही सांगत असेल, तर मग तो जॉशसारखा विख्यात वकील का असेना, ते सहजरीत्या मान्य करणाऱ्यांपैकी वॅली ब्राईट नव्हता. तसं करणं त्याला मोठं अपमानास्पद वाटायचं. पण इथे पैशांकरता तो ते सहन करायला तयार होता. एक महिन्यापूर्वी म्हणजे फेब्रुवारीमध्ये त्यानं केलेल्या कामाची फी सव्वीसशे डॉलर्स होत होती आणि ऑफिसाठी त्याचा चार हजार डॉलर्सचा खर्च झालेला होता. त्या महिन्यात त्याला तोटाच झालेला होता आणि महिनाभर त्यानं फेलन वारसदारांखेरीज दुसऱ्या कोणाचंही काम केलेलं नव्हतं.

जॉशनं फेलन वारसदारांतर्फे ज्यांनी ज्यांनी जबान्या दिलेल्या होत्या, त्या साऱ्यांचा व्हिडीओ पाहिलेला होता आणि त्यावरून तो म्हणत होता की ''मेरी रॉसखेरीज कोणाचीही जबानी, तुमची बाजू बळकट करू शकेल असं मला वाटत नाही'' आणि तसं म्हणत असताना तो फार धाडसाचं विधान करत आहे असं त्याला वाटत होतं.

वारसदारांच्या वकिलांनी जॉशचं हे बोलणं केवळ ती चर्चा तडजोडीसाठी होती म्हणूनच ऐकून घेतलं होतं. हे काही कोर्टात चाललेलं खटल्याचं कामकाज नव्हतं. वारसदरांबद्दल तो फार काही बोलला नव्हता, पण त्यांच्याबद्दल न बोलणं चांगलं एवढंच त्यानं सांगितलं होतं. ज्युरींसमोर त्यांचा फज्जा उडणार आहे हे त्यांच्या वकिलांनासुद्धा माहीत होतं. आता राहिला स्नीडचा मुद्दा. तो म्हणाला, ''मी त्याची जबानी पाहिली आहे आणि प्रांजळपणे मला असं वाटतं की, प्रत्यक्ष खटल्याच्या कामाच्या वेळी तुम्ही जर त्याला साक्षीला बोलावलंत तर ती तुमची फार मोठी चूक ठरेल. तो भाग न्यायालयीन गैरप्रकारात मोडेल आणि काहीतरी दुसरीच कटकट तुम्ही ओढवून घ्याल.''

ब्राईट, हार्क, लँगहॉर्न आणि यान्सी हे जरा आणखीनच सावरून बसले आणि आपल्या पॅड्सवर काहीतरी लिहू लागले. त्यांच्या त्यांच्यातसुद्धा स्नीड हा शब्द अश्लाघ्य झालेला होता. या नामुष्कीला कारणीभूत कोण? यावरून त्यांच्या त्यांच्यात सुद्धा वादावादी होत होती. स्नीड या नावाने त्यांच्या झोपा उडाल्या होत्या. त्यात त्यांचे सर्वांचे मिळून पाच लाख डॉलर्स गेलेले होते, कारण साक्षीदार कुचकामी होता.

''मी गेली वीस वर्षं स्नीडला ओळखतो'' जॉश म्हणाला. नंतरची पंधरा मिनिटं स्नीड कसा कुठल्याही कामाला योग्य माणूस नव्हता, म्हणजे दरवाजा उघडणाऱ्या माणसाचं काम करणं, आलागेल्याला बसायला सांगणं, त्याला पाणी वगैरे देणं, त्याचा निरोप मालकाला सांगणं या कामासाठी सुद्धा जरूर तो शहाणपणा वापरायचा नाही. विश्वासार्ह म्हणावा तर नेहमीच तो इमानदारीनं

वागेल अशीही खात्री त्याच्या-बद्दल नव्हती. मी त्याला काढून टाकणार आहे असं फेलनसाहेब नेहमी मला बोलून दाखवत असत, पण तो बिचारा गयावया करायचा म्हणून ते ठेवायचे वगैरे मुद्दे सांगितले. त्यांनी जॉशच्या प्रत्येक शब्दावर विश्वास ठेवला.

एवढं सगळं स्नीडबाबत सांगितल्यानंतर अत्यंत महत्त्वाचा अशा साक्षीदाराची पार वाट लावली गेली होती. त्यांनी त्याला साक्ष देण्यासाठी पाच लाख डॉलर्सची लाच दिलेली होती हे सांगण्याची जरुरीही त्याला पडली नव्हती.

निकोलेटची साक्षसुद्धा अगदीच निरुपयोगी ठरणार होती. ती सुद्धा स्नीडसारखंच पैशाकरता खोटं बोलत होती. त्यांना चांगला असा साक्षीदार मिळू शकत नव्हता. फेलन ग्रुपमध्ये काही नाखूष, दुखावलेले कामगार, नोकरदार होते, पण त्यांना या न्यायालयीन खटाटोपात पडायचं नव्हतं. त्यांच्या साक्षीसुद्धा पूर्वग्रहदूषित संबंधांवर आधारलेल्या आहेत असं म्हटलं गेलं असतं. फेलननी त्यांच्याच व्यवसायातल्या दोन प्रतिस्पर्ध्यांना पार नामशेष करण्याचा प्रयत्न केलेला होता, पण त्यांना फेलनच्या मानसिक परिस्थितीबद्दल काहीच माहिती नव्हती.

प्रतिस्पर्ध्यांचा दावा पोकळ आहे असा निष्कर्ष जॉशनी शेवटी काढला तरीपण शेवटी ज्युरीमंडळ कसा काय विचार करेल, यासाठी फक्त देवावरच भरवसा ठेवणं भाग होतं.

रॅचेल लेनला तो जणू काही गेली कित्येक वर्षे ओळखत होता, अशा थाटात तो तिच्याविषयी बोलला. रॅचेलविषयी त्याला बरीच काही माहिती आहे, असंही त्याने सांगितलं. ती एक रूपवान, आकर्षक व्यक्तिमत्त्वाची स्त्री आहे. तिला फार साधं जीवन जगायला आवडतं, सध्या ती या देशात नाही आणि तिला कायदेशीर बाबतीतलं काहीही कळत नाही. तिला कटकटींपासून तिला दूर राहायला आवडतं. बाचाबाची, भांडणं वगैरेंचा तिला तिटकारा आहे. ट्रॉयचं वय झालं होतं, त्या काळात इतर वारसदारांपेक्षा तिचे ट्रॉयबरोबरचे संबंध जास्त प्रेमाचे होते, अशाही थापा जॉशनं मारून घेतल्या.

तुम्ही कधी तिला भेटलेले आहात का? तिला पाहिलंय का? असं हार्कला जॉशला विचारायचं होतं. या मृत्युपत्राच्यापूर्वी कधी त्यानं, तिचं नाव तरी ऐकलेलं होतं का? असंही विचारायचं होतं. पण त्यावेळी भांडण उकरून काढणं श्रेयस्कर नव्हतं. काही वेळातच तुम्हाला आम्ही किती पैसे द्यायचे हा प्रस्ताव टेबलावर येणार होता आणि हार्कला त्यातले साडेसतरा टक्के मिळणार होते.

मॅडम लँगहॉर्ननी सुद्धा कोरूंबाबद्दल माहिती जमा केली होती आणि बेचाळीस वर्षे वयाची अमेरिकन स्त्री तिथे काय करत असेल याचा तिला प्रश्न

पडला होता. यान्सी आणि ब्राईट यांना पुढे करून हार्क आणि लँगहॉर्न त्यांच्यामागे दडत होते. काही बातमीदारांबरोबर या दोघांनी रॅचेल कुठे राहते याबाबत बोलणी केलेली होती. आणखी त्यांना जरा फूस दिली असती तर दक्षिण अमेरिकेच्या कोरूंबा जवळच्या जंगलात जाऊन त्यांनी रॅचेलला शोधून काढलंही असतं आणि तिला मिळणाऱ्या संपत्तीबद्दल काय वाटतं हे साऱ्या जगाला ओरडून सांगितलं असतं आणि त्यांना हे जसं वाटत होतं, तसंच जर घडलं असतं तर सर्वच्या सर्व पैसे त्यांच्या पक्षकारांना मिळाले असते. पण त्यात सुद्धा एक धोका होता आणि त्याबाबत चर्चा चालू होती. या दोघांना कुठे तरी आत वाटत होतं की जर आपण झगडत राहिलो तर कदाचित आपल्यासारखा निकाल होईल पण लवकारात लवकर पैसे हातात येणंही महत्त्वाचं होतं.

"रॅचेल तिला मिळणाऱ्या पैशांचं काय करणार आहे?"

"मला काही कल्पना नाहीये." जॉशनं उत्तर दिलं, जशी काही रॅचेलनं त्याबाबत जॉश बरोबर बऱ्याच वेळा चर्चा केलेली होती. आणि तरीसुद्धा जॉशला ठामपणे काहीही सांगता येत नव्हतं. "थोडे फार ती तिच्याकडे ठेवेल आणि बरेचसे धर्माच्या कामाला वापरेल, आणि त्यामुळेच ट्रॉयने हे पैसे रॅचेलला दिले असावेत. तुमच्या पक्षकारांना जर दिले तर ते नव्वद दिवस सुद्धा टिकणार नाहीत असं ट्रॉयला वाटतं होतं. रॅचेलच्या हातात जर दिले तर ज्यांना गरज आहे त्यांच्यासाठी ते वापरले जातील असं त्याला वाटत असावं."

अशा प्रकाराचं बोलणं झालं अन् बराच वेळ कोणी काहीच बोललं नाही. हळूहळू स्वप्नांचा डोलारा कोसाळायला लागला. रॅचेल खरोखरच अस्तित्वात आहे आणि तिला मिळणारे पैसे ती घेणार आहे.

"ती स्वत: इथे का येत नाहीये?" हार्कनं शेवटी विचारलं.

"या प्रश्नाचं उत्तर मिळायला तुम्हाला त्या स्त्रीला समजून घेतलं पाहिजे. तिला पैशांची काहीही किंमत नाहीये. तिला तिच्या वडिलांकडून काही मिळावं अशी तिची अपेक्षाही नव्हती आणि तिला एकदम कळलं की तिला तिच्या वडिलांनी अब्जावधी डॉलर्स ठेवलेले आहेत. तिला धक्का बसला आहे. त्यातून ती अद्याप सावरलेली नाही."

पुन:श्च काही काळ शांतता. वारसदारांचे वकील त्यांच्या नोटपॅडवर काहीतरी लिहीत होते.

"वेळ पडली तर आमची पार सुप्रीम कोर्टापर्यंत जायची तयारी आहे" लँगहॉर्न म्हणाल्या "हा खटला वर्षानुवर्षे चालू शकतो, याची तिला कल्पना आहे का?"

"हो, तिला कल्पना आहे." जॉशनं उत्तर दिलं, "आणि त्यामुळेच तडजोडीची

काही शक्यता आहे का याची चाचपणी करायला तिनं मला सांगितलंय.''

हं! आता इथे काहीतरी प्रगती होताना दिसतेय.

''मग आपण सुरुवात कशी करायची?'' वॅली ब्राईटनं विचारलं. अवघड प्रश्न होता तो. टेबलाच्या एका बाजूला अकरा बिलियन किमतीचं सोनं ठेवलेली पेटी होती, त्यातला निम्मा भाग कर भरण्यात जाईल तरीपण साडेपाच बिलियन उरतातच. दुसऱ्या बाजूला रँबलखेरीज सर्वच्या सर्व फेलन वारसदार कर्जबाजारी, पहिला आकडा कोणी सांगायचा आणि किती? प्रत्येक वारसदाराला दहा मिलियन का शंभर मिलियन डॉलर्स?

जॉशकडे सर्व हिशेब तयार होता. ''आपण मृत्युपत्रापासून सुरुवात करूया'' तो म्हणत होता, ''ते मृत्युपत्र सत्य आहे असं कोर्टात सिद्ध झालं तर त्या मृत्युपत्रा-प्रमाणे या मृत्युपत्राला जो कोणी कोर्टात आव्हान करील त्याला काहीही मिळणार नाही. तर हे कलम तुमच्या पक्षकारांना लागू होतंय म्हणून जर तसं घडलं तर तुमच्या पक्षकरांना शून्य रक्कम मिळणार आहे. दुसरा भाग, मृत्युपत्राप्रमाणे फेलन ज्या दिवशी मृत्यू पावले त्या दिवशी तुमच्या पक्षाकारांना जेवढी रक्कम कर्ज देणं असेल तेवढीच रक्कम त्यांना मिळणार आहे.'' इथे जॉशनी समोरचा एक कागद उचलला. क्षणभर त्याकडे पाहून विचार केला आणि म्हणाला, ''आमच्या माहिती प्रमाणे रँबलला काहीही देणं नाहीयं, गीना फेलन स्ट्राँग हिला नऊ डिसेंबर रोजी चार लाख वीस हजार डॉलर्सच देणं होतं, लिब्बी गैल आणि स्पाईक यांना ऐंशी हजार डॉलर्स, मेरी रॉस आणि तिचा डॉक्टर नवरा यांना नऊ लाख डॉलर्स, ट्रॉय ज्यु. यांनी तर त्यांचं देणं नादारी जाहीर करून संपवलं होतं तरी पण एक लाख तीस हजारचं त्यांना देणं आहे. रेक्स, हुशार आहे तो. आणि त्याची सुंदर बायको अंबर यांच्या दोघांच्या नावावर डिसेंबर ९ रोजी शहात्तर लाख डॉलर्स देणं होतं. या आकड्यांबद्दल काही संशय किंवा शंका आहेत का? नाही आकडे अगदी बरोबर होते, पण याच्या पुढच्या आकड्यांशी त्यांचा संबंध होता.

''नेट ओ रॉयले हे त्यांच्या पक्षकाराला भेटलेले होते. तडजोड होण्यासारखी असेल तर सहा वारसदाराला प्रत्येकाला दहा मिलियन डॉलर्स द्यायला ती तयार आहे.''

वकिलांनी गणिती हिशोब इतक्या जलदपणे कधीच केले नसतील. त्यांनी त्यांच्या समोरच्या कागदांवर आकडेमोड केली. हार्ककडे तीन पक्षकार होते त्यांची फी साडे सतरा टक्के म्हणजे सव्वापाच मिलियन डॉलर्स होत होती. गीना आणि कोडी यांनी लँगहॉर्नला वीस टक्के द्यायचं कबूल केलेलं होतं, तर दोन मिलियन डॉलर्स तिच्या कंपनीला मिळणार होते. तेवढीच रक्कम यान्सीला

मिळणार होती, अर्थात त्यात एक खोच होती, रँबल अद्याप सज्ञान झालेला नव्हता. म्हणून त्यासाठी त्याला कोर्टाची मान्यता मिळवावी लागणार होती. वॅली ब्राइट तर रस्त्यावरचा गुंड-वकील होता, त्याला ऑफिस वगैरे हा प्रकारच नव्हता. बस स्टॉपवर उभं राहून तो झटक्यात घटस्फोट मिळवून देणार अशी जाहिरात करत घटस्फोटाचे खटले मिळवायचा. त्याचा लिब्बीगैल आणि स्पाईकबरोबर फी संबंधात म्हणण्यासारखा असा काही करार झालेला नव्हता, पण त्याला दहा मिलियन डॉलर्सच्या निम्मे म्हणजे पाच मिलियन डॉलर्स मिळणार होते.

सर्व प्रथम दृश्य परिणाम वॅली ब्राईटवर झाला. त्याचं हृदय बंद पडतंय की काय असं त्याला वाटायला लागलं होतं. श्वासनलिकेत काहीतरी अडकलंय की काय असं त्याला वाटत होतं. तरी तो प्रयत्नपूर्वक म्हणाला, ''माझे पक्षकार पन्नास मिलियन पेक्षा कमीला तयार होणार नाहीत.'' इतरांनी सुद्धा माना डोलावल्या, कपाळावर आठ्या चढवल्या आणि इतकी कमी रक्कम देण्याबद्दल नाखूष असल्याचं भासवलं, पण प्रत्यक्षात जॉशने काही कबूल केलं होतं त्यामुळे मिळणाऱ्या रकमा कशा खर्च करायच्या याबद्दलचे मनोरथ उधळायला सुरुवात झालेली होती. वॅली ब्राईटला पन्नास मिलियन लिहिताना पाचच्यापुढं किती शून्य लिहायची हे सुद्धा जमत नव्हतं. जॉशने सांगितलेल्या आकड्यापेक्षा मोठा आकडा त्यानं एखाद्या जुगाऱ्यासारखा पुढे फेकला होता.

जॉश बरोबरचं बोलणं सुरू व्हायच्या पूर्वी वारसदारांचे वकील एकत्र आले होते आणि त्यांनी प्रत्येक वारसदाराला पाच कोटी डॉलर्स पेक्षा कमी मुळीच कबूल करायचं नाही असं ठरवलं होतं, त्यामानानं जॉशची सुरुवात दहा मिलियन डॉलर्स ही तशी वाईट नव्हती.

''एकूण मिळकतीच्या ती फक्त एकच टक्का होतेय.'' हार्क म्हणाला.

''तुम्ही त्याकडे तसं पाहू शकता,'' जॉश म्हणत होता ''पण त्याकडे अनेक प्रकारे पाहता येतं. कायदेशीर परिस्थिती अशी आहे की, तुम्हाला काहीच मिळणार नाही आहे ते तुम्ही ध्यानात घ्या. तेव्हा जे काही मिळतंय ते घेऊन त्यात समाधान मानावं असं मी म्हणेन. त्यामुळे एकूण इस्टेट किती आहे हे पाह्यचं काहीच कारण नाहीये.''

तरी पण जॉशला त्यांना विश्वासात घ्यायचं होतं. त्यांच्या बरोबर आकडेमोड करीत जॉशनं काही वेळ घालविला आणि म्हणाला, ''फेलन वारसदारांपैकी माझे जर कुणी पक्षकार असते तर मी दहा मिलियन डॉलर्सला मान्यता दिली असती.''

सर्व वकील मंडळी गारच झाली आणि जरा लक्ष घालून ऐकू लागली. ''ती स्त्री लोभी नाही, लालची नाही, पण प्रत्येक वादसदाराला तिनं वीस मिलियन

द्यावेत याबद्दल नेटनं तिला तयार करावं या बद्दल मी प्रयत्न करीन.'' फी दुप्पट झाली. हार्कला तर दहा मिलियनच्या पुढे रक्कम मिळणार होती. लँगहॉर्न आणि यान्सी यांना चार चार मिलियन, बिचाऱ्या वॅलीला त्याला फक्त आता दहा मिलियन मिळणार होते. त्याला पोटातल्या पोटात जुलाब झाल्यासारखं वाटायला लागलं, त्यानं काहीतरी कारण सांगितलं आणि तो तिथून सटकलाच.

नेटचा मोबाईल फोन वाजला तेव्हा तो दरवाजा रंगवत होता. नेटनं मोबाईल फोन सतत बरोबर ठेवला पाहिजे असं जॉशनी त्याला बजावलं होतं, कारण केव्हाही त्याला नेटच्या संपर्काची गरज लागण्याची शक्यता होती.

''माझ्यासाठी असेल तर त्याचा नंबर घेऊन ठेव.'' फादर फिल म्हणाले. ते एका कोपऱ्यात, त्या भिंतीच्या भागाचं, बोर्ड लावण्यासाठीचं माप घेत होते.

जॉशचा फोन होता, ''अरे गोष्टी चांगल्या घडतायत,'' त्यानं सांगितलं ''त्यांना पन्नास पन्नास मिलियन हवे होते मी वीसवर त्यांना थांबवलंय.''

''पन्नास मिलियन?'' नेटचा विश्वासच बसत नव्हता.

''हो, अरे त्यांनी पैसे खर्च करायला सुरुवात सुद्धा केलीय. मी तुला नक्की सांगतो बघ, की त्यातले दोघं जण आत्ता मर्सिडिझ गाडी विकत घ्यायला त्या दुकानातच असतील.''

''पैसे खर्च करण्याचा वेग कोणाचा जास्त असेल? वकिलांचा की वारसदारांचा?''

''मला तर वाटतं वकिलांचाच. हे बघ मी आत्ताच वेक्लिफसाहेबांबरोबर बोलणं केलंय, बुधवारी दुपारी तीन वाजता त्यांच्या ऑफिसमध्ये भेटायचं ठरवलं आहे, त्यावेळी आपण सगळ्याचा निपटा करून टाकू. ''

''चांगली गोष्ट आहे. मला तर हे लवकरात लवकर झालेलं हवंय.'' नेट म्हणाला आणि त्याने फोन बंद केला. कॉफीची वेळ झाली. दोघे भिंतीला टेकून जमिनीवर बसले. त्यांनी भरपूर दूध घातलेली कॉफी हळूहळू प्यायला सुरुवात केली. ''त्यांना काय पाच कोटी हवे होते?'' फिलनं विचारलं. आतापर्यंत त्यांना सर्व काही माहीत झालेलं होतं. जेव्हा ते दोघंच त्या तळघरात काम करत असत, त्यावेळी एकमेकांची सुखदुःखं एकमेकांना सांगत होते. त्यांच्या गप्पा चालत. दोघांकडे वैयक्तिक खाजगी पण न सांगितलेलं असं काही राहिलंच नव्हतं. काम उरकण्यापेक्षा त्यांचा गप्पांवरच भर असायचा. फिल चर्चमधले पाद्री म्हणजे उपाध्याय होते आणि नेट होता एक वकील. जे काही एकमेकांत बोललं जात होतं ते फक्त त्या दोघांच्यातच राहील असा संकेत दोघांनीही प्रामाणिकपणे त्यांच्या मनाशी ठेवला होता.

"सुरुवात जरी एवढ्या अव्वाच्यासव्वा रकमेनं केली असली तरी ते कमी रकमेवर तयार होतील." नेट म्हणाला.

"तुम्हाला वाटतं की तडजोड होईल असं?"

"हो नक्कीच. बुधवारी आम्ही जज्जसाहेबांच्या ऑफिसमध्ये बसणार आहोत. जज्जसाहेब पण जरा दबाव आणतील आणि तो वेळेपर्यंत हे वारसदार आणि त्यांचे वकील हे पैसे मोजायला लागलेले असणार बघा."

"मग तुम्ही ब्राझीलकडे जायला कधी निघणार?"

"बहुतेक शुक्रवारी. तुम्ही येताय माझ्याबरोबर?"

"मला ते परवडणार नाही."

"अरे तुम्ही त्याची काळजी करू नका, मी माझ्या पक्षकाराला तुमचा खर्च करायला सांगेन. त्या सफरीवरचे माझे आध्यात्मिक सल्लागार तुम्ही असणार आहात. पैशांचा प्रश्नच येणार नाहीये."

"ते बरोबर होणार नाही नेट."

"फिलसाहेब तुम्ही असं काही बोलू नका. मी तुम्हाला पेंटॅनल दाखवीन, तिथले माझे मित्र जेव्ही आणि वेली त्यांना तुम्ही भेटू शकाल. आपण बोटीतून सफर करून येऊ."

"तुम्ही मला जेव्हा तुमच्या सफरीचा वृत्तांत सांगितला तेव्हा ती सफर आकर्षक असेल असं काही वाटलं नव्हतं."

"अहो ही सफर इतकी धोकादायक असणार नाहीये. पेंटॅनलची सफर घडवून आणायचं काम ब्राझीलमधल्या पर्यटन क्षेत्रातल्या कंपन्या, पर्यटकांना अगदी आनंददायी ठरतील अशा प्रकारानं करतायत. पेंटॅनल म्हणजे पर्यावरणाचा खजिना आहे खजिना. गंभीरपणे सांगतोय, मी चेष्टा नाही करत तुमची फिलसाहेब. तुम्हाला इंटरेस्ट असेल ना तर खरोखरच जाऊ या."

"माझ्या जवळ पासपोर्ट सुद्धा नाहीये." कॉफीचे घुटके घेता घेता फिल म्हणत होते, "त्याखेरीज मला हे काम पूर्ण करायचं आहे."

एक आठवड्यासाठी नेटला बाहेर राहावं लागणार होतं आणि परत येईपर्यंत तळघरातलं काम आहे तसंच राहावं असं त्याला वाटत होतं.

"मिसेस सिंक्लेअर फार सिरियस आहेत, त्या कधीही जातील." फिल हलक्या आवाजात म्हणत होते, "मला जाऊन चालणार नाही." मिसेस सिंक्लेअरच्या मृत्युसाठी गेला महिनाभर चर्च थांबलं होतं, बॉल्टिमोरला जायचं सुद्धा फिल पुढे पुढे ढकलत होते, ते कधीच हा देश सोडणार नाहीत याची नेटला खात्री होती.

"तुम्ही आता परत तिला भेटणार आहात तर." फिल म्हणाले.

"हो – हो."

"तिला भेटायची तुम्हाला खूप उत्कंठा लागली असेल नाही?"

"नाही, मला काही सांगता येत नाहीये – मी तिला भेटीन असं मी धरून चाललोय, पण तिला मला भेटावसं वाटतंय की नाही या बद्दल मला काही खात्री नाहीये. ती आहे तिथे अगदी आनंदात आहे आणि तिला या जगातली एक सुतळीसुद्धा नकोय आणि मी कोर्ट-कचेरीचं हे काम घेऊन तिच्याकडे गेलो की ती रागवेल."

"मग का करताय तुम्ही हे काम?"

"कारण मी हे काम करताना काहीही गमावणार नाहीये. फार फार तर ती मला हे पैसे नकोयत, असं म्हणेल बस्स. स्थिती जैसे थे राहील. दुसरी बाजू म्हणजे इकडचे वारसदार सर्व घेऊन बसतील, आणखी काय होणार आहे?"

"मग काय अनर्थच होणार आहे."

"एवढी मोठी मिळकत हाताळण्याचं ज्ञान त्यांच्यात कोणाला आहे असं मला तर दिसत नाहीये आणि एकदा का त्यांच्या हातात ही मिळकत पडली की ती उडवता उडवता हे सर्व वारसदार मरणार आहेत, भयानक रीतीने मिळकतीचा फडशा पडणार आहे."

"हे तुम्ही रॅचेलला समजावून सांगू शकणार नाही का?"

"मी प्रयत्न केला पण तिची ऐकायची सुद्धा इच्छा नाहीये."

"मग ती तिचं म्हणणं बदलायला तयार नाही?"

"नाही, कधीच नाही."

"मग तुमची ही ट्रीपसुद्धा वाया जाणार आहे?"

"हो मला तीच भीती वाटतेय, पण पुन्हा एकदा प्रयत्न करून पाहणार आहे."

.५०.

तडजोडीच्या दिशेने पहिलं पाऊल म्हणून वेक्लिफसाहेबांच्या ऑफिसमध्ये जी चर्चा झाली त्यावेळी रँबल खेरीज सर्वांनीच तडजोड करण्याच्या प्रस्तावाला जवळ जवळ मान्यता दिल्या सारखी होती. प्रत्येक फेलन वारसदारांच्याकडे मोबाईल फोन होता आणि त्यांचे वकील वेक्लिफसाहेबांच्या ऑफिसमध्ये चर्चेत असताना त्यांच्यात आपापसात बोलणं होत होतं.

फेलन वारसदार आणि त्यांचे वकील यांच्या झोपा उडाल्या होत्या. क्षणात कोट्यधीश बनण्याचं असं भाग्य किती जणांना मिळतं? फेलन वारसदारांच्या बाबतीत ते दोनदा लाभलं होतं आणि यावेळी त्यांनी मिळणारे पैसे अत्यंत सावधपणे पैसे खर्च करायचे असं मनाशी ठरवलं होतं. यावेळी परत हाताशी

घबाड येतंय पण यावेळी जर पैसे गेल्यावेळेसारखे उधळले तर पुन्हा मात्र असं दुसरं कुठलं भाग्य हाती लागणार नाहीये. काही वारसदार कोर्टातल्याच एका हॉलमध्ये येरझारा घालत होते. दरवाज्याच्या बाहेर येऊन एखादी सिगरेट ओढत होते. काही जण पार्किंग लॉटमध्ये आपल्या वातानुकूलित गाड्यातनंच बसून, अस्वस्थतेत वेळ काढत होते. मधूनच घड्याळाकडे दृष्टिक्षेप टाकत होते, वर्तमानपत्रांत काही मन रमवता येतंय का ते पाहात होते, सहनशक्तीची परीक्षा पाहिली जात होती.

खोलीच्या एका बाजूस नेट आणि जॉश बसले होते. जॉशनं भारी, किमती सूट परिधान केलेला होता. नेटचा पोशाख जीन पँट, फिरायला जायचे बूट वर डेनिमचा शर्ट असा होता. टाय नव्हता.

खोलीच्या दुसऱ्या बाजूला फेलन वारसदारांचे वकील बसलेले होते. या दोघांकडे तोंड करून वेक्लिफसाहेबांनाची खुर्ची होती. त्यांनी प्रथम फेलन वारसदारांच्या वकिलांना उद्देशून भाषण केलं. त्यांनी मृत्युपत्राच्या सत्यतेला फेलन वारसदारांनी दिलेलं आव्हान त्यावर रॅशलने कोर्टाकडे उत्तर पाठवलेलं आहे. कोर्ट त्याची दखल घेणार नाही अशी आत्ताची परिस्थिती नाही असं सांगितलं. या खटल्याच्या बाबतीत फार मोठ्या रकमेचा संबंध आहे म्हणून काही क्षुल्लक कारणास्तव महत्त्वाच्या निर्णयाबद्दल घाईगर्दी चालू दिली जात नाही. रॅचेलच्या हिताचं संरक्षण करण्याच्या हेतूनं नेटनं जे काही काम केलेलं आहे ते कौतुकास्पद आहे. त्यामुळे खटल्याचं कामकाज ठरलेल्या पद्धतीनुसार चालू राहील असंही त्यांनी सांगितलं.

कुठलाही झगडा किंवा वाद सामोपचाराने मिटावा याबाबत जज्जसाहेबांचा प्रयत्न असतोच व त्यानुसार या बाबतीतही तडजोडीने हा गुंता सुटू शकतो का, हा मुद्दा पुढे ठेवून चर्चा करण्यासाठी त्यावेळी दोन्हीही बाजूंचे वकील उपस्थित होते. वेक्लिफसाहेबांना स्वत:ला हा खटला खूप काळ रेंगाळत राहणार आणि खूप त्याला प्रसिद्धी मिळणार असं वाटत होतं. दोन्ही बाजूंना तडजोडीसाठी प्रवृत्त करणं ही वेक्लिफसाहेबांच्या कामापैकीच एक महत्त्वाची बाब होती आणि त्यानुसार त्यांचे प्रयत्न चालू होते.

इथे दोन्ही बाजूंना तडजोडीसाठी प्रवृत्त करणं असा काही भागच नव्हता.

न्यायाधीशसाहेबांनी सर्व जाब-जबाब साक्षी लिहून घेतलेली कागदपत्रं पाहिली, व्हिडीओ पुन:पुन्हा पाहिले होते. पुराव्यासाठी जे काही पुरावे सादर करण्यात आले होते त्याचा अभ्यास त्यांनी केला होता. या सर्वांचा निष्कर्ष असा होता की फेलन वारसदारांच्या म्हणण्यात काहीही दम नाहीये असं त्यांनी हार्क, गेटी, लँगहॉर्न आणि यान्सी यांना बोलून दाखवलं होतं.

न्यायाधीशांच्या निष्कर्षावर त्यांनी काहीही मत प्रदर्शित केलं नव्हतं, त्यांना आश्चर्यही वाटलं नव्हतं. टेबलावर पैसे ठेवलेले होते आणि पैसे घ्यायला ते उत्सुक होते. आमचा अपमान तुम्हाला ज्याप्रकारे करायचा असेल तसा करा, पण पैसे देऊन आम्हाला मोकळं करा असाच त्यांचा रोख होता.

ज्युरींवर तुमच्या साक्षीदारांचा काय परिणाम होईल याची तुम्हाला कल्पना नाहीये, असं वेक्लिफसाहेबांनी त्यांना सांगितलं. ज्युरींची नेमणूक तेच करीत होते असं त्यांच्या सांगण्यातून ध्वनित होत होतं, पण प्रत्यक्षात ज्युरी नेमण्याचा अधिकार त्यांना नव्हता हे सर्व वकिलांना माहीत होतं.

त्यांनी दोन दिवसांपूर्वी सोमवारी झालेल्या चर्चेच्या दरम्यान काय ठरलं हे सांगण्याची जॉशला विनंती केली. "आपण नेमके कुठं आहोत हे मला जाणून घ्यायचंय" ते म्हणाले.

सोमवारी काय ठरलं हे जॉशनं मोजक्या शब्दांत सांगितलं. नेमकं काय ठरलं हे सांगणं सोपं होतं. वारसदारांना प्रत्येकाला पन्नास पन्नास मिलियन डॉलर्स हवे होते, रॅचेल म्हणजेच जिला सर्वच्या सर्व मिळकत मिळालेली आहे, ती केवळ वीस वीस मिलियन द्यायला तयार आहे, प्रतिस्पर्ध्यांची बाजू चांगली भक्कम आहे असं कबूल करायला ती बिलकूल तयार नाही हे मुद्दे त्याने थोडक्यात सांगितले.

"या दोन रकमांमध्ये भलंमोठं अंतर आहे." वेक्लिफ म्हणाले.

नेटला या गोष्टींचा भलताच कंटाळा आला होता पण तो चेहऱ्यावर दाखवत नव्हता. ही चर्चा त्याच्या दृष्टीने फार वरच्या स्तरावरची होती आणि फार मोठ्या मोठ्या रकमांचा संबंध त्यात येत होता. आणि तशा रकमा त्याला कधी मिळवता येतील असं त्याला स्वप्नातही वाटलं नव्हतं. तो फक्त चर्चेत भाग घेणाऱ्या व्यक्तींच्या चेहऱ्यांचं निरीक्षण करत होता. सगळेजण घाईवर आल्यासारखे दिसत होते. फेलन वारसदारांच्या वकिलांच्या चेहऱ्यावरची उत्कंठा चेहऱ्यांवरून ओसंडून बाहेर सांडत होती. प्रत्येकजण पैसे किती मिळतायेत याबद्दल उत्सुक होता. त्यांच्या नजरेमध्ये अस्वस्थता दिसत होती, त्यांच्या हालचालींतून त्यांचं मन व्यक्त होत होतं.

इथे आपण नुसतं उभं राहायचं आणि तडजोडीच्या संदर्भात रॅचेल कोणालाही एक सेंट सुद्धा द्यायला तयार नाहीये असं नुसतं जाहीर करायचं आणि या खोली बाहेर चालतं व्हायचं, काय धम्माल येईल, विजेचेच झटके बसल्यासारखे काही क्षण ही सर्व मंडळी पुतळ्यासारखं बसून राहतील आणि मग एखाद्या शिकारी कुत्र्यासारखी त्याच्या मागे धावत येतील.

जॉशचं बोलून झाल्यावर फेलन वारसदारांच्या वकिलांतर्फे हार्क बोलला,

त्यानं टिपणं काढली होती. त्याच्या जवळ काही तपशील होता. या खटल्याची वाटचाल किंवा प्रगती त्याला ज्या प्रकारे अपेक्षित होती त्यानुसार झाली नाही हे त्यानं मान्य केलं. त्यांचे पक्षकार चांगले साक्षीदार उभे करू शकले नाहीत, त्यांना पुरावेही उभे करता आले नाहीत, नंतर नेमलेले मानसोपचारतज्ज्ञ हे पहिल्या तीन तज्ज्ञांच्या तुलनेत उजवे ठरले नाहीत, स्नीड सुद्धा भरवशाचा ठरला नाही हे सारं त्यानं कबूल केलं. त्याचा प्रामाणिकपणा कौतुकास्पद होता.

कायदासंबंधातल्या सिद्धांतांचे दाखले देण्यापेक्षा हार्कनं संबंधित व्यक्तींच्या बाबतीतल्या गोष्टी, त्यांचे अधिकार, अपेक्षा तो बोलत होता. तो फेलन वारसदार, ट्रॉय फेलनच्या मुलांबद्दल बोलला. वरवर कोणालाही त्यांच्याबद्दल सहानुभूती वाटणार नाही हे त्याने मान्य केलं, पण त्यांच्याकडे वरवर न पाहता त्यांना जसं त्यांच्या वकिलांनी समजून घेतलं तसं समजून घ्यावे म्हणजे फेलनसाहेबांनी त्यांच्या मुलांना चांगलं वागायची संधी कधी दिली नाही. चांगलं काय आणि वाईट काय हे कधी त्यांना कोणी सांगितलंच नाही, श्रीमंतांच्या मुलांसारखं त्यांना बाहेरच्या नोकरांनी वाढवलं, वडिलांनी त्यांच्याकडे पूर्णपणे दुर्लक्ष केलेलं होतं. वडील आज कुठे आशियामध्ये एखादा कारखाना उभा करण्यात गुंतलेले तर उद्या दिवसभर आपल्या सेक्रेटरींबरोबर ऑफिसात वेळ काढत असत. बरं वडील असे होते आणि त्यांच्या आया म्हणजे फक्त चेहरा आणि रूप पाहूनच निवडलेल्या बाया होत्या, त्यांच्यात कोणालाही काही बुद्धी नव्हती की जबाबदारीची कोणाला जाणीव नव्हती. ट्रॉय बरोबरचं त्यांचं जगणं सुद्धा फार काही आनंदाचं झालं होतं असंही नव्हतं.

ट्रॉय फेलनची मुलं सर्वसाधारण कुटुंबातल्या मुलांसारखी वाढलेली मुलं नव्हती. कुटुंबातून जसे चांगले संस्कार मुलांना त्यांच्या आई वडिलांकडून मिळतात तसे संस्कार या मुलांवर मुळीच झालेले नव्हते. त्यांच्या वडिलांच्या व्यवसायांचा खूप मोठा पसारा होता. त्या मुलांनासुद्धा त्यांच्या वडिलांना एखादी गोष्ट सांगावी, त्यांच्याकडे एखादी गोष्टी मागावी असं वाटलं नसेल का? पण हे सर्व सांगायला, ऐकायला वडील आणि मुलं यांचा कधी थेट संबंधच येत नव्हता. त्यांच्या आया सतत क्लब, पत्ते, मित्र, मैत्रिणी, पार्ट्या, खरेद्या यांतच गुंतलेल्या असायच्या. या जगात त्यांच्या मुलांनी त्यांच्या आयुष्यात सुरुवात कशी करावी, तर त्यांना प्रत्येकाला एकविसाव्या वर्षी पन्नास लाख डॉलर्स द्यायचे आणि त्यांना त्यांना जे काय हवं ते त्यांनी करावं आणि नाव मिळवावं असं त्यांच्या वडिलांचं मत असायचं. पण त्यांना मार्गदर्शनाची, शिक्षणाची गरज आहे हे त्यांनी कधी ध्यानातच घेतलं नव्हतं. पैसे असले म्हणजे शहाणपणा, मार्गदर्शन, प्रेम, आपलेपण हे सारं त्याबरोबर येत नाही. योग्य मार्गदर्शन, योग्य

शिक्षण, जरूर तेवढा आपलेपणा, प्रेम त्यांना त्यांच्या बालपणात मिळणं जरूर होतं, त्यांना ते पारखे झालेले होते आणि त्यांना मिळालेल्या अमाप संपत्तीचा योग्य प्रकारे उपयोग करायला त्यावेळी ते पात्र नव्हते, हे त्यांनी दिलेल्या जबान्यांवरून सिद्ध होतंय याची मला सुद्धा कल्पना आहे. पण ज्या परिणामांना त्यांना तोंड द्यायला लागलं आहे, त्यापासून ते योग्य धडा शिकलेले आहेत, जरूर ती परिपक्वता त्यांच्यात आलेली आहे आणि त्यांच्या पूर्व आयुष्यातल्या चुकांकडे पाहून ही मुलं नव्यानं मिळणाऱ्या संपत्तीचा उपयोग चांगला करतील. आता रेक्सकडेच पाहा बत्तीस वर्षं वय, एक घटस्फोट झालेला, कर्जबाजारी, मुलांच्या चरितार्थासाठी पैसे देऊ शकत नसल्याने तुरुंगात जायची वेळ आलेली आणि हा माणूस जज्ज समोर उभा राहतो. विचार करा, एक भाऊ तुरुंगात अकरा दिवस अडकलेला आहे आणि त्यांचा दुसरा भाऊ तो सुद्धा कर्जबाजारी. एक घटस्फोट झालेला तो आपल्या आईची या भावाला जामिनावर सोडवून आणण्यासाठी मनधरणी करतोय. रेक्सनी तुरुंगातला काळ, आपण आपल्याला मिळालेले पैसे योग्य रीतीने का खर्च करू शकलो नाही, त्यामधून आपल्याला आपल्या वडिलांसारखा उद्योग समूह का उभा करता आला नाही याच विचारात घालवला.

फेलन वारसदारांना आयुष्याशी फार वाईट प्रकारे टक्कर द्यावी लागलेली आहे. त्यांच्या समोर आलेले प्रश्न त्यांनीच उभे केलेले होते, कारण त्यांना कोणी चांगला मार्गदर्शक नव्हता. त्यांच्या वडिलांना हे काम करता आलं असतं, करवून घेता आलं असतं, पण त्यासाठी त्यांच्याकडे वेळ नव्हता. मुलांबाबतच्या उदासीनतेबाबतचं टोक गाठलं गेलं ते म्हणजे त्यांनी स्वतःच्या हस्ताक्षरात लिहिलेल्या मृत्युपत्रात या मुलांसाठी जरूर ती व्यवस्था नाकारण्यानं. या बापाने या मुलांना जन्म देऊन त्यांच्याकडे पाठ फिरवली, मग एकविसाव्या वर्षी त्यांना पैसे मिळवायची अक्कल नसताना आणि खर्च करण्याचं शहाणपणं नसताना, अमाप पैसा त्यांच्या हातात दिला आणि आता शेवटी वारसदाराचा हक्कसुद्धा त्यांच्याकडून हिरावून घेतला आहे.

हे वारसदार फेलन कुटुंबापैकी आहेत, ते चांगले असोत किंवा वाईट असोत. ट्रॉय फेलन यांचं रक्त या वारसदारांच्या धमन्यातून वाहतंय. ट्रॉयच्या मिळकतीपैकी योग्य तो वाटा या प्रत्येक वारसदाराला मिळालाच पाहिजे, असं सांगून हार्कनी आपल्या भाषणाचा शेवट केला.

हार्क भाषण संपवून आपल्या जागेवर बसला. सर्व खोलीमध्ये शांतता होती, हार्कचं भाषण हे भावनाविवश होऊन हृदयापासून केलेलं, हृदयापर्यंत जाऊन भिडणारं असं होतं. वेक्लिफ, जॉश आणि नेट सुद्धा त्यामुळे हेलावून

गेले होते. अर्थात असं भाषण तो ज्युरींपुढे करू शकला नसता कारण सदरच्या मृत्युपत्रातल्या तरतुदींनुसार फेलनच्या मिळकतीवर या वारसदारांचा कुठल्याही प्रकारचा हक्क पोहोचतो असं तिथं सांगताच येणार नव्हतं. त्यामुळे पूर्वी या सर्वांनी चूक केलेली होती. यावेळी त्यांना आणखी संधी द्यावी आणि यावेळी त्यांच्याकडून पूर्वीसारख्या चुका पुन्हा होणार नाहीत आणि त्यामुळे सदरच्या मृत्युपत्रातल्या तरतुदींकडे दुर्लक्ष करून केवळ हे वारसदार ट्रॉय फेलनच्या रक्ताच्या नात्यातले असल्याने त्यांना काहीतरी रक्कम देण्यात यावी अशा प्रकारचं विधान हार्कला ज्युरींपुढे करताच आलं नसतं, पण आत्ताच्या या तडजोडीच्या संबंधात हार्कचं हे भाषण योग्य होतं.

मिळकतीचा सर्व ताबा तसा म्हटलं तर नेटकडेच होता, म्हणजे तशी वेक्लिफसाहेब आणि वारसदारांचे वकील यांची समजूत करून द्यायची असं नेट आणि जॉश यांनी आपापसात ठरवलेलं होतं. तरी पण नेटचं त्या मीटिंगमधले स्थान पाहता, तो याबाबत हरकत घेऊ शकत होता. कमी पैसे देणार असं म्हणू शकत होता. एक तासभर हुज्जत घालून वारसदारांना द्यायच्या रकमेत कपात करू शकत होता, पण त्याला स्वतःला तसं करण्यात रस नव्हता. हार्कनी खरं खरं सांगितलं होतं मग नेटनं सुद्धा फार ताणायचं नाही असं ठरवलं. शेवटी जॉश आणि नेट हेसुद्धा हुकमाची पानं त्यांच्या हातात आहेत असं भासवून त्यांना युक्तीनं खेळवत तर होते.

"आता खूप चर्चा झाली. आता मला प्रामाणिकपणे सांगा की कमीत कमी किती रक्कम प्रत्येक वारसदारासाठी तुम्ही घ्यायला तयार आहात?" त्यानं हार्कच्या डोळ्याला डोळा भिडवून थेट विचारलं.

"कमीत कमी वगैरे अशी रक्कम आम्ही काही ठरविलेली नाहीये. प्रत्येक वारसदाराला कमीत कमी पन्नास मिलियन डॉलर्स मिळालेच पाहिजेत आणि ही रक्कम सर्वथा योग्य आहे आणि आम्ही फार काही मोठी रक्कम मागत नाही आहोत. पन्नास मिलियन आकडा मोठा वाटतो पण त्यातून कर वजा जाता आमच्या हातात एकूण मिळकतीच्या पाच टक्के सुद्धा मिळत नाहीयेत."

"हो पाच टक्के म्हणजे फार नाहीतच." नेट म्हणाला. त्यानं ते शब्द तसेच हवेमध्ये तरंगू दिले. हार्क त्याच्याकडे पाहात राहिला, पण इतर वकील आपल्या समोरच्या कागदांवर आकडेमोड करत होते.

"हो, खरोखरच ती रक्कम म्हणजे फार नाहीये." हार्क म्हणाला.

"माझे पक्षकार पन्नास मिलियन द्यायला तयार होतील." नेट म्हणाला. त्यावेळी त्याची पक्षकार कदाचित नदी काठीच्या एका झाडाखाली बसून, लहान लहान मुलांना बायबल मधल्या गोष्टी सांगत असेलही.

वॅली ब्राईटला पंचवीस मिलियन डॉलर्स फी पोटी मिळणार होते. सरळ उठून नेटचे पाय धरावे असं त्याला वाटलं होतं, पण प्रत्यक्षात त्यानं कपाळावर आठ्या आणल्या होत्या आणि कागदावर काहीतरी लिहीत होता. ते त्याला सुद्धा वाचता येणार नव्हतं.

जॉशला असं काही तरी होणार असं वाटलं होतं, त्याची गणितं तयार होती. वेक्लिफ यांना या गणितांची काही कल्पना नव्हती. तडजोड घडून आली होती, आता खटला उभा राहणार नव्हता. त्यांना त्यांच्या चेहऱ्यावर समाधान दाखवणं जरुरीचं होतं. ''छान झालं, म्हणजे ही तडजोड सर्वांना मान्य आहे असं मी समजतो.'' ते म्हणाले.

नेहमीच्या सवयीनुसार फेलन वारसदारांच्या वकिलांनी लगेचच होकार भरला नाही. एकत्र जमले, आपापसात काहीतरी कुजबूज केली, पण त्यांना तक्रार करायला आता जागाच उरली नव्हती.

''हो असं ठरलं आणि ते आम्हाला मान्य आहे.'' हार्कनं जाहीर केलं. त्याला सव्वीस मिलियन डॉलर्स जास्त मिळालेले होते.

जॉशकडे तडजोडीच्या करारनाम्याचा मसुदा तयार होता. त्याने त्यातल्या मोकळ्या जागा फक्त भरल्या. त्यावेळी वकिलांना फेलन वारसदारांची आठवण झाली. हॉलमधल्या उपस्थितांची माफी मागून एक एक वकील हॉलबाहेरच्या पॅसेजमध्ये गेले आणि मोबाईल फोनवर त्यांच्या पक्षकारांना गाठू लागले. पहिल्या मजल्यावर थंड पेय विकणाऱ्या एका स्टॉलशी उभं राहून ट्रॉय ज्यु. आणि रेक्स त्यांच्या वकिलाच्या फोनची वाटच पाहात होते. गीना आणि कोडी कोर्टातल्याच एका मोकळ्या खोलीमध्ये थांबून वर्तमानपत्र पाहात थांबले होते. स्पाईक आणि लिब्बीगैल रस्त्याच्या कडेला त्यांच्याच मोटारीत बसून होते. पार्किंग एरियामध्ये आपल्या कॅडिलॉक मोटारीत मेरी रॉस बसून होती. रॅंबल घरीच तळघरात, कानाला हेडफोन लावून दुसऱ्याच जगात होता.

रॅचेल लेननी सही केल्याशिवाय तडजोड करार पूर्ण होणार नव्हता. ही तडजोडीची घटना फेलन वारसदारांना गुप्त ठेवायची होती. वेक्लिफसाहेबांनी ती फाईल त्यांच्या-जवळच ठेवून ती खबरदारी घेऊ असं आश्वासन दिलं. तासाभरात तडजोडीच्या करारावर फेलनवारसदारांच्या व संबंधित वकिलांच्या सह्या झाल्या, करारावर नेटने सही केली. आता फक्त रॅचेल लेनची सही होणं बाकी होतं, त्या सहीसाठी थोडा वेळ द्यावा अशी नेटनं कोर्टाला विनंती केली. ती सही नेट कशी काय आणू शकणार होता या बद्दल स्वत:सुद्धा नेट साशंकच होता.

शुक्रवारी दुपारनंतर नेट आणि फिलसाहेब, नेटच्या गाडीतून सेंट मिशेल मधून बाहेर पडले. फिल त्यावेळी गाडी चालवत होते कारण त्यांना सवय होणं जरुरीचं होतं, नेट शेजारच्या सीटवर बसून डुलक्या घेत होता.

त्यांनी बे-ब्रिज क्रॉस केला. नेटनं तडजोडीचा करार फिल साहेबांना वाचून दाखवला. त्यांना सर्व माहिती तपशिलांसह हवी होती. फेलनग्रुनच्या मालकीचं गल्फस्ट्रीम-४ हे विमान बॉल्टिमोर-वॉशिंग्टन एअरपोर्टवर उभं होतं, कोरं करकरीत चकाकणारं ते विमान, एका वेळी वीस उतारूंना घेऊन, जगात कुठेही जाऊ शकणारं होतं. फिलसाहेबांना ते विमान पाहायचं होतं, त्यामुळे नेटनं पायलटला एक छोटीशी चक्कर मारून आणायला विनंती केली. नेटनं सांगितल्यानंतर तर प्रश्नच नव्हता. त्यामुळे फिलसाहेबांसाठी विमानाची एक पंधरा मिनिटांची फेरी झाली. विमाना-मधल्या बसायच्या खोलीमध्ये उंची सोफे होते, गालिचे होते, कॉन्फरन्स टेबल, खुर्च्या, बरेचसे टेलिव्हिजन स्क्रीन होते. सर्वसामान्य उतारूंप्रमाणे सर्वसामान्य विमान कंपन्यांच्या विमानानं प्रवास करायला नेटला आवडलं असतं, पण जॉशनं हट्टच धरला. फिलसाहेब नेटच्या गाडीतून परत गेलेले नेटनं पाहिलं, नेट पुन्हा विमानात बसला. नऊ तासानं तो कोरूंबाला पोचणार होता.

ट्रस्टचे नियम, मसुदा-कागदपत्र, मुद्दामच फार किचकट किंवा फार बोजड बनवलेले नव्हते. कमीत कमी शब्दांत, हवा असलेला सर्व आशय बसवला होता, साधे साधे पण अचूक अर्थ दाखविणारे शब्द वापरले होते. जॉशनं ट्रस्टचा दस्तऐवज पुनःपुन्हा वाचून, सूचना देऊन, जितका सोपा-साधा सरळ बनवता येईल तितका बनवला होता. दस्तावर सही करण्याचा रॅचेलचा थोडासा जरी कल दिसला तर तिने तो हातात घेतल्यावर त्यावर नुसती जरी नजर टाकली, तरी तिला त्यातले सर्वच्या सर्व मुद्दे कळतील, अशी भाषा, शब्द आणि वाक्यरचना वापरली होती. आणि त्यातून जरी काही परत अडलं, तर खुलासा करायला नेट तिथे असणारच होता आणि रॅचेलच्या सहनशक्तीची त्याला कल्पना होती.

तिला वडिलांकडून मिळणारी सर्व संपत्ती एक ट्रस्टमध्ये ठेवण्यात येणार होती. 'रॅचेल ट्रस्ट' असं त्याचं नाव राहणार होतं. ट्रस्टमध्ये ठेवण्यात येणारी रोख रक्कम दहा वर्षं वापरता येणार नव्हती. फक्त व्याज व इतर उत्पन्न, धर्मादाय संस्थांना मदत म्हणून देता येण्याची तरतूद होती. दहा वर्षांनंतर मूळ रकमेतली पाच टक्के रक्कम व त्यावरचे व्याज एवढी रक्कम ट्रस्टींच्या सूचनेनुसार किंवा ट्रस्टींना योग्य वाटणाऱ्या बाबींसाठी खर्च करायला परवानगी होती. लोककल्याणासाठी ज्या संस्था काम करत असतील अशा अनेक संस्थांना

दरवर्षी मदत दिली जाणार होती, पण जास्त रक्कम जागतिक आदिवासी कल्याण संघासाठी दिली जाणार होती. ट्रस्टने मदत देण्या संबंधीच्या नियमांसंबंधातली भाषा अशी काही होती की, कुठल्याही प्रकारच्या लोकोपयोगी कामांसाठी, या ट्रस्टमधून उपलब्ध होणारी रक्कम, वापरता येण्या-सारखी होती. जागतिक आदिवासी कल्याण संघाच्या मुख्य कचेरीतली नेव्हा कोल्लियर ही मुख्य ट्रस्टी म्हणून राहाणार होती आणि तिला मदत करण्यासाठी आणखी बारा ट्रस्टींची नेमणूक करण्यात येणार होती. या ट्रस्टींनी बहुतांशी स्वतंत्रच काम करायचं होतं आणि त्यांनी त्यांचे अहवाल थेट रॅचेललाच द्यायचे अशी तरतूद त्या नियमावलीत होती.

रॅचेलनी जर ठरवलं तर तिला या पैशांना स्पर्शसुद्धा करायची जरुरी नव्हती. जागतिक आदिवासी कल्याण संघाने नेमलेल्या वकिलांच्या मदतीनं वर उल्लेख केल्यानुसार ट्रस्ट तयार करता येणं शक्य होतं आणि तसाच तो केला जाणार होता. म्हणजे हा प्रश्न तसा अगदी साध्याप्रकारे सोडवला जाणार होता.

आणि यासाठी रॅचेल लेनच्या फक्त दोन सह्यांची गरज होती. तिच्या हस्ताक्षरात तिनं तिचं फक्त नाव दोनदा लिहिणं, एकदा ट्रस्टसाठी आणि दुसऱ्यावेळी तडजोडीच्या करारासाठी. त्यामुळे फेलन मिळकती संबंधातल्या कटकटीचा मामला, काहीही भांडणं, मारामाऱ्या न होता, संपुष्टात येणार होता. नेटचंही काम संपणार होतं. तो त्याच्या स्वत:च्या कटकटी सोडवण्यासाठी मुक्त होणार होता आणि नवीन आयुष्य जगण्याची सुरुवात करायला तो उत्सुक होता.

तिनं ट्रस्टच्या कागदपत्रांवर सही करण्याचं जर नाकारलं तर नेटला, "मला ही इस्टेट नको आहे" अशा अर्थाच्या मजकुराखाली तिची सही घ्यायला लागणार होती, तिला दिलेलं बक्षीस ती नाकारू शकत होती, आणि कोर्टाला तसं कळवणं जरुरीचं होतं.

तिला मिळणारं बक्षीस नाकारण्याने ट्रॉयनं जे शेवटी मृत्युपत्र केलेलं होतं ते अस्तित्वात राहणार होतं, पण अमलात येऊ शकत नव्हतं आणि त्या बाबतीत ट्रॉयचं कोणतंच मृत्युपत्र नसणं अशी परीस्थिती निर्माण होणार होती. मग अशा वेळी इस्टेट सहा वारसांना समान वाटली जावी असं कायदा सांगतो.

तिची प्रतिक्रिया कशी असेल, यावर तो विचार करत होता. तो भेटल्यावर तिला आनंद होईल का नाही, या बद्दल त्याला काहीच नेमकं सांगता येत नव्हतं. डेंग्यू तापानं तो आजारी पडायच्या अगदी आधी काही दिवस तो जेव्हा परतत होता, तेव्हा हात हलवून तिनं दिलेला निरोप त्याचा डोळ्यांसमोर येत होता. तिच्या माणसांबरोबर ती हात हलवत नदीकाठी उभी होती त्याला कायमचाच

निरोप देण्यासाठी, जगातल्या कटकटी घेऊन, पुन्हा कुणी तिला त्रास द्यायला तिच्या जगात कोणीही यायला नको होतं.

.५१.

कोरूंबा एअरपोर्टच्या धावपट्टीवरून धावत येऊन एका छोट्या टर्मिनलला गल्फस्ट्रीम हे विमान लागलं तेव्हा तिथे वाल्दिर उभे होतेच. पहाटेचा एक वाजलेला होता. एअरपोर्टवर शुकशुकाट होता. धावपट्टीच्या पार दुसऱ्या टोकाच्या भागावर काही विमानं तुरळक अशी उभी असलेली दिसत होती. तिकडे नेटनं नजर टाकली. मिल्टनचं विमान पेंटॅनलमधून परत आलं का नाही? हा विचार त्याच्या मनात आला. जुन्या मित्रांप्रमाणे त्यांनी एकमेकांकडे पाहिलं. नेटची प्रकृती चांगली दिसत होती म्हणून वाल्दिरला आनंद झालेला होता. मागल्या वेळी जेव्हा नेट कोरूंबाहून परतत होता, तेव्हा तो डेंग्यूच्या तडाख्यातून नुकताच बाहेर येत होता. त्यावेळी त्याचं शरीर म्हणजे फक्त हाडांचा एक सापळाच राहिलेला होता.

ते दोघं वाल्दिरच्या फियाट गाडीतून निघाले. काचा खाली केलेल्या होत्या. गरम दमट हवा नेटच्या चेहऱ्यावर येत होती. गल्फस्ट्रीम विमानाचे वैमानिक मागून टॅक्सीने येणार होते, रस्ते रिकामे होते आणि रस्त्यांवर धूळही भरपूर होती. एकही माणूस, वाहन रस्त्यावर दिसत नव्हतं. गावाच्या मध्यवर्ती भागातल्या पॅलेस हॉटेल समोर ते थांबले. वाल्दिरनं नेटच्या हातात २१२ नंबरच्या खोलीची किल्ली ठेवली आणि म्हणाला, "मी तुम्हाला सहा वाजता भेटतो."

नेट चार तास झोपला आणि बरोबर सहाला तो बाहेर उभा होता. त्याला समोरच्या दोन इमारतींच्या मधल्या मोकळ्या भागातून सूर्य वर येताना दिसत होता. आकाश स्वच्छ होतं आणि सर्व प्रथम त्याचीच नोंद नेटच्या मनाने घेतली. एक महिन्यापूर्वीच पावसाचा सीझन संपलेला होता. हवेत गारवा यायला लागला होता. कोरूंबामध्ये दिवसाचे तापमान ७५ डिग्री फॅरनहाइट म्हणजे २२-२३ डिग्री सेल्सिअसच्या पेक्षा कमी कधी होतच नाही.

नेट जवळ एक हँडबॅग होती. त्यात बरंचस जड असं सामान होतं. कागदपत्रं, कॅमेरा, नवीन सॅटेलाईट फोन, नवीन मोबाईल फोन, पेजर, मच्छर पळवून लावण्यासाठीच्या औषधाची मोठी बाटली ते औषध नव्यानंच बाजारात आलेलं होतं आणि चांगलंच परिणामकारक म्हणून प्रसिद्ध झालेलं होतं. ते त्याने खास रॅचेलसाठी भेट म्हणून आणलेलं होतं. सर्व कपड्यांचे दोन दोन सेट, एवढं सामान त्या बॅगमध्ये होते. त्याचे हातपाय त्याने लांब कपड्यांनी

झाकलेले होते, त्याला भरपूर उकडणार होतं, घाम येणार होता, पण कुठलाही कीटक त्याच्या कातडीपर्यंत पोचू शकणार नव्हता.

बरोबर सहाला वाल्दिर आले आणि ते दोघे तडक एअरपोर्टवरच गेले. शहराला हळूहळू जाग येत होती.

कँपो ग्रँडो मधल्या एका कंपनीकडून दर तासाला एक हजार डॉलर्स या दराने एक हेलिकॉप्टर वाल्दिरनं भाड्यानं घेतलं होतं. चार प्रवासी अधिक दोन चालक असे एकूण सहाजण त्यातून जाऊ शकत होते आणि त्याची झेप तीनशे मैलांपर्यंतची होती.

जेव्हीकडे झेको नदीच्या परिसरातल्या भागाचे नकाशे होते. त्याचा अभ्यास वाल्दिर आणि हेलिकॉप्टर चालविणारे वैमानिक यांनी केला. पावसाचा सीझन संपला होता, म्हणूनच पेंटॅनलचा परिसर हवेतून आणि पाण्यातून प्रवास करायला अधिक योग्य झालेला होता. पुराचं पाणी ओसरलेलं होतं. नद्या त्यांच्या काठांच्या आतून वाहात होत्या. जलाशय त्यांच्या कडांपर्यंत सीमित होते. फझेंडा म्हणजे तरंगती शेतं, ती आता आकाशातूनसुद्धा पाण्यावर तरंगताना नीटपणे दिसू शकत होती.

हेलिकॉप्टरमध्ये नेटनं आपली बॅग टाकली तेव्हा मागल्यावेळी पेंटॅनलवरून केलेल्या हवाई सफरीचा विचार त्याने मनात येऊ दिला नव्हता. यावेळी अनुकूलता त्याच्या बाजूने होती. एका पाठोपाठच्या दोन्ही हवाई उड्डाणांना अपघात होतातच असं नाही.

वाल्दिरनं मागे फोनशी थांबणं पसंत केलं होतं. त्याला हवाई भराऱ्यांची धास्ती वाटायची. त्यातल्या त्यात हॅलिकॉप्टर प्रवासाची तर त्याला फारच भीती वाटायची आणि त्यातल्या त्यात पेंटॅनल भागावरची भरारी तर नकोच नको. त्यांनी आकाशात उड्डाण केलं. नेटनं सीटचा पट्टा कंबरेला बांधला. खांदे सीटला अडकावयाचे पट्टे बांधले. डोक्यावर हेल्मेट अडकवलं. आकाशात त्यावेळी ढग नव्हतेच. कुठलाही आवाज नव्हता. कोरूंबामधून बाहेर पडल्यावर त्यांनी पराग्वे नदीच्या उगमाच्या दिशेने जायला सुरुवात केली. नदीवर मासेमारी करणाऱ्यांनी हेलिकॉप्टरकडे पाहून हात हलवले. नदीच्या पात्रात काठालगत, गुडघ्याएवढ्या खोल पाण्यात मुलं दंगा करत होती, ती थांबली आणि वर आकाशात पाहायला लागली. खाली नदीत एक चलाना प्रकारची बोट केळी घेऊन उत्तरेकडे म्हणजे त्यांच्याच दिशेने चालली होती. थोड्यावेळानं दुसरी एक चलाना प्रकारचीच पण फार जुनी अशी बोट विरुद्ध दिशेने येऊन दक्षिणेकडे चाललेली दिसली.

थोड्या वेळातच हेलिकॉप्टरच्या आवाजाशी आणि थरथरण्याशी नेटनं

जमवून घेतलं. त्यानं कानाला इअरफोन लावलेला होता. पायलट आपापसात पोर्तुगीज भाषेत गप्पा मारत होते, ते त्याच्या कानावर पडत होते. मागल्या वेळी या नदीतून सांतालौरा बोटीतून उत्तरेच्या दिशेने जेव्हा तो जात होता, त्यावेळी आदल्या दिवशीची दारू त्याच्या अंगावर आलेली होती आणि त्यामुळे आलेली अस्वस्थता, डोके दुखी त्याला आज आठवत होती.

हेलिकॉप्टर दोन हजार फूट उंचीवर गेलं आणि नंतर जमिनीच्या समांतर पातळीत जाऊ लागलं होतं. तीस मिनिटं झालेली होती. खाली नेटला फर्नांडोचं, नदीच्या नाक्यावरचं दुकान दिसलं.

पेंटॅनलच्या पावसाळ्यातल्या रूपात आणि पाऊस संपल्यानंतरच्या स्वरूपात झालेला भलताच फरक नेटला आश्चर्यकारक वाटला. तरीपण खाली जिकडे तिकडे तळी, सरोवरं, तलाव, पाणथळ जागा, नागमोडी आकारात वाहणाऱ्या नद्या, ओढे यांचं एक विचित्रच मिश्र स्वरूप दिसत होतं. मागल्या वेळी जिकडे तिकडे पाणीच पाणी होतं. यावेळी वर उल्लेख केलेल्या तरंगत्या शेतांचे व्यवस्थित आकार मध्ये मध्ये खाली दिसत होते आणि त्या तरंगत्या जमिनींच्या तुकड्यावर त्यावेळी होती हिरवीगार झाडी अन् हिरवळ.

ते पराग्वे नदीवरूनच प्रवास करत होते. आकाश निरभ्र आणि निळ्या रंगाचं दिसत होतं. आकाशाकडे नेटचं लक्ष होतं. ख्रिसमसच्या आदल्या दिवशीची मिल्टनच्या विमानातली सफर, विमानाला झालेला अपघात त्याला आठवला. त्यावेळी काही मिनिटांतच आकाश भरून आलं होतं आणि त्याचं विमान वादळी पावसात सापडलं होतं.

हेलिकॉप्टर एक हजार फुटांच्या पातळीवर आलं आणि घिरट्या घेत राहिलं. पायलट खाली बोट दाखवून, आपल्याला कुठल्या दिशेनं जायचं आहे, ते दाखवत होते. त्यांच्या बोलण्यात नेटनं झेको हा शब्द ऐकला आणि खाली पाहिलं तर मुख्य पराग्वे नदीतून झेको नदीचा फाटा, बाजूला जात होता तो नेटला दिसला. त्याला झेको नदीबद्दल काही आठवत नव्हतं, मागच्या सफरीच्या वेळी तो छोट्या बोटीमध्ये तळाशीच तंबूमध्ये मरणासन्न अवस्थेत पडून होता. ते पश्चिमेच्या दिशेने वळले. पराग्वे नदी मागे पडली, खाली झेको नदीच्या पात्राबरोबर ते पुढे बोलिव्हियातल्या डोंगरांच्या दिशेने चालले होते. दोघे पायलट आता जमिनीवरच्या खाणाखुणांचं निरीक्षण करण्यात जास्त गुंतलेले होते. खाली ते निळ्या आणि पिवळ्या रंगाच्या चलाना बोटीला शोधत होते.

जमिनीवर जेव्हींनं दूरच्या हेलिकॉप्टरचा आवाज ऐकला, त्यानं लगेचच एके ठिकाणी होळी सारखी आग पेटवली आणि नारिंगी ज्वाला चेतवल्या. वेलीनं तशीच एक होळी आणखी एका ठिकाणी पेटविली. दोन्ही ठिकाणच्या

आगींनी आकाशात निळ्या, चंदेरी रंगाचे धुरांचे उभे बाण पाठवले. काही मिनिटांतच त्यांना हेलिकॉप्टर दिसलं. त्यानं आकाशात सावकाश गोल गोल चकरा मारल्या.

जेव्ही आणि वेली यांनी हेलिकॉप्टर उतरण्याच्या दृष्टीने जमिनीवर झाडी-झुडपं तोडून जरूर तेवढी जागा सपाट करून स्वच्छ केलेली होती. ही जागा नदीपासून दीडशे फुटांवर होती. एका महिन्यापूर्वी ही जमीन पाण्याखाली होती, हेलिकॉप्टर उतरताना एकदा डाव्या, एकदा उजव्या बाजूला कलल्यासारखं झालं. काही क्षण थोडंसं हेलकावत गेल्यासारखं वाटलं, पण नंतर मात्र अलगदपणे जमिनीवर टेकलं.

वरचे पंखे फिरायचे थांबल्यावर नेटनं खाली उडी मारली, आपल्या मित्रांना मिठ्या मारल्या. दोन महिन्यांत त्यांची गाठभेट नव्हती. खरं म्हणजे नेट वाचला होता आणि परत त्यांची भेट होत होती याचंच त्यांना कौतुक वाटत होतं.

ह्यावेळी, वेळेला किंमत होती. मागच्या वेळेसारखं वादळी पाऊस, वारा, अंधार पूर, मच्छर यावेळी त्याच्या कामाच्या आड येत आहेत की काय याची त्याला भीती वाटत होती. ते नदीतल्या चलाना बोटीकडे चालत चालत निघाले. त्यांच्या-बरोबर यावेळी एक चांगली लांबलचक, स्वच्छ, नवी कोरी स्वयंचलित जॉन बोट होती, ती त्या चलाना बोटीपुढे नांगरून ठेवलेली होती अन् पहिल्या प्रवासाची ती उत्सुकतेने वाट पाहात होती. फेलन ग्रुपच्या सौजन्याने ही मोटरबोट मिळालेली होती. नेट आणि जेव्ही हे दोघे त्या जॉन बोटीत बसले आणि वेली, हेलिकॉप्टरचे पायलट मागेच थांबले, त्यांना टा टा करून मोटारबोटीतले प्रवासी निघाले. बोटीनं वेग घेतला होता.

"आदिवासींची वस्ती दोन तास," मोटरबोटीच्या आवाजावर आवाज काढून जेव्हीनं नेटला सांगितलं.

चलाना बोटीतून जेव्ही आणि वेली आदल्या दिवशी तिथे आलेले होते. नदीचं पाणी त्या भागात फारच कमी झालेलं होतं आणि त्यामुळे तितक्या कमी खोलीच्या पाण्यात ती बोट चालवता येणंसुद्धा अवघड होत होतं. नदीच्या जवळपासची सपाट जागा पाहून त्यांनी बोट थांबवली. हेलिकॉप्टर उतरवण्यासाठी जागा तयार केली. जॉन बोटीनं ते थोडं फार वस्तीच्या दिशेने गेले सुद्धा होते, पण वस्तीवरच्या लोकांच्या ध्यानात येण्यापूर्वीच ते परत फिरले होते.

नेट दोन तास किंवा फार फार तर तीन ते पाच तास धरून चालला होता. या वेळी तो कुठल्याही परिस्थितीत, जमिनीवर, तंबूमध्ये किंवा झुल्यामध्ये झोपणार नव्हता. कातडीचा कुठलाही भाग जंगलातल्या कीटकांना चावण्यासाठी तो उघडा ठेवणार नव्हता. डेंग्यूचा फटका त्याच्या चांगला लक्षात होता.

रॅचेल त्यांना जर सापडली नाही तर तो हेलिकॉप्टरनं कोरूंबाला परतणार होता. त्याचा रात्रीचं जेवण वाल्दिरबरोबर घ्यायचा बेत होता आणि नंतर हॉटेलमध्ये झोपायला जाणार होता. दुसऱ्या दिवशी परत पेंटॅनलमध्ये यायचं ठरलं होतं. जरूर पडली असती तर फेलन इस्टेट हेलिकॉप्टर विकत सुद्धा घेऊ शकत होती.

जेव्ही आत्मविश्वासपूर्ण बोलत होता, त्याला तशी सवयच होती. पाणी कापत कापत नवी बोट वेगानं चालली होती. बोटीच्या इंजिनाचा आवाज सुद्धा दणकट आणि ताकदीचा वाटत होता. या वेळी ते पूर्ण तयारीनिशी आलेले होते.

पेंटॅनलच्या परिसराने नेटवर पुन्हा मोहिनी घातली होती. त्यांची बोट पुढे जात असताना बाजूच्या पाण्यातून डोकं वर काढून सुसरी-मगरी पाहात होत्या, मध्येच एखादा पक्षी पाण्याच्या पृष्ठभागापर्यंत येऊन पाण्यातला मासा चोचीत पकडून त्यांच्या डोक्यावरून उडून जात होता. पर्यावरणाचं पूर्ण संतुलन राखून असलेला तो भाग होता. ते बरेच आतवर गेले होते. गेली कित्येक शतकं तिथे राहात असलेल्या लोकांना ते शोधत होते.

चोवीस तासांपूर्वी तो कॉफीचे घुटके घेत, अंगावर उबदार रग घेऊन समोरच्या समुद्रावरची जहाजांची वाहतूक पाहात, आपल्या कॉटेजच्या बाहेरच्या पडवीत निवांत बसलेला होता. तळघरात कामासाठी जाता जाता फिलसाहेब त्याला हाक मारणार होते, त्यांची तो वाट पाहात होता. आणि आज आत्ता बोटीवरच्या त्या प्रवासाच्या पहिल्या तासातच नेटनं त्या भागातल्या वातावरणाशी, परिसराशी जमवून घेतलं होतं.

नदीचा तो भाग ओळखीचा वाटत नव्हता. मागच्या वेळी जेव्हा त्यांना इपिका जमातीतली माणसं भेटली होती तेव्हा नेट आणि जेव्ही वाट चुकलेले होते, पार घाबरून गेलेले होते, ओलेचिंब भिजलेले होते, भुकेने पोटात कावळे ओरडत होते. एका तरुण मासे मारणाऱ्या स्थानिक आदिवासीवर ते विसंबून होते. त्यावेळी पाण्याची पातळी चढलेली होती. आजूबाजूच्या लक्षात ठेवण्यासारख्या खुणा पाण्यात बुडालेल्या होत्या.

परत एकदा मुसळधार पाऊस कोसळतोय की काय, अशा संभ्रमात नेटनं आकाशाकडे पाहिलं. एखादा जरी काळा ढग दिसला असताना, तरी तो परत फिरणार होता.

एक कोपरा त्यांनी पार केला आणि मग नदीचा तो भाग त्यांना जरा ओळखीचा वाटायला लागला. कदाचित ते वस्तीच्या जवळ आलेले असतील. रॅचेल नेटचं स्वागत हास्यपूर्ण चेहऱ्यानं करेल का? त्याला आपल्या जवळ ओढून छातीशी धरेल का? सावलीत बसून त्याच्याशी इंग्रजी भाषेत गप्पा-

गोष्टी करेल का? नेट तिथून परत गेल्यानंतर तिला चुकल्या चुकल्यासारखं वाटतं असण्याची शक्यता होती का? नेटनं पाठविलेली पत्रं तिला मिळाली असतील का? मार्च महिन्याच्या दुसऱ्या आठवड्यातली ती गोष्ट होती.

तिला देण्यासाठी म्हणून जागतिक आदिवासी कल्याण संघाच्या कचेरीत नोव्हाच्या ताब्यात दिलेली पाकिटं एव्हाना इथे पोचलेली असायला हवीत. तिच्याकडे आता नवी बोट असेल का? आणि तिला हवी असलेली औषधंसुद्धा तिला यावेळेपर्यंत मिळालेली असायला हवीत.

का नेटला पाहून ती पळून जाईल? अमेरिकन माणसापासून माझं संरक्षण कर असं ती मुखियाला सांगेल आणि मुखियाच्याच घरी स्वत: लपून बसेल?

यावेळी त्यानं ठाम राहिलं पाहिजे. मागच्या वेळेपेक्षा जास्त कणखर. खरं म्हणजे ट्रॉयने त्याचं मृत्युपत्र वेड्यासारखं केलेलं होतं, हा काही नेटचा गुन्हा नव्हता. दुसरी गोष्ट रॅचेल ही ट्रॉयची अनौरस मुलगी होती, तिथेही नेटचा काही संबंध नव्हता. दोन्ही गोष्टी रॅचेल बदलू शकणार नव्हती. अगदी थोड्याशाच सहकार्याची नेट तिच्याकडून अपेक्षा करत होता. एक तर तिनं ट्रस्टला मान्यता द्यावी, किंवा मिळकतीचा अव्हेर करावा. पण यावेळी तो तिच्या सहीखेरीज जाणार नव्हता हे मात्र नक्की.

ती जगाकडे पाठ फिरवू शकते, पण ती फेलनची मुलगी आहे हे नाकारू शकत नव्हती आणि या मुद्यावरच तिचं सहकार्य नेटला हवं होतं. तिच्या बरोबरचे संवाद कसे होतील ते तो मोठ्यानं बोलून त्याचा सराव करत होता. बोटीच्या आवाजात जेव्हीला ते ऐकू येत नव्हते.

तिचे भाऊ बहिणी कसे आहेत याची माहिती नेटने तिला द्यायचं ठरवलं होतं, तिच्या वडिलांची सर्व इस्टेट जर त्यांच्या ताब्यात गेली तर विध्वंसक स्वरूपात ती कशी उधळली जाईल याचं दारूण, भयंकर चित्र नेट तिच्या पुढे उभं करणार होता. या ट्रस्टच्या कागदपत्रांवर तिच्या नुसत्या सही करण्यानं त्या संपत्तीचा विनियोग लोकोपयोगी कारणांसाठी, गरीब लोकांच्या कल्याणासाठी करता येणार आहे, याची कल्पना तो तिला देणार होता. नेटनं या संभाषणाचा पुन:पुन्हा घोकून चांगला सराव केला. नदीच्या दोन्ही बाजूंची झाडं आता उंच उंच होत चालली होती अन् त्यांचे शेंडे वर एकमेकांना टेकत होते. हिरव्यागार कमानी खालून ते आता जात होते, ही जागा नेटच्या ध्यानात आली. तो म्हणाला "आपण इथनं गेलो होतो."

"हो, त्या तिकडे." मागच्यावेळी जिथे मुलं पाण्यात पोहत असताना त्याने पाहिली होती त्या उजव्या बाजूच्या दिशेने बोट दाखवत जेव्ही म्हणाला. त्यानं बोटीचा वेग कमी केला आणि सावकाशपणे आदिवासींच्या पहिल्या वस्तीच्या

जवळच्या भागात बोट स्थिर करून उभी केली. जवळपास कुठेही आदिवासी माणूस दिसत नव्हता. पुढे नदी दोन भागात विभागली गेली होती आणि पुढचे दोन फाटे त्यामानाने लहान आकाराचे होते.

हा भाग त्यांच्या परिचयाचा होता. नागमोडी प्रवाहाच्या मार्गाने ते आत आत, जंगलात जात होते. आतल्या भागात नदी, वळणं वळणं घेत, गोलाकार आकार घेत होती. झाडीतल्या मोकळ्या जागांतून क्वचितच एखादा डोंगर नजरेला पडत होता. आता दुसरी वस्ती आली. या ठिकाणी जानेवारीत जेव्हा ते इथे आले होते, त्यावेळी पहिल्या रात्री, एका भल्या मोठ्या झाडाच्याजवळ ते झोपले होते. ते झाड त्यांना दिसलं, आणि परत जाताना सुद्धा ते जिथे बोटीत बसले ते याच ठिकाणी, इथेच रॅचेलनी त्यांना निरोप दिलेला होता आणि इथेच नेटवर डेंग्यू तापाचा हल्ला झाला होता. त्यावेळचं काठावरचं वेतांनी विणलेलं बाकही अद्याप तिथेच होतं.

नेट समोर दिसणाऱ्या वस्तीचं निरीक्षण करत होता. जेव्ही काठाच्या एका झाडाला बोट बांधत होता. एक तरुण आदिवासी त्यांच्या दिशेने धावत येत होता. बोटीच्या इंजिनाचा आवाज त्याच्या कानावर गेलेला होता. येतानाच तो काहीतरी ओरडत होता. जे काही ओरडत होता ते पोर्तुगीज नव्हतं. त्याला पोर्तुगीज बोलता येत नव्हतं, पण तोंडातून काहीतरी आवाज काढून, हातवारे करून मुखियानं सांगेपर्यंत तुम्ही तिथेच, नदी जवळ थांबून राहा असा त्याने निरोप दिला. त्या तरुणांनी या दोघांना जरी ओळखलं असलं तरी ते त्याने दाखवलं नव्हतं, तो फार घाबरलेला दिसत होता.

नेट आणि जेव्ही मुखियाच्या निरोपाची वाट पाहात बाकावर बसून राहिले. त्यावेळी सकाळचे अकरा वाजलेले होते. जेव्ही अन् नेट यांना सुद्धा आपापसात खूप बोलायचं होतं. मध्यंतरीच्या काळात जेव्हीनं चलाना बोटींवर माल वाहतुकीचं काम केलेलं होतं. एक दोन वेळा त्यानं स्वतःच्या जबाबदारीवर बोट नेलेली होती आणि परत आणलेली होती, त्यावेळी त्याला पैसेही खूप मिळालेले होते.

नेटच्या मागल्या वेळच्या भेटीबद्दलसुद्धा ते बोलले, फर्नांडोकडून उधार घेतलेल्या बोटीमधून ते कसे पेंटॅनलमधून कोरूंबाकडे सुसाट सुटले होते, नंतरचं नेटचं हॉस्पिटलमध्ये दाखल करणं, कोरूंबामध्ये रॅचेल येऊन गेलेली होती, त्यावेळी तिचा घेतलेला शोध, वगैरे वगैरे.

"मी नदीवर खूप जणांकडे चौकशी केलेली होती आणि रॅचेल कोरूंबाला येऊन गेलेली नव्हती असंच माझं मत झालेलं आहे आणि ती हॉस्पिटलमध्येसुद्धा येऊन गेलेली नव्हती. ती येऊन गेली असं जे तुम्हाला वाटत होतं ना ते म्हणजे तुमचं स्वप्न होतं." जेव्ही म्हणाला.

नेटला प्रत्युत्तर करायचं नव्हतं. त्याला स्वत:लाच खात्री वाटत नव्हती.

'सांतालौरा' बोटीचा मालक गावभर जेव्हीची निंदा करत फिरत होता, जेव्हीच्या ताब्यात असताना ती बोट बुडाली होती. वादळात ती बुडालेली आहे हेही सर्वांना माहीत होतं, पण बोटीचा मालक मात्र एकट्या जेव्हीलाच जबाबदार धरत होता. संभाषणाचा शेवट, जेव्ही युनायटेड स्टेट्समध्ये कसा येणार? तिथे त्याला कोणत्या प्रकारचा व्यवसाय करता येईल यावर येणार असं नेट धरूनच चालला होता, तसा तो तिथे आलाच. जेव्हीनं व्हिसासाठी अर्ज केलेला होता, यूएसए मध्ये राहणाऱ्यांपैकी कोणीतरी त्याच्या खर्चाची, त्याच्या नोकरीची जबाबदारी घेणं जरुरीचं होतं. नेटनं त्याच्याकडे पाहून, खांदे वरखाली-आजूबाजूला हलवले, मान हलवली आणि ज्यायोगे जेव्ही संभ्रमात राहील अशाच काहीतरी हलचाली केल्या. 'हो, तू त्याची काही काळजी करू नकोस, मी काही तरी करीन' असं काही सांगण्याचं धैर्य, त्याच्यात नव्हतं.

तरीपण "मी पाहतो मला काय करता येईल ते" असं तो म्हणाला. जेव्हीचा एक चुलत भाऊ कोलोरॅडो मध्ये राहात होता, तो त्याच्यासाठी नोकरीचा प्रयत्न करत होता.

एक डास नेटच्या हाताभोवती फिरत होता. दोन हातांच्या पंजांच्या टाळी मध्ये घेऊन त्याचा चुराडा करायचा त्याचा पहिला बेत होता, पण डासांना दूर पळवून लावणारं मलम त्यानं हाताला लावलं होतं, ते किती परिणामकारी आहे त्याची प्रचिती घ्यावी असा विचार त्याच्या मनात आला. तो डास उजव्या हातावर एक ठिकाणी बसायची जागा निरखत होता. दंश करायची जागा त्यानं निवडली आणि तो एखाद्या बाणासारखा त्या बिंदूपाशी तो यायला लागला. पण तो त्या बिंदू पासून दोन इंचांपर्यंत आला आणि त्या क्षणीच थांबला. माघार घेतली आणि गायब झाला. नेट हसला. कान, मान, चेहरा या सर्वांना त्यानं ते मलम लावलं होतं.

दुसऱ्यांदा जर डेंग्यू झाला. तर मात्र त्यावेळी मेंदूमध्ये रक्तस्राव होतो आणि पहिल्या हल्ल्यापेक्षा दुसरा हल्ला नेहमीच फार धोकादायी असतो. त्यात मृत्युसुद्धा संभवतो. नेटला दुसऱ्यांदा डेंग्यू होणार नव्हता. जेव्ही अन् तो आपापसात बोलत असताना नेटचं लक्ष समोरच्या वस्तीकडे होतं. तिथली प्रत्येक हालचाल तो पाहात होता. मोठ्या रुबाबात एखाद्या झोपडीमधून रॅचेल चालत त्यांच्या दिशेने येईल आणि त्यांचं ती स्वागत करेल असं नेटला वाटत होतं. अमेरिकेहून मागल्यावेळी जो गोरा माणूस आपला शोध घेत आला होता तो परत आलेला आहे असं एव्हाना तिला कळलं असेल.

पण तो नेटच असेल, असं तिला कळलेलं असेल का? त्या इपिका

आदिवासी तरुणाने नेटला जर ओळखलंच नसेल, तर दुसरंच कोणीतरी तिला शोधत आलेले आहेत असंच रॅचेलला वाटेल.

नंतर मुखियालाच त्यांनी त्यांच्याकडे चालत येताना पाहिलं. मानाचा हातात वागवायचा भाला मुखियाच्या हातात होता. त्याच्या मागे एक इपिका आदिवासी होता. नेटनं त्याला ओळखलं. त्यांच्यापासून पन्नास फुटांच्या अंतरावर पायवाटेवरच ते थांबून राहिले. त्यांच्या चेहऱ्यावर हास्य नव्हतं, दुसरं म्हणजे मुखियाच्या चेहऱ्यावरसुद्धा चिंता, दु:ख दिसत होतं. त्याने पोर्तुगीजमध्ये विचारलं, "तुम्हाला काय हवंय?"

"आम्हाला त्या लेडी मिशनरींना भेटायचंय असं त्यांना सांग." नेट म्हणाला, आणि जेव्हीनं भाषांतर करून सांगितलं.

"कशासाठी?" उत्तर आलं. इथे येण्यासाठी या अमेरिकन माणसाला खूप प्रवास करायला लागलाय आणि एका अत्यंत महत्त्वाच्या कारणासाठी या अमेरिकन माणसाला त्या मिशनरी बाईंना भेटायचंय असा जेव्हीनं खुलासा केला. तरी पण "का?" असा सवाल मुखियानं केला.

त्यांना ज्या काही महत्त्वाच्या गोष्टींबद्दल चर्चा करायची होती त्या गोष्टींचं महत्त्व, ना जेव्हीला कळणार होतं की त्या मुखियाला. 'तसंच महत्त्वाचं कारण आहे म्हणूनच हा अमेरिकन माणूस परत इथे आलेला आहे. नाही तर आलाच नसता', असं त्याने सांगितलं. नेटच्या डोळ्यांपुढे मुखियाची प्रतिमा म्हणजे एक एकदम भडकणारा आणि राक्षसासारखं एकदम सात मजली हसणारा अशा प्रकारचा, म्हणजे निराळ्याच प्रकारचा माणूस होता. पण यावेळी मात्र त्याच्या चेहऱ्यावर कुठल्याच प्रकारचे भाव नव्हते. पन्नास फुटांवरूनसुद्धा त्याचे भावविरहित डोळे दिसत होते. मागच्या वेळी त्यानं नेटला मोठ्या आग्रहाने त्याच्या जवळ बसवून घेऊन, सकाळची न्याहारी केली होती. आता मात्र तो जितकं लांब राहाता येईल तितकं लांब राहण्याचा प्रयत्न करत होता. काहीतरी विचित्र प्रकार होता. अनुचित असं काहीतरी घडलेलं होतं त्यामुळे हा बदल झालेला होता.

त्याने त्यांना तिथेच थांबून राहायला सांगितलं, अन् सावकाश, दमादमानं पावलं टाकत तो वस्तीकडे निघून गेला. त्याच्यानंतरही अर्धातास होऊन गेला. तोवर नक्कीच रॅचेलला कोण आलेलं आहे कळलेलं असणार. मुखियानं तिला सांगितलेलं असणार आणि तरी सुद्धा ती त्यांना भेटायला येत नव्हती.

वर आकाशात सूर्यासमोरून एक ढग गेला, नेटनं तो लक्षपूर्वक पाहिला. ढग पांढरा, फुगीर आणि फुसका वाटत होता. निदान घाबरण्यासारखी परिस्थिती निर्माण होणार नव्हती, तरी पण त्यानं नेटला घाबरवलं. लांबवर कुठेतरी गडगडाट होत असल्याची पुसटशी जरी शंका आली ना, तरी त्यानं निघायला

तयार व्हायचं ठरवलं होतं. बोटीमध्ये वाट पाहात त्यांचा वेफर्स आणि चीज यांचा फराळ चालू होता.

नेटचा फराळ चालू असतानाच मुखियाने शिट्टी मारून त्यांच्या खाण्यात व्यत्यय निर्माण केला. तो वस्तीकडून एकटाच येत होता. हे दोघे बोटीपासून त्याच्या दिशेने निघाले. ते मध्यावर एकमेकांना भेटले. मुखियानं त्यांना, त्याच्या मागे यायला सांगितलं. शंभर फूट गेले. त्यांनी दिशा बदलली आणि झोपड्यांच्या मागच्याबाजूने जाणाऱ्या एका पायवाटेने चालत गेले. तिथून वस्तीचा सामायिक मोकळा परिसर नेटला दिसला. त्यावेळी एकही इपिका जमातीचा माणूस तिथे नव्हता की एकही लहान मूल तिथे खेळताना दिसत नव्हतं. तो भाग त्यावेळी निर्मनुष्य होता. वस्तीतल्या झोपड्यांच्या आसपास किंवा बाहेरसुद्धा एकही इपिका स्त्री कुठे झाडलोट करताना दिसत नव्हती किंवा एकही स्त्री कुठे स्वयंपाक करताना दिसत नव्हती, कुठे स्त्रिया मुलांसह गप्पा मारताना दिसत नव्हत्या. कुठेही कुठल्याच प्रकारचा आवाज नव्हता. सगळीकडे नुसती स्मशानशांतता. हालचाल फक्त चुलींमधूल वर जाणाऱ्या धुराची होती.

मग त्यानं काही खिडक्यांतून डोकावणारे काही चेहरे पाहिले, छोटी छोटी डोकी दरवाज्यांच्या फटीतून बाहेर डोकावून पाहात होती. कुठल्यातरी भयंकर रोगांचे जीवाणू वाहून आणणाऱ्यांसारखे हे दोघे आहेत असं समजून त्यांना त्यांच्या झोपड्यां-पासून शक्य तितकं दूर ठेवण्याचा मुखियाचा प्रयत्न होता. पुढे त्याने पायवाट बदलली आणि तो निराळ्याच पाय वाटेने जाऊ लागला. ती पायवाट उंच उंच झाडांच्या मधून जात होती. काही मिनिटांनी ते एका मोकळ्या जागेशी आले. समोर रॅचेलची झोपडी होती.

जवळपास ती असल्याचं कुठलंही चिन्ह त्यावेळी त्यांना दिसलं नाही. झोपडीच्या दरवाज्यासमोरून मुखियानं त्यांना, पुढच्या बाजूच्या जागेमध्ये नेलं. तिथे एका डेरेदार झाडाखाली त्यांना दोन थडगी दिसली.

.५२.

लाकडाच्या पट्ट्यांपासून बनवल्यासारखे दिसणारे, आदिवासींनीच चांगले घासून गुळगुळीत केलेले, पांढरा रंग दिलेले, दोरीनं पट्ट्या एकमेकांना बांधून तयार केलेले दोन सारखे दिसणारे क्रॉस दोन्ही थडग्यांच्या टोकाच्या जमिनीच्या भागात रुतवले होते. जमिनीवर एक एक फूट उंच होते. त्यावर कुठेही काही लिखापढी केलेली नव्हती. कोणाचा मृत्यू झाला, केव्हा वगैरे. त्या झाडाखाली गर्द सावली होती, त्यामुळे अंधारल्यासारखं वाटत होतं. नेटनं आपली बॅग दोन

थडग्यांच्या मधल्या मोकळ्या जमिनीवर ठेवली आणि त्यावर तो बसला. मुखियानं खालच्या आवाजात कहाणी सांगायला सुरुवात केली.

"डाव्या बाजूची समाधी ती त्या बाईंची आहे आणि उजव्या बाजूची लॅकोची. एकाच दिवशी दोघं वारले. दोन आठवडे झाले या गोष्टीला." जेव्हीनं भाषांतर करून सांगितलं. मुखिया पुढे बोलत होता, त्याचं भाषांतर जेव्हीनं चालू ठेवलं, "आपण इथून गेल्यापासून मलेरियानं इथे दहा माणसं दगावली आहेत."

मुखियाने भाषांतरासाठी न थांबता एक लांबलचक भाषण दिलं. नेटनं शब्द ऐकले पण त्याच्या मेंदूवर त्याची कशाचीही नोंद झालेली नाही. त्यानं डाव्या बाजूच्या मातीच्या ढिगाऱ्याकडे पाहिलं, काळ्या रंगाची माती एका चौकोनी आकारात अगदी काळजी पूर्वक रचलेली होती. बाजूने चार इंच व्यासाच्या गंडोऱ्या नीट लावलेल्या. त्या माती खाली रॅचेल लेन होती. त्याच्या दृष्टीने ती जगातली सर्वांत निर्भय व्यक्ती होती, कारण तिला मृत्युचं भय नव्हतं. मृत्युचं तिनं स्वागतच केलेलं असणार. ती आता तिथे शांतपणे विश्रांती घेत होती. तिचा आत्मा भगवंताबरोबर होता, तिचं शरीर तिच्या आवडत्या लोकांच्या सहवासात होतं.

लॅको तिच्या बरोबर होता. या जगातल्या त्याच्या शरीरात व्यंग होतं, पण आता स्वर्गात मिळालेल्या त्याच्या शरीरात कुठल्याही प्रकारचं व्यंग असणार नव्हतं.

धक्का बसला आणि निवळला. रॅचेलचा मृत्यू ही एक अत्यंत दुःखद गोष्ट होती आणि नव्हतीही. एखाद्या तरुण स्त्रीचा मृत्यू झालेला आहे आणि तिची लहान मुलं मागे सोडून ती गेलीय, असं तिच्या बाबतीत काही नव्हतं. तिचा मित्र मैत्रिणींचा खूप मोठा परिवार होता आणि त्यांना तिच्या मृत्युनंतर दुःख होणार होतं असंही नव्हतं. स्थानिक इपिका आदिवासी जमातीतल्या काही माणसांना ती गेल्याचं दुःख होणार होतं ही गोष्ट खरी होती. त्या लोकांच्यात ती राहिली होती, त्यांनीच तिच्यावर अंत्यसंस्कार केले होते पण ती त्यांच्यापैकी होती का? खरं म्हणायचं म्हणजे ती त्यांच्यापैकी नव्हतीच.

तिच्या बरोबर जो काही सहवास नेटला घडला होता त्यावरून त्याला असं वाटत होतं की, रॅचेलला स्वतःला तिच्या मृत्युमुळे कुणी दुःख केलेलं आवडणार नव्हतं. नेटला याची पूर्ण कल्पना होती. तिच्यासाठी कोणी रडलेलं तिला आवडायचं नाही. तिला देण्यासाठी नेटकडे काहीही नव्हतं. काही क्षण तो तिच्या दफनस्थानाकडे वेड्यासारखा पाहात राहिला. त्याचा या घटनेवर विश्वासच बसत नव्हता, पण थोड्याच वेळात त्यानं स्वतःला सावरलं. वास्तवाचं भान

त्याला आलं. रॅचेलची आणि त्याची फार दिवसांची मैत्री होती असं नव्हतं. तसं पाहिलं असता रॅचेलची त्याला पूर्ण माहितीही नव्हती. तिला शोधून काढण्यामुळे त्याचा स्वत:चा थोडाफार फायदा होणार होता. तिच्या खाजगी जीवनात त्यानेच अडथळा, व्यत्यय आणलेला होता. तिनं त्याला परत न येण्याबद्दलही बजावलेलं होतं.

नेटला आत कुठेतरी दु:ख होत होतं, पेंटॅनल सोडल्यानंतर तिचा विचार त्याच्या डोक्यात आला नाही असा एकही दिवस गेला नव्हता. ती त्याच्या स्वप्नात यायची. त्याला तिचा स्पर्श आठवायचा, तिच्या हुशारीची आठवण यायची. गेल्या अनेक दशकात तिलाच फक्त त्याच्यातली चांगली गोष्ट दिसली होती.

त्यालाही रॅचेलसारखी चांगली व्यक्ती यापूर्वी कधीच भेटलेली नव्हती आणि आता त्याला तिची उणीव प्रकर्षाने जाणवणार होती.

मुखिया गप्प होता, "आपण इथे जास्त वेळ थांबू नये असं त्यांचं म्हणणं आहे." जेव्ही म्हणाला.

अजूनही नेट रॅचेलच्या दफनस्थानाकडेच पाहात होता.

तो म्हणाला, "का नाही?"

"या वेळच्या मलेरियाच्या प्रकोपाला तुमचं इथं येणंच कारणीभूत आहे असं या भागातल्या भुता-खेतांचं म्हणणं आहे असं तो म्हणतोय, आपलं येणं त्यांना आवडलेलं नाहीये. "

"त्यांना सांग की ही तुमची भुतं-खेतं ही एक वेड्यांची टोळी आहे." नेट म्हणाला.

"तुम्हाला त्याला आणखी काही दाखवायचं आहे." अगदी हळूहळू नेट उभा राहिला. मुखियाकडे त्यानं पाहिले. ते दोघे रॅचेलच्या झोपडीच्या दरवाजातून आत गेले. दरवाज्याची उंची इतकी कमी होती की त्यांना गुडघ्यात वाकायला लागले. खाली जमीन सारवलेल्या मातीची होती. झोपडी दोन खोल्यांची होती, बाहेरच्या खोलीत फार जुन्या प्रकारचं फर्निचर होतं. केनची खुर्ची होती. केनच्या सोफ्याला लाकडी गंडेऱ्यांचे पाय होते, गवताच्या उशा होत्या. स्थानिक आदिवासींची ती कारागिरी होती. आतली खोली रॅचेल स्वयंपाकघर आणि झोपायच्या खोलीसारखी वापरत असे. तिथे आदिवासी त्यांच्या घरात वापरतात तसा झोळीसारखा एक झुला होता, त्यात ती झोपायची. झुल्याशेजारी एक छोटंसं टेबल होतं, त्या टेबलावर एक प्लॅस्टिकची छोटीशी पेटी होती. त्यात तिला जी जी औषधं लागायची ती ती ठेवत असे. मुखियाने त्या पेटीकडे बोट दाखवलं आणि तो काही बोलायला लागला. "तुम्ही पाहाव्यात अशा काही गोष्टी त्यात आहेत."

जेव्हीनं भाषांतर करून सांगितलं, "माझ्यासाठी?" नेटनं विचारलं.

"हो, तिचा मृत्यू जवळ आलेला आहे असं जेव्हा तिला कळलेलं होतं तेव्हा तिनं मुखियाला या झोपडीवर लक्ष ठेवायला सांगितलेलं होतं, तो आणि अमेरिकन माणूस जर परत आला तर त्याला ती पेटी दाखवा असंही तिनं त्याला सांगितलं होतं.

नेट त्या पेटीला हात लावायला घाबरत होता. मुखियानं ती पेटी उचलून नेटच्या हातात दिली. तो खोलीच्या बाहेर येऊन सोफ्यावर बसला. त्याच्या मागेमाग जेव्ही आणि मुखिया बाहेरच्या खोलीत आले.

त्याची पत्रं तिला मिळालेलीच नव्हती. निदान त्या पेटीत तरी त्यावेळी ती नव्हती. प्रत्येक परदेशी माणसाला स्वत:जवळ बाळगायला लागणारं ब्राझील सरकारने रॅचेलच्या नावाने तयार केलेलं ओळखपत्र त्यात होतं. जागतिक आदिवासी कल्याण संघाच्या मुख्य कचेरीतून आलेली तीन पत्रं त्यात होती. नेटनं ती पत्रं उघडून पाहिली नाहीत, कारण त्या तीन पत्रांच्या खाली असलेलं रॅचेलचं मृत्युपत्र नेटनं पाहिलं.

कोर्टकचेऱ्यातून वापरतात तशा मोठ्या आकाराच्या पाकिटात ते ठेवलेलं होतं, आणि पाकिटावर परत पाठविण्यासाठी सुवाच्च अक्षरात लिहिलेला पत्ता होता. पाकिटाच्या वरच्या भागात "रॅचेल लेन पोर्टर यांचे शेवटचे मृत्युपत्र" असा मजकूर मोठ्या आणि चांगल्या अक्षरात लिहिलेला होता.

नेटनं ते पाहिलं अन् त्याचा स्वत:च्या डोळ्यांवर विश्वासच बसेना. पाकीट उघडताना त्याचे हात थरथरत होते. पाकिटांत एकमेकांना जोडलेले दोन पांढरे कागद होते, पहिल्या कागदावर वरच्या बाजूला ठळक अक्षरात पुन्हा लिहिलेलं होतं, "रॅचेल लेन पोर्टर यांचे शेवटचे मृत्युपत्र" आणि त्याच्या खालचा मजकूर असा होता–

"माझे नाव रॅचेल लेन पोर्टर आहे. मी देवाची मुलगी आहे आणि देवाच्याच जगातली निवासी आहे. युनाटेड स्टेट्स ऑफ अमेरिका या देशाची मी नागरिक आहे. माझी बुद्धी शाबूत आहे, मन:स्थिती चांगली आहे. आणि आज मी या ठिकाणी माझे मृत्युपत्र स्वत:च्या हस्ताक्षरात लिहीत आहे आणि ते असे आहे.

१. या मृत्युपत्रापूर्वी मी कुठलेही मृत्युपत्र बनविलेले नाही की जे मला रद्द करावे लागेल. हे मृत्युपत्र माझे पहिले अन् शेवटचे आहे. यातील प्रत्येक शब्द मी माझ्या स्वहस्ताक्षरात लिहिलेला आहे. स्वहस्ताक्षरातलं मृत्युपत्र असाच या मृत्युपत्राचा प्रकार आहे.

२. माझे वडील ट्रॉय फेलन यांनी त्यांच्या हस्ताक्षरात लिहिलेले,

त्यांचे स्वत:चे शेवटचे दि. ९.१२.१९९६ तारखेचे मृत्युपत्र माझ्या ताब्यात आहे. त्या मृत्युपत्राद्वारे त्यांनी त्यांची सर्व मिळकत माझ्याकडे सुपूर्त केलेली आहे. माझ्या वडिलांचे मृत्युपत्र ध्यानात घेऊन मी माझे मृत्युपत्र खालील प्रमाणे लिहिलेले आहे.

३. त्यांनी मला देऊ केलेली मिळकत मी नाकारत नाही की तिचा अव्हेर करत नाही, त्याच प्रमाणे ती माझ्या ताब्यात घ्यायचीही माझी इच्छा नाही. मला जे काही बक्षीस मिळालेले आहे ते मी एका ट्रस्टच्या स्वरूपात ठेवू इच्छिते.

४. त्या मिळकतीतून जे काही उत्पन्न मिळेल ते पुढील कारणांसाठी वापरण्यात यावे.

अ. साऱ्या जगात जागतिक आदिवासी कल्याण संघाचे काम चालू ठेवण्यासाठी.

ब. ख्रिस्ताच्या शिकवणुकीचा प्रसार जगभर करण्यासाठी.

क. दक्षिण अमेरिकेतल्या आणि ब्राझीलमधल्या स्थानिक जमातीतल्या लोकांचे, आदिवासी लोकांच्या अधिकारांची जपणूक करण्यासाठी.

ड. भुकेलेल्यांना अन्न, रुग्णांना औषधे, निवारा नसलेल्यांना निवारा देण्यासाठी आणि लहान मुलांचे पोषण चांगल्याप्रकारे होण्यासाठी.

५. माझे मित्र श्री. नेट ओ रॉयले यांना मी या ट्रस्टचे कामकाज पाहण्यासाठी मुख्य ट्रस्टी म्हणून नेमत आहे आणि त्यांना योग्य वाटेल त्याप्रकारे काम करण्यासाठी व्यापक स्वरूपाचे अधिकर मी त्यांना देत आहे. सदर मृत्युपत्रानुसार कारवाई केली जात आहे का नाही हे पाहण्यासाठी त्यांना मी कार्यकारी अधिकारी म्हणून नेमत आहे.

मी आज ६ जानेवारी १९९७ रोजी कोरूंबा, ब्राझील येथे या मृत्युपत्रावर सही करत आहे.

सही - रॅचेल लेन पोर्टर.'

त्यानं ते पान पुन:पुन्हा वाचले. दुसरं पान पोर्तुगीज भाषेत टाईप केलेलं होतं. त्याचा अर्थ समजावून घेण्यासाठी त्याला थोडं थांबावं लागलं.

त्याच्या पायाभोवतालची माती त्यानं न्याहाळली. हवेत दमटपणा होता. वारं नव्हतं, आसमंत शांत होता. वस्तीच्या बाजूनं कुठल्याही प्रकारचा आवाज येत नव्हता. इपिका जमातीचे लोक अजून गोऱ्या माणसांना घाबरून होते. त्यांच्यामुळे आपल्यावर ही आपत्ती आलेली आहे अशी त्यांची कुणीतरी समजूत करून दिलेली होती.

ही खोली कोणी झाडतं का? ही खोली स्वच्छ ठेवण्यासाठी कुणी प्रयत्न करतं का? पाऊस पडल्यानंतर गवताच्या छपरातून खाली पाणी गळत असेल, इथे थारोळं साठून चिखल होत असेल. भिंतीवर हातानं केलेली काही शेल्फं होती आणि त्यात बायबल सारखी धार्मिक पुस्तकं, इतर काही आध्यात्मिक विषयांवरची पुस्तकं होती. शेल्फ वाकडी झालेली होती. तिचं घर अकरा वर्षं असंच होतं.

त्यानं मृत्युपत्र पुन्हा वाचलं. ६ जानेवारी म्हणजे त्याच दिवशी तो कोरूंबातल्या त्या हॉस्पिटलमधून बाहेर पडला होता. ती त्याला येऊन भेटली होती, ते स्वप्न नव्हतं. तिनं त्याला स्पर्श करून, मृत्यू त्याच्या वाटेला जाणार नाही असं सांगून धीर दिला होता. त्यानंतर तिनं ते मृत्युपत्र लिहिलेलं होतं.

तो चालायला लागला तशी त्याच्या पायाखालच्या गवताचा आवाज झाला. जेव्हीनं खोलीत डोकावून त्याला सांगितलं, "मुखियानं आपल्याला जायला सांगितलंय–" त्यावेळी तो तंद्रीतच होता.

जेव्हीच्या हातात नेटनं ती दोन पानं ठेवली आणि त्यापैकी दुसऱ्या पानावरच्या पोर्तुगीज भाषेतल्या मजकुरावर बोट ठेवून तो म्हणाला, "हे वाच." पान उजेडात आणण्यासाठी जेव्ही दरवाजातून पुढे आला, हळूहळू त्यानं ते वाचलं अन् म्हणाला, "इथे एक वकील आहेत ते असं म्हणतायत की, रॅचेल लेन पोर्टर यांनी या मृत्युपत्रावर त्यांच्या कोरूंबा मधल्या ऑफिसमध्ये त्यांच्या समोर सही केलेली आहे. या मृत्युपत्रावर सही करतेवेळी त्यांची मानसिक स्थिती पूर्णत: चांगली होती आणि आपण काय करत आहोत याची त्यांना पूर्ण जाणीव होती. त्याचं पूर्ण भान त्यांना होतं, खाली त्याची सही आहे. आणि खाली दुसरी सही आहे ती त्या वकिलाच्या म्हणजे नोटरीच्या सेक्रेटरीची, साक्षीदार म्हणून केलेली सही आहे."

ते मृत्युपत्र, वकिलांचा लिहिलेला दाखला, त्यांची सही, साक्षीदाराची सही. यांसह तो दस्त नोटरीच्या ऑफिसमध्ये नोंदवला होता आणि त्यावर त्याचा जरूर तो शिक्का मारलेला होता. हे सर्व सांगत असताना चेहऱ्यावर प्रश्नचिन्ह आणून जेव्हीनं विचारलं, "यावरून अर्थ काय काढायचा?" "ते मी तुला नंतर सांगेन." नेट म्हणाला.

ते झोपडीच्या बाहेर सूर्यप्रकाशात आले. मुखिया आपल्या हाताची घडी छातीवर धरून उभा होता. तो तिथे आहे हे ते दोघे विसरलेलेच होते. नेटनं आपल्या हँडबॅगमधला कॅमेरा काढला, रॅचेलच्या झोपडीची, थडग्यांची चित्रं घेतली. त्यानं जेव्हीला रॅचेलच्या दफनस्थाना शेजारी ओणवं बसायला लावलं. त्या दफन जागेवर ते मृत्युपत्र धरायला लावलं, त्याचा एक फोटो काढला. तोही

जेव्हीप्रमाणे दफनस्थाना-शेजारी ओणवा बसला अन् मृत्युपत्र त्या दफन जागेवर धरून, जेव्ही कडून त्यानं त्याचा फोटो काढून घेतला. मुखियानं जेव्ही आणि नेट यांच्या बरोबर फोटो काढून घ्यायला नकार दिला. त्याला त्यांच्यापासून जेवढं लांब राहता येईल तेवढा तो राहत होता. मुखियाने घशातून जरा निराळाच आवाज काढला. जेव्ही आणि नेट यांना आता लवकर बाहेर पडा अशी ती खूण होती.

पायवाटेने ते झाडीच्या दिशेने निघाले. ही वाटसुद्धा वस्ती पासून लांब अंतरा-वरूनच जात होती. ते परत दाट झाडीशी आले, तेव्हा नेटनं मागे येऊन पाहिलं, त्याला रॅचेलच्या झोपडीचं शेवटचं दर्शन घ्यायचं होतं. खरं म्हणजे त्याला ती झोपडी जशीच्या तशी उचलून अमेरिकेत घेऊन जायची होती. स्मारक म्हणून ती त्याला जतन करायची होती. हजारो, लाखो लोक त्या स्मारकाला भेट देतील त्यापासून इतर लोकांकरिता आपण काही तरी केलं पाहिजे अशी स्फूर्ती त्यापासून लोकांना मिळेल. समाजाला अशा स्मारकांची जरूर आहे, असं त्याला वाटायला लागलं होतं. जिथे रॅचेलचं दफन केलेलं होतं त्या जागेतली शवपेटी काढून ती सुद्धा त्याला अमेरिकेला न्यायची होती, संतांच्या दर्जाची ती स्त्री होती आणि तिचं यथोचित स्मारक होणं त्याला आवश्यक वाटत होतं.

पण त्याच्या लगेचच ध्यानात आलं की, अशा प्रकारच्या प्रसिद्धीचा तिला तिटकारा होता. त्याच्या मनात होतं तसं जर तिचं स्मारक केलं गेलं असतं तर तिलाच सर्वांत जास्त वाईट वाटलं असतं.

जेव्ही आणि मुखिया चालत चालत पार पुढे गेलेले होते, नेटही त्यांच्या दिशेने निघाला. त्याने आपल्या चालण्याचा वेग वाढवला.

ते दोघे नदीपर्यंत आले, तोपर्यंत त्यांनी कोणालाही स्पर्श सुद्धा केलेला नव्हता. मुखियाच्या दृष्टीने कोणा आदिवासींना स्पर्श करून रोगाचा प्रसार करण्याला ते कारण झालेले नव्हते. ते दोघे बोटीतून चढत असताना मुखियानं जरा जाडा भरडा आवाज काढून जेव्हीला काहीतरी सांगितलं, ''आता परत येऊ नका असं तो म्हणतोय.'' जेव्ही म्हणाला.

''काही काळजी करू नकोस असं सांग त्याला.'' त्यावर जेव्ही काही म्हणाला नाही. त्यानं आपलं बोटीचं इंजिन चालू केलं आणि नदीच्या काठापासून तो बोट मागे घ्यायला लागला.

तिकडे मुखियानं त्याच्या घराकडे वाटचाल चालू केलेली होती. रॅचेलच्या मृत्युमुळे मुखियाला कितपत वाईट वाटलं असेल याबद्दल त्याच्या मनात विचार आला. त्यांच्यात ती अकरा वर्षे होती. मुखियावर तिचा चांगलाच प्रभाव

असल्याचं मागच्या वेळच्या भेटीत त्याला जाणवलं होतं. पण त्याला ती ख्रिश्चन करू शकली नव्हती. तिच्या मृत्युनंतर त्यानं दु:ख व्यक्त केलं असेल का? इपिका जमातीपैकी जे कोणी ख्रिश्चन झालेले असतील त्यांचं भवितव्य काय असेल? का त्यांच्या देव आणि भुतंखेतं यांना आव्हान द्यायला कुणी राहिलं नाही याचं त्याला समाधान झालं असेल?

त्याला 'शल्यन' आठवले. इपिका जमातीतले वैदू, त्यांनी रॅचेलला सळो की पळो करून सोडलं होतं. रॅचेलच्या मृत्युमुळे तर त्यांना खूपच आनंद झाला असेल, त्यांनी तर उत्सव साजरे केले असतील. ज्यांनी ज्यांनी ख्रिस्ती धर्म स्वीकारला असेल त्यांच्यावर आग पाखडायला सुरुवात केलेली असेल. ती असताना तिनं चांगला लढा दिलेला होता. ती आता नाही, ती जमिनीमध्ये चिरविश्रांती घेत आहे. आता तर त्यांना रान मोकळं होतं.

जेव्हीनं बोटीचं इंजिन थांबवलं आणि वल्ह्यानं बोट नदीच्या मध्य भागात नेऊन उभी केली, पाण्याच्या प्रवाहाचा वेग कमी होता, त्याचा आवाज येत नव्हता. नेटने बॅगमधला सेट फोनचा संच बाहेर काढला एका बाकावर तो ठेवला. आकाश स्वच्छ होतं. टेलिफोनच्या निरोप पाठविण्याच्या आणि संदेश घेणाऱ्या चुंबकीय विद्युत लहरी चांगल्या ताकदवान होत्या. दोन मिनिटांत जॉशची सेक्रेटरी जॉशला शोधायला धावत गेली.

"नेट, त्या ट्रस्टच्या कागदपत्रांवर तिनं सही केलेली आहे का नाही हे तू पहिल्या प्रथम सांग." हे त्याचे पहिले शब्द होते. तो टेलिफोनमध्ये मोठ्यानं ओरडून बोलत होता.

"जॉश, तू एवढ्या मोठ्यानं ओरडू नकोस. मला ऐकू येतंय."

"सॉरी, तिनं सही केलीय का नाही?"

"तिनं एका ट्रस्टवर सही केलेली आहे, पण तो ट्रस्ट आपण केलेला नाही. जॉश, ती या जगात नाहीये."

"नाही – तसं काही बोलू नकोस नेट."

"दोन आठवड्यांपूर्वी ती मलेरियाने वारली. तिनं तिच्या हातानेच लिहिलेलं तिच्या वडिलांसारखंच एक मृत्युपत्र करून ठेवलं आहे."

"तुझ्या जवळ ते आहे का?"

"हो आणि ते सुरक्षित आहे. तिची सर्व इस्टेट एका ट्रस्ट मध्ये जाणार आहे, त्या ट्रस्टचा मी ट्रस्टी आणि कार्यकारी अधिकारी आहे."

"ते वैध आहे का?"

"मला तसं वाटतं. ते पूर्णपणे तिच्या हस्ताक्षरात लिहिलेलं आहे. खाली तिची सही आहे, तारीख आहे, ते कोरूंबामधल्या एका वकिलाच्या आणि

त्याची सेक्रेटरी यांच्या उपस्थितीत तिने लिहिलेले आहे. वकिलांनी तसं तिथे म्हटलं आहे, त्यावर साक्षीदार म्हणून दोघांच्या सह्या आहेत.''

''मला तर सगळं ठीक वाटतंय.''

''मग आता काय होणार?'' नेटनं विचारलं.

टेबलाशी उभं राहून एका हातात टेलिफोन, दुसऱ्या हाताने डोक्यावरचे केस थोपटणारा आणि डोळे मिटून विचार करणारा जॉश नेटच्या डोळ्यासमोर उभा राहिलेला होता. त्याच्या मनात काय विचार येत असतील तेही त्याच्या ध्यानात येत होते.

''नाही, काही होणार नाही. ट्रॉय फेलनचं मृत्युपत्र सुद्धा वैध आहे आणि ते पुढे योग्य त्या वारसाकडे गेलेलं आहे.''

''पण ती तर आता हयात नाहीये.''

''पण ट्रॉय फेलनची मिळकत आता तिच्या नावावर आपोआप तबदील झाली. आणि तसं मोटारींच्या अपघातांच्या केसेसमध्ये होत असतं. ज्यामध्ये नवरा-बायको पैकी एक जण अपघातात मरतो आणि दुसऱ्या दिवशी दुसरा मरतो. एखाद्याला मृत्युपत्राद्वारे मिळालेली मिळकत त्यानं केलेल्या मृत्युपत्राप्रमाणे त्याच्या वारसाकडे आपोआप जाते.''

''इतर वारसदारांचं काय?''

''तडजोड झालेली आहे, ती तशीच ठेवता येईल. त्यांना ठरलेली रक्कम मिळेल. अर्थात संपत्तीवरचा कर, त्यांच्या वकिलांना जी काही ठरली असेल ती वजा होऊन जी काय उरेल ती अर्थातच या सर्वांमध्ये वाटली जाईल. आज मात्र हे वारसदार आणि त्यांचे वकील हीच मला आनंदी माणसं दिसतायत. त्यांना आता हल्ला करायला काही राहिलेलं नाहीये. तुझ्या जवळ दोन वैध असलेली मृत्युपत्र आहेत. यातून आता एक मात्र दिसतंय की आता तुला तुझी कारकीर्द, विश्वस्त किंवा ट्रस्टी म्हणूनच पार पाडायला लागणार आहे.''

''हो, या ट्रस्टमध्ये मला फारच व्यापक अधिकार दिलेले आहेत.''

''तू समजतोयस त्यापेक्षा खूप काही त्यात असेल. मला ती कागदपत्रं वाचून तरी दाखव.''

नेटनं ती कागदपत्रं बॅगेमध्ये खूप खाली ठेवलेली होती. त्याने ते बाहेर काढले आणि अतिशय सावकाश, शब्दन् शब्द नीटपणे वाचून दाखवला.

''लवकर घरी ये नेट.'' जॉश म्हणाला,

नेट जेव्हा इस्टेटीचे कागदपत्र जॉशला वाचून दाखवत होता तेव्हा जेव्ही नदीकडे पाहात असल्याचं नाटक करीत होता, पण नेटचा शब्दन् शब्द त्यानं ऐकलेला होता आणि त्याला सर्व काही समजलं होतं. जेव्हा नेटनं फोन बंद

केला आणि आपल्या बॅगेमध्ये ठेवला तेव्हा जेव्ही त्याला म्हणाला, "म्हणजे ते पैसे आता तुमचे आहेत?"

"नाही, ते एका ट्रस्टमध्ये जाणार आहेत."

"ट्रस्ट म्हणजे काय?"

"म्हणजे असं समज एका बँकेत खूप पैसे असलेलं एक खातं आहे, त्यातले पैसे बँकेत सुरक्षित असतात. ते पैसे काढायला परवानगी नसते, पण त्या पैशांवरचं व्याज मात्र कसं वापरावं हे ट्रस्टींना ठरवायचा अधिकार असतो."

जेव्हीला अजून सुद्धा काही कळलं नव्हतं. त्याला खूप प्रश्न विचारायचे होते, त्याचा झालेला गोंधळ नेटच्या ध्यानात आलेला होता, पण मिळकत, मृत्युपत्र, न्याय वगैरेंवर भाषण देण्याची ती काही वेळ नव्हती.

"ते जाऊ दे जेव्ही." नेट म्हणाला.

बोटीचं इंजिन पुन्हा चालू झालं. पाण्यावरून ते जवळ जवळ उडतच निघाले, बोटीच्या दोन्ही बाजूनं पाण्याची कारंजी उडत होती.

दुपार नंतर उशिरा त्यांना त्यांची चलाना बोट सापडली. वेली नदीत गळ टाकून बसला होता. बोटीच्या मागच्या बाजूला डेकवर हेलिकॉप्टरचे पायलट पत्ते खेळत बसले होते. नेटनं जॉशशी पुन्हा संपर्क साधला आणि कोरूंबाहून गल्फस्ट्रिम विमान परत घेऊन जायला सांगितलं. त्याला त्यावेळी तरी ते नको होतं. तो काही दिवस कोरूंबामध्ये राहणार होता.

जॉशनं त्याला विरोध केला आणि तेच काय ते जॉश त्यावेळी करू शकत होता. फेलनची कटकट आता निस्तरली गेलेली होती आणि आता तरी तशी घाई करायचं काही कारण नव्हतं.

हेलिकॉप्टरच्या पायलटनासुद्धा त्यानं जायला सांगितलं. कोरूंबाला गेल्यावर त्यांनी वाल्दिरला भेटावं, ते त्यांचा हिशोब पुरा करतील असं त्यांना सांगितलं.

चलाना बोटीवरच्या तिघांनी ते हेलिकॉप्टर एखाद्या किड्यासारखं गेलेलं पाहिलं. नंतर जेव्ही बोटीची दिशा सांभाळणाऱ्या चक्राशी होता, वेली खाली बोटीच्या दारात पाण्यात पाय सोडून बसला होता. केबिन मधल्या एक पलंगावर नेटनं झोपायचा प्रयत्न केला पण बोटीच्या डिझेल इंजिनाच्या सततच्या ढक ढक आवाजानं त्याला झोप काही लागत नव्हती.

ही बोट सान्तालौराच्या तुलनेत तिच्या एक तृतियांश आकाराची होती, त्यातले बंकर सुद्धा कमी लांबीचे होते. नेट कुशीवर झोपून खिडकीतून मागे मागे जाणारी काठावरची दृश्यं पाहात होता.

तिला नक्कीच कळलं होतं की हा आता पीत नाही, त्याची ती सवय आता पार गेलीय. ज्या राक्षसांनी त्याच्या शरीरावर ताबा मिळवला होता ते आता

तुरुंगात जेरबंद केलेले होते. त्याच्यातलं जे काही चांगलं होतं ते तिला दिसलं होतं, नेट वाईट मार्ग सोडून चांगल्या मार्गाला लागण्याचा प्रयत्न नेट करतोय आणि त्याचे हे प्रयत्न प्रामाणिक आहेत अशी तिची खात्री झालेली होती. रॅचेलला भेटायची नेटची खूप इच्छा होती ते तिला कळलं होतं. देवानं ते तिला सांगितलं होतं.

अंधार झाल्यानंतर जेव्हीनं त्याला जागं केलं, ''बाहेर बघा चंद्र कसा छान दिसतोय!'' तो म्हणत होता बाहेर येऊन बोटीच्या पुढच्या भागावरच्या बाकावर ते बसून राहिले, त्यांच्या मागेच चक्राशी वेली होता. चंद्राच्या उजेडाच्या मागोमाग झेको नदी, नागमोडी वळणं घेत घेत पराग्वे नदीकडे जात होती त्या दिशेने ते जात होते.

''ही बोट फार सावकाश आहे.'' जेव्ही म्हणाला ''कोरूंबाला पोचायला दोन दिवस लागतील.''

नेट हसला. आता इथे कोण काळजी करतोय, महिना का लागेना. ■